പുരുഷാരം

Purusharam
Stories

C V Balakrishnan

CHINTHA PUBLISHERS
Thiruvananthapuram

First Chintha Edition
December 2021

Published
Chintha Publishers, Thiruvananthapuram

Typesetting
Star communications, Thiruvananthapuram

Printed at
Time offset printers, Thiruvananthapuram

Cover Design
Vinod Mangoes

ISBN : 978-93-93468-31-4

CO - 3054 / 5723

₹ 470

Email: chinthapublishers@gmail.com
Website: www.chinthapublishers.com

A version is available at National Libraries
Kolkata, Mumbai, Chennai and Delhi

Distribution
DESHABHIMANI BOOKHOUSE
H O Thiruvananthapuram 695035

Branch
Head Office Kunnukuzhi • Statue Thiruvananthapuram
KSRTC Bus Station Thiruvananthapuram
KSRTC Bus Station Alappuzha • KSRTC Bus Station Ernakulam
Machingal Lane Thrissur • IG Road Kozhikode
Mavoor Road Kozhikode • NGO Union Building Kannur
Central Bus Terminal Complex Thavakkara Kannur

പുരുഷാരം

(കഥകൾ)

സി വി ബാലകൃഷ്ണൻ

ചിന്ത പബ്ലിഷേഴ്സ്
തിരുവനന്തപുരം-695 035
വില : ₹ 470

സി വി ബാലകൃഷ്ണൻ

നോവലിസ്റ്റ്, കഥാകൃത്ത്, തിരക്കഥാകൃത്ത്, വിവർത്തകൻ. അറുപതിലേറെ കൃതികൾ. *ആത്മാവിന് ശരിയെന്നു തോന്നുന്ന കാര്യങ്ങൾ* (നോവൽ), *പരൽമീൻ നീന്തുന്ന പാടം* (ആത്മകഥ), *ഏതേതോ സരണി* (യാത്രാവിവരണം) എന്നിവ കേരള സാഹിത്യ അക്കാദമി അവാർഡും *സിനിമയുടെ ഇടങ്ങൾ* മികച്ച ചലച്ചിത്ര ഗ്രന്ഥത്തിനുള്ള സംസ്ഥാന അവാർഡും നേടി. സമഗ്ര സംഭാവനയ്ക്ക് മുട്ടത്തു വർക്കി അവാർഡ്, പത്മപ്രഭാ പുരസ്കാരം, ബഷീർ പുരസ്കാരം, ഒ ചന്തുമേനോൻ പുരസ്കാരം, മുണ്ടൂർ കൃഷ്ണൻകുട്ടി പുരസ്കാരം, ശാന്തകുമാരൻ തമ്പി പുരസ്കാരം, എ കെ പി പുരസ്കാരം എന്നിവയും നേടിയിട്ടുണ്ട്. സിനിമയിൽ *കൊച്ചുകൊച്ചു സന്തോഷങ്ങൾക്ക്* (സംവിധാനം: സത്യൻ അന്തിക്കാട്) മികച്ച കഥയ്ക്കുള്ള കേരള ഫിലിം ക്രിട്ടിക്സ് അസോസിയേഷൻ ബഹുമതി. *ഓർമ്മമാത്രത്തിന്* (സംവിധാനം: മധു കൈതപ്രം) മികച്ച തിരക്കഥയ്ക്കുള്ള കലാകേരളം പുരസ്കാരം.

വിലാസം : ദിശ, പിലിക്കോട് പി ഒ
കാസർഗോഡ് ജില്ല, പിൻ – 671310
E-mail : cvbalakrishnandisa@gmail.com

ഉള്ളടക്കം

പ്രസാധകക്കുറിപ്പ്

സി വി ബാലകൃഷ്ണന്റെ കഥകളുടെ സമാഹാരമാണ് ഈ കൃതി. പരമ്പരാഗത കഥാ സങ്കല്പങ്ങളെ കീറി മുറിക്കുന്ന കഥകളാണീ പുസ്തകത്തിൽ. ഏതു ജീവിത സന്ദർഭത്തെയും ചേതനാനിർഭരമായ കഥാരൂപമായി വികസിപ്പിക്കാൻ സി വി ബാലകൃഷ്ണനുള്ള കഴിവ് സുവിദിതമാണ്. ഭരണകൂടത്തിന്റെ സുദൃഢമായ സൂക്ഷ്മരൂപമാണ് കുടുംബം. കുടുംബം എന്ന് നാം വ്യവഹരിക്കുന്ന സംവിധാനത്തിനുള്ളിൽ അരങ്ങേറുന്ന സംഘർഷങ്ങൾ ബാലകൃഷ്ണന് പ്രിയപ്പെട്ട വിഷയമായിത്തീരുന്നത് സ്വാഭാവികമാണ്. മനുഷ്യൻ എന്ന ആശയനിർമ്മിതിയുടെ സുക്ഷ്മരൂപങ്ങളെപ്പറ്റി നല്ല തിട്ടമുള്ള എഴുത്തുകാരനെയാണ് നാം ഈ സമാഹാരത്തിലെ കഥകളിൽ കണ്ടുമുട്ടുന്നത്. വായനയുടെ അനായാസവഴികളിൽ സി വി ബാലകൃഷ്ണൻ എന്ന എഴുത്തുകാരനെ കണ്ടുമുട്ടാതെ നമുക്ക് കടന്നുപോകാനാവില്ല.

ചിന്ത പബ്ലിഷേഴ്സ്

ദാദ

കാറ്റും തിരയും കപ്പലുകളുമായിരുന്നു അയാളുടെയുള്ളിൽ. ഡോക്ടർ നാഡി പരിശോധിക്കുമ്പോൾ അയാൾ വളരെ പഴയ ഓർമ്മകളുള്ള ഇരുണ്ട കല്ലുകൾക്കിടയിൽ നിന്ന് കടലിനെ നോക്കുകയായിരുന്നു.

കാറ്റാടിമരങ്ങളെ കരയിക്കുന്ന കാറ്റ്, ഞണ്ടുകൾ പാഞ്ഞുനടക്കുന്ന കല്ലുകളിലൂടെ മണലിലേക്കു വീശുന്ന തിര, ദൂരെ നങ്കൂരമിട്ടു നില്ക്കുന്ന കപ്പലുകൾ..

നെഴ്സ് ഡോക്ടറുടെ മുഖം ശ്രദ്ധിച്ചു. അടുത്ത കട്ടിലിലെ രോഗി അയാളെയും ഡോക്ടറെയും നെഴ്സിനെയും മാറിമാറി നോക്കി.

ഡോക്ടർ അയാളുടെ ഹൃദയത്തിന്റെ ദുർബ്ബലമായ മിടിപ്പുകൾ കേൾക്കെ അയാൾ ചൂണ്ടുവിരൽ നീട്ടി കപ്പലുകൾ എണ്ണാൻ തുടങ്ങി.

ഒന്ന്, രണ്ട്, മൂന്ന്...

ഡോക്ടർ നെഴ്സിനോട് വെറുതെ തിരക്കി.

"ഇയാൾക്ക് ബന്ധുക്കളാരുമില്ലേ?"

കപ്പലുകളിൽ നിന്ന് ആരൊക്കെയോ കൈവീശിക്കൊണ്ടിരുന്നു.

ദാദാ...

നെഴ്സ് പറഞ്ഞു:

"ഇല്ലെന്ന് തോന്നുന്നു."

ദാദാ...

ഡോക്ടർ കുനിഞ്ഞ് അയാളുടെ ഉദരത്തിനു മേൽ കൈവെച്ചു. അയാൾ നിശ്ചേഷ്ടനായി കിടക്കുകയായിരുന്നു. പറക്കാനുള്ള അവസാനത്തെ ശ്രമവും പരാജയപ്പെട്ട ഒരു പക്ഷിയുടെ നിസ്സഹായതയോടെ.

സിസ്റ്റർ പറഞ്ഞു:

“ഇയാൾ എങ്ങാണ്ടോ വാച്ചുമാനായിരുന്നുവത്രെ.”

“എവിടെ?” ഡോക്ടർ ചോദിച്ചു.

സിസ്റ്റർ അറിഞ്ഞുകൂടെന്ന് ചുമൽ ഇളക്കി. ഡോക്ടർ തന്റെ പരിശോധന തുടർന്നു.

വാടകമുറികൾക്കിടയിലൂടെ ഓരോ സ്വിച്ചിലായി വിരൽ ചേർത്തുകൊണ്ട്, വെളിച്ചത്തിന് എത്ര കണ്ണുകളാണെന്ന വിസ്മയത്തോടെ, അയാൾ മെല്ലെ നടന്നു. മുറികളിൽ ടേപ്പ് റിക്കാർഡറുകളും റേഡിയോകളും റമ്മി കളിയും ചെസ്സും മരുന്നുകളുടെ സാമ്പിളുകളും മുഷിഞ്ഞ വസ്ത്രങ്ങളും പോർണോഗ്രാഫിയും *ഇന്ത്യാ ടുഡെ*യും *ഇല്ലസ്ട്രേറ്റഡ് വീക്കിലി*യും *ഫിലിം ഫെയറും* ഹാരോൾഡ് റോബിൻസും വിസ്കിയുടെയും റമ്മിന്റെയും ജിന്നിന്റെയും ഒഴിഞ്ഞ കുപ്പികളും...

ദാദയല്ലേ ആ പോകുന്നത്. ഒരു പൈന്റ് കൂടി വാങ്ങിക്കൊണ്ടുവരാൻ പറയൂ... സായ്പേ സായ്പേ... എന്താ പറഞ്ഞത്. പഹയൻ... അയാൾക്കു പറ്റില്ലെന്ന്... എന്ത്, പറ്റില്ലെന്നോ മുടിഞ്ഞ വാച്ച്മാൻ... റാസ്കൽ.. മരിച്ചുപോയ വെളുത്ത സായ്പ് എന്തൊരു മര്യാദക്കാരനായിരുന്നു. ഉവ്വ്, പറയേണ്ട താമസമേയുള്ളൂ... ഇയാൾക്കു അഹങ്കാരമാ... ഇയാൾ പണ്ട് വലിയ പ്രതാപത്തിൽ കഴിഞ്ഞതാണത്രെ... തുറമുഖത്തും തെരുവുകളിലും... ദാദ...

അയാളുടെ കഴുത്തിലെ ഞരമ്പുകൾ ഏതോ പീഡയിൽ വലിഞ്ഞുമുറുകി ശുഷ്കിച്ച കൈകൾ വെമ്പലോടെ കിടക്കയിൽ അള്ളിപ്പിടിച്ചു. നെറ്റി വിയർത്തു. എന്തോ പറയാനായി ചുണ്ടുകൾ വിറകൊണ്ടു.

കാറ്റടിക്കുന്നുണ്ടായിരുന്നു. തെരുവ് പൊടിയിൽ വിളറിനിന്നു. ഐസിന്റെ തണുപ്പിൽ വിറങ്ങലിച്ച മീൻകണ്ണുകളിൽ പൊടി നിറഞ്ഞു. ലോറികളുടെ ആകൃതി മങ്ങി. പണിക്കാരുടെ ഇരുണ്ട നിഴലുകൾ പൊടിയിലൂടെ ഇടറി നീങ്ങി. തെരുവുപട്ടികളും കാക്കകളും കലമ്പൽ കൂട്ടി. തെരുവോരഗൃഹങ്ങളുടെ വാതിൽതിരശ്ശീലകൾക്കു മറവിൽ അനേകം കണ്ണുകൾ പിടഞ്ഞു. ദാദാ. കുടുസ്സായ ഒരു മുറിയിൽ നിന്ന് അശ്രദ്ധമായി വസ്ത്രം ധരിച്ച ഒരു പെൺകുട്ടി ഓടിവന്ന് വാതിൽപ്പാളിയിൽ മുഖം ചേർത്ത് വിമ്മിക്കരഞ്ഞു. ദാദാ.

സിസ്റ്റർ അയാളുടെ കണ്ണുകളിലേക്കു നോക്കി. അയാൾ ഒച്ചയില്ലാതെ കണ്ണുനീരൊഴുക്കുകയായിരുന്നു.

പൊടിയിൽനിന്ന് തന്റെ നേർക്കു നീളുന്ന മെലിഞ്ഞ കൈകൾക്കിടയിൽ അയാൾ നടന്നു. അപമാനത്തെരുവിലെ പെൺകുട്ടികളുടെ ഈറൻ കണ്ണുകൾ കണ്ട് ഗദ്ഗദമടക്കാനാവാതെ...

സിസ്റ്റർ അയാളെ തൊട്ടുവിളിച്ചു.

പക്ഷേ, അയാൾ അതു കേട്ടില്ല. അയാൾ തെരുവിലൂടെ നടന്നുപോയി.

ഡോക്ടർ അയാളുടെ വലതുകൈ ഉയർത്തി. അതിലേക്ക് ഉറ്റുനോക്കി. വിറയ്ക്കുന്ന ശോഷിച്ച വിരലുകൾ. അവ മൂർച്ചയേറിയ ഒരു കത്തി

യുടെ പിടിയിൽ അമർന്നിരിക്കയാണെന്ന് ഡോക്ടർ അറിഞ്ഞില്ല. തിളക്കമുറ്റ ആ കത്തി നീട്ടിക്കാണിച്ച് അയാൾ തന്റെ ശത്രുക്കളെ വെല്ലുവിളിക്കയാണെന്നും അയാളുടെ ഹൃദയം അസഹ്യമായ ക്ഷോഭം കൊണ്ട് വിറകൊള്ളുകയാണെന്നും അയാളുടെ കണ്ണുകൾ എരിയുകയാണെന്നും ഡോക്ടർ അറിഞ്ഞില്ല. അയാളുടെ ശ്വാസഗതി വീണ്ടും ക്രമരഹിതമായി. ഇടുങ്ങിയ, ശ്വാസം മുട്ടിക്കുന്ന ഒരു തുരുങ്കത്തിലൂടെ പോകുന്നതുപോലെ അയാൾ വിഷമിച്ചു.

തെരുവിൽ വൈകുന്നേരമായിരുന്നു. അതെ, അയാൾ ഓർമ്മിച്ചു. തെരുവിൽ വൈകുന്നേരമായിരുന്നു. കുട്ടികൾ വിളിച്ചു പറഞ്ഞു. "എടാ ദാദ വരുന്നു, ദാദ." അവർ അയാളെ പരിഹസിക്കുകയായിരുന്നു. അതെ, അയാൾ മനസ്സിലാക്കി, അവർ തന്നെ പരിഹസിക്കുകയാണ്.

"ദാദാ." അവർ മത്സരിച്ച് കൂവിയാർത്തു. അയാൾ അടിമുടി വിറച്ചു. ഈ പീറപ്പിള്ളേരെ ഞാൻ...

"ഓടിക്കോ, ഓടിക്കോ." അവർ ഉറക്കെ ചിരിച്ചുകൊണ്ട് തിരിഞ്ഞോടി. അയാളെ ഒന്നുകൂടി അരിശം പിടിപ്പിക്കാൻ ഇടയ്ക്കൊന്നുനിന്ന് വീണ്ടും വിളിച്ചുകൂവി. "ദാദാ, ദാദാ" അയാൾ കിതച്ചുംകൊണ്ട് അവരുടെ പിന്നാലെ പാഞ്ഞു.

അയാൾ അടുത്തെത്താറായപ്പോൾ നൊടിയിൽ കുട്ടികൾ പലവഴിക്കും ചിതറി. ഒരു ചെറിയ കുട്ടി മാത്രം അവിടെ ബാക്കിയായി.

അവൻ ധൈര്യം ഭാവിച്ച് അയാളെ നേരിടാൻ ഒരുങ്ങിനിന്നതല്ല. ഓർക്കാപ്പുറത്ത് പൂഴിയിൽ കമിഴ്ന്നടിച്ചു വീണതാണ്. പൂഴിയിൽനിന്ന് മുഖമുയർത്തി നോക്കുമ്പോഴേക്കും അയാൾ അടുത്തെത്തിയിരുന്നു.

അവനു പേടിയായി.

അയാൾ അവന്റെ കൈരണ്ടും ചേർത്തുപിടിച്ച് അവനെ ഉയർത്തി. നിറയെ പൂഴിയുള്ള അവന്റെ മുഖവും അതിവേഗം ഉയർന്നു താണുകൊണ്ടിരുന്ന നെഞ്ചും മെലിഞ്ഞ കൈകളും കണ്ടപ്പോൾ അയാളുടെ ദേഷ്യവും പകയും, മെല്ലെ മെല്ലെ, മണലിലേക്ക് അരിച്ചിറങ്ങി ഇല്ലാതായി.

"ഇനി ഇങ്ങനെയൊന്നും ചെയ്തുകൂടാ." അയാൾ ഉപദേശരൂപേണ അവനോട് പറഞ്ഞു. പിന്നെ അവന്റെ കൈകൾ മോചിപ്പിച്ച്, പൂഴി പറ്റിയ മുഖത്തേക്കും നെറ്റിയിൽ വീണ മുടിയിലേക്കും സ്നേഹപൂർവ്വം നോക്കി.

"ചെയ്യോ?" അയാൾ ചോദിച്ചു

"ഇല്ല." അവൻ വിതുമ്പി.

അവനോട് കൂടുതലെന്തോ പറയാൻ തുടങ്ങിയെങ്കിലും, അതു വേണ്ടെന്നുവെച്ച്, അയാൾ ചെറുതായി ചിരിച്ചു.

"പേടിക്കേണ്ട പൊയ്ക്കോ."

അവൻ അതു കേൾക്കാത്തതുപോലെ അയാളെ തുറിച്ചു നോക്കിക്കൊണ്ട് നിന്നു. അയാൾ നടന്നുനീങ്ങി പെട്ടെന്ന് പിന്നിൽ നിന്ന് അരിശവും പകയും കലർന്ന ശബ്ദത്തിൽ അയാൾക്കു കേൾക്കാനായി.

"ഓ, ഒര് ദാദ!"

അയാൾ അതിശയപ്പെട്ട് തിരിഞ്ഞുനോക്കി. പൂഴിയിൽ കാലുറപ്പിച്ചു നിന്ന് തന്നെ ക്രോധത്തോടെ നോക്കുന്ന കുട്ടിയെ അയാൾ കണ്ടു.

അയാൾ തിരിഞ്ഞുനോക്കുന്നതു കണ്ടപ്പോൾ അവൻ, പൊടുന്നനെ കുനിഞ്ഞ് ഇരുകൈകൊണ്ടും വെള്ളമണൽ വാരി അയാളുടെ നേർക്കെറിഞ്ഞു. അത് അടുത്തെങ്ങുമെത്തിയില്ലെങ്കിലും, അയാൾക്കു തോന്നി, ഒരു തരിപോലും ഒഴിയാതെ, അവനെറിഞ്ഞ പൂഴിയത്രയും തന്റെ മേൽ വന്നുവീഴുകയാണ്. അയാൾക്ക് ഒന്നും കാണാൻ പറ്റാതായി. കണ്ണുകളിൽ മണൽ നിറഞ്ഞിരുന്നു.

പൂഴിയിൽ കാലുറപ്പിച്ചുനിന്ന് അയാളെ ക്രോധത്തോടെ നോക്കിയ കുട്ടി, ചുവരുകളുടെ മറവിൽ പതുങ്ങിനിന്ന മറ്റു കുട്ടികൾ, മണൽപ്പരപ്പ്, ചെറിയ തിരകൾ, തോണികൾ അവയെല്ലാം അയാളിൽ നിന്നകന്നു പിന്നെ ഡോക്ടറും നെഴ്സും മരുന്നുകളും ഗന്ധവും കിടക്കയും ആശുപത്രിയും...

പുറംലോകം

കഫേയിലിരുന്ന് വേണു ഉഷയോടെന്തോ ചോദിച്ചു. അവൾ വേണ്ടെന്നു തലയാട്ടി. ഒരു വെയ്റ്റർ ഭവ്യതയോടെ അടുത്തുചെന്നു. "വേണ്ട", ഉഷ പറഞ്ഞു. വെയ്റ്ററ് ഇച്ഛാഭംഗം കൂടാതെ സ്വസ്ഥാനത്തേക്കു നടന്നു. സൈഗൾ പാടിക്കൊണ്ടിരുന്നു.

സൈഗൾ അതിയായ വിഷാദത്തോടെ പാടിക്കൊണ്ടിരിക്കെ കഫേയിലേക്ക് അഞ്ചുപേർ കൂടി വന്നു. അവരുടെ വേച്ചുവേച്ചുള്ള വരവുകണ്ട് മാനേജർ ഊറിച്ചിരിച്ചു. അവരാകട്ടെ കൗണ്ടറിനു പിന്നിൽ അങ്ങനെയൊരാൾ ഉണ്ടെന്നു ശ്രദ്ധിക്കാതെ നേരെ മുന്നോട്ടു നീങ്ങി. അവർ കടന്നുപോകുമ്പോൾ മദ്യത്തിന്റെ അതിരൂക്ഷമായ ഗന്ധം വേണുവിനും ഉഷയ്ക്കും അനുഭവപ്പെട്ടു. അവരിലൊരാൾ പോകുന്ന പോക്കിൽ ഒരു കസേര തട്ടിനീക്കി. അതു കമിഴ്ന്നടിച്ചു വീണു. "ഹഹ" അയാൾ ഉറക്കെ ചിരിച്ചു. മറ്റുള്ളവരും അയാളോടു ചേർന്നു.

ബാബുൽ മൊരാ എന്ന് സൈഗൾ പാടി. അഞ്ചുപേരും ഒരു വലിയ മേശയ്ക്കു ചുറ്റുമായി ഇരുന്നു. കസേരകൾ വലിക്കുകയും നീക്കുകയും ചെയ്യുന്ന പരുഷശബ്ദങ്ങൾ നിലച്ചപ്പോൾ വെയ്റ്റർമാരിലൊരാൾ താഴെ വീണു കിടക്കുന്ന കസേരയും ആഷ്ട്രേയും പൂർവ്വസ്ഥാനങ്ങളിൽ തന്നെ പ്രതിഷ്ഠിച്ചശേഷം അവരുടെയടുത്തേക്ക് ചെന്നു. എന്തൊക്കെ വിഭവങ്ങളുണ്ടെന്ന് അഞ്ചുപേർക്കും അറിയണം. അവരുടെ കോലാഹലത്തിനിടയിൽ വെയ്റ്റർ പറഞ്ഞുകൊണ്ടിരുന്നു. പോർക്കും താറാവിറച്ചിയും കാടയിറച്ചിയും ഇല്ലെന്നു കേട്ടപ്പോൾ ഒരാൾക്കുണ്ടായ കോപം കനമുള്ള ഒരു തെറിവാക്കായി പുറത്തുവന്നു.

സൈഗൾ അവസാനിച്ചിരുന്നില്ല. വേണു ഉഷയെ പരുങ്ങലോടെ നോക്കി. അവളുടെ മുഖം നിറയെ സ്തോഭമായിരുന്നു.

തെറിവാക്ക് കേൾപ്പിച്ചതിനെതിരെ വെയ്റ്റർ എന്തോ പറയുകയോ നീരസം ഭാവിക്കുകയോ ചെയ്തത് കൂട്ടത്തിലുള്ള രണ്ടുപേരെ അത്യധികം ശുണ്ഠി പിടിപ്പിച്ചു. ഹ. അവർ രണ്ടുപേരും ഈർഷ്യയോടെ നിവർന്നു. അതോടൊപ്പം അവിടെയെങ്ങും അനേകം തെറിവാക്കുകൾ അനിയന്ത്രിതമായി മുഴങ്ങി. കൗണ്ടറിൽ നിന്ന് മാനേജർ പരിഭ്രാന്തിയോടെ ഓടി വന്നു. ഛെ, എന്താണിതെന്ന് ശാസിച്ചുകൊണ്ട് അയാൾ വെയ്റ്ററെ ഒട്ടകലേക്കു തള്ളിമാറ്റി. ഛെ, ഛെ. മറ്റു മൂവരും ചേർന്ന് പ്രകോപിതരായ രണ്ടുപേരെയും ഇരിപ്പിടങ്ങളിൽതന്നെ പിടിച്ചിരുത്തി. അനന്തരം സ്ഥിതിഗതികൾ നിയന്ത്രണാധീനമായിക്കഴിഞ്ഞുവെന്ന മട്ടിൽ മാനേജരോട് കൗണ്ടറിലേക്ക് സ്വസ്ഥമായി തിരികെ പൊയ്ക്കോള്ളാൻ ആംഗ്യം കാണിച്ചു. അയാൾ ഒരു മന്ദഹാസത്തോടെ കൗണ്ടറിലേക്കു തിരിച്ചുപോയി. സ്റ്റീരിയോയിൽ കെ എൽ സൈഗാളിന്റെ കാസെറ്റ് വിഷാദഭാരത്തോടെ നീങ്ങിക്കൊണ്ടിരുന്നു.

ഉഷ തന്റെ കോഫി കൈയിലെടുത്തു. അഞ്ചുപേരുടെ അരികിലേക്കായി നീങ്ങുന്ന വെയ്റ്ററെ വേണു കണ്ണുകൾകൊണ്ട് പിന്തുടർന്നു. പിന്നീട് അവൻ ഉഷയെ നോക്കി. അവൾ കോഫി മുഖത്തോടടുപ്പിക്കുകയായിരുന്നു

വെയ്റ്റർ ഓർഡർ കൈക്കൊണ്ട് പിൻവാങ്ങി. വേണു തന്റെ കോഫിയിൽ പഞ്ചസാര അലിയിക്കുകയായി. അതിനിടയിൽ അവർ അഞ്ചുപേരെ ഒരു കൗതുകത്തിന് ഒരിക്കൽക്കൂടി നോക്കി. അവരിൽ ഇടത്തേ അറ്റത്തുള്ളയാൾ തങ്ങളുടെ നേർക്കു നോക്കുന്നതുകണ്ട് വേണു പെട്ടെന്നു കണ്ണുകൾ പിൻവലിച്ചു. അവൻ കോഫിയുടെ കപ്പ് തിടുക്കത്തിൽ ഉയർത്തിയപ്പോൾ ഉഷ തന്റേതു താഴെ വെക്കാനോങ്ങി. കപ്പ് മേശപ്പുറത്തു വെക്കുന്നതിനിടയിൽ അവൾ ഒന്നുമോർക്കാതെ ആ അഞ്ചുപേർ ഇരിയ്ക്കുന്ന ഭാഗത്തേക്കു നോക്കിപ്പോയി. അവൾക്കു കാണേണ്ടിവന്നത് അവരിൽ ഇടത്തേ അറ്റത്തുള്ളയാൾ തന്നെ നോക്കി ചിരിക്കാൻ തുടങ്ങുന്നതാണ്. അതവളെ എന്തെന്നില്ലാതെ പരിഭ്രമിപ്പിച്ചു. അതിന്റെ ഫലമായി കൈയിലെ കപ്പ് മേശപ്പുറത്തു തട്ടി അസുഖകരമായ ശബ്ദമുണ്ടായി.

ഒരാൾ എഴുന്നേറ്റുനിന്ന് ആക്രോശിച്ചു. "വേറെ കാസെറ്റൊന്നും ഇല്ലേ."

സൈഗാളിന്റെ ശബ്ദം പൊടുന്നനെ നിലച്ചു. പകരം കേട്ടുതുടങ്ങിയത് റോക്ക് സംഗീതമാണ്.

മാനേജർ തലകുലുക്കിയും മേശമേൽ വിരലുകൾകൊണ്ട് താളം പിടിച്ചും ആ അഞ്ചുപേരെ നോക്കി. അവർ അതു കാണുകയുണ്ടായില്ല. ആചാരവേഷത്തിലുള്ള ഒരു വെയ്റ്റർ വെള്ളം നിറച്ച നീളമേറിയ ഗ്ലാസുകളുമായി അവർക്കു മുന്നിലെത്തി. അപ്പോഴും ഇടത്തേയറ്റത്തുള്ള തടിച്ച മനുഷ്യൻ ഉഷയെ നോക്കുകയായിരുന്നു കഫേയ്ക്കുള്ളിൽ റോക്ക് അലയടിച്ചുകൊണ്ടിരുന്നു. മാനേജർ തലയിളക്കിക്കൊണ്ടിരുന്നു.

"പോകാം." വേണു പറഞ്ഞു.

കൗണ്ടറിനടുത്ത് അവൻ ബിൽ കൊടുക്കുന്നതും കാത്ത് നില്ക്കുമ്പോൾ ഉഷ ഒരിക്കൽക്കൂടി അപരിചിതരെ നോക്കി. അവരൊക്കെയും അവളെ ഉറ്റുനോക്കുകയായിരുന്നു. അവരിലൊരാൾ അശ്ലീലമായ ഒരാംഗ്യം കാണിച്ചുകൊണ്ട് എഴുന്നേറ്റു നിന്നു.

ഉഷയുടെ മുഖം ക്ഷണനേരംകൊണ്ട് ചുവന്നുപോയി. മാനേജർ ചില്ലറ കണ്ടെത്താൻ പണിയെടുകയായിരുന്നു. റോക്ക് തുടർന്നു

"അമ്പതുപൈസ ചില്ലറയുണ്ടോ?" മാനേജർ വേണുവിനോടു ചോദിച്ചു.

അവൻ പാൻസിന്റെയും ഷർട്ടിന്റെയും കീശകളിൽ പരതിയിട്ട് ഇല്ലെന്ന് പറഞ്ഞു.

"ഞാൻ തരാമല്ലോ."

അത് അശ്ലീലമായ ആംഗ്യം കാണിച്ചുകൊണ്ട് എഴുന്നേറ്റുനിന്ന മനുഷ്യനായിരുന്നു.

"ഹ, എന്റെ കൈയിലുണ്ടായിരുന്നല്ലോ." അയാൾ ഇടതുകൈകൊണ്ട് ഇടത്തേ കീശയിൽ അന്വേഷിച്ചു. അതു വിഫലമായപ്പോൾ അയാൾ ഉഷയെ നോക്കി ഒന്നുചിരിച്ചു.

അവൾ വേണുവിനോടു പറഞ്ഞു:

"നമുക്കു പോകാം."

മാനേജർ നിസ്സഹായത സൂചിപ്പിച്ചുകൊണ്ട് ചുമലിളക്കി. റോക്ക് തുടരുകയായിരുന്നു. ഇപ്പോൾ മറ്റു നാലുപേരും കൗണ്ടറിനരികിലാണ്. അവരൊക്കെയും അമ്പതുപൈസ നാണയത്തിനായി പോക്കറ്റുകളിൽ തിരയുകയാണ്.

"പോകാം." ഉഷ വേണുവിന്റെ കൈ പിടിച്ചു.

"ദാ, പോകാൻ വരട്ടെ." ഒരാൾ മസാലപുരണ്ട കൈകൊണ്ട് വേണുവിനെ സൗഹൃദപൂർവ്വം പിടിച്ചുനിർത്തി.

"ഛെ" വേണു അയാളുടെ കൈ കുടഞ്ഞകറ്റി. അയാളും മറ്റുള്ളവരും വേണുവിനെ തീഷ്ണമായി നോക്കി. മുന്നിലുള്ള രണ്ടുപേർ കൈയുയർത്തി അവനോടടുത്തു. റോക്ക് തുടരുകതന്നെയായിരുന്നു. ഉഷ വേണുവിനെ വെമ്പലോടെ വെളിയിലേക്കു വലിച്ചുകൊണ്ടുപോയി. അവർ അഞ്ചുപേരും പിന്നാലെ നീങ്ങി. ഉഷ വേണുവിന്റെ കൈപിടിച്ച് അതിവേഗം നടന്നു.

"അങ്ങനെയങ്ങ് പോയാലോ."

"നില്ക്കവിടെ."

"പോകാൻ വരട്ടെ."

"ഏയ്."

"ഹ ഹ"

ഉഷ വേണുവിന്റെ കൈ പിടിച്ച് ഓടിത്തുടങ്ങി. ഇരുണ്ട നിരത്ത്. നേരെ പോകാനുള്ള സൂചനയോടെ ഒരു ട്രാഫിക് പൊലീസുകാരൻ ഗംഭീരഭാവത്തിൽ നിന്നു.

ഒരു ദൃക്സാക്ഷി വിവരണം

റോസിലിയെ നോക്കൂ. ഉടുത്തൊരുങ്ങി ആരെയോ കാത്തിരിക്കുകയാണ് അവൾ. പക്ഷേ, ആരെയാണ് –വെളിയിലേക്കുപോയ സ്നേഹസമ്പന്നനായ ഭർത്താവിനെയോ? അയാൾ ഇല്ലാത്ത നേരം നോക്കി കണിശമായും വരാമെന്ന് വാക്കുകൊടുത്ത കാമുകനെയോ? അറിഞ്ഞുകൂടാ.

അതാരായാലും അയാൾ വന്നുചേരേണ്ട സമയം അതിക്രമിച്ചിരിക്കുന്നു. അവൾ വാച്ചിലേക്കു നോക്കുകയും അക്ഷമയോടെ ചാടിയെഴുന്നേല്ക്കുകയും ചെയ്യുന്നു.

ഗ്രിൽസിനിടയിലൂടെ ഗെയ്റ്റും അതിനപ്പുറം നിരത്തും കാണാം.

നിരത്തിലൂടെ മുള കയറ്റിയ ഒരു ലോറി ഇരമ്പിപ്പായുന്നു. ചുവപ്പുനിറത്തിലുള്ള ഒരു കാർ അതിന്റെ പിന്നാലെ പായുന്നു.

ഇല്ല. കാണാവുന്ന അകലത്തെങ്ങും അയാളില്ല.

നിരത്തു വിജനം. ലോറി ഇപ്പോൾ കാറിനു പിന്നിൽ. കാറിനെ ഇടിച്ചുവീഴ്ത്താനെന്നോണം ലോറി അതിന്റെ വേഗം വർദ്ധിപ്പിച്ചിരിക്കുന്നു. റോസിലിയുടെ കണ്ണുകൾ കലങ്ങുന്നു. കെറുവും സങ്കടവും നിയന്ത്രിക്കാനാവാതെ അവൾ സോഫയിൽ ചെന്നു വീഴുന്നു. ഇരുകൈകൾകൊണ്ടും തന്റെ മുഖം താങ്ങുന്നു. ചെറ്റിട അതേപടി ഇരുന്നശേഷം മനഃസാന്നിദ്ധ്യം വീണ്ടെടുത്ത കണക്കെ മുന്നിലുള്ള ടീപ്പോയിയിൽനിന്ന് ഫെമിനയെടുത്തു വായിക്കാൻ തുനിയുന്നു. വാക്കുകളോ ചിത്രങ്ങളോ കാണാതെ അവൾ പേജ് മറിച്ചുകൊണ്ടിരിക്കുന്നു. ഇടയ്ക്കു കണ്ണുയർത്തുന്നു. കുറച്ചുനേരം കാതോർക്കുന്നു.

വീണ്ടും അവൾ ഫെമിനയിലേക്കു മടങ്ങുന്നു. അടുത്ത നിമിഷം തന്നെ അതു സോഫയിലിട്ട് വേറൊന്ന് കൈയിലെടുക്കുന്നു. അതെന്താണ്? ഓ, ഈവ്സ് വീക്കിലി അവളുടെ കണ്ണുകൾ അതിന്റെ താളുകളിലൂടെ വ്യർത്ഥമായി അലയുന്നു.

എല്ലാറ്റിനെയും ശപിക്കാനാഞ്ഞുകൊണ്ട് അവൾ പിന്നെയും എഴുന്നേല്ക്കുന്നു. ഗ്രിൽസിനടുത്തു ചെന്നു നില്ക്കുന്നു. അപ്പോൾ ആകാശത്തുനിന്ന് ഒരു ഇരമ്പം അവളുടെ കാതുകളിൽ പതിക്കുന്നു.

എന്താണ് അതെന്ന് അറിയാൻ അവൾ ഗ്രിൽസിൽ മുറുകെ പിടിച്ചുകൊണ്ട് ഉയരത്തിലേക്കു നോക്കുന്നു. അവൾ ഒരു ഹെലികോപ്റ്റർ കാണുന്നു. അതു അകലെ നഷ്ടപ്പെടുവോളം അവൾ നോക്കിനില്ക്കുന്നു.

പിന്നെ അവളുടെ കണ്ണുകൾ നിരത്തിലേക്കു മടങ്ങുന്നു. നിരത്തിലൂടെ ഒരു കുതിര വിറളിപൂണ്ട് പാഞ്ഞുപോകുന്നു.

റോസിലി വാ പൊത്തി കരഞ്ഞുകൊണ്ട് മുറിയിലേക്ക് ഓടിപ്പോകുന്നു. കിടക്കയിൽ ചെന്നുവീഴുന്നു. കമിഴ്ന്നു കിടന്ന് തലയിണയിൽ മുഖം ചേർത്തു വിങ്ങിക്കരയുന്നു.

പെട്ടെന്ന് ഗെയ്റ്റ് തുറക്കുന്ന ശബ്ദം.

അതുതന്നെയല്ലേ - റോസിലി വെമ്പലോടെ ചെവിയോർക്കുന്നു. അതെ. ഗെയ്റ്റ് തുറക്കുന്ന ശബ്ദം തന്നെ.

അവൾ എന്തോ തീരുമാനിച്ച മട്ടിൽ തന്നെ മുഖം ഇരുകൈകളാലും മറച്ചുവെച്ച് ചലനമറ്റപോലെ കിടക്കുന്നു. അല്പസമയത്തിനകം അവൾ കാലൊച്ച കേട്ടു തുടങ്ങുന്നു. അത് കിടപ്പുമുറിയോളമെത്തുന്നു. റോസിലി അനങ്ങുന്നില്ല.

കാലൊച്ച അവളുടെ കട്ടിലിനു നേർക്കു നീങ്ങുന്നു.

ദൈവമേ, ദൈവമേ, അയാൾ കട്ടിലിനടുത്തെത്തി കൈ രണ്ടും നീട്ടി തറയിൽ പിടഞ്ഞു വീഴുന്നു. വീഴ്ചയുടെ ഒച്ചകേട്ട് സംഭീതയായി മുഖമുയർത്തിയ റോസിലി അയാളുടെ മുതുകത്ത് ഒരു കത്തി തറച്ചു നില്ക്കുന്നതു കാണുന്നു.

വെള്ളിത്തിരയിലെന്നപോലെ

അഞ്ചു വർഷത്തെ കഠിനതടവിനുശേഷം വാസു സെൻട്രൽ ജയിലിൽനിന്ന് പുറത്തിറങ്ങി. നീണ്ട തടവുകഴിഞ്ഞ് ജയിൽവിമുക്തനാകുന്ന ഏതൊരു തടവുകാരനും സംഭവിക്കുന്ന സ്വാഭാവികമായ വികാരഭേദങ്ങളൊക്കെ മതിൽക്കെട്ടിനു പുറത്തു കടക്കുമ്പോൾ വാസുവിനുമുണ്ടായി. ജയിൽ കവാടത്തിലോ ഗെയ്റ്റിലോ വിജയമ്മയും മക്കളും തന്നെ കാത്തു നില്ക്കുമെന്ന് വാസു പ്രതീക്ഷിച്ചിരുന്നു. അതു ആസ്ഥാനത്തായി.

ജയിലിനു തൊട്ടുള്ള ബസ്സ്റ്റോപ്പിൽനിന്ന് ഒരു ടൗൺ ബസിൽ കയറി നഗരത്തിലെത്തിയ വാസു നേരെ നടന്നത് റെയിൽവേ സ്റ്റേഷനിലേക്കാണ്. അയാളുടെ സ്ഥലത്ത് പാസഞ്ചർ വണ്ടികൾ മാത്രമേ നിർത്തുകയുള്ളൂ. അടുത്ത വണ്ടി നാലുമണി കഴിഞ്ഞായിരുന്നു. അത്രയും നേരം എന്തുചെയ്യുമെന്ന് ആലോചിച്ചപ്പോൾ വിജയമ്മയ്ക്കും മക്കൾക്കും എന്തെങ്കിലും വാങ്ങിക്കാമെന്ന് ആശയമുദിച്ചു. ജയിലിൽ വേല ചെയ്തു സ്വരുപിച്ച കുറേ കാശ് വാസുവിന്റെ കൈയിലുണ്ടായിരുന്നു. അതിൽനിന്ന് മക്കൾക്ക് ഓരോ ഉടുപ്പും വിജയമ്മയ്ക്ക് ഒരു കൈലിയും അരക്കിലോ ഹലുവയോ വാങ്ങി.

വണ്ടിയിലിരിക്കുമ്പോൾ വാസുവിന്റെ മനസ്സുനിറയെ ഭൂതകാല ചിത്രങ്ങളായിരുന്നു. ജീവിതത്തിലെ പല സംഭവങ്ങളും ഒരു വെള്ളിത്തിരയിലെന്നപോലെ മനസ്സിൽ തെളിഞ്ഞുകൊണ്ടിരുന്നു.

വണ്ടിയിറങ്ങി. വയലുകളും അവയ്ക്കു അതിരിട്ട പുഴിപ്പറമ്പുകളും കാറ്റാടി മരങ്ങളും കശുമാവിൻ തോട്ടങ്ങളും മൈതാനവും ശ്മശാനവും കാവും ഇടവഴികളും കടന്ന് തന്റെ വീട് ലക്ഷ്യമാക്കി വാസു മുന്നോട്ടു പോയി. സർവ്വത്ര അന്ധകാരമായിരുന്നു. മുന്നോട്ടു നീങ്ങാൻ വാസുവിന് വളരെ ക്ലേശിക്കേണ്ടിവന്നു. വഴി മറന്നതുപോലെ തോന്നി.

ദീർഘദൂരം താണ്ടി ഒടുവിൽ വീടിന് അടുത്തെത്താറായപ്പോൾ വാസുവിന്റെ കാൽവെയ്പുകൾ ശീഘ്രഗതിയിലായി. ഹൃദയം തെരുതെരെ മിടിച്ചു. വീട്ടുമുറ്റത്തെത്തി സ്നേഹവായ്പോടെ അയാൾ "വിജയമ്മേ" എന്നു വിളിച്ചു.

വീടിന്റെ തിണ്ണയിൽ ഒരു മണ്ണെണ്ണ വിളക്കിന് ചുറ്റുമായി കുനിഞ്ഞിരിക്കുകയായിരുന്ന നാലു കുട്ടികൾ ഒരുമിച്ചു മുഖമുയർത്തി അയാളെ നോക്കിയതിൽ പിന്നീട് സ്ലേറ്റും പുസ്തകങ്ങളും അപ്പാടെ ഉപേക്ഷിച്ച് അകത്തേക്ക് ഓടിപ്പോയി. വാസു ആശ്ചര്യസ്തബ്ധനായി നിന്നു. താൻ പോകുമ്പോൾ രണ്ടു കുട്ടികളല്ലേ വീട്ടിൽ ഉണ്ടായിരുന്നതെന്ന ചിന്ത മനസ്സിലൂടെ ഒരു മിന്നൽ കണക്കെ പാഞ്ഞുപോയി, വീട് മാറിയോ?

വാസു തനിക്കു വീടു മാറിയോ എന്ന ആശങ്കയോടെ നില്ക്കെ "ആരാ എന്തുവേണം" എന്നു ചോദിച്ചുകൊണ്ട് കറുത്തു തടിച്ച ഒരാൾ പുറത്തേക്കു വന്നു. പിന്നാലെ നിഴൽപോലെ ഒരു സ്ത്രീയും.

അതു വിജയമ്മയായിരുന്നു. വാസു "വിജയമ്മേ" എന്ന് ശബ്ദം കൂട്ടി വിളിച്ചപ്പോൾ അവളുടെ കൂടെയുണ്ടായിരുന്ന ആൾ "വേഗം പൊയ്ക്കോ ഇല്ലെങ്കിൽ തടിക്കു കേടാ" എന്നു കർശനമായി പറഞ്ഞു.

"ആരാ അമ്മേ അത്" എന്ന് ഒരു കുട്ടി ചോദിച്ചു. അതു തന്റെ മകനായ കൊച്ചുനാരായണനാണെന്ന് വാസു തിരിച്ചറിഞ്ഞു. "കൊച്ചുനാരായണാ മോനേ, നിന്റച്ഛനാ." എന്ന് വാസു വികാരഭരിതനായി വിളിച്ചു പറഞ്ഞു. തന്റെ കൈയിലെ ഹലുവയും ഉടുപ്പുകളും നീട്ടിപ്പിടിച്ചുകൊണ്ട് "ദാ മോന് അച്ഛനെന്താ കൊണ്ടുവന്നിരിക്കുന്നതെന്ന് നോക്ക്" എന്നും പറഞ്ഞ് വാസു വാതിലിനുനേർക്കു നടക്കാൻ തുടങ്ങിയപ്പോൾ ബലിഷ്ഠമായ ഒരു കൈ വഴി തടഞ്ഞു.

"നിങ്ങളാരാ?"

"അതറിഞ്ഞേ താൻ പോകൂ. അല്ലേ?"

വാസുവിന് പിടലി നൊന്തു. അടുത്തനിമിഷം തന്നെ കനത്തൊരു തൊഴിയേല്ക്കയും ചെയ്തു. തല്ഫലമായി വാസു മുറ്റത്തു മുഖംകുത്തി വീണു. തൊഴിയുടെയും വീഴ്ചയുടെയും ആഘാതത്തിൽ കൈവശമുണ്ടായിരുന്ന ഹലുവയും ഉടുപ്പുകളും ഇരുട്ടിലെങ്ങോ ചിതറി. പിറകിൽ നിന്ന് വിജയമ്മയുടെയും മക്കളുടെയും പരിഹാസച്ചിരി കേട്ടു. ഭഗ്നഹൃദയനായി എഴുന്നേല്ക്കാൻ തുടങ്ങിയപ്പോൾ മറ്റൊരു തൊഴിയേറ്റ് കുറെക്കൂടി അകലേക്ക് തെറിച്ചു. അവിടെനിന്ന് മറ്റൊരു തൊഴിയേറ്റ്...

ജീവിതത്തിൽ ഇന്ന്

ഒരു സാംക്രമികരോഗത്തിന്റെ സുവിദിതമായ ലക്ഷണമെന്നോണം അയൽഗൃഹങ്ങൾക്കു മുകളിൽ ഒന്നൊന്നായി ടെലിവിഷൻ ആന്റിനകൾ ഉയർന്നതോടെ മുകുന്ദമേനോന് തീരെ മനസ്സമാധാനം ഇല്ലാതായി. ടെലിവിഷൻ പോലെ സ്വൈരം കെടുത്തുന്ന പല കണ്ടുപിടുത്തങ്ങളും ഉണ്ടായില്ലെങ്കിൽ ജീവിതം എത്ര എളുപ്പമായേനെ എന്ന് അയാൾ കൂടെക്കൂടെ സ്വഗതമായി പറഞ്ഞു.

അയൽക്കാരുടെ ദൃഷ്ടിയിൽ തനിക്കു സംഭവിക്കുന്ന വിലയിടിവിനെക്കുറിച്ച് അയാൾ തികച്ചും ബോധവാനായിരുന്നു. നോക്കണേ, ഓരോ അസംബന്ധവസ്തുക്കൾ വരുത്തിവെയ്ക്കുന്ന വിന! വീട്ടിൽ നിന്ന് പുറത്തിറങ്ങുമ്പോഴെല്ലാം മുകുന്ദമേനോന്റെ മനസ്സ് അങ്ങേയറ്റം സംശയാകുലമാവും. അടുത്ത വീട്ടുകാരുടെ ഉച്ചത്തിലുള്ള ചിരി താൻ ടെലിവിഷൻ സെറ്റ് വാങ്ങിയിട്ടില്ലെന്നതിനെച്ചൊല്ലിയാവാനേ തരമുള്ളൂ എന്ന് അയാൾ ഉറപ്പിക്കും. കുട്ടികൾ ചിരിച്ചുകൊണ്ട് കടന്നുപോയാൽ അയാൾ ആകെ അസ്വസ്ഥനാവുകയായി. പൊതുവിൽ മാന്യന്മാരും പരിഷ്കൃതാശയരും പാർക്കുന്ന ഒരു കോളനിയെന്നാണ് നഗരത്തിന്റെ ഈ ഭാഗം അറിയപ്പെടുന്നത്. എന്നിട്ട് നോക്കൂ, ഇവിടെയുള്ള വിവേകശീലരെന്നു ധരിക്കേണ്ട കുട്ടികൾ പോലും ഈയിടെയായി പരിഹാസപ്രിയരായി മാറിയിരിക്കുന്നു. ജാലകങ്ങൾക്കു പിറകിൽനിന്ന് വിശ്രമജീവിതം നയിക്കുന്ന വയോധികരുടെ നിന്ദാഗർഭമായ നോട്ടങ്ങൾ എന്റെമേൽ വന്നു തട്ടുന്നു. ദൈവമേ, ഞാനെന്റെ ഉത്തമ സുഹൃത്തായി പരിഗണിച്ചിരുന്ന നാരായണപിള്ളയും തന്റെ ടെലിവിഷന്റെ പേരിൽ എന്തെന്നില്ലാത്ത ഗൗരവം ഭാവിക്കുന്നു.

തീർന്നില്ല; മുകുന്ദമേനോൻ ഒരുദിവസം തന്റെ വകുപ്പിനായുള്ള മുറി

യിൽ ചെന്നപ്പോൾ സഹപ്രവർത്തകരായ കമലാവാരിയരെ വിശേഷിച്ച് എന്തോ പറയാൻ അത്യധികം താല്പര്യമുള്ള നിലയിൽ കണ്ടു.

എന്താണ് സംഗതിയെന്ന് അയാൾ ചോദിച്ചതിന് കമലാവാരിയർ പറഞ്ഞു: "എന്റെ സാറേ, ഇന്നലെ ഞങ്ങള് ചിരിച്ചു ചത്തു. ടിവിയിലെ ഒരു പ്രോഗ്രാമേ... സാറ് കണ്ടില്ലേ, ഓ അതിന് സാറ് ഇത്രേമായിട്ടും ടിവി വാങ്ങിച്ചില്ലല്ലോ."

പുച്ഛവും സഹതാപവും കലർന്നൊരു ഭാവത്തിൽ കമലാവാരിയർ നടന്നുപോകുമ്പോൾ മുകുന്ദമേനോൻ സ്തംഭിച്ചു നില്ക്കുകയായിരുന്നു. അവൾക്കു വിവാഹത്തിനു മുമ്പ് കലശലായ ഒരു പ്രണയബന്ധമുണ്ടായിരുന്നെന്നും അത് എല്ലാ പരിധികളും ലംഘിച്ചതായിരുന്നെന്നും ഓർത്തിട്ട് എന്തു കാര്യം.

ഇപ്പോൾ സ്ഥിതിയാകെ മാറിയിരിക്കുന്നു. ഈയിടെയായി മുകുന്ദമേനോൻ ഗെയ്റ്റ് തുറക്കുന്നത് അവമതിയാൽ ഞെരുക്കപ്പെട്ട ഒരുവനെപ്പോലെയല്ല. സമീപത്തുള്ള വീടുകൾക്കിടയിലൂടെ നടന്നു പോകവെ ആളുകളുടെ പരിഹാസ വാഞ്ഛയ്ക്ക് താൻ ഇരയാകുന്നതായുള്ള ബോധം അയാളെ തരിമ്പും മഥിക്കുന്നില്ല. കുട്ടികൾ വീണ്ടും അയാളുടെ കണ്ണിൽ വിവേകമതികളായി പരിണമിച്ചിരിക്കുന്നു. അയാൾ ഗമയോടെ തലയുയർത്തിപ്പിടിച്ച്, ചുണ്ടുകളിൽ സദാ ജീവിതവിജയം സ്ഫുരിക്കുന്ന ഒരു മന്ദഹാസം നിലനിർത്തിക്കൊണ്ട് നടക്കുന്നു.

അതെ, മുകുന്ദമേനോന്റെ വീട്ടിലും ഇപ്പോൾ ടെലിവിഷൻ ഉണ്ട്.

താക്കോൽപ്പഴുതുകൾ

രാവ് ഏറെച്ചെന്നിരുന്നു. അയാൾ മൂന്നാമത്തെ ഫ്ളോറിലുള്ള തന്റെ വാടകമുറിയിൽ എത്താനായി കോണി കയറുകയായിരുന്നു. കൈയിൽ മുറിയുടെ താക്കോൽ.

കോണി കയറി ഇടനാഴിയിലെത്തിയതും അയാൾ ആശ്ചര്യപ്പെട്ടു പോയി. എന്തെന്നാൽ ഒരു മുറിയുടെ വാതില്ക്കൽ ഒട്ടു കുനിഞ്ഞുനിന്ന് താക്കോൽപ്പഴുതിലൂടെ ഏകാഗ്രചിത്തനായി ഉറ്റുനോക്കുന്ന ഒരുവനെ, അതായത്, ഏതാണ്ട് പതിനാറ് പതിനേഴ് വയസ്സു പ്രായമായേക്കാവുന്ന ഒരു വിദ്യാർത്ഥിയെ അയാൾ കണ്ടു. ചെറ്റിട അയാൾ അവനെ അകലെ നിന്നുകൊണ്ട് വീക്ഷിച്ചു. പിന്നെ "കൊള്ളാമല്ലോ" എന്നു സ്വയം പറഞ്ഞ് അവന്റെ നേരെ നടന്നു.

മുറിയിലെ കാഴ്ചയിൽ പരിസരബോധം പാടെ നഷ്ടപ്പെട്ടിരുന്നതിനാൽ അങ്ങനെയൊരാൾ തന്റെ അടുത്തെത്തിയത് അവൻ അറിഞ്ഞതേ ഇല്ല. അല്പനേരം കൂടി അതേ നില തുടരാൻ അവനെ അനുവദിച്ചശേഷം അയാൾ മെല്ലെ ചുമലിൽ തട്ടി ആവുന്നത്ര സൗമ്യമായി വിളിച്ചു:

"ഏയ്!"

അവൻ നടുങ്ങി നിവർന്ന് അയാളെ മിഴിച്ചുനോക്കി.

അവന്റെ പരിഭ്രമം അളവറ്റതായിരുന്നു. അയാൾ അതുകണ്ട് നിശ്ശബ്ദമായി ചിരിച്ചു. അതോടെ അവന് അല്പം ധൈര്യം വീണ്ടുകിട്ടി. നൊടിയിടകൊണ്ട് വിളർത്ത മുഖം ഇത്തിരി തെളിഞ്ഞു. തെല്ലൊരു വിഷണ്ണതയോടെയെങ്കിലും ചിരിച്ചുകൊണ്ട്, താക്കോൽപ്പഴുത് അയാൾക്കു ചൂണ്ടിക്കാണിച്ചു. അതിലൂടെ നോക്കാൻ ക്ഷണിക്കുന്നതുപോലെ.

അയാൾ അതു അവഗണിച്ച്, തന്നെ പിന്തുടരാൻ ആംഗ്യം കാണി

ച്ചശേഷം തിരിഞ്ഞു നടന്നു. ഒന്നു രണ്ടു നിമിഷം അവൻ സന്ദേഹത്തോടെ നിന്നു. അയാൾ തിരിഞ്ഞുനോക്കി പിറകെ ചെല്ലാൻ കൈ കാണിച്ചു. അവൻ പിന്നെ അവിടെ നിന്നില്ല; അയാളുടെ പിന്നാലെ നടന്നു.

"എന്താ പേര്?" അയാൾ പതിഞ്ഞ ശബ്ദത്തിൽ ചോദിച്ചു. പേരറിഞ്ഞപ്പോൾ അയാൾ അവനോട് പഠിക്കുകയാണോ എന്ന് ചോദിച്ചു.

അതെ എന്ന് അവൻ പറഞ്ഞപ്പോൾ എവിടെയെന്നായി അയാളുടെ ചോദ്യം.

അവൻ അതിനും സത്യസന്ധമായ മറുപടി നല്കി.

അവർ നടന്ന് കോറിഡോറിന്റെ അടുത്തെത്തി. പൊടുന്നനെ മിന്നൽവേഗത്തിൽ തിരിഞ്ഞ് അയാൾ അവന്റെ ഉടുപ്പിൽ കുത്തിപ്പിടിച്ച് അവനെ തന്റെ വളരെ അടുത്തേക്കു കൊണ്ടുവന്നു. അയാളുടെ ശ്വാസം അവന്റെ മുഖത്തു തട്ടി. പല്ലുകടിച്ചുകൊണ്ട് അയാൾ ചോദിച്ചു:

"കഴുവേറീടെ മോനേ, ഇതാണോ നീ പഠിക്കുന്നത്?"

അവന്റെ മുഖം ഭയം കാരണം വല്ലാതെ വിളറി. ഒരു നിലവിളി അവന്റെ തൊണ്ടയിലോളം എത്തി.

"ഏതാടാ നിന്റെ മുറി?" അയാൾ അവനെ അടിമുടി ഉലച്ചുകൊണ്ട് തിരക്കി.

രണ്ടാമത്തെ നിലയിൽ നൂറ്റിഇരുപതാമത്തെ മുറിയായിരുന്നു അവന്റേത്. അതു കേട്ടതും ഉടുപ്പോടെ വയറ്റത്തു ശക്തിയായി ഞെരുക്കി അവനെ പിറകോട്ടുതള്ളിക്കൊണ്ട് അയാൾ പറഞ്ഞു.

"പിടിച്ച് അകത്താക്കയാണ് വേണ്ടത്. ഇപ്പോ ഞാനതു ചെയ്യുന്നില്ല. ഉം പൊയ്ക്കോ. പോയി കെടന്നുറങ്ങ്. ഇനി ഇവിടെയെങ്ങാനും കണ്ടാൽ..!"

അവൻ കടലാസുപോലെ വിളറി, പേടിയോടെ തിരിഞ്ഞുനോക്കികൊണ്ട് കോണി ലക്ഷ്യമാക്കി നീങ്ങി.

അവൻ കോണിയിറങ്ങി മറയുവോളം അയാൾ അവിടെത്തന്നെ അനങ്ങാതെ നിന്നു.

പിന്നെ പാദങ്ങളൂന്നി ചാടിച്ചാടി ആ മുറിയുടെ മുന്നിലെത്തി ഒട്ടു കുനിഞ്ഞുനിന്ന് താക്കോൽപ്പഴുതിലൂടെ ഉത്സാഹപൂർവ്വം മുറിയിലേക്കു നോക്കുകയായി...

ഹാ, കൂരിരുട്ട് കൂടുന്നു

മേശ, കസേര.

മേശപ്പുറത്ത് പുസ്തകങ്ങളും *ന്യൂസ് വീക്കും ടൈമും* കടലാസും പേനയും മറ്റും.

കസേരയിൽ... നമുക്ക് അദ്ദേഹത്തെ ഒരു സൗകര്യത്തിന് "എ" എന്നു വിളിക്കാം.

"എ"യുടെ മുഖം അങ്ങേയറ്റം ഗൗരവപൂർണ്ണമാണ്. കണ്ണുകൾ തടിച്ചൊരു പുസ്തകത്തിന്റെ താളുകളിൽ. അദ്ദേഹം ഗൗരവമായ വായനയിൽ മുഴുകിയിരിക്കയാണ്. കട്ട്. ഇപ്പോൾ അദ്ദേഹം പുസ്തകം മേശപ്പുറത്തു വെച്ച് കസേരയിൽ പിറകോട്ടു ചാഞ്ഞിരുന്ന് ചിന്തിക്കുകയാണ്. ഗാഢമായ ചിന്ത. കണ്ണുകളും നെറ്റിയും അതു പ്രതിഫലിപ്പിക്കുന്നു. ഇടയ്ക്കിടെ അദ്ദേഹം ചുരുട്ട് പുകയ്ക്കുന്നു. കനത്ത ചുരുട്ടുപുക മുഖത്തുനിന്ന് മേൽപ്പോട്ടുയരുന്നു. അദ്ദേഹം ചിന്തിക്കുന്നു. കട്ട്. അദ്ദേഹം ചിന്തയിൽ നിന്നുണർന്ന് കർമ്മനിരതനായിരിക്കുന്നു. അദ്ദേഹം മേശപ്പുറത്തേക്കു കുനിഞ്ഞിരുന്ന് അതിവേഗം എന്തോ എഴുതുകയാണ്. വലിയ പേനയുടെ തുമ്പ് കടലാസിലൂടെ ഊർജ്ജസ്വലമായി ചലിച്ചുകൊണ്ടിരിക്കുന്നു. അക്ഷരങ്ങൾ പിറവി കൊള്ളുന്നു. അവ അചിരേണ വാക്കുകളായി മാറുന്നു. സുചിന്തിതമായ ആശയങ്ങൾ മൂർത്തരൂപം നേടുന്നു. അദ്ദേഹം എഴുതുന്നു.

തളർച്ചയും നിദ്രയും ആരെയാണ് പിടികൂടാത്തത്! ആർക്കാണ് വിശ്രമം ആവശ്യമായി വരാത്തത്!

നോക്കൂ, അദ്ദേഹം മേശമേൽ തലചായ്ച്ച് ഉറങ്ങുന്നു.

ഒരാൾ വാതിൽക്കൽ വന്ന് എത്തിനോക്കുന്നു. ആരാണത്?; സിഗ്മണ്ട് ഫ്രോയ്ഡ്? അതെ, ഫ്രോയ്ഡ് തന്നെ.

ഇതാ, നമ്മുടെ പണ്ഡിതനായ നായകൻ ഒരു സ്വപ്നം കണ്ടുതുടങ്ങുന്നു. ഇരുകൈയിലും നിരവധി പുസ്തകങ്ങളുമായി അദ്ദേഹം നിരത്തിലൂടെ നടന്നുപോകുന്നു. മഹത്തായ പുസ്തകങ്ങൾ ശരീരത്തോടു ചേർത്തുപിടിച്ചും പുകയുന്ന ചുരുട്ട് ചുണ്ടുകൾക്കിടയിൽ നിലനിർത്തിയും അദ്ദേഹം ഗാംഭീര്യത്തോടെ നടന്നു നീങ്ങുന്നു. അങ്ങുമിങ്ങും തരിമ്പും ശ്രദ്ധിക്കാതെ എന്തൊക്കെയോ ഉല്ക്കൃഷ്ടമായ ആശയങ്ങളും സിദ്ധാന്തങ്ങളുമായി അദ്ദേഹം മുന്നോട്ടുപോകുന്നു.

പെട്ടെന്ന്, ഒരു വീടിനുള്ളിൽ നിന്ന് അതിസുന്ദരിയായ ഒരു യുവതി തന്റെ അടിയുടുപ്പ് ഉയർത്തിക്കൊണ്ട് വശ്യമായി മന്ദഹസിക്കുന്നതും മാടിവിളിക്കുന്നതും അദ്ദേഹം കാണുന്നു. അദ്ദേഹത്തിന്റെ കാലുകൾ ചലനരഹിതമാവുന്നു. താൻ കാണുന്നത് വാസ്തവമാണോ എന്ന് തീർച്ചപ്പെടുത്താനാവാതെ അദ്ദേഹം കണ്ണുകൾ പലവുരു ചിമ്മിമിഴിക്കുന്നു.

തുടർന്ന് അദ്ദേഹം പരുങ്ങലോടെ നാലുപാടും ദൃഷ്ടിപായിക്കുന്നു. ഭദ്രം. ആരുമില്ല. ഉദ്വേഗപൂർവ്വം അദ്ദേഹം യുവതിയുടെ നേർക്ക് പിന്നെയും നോക്കുന്നു. അവളുടെ ഉടലിന്റെ തിളക്കം അദ്ദേഹത്തിന്റെ കണ്ണുകളിൽ നിറയുന്നു. അദ്ദേഹത്തിന്റെ ദേഹമാസകലം ഒരു വിറയൽ പാഞ്ഞു കയറുന്നു. ഒരിക്കൽക്കൂടി നാലുപാടും നോക്കി ആരുമില്ലെന്നു ഉറപ്പുവരുത്തിയതിൽ പിന്നീട് അദ്ദേഹം ദ്രുതഗതിയിൽ അവളുടെ നേർക്കു നീങ്ങുന്നു.

മുറിയിലെത്തി അദ്ദേഹം കിതയ്ക്കുന്നു. അദ്ദേഹം വികാരാധിക്യം കൊണ്ട് വിറകൊള്ളുന്നു. കൈയിലുള്ള മഹത്തായ പുസ്തകങ്ങളൊക്കെയും അദ്ദേഹം വലിച്ചെറിയുന്നു. മാർക്സും എംഗൽസും ലെനിനും തലകുത്തി വീഴുന്നു. അവർ എല്ലാ രാജ്യത്തുമുള്ള തൊഴിലാളികളെ വിളിച്ച് വിലപിക്കുന്നു, ഹാ...

ഓർമ്മയ്ക്കും മറവിക്കുമിടയിൽ

ഡോഗ്ഷോയും പാരമ്പര്യത്തെക്കുറിച്ചുള്ള വിജ്ഞാനപ്രദമായ ചർച്ചയും ഏറ്റവും പുതിയ വിപ്ലവ കവിതകളുടെ പ്രകാശനവും അലൻ റെനെയുടെ ചിത്രത്തിന്റെ പ്രദർശനവും തനതുനാടകത്തിന്റെ റിഹേഴ്സലും പുതിയ പാർട്ടിയുടെ വിശദീകരണയോഗവും പല പല കൂടിയാലോചനകളുമൊക്കെ കഴിഞ്ഞ്, ആവൂ, പാതിരാവോടെ നഗരം ഏറക്കുറെ ശാന്തമായി. പാതയിൽനിന്ന് ഞങ്ങൾ തമ്പിയുടെ മുറിയിലേക്കു നടന്നു. അല്പം മദ്യപിക്കുക, അതായിരുന്നു, നേരു പറഞ്ഞാൽ ഞങ്ങളുടെ ഉദ്ദേശ്യം. തമ്പിയുടെ മുറിയിൽ റമ്മുണ്ടായിരുന്നു.

പക്ഷേ, അവിടെ എത്തിയപ്പോൾ...

തുറന്നു കിടക്കുന്ന മുറി. നിലത്തു വീണു കിടന്ന് അബോധാവസ്ഥയിൽ അമ്മയെ വിളിച്ച് കരയുന്ന ജീൻസും ഷർട്ടും ധരിച്ച ഒരു ചെറുപ്പക്കാരൻ.

ഞങ്ങൾ വാതില്ക്കൽ സ്തബ്ധരായി കൂടി നിന്നു.

“നീ മുറിയടച്ചിരുന്നില്ലേ?” തമ്പിയോട് ജെയിംസ് ചോദിച്ചു. തമ്പി ഓർക്കുന്നില്ല.

“ഇനി അതാലോചിച്ചിട്ട് കാര്യമില്ലല്ലോ. ഇവനാരാ?” രാമകൃഷ്ണൻ പറഞ്ഞു. എന്നിട്ട് അകത്തേക്കു കയറി. പിറകെ ഞങ്ങളും.

അവനെ തിരിച്ചറിയാൻ ഞങ്ങൾ ഓരോരുത്തരും മാറി മാറി ശ്രമിച്ചു നോക്കി. പക്ഷേ, അതു നിഷ്ഫലമായി. ആർക്കും അവനെ അറിഞ്ഞുകൂടായിരുന്നു.

“കുഴങ്ങിയല്ലോ.”

“ഛെ.”

രാത്രി ഒരല്പം റമ്മടിക്കാമെന്നു കരുതി ഇവിടെ വന്ന ഞങ്ങൾ ഒരു കെണിയിൽ അകപ്പെട്ടതു പോലെയായി. ഛെ... ഛെ.

"ചാരായമടിച്ച് നടക്കുമ്പോൾ വെളിച്ചം കണ്ട് ഇങ്ങോട്ടു കേറി വന്നതാകും." കബീർ പറഞ്ഞു.

ചാരായത്തിന്റെ ഗന്ധമുണ്ടോ എന്നറിയാനായി ഞാൻ അവന്റെ മുഖത്തിനു നേർക്കു കുനിഞ്ഞു. പക്ഷേ, അത്ഭുതകരമെന്നു പറയട്ടെ, അവനെ ചാരായം മണത്തിരുന്നില്ല.

"എന്നാല് ഗുളിക വല്ലതും ആവും, അല്ലേൽ ബ്രൗൺ ഷുഗറ്. അല്ലേൽ ഹെറോയിൻ. അല്ലേൽ..."

"അതെന്തായാലും ഇവന്റെ തല നേരെയില്ല."

"ഉറങ്ങിയാല് ശരിയാകുമായിരിക്കും. വലിച്ച് അപ്പുറത്തെ മുറിയിലിട്ട് വെളിവ് വരുമ്പൊ ഇറക്കി വിടാം."

"പക്ഷേ, ഇവൻ ഇവിടെക്കിടന്ന് ചത്താലോ?"

"എങ്കിൽ നാളെ നിനക്കൊരു വാർത്തയായി."

"നമ്മളൊക്കെ ഇതിന് സമാധാനം പറയേണ്ടിയും വരില്ലേ?"

"ഇവൻ ചാവുകയൊന്നും ഇല്ലെടാ. നീ വേണ്ടാതനം പറയാതെ. പിടിച്ച് അപ്പുറത്തിടാം. വാ."

"പൊലീസ് സ്റ്റേഷനിലേക്ക് വിളിച്ചു പറഞ്ഞാലോ?" ജെയിംസ് അതില്പരം ഒരു വിഡ്ഢിത്തം ഉണ്ടാവില്ലെന്നപോലെ ഉറക്കെ ചിരിച്ചു.

"ഞാൻ തമാശ പറഞ്ഞതല്ല. ഇവൻ ചത്തു കഴിഞ്ഞാൽ കാര്യങ്ങളുടെ പോക്ക് നമ്മളു വിചാരിക്കുന്നപോലൊന്നും ആയിരിക്കില്ല."

"ഈ മാതിരി പറച്ചില് നീയൊന്ന് നിർത്ത് മോനേ. ചത്തു കഴിഞ്ഞിട്ടുള്ള കാര്യങ്ങളേ നിനക്ക് പറയാനുള്ളൂ. അതിനുമുമ്പ് ജീവൻ രക്ഷിക്കാൻ വല്ല വഴിയും ഉണ്ടോന്നല്ലേ ആലോചിക്കേണ്ടത്? അല്ലേ, അതല്ലേ?" ജേക്കബ് തെല്ല് ക്ഷോഭത്തിൽ പറഞ്ഞു.

"എന്നാൽ മെഡിക്കൽ കോളേജിൽ കൊണ്ടുപോയി കാഷ്വാലിറ്റിയിൽ അഡ്മിറ്റ് ചെയ്യിക്കാം." കബീർ നിർദ്ദേശിച്ചു.

"അവിടെയുള്ളവര് ഇവനാരാണെന്ന് ചോദിക്കുമ്പോഴോ?"

"അതു ശരിയാ."

"വല്ല ഡോക്ടർമാരെയും ഇങ്ങോട്ടു വിളിക്കാം."

"അതിന് ആരാ ഈ രാത്രീല് വരിക."

"നാശം."

പെട്ടെന്ന് അവൻ തല ഇരുവശത്തേക്കും ചലിപ്പിച്ചുകൊണ്ട് കരഞ്ഞു. ജെയിംസ് കുനിഞ്ഞ് അവനെ പിടിച്ചുയർത്തി.

"ഒന്ന് പിടിക്ക്."

"ആങ്."

"വാതിലില് തട്ടരുത്."

"നേരെ."

"ഇവിടെ കിടക്കട്ടെ."

"മിണ്ടാതെ കിടന്നോളണം. പറഞ്ഞില്ലെന്നു വേണ്ട."

"ആ..."

ഞങ്ങൾ അവിടെ നിന്ന് പിൻവാങ്ങി. തമ്പിയുടെ ഓഫീസ് മുറിയിൽ മേശയ്ക്കു ചുറ്റുമായി സ്ഥാനം പിടിച്ചു. ഹരീന്ദ്രൻ രണ്ടു ഗ്ലാസ് മാത്രമേ ഉള്ളുവെന്നതിൽ ഖേദിച്ചു.

"ങ്ഹാ, ഉള്ളതിലൊഴിക്ക്." ജെയിംസ് പറഞ്ഞു.

പിന്നീട് ഞങ്ങൾ എണ്ണിയാലൊടുങ്ങാത്ത പ്രശ്നങ്ങൾ ചർച്ച ചെയ്തു. സിനിമയും രാഷ്ട്രീയവും നക്ഷത്രയുദ്ധവും ഉച്ചകോടിയും കമ്യൂണിസത്തിന്റെ ഭാവിയും ഗുന്തർ ഗ്രാസും പോപ്പും വധശ്രമങ്ങളും ഭീകര പ്രവർത്തനങ്ങളും മാർഗരറ്റ് താച്ചറും ഫെമിനിസവും റീഹും, അങ്ങനെയങ്ങനെ, പലതും പലതും ഞങ്ങളിലൂടെ കടന്നുപോയി. ഇടയ്ക്കിടെ ഞങ്ങൾക്കിടയിൽ ആക്രോശങ്ങളുയർന്നു. തമ്പി മേശപ്പുറത്ത് പലവുരു മുഷ്ടി ചുരുട്ടി ഇടിച്ചു. ജേക്കബ് പുളിച്ച തെറികൾകൊണ്ട് എല്ലാവരെയും സ്നാനപ്പെടുത്തി. ജെയിംസ് ഏതെല്ലാമോ പുസ്തകങ്ങളും ആനുകാലിക പ്രസിദ്ധീകരണങ്ങളും കോപാകുലനായി വലിച്ചെറിഞ്ഞു. ഹരീന്ദ്രൻ തീവ്രമായ ഒരു വികാരപ്രകടനത്തിനിടയിൽ കസേരയോടെ പിറകോട്ടു മറിഞ്ഞു വീണു.

"നീ തിരുത്തൽ വാദിയാണ്."

"നീ സ്റ്റാലിനിസ്റ്റാണ്."

"നീ യാങ്കി."

"നീ കള്ളൻ."

"നിനക്ക് സിനിമയെക്കുറിച്ച് ഒരു ചുക്കും അറിയില്ല."

"നീ എന്നോട് രാഷ്ട്രീയം പറയേണ്ട. അത്രയ്ക്കായില്ല നീ."

"നമുക്ക് വേറെയെന്തെങ്കിലും പറയാം."

"സത്യം പറയുന്നത് ആർക്കും ഇഷ്ടമല്ല."

"അതു ഫിനിഷ് ചെയ്യ് റാസ്കൽ,"

"എനിക്കൊരു സ്മോൾ കൂടി."

"സമയമൊരുപാടായി വീട്ടില് പോകണ്ടേ."

"എനിക്ക് രാവിലെ ഡ്യൂട്ടിയുള്ളതാ."

"എന്നാൽ ഇറങ്ങാം."

ഗോവണി ഇറങ്ങുമ്പോൾ ഏറ്റവും പിറകിൽ ഞാനായിരുന്നു. എന്തോ മറന്നിട്ടുണ്ടെന്ന് തോന്നി. പക്ഷേ, എത്ര ആലോചിച്ചിട്ടും എന്താണതെന്ന് ഓർമ്മിച്ചെടുക്കാനായില്ല.

ഓരോ പടി ഇറങ്ങുമ്പോഴും ഉള്ളിൽ നിന്ന് ഒരു ചിലമ്പിച്ച ശബ്ദമുയർന്നു; ഒരു കരച്ചിൽ പോലെ. ഉള്ളിൽ എന്തോ പിടയുന്നതായി തോന്നി. ദേഹമാകെ വിറപൂണ്ടു. എന്തോ മറന്നിട്ടുണ്ടെന്ന തോന്നൽ പിന്നെയും തീവ്രമായി. പിന്നെയും ഓർമ്മിക്കാൻ യത്നിക്കുകയായി. അതിനിടയിൽ കബീർ എന്റെ ചുമലിൽ കൈ ചേർത്ത് പതുക്കെ എന്തോ പറഞ്ഞു. ഞാൻ വെറുതെ തല കുലുക്കുകമാത്രം ചെയ്തു.

ഫാത്തിമ

നോവു തുടങ്ങുമ്പോൾ ഫാത്തിമ വെയിൽ പരന്ന മുറ്റത്തേക്കു കാൽ നീട്ടി കൈ രണ്ടും പിറകിലൂന്നി ആലസ്യത്തോടെ ചാഞ്ഞിരിക്കുകയായിരുന്നു.

ആകാശം ഇന്നെന്തോ വല്ലാതെ വെളുത്തിരിക്കുന്നു. കാറ്റില്ല. എല്ലാമെല്ലാം നിശ്ചലമാണ്. മണലിൽ നിന്ന് വെയിലാളുന്നു. ആകാശവും വെയിലും കണ്ട് അങ്ങനെ ഇരിക്കുമ്പോൾ നോവു തുടങ്ങി.

ഫാത്തിമ വയർ താങ്ങിക്കൊണ്ട് അകത്തേക്കു നടന്നു. അകം ഇരുണ്ടതായിരുന്നു. ഒന്നും കാണാനാവാത്ത ഒരു മുഖത്തിനടുത്തു കൂടിയെന്നോണം ഭിത്തിക്കരികിലൂടെ അവൾ പതുക്കെ നടന്നു. മുഖത്തു കുറേശ്ശെ വിയർപ്പു പൊടിയുന്നുണ്ടായിരുന്നു. ദേഹം ചെറുതായി വിറച്ചുകൊണ്ടിരുന്നു.

നേരം നീങ്ങുന്നു. ഫാത്തിമ മുറിയുടെ ഒരേയൊരു ജാലകത്തിന്റെ രണ്ടറ്റത്തെയും അഴികളിൽ പിടിച്ച് മുഖം ജാലകപ്പടിമേൽ ചേർത്തു നില്ക്കുകയാണ്. ജാലകം എപ്പോഴുമെന്നപോലെ തുറന്നു കിടക്കുന്നു. അതിനു ജനൽപ്പാളികളില്ല. മരയഴികൾക്കപ്പുറം പേടിപ്പിക്കുമാറ് വെളുത്ത ആകാശമാണ്.

ഫാത്തിമ കാരുണ്യം കൊതിക്കുന്ന കണ്ണുകളുമായി നിന്നു. അവളുടെ കൈത്തലങ്ങളും വിരലുകളും പാടെ നനഞ്ഞിരുന്നു. എത്ര കടിച്ചമർത്തിയിട്ടും കരച്ചിൽ അടക്കാനായില്ല. അവൾ പേടിയോടെ കരഞ്ഞു. ഭിത്തികൾക്കിടയിലൂടെ നേർത്തൊരു കരച്ചിൽ കാറ്റുപോലെ വീശി. വാതിൽതുറന്നു കിടക്കുകയായിരുന്നിട്ടും അതു പുറത്തേക്കു പോവുകയുണ്ടായില്ല. പുറത്തു വെയിലാണല്ലോ. പേടിപ്പിക്കുന്ന ആകാശമാണല്ലോ. കരച്ചിൽ ചുവരുകളെ സ്പർശിച്ച് ഫാത്തിമയുടെ നേർക്കു തന്നെ

മടങ്ങി. അവളുടെ ദേഹമാകെ വിയർക്കുകയായിരുന്നു. കണ്ണുകൾ ശൂന്യമായിക്കഴിഞ്ഞിരുന്നു.

വിയർപ്പിൽ കുതിർന്ന പൊടി നെറ്റിയിൽ. ഫാത്തിമ കീഴ്ച്ചുണ്ട് ശക്തിയായി കടിച്ചുപിടിച്ചുകൊണ്ട് ഭിത്തിയോടു ചേർന്നുനിന്നു, അവളുടെ ഇടതുകൈ ജാലകത്തിന്റെ അഴിയിലായിരുന്നു. വലതുകൈ അടിവയറിനു മീതെയും, തല ഇടതുകൈയിലേക്കു ചായ്ച്ചുനിന്ന് കരയുകയും കിതയ്ക്കുകയും ചെയ്തു അവൾ. മുഖം ഭയം കാരണം വിളറി വെളുത്തിരുന്നു. തന്റെ ഇടതുചുമലിൽ അവൾ അമർത്തിക്കടിച്ചു. പക്ഷേ, അവൾക്കു തെല്ലും വേദനിച്ചില്ല.

പെട്ടെന്ന്, വിയർത്ത കൈത്തലവും വിരലുകളും ജാലകത്തിന്റെ അഴിയിൽനിന്ന് വഴുതി വേർപെട്ടു.

ഒരു നിലവിളിയോടെ അവൾ പുറം ഭിത്തിയിൽ ഉരസിക്കൊണ്ട് വീഴുന്നതുപോലെ കുത്തനെ ഊർന്നിറങ്ങി. നൊടിനേരം തറയിൽ കൈത്തലങ്ങളമർത്തി ഒന്നുമോർക്കാതെ ഇരുന്നു. പിന്നെ മെല്ലെ ഇടതുവശത്തേക്കു ചരിഞ്ഞു. മുറിയിലാകെ നിലവിളിയായി.

വീട് വേനൽച്ചൂടിലും വെയിലിലും ഒറ്റപ്പെട്ടു ശ്വാസമടക്കി നിന്നു. ഫാത്തിമാ, ന്റെ മോളേ.

ഫാത്തിമ കാൽമുട്ടുകൾ ഉയർത്തി മലർന്നു കിടന്ന് ഇരുകൈകളും തന്റെ മുടിയിൽ കോർത്ത് ആഞ്ഞുവലിച്ചു. പല്ലുകൾ തമ്മിൽചേർന്ന് ഞെരിയുകയായിരുന്നു. അവയ്ക്കിടയിലൂടെ ഞരക്കങ്ങളും അമർത്തിയ നിലവിളികളും കടന്നുപോയി. കണ്ണുകൾ അടഞ്ഞിരുന്നു. പക്ഷേ, രണ്ടു കോണിലേക്കും കണ്ണുനീരൊഴുകി. വിയർത്തും കരഞ്ഞും നനഞ്ഞ മുഖം. കൊടും നോവ്. മുടിയിലൂടെ വിയർപ്പ് ഒലിച്ചുതാണുകൊണ്ടിരുന്നു.

വീട് വിറങ്ങലിച്ചു നിന്നു. ഫാത്തിമ, ന്റെ ഫാത്തിമാ, നേരം നിശ്ശബ്ദമായി കടന്നുപോയി. വീടിനുമേൽ വെയിലാളിക്കൊണ്ടിരിക്കുന്നു. പള്ളിയിൽ നിന്ന് ളുഹർ ബാങ്കു കേൾക്കായി.

ഫാത്തിമ മുറിയിൽനിന്ന് പുറത്തേക്കിറങ്ങി. അവളുടെ നെഞ്ചോടു പറ്റിക്കിടന്ന് കുഞ്ഞ് കരഞ്ഞു. അവൾ അതിനെ ഒരു പഴന്തുണിയിൽ പൊതിഞ്ഞിരുന്നു. അവളുടെ ഉടുതുണി ചോര പുരണ്ടതായിരുന്നു അവൾക്ക് പ്രസവത്തിന്റെ ഗന്ധമായിരുന്നു. തീരെ ദുർബ്ബലമായ കാൽവെയ്പുകൾ. തീ പോലെ ചൂടുള്ള വെയിൽ. പൊള്ളുന്ന വഴി. ഫാത്തിമ കരയുന്നുണ്ടായിരുന്നു. കരഞ്ഞുകൊണ്ട് കുഞ്ഞിനെ നെഞ്ചിൽ ചേർത്തു പിടിച്ച് അവൾ പ്രാഞ്ചിക്കിതച്ച് നടന്നു. കുഞ്ഞിനെ ചോര മണത്തിരുന്നു.

മൈതാനം ചുട്ടുപഴുത്ത ഒരു മണലാരണ്യം പോലെ കിടന്നു. ഫാത്തിമ പൂഴിയിലൂടെ ഇടറിയിടറി നടന്നു. മൈതാനത്തിന്റെ അങ്ങേയറ്റത്ത് കാറ്റാടിമരങ്ങളാണ്. അവയ്ക്കപ്പുറം പള്ളിയുടെ മിനാരങ്ങൾ ഉയർന്നു കണ്ടു. മിനാരങ്ങളിൽ പ്രാവുകൾ ചിറകടിച്ച് പറന്നു, ളുഹർ നിസ്ക്കാരത്തിന്റെ സമയം.

പള്ളിയുടെ നാലു ചുറ്റിലും മതിലാണ്. മതിലിനുള്ളിൽ കബറുകളും പ്രാവുകളും വെളുത്ത ആകാശത്തിനുനേരെ വളർന്ന മിനാരങ്ങളും.

ഫാത്തിമ നിരത്തുവക്കിൽ പള്ളിയിലേക്കുള്ള ഗെയ്റ്റിൽ നിന്നു. കുഞ്ഞ് നിലത്തു വെയിലിൽ കിടന്നു ചോരമണക്കുന്ന കൈകാലുകൾ കുടഞ്ഞു. ഫാത്തിമ തട്ടത്തിന്റെ തുമ്പുകടിച്ച് വിമ്മിക്കരഞ്ഞുകൊണ്ട് അതിനെ നോക്കി.

* * * * * *

ഫാത്തിമയുടെ മകൾ കുഞ്ഞലീമ കാക്കയെന്നു പറയും. എന്നാൽ കോഴിയെന്നു നേരെ പറയാൻ അവൾക്കാവില്ല. “ഴ” ഒട്ടും വഴങ്ങില്ല അവൾക്ക്. പക്ഷേ, കാക്കകളേക്കാൾ പൊരുത്തപ്പെടാറ് കോഴികളുമായാണ്. കാക്കകൾ അടുത്തേക്ക് വരില്ലല്ലോ. കോഴികളാണെങ്കിൽ നടന്നു നടന്ന് വളരെ അടുത്തെത്തും. കുഞ്ഞലീമ അങ്ങോട്ടുചെല്ലുമ്പോൾ നടന്നകലുകയോ, കാക്കകളെപ്പോലെ പറന്നുയരുകയോ ചെയ്യില്ല. ഒന്നു ശിരസ്സുയർത്തി നോക്കും. ഓ, ഇതു കുഞ്ഞലീമ. പേടിക്കേണ്ട.

കുഞ്ഞലീമയ്ക്ക് ഒരു കോഴിക്കുഞ്ഞെന്നപോലെ അവയ്ക്കിടയിൽ നില്ക്കാം. കൈനീട്ടി തൊടാം. മണം പിടിക്കാം.

അവ എവിടെനിന്നാണ് പതിവായി വരുന്നതെന്നോ എങ്ങോട്ടാണ് പോകുന്നതെന്നോ അവൾക്കറിയില്ല. വലിയൊരു പൂവനും കുറെ പിടകളും കുഞ്ഞുങ്ങളും. ചിലപ്പോൾ കുഞ്ഞലീമ അവയെ സ്വപ്നം കാണും. രാവിലെ ഉണരുമ്പോൾ കണ്ടതൊന്നും ഓർമ്മയുണ്ടാവില്ല. അവൾ പിന്നെയും തന്റെ കൂട്ടുകാരെ കാത്തിരിക്കും. വേറെയാരുമില്ലല്ലോ അവൾക്കു കൂട്ടുകാരായി.

കോഴികൾ പോയ്ക്കഴിഞ്ഞിരുന്നു. വന്നതു പതിവിലും നേരം വൈകിയാണ് നേരത്തേ പോവുകയും ചെയ്തിരിക്കുന്നു. ഇപ്പോൾ കുഞ്ഞലീമ തനിയെ. ഉമ്മ പുരയ്ക്കുള്ളിൽ ഉറങ്ങുകയാണ്. ഉറങ്ങുന്നതിനു മുമ്പേ അവളോട് മുറ്റത്തിരുന്ന് കളിക്കാൻ പറഞ്ഞിരുന്നു. ഉമ്മയ്ക്കു നല്ല സൊകോല്ല മോളേ, ഫാത്തിമ പറഞ്ഞു. പോയി കളിക്ക്. വെയിലത്തു പോണ്ട മാവിന്റെ തണലിന് ഇരുന്നോ ഉമ്മ വിളിക്കാം.

കുഞ്ഞലീമ വീടിനുനേർക്കു തിരിഞ്ഞത് ഉമ്മ വിളിച്ചുവെന്ന് തോന്നിയാണ്. ഒരു ശബ്ദം കേട്ടു. അവൾ ഉമ്മാ എന്നുപറഞ്ഞുകൊണ്ട് തണലിൽനിന്ന് നീങ്ങി. മുറ്റത്തെ വെയിലുതാണ്ടി ഇറയത്തേക്കു കയറി. ഉമ്മാ. അവൾ തൂണിൽനിന്ന് കൈകൾ മാറ്റി വാതിലിനുനേരെ നടന്നു. അവൾക്കു പേടിയായി. മുറിക്കുള്ളിൽ കിടന്ന് അവളുടെ ഉമ്മ കരയുകയായിരുന്നു.

ഫാത്തിമ അല്ലാഹുവിനെയും മരിച്ചുപോയ ഉമ്മായെയും വിളിച്ച് കരഞ്ഞു.

കുഞ്ഞലീമ വാതിലിൽ പിടിച്ചുനിന്ന് ഉമ്മയെ നോക്കി. ഫാത്തിമ വീർത്ത വയറോടെ തറയിൽ വീണു കിടന്ന് പിടയുകയായിരുന്നു. ഉമ്മാ,

കുഞ്ഞലീമയുടെ ഒച്ച പുറത്തേക്കു വന്നില്ല. അവൾ സ്തബ്ധയായി നിന്ന് ഉമ്മയെ മിഴിച്ചു നോക്കി.

ഫാത്തിമ അവളെ കാണുന്നുണ്ടായിരുന്നില്ല. കണ്ണുകളിൽ ഇരുട്ട് നിറഞ്ഞിരുന്നു. ഉടൽ വിയർത്തുകൊണ്ടിരുന്നു. വെള്ള പുറം കുപ്പായം വിയർപ്പിൽ കുതിർന്ന് ഉടലിനോട് ഒട്ടിനിന്നു. അതല്ലാതെ മറ്റൊന്നും അവളുടെ ദേഹത്ത് കുഞ്ഞലീമ കണ്ടില്ല. ഉടുതുണി അഴിഞ്ഞുപോയിരുന്നു. ഒരുപക്ഷേ, നോവിനിടയിൽ ഫാത്തിമ അറിഞ്ഞിരിക്കില്ല. കാലുകൾ വാതിലിനു നേരെ.

കുഞ്ഞലീമ ഉമ്മയുടെ കാലടികൾ കണ്ടു. അവ വല്ലാതെ വിളറിയിരുന്നു. ഫാത്തിമ ഉയർന്ന ശബ്ദത്തിൽ നിലവിളിച്ചു. ദേഹമാകെ വിറയ്ക്കുന്നുണ്ടായിരുന്നു കാലുകൾ ഉയരുകയും താഴുകയും രണ്ടു വശങ്ങളിലേക്കും നീങ്ങുകയും ചെയ്തു. അവ പിന്നെയും കൂടിച്ചേർന്നു. വീണ്ടും അകന്നു.

കുഞ്ഞലീമ ഒരിക്കൽക്കൂടി ഉമ്മയെ വിളിക്കാൻ വായ്തുറന്നു. പക്ഷേ, അവൾക്കതിനു കഴിഞ്ഞില്ല. പകച്ച കണ്ണുകളോടെ നിന്നു അവൾ, പേടി മുഖത്താകെ വ്യാപിച്ചിരുന്നു. ചെറിയ കൈകൾക്കു വിറയൽ, പേടിച്ച്, കരയാൻ പോലുമാവാതെ കണ്ണുകൾ മിഴിച്ച് അവൾ നിന്നു

അതു ഫാത്തിമയുടെ രണ്ടാമത്തെ പ്രസവമായിരുന്നു. അകലെ നിന്ന് ആരോ നീട്ടിക്കരയുന്നതുപോലെ അസർബാങ്ക്.

* * * * *

കുഞ്ഞലീമ ബ്ലൗസിന്റെ കുടുക്കഴിച്ച് നെഞ്ചിൽ തൊട്ടുകാണിച്ചുകൊണ്ട് പറഞ്ഞു: “ഉമ്മാ ഇങ്ങോട്ടുനോക്ക്.”

ഫാത്തിമ വാതില്പടിയിലിരുന്ന് ഹാജിറയുടെ മുടിയിൽ പേൻ തിരയുകയായിരുന്നു.

കുഞ്ഞലീമ സ്വയം ചിരിച്ചുകൊണ്ട് മാറിൽ വിരൽ ചേർത്തു. ഉമ്മാ ഇതു കണ്ടോ.”

ഫാത്തിമ മുഖമുയർത്തി. ഒരു നിമിഷം കണ്ണുകൾ കുഞ്ഞലീമയുടെ നെഞ്ചിൽ തറഞ്ഞുനിന്നു. കുഞ്ഞലീമ മതിപ്പോടെ നെഞ്ചിലേക്ക് ഉറ്റുനോക്കുകയായിരുന്നു.

ഫാത്തിമ മുറിയിലേക്കു കൈനീട്ടി. കുഞ്ഞലീമ നെഞ്ചിൽ നിന്ന് കണ്ണെടുത്ത് ഉമ്മയെ നോക്കി.

ഫാത്തിമ കരയുന്ന ശബ്ദത്തിൽ ഉറക്കെ പ്രാകിക്കൊണ്ട് തന്റെ കൈയിലെ കത്തി കുഞ്ഞലീമയെ ലക്ഷ്യമാക്കി ആഞ്ഞെറിഞ്ഞു.

കുഞ്ഞലീമ വിരണ്ടോടി. ഹാജിറ മുഖം നിറയെ അമ്പരപ്പോടെ ഉമ്മയെ നോക്കി.

ഫാത്തിമ മുഖം പൊത്തി കരയുകയായിരുന്നു.

കത്തി മുറ്റത്തു വെയിലിൽ. കുഞ്ഞലീമ ദൂരെ പൊള്ളുന്ന മണലിൽ. അവൾ കരഞ്ഞുകൊണ്ട് എന്തോ വിളിച്ചു പറഞ്ഞു. ഫാത്തിമ കേട്ടില്ല. കുഞ്ഞലീമ ഏങ്ങലടിച്ചുകൊണ്ട് പിന്നെയും എന്തോ പറഞ്ഞു. ഫാത്തിമ

അതും കേട്ടില്ല. കണ്ണുതുടച്ച് ഒന്നുമേതും സംഭവിക്കാത്തതു പോലെ ഹാജിറയുടെ മുടിയിലേക്കു തന്നെ ശ്രദ്ധ തിരിച്ചു. അവളുടെ വിയർത്ത നെറുകയിലൂടെ വിരലുകൾ നീങ്ങി

* * * * *

ഏറെ ഇരുണ്ടൊരു രാത്രി. ഫാത്തിമയുടെ നാലു മക്കളും ഉറങ്ങുകയാണ്. നേരം ഒരുപാടായി. ഫാത്തിമ ഇനിയും ഉറങ്ങിയില്ല. ഉറക്കം വന്നെങ്കിലല്ലേ.

ഫാത്തിമ എഴുന്നേറ്റിരുന്നു

ഉറങ്ങാൻ കിടക്കുംമുമ്പ് ഊതിക്കെടുത്തിയ റാന്തൽ കൈ നീട്ടിയെടുത്ത് വീണ്ടും കത്തിച്ച് തിരി നീട്ടി.

റാന്തൽ ഉയർത്തിപ്പിടിച്ച് ഫാത്തിമ തന്റെ മക്കളെ നോക്കി.

കുഞ്ഞലീമ ചുവരിനടുത്തായി ഇടതുവശത്തേക്കു ചരിഞ്ഞ് ചുരുണ്ടു കിടക്കുന്നു. അവളുടെ വലതുകൈ ജുവൈരിയയുടെ മേൽ. ജുവൈരിയ പാവാട ഉടുത്തിട്ടുണ്ട്. ഹാജിറയും താഹിറയും പിറന്നപടി ഉറങ്ങുന്നു

റാന്തൽ വെളിച്ചം അവരുടെ ഉടലുകളിൽ വീണു.

ഫാത്തിമ മാറിമാറി നാലുപേരെയും നോക്കി. താൻ ഇവരുടെ ഉമ്മയാണ്. പേടിക്കുമ്പോഴും കരയേണ്ടി വരുമ്പോഴും ഇവർ വിളിക്കുക തന്നെയാണ്. ഉമ്മാ, ഉമ്മാ എന്ന്.

ഒരുതേങ്ങലോടെ റാന്തൽ തിരി താഴ്ത്തിവച്ച് ഫാത്തിമ ചുവരോടു ചേർന്നിരുന്നു.

പേനുകൾ ഒരു സങ്കേതം വിട്ടു മറ്റൊന്നുതേടി ഇഴഞ്ഞു പൊയ്ക്കൊണ്ടിരുന്നു ജുവൈരിയയുടെ മുടിയിൽ നിന്ന് ഇറങ്ങിയവ രണ്ടു ദിശകളിലേക്കായി ഇഴഞ്ഞ് കുഞ്ഞലീമയുടെയും ഹാജിറയുടെയും മുടിയിഴകളിൽ കയറിപ്പറ്റി. കുഞ്ഞലീമയുടെ മുടിയിൽ നിന്ന് പുറപ്പെട്ടു പോന്ന കുറേയെണ്ണം ജുവൈരിയയുടെ പിൻകഴുത്തിലെത്തി വിശ്രമം പൂണ്ടു. അത്രയെളുപ്പം ക്ഷീണിക്കാത്ത ചിലത് അവളുടെ ഉടൽ കയറിമറിഞ്ഞ് അപ്പുറത്തുള്ള ഹാജിറയെ ചെന്നുതൊട്ടു. ഹാജിറ ഉറങ്ങുകയായിരുന്നിട്ടും അതറിഞ്ഞു. മുടിയിൽ അവളുടെ കൈവിരലുകൾ ഭ്രാന്തമായി ചലിച്ചു. കുറെ പേനുകൾ പതുക്കെ താഹിറയുടെ നേരെപോയി. അവൾ ഉറക്കത്തിൽ ഞരങ്ങി.

ജുവൈരിയ മലർന്നുകിടന്നു. കുഞ്ഞലീമയുടെ കൈ അവൾ മുറുകെ പിടിച്ചിരുന്നു.

അവരൊക്കെ ഉറങ്ങുകയാണ്. ഫാത്തിമ റാന്തൽ വെളിച്ചത്തിൽ അവരെ കാണുന്നു. അവരെ നോക്കിയിരിക്കെ പലതുമോർത്ത് ഫാത്തിമ പേടിക്കുന്നു. ഫാത്തിമയുടെ മനസ്സിൽ ഒരു കടലിരമ്പുന്നു.

കുഞ്ഞലീമ കണ്ണു തുറന്നു.

ഈ ഉമ്മയ്ക്ക് ഉറക്കവും ഇല്ല. ഇങ്ങനെയൊര് ഉമ്മ!

നീണ്ടുപോകുന്ന രേഖകൾ

അയാൾ ഉറങ്ങുകയായിരുന്നുവെങ്കിലും ഒരു മൈതാനത്തിലായിരുന്നു.

ഒന്നിനു പിറകെ മറ്റൊന്നായി വീശിക്കൊണ്ടിരുന്ന ചുഴലികളെ കൈകളുയർത്തി ചെറുക്കാൻ ശ്രമിച്ചുകൊണ്ട് അയാൾ ഇടറി നടന്നു.

അയാളുടെ കണ്ണുകളിലും മെലിഞ്ഞ കൈകളിലും നരച്ച മുടിയിലും വിളറിയ മുഖത്തും അയഞ്ഞ വസ്ത്രങ്ങളിലും പൊടിയായിരുന്നു. പൊടിയുടെ ഒരു പുറംതോടുമായി അയാൾ ആടിയുലഞ്ഞ് നടന്നു. അയാൾക്കു മീതെ ഉച്ചവെയിൽ വീണുകൊണ്ടിരുന്നു.

ഒടുവിൽ അയാൾ ഉണർന്നു. എത്രയോ നൂറ്റാണ്ടുകളായി താൻ കണ്ണടച്ചു കിടക്കുകയായിരുന്നുവെന്ന് അയാൾക്കു തോന്നി. അപ്പോൾ അയാളറിഞ്ഞു: ആരാ വാതിലിൽ മുട്ടുന്നു.

ഉച്ചമയക്കത്തിനു പോകുംമുമ്പ് അയാൾ പതിവുപോലെ മുൻവാതിലിൽ അടച്ചിരുന്നു. ആരാണ് തന്റെ വാതില്ക്കലെന്ന് അമ്പരന്നുകൊണ്ട് അയാൾ കിടപ്പുമുറിയിൽ നിന്ന് മുൻവാതിലിനു നേർക്കു നടന്നു. ചുഴലികൾ തിമിർക്കുന്ന മൈതാനത്തിലൂടെയെന്നപോലെ പൊടിയുടെ പുറംതോടുമായി അയാൾ ആടിയുലഞ്ഞ് നീങ്ങി. ആരോ വാതിലിൽ മുട്ടുകയായിരുന്നു. വാതിലിനടുത്തെത്തി തീർത്തും ദുർബ്ബലമായ ശബ്ദത്തിൽ അയാൾ ആരാണെന്ന് വിളിച്ചുചോദിച്ചു.

വെളിയിൽ നിന്ന് അയാൾ കേട്ടു.

"ഞാനാണ് അങ്കിൾ"

അയാൾ വാതിൽ തുറന്നു. മോണിക തെളിഞ്ഞ് ചിരിച്ചു.

"ശല്യമായെങ്കിൽ ക്ഷമിക്കണം, പ്രധാനപ്പെട്ടൊരു കാര്യം പറയാൻ വന്നതാണ്."

"ഇരിക്കൂ."

മോണിക ഒറ്റയ്ക്കല്ലെന്ന് അയാൾ കാണുന്നത് അന്നേരമാണ്. ചുവരിലെ പഴയ പെയിന്റിങ്ങുകൾ നോക്കുകയായിരുന്ന യുവാവ് അയാളുടെ അടുത്തേക്കു ചെന്ന് കൈനീട്ടി. അവന്റെ പേര് എൽഫിയെന്നായിരുന്നു

മോണിക പറഞ്ഞു:

"അങ്കിൾ എൽഫിന്റെ പപ്പയെ നന്നായി അറിയും. ബില്യാഡ്സ് കളിക്കാറുണ്ടായിരുന്ന റൊസാരിയോ."

"റൊസാരിയോയെ അറിയുമെന്നോ കൊള്ളാം. പക്ഷേ, റൊസാരിയോയ്ക്ക് ഇങ്ങനെയൊരു മകനുണ്ടെന്ന് അറിയാമായിരുന്നില്ല. കണ്ടതിൽ വളരെ സന്തോഷം."

അയാളുടെ കൈത്തലം വിയർത്തിരുന്നു. നൊടിനേരത്തിനകം അയാളുടെ മനസ്സിലൂടെ പല ദൃശ്യങ്ങളും കടന്നുപോയി. ഒരു ബില്യാഡ്സ് ടേബിൾ. ഒരു ശവഘോഷയാത്ര. പൈൻമരങ്ങൾക്കിടയിലൂടെ ഓടിപ്പോകുന്ന ഒരു കുതിര. കടൽക്കരയിൽ വീണുകിടക്കുന്ന ഒരു ഗിറ്റാർ.

എൽഫിൻ പറഞ്ഞു.

"പപ്പ മരിക്കുമ്പോൾ ഞാൻ വളരെ ചെറുതായിരുന്നു. കഷ്ടിച്ചു രണ്ടു വയസ്സ്. പഠിച്ചതൊക്കെ പൂനയിലാണ്. മോണികയെ മുമ്പേ അറിയാം. ഇപ്പോ ഞങ്ങളുടെ വിവാഹനിശ്ചയം കഴിഞ്ഞിരിക്കുന്നു."

"നേരോ" അയാൾ ചോദിച്ചു. മോണിക ലജ്ജയോടെ മുഖംതാഴ്ത്തി.

"എനിക്ക് അന്നേ അങ്കിളിനോട് പറയണമെന്നുണ്ടായിരുന്നു, പക്ഷേ, പറയാനായില്ല." അവൾ മുഖമുയർത്തി. അയാൾ എന്തോ ഓർക്കുകയായിരുന്നു.

അയാളുടെ ഹൃദയത്തിൽ തന്റെ മരിച്ചവരായിരുന്നു. അന്നയും ക്ലാരയും. വിവാഹവസ്ത്രങ്ങളണിഞ്ഞ് അയാളുടെ ജീവിതത്തിലേക്കു വന്ന സ്ത്രീകൾ. ശവക്കച്ചകളോടെ അകന്നു പോയവർ. അവരുടെ അടഞ്ഞ മിഴികൾ. വിളറിയ ചുണ്ടുകൾ നിത്യനിദ്ര.

അയാൾ എഴുന്നേറ്റു.

"നിങ്ങൾ ഇവിടെ ഇരിക്കൂ. ഞാൻ കോഫി ഉണ്ടാക്കി കൊണ്ടുവരാം."

കോഫി വേണ്ടെന്നും അയാൾ അതിനായി ക്ലേശം സഹിക്കരുതെന്നും എൽഫിൻ ധടുതിയിൽ പറഞ്ഞുവെങ്കിലും അയാൾ അതു ചെവിക്കൊണ്ടില്ല. കോഫി ഉണ്ടാക്കുന്നതു താനായിക്കൊള്ളാമെന്നു പറഞ്ഞു മോണിക എഴുന്നേറ്റു. പക്ഷേ, അയാൾ സമ്മതിച്ചില്ല.

അയാൾ വീടിനുള്ളിലേക്കു പോയപ്പോൾ, മറ്റൊന്നും തോന്നാത്തതുകൊണ്ട്, വെറുതെ അയാളൊരു ശാഠ്യക്കാരനാണെന്നും അയാളുടെ തീവ്രമായ ഏകാന്തത തന്നെയും ഒരു ശാഠ്യമേ ആകുന്നുള്ളൂ എന്നും എൽഫിൻ പറഞ്ഞു. എന്നാൽ മോണിക അവനോട് യോജിച്ചില്ല. മറ്റു പലപ്പോഴുമെന്നപോലെ അവൾ കലഹത്തിനൊരുങ്ങി.

"അങ്കിളിന്റെ ഏകാന്തത ഒരു ശാഠ്യമാണെങ്കിൽ അതു ദൈവത്തിന്റെ

ശാഠ്യമാണ്. സ്നേഹമൊഴികെ മറ്റെല്ലാം ദൈവം സഹിക്കും. സ്നേഹത്തിന്റെ ശമ്പളമാണ് മരണവും ഏകാന്തതയും..."

"മോണിക ഒന്നോർത്തുനോക്കൂ. എല്ലാവരേക്കാളും ഏകാകി ദൈവമല്ലേ."

"അതു സ്നേഹിക്കാൻ ആരുമില്ലാത്തതുകൊണ്ട്."

"എന്തോ."

എൽഫിൻ സംവാദം അവിടെ നിർത്തി. വെളിയിൽ ഉച്ചക്കാറ്റ് വീശിയടങ്ങിയിരുന്നു. മുറ്റത്തു ചെടികൾ പൊടി പുരണ്ട ഇലകളുമായി വിറങ്ങലിച്ചപോലെ നിന്നു. വെയിൽ ഒരു സങ്കീർത്തനമോ വിലാപമോ പോലെ അവയെ സ്പർശിച്ചു. സമയം നീങ്ങി.

മോണിക അല്പനേരം അയാളുടെ മുഖത്തേക്കു നോക്കിയിരുന്ന്, ഒട്ടൊരു സങ്കോചത്തോടെ ചോദിച്ചു.

"അങ്കിൾ സൂക്ഷിച്ചുവെച്ചിട്ടുള്ള വിവാഹവസ്ത്രങ്ങൾ ഞങ്ങളെയൊന്ന് കാണിക്കുമോ?"

"മോണിക അവ കണ്ടിട്ടുള്ളതാണല്ലോ." അയാൾ പറഞ്ഞു.

"ഉവ്വ്. എൽഫിനു കാണാൻ.."

"ഉം."

അയാൾ രണ്ടുപേരോടും തന്നെ പിന്തുടരാൻ ആംഗ്യം കാണിച്ച് കിടപ്പുമുറിയിലേക്കു നടന്നു. കിടപ്പുമുറിയിൽ കട്ടിലിനടുത്തുള്ള വാർഡ്റോബിൽ രണ്ടു പാർശ്വങ്ങളിലായി അയാൾ അന്നയുടെയും ക്ലാരയുടെയും വസ്ത്രങ്ങളെല്ലാം ഭദ്രമായി അടക്കിവെച്ചിരുന്നു. ഏറ്റവും മീതെ വിവാഹവസ്ത്രങ്ങൾ.

"നോക്കൂ." മോണിക എൽഫിന് അവ ചൂണ്ടിക്കാട്ടി.

അയാൾ ഒരു വിവാഹവസ്ത്രം പുറത്തെടുത്ത് നെടുവീർപ്പുപോലെ പറഞ്ഞു.

"അത് അന്നയുടേത്. വളരെ പഴകിയതാണ്. കുറെ പൊടിഞ്ഞുപോയിരിക്കുന്നു. എൽഫിന് അറിയുമോ എങ്ങനെയാണ് അന്ന മരിച്ചതെന്ന്. ഒരു കാറപകടത്തിൽ"

എൽഫിൻ മോണികയുടെ മുഖത്തേക്കു നോക്കി. അവളുടെ കണ്ണുകൾ നിറഞ്ഞിരുന്നു.

അയാൾ അന്നയുടെ വിവാഹവസ്ത്രം യഥാസ്ഥാനത്തുവെച്ച് രണ്ടാമത്തേത് പുറത്തെടുത്തു. അത് ലങ് കാൻസർ വന്നു മരിച്ച ക്ലാരയുടേതായിരുന്നു.

അയാൾ പറഞ്ഞു.

"മരിക്കുമ്പോൾ അവളിത് നെഞ്ചോടു ചേർത്തുപിടിച്ചിരുന്നു. അപ്പോഴവളുടെ മുഖം ഒരു നക്ഷത്രത്തെപ്പോലെ പ്രകാശിക്കുന്നുണ്ടായിരുന്നു. അതെ, ഒരു നക്ഷത്രത്തെപ്പോലെ..."

അയാളുടെ ശബ്ദം വിറകൊണ്ടു. കൈകളും വിറയ്ക്കുകയായിരുന്നു. അയാൾ ക്ലാരയുടെ വസ്ത്രം തിരികെവെച്ച് ഒരു തൂവാലയെടുത്ത് മുഖം തുടച്ചു.

ഗെയ്റ്റിനുനേരെ നടക്കുമ്പോൾ എൽഫിൻ മോണികയോട് ചോദിച്ചു.

"അന്ന മരിച്ചതിനുശേഷം അങ്കിൾ എന്തിനാണ് പിന്നെയും വിവാഹം കഴിച്ചത്?" അവൻ പിറുപിറുത്തു. "എനിക്കതു മനസ്സിലാകുന്നില്ല."

വിഷാദം കലർന്ന ഒരു പുഞ്ചിരിയോടെ മോണിക പറഞ്ഞു:

"സ്നേഹിക്കപ്പെടാനുള്ള ആഗ്രഹം. അല്ലെങ്കിൽ ദാഹം, സ്ത്രീകൾക്കു മാത്രമല്ല."

അവർ അകന്നുപോയി. അയാൾ വീടിന്റെ ഉമ്മറത്ത് ഒറ്റയ്ക്കു നിന്നു.

രാത്രി വീടിനെ ഇരുട്ടുകൊണ്ട് മൂടി. അയാൾ സ്റ്റൗ കത്തിച്ച് നന്നെ ലഘുവായ അത്താഴമൊരുക്കി. നിരവധിപേർക്കു വിഭവങ്ങൾ നിരത്താവുന്ന തീൻമേശയുടെ ഒരു കോണിൽ, മൊരിച്ച രണ്ടുകഷണം ബ്രെഡ്ഡും പാതി വേവിച്ച ഒരു മുട്ടയും അല്പം ബാർലിയും കൊണ്ടുവന്നുവെച്ച് അയാൾ അത്താഴത്തിനിരുന്നു. പിന്നെ നാപ്കിൻ കൊണ്ട് മുഖം വെടിപ്പാക്കി അയാൾ കിടപ്പുമുറിയിലേക്കു നടന്നു.

അന്നു രാത്രി...

അയാൾ കട്ടിലിലിരുന്ന് വിറയാർന്ന ശബ്ദത്തിൽ ഉത്തമഗീതം ഉരുവിടുകയായിരുന്നു.

എന്റെ പ്രിയേ, നീ സുന്ദരി, നീ സുന്ദരി തന്നെ; നിന്റെ മൂടുപടത്തിൻ നടുവെ നിന്റെ കണ്ണ് പ്രാവിൻകണ്ണുപോലെ ഇരിക്കുന്നു; നിന്റെ തലമുടി ഗിലെയാദ് മലഞ്ചെരുവിൽ കിടക്കുന്ന കോലാട്ടിൻകൂട്ടം പോലെയാകുന്നു. നിന്റെ പല്ല് രോമം കത്രിച്ചിട്ട് കുളിച്ചു കയറി വരുന്ന ആടുകളെപ്പോലെ ഇരിക്കുന്നു...

അയാൾ വായിക്കുന്നതും നോക്കി കൈ കോർത്തു പിടിച്ചുകൊണ്ട് അന്നയും ക്ലാരയും മുറിയിൽ നിന്നു. അവർ തങ്ങളുടെ വിവാഹവേഷങ്ങളിലായിരുന്നു. അന്ന തിസ്സാപോലെ സൗന്ദര്യമുള്ളവൾ. ക്ലാര യരുശലേം പോലെ മനോഹരി.

അവർ ഒരേ സമയത്ത് അയാളിൽ നിന്ന് മുഖം തിരിച്ച് പരസ്പരം നോക്കി നൊമ്പരത്തോടെ ചിരിച്ചു. അവരുടെ വ്യഥ പിന്നെയും തീവ്രമായി.

അന്ന മുന്നോട്ടു രണ്ടു ചുവടു നീങ്ങി ദുഃഖിതമായ സ്വരത്തിൽ വിളിച്ചു:

"ക്രിസ്!"

അയാൾ വിശുദ്ധ ഗ്രന്ഥത്തിൽ നിന്ന് മുഖമുയർത്തി. അന്നയെ മുന്നിൽകണ്ടപ്പോൾ അയാളുടെ ആശ്ചര്യം അതിരറ്റതായിരുന്നു.

"അന്നാ!"

അയാൾ അവളുടെ മുന്നിൽചെന്നുനിന്ന് ആശ്ചര്യത്തോടെ ഉറ്റുനോക്കി.

"അതെ, അന്ന തന്നെ. ദൈവമേ, അന്ന തന്നെ. എന്റെ അന്ന.." അയാൾ സന്തോഷം സഹിക്കവയ്യാതെ ഉറക്കെ കരഞ്ഞു. പൊടുന്നനെ

അന്നയുടെ വസ്ത്രങ്ങളും മുഖവും ഉടലാകെയും രക്തമയമായി. അവളുടെ വിടർന്ന കണ്ണുകളിൽ നിന്ന് രക്തമൊഴുകി. അയാൾ വിറങ്ങലിച്ചു നിന്നു.

"ക്രിസ്, ഞാനുമുണ്ട്." അന്നയുടെ പിറകിൽ നിന്ന് ക്ലാര അയാളോടു പറഞ്ഞു.

അയാൾ വിറച്ചും കിതച്ചും അവളുടെ മുന്നിലെത്തി.

"എന്നോടു ക്ഷമിക്കണം ക്രിസ്. എന്തുമാത്രം അങ്ങയെ വിഷമിപ്പിച്ചു ഞാൻ. കിടക്കയ്ക്കരികിൽ നിന്നു മാറാതെ അങ്ങ് എന്നെ പരിചരിച്ചു. ആ സ്നേഹം കൊണ്ട് എത്ര ശാന്തമായി എനിക്കു മരിക്കാൻ കഴിഞ്ഞു!"

അയാൾ അതുകേട്ട് ഏറെ വികാരാധീനനായി. നിമിഷങ്ങളോളം നിശ്ശബ്ദത പാലിച്ചശേഷം ഒരുകുമ്പസാരമെന്നോണം അയാൾ ഇപ്രകാരം പറഞ്ഞു:

"സത്യത്തിൽ നിനക്ക് എന്നെ സ്നേഹിക്കാനാവുമോയെന്ന് എനിക്കു അതിയായ ആശങ്കയുണ്ടായിരുന്നു, കത്തീഡ്രലിൽ വെച്ച് നിന്റെ കൈ തൊടുമ്പോൾപോലും എന്റെ മനസ്സ് സംശയാകുലമായിരുന്നു. എനിക്ക് അന്നയോടുള്ള സ്നേഹം നിന്റെയുള്ളിൽ അസൂയ ഉളവാക്കുമോയെന്ന് പേടിച്ചു ഞാൻ."

ശോകാത്മകമായി മന്ദഹസിച്ച് ക്ലാര ചോദിച്ചു:

"എന്നിട്ടോ?"

സ്വയം നിന്ദിക്കുന്നതുപോലുള്ള ഒരു ഭാവത്തോടെ അയാൾ പറഞ്ഞു:

"നിന്റെ മനസ്സ് വിശുദ്ധമായിരുന്നു. എന്നോടു നീ വലുതായ അനുകമ്പ കാട്ടി. ഞാനൊരു വെറും സ്വാർത്ഥിയായിരുന്നിട്ടുപോലും..."

അയാളുടെ ഒച്ച ചിലമ്പി. ഒരു ശിശുവെന്നോണം അയാൾ കരയുകയായി. ക്ലാര തന്റെ തണുത്ത കൈത്തലങ്ങളിൽ അയാളുടെ മുഖം ഒതുക്കിപ്പിടിച്ച് വ്യാകുലതയോടെ പറഞ്ഞു:

"ഇങ്ങനെ ദുഃഖിക്കരുതേ. ധൈര്യമായിരിക്കൂ."

പിന്നെ മുറിക്കകമേ നിശ്ശബ്ദതയായി. അയാൾ ഉറങ്ങി.

അന്നയും ക്ലാരയും അയാളിൽ മിഴിനട്ട് നിശ്ചേഷ്ടരായി നിന്നു. ഒരു പാടുനേരം അങ്ങനെ കഴിഞ്ഞു. ക്ലാര അന്നയുടെ ചുമലിലേക്കു മെല്ലെ തല ചായ്ച്ചു. അന്ന ക്ലാരയുടെ മുതുകിൽ സാന്ത്വനത്തിനായി പതുക്കെ തട്ടിക്കൊണ്ടിരുന്നു.

മുറിയിലേക്കു ജാലകത്തിലൂടെ തണുപ്പ് കടന്നുവന്നു.

പ്രിയപ്പെട്ട രഹസ്യങ്ങൾ

കാറ്റും മേഘങ്ങളും പുഴയും മരങ്ങളും പാറകളും പുൽമേടുകളും അറിയുന്നു: പല രഹസ്യങ്ങളും ചോർന്നുപോകുന്ന കാലമാണിത്; മദ്ധ്യ വേനൽ.

അങ്ഹ! ഒരു പക്ഷിക്കൂട്.

ഇതാ ഒരു രഹസ്യം കൂടി ചോർന്നു പോകുന്നു. മാനംമുട്ടെ വളർന്ന മരത്തിന്റെ നെറുകയിലെ പക്ഷിക്കൂട് ഒരാൺകുട്ടിയുടെ കണ്ണിൽ പെട്ടു കഴിഞ്ഞു. നൊടിനേരംപോലും ആലോചിച്ചു നില്ക്കാതെ അവൻ ഉത്സാഹപൂർവ്വം മരത്തിലേക്കു പാഞ്ഞുകയറി മെയ് വഴക്കത്തോടെ അതിവേഗം പക്ഷിക്കൂടിനു നേരെ നീങ്ങുകയായി.

മരച്ചില്ലകളിൽ കാറ്റു വീശുന്നുണ്ടായിരുന്നു. അവൻ ഒരു കൊമ്പിൽ ചവിട്ടിനിന്ന് നാലുപാടും കണ്ണോടിച്ചു. പൊടുന്നനെ അവന്റെ കണ്ണുകൾ വിസ്മയം കൊണ്ട് വിടർന്നു. മരത്തിൽ മുറുകെ പിടിച്ച് അവൻ ഉദ്വേഗത്തോടെ കഴുത്തുനീട്ടി.

"വല്ലവരും കണ്ടാലോ"

"ഈ നേരത്തിങ്ങോട്ട് ആരു വരാനാ"

"വന്നെങ്കിലോ"

"കാണും"

"എനിക്കു പേടിയാകുന്നു"

"ഞാനില്ലേ"

അവൻ അവളുടെ മുഖം തന്റെ കൈകളിൽ ഒതുക്കി.

"വിയർക്കുന്നു."

"വേനൽക്കാലമല്ലേ."

അവളുടെ നെറ്റിയിലും കൺതടങ്ങളിലും കവിളുകളിലും വിയർപ്പ് പൊടിഞ്ഞിരുന്നു. അവർ പരസ്പരം കണ്ണുകളിൽ നോക്കി. അവൻ പതുക്കെ അവളുടെ കീഴ്ച്ചുണ്ടിൽ തൊട്ടു. പുൽനിരകളിലൂടെ ഒരുകാറ്റ് കടന്നുപോയി.

"ഞാൻ പോകട്ടെ. നേരം കുറെയായി. ഇത്രേം അലക്കാനുണ്ട്."

"നാളെ വരില്ലേ"

"ഉം"

അവൾ അലക്കാനായി കൊണ്ടുവന്നതൊക്കെയുമെടുത്ത് പാറയുടെ നിഴലിൽ നിന്ന് പുൽനിരകളിലൂടെ നടന്നു.

ആ മരത്തിനുകീഴെ എത്തുമ്പോഴും അവളുടെ മുഖത്തു മന്ദഹാസം ബാക്കിനിന്നിരുന്നു. പക്ഷേ പെട്ടെന്ന്...

"ഞാൻ കണ്ടല്ലോ" മരത്തിൽനിന്ന് ചാടിയിറങ്ങി അവൻ തിടുക്കത്തിൽ പറഞ്ഞു.

"എന്ത്?"

അവളുടെ മുഖം വിവർണ്ണമായി.

"എല്ലാം" അവൻ മരത്തിന്റെ നെറുകയിലേക്കു വിരൽ ചൂണ്ടി. "ഞാനവിടെ നില്ക്കുകയായിരുന്നു. പക്ഷിക്കൂടെടുക്കാൻ കയറിയതാ."

അവന്റെ കൈയിൽ പക്ഷിക്കൂടുണ്ടായിരുന്നില്ല. വിയർത്ത കൈവെള്ളകൾ അവൻ നിക്കറിൽ തുടച്ചു. അവളുടെ ദേഹമാകെ വിയർപ്പിൽ നനഞ്ഞിരുന്നു. ഇടതു കവിളിൽ നനഞ്ഞ മുടിയിഴകൾ.

അവൾ അവന്റെ ചുമലിൽ കൈവെച്ചു. പക്ഷേ, അവൻ അതു തട്ടിമാറ്റി മുന്നോട്ടു നടന്നു.

"ഇപ്പോതന്നെ ഞാനിത് നിങ്ങടെ കെട്ടിയോനോട് പറഞ്ഞു കൊടുക്കുന്നുണ്ട്."

"വെറ്തെ വേണ്ടാട്ടോ."

"പറയും." ശക്തിയായി തലയിളക്കി അങ്ങനെ ഉറപ്പിച്ചു പറഞ്ഞ് പുല്ലിലൂടെ ഒട്ടുദൂരം ഓടി ഒരു നിമിഷം നിന്ന് അവൻ പിന്നെയും ഒച്ചയെടുത്തു. "എല്ലാവരോടും പറയും."

"പറയല്ലേ. എന്നെ കൊന്നുകളയും."

"കൊല്ലട്ടെ."

പകയോടെ മുഖം വെട്ടിച്ച് അവൻ തിരിഞ്ഞു നോക്കാതെ ഓടി. മരങ്ങൾക്കിടയിലൂടെ മദ്ധ്യവേനൽക്കാറ്റിനൊപ്പം അവൻ പാഞ്ഞുപോയി. അയാളെ എവിടെ കാണുമെന്ന് അവനു നല്ല നിശ്ചയമുണ്ടായിരുന്നു

അയാൾ, തൂണുകളിൽ ഉറപ്പിച്ചുവെച്ച ഒരു മുട്ടൻ മരത്തടിക്കു മീതെ അറപ്പുവാളിൽ കൈകൾ ചേർത്തു നില്ക്കുകയായിരുന്നു. അറപ്പുവാളിനൊത്ത് അയാളുടെ ദേഹം കുനിയുകയും നിവരുകയും ചെയ്തു കുഴിയിലേക്കു പൊടി ഊർന്നുവീണുകൊണ്ടിരുന്നു. വലതുവശത്ത് തീക്ഷ്ണമായ നിറമുള്ള പലകകൾ.

ഒരു ബീഡി കത്തിക്കാനായി അയാൾ നിവർന്നു. അറപ്പുവാൾ നിശ്ച ലമായി. ബീഡി കത്തിച്ച് അയാൾ തീപ്പെട്ടി കുഴിയിലുള്ള ചങ്ങാതിക്ക് എറിഞ്ഞു കൊടുത്തു.

"ങ്ഹ ഇതാര്!"

അവൻ ഓടിത്തളർന്നിരുന്നു.

"താനൊര് പ്രേതത്തെ കണ്ടേച്ച് വരികയാണെന്ന് തോന്നുന്നല്ലോ."

അവൻ മുഖത്തെ വിയർപ്പ് തുടയ്ക്കുകപോലും ചെയ്യാതെ അയാളെ മിഴിച്ചുനോക്കി. അയാൾ ചിരിച്ചു.

"പള്ളിക്കൂടമടച്ച് ഒരാഴ്ചയായിക്കാണില്ല. ഇവന്റെയൊക്കെ കോലം കണ്ടില്ലേ."

"വെയിലിൽനിന്നു മാറിയിട്ടു വേണ്ടേ. വീട്ടിലെ മൂന്നെണ്ണം ചെകു ത്താന്റെ പിള്ളേരെപ്പോലെയായി ഇത്രേം ദിവസംകൊണ്ട് തന്നെ." കുഴി യിൽ നിന്ന് ചിരിയുയർന്നു.

"ജയിച്ചതും തോറ്റതുമൊക്കെ എന്നാ അറിയുക?"

"എന്തോ."

"സാറന്മാര് അതൊന്നും പറഞ്ഞില്ലേ?"

"അവന്മാര് തെരക്കിനെടയില് അതൊക്കെ മറന്നു കാണും."

വീണ്ടും ചിരി.

"താനിനി പള്ളിക്കൂടത്തിലൊന്നും പോകണ്ട. ഞങ്ങടയൊപ്പം കൂടി ക്കോ."

"അതു കൊള്ളാം."

"അല്ല. താൻ പോവ്വാണോ?"

നിരത്തിലെത്തി അവൻ തിരിഞ്ഞുനോക്കി. അറപ്പുവാൾ പിന്നെയും നീങ്ങിത്തുടങ്ങിയിരുന്നു. അവൻ പതുക്കെ നടന്നു. അവന് എങ്ങും പോകാനുണ്ടായിരുന്നില്ല. അതുകൊണ്ട് ഒട്ടും ധൃതിവെക്കാതെ നടന്നു. അവന്റെ മുഖം ഇരുണ്ടിരുന്നു.

"ഏയ്!"

നിരത്തുവക്കിലെ ഒരു വെണ്ടേക്കിന്റെ മുകളിൽ ഇരുന്ന് കൂടെ പഠി ക്കുന്നൊരു കുട്ടി അവനെ വിളിച്ചു:

"നമുക്കു ഗോലി കളിക്കാം."

അവൻ പെട്ടെന്നു തോന്നിയ അരിശത്തിന് നിരത്തിലേക്കു കുനിഞ്ഞു ഒരുപിടി ചരൽമണ്ണുവാരി മരത്തിലെ കൂട്ടുകാരന്റെ നേർക്കെ റിഞ്ഞു.

"എടാ!" കൂട്ടുകാരന് അവന്റെ പെരുമാറ്റത്തിൽ അതിശയമായി. നിക്ക റിന്റെ കീശ നിറയെ ഉള്ള ഗോലികളിൽ കൈ തട്ടി അഭിമാനത്തോടെ ഒച്ച കേൾപ്പിക്കുമ്പോഴാണ് ചരൽമണ്ണുകൊണ്ടുള്ള ഏറ്. അതും ഒരുകാ രണവുമില്ലാതെ. എന്നിട്ട് ഒരു കൂസലുമില്ലാതെ നടന്നുപോവുകയാണ്.

ഉം. നിന്നെ എന്റെ കൈയിൽ കിട്ടാതിരിക്കില്ല. ഇടിച്ച് മൂക്കു പരത്തിയില്ലെങ്കിൽ നോക്കിക്കോ!

അടുത്ത ഊഴം പന്നികളുടേതായിരുന്നു. അവയിൽ ഏറ്റവും കൊഴുത്തതിന്റെ പള്ളയ്ക്ക് ഊക്കോടെ ഒരു കല്ല് വന്നു തട്ടി. അതു നിലവിളിച്ചുകൊണ്ട് പാഞ്ഞു. കൂടെ മറ്റുള്ളവയും. പരക്കം പാച്ചലിനിടയിൽ ഒരു ചെറിയ പന്നി മറിഞ്ഞു വീണ് വെപ്രാളപ്പെട്ട് പിടയുകയും കരയുകയും ചെയ്തു. ഏറുകൊണ്ട് പന്നി ദൂരെയൊരു തണലിലെത്തി നിന്ന് അമ്പരപ്പോടെ തിരിഞ്ഞുനോക്കി. അതിന് ഒരെത്തും പിടിയും കിട്ടിയില്ല. വല്ലതാന്തോന്നിച്ചെറുക്കന്മാരുമാവും. എന്നാലും ഇങ്ങനെയുണ്ടോ ഒരു..

വളരെ സൂക്ഷ്മതയോടെ മണ്ണു ചികഞ്ഞു നോക്കുകയായിരുന്ന ഒരു പറ്റം കോഴികൾ പെട്ടെന്ന് വലുതായ പരിഭ്രമത്തിൽ നാലുപാടും ചിതറി. പൂവൻ പാഞ്ഞും പറന്നും ഒരു വൈക്കോൽകൂനയ്ക്കുമേൽ കയറിപ്പറ്റി ബഹളം വെച്ചു.

"നീ പോയില്ലേ."

"ഓ!"

"എന്താ പേടിച്ചു പോയോ."

"ഞാൻ കരുതി... അയാളാണെന്ന്..."

"ങ്ഹും? അയാള് പണിക്കു പോയാൽ സന്ധ്യയോടെയല്ലേ വരാറുള്ളൂ."

"ഞാൻ പേടിച്ചിരിക്കയായിരുന്നു."

"എന്തുപറ്റി? തുറന്നുപറ."

"കുഴപ്പമായി. അവിടത്തെ ആ ചെറുക്കനില്ലേ, അവൻ നമ്മളെ കണ്ടു."

"എങ്ങനെ?"

"അവനാ മരത്തിന്റെ മണ്ടേല് കയറി ഇരിക്കയായിരുന്നു."

"ശ്ശെടാ. ഇതാരറിഞ്ഞു! അവനെന്തിനാ ചുമ്മാ മരത്തിന്റെ മണ്ടേല് കുത്തിയിരുന്നത്!"

"പക്ഷിക്കൂടെടുക്കാൻ കയറിയതാത്രെ."

"ഉം. നീയതു കാര്യമാക്കേണ്ട. ഇത്തിരിപ്പോന്ന ചെറുക്കനല്ലേ. അവനത് അപ്പോഴേ മറന്നുകാണും."

"കേൾക്ക്, അവൻ അയാളോട് ഇപ്പോ പറഞ്ഞുകൊടുക്കുംന്ന് പേടിപ്പിച്ച് ഓടിപ്പോയേക്കുകാ."

"നേരോ."

"എന്റെ ഉള്ള് കാളുന്നു."

"അവൻ ചെലപ്പോ ചുമ്മാ വെരട്ടിയതാവും."

"എനിക്ക് ഒരു സമാധാനവുമില്ല ആലോചിച്ചിട്ട്. അവനെങ്ങാനും ചെന്നു പറഞ്ഞാൽ അയാള്..."

"നീ വെഷമിക്കാതിരിക്ക്. ഞാൻ ചെന്നു നോക്കാം."

അവളുടെ മുമ്പാകെ ധൈര്യം കാട്ടുകയും ചിരിക്കയും ചെയ്തുവെന്നതു നേരുതന്നെ. പക്ഷേ, വാസ്തവത്തിൽ അവന്റെയുള്ളിൽ ഭയമായിരുന്നു. ആ ചെറുക്കൻ ഓടിപ്പോയത് അയാളെ അറിയിക്കാനാണെങ്കിൽ തീർച്ചയായും പേടിക്കാതെ പറ്റില്ല. അയാൾ പിണങ്ങിയാൽ ആളു പിശകാണ്. എന്തുചെയ്യാനും മടിക്കില്ല. എന്റീശ്വരാ. ഭയം തോന്നുന്നല്ലോ. ഉഷ്ണം പെട്ടെന്ന് അധികമായോ, വല്ലാതെ വിയർക്കുന്നല്ലോ. വരണ്ടു വിളറിക്കിടന്ന ഒറ്റയടിപ്പാത വിട്ട് കശുമാവുകളുടെ ഇരുണ്ട നിഴലുകളിൽ കുറേനേരം ചുറ്റി നടന്നു. വിയർപ്പ് അല്പമൊന്നു ആറി. മനസ്സ് പക്ഷേ, വിറയ്ക്കുകയായിരുന്നു. ആ ചെറുക്കനെ കണ്ടുകിട്ടിയെങ്കിൽ..

അവൻ പുരയിടത്തിലെങ്ങും ഇല്ലായിരുന്നു. അവന്റെ അമ്മ ഉടലിലെ വിയർപ്പു കുരുക്കൾ നീറി കരയുന്ന കുഞ്ഞിനെയുമെടുത്തു വീടിന്റെ തിണ്ണയിൽ ഇരുന്നു. ഒരു വശത്ത് കയറ്റു കട്ടിലിന്റെയടുത്തായി കല്ലു കളിച്ചുകൊണ്ട് രണ്ട് പെൺകുട്ടികൾ.

ചോദിച്ചത് അവന്റെ അച്ഛനെയാണ് അയാൾ ചിറ്റമ്മയുടെ മകന് പെണ്ണിനെ കണ്ടെത്താനായി ദൂരെയെങ്ങോ പോയിരിക്കുകയായിരുന്നു.

"കുറച്ചു വെള്ളം തരാമോ. എന്തൊരു ചൂട്!"

വെള്ളം കുടിക്കുന്നതിനിടയിൽ പ്രത്യേകിച്ച് കാര്യമൊന്നുമുണ്ടായിട്ടില്ലെന്നപോലെ തിരക്കി.

"നിങ്ങടെ ചെറുക്കനെവിടെ?"

"അങ്ങേര് പോയ ഉടനെ അവനും ഇറങ്ങി. പിന്നെ ഉച്ചയായപ്പോ എവിടെ നിന്നോ ചാടിക്കയറി വന്നു ചോറിനിരുന്നു. അതുകഴിഞ്ഞ് കൈ കഴുകാൻ പോണത് കണ്ടിരുന്നു. ഇനി ചായ കുടിക്കാൻ വന്നാലായി. ഇല്ലേൽപിന്നെ നേരമിരുട്ടിയേ ഇങ്ങെത്തൂ."

"ഇപ്പോഴത്തെ പിള്ളേർടെ ഓരോ സമ്പ്രദായങ്ങള്!"

വലിയൊരു മാവിനു ചുറ്റുമായി ഓടിക്കളിക്കുന്ന കുട്ടികൾ. അടുത്തു ചെന്നു നോക്കി. അവനില്ല കൂട്ടത്തിൽ.

കശുമാവിന്റെ തണലിലിരുന്നു മുതിർന്നവരുടെ ഗൗരവത്തോടെ ചീട്ടു കളിക്കുന്ന കുട്ടികൾ. കാണാനുമുണ്ട് ചിലർ. ഒരു കളിക്കാരൻ താൻ വലിച്ചുകൊണ്ടിരുന്ന ബീഡി അടുത്തിരിക്കുന്നവന് കൈമാറി. ചീട്ടുകൾ വളരെ പഴയവ.

ഇല്ല. അവിടെയും അവനില്ല.

നിഴലുകൾ ചാഞ്ഞു കിടന്നു. എതിരെനിന്ന് ഒരു തന്തയും മകനും വന്നു. മകന്റെ ഇടതുകൈ പ്ലാസ്റ്ററിൽ.

"ഇവനേംകൊണ്ട് ആശുപത്രീല് പോയതാ."

"ഓഹോ."

"പള്ളിക്കൂടം അടയ്ക്കാതിരുന്നെങ്കിൽ അത്രേം നല്ലതായിരുന്നു."

“അതൊന്നു കൂടി പറ!”

അങ്ങനെ പറഞ്ഞു തീർന്നതേ ഉള്ളു; തീ പാറുന്ന ഒരു നോട്ടം മകനിൽനിന്ന്. വിരണ്ടുപോയി.

ചാഞ്ഞ നിഴലുകളിലൂടെയും കരിയിലകളിലൂടെയും അങ്ങോട്ടുമിങ്ങോട്ടും നടക്കുമ്പോൾ മനസ്സു നിറയെ ഭയാശങ്കകളായിരുന്നു. ഇനി എന്താണ് സംഭവിക്കുക. ആകെ ചോരയിൽ കുളിച്ച് അവൾ എന്റെ നേർക്ക് ഓടി വരികയോ, അതോ നിലവിളിച്ചുകൊണ്ട് ഞാൻ അവളുടെ നേർക്ക് ഓടിപ്പോകുകയോ. മരണം ആരെയാണ് തൊട്ടുവിളിക്കുക.

“നീ എന്തെടുക്കുകാ അവ്ടെ. ഈ ചെറുക്കനെ കുളിപ്പിക്കണ്ടേ. ഇവന്റച്ഛൻ ഇപ്പോഴിങ്ങു വരും. അവൻ വരുമ്പോ ഇങ്ങനെയാണ് കാണുന്നതെങ്കില്..”

അതെ. അമ്മ പറയുന്നതു നേരാണ്. മോനെ കുളിപ്പിക്കാതെ കണ്ടാൽ അവന്റെ അച്ഛന് അരിശം വരും. അവന്റെ അച്ഛൻ വരാറായി. ഈശ്വരാ. അവൾ കുഞ്ഞിനെയെടുത്ത് വാഴകൾക്കിടയിലേക്കു നടന്നു.

അയാൾ തന്റെ നീണ്ട അറപ്പുവാളുമായി നിരത്തിലൂടെ നീങ്ങി. അറപ്പുവാളിനു പുറമെ ചോറ്റുപാത്രവുമുണ്ടായിരുന്നു അയാളുടെ കൈയിൽ. ചോറ്റുപാത്രം നിറയെ ഞണ്ടുകളായിരുന്നു. പണി തീർന്ന് മടങ്ങാറായപ്പോഴാണ് മീൻ വില്പനക്കാരന്റെ കൂവൽ കേട്ടത്. കട്‌ലയോ, മത്തിയോ ആയിരിക്കുമെന്നു കരുതി. വിളിച്ചു തിരക്കിയപ്പോൾ രണ്ടുമല്ല. ഞണ്ടുകറി കഴിച്ചിട്ട് നാളു കുറേയായി. അധികം വലുതല്ല ഉം. എന്തായാലും ഞണ്ടുകളാണേ! ഇറച്ചി കുറവായിരിക്കുമെങ്കിലും ഞണ്ടിന്റെ രുചി കാണാതിരിക്കില്ലല്ലോ. കുരുമുളക് ചേർത്ത് ചാറില്ലാതെ വരട്ടിവെക്കണം. ഞണ്ട് അങ്ങനെ പാകപ്പെടുത്തിയാലാണ് സ്വാദ്. അയാൾ ഉന്മേഷത്തോടെ നടന്നു. കശുമാങ്ങയുടെ ചാരായം ഒരു ഗ്ലാസ് കഴിച്ചു മതി അത്താഴം. എന്നിട്ട്...

അയാൾ എന്തോ ഓർത്തു ചിരിച്ചു.

ആവൂ!

ഇപ്പോഴാണ് ശ്വാസം നേരെ വീണത്. ഈ കുടപ്പനയ്ക്കു പിറകിൽ മറഞ്ഞു നില്ക്കാൻ തുടങ്ങിയിട്ട് നേരം ഒരുപാടായി. ഇതുവരെ മനസ്സ് പിടയ്ക്കുകയായിരുന്നു. ഹഹ എന്തുമാത്രം പേടിച്ചു. മനസ്സെന്നു പറയുന്നത് എന്തൊരു വിചിത്രമായ ഏർപ്പാടാണ്! ഇത് ഒരാളെ കൊല്ലും. ഇപ്പോൾ പരിഹസിക്കയാണ്.

ഒരു കാറ്റ് പനയോലകൾ തമ്മിലുരഞ്ഞ് ഒച്ച വെക്കുന്നു. ചൂളം വിളിക്കാൻ തോന്നുന്നു.

അവൻ ചൂളം വിളിച്ചുകൊണ്ട് വർദ്ധിച്ച സന്തോഷത്തോടെ നടന്നു.

അവൾ ഭയന്നു വിറച്ചിരിപ്പാവും ഇപ്പോൾ. ങ്ഹാ, കുറച്ചുനേരം കൂടി അങ്ങനെ കഴിയട്ടെ. നാളെ കാണുമ്പോൾ പറഞ്ഞു ചിരിക്കാം. ഏതായാലും ഓർക്കാൻ രസമുണ്ട്. ഹഹ.

ഓലമറയ്ക്കുള്ളിലൂടെ ദൂരെ വഴിയിലേക്കു നോക്കിക്കൊണ്ട് അവൾ വീർപ്പടക്കി നിന്നു. ഇരുണ്ടു തുടങ്ങിയ കശുമാവുകൾക്കപ്പുറം അയാളുടെ രൂപം തെളിഞ്ഞു. അയാൾ വരികയാണ്. അവൾ ഉറ്റുനോക്കി.

അയാൾ മുറ്റത്തെത്തി അവളെ വിളിച്ചു.

അവൾ വന്നപ്പോൾ അയാൾ ചോറ്റുപാത്രം അവളുടെ നേർക്കുനീട്ടി.

"തുറന്നുനോക്ക്"

അവൾ അതനുസരിച്ചു.

"വേറെ കറിയുണ്ടാക്കിയോ?"

"ഉം. പരിപ്പ്."

"അതു സാരമില്ല. ഇത് കുരുമുളകിട്ട് വരട്ടിയാൽ മതി."

അവൾ അകത്തേക്കു നടന്നു.

"ചെറുക്കനെവിടെ?"

"ഉറങ്ങുന്നു."

"അമ്മയോ?"

"അപ്പുറത്തുണ്ട്."

"ദാഹിച്ചിട്ടു വയ്യ. കുടിക്കാനെന്തേലും കൊണ്ടുവാ."

അയാൾ ഷർട്ടഴിച്ച് സ്വയം വീശി. ദേഹത്തുനിന്ന് വിയർപ്പുനാറ്റം ഉയരുന്നുണ്ടായിരുന്നു

അവൾ അകത്തുചെന്നു വാ പൊത്തി ചിരയടക്കി. പെട്ടെന്ന് അവളുടെ കൈയിൽ നിന്ന് ചോറ്റുപാത്രം തറയിൽ വീണു. അതിലുണ്ടായിരുന്ന ഞണ്ടുകൾ നിലത്തു ചിതറി. അവൾ സംഭ്രമത്തോടെ നിലവിളിക്കാനോങ്ങി. പക്ഷേ, സംഭ്രമം നൊടിനേരത്തിനകം അവളെ വിട്ടകന്നു. അവൾ സ്നേഹമറിഞ്ഞു. അയാൾ പിറകിൽ നിന്ന് ചേർത്തുപിടിച്ച് ഒരു വെമ്പലോടെ അവളെ തന്റെ സ്നേഹമറിയിച്ചു. അയാൾ അവളെ ചേർത്തു പിടിക്കയും ബലമായി അവളുടെ ചുണ്ടുകളിൽ ഉമ്മവെയ്ക്കുകയും ചെയ്തു.

"ഇതെന്തോന്ന് കളി!" അവൾ അയാളെ പതുക്കെ തള്ളി മാറ്റി. അടുത്ത നിമിഷത്തിൽ അവൾ അയാളെ പരിഹസിക്കുമാറ് ചിരിക്കുകയായി.

അയാളും ചിരിച്ചു.

"പെട്ടെന്നങ്ങനെ തോന്നി."

അയാളുടെ ശബ്ദം അല്പം ജാള്യം കലർന്നതായിരുന്നു.

"നോക്കണം. ഞണ്ടു മുഴുവനും തറേലാ."

"ഞാൻ വാരിയെടുക്കാം. നീ കുടിക്കാൻ വെള്ളമെടുത്തോണ്ട് വാ. പച്ചവെള്ളം മതി."

അവൾ വെള്ളമെടുത്തു വരുമ്പോഴേക്കും അയാൾ ഞണ്ടുവാരി പാത്രത്തിൽ നിക്ഷേപിച്ചു കഴിഞ്ഞിരുന്നു. അവൾ വാതില്ക്കൽ നിന്ന് അയാളെ നോക്കി ചിരിച്ചു.

അയാൾ പിന്നീട് കുളിക്കാനായി പുഴയിലേക്കു പോയി. പുഴയിൽ അവനുണ്ടായിരുന്നു. മുങ്ങി നിവർന്ന് അയാളെ നോക്കി ചിരിച്ചു.

അയാൾ പറഞ്ഞു:

"കാണാറേ ഇല്ലല്ലോ ഈയിടെയായി."

അവൻ പറഞ്ഞു:

"ഞാനിവിടെയൊക്കെത്തന്നെ ഉണ്ട്."

"ഓഹോ, ഞാൻ വിചാരിച്ചു എങ്ങാണ്ടോ പോയെന്ന്."

"എവിടെപ്പോകാനാ. അതും കൂടെ പറ."

"കളിയൊന്നും ഇല്ലേ ഇപ്പോ."

"കഴിഞ്ഞയാഴ്ച ഇത്തിരി നഷ്ടം പറ്റി. അതുകൊണ്ടു തല്ക്കാലത്തേക്ക് നിർത്തിയിരിക്കയാ."

"അതു കൊള്ളാം."

"ചേട്ടന്റെ പണിയൊക്കെ എങ്ങനെ?"

"ഓ, ഇങ്ങനെ പോകുന്നു."

അയാൾ പുഴയിൽ മുങ്ങി. അവൻ മലർന്ന് അലസമായി നീന്തി. ചുറ്റും നേർത്ത ഇരുട്ട്.

ഇപ്പോൾ പുഴയിൽ അവൾ കുളിക്കുന്നു. മറ്റാരുമില്ല. അവളുടെ വസ്ത്രങ്ങളെല്ലാം കരയിലുള്ള ഒരുകല്ലിന്മേൽ. നഗ്നമായ മാറിടം വെളിവാക്കിക്കൊണ്ട് അവൾ ജലത്തിൽ ഉയർന്നു. മുഖത്തേക്കു വീണ മുടി ഇരുവശത്തേക്കും വകഞ്ഞുമാറ്റുകയും ചിരിക്കുകയും ചെയ്തു. ആരോ അവളെ സ്വപ്നം കാണുകയാണ്. അതെ ആരോ അവളെ തന്റെ ഉറക്കത്തിൽ കാണുകയാണ്. അവൾ ചിരിക്കുന്നു..

"അല്ല, ഇവിടെ സ്ഥിരമാണോ?"

തലേന്നു താൻ പക്ഷിക്കൂടു കണ്ടെത്തിയ മരത്തിനു കീഴെ ഇരിക്കയായിരുന്നു അവൻ. അവൾ ചിരിച്ചുകൊണ്ട് അവന്റെയടുത്തെത്തി.

"പേടിപ്പിച്ചു കളഞ്ഞല്ലോ ഇന്നലെ."

അവൻ മണ്ണിലേക്കു നോക്കി മെല്ലെ ചിരിച്ചു.

അവൾ അവന്റെ അടുത്തിരുന്നു

"വലിയ മിടുക്കായിപ്പോയി. ഞാൻ പേടിച്ച പേടിക്കല്!"

അവൾ മണ്ണും പുൽ നുറുങ്ങുകളും വാരി അവന്റെ മുഖത്തേക്കെറിഞ്ഞു. അവൻ ഒന്നും പറയാതെ ചിരിച്ചുകൊണ്ട് അവ തട്ടിക്കളയുമ്പോൾ ഒരു ചൂളം വിളി.

ഇരുവരും അങ്ങോട്ടുതിരിഞ്ഞു.

തെല്ലകലെ പുൽനിരകൾക്കിടയിലായി.

അവൾ ചാടിയെഴുന്നേറ്റു. അവന്റെ മുഖം വിളറി വെളുത്തു. അവൾ അവനെ നോക്കി ഒന്നു ചിരിച്ചശേഷം പുൽനിരകളുടെ നേർക്കു നടന്നു.

പുൽനിരകൾ കാറ്റിൽ ചാഞ്ഞുകൊണ്ടിരുന്നു.

അവൻ പെട്ടെന്ന് പിടഞ്ഞെഴുന്നേറ്റ് ശബ്ദമുയർത്തി വിളിച്ചു പറഞ്ഞു.

"ഞാൻ പറയും."

അവൾ അത്ഭുതം പൂണ്ട് തിരിഞ്ഞു നോക്കി. പിന്നെ ദേഹമാകെ ഉലയും മട്ടിൽ ചിരിച്ച് അവനെ തീരെ വകവയ്ക്കാതെ മുന്നോട്ടാടി.

"പറയും."

അവൻ കരച്ചിലിന്റെ വകത്തെത്തിയ ശബ്ദത്തിൽ വീണ്ടും ഉറക്കെ പറഞ്ഞു.

അഴിച്ചുവെച്ച വേഷം

വളരെക്കാലത്തിനു ശേഷം ഒടുവിൽ ഇന്റൻസീവ്കെയർ യൂണിറ്റിൽ കിടക്കുമ്പോൾ മറ്റു തിരക്കുകൾക്കിടയിൽ താൻ മറന്നുപോയ ഒരു കാര്യം അയാൾക്ക് ഓർമ്മ വന്നു.

താൻ വിവാഹം കഴിച്ചിട്ടില്ല.

നാളെയോ മറ്റന്നാളോ മരിച്ചു കഴിഞ്ഞാൽ പത്രങ്ങളിൽ വരാനിടയുള്ള ചരമക്കുറിപ്പുകളിൽ ഈയൊരു പരാമർശം കൂടി ഉണ്ടാകും. പരേതൻ അവിവാഹിതനായിരുന്നു.

അയാൾ വിഷാദാത്മകമായ ഒരുചിരിയോടെ കിടക്കയിൽ മലർന്നു കിടന്നു. അങ്ങനെ കിടക്കവെ അയാളുടെ മനസ്സ് വളരെ പിറകോട്ടുപോയി. മഴച്ചാറലുള്ളൊരു സായാഹ്നം അയാളുടെ ഓർമ്മയിൽ തെളിഞ്ഞു. അയാൾ തന്റെ ചെറ്യമ്മാവന്റെ കൂടെ നാട്ടിൻപുറത്തുകൂടി നടക്കുകയായിരുന്നു.

ചെറ്യമ്മാവന് നരച്ച കൺപുരികങ്ങളാണ്. മുറിക്കൈയൻ വെള്ളയുടുപ്പിനു മീതെ തോളിലൊരു ചുട്ടിത്തോർത്ത്. മല്ല് മുണ്ടു നീളവും വീതിയും ഒത്തതാണെങ്കിലും ചെറ്യമ്മാവൻ ഒരു പ്രത്യേക രീതിയിൽ ഉടുക്കുന്നതുകൊണ്ട് അത് തീരെ ചെറുതാണെന്നു തോന്നും. നടക്കുമ്പോൾ ചെറ്യമ്മാവൻ അതിന്റെ ഒരറ്റം കൈയിൽ ഉയർത്തിപ്പിടിക്കും. പാദരക്ഷകളില്ല.

വളഞ്ഞ ചൂരൽക്കാലുള്ള വലിയ ശീലക്കുടയുമായി ചെറ്യമ്മാവൻ മുന്നിൽ നടന്നു. അയാൾ മഴച്ചാറലേറ്റുകൊണ്ട് പിറകിലും. വഴിക്കുവെച്ച് നിനച്ചിരിക്കാതെ മഴച്ചാറൽ തുടങ്ങിയപ്പോൾ തന്റെ കുടയിൽ അയാൾക്കും കൂടാമെന്ന് ചെറ്യമ്മാവൻ പറഞ്ഞിരുന്നു പക്ഷേ, മഴ സാരമില്ലെന്നു പറഞ്ഞ് അയാൾ പിറകിൽ തന്നെ നടന്നു

പതിമൂന്നുവയസ്സുള്ള ഒരു പെൺകുട്ടിയെ കാണാനുള്ള യാത്രയായിരുന്നു.

ചെറ്യമ്മാവന്റെ വാക്കുകളിൽ വലിയ ചുറ്റുപാടൊന്നുമില്ലെങ്കിലും നല്ല കുടുംബത്തിൽ പിറന്ന കുട്ടിയാണവൾ. അച്ഛൻ ടൗണിൽ ഒരു സേട്ടിന്റെ കണക്കെഴുത്തുകാരനാണ്. ഒറ്റമകൾ. ചെറ്യമ്മാവൻ കണ്ടിട്ടുണ്ട്. ഇരുനിറം. നല്ല മുഖശ്രീ. പേര് ലക്ഷ്മിക്കുട്ടി.

ഈ ആലോചനയിൽ നിന്നല്ല, വിവാഹത്തിൽ നിന്നുതന്നെ ഒഴിയാൻ അയാൾ ആവുന്നത്ര ശ്രമിച്ചു. രാഷ്ട്രീയപ്രവർത്തനത്തിനിടയിൽ വിവാഹം ഒരു തടസ്സമാകുമെന്ന് അയാൾ കരുതി. അയാൾക്കന്ന് ഇരുപത്തിയഞ്ചു വയസ്സാണ്. അതിനകം തന്നെ രണ്ടുതവണ അറസ്റ്റിലായി. വലിയ സമരങ്ങളും കൊടുങ്കാറ്റുകളും വരാനിരിക്കുന്നതേ ഉള്ളു. ചിന്തകൾക്കും വികാരങ്ങൾക്കും അനുദിനം തീക്ഷ്ണതയേറുകയാണ്. അതൊക്കെയും അയാൾ വീട്ടുകാരോടു പറഞ്ഞു. പക്ഷേ, ആരും അയാളുടെ നിലപാടിനോട് യോജിച്ചില്ല. അയാൾ പരാജിതനായി. ഇപ്പോൾ അയാൾ കീഴടങ്ങാൻ നിർബ്ബന്ധിതനായ ഒരാളുടെ ഭാവത്തിൽ തന്റെ ചെറ്യമ്മാവനെ പിന്തുടരുകയാണ്. പാതയുടെ അറ്റത്ത് ഒരു പെൺകുട്ടി കാത്തു നില്ക്കുന്നു.

അവർ ഇടവഴിയിൽ നിന്ന് വയൽവരമ്പിലേക്കുള്ള കല്പടവുകളിറങ്ങി. വയലുകളുടെ പച്ച നിറത്തിലൂടെ അവർ നടന്നു.

മഴച്ചാറൽ നിലച്ചിരുന്നു. എന്നിട്ടും ചെറ്യമ്മാവൻ കുട പൂട്ടിയില്ല.

ഒടുവിൽ വരമ്പുകൾ ഒടുങ്ങി. വീണ്ടും കല്പടവുകൾ. അങ്ങിങ്ങ് കശുമാവുകൾ വളർന്നുനില്ക്കുന്ന ഒരുചെരിവ്. ചരൽമണ്ണ്. പൊന്തകൾക്കിടയിൽനിന്ന് എത്തിനോക്കുന്ന ഒരു കുളക്കോഴി. ഒരു പറ്റം ചവറ്റിലക്കിളികളുടെ ചിലപ്പ്. മേഞ്ഞു നടക്കുന്ന കാലികൾ. കാറ്റ്.

എല്ലാം അയാൾക്കോർമ്മ വന്നു. വർഷങ്ങൾക്കപ്പുറം കേട്ട നേർത്ത ശബ്ദങ്ങൾപോലും താൻ വീണ്ടും കേൾക്കുന്നതുപോലെ അയാൾക്കു തോന്നി. കുന്നിൻ ചെരിവിലൂടെ വീശിയ ഈറൻ കാറ്റ് അയാളെ സ്പർശിച്ചു. അയാളുടെ ഓർമ്മയിൽ പക്ഷികൾ ചിലയ്ക്കുകയും ചിറകടിക്കുകയും ചെയ്തു. പൊന്തകളിൽ നിന്ന് ഒറ്റയടിപ്പാതയിലേക്കു നീണ്ട ചില്ലകൾ അയാളുടെ ദേഹത്തു തട്ടി. കണ്ണുകളിലേക്ക് തെച്ചിപ്പൂക്കളും കാറ്റിലാടുന്ന പുൽത്തലപ്പുകളും കടന്നുവന്നു. പിന്നെ വാഴക്കൂട്ടങ്ങളും തെങ്ങുകളും അവയ്ക്കു നടുവിലായുള്ള തേയ്ക്കാത്ത ചെങ്കൽച്ചുവരുകളുള്ള ഓടിട്ട ഒരു വീടും.

വീടിന്റെ പടിഞ്ഞാറ്റ വാതിലിനു നേരെ മുന്നിലായി ഒരു കതിർക്കറ്റ തൂങ്ങിക്കിടപ്പുണ്ടായിരുന്നു. വാതിൽപ്പടിക്കു ചേടികൊണ്ടുള്ള വരകൾ.

ഉമ്മറം ഓലകെട്ടിമറച്ചിരുന്നു. വരാന്തയ്ക്ക് അതിരിട്ടുകൊണ്ട് കെട്ടിയ അരഭിത്തിയിൽ ഇരക്കാനായി അതേ നീളത്തിലും വീതിയിലുമുള്ള ചിന്തേരിട്ട പലക.

അയാൾ പലകമേലിരുന്നു. ചെറ്യമ്മാവൻ വീട്ടിക്കസേരയിലും

"പതിവുള്ളതല്ല ഇതൊന്നും." പെണ്ണു കാണൽച്ചടങ്ങ് ഉദ്ദേശിച്ചു കൊണ്ട് ചെറ്യമ്മാവൻ വീട്ടുകാരണവരോട് ക്ഷമാപണസ്വരത്തിൽ പറഞ്ഞു: "ഇവന്റെ ഒരു തീരുമാനമാണ്. കല്യാണത്തിനുമുമ്പ് കുട്ടിയെ കാണണംന്ന് ഒറ്റ പിടിവാശി. ആയ്ക്കോട്ടെ, അല്ലേ?"

കാരണവർ ചാരുകസേരയിലിരുന്നു ഒരു ചെറുപുഞ്ചിരിയോടെ തല കുലുക്കി.

"മാറ്റങ്ങള് പലതും വന്നുകൊണ്ടിരിക്കയല്ലേ. തീവണ്ടിയും മോട്ടോർ വാഹനവും വരുംന്ന് നമ്മളാരെങ്കിലും കരുതിയതാണോ? അല്ലല്ലോ?"

"ശരിയാണ്." ചെറ്യമ്മാവൻ പറഞ്ഞു.

"അതൊക്കെ വന്നതുപോലെ ജീവിതത്തിലും കാഴ്ചപ്പാടിലുമൊക്കെ മാറ്റങ്ങള് വരാതെ പറ്റില്ലല്ലോ. കാലം വളരെ വേഗം മാറുകയാണ്. ഇരുപത്തഞ്ചോ, അമ്പതോ കൊല്ലം കഴിയുമ്പോ ഈ നാടൊക്കെ എങ്ങനെയായിരിക്കുംന്ന് ആർക്കാ പറയാൻ കഴിയുക!"

ചെറ്യമ്മാവൻ അതും ശരിവെച്ചു.

"ഇത്തിരി ചായ കഴിക്കാം. അല്ലേ?" കാരണവർ ചാരുകസേരയിൽ നിന്നെഴുന്നേറ്റു. ദീർഘ ശരീരം. നെഞ്ചിൽ വെള്ളിരോമങ്ങൾ. പിൻകുടുമ.

പിന്നെ അയാളുടെ ഓർമ്മയിൽ അന്നുകണ്ട പതിമൂന്നുവയസ്സുള്ള പെൺകുട്ടിയുടെ എണ്ണ മിനുപ്പാർന്ന മുഖമായി. അവളുടെ നെറ്റിയിൽ ചന്ദനപ്പൊട്ടുണ്ടായിരുന്നു. കണ്ണുകളിൽ നനവ്. കരയുകയായിരുന്നോ? ചോദിച്ചില്ല. ഒന്നും പറഞ്ഞുമില്ല. അവൾ മുഖമുയർത്തിയത് ഒരു നിമിഷനേരത്തേക്കുമാത്രമാണ്. ആ നനഞ്ഞ കണ്ണുകളിലെ നോട്ടം വർഷങ്ങൾക്കു ശേഷം തന്റെ മേൽ വീണ്ടും പതിക്കുന്നുവെന്ന് അയാൾക്കു തോന്നി. ആർദ്രമായ നോട്ടത്തോടൊപ്പം പറയാത്ത വാക്കുകളും തന്റെ മേൽ പതിക്കുന്നു. കതിർക്കറ്റയ്ക്കു താഴെയായി അവൾ നില്ക്കുന്നു. ചാണകം മെഴുകിയ നിലത്തേക്ക് കണ്ണുനീരിറ്റു വീഴുന്നു. അയാൾ ഒരു വിഭ്രാന്തിയിൽ കണ്ണുകൾ തുറന്നു. താനൊരു വൃദ്ധനായി, തളർന്ന ഉടലുമായി, ഒരാശുപത്രിയിലെ ഇന്റൻസീവ് കെയർ യൂണിറ്റിൽ കിടക്കുകയാണെന്ന യാഥാർത്ഥ്യത്തിലേക്ക് അയാൾ തിരിച്ചെത്തി. കടന്നുപോയ കാലത്തെക്കുറിച്ച് അയാൾ ബോധവാനായി. മുറിയിലെ വെളിച്ചം അയാളുടെ കണ്ണുകളെ നോവിച്ചു. താൻ കരഞ്ഞുപോകുമെന്ന് അയാൾ ഭയന്നു.

ഒരാഴ്ച കഴിഞ്ഞ് അയാൾ ആശുപത്രി വിട്ടു. പൂർണ്ണവിശ്രമം വേണമെന്ന് ഡോക്ടർമാർ ഉപദേശിച്ചിരുന്നു. എന്നിട്ടും അയാൾ ഒരു യാത്രയ്ക്കിറങ്ങി. ഒരു രാത്രി മുഴുവനും വണ്ടിയിൽ. പുലർച്ചയ്ക്ക് തന്റെ പഴയ പട്ടണത്തിൽ.

പരിചയക്കാരും ബന്ധുക്കളും ഏറെ ഉണ്ടായിരുന്നിട്ടും അയാൾ ഒരു ടൂറിസ്റ്റ് ഹോമിൽ മുറിയെടുത്തു.

മൂന്നാമത്തെ നിലയിലായിരുന്നു മുറി. അതിന്റെ ബാൽക്കണിയിൽ

നിന്ന് അയാൾ താഴെയുള്ള നിരത്തിലേക്ക് നോക്കി. നിരത്തിലൂടെ പല പ്രായക്കാരും വാഹനങ്ങളും കടന്നുപോയി.

കുളിച്ച് വസ്ത്രം മാറി, ലഘുവായൊരു പ്രാതലിനുശേഷം അയാൾ മുറി പൂട്ടി പുറത്തിറങ്ങി. റൂം ബോയ് അപ്പോഴേക്കും ഒരു ടാക്സി വിളിച്ചിരുന്നു. അയാൾ പിൻസീറ്റിൽ കയറി ഇരുന്ന് തനിക്കു പോകേണ്ട സ്ഥലത്തിന്റെ പേരു പറഞ്ഞു.

ടാക്സിയിൽ നിന്നിറങ്ങിയപ്പോൾ അയാളുടെ മുന്നിൽ നാട്ടിൻപുറത്തിന്റെ നിറങ്ങളും ഗന്ധങ്ങളുമായി. മുമ്പ് ചെറ്യമ്മാവന്റെ കൂടെ നടന്ന പാതയിലൂടെ അയാൾ ഒറ്റയ്ക്ക് നടന്നു.

എല്ലാം ഓർമ്മയിൽ അവശേഷിച്ചിരുന്നു. അതുകൊണ്ട് അയാൾക്ക് വഴിയറിയാതെ ക്ലേശിക്കേണ്ടിവന്നില്ല. വർഷങ്ങൾ കഴിഞ്ഞിട്ടും വലിയ മാറ്റമൊന്നും സംഭവിച്ചിരുന്നില്ല ആ പ്രദേശത്തിന്. പുതുതായി ഏതാനും വീടുകൾ ഉയർന്നുവന്നിട്ടുണ്ട്. വയലുകൾ പലതും തെങ്ങിൻതോപ്പുകളായി പരിണമിച്ചിരിക്കുന്നു. അവയ്ക്കിടയിലൂടെ നടന്നു ചെരുവു കയറി അയാൾ താഴോട്ടു നോക്കി. ദൂരെ വാഴക്കൂട്ടങ്ങൾക്കും തെങ്ങുകൾക്കുമിടയിലായുള്ള വീട് അയാൾക്ക് കാണാനായി. അയാൾ അങ്ങോട്ടു നടന്നു.

വീടിന്റെ ഇറയത്ത് ഒരു തഴപ്പായയിൽ കിടക്കുകയായിരുന്ന സ്ത്രീ ആരുടെയോ വരവറിഞ്ഞ് എഴുന്നേറ്റിരുന്നു.

"ആരാ?" അവർ ചോദിച്ചു.

"ഞാൻ കുറച്ചു ദൂരെനിന്ന് വരികയാണ്." അയാൾ പറഞ്ഞു.

"ആരെ കാണാനാ? ഗോവിന്ദൻകുട്ടിയെയോ?"

"അല്ല. ഞാൻ വെറുതെ ഇങ്ങോട്ടു കയറിയതാണ്."

സ്ത്രീ എഴുന്നേറ്റു ചുവരിൽ പിടിച്ചു നിന്നു.

"എനിക്കു കണ്ണുകാണില്ല കാഴ്ചപോയിട്ടു കുറെ കൊല്ലമായി. നിങ്ങളാരാ?" കണ്ണുകൾ തുറന്നടച്ചുകൊണ്ട് അവർ വീണ്ടും ചോദിച്ചു.

അയാൾ തെല്ലിട ഒന്നും മിണ്ടാതെ നിന്നു.

"ഇവിടെയൊരു ലക്ഷ്മിക്കുട്ടി ഉണ്ടായിരുന്നല്ലോ." അയാൾ പറഞ്ഞു.

"അതു ഞാനാണ്." സ്ത്രീ തെല്ലൊരമ്പരപ്പോടെ പറഞ്ഞു.

അയാൾ അവരുടെ മുഖത്തേക്കു നോക്കി.

"നിങ്ങളാരാണെന്ന് പറഞ്ഞില്ലല്ലോ" അവർ സംശയം കലർന്ന സ്വരത്തിൽ ചോദിച്ചു.

അയാൾ വാക്കുകൾക്കായി പരതി. എന്താണ് പറയേണ്ടത്? ആരാണ് ഞാൻ?

വാതിൽ

"ഫൗസിയ" കുളിമുറിയുടെ വാതിലിനോട് ചേർന്നുനിന്ന് അയാൾ ഒച്ചയടക്കി വിളിച്ചു.

"ഫൗസിയ ഫൗസിയ"

അവൾ കുളിക്കാനൊരുങ്ങുകയായിരുന്നു.

തന്നെ വിളിച്ചത് കേട്ട് അവൾ ഒന്നു നടുങ്ങി.

അവളുടെ ദേഹത്ത് വസ്ത്രമൊന്നുമില്ലായിരുന്നു. വാതിൽ അടഞ്ഞു കിടക്കുകയായിരുന്നിട്ടും അവൾ ധൃതിയിൽ ബാത്ത് ടൗവ്വലെടുത്തു ഉടലിൽ ചേർത്തുപിടിച്ചു.

"ഫൗസിയ ഫൗസിയ" പിന്നെയും അയാളുടെ ശബ്ദമുയർന്നു.

"ഞാൻ കുളിക്കാൻ തുടങ്ങ്വാ" അവൾ പറഞ്ഞു.

"അങ ഹാ" അയാൾ അടക്കിച്ചിരിച്ചുകൊണ്ട് എന്തോ എഴുതുംമട്ടിൽ വാതിലിൽ വിരലോടിച്ചു.

വാതിലിനപ്പുറത്ത് ഫൗസിയ ചെവിയോർത്ത് നിന്നു.

അവൾ ചോദിച്ചു: "എന്താ ഉപ്പാ"

അയാൾ വാതിലിൽ നഖം കൊണ്ട് കോറിയതല്ലാതെ ഒന്നും പറഞ്ഞില്ല. കുറച്ചുനേരം കാത്ത് ഫൗസിയ ബാത്ത് ടവ്വൽ ഷവറിന്റെ പൈപ്പിന്മേൽ മറ്റു തുണികൾക്കൊപ്പമിട്ട് പിന്നെയും വസ്ത്രമില്ലാതെ നിന്നു. ഉപ്പ വിളിച്ചത് ചായയ്ക്കാവുമെന്ന് അവൾക്കുറപ്പുണ്ടായിരുന്നു. മരക്കമ്പനിയിലോ അങ്ങാടിയിലോ പോയി മടങ്ങിവന്നാലുടനെ അയാൾക്കൊരു ചായ നിർബ്ബന്ധമായും വേണം. ചായ ഫ്ളാസ്കിൽ ഒഴിച്ചുവയ്ക്കുന്ന പതിവില്ല. അപ്പപ്പോൾ ഉണ്ടാക്കാറാണ്. അതെന്താണെന്നു വച്ചാൽ അയാൾക്കു ഫ്ളാസ്കിന്റെ ചുവ ഇഷ്ടമല്ല. ഫ്ളാസ്കിൽ ഒഴിച്ചുവയ്ക്കുന്ന ചായയ്ക്കു ഒരു ചുവയുണ്ടെന്ന് അയാൾ കരുതുന്നു.

സാധാരണയായി ഫൗസിയ വളരെ സമയമെടുത്താണ് കുളി തീർക്കുക. എന്നാൽ ഇപ്പോൾ ഭർത്താവിന്റെ ഉപ്പയ്ക്ക് ചായ വേണമെന്നതിനാൽ എത്രയും പെട്ടെന്ന് കുളിച്ച് പുറത്തിറങ്ങണമെന്ന് അവൾ നിശ്ചയിച്ചു. പുരയിൽ വേറെയാരെങ്കിലും ഉണ്ടെങ്കിൽ പ്രശ്നമില്ലായിരുന്നു. ഉമ്മയും ആബിദയും സക്കീനയും നൂറുന്നീസയും കുട്ടികളോടൊപ്പം ആശുപത്രിയിലേക്കു പോയിരിക്കയാണ്; കുഞ്ഞായിഷ പെറ്റ കുഞ്ഞിനെ കാണാൻ. ഉപ്പയ്ക്കു ചായ കുടിക്കാൻ ധൃതിയായോ എന്തോ.

അയാൾ വെളിയിൽ വിരൽ കടിച്ചുകൊണ്ട് നിന്നു. അയാളുടെ കണ്ണുകൾ തിളങ്ങുന്നുണ്ടായിരുന്നു. കുളിമുറിയിൽനിന്ന് ഷവറിന്റെ ശബ്ദം കേൾക്കാമായിരുന്നു. ഷവറിനു കീഴെ നില്ക്കുന്ന മകന്റെ ഭാര്യയെ സങ്കല്പിച്ചുകൊണ്ട് അയാൾ നിശ്ശബ്ദമായി ചിരിച്ചു. പിന്നെ അയാൾ അല്പം കുനിഞ്ഞു വാതിലിൽ മുഖം ചേർത്ത് പതുക്കെ, രഹസ്യാത്മകമായ സ്വരത്തിൽ വിളിച്ചു.

"ഫൗസിയ, നീ വാതില് തുറക്ക്."

ഷവറിന്റെ ശബ്ദത്തിനിടയിൽ അവൾ അതു കേൾക്കുകയുണ്ടായില്ല.

"ഫൗസിയ ഫൗസിയാ"

അയാൾ വാതിലിൽ തട്ടി.

അവൾ തല്ക്ഷണം ഷവറിന്റെ ടാപ് തിരിച്ചു. കുളിമുറിയിൽ നിശ്ശബ്ദതയായി.

"ഫൗസിയ നീ വാതില് തുറക്ക്" പുറമെ നിന്ന് അയാൾ ആസക്തി കലർന്ന ശബ്ദത്തിൽ പറഞ്ഞു.

ഉള്ളിൽ അവൾ സ്തബ്ധയായി നില്ക്കെ അയാൾ തുടർന്നു.

"ഇന്നെങ്കിലും ഇങ്ങനെ ഒത്തു കിട്ടിയല്ലോ. ആശ്വത്രീല് പോയോരൊന്നും ഇപ്പോഴേ ഇങ്ങെത്തൂല. നിന്റെ കെട്ടിയോൻ ജബ്ബാറാണെങ്കില് മോന്തിക്കേ വരൂ. അതുവരെ അവന് അങ്ങോട്ടും ഇങ്ങോട്ടും തിരിയാൻ നേരം കിട്ടൂല. പാർസല് ലോറി വരുന്ന സമയമാ ഇപ്പൊ. ഒന്നും പേടിക്കാനില്ല. എത്രകാലമായി ഇങ്ങന്യാര് തക്കം കിട്ടാൻ നോക്കി നടക്കുന്നു. നിനക്കത് മനസ്സിലായിറ്റ്ണ്ടോ മോളേ."

ഫൗസിയ നിലവിളിക്കാനെന്നോണം വായ് തുറന്ന് സ്തബ്ധയായി നിന്നു.

അയാൾ തുടർന്നു.

"എന്തെല്ലാം കൊണ്ടുവന്ന് തന്നിറ്റ്ണ്ട് നിനക്ക് ഞാൻ ഈ കാലത്തിനെടയ്ക്ക്. ഫോറിൻ സാരിയും ഫോറിൻ അടിപ്പാവാടേം സ്പ്രേയും അതും ഇതും ഞാൻ നിനക്ക് തന്നിറ്റ്ണ്ട്. നിന്റെ കാര്യങ്ങള് മുഴുവനും ഞാനല്ലേ നോക്ക്ന്നത്. ജബ്ബാറിന് അതിനൊക്കെ എവിടെ നേരം. ഞാനുള്ളപ്പോ നിന്റെ ഒരുകാര്യവും അന്വേഷിക്കേണ്ടാന്ന് അവന് അറിയുകേം ചെയ്യാം. എന്നാല് ഞാൻ നിന്റെ കാര്യം നോക്കുന്നത് നിന്നോടുള്ള ഇഷ്ടം കൊണ്ടാണ്; അല്ലാണ്ട് ജബ്ബാറിന് വേണ്ടീറ്റല്ല. എനിക്ക് നിന്നോട് ഇഷ്ടം

തോന്നീറ്റാ അവൻ നിന്നെ കെട്ട്യത് തന്നെ. നിനക്ക് മനസ്സിലാവ്ന്നുണ്ടോ മോളേ നീ വാതില് തുറക്ക്."

ഫൗസിയ അനങ്ങാനാവാതെ വിറങ്ങലിച്ച മട്ടിൽ നിന്നു.

"ഇതാരെങ്കിലും അറിഞ്ഞാലോന്ന് പേടിണ്ടാവും നിനക്ക് അല്ലേ? അയാൾ പുറത്ത് നിന്ന് പിന്നെയും പറഞ്ഞു. "പേടിക്കണ്ട നമ്മള് രണ്ടാളും അല്ലാണ്ട് വേറൊരാളും ഇതറിയൂല. എത്രയെത്രയോ വീടുകളില് ഇങ്ങനെയൊക്കെ നടക്കുന്നു. നിനക്കറിയാഞ്ഞിറ്റാ. അതൊക്കെ പറയാൻ തുടങ്ങ്യാല് ഒരുപാടുണ്ട്. ഫൗസിയാ നീ വാതില് തുറക്ക്. ഞാൻ വിളിക്കാൻ തുടങ്ങിയിട്ട് നേരമെത്രയായി. നീ വാതില് തുറക്ക് മോളേ."

അയാൾ വാതിലിൽ തട്ടി.

"ഉപ്പാ" ഫൗസിയ ഭയത്തോടെ വിളിച്ചു. ഇത്രയും നേരം അവൾ അനങ്ങാനും ശബ്ദിക്കാനുമാവാതെ ഒരുപേടിസ്വപ്നത്തിലെന്നപോലെ നില്ക്കുകയായിരുന്നു.

അവളുടെ ശബ്ദം കേട്ട് അയാൾ വികാരവിവശനായി.

"ഉപ്പയ്ക്ക് നിന്നോട് ഇഷ്ടമായിറ്റല്ലേ മോളേ." അയാൾ പറഞ്ഞു.

അയാളുടെ മുഖത്ത് തീയാളുന്നുണ്ടായിരുന്നു. ശരീരം ചെറുതായി വിറച്ചുകൊണ്ടിരുന്നു.

"ഫൗസിയ വാതില് നീ തുറക്കുന്നോ അല്ല ഞാനിത് ചവിട്ടി പൊളിക്കണോ."

അല്പസമയം കൂടി അവൾക്കനുവദിച്ചുകൊടുത്ത് അയാൾ കാത്തുനിന്നു.

കോളനികൾ

നാഷണൽ ഹൈവേയിൽ നിന്ന് ഉപനിരത്ത് തുടങ്ങുന്നിടത്ത് വലതുഭാഗത്തായി ചെറിയൊരു കട. അതിന്റെ മുൻവശത്ത് തുണികൾ ഉണങ്ങാനിട്ടതുപോലെ വാരികകൾ തൂങ്ങിക്കിടക്കുന്നു. ചില്ലുഭരണികൾക്കപ്പുറത്തിരുന്ന് കടയുടമ എന്തോ അമിതമായ ഉത്സാഹത്തോടെ വായിക്കുകയാണ്.

ബസിറങ്ങിയപാടെ ഒരാളോടു വഴി ചോദിച്ചിരുന്നു. അയാൾ ഉപദേശിച്ചത് ഈ ഉപനിരത്തിലൂടെ നേരെ മുന്നോട്ടു പോകാനാണ്. എത്ര ദൂരമെന്ന് ചോദിക്കാൻ വിട്ടുപോയി. അയാൾ പറഞ്ഞതുമില്ല.

ഉപനിരത്ത് കൃഷ്ണനഗർ ഹൗസിങ് കോളനിയിലെത്തി അവസാനിക്കുന്നുവെന്നാണ് കരുതിയത്. കഷ്ടിച്ച് അര ഫർലോങ് നടന്നപ്പോൾ പാത രണ്ടായി പിരിഞ്ഞു. നേരെ മുന്നിലൊരു മതിൽക്കെട്ടാണ്. അതിനോട് ചേർന്ന് രണ്ടു ദിക്കിലേക്കായി പാതകൾ നീണ്ടുകിടക്കുന്നു.

എങ്ങോട്ടുപോകും? ഏതാണ് കൃഷ്ണനഗർ കോളനിയിലേക്കുള്ള വഴി? ആരോടെങ്കിലും ചോദിക്കാമെന്നു വച്ചാൽ നോക്കെത്തുന്ന ദൂരത്ത് രണ്ടു പാതകളിലും ആരുമില്ല. അല്പനേരം സംശയിച്ചുനിന്ന ശേഷം വടക്കോട്ടുനടക്കാൻ തീരുമാനിച്ചു. ശരിയായ ദിശയിലേക്കല്ല നടക്കുന്നതെന്ന് മനസ്സിലായത് എതിരെ നിന്ന് പഴയൊരു സൈക്കിൾ ട്യൂബ് ഉരുട്ടിക്കൊണ്ടു വരികയായിരുന്ന ഒരു കുട്ടി പറഞ്ഞപ്പോഴാണ്.

“ഇങ്ങോട്ട് കോളനിയൊന്നും ഇല്ല.” അവൻ പറഞ്ഞു. “കോളനികള് മറ്റേ റോഡിലാണ്.”

“കോളനികളോ?” എനിക്ക് ഒട്ട് അമ്പരപ്പായി.

“ങ്ഹാ. നാലഞ്ചു കോളനികളുണ്ട്. എല്ലാറ്റിന്റെയും പേര് എനിക്കറീല്ല. നേരെ നടന്നാല് ഓരോ ബോർഡ് കാണാം.” നിമിഷങ്ങൾക്കകം അവൻ സൈക്കിൾ ട്യൂബിനു പിറകെ എങ്ങോ മറഞ്ഞു.

ഞാൻ തിരിഞ്ഞു നടന്നു. വീണ്ടും ഉപനിരത്ത് രണ്ടായി പിരിയുന്ന സ്ഥലമായി. അവിടെ നിന്നും നേരെ തെക്കോട്ട് നടന്നു. നിരത്തിൽ കശുമാവുകളുടെ തണലുകൾ വീണുകിടന്നിരുന്നു. അവ കടന്നപ്പോൾ വീണ്ടും ഉച്ചവെയിലിന്റെ തിളക്കമായി. ഇരുവശത്തും ജനസാന്ദ്രത കുറവാണ്. അങ്ങിങ്ങ് ഒറ്റതിരിഞ്ഞ വീടുകൾ മാത്രം. അവയ്ക്കാണെങ്കിൽ ഏറെ പഴക്കമുണ്ട്. ഒരു വീടിന്റെ ഉമ്മറത്ത് കാലുകൾ നീട്ടി ഇരിക്കുന്ന ഏറെ പ്രായം ചെന്ന ഒരു സ്ത്രീ.

പിന്നെയും കുറേ നടന്നപ്പോഴാണ് നിരത്തിന്റെ പാർശ്വത്തിൽ ഒരു ബോർഡ് പ്രത്യക്ഷപ്പെട്ടത്; രാംനഗർ ഹൗസിങ് കോളനി.

ബോർഡിനപ്പുറത്ത് ഒരേ രൂപമാതൃകയിലുള്ള ഏതാനും കോൺക്രീറ്റ് വീടുകൾ. അവയ്ക്കെല്ലാം മേൽക്കൂരയിൽ ടെലിവിഷൻ ആന്റിനകളും. വീടുകളുടെ മതിലുകൾക്കരികിലൂടെ ചരൽപ്പാത നീണ്ടു പോകുന്നു. അതിന്റെ അറ്റം എവിടെയാണാവോ.

ടാറിട്ട നിരത്ത് ഇടത്തോട്ടു തിരിഞ്ഞ് സൂര്യാഹൗസിങ് കോളനിയുടെ മുന്നിലെത്തി. തെല്ലകലെനിന്ന് ബോർഡ് കണ്ണിൽപെട്ടപ്പോൾ അത് കൃഷ്ണനഗർ ഹൗസിങ് കോളനിയാകുമെന്ന് പ്രതീക്ഷിച്ചതാണ്. ഒട്ടൊരു ഇച്ഛാഭംഗത്തോടെ ആ ബോർഡ് പിന്നിട്ട് പൊള്ളുന്ന നിരത്തിലൂടെ നടന്നു.

"കുറച്ചുകൂടി നടക്കാനുണ്ട്." ഒരു ബേക്കറിയുടെ മുന്നിലിരിക്കുകയായിരുന്ന മദ്ധ്യവയസ്കൻ പറഞ്ഞു: "കൃഷ്ണനഗർ കോളനിവരെയാണ് ഈ റോഡ്. അതിനിടയിൽ രണ്ടു കോളനികൾകൂടി ഉണ്ട്."

കൃഷ്ണനഗർ കോളനിയിൽ ആരെയാണ് എനിക്ക് കാണേണ്ടതെന്ന് ഞാനയാളെ പറഞ്ഞുകേൾപ്പിച്ചു. പക്ഷേ, അയാൾക്കാ പേര് പരിചിതമായിരുന്നില്ല.

"അവിടെ പത്തുമുപ്പത് താമസക്കാരുണ്ട്. വീട്ടുനമ്പര് അറിയാമെങ്കിൽ കണ്ടുപിടിക്കാൻ വിഷമമുണ്ടാവില്ല." അയാൾ അത്രയും പറഞ്ഞ് കൈയിലെ പത്രത്തിലേക്ക് മുഖം കുനിച്ചു.

ഞാൻ നടന്നു. രാജേന്ദ്രനഗർ കോളനിയും ശിവമൂർത്തികോളനിയും പിന്നിലായി. ഒടുവിൽ കൃഷ്ണനഗർ കോളനിയെന്ന ബോർഡ് ദൃശ്യമായി, ടാറിട്ട നിരത്ത് അതിന്റെയടുത്തെത്തി പൊടുന്നനെ അവസാനിച്ചു. അവിടെനിന്ന് മൂന്നു ദിശയിലേക്കു ചരൽപ്പാതകൾ. ഓരോ പാതയുടെ ഇരുവശങ്ങളിലും വെള്ളനിറമാർന്ന ഭവനങ്ങൾ. അവയുടെ മുറ്റങ്ങളിൽ അലങ്കാരച്ചെടികൾ വളർന്നുനില്ക്കുന്നു.

ഇരുപത്തിയൊന്നാം നമ്പർ വീട് ഏതുഭാഗത്താവും? ഞാൻ ചുറ്റും നോക്കിക്കൊണ്ടു നിന്നു.

ഇടതുവശത്തെ വീടിന്റെ സിറ്റ്ഔട്ടിൽ ഒരു സ്ത്രീയെ കണ്ടപ്പോൾ തോന്നിയ ആശ്വാസം അവർ തിടുക്കത്തിൽ എഴുന്നേറ്റ് അകത്തേക്ക് പോകുന്നതു കണ്ടതോടെ ഇല്ലാതായി. അവർ എന്റെ നേർക്കൊന്നു നോക്കി അകത്തേക്ക് നടന്നു മുൻവാതിലടച്ചു. അതൊരു ശരിയായ പെരു

മാറ്റ രീതിയല്ലെന്നു ഞാൻ വിചാരിച്ചു. എനിക്കത് അവരുടെ വീടിന്റെ അടഞ്ഞ വാതിലിനുനേരെ വിളിച്ചു പറയാൻ വയ്യല്ലോ. അവരാണെങ്കിൽ കണ്ടേടത്തോളം ഒരു മാന്യസ്ത്രീയാണ്. പതിവ്രതയുമാവാം.

നിരത്തിൽ അധികനേരം ചിന്തിച്ചു നില്ക്കുന്നത് നമ്മുടെ നാഗരിക തയ്ക്കു നിരക്കുന്നതല്ലെന്നതിനാൽ ഞാൻ ഒരു വഴിയിലൂടെ നടന്നു തുട ങ്ങി. ഇരുഭാഗത്തുമായി എട്ടുവീടുകൾ കടന്നപ്പോൾ വഴി പെട്ടെന്ന് ഇല്ലാ തായി. അവസാനത്തെ വീടിനുമേൽ തെളിഞ്ഞുകണ്ടത് പത്ത് എന്ന നമ്പ രാണ്. ഞാനന്വേഷിക്കുന്ന വീട് മറ്റേതോ ഭാഗത്താണെന്നു ബോദ്ധ്യമായി ഞാൻ പിന്തിരിഞ്ഞു. വീണ്ടും ടാറിട്ട നിരത്തിന്റെ സ്പർശമായി. അവിടെ നിന്ന് നേരെ മുന്നോട്ടു നീങ്ങി. വീടുകളത്രയും ശൂന്യമാണെന്നു തോന്നി. പുറത്താരെയും കാണുന്നുണ്ടായിരുന്നില്ല. ഭാഗ്യത്തിനു ചില വീട്ടുനമ്പ രുകൾ നിരത്തിൽ നിന്നുതന്നെ വായിക്കാനായി. ഇരുപത്തിയൊന്നാം നമ്പർ വീട് അവിടെയെങ്ങും കണ്ടില്ല.

ഒടുവിൽ വിയർത്തും തളർന്നും ഇരുപത്തിയൊന്നാം നമ്പർ വീടിനു മുന്നിലെത്തിയപ്പോൾ ഉച്ച കുറേക്കൂടി തീക്ഷ്ണമായി. ഗെയ്റ്റ് അടഞ്ഞു കിടക്കുകയായിരുന്നു വീട്ടിൽ ആൾപ്പെരുമാറ്റമുള്ള ലക്ഷണമൊന്നുമില്ല. ഗെയ്റ്റ് തുറന്ന് സിറ്റ്ഔട്ടിനടുത്തെത്തി. കാളിങ് ബെല്ലിന്റെ സ്വിച്ചിൽ വിരൽ ചേർത്തു. വീടിന്റെ മൗനം ഭഞ്ജിച്ചുകൊണ്ട് അകത്തെങ്ങോ മണി മുഴങ്ങി. അതിനു പക്ഷേ, പ്രതികരണമൊന്നുമുണ്ടായില്ല. ഒരിക്കൽക്കൂടി കാളിങ്ബെൽ പ്രവർത്തിപ്പിക്കാനൊരുങ്ങുമ്പോഴാണ് ഗ്രിൽസിനപ്പുറത്ത് മൊസെയ്ക്ക് തറയിൽ വീണുകിടക്കുന്ന ദിനപ്പത്രങ്ങളും തുറക്കാത്ത തപാൽ ഉരുപ്പടികളും കണ്ണിൽപ്പെട്ടത്. വീട്ടിലുള്ളവരൊക്കെ എവിടെപ്പോ യി?

ഇരുപതാംനമ്പർ വീട്ടിലെ താമസക്കാരനോട് ചോദിച്ചു.

“എനിക്കറിയില്ല. അവർ എവിടെയെങ്കിലും പോയിരിക്കും.” എന്നാ യിരുന്നു അയാളുടെ മറുപടി. അതും കേട്ട് ഉച്ചവെയിലിലൂടെ ഞാൻ മട ങ്ങി. എന്റെ മനസ്സ് എന്തോ പിറുപിറുത്തുകൊണ്ടിരുന്നു. എത്രയും വേഗം നടന്നകലാനുള്ള വ്യഗ്രതയിൽ ഞാൻ മുഖത്തെ വിയർപ്പു തുടയ്ക്കാൻ പോലും മറന്നു.

ആമ്പൽക്കുളം

പായൽ നിറഞ്ഞ് ആമ്പൽക്കുളത്തിലെ ജലത്തിന് ഇരുണ്ട പച്ച നിറമായിരുന്നു. കരിങ്കല്ലു പാകിയ അടിഭാഗം മുഴുവനും ചെളി കനത്തിരുന്നു. ചെളിയിലേക്കു വേരുകളാഴ്ത്തിയ ആമ്പലുകളുടെ ഇലകൾ കാറ്റ് കൊണ്ടുവന്ന അഴുക്കും പേറി സ്വാഭാവിക നിറം നഷ്ടപ്പെട്ട നിലയിൽ ജലോപരി കനംതൂങ്ങി നിന്നു. കുളത്തിലേക്കു നോക്കിയാൽ ചുവന്ന ആമ്പൽപ്പൂക്കൾക്കും ഇലകൾക്കുമൊപ്പം കവുങ്ങിൻ പാളകളും പക്ഷിത്തൂവലുകളും തെങ്ങോലകളും മറ്റും കാണാം.

ആകെക്കൂടി വൃത്തിഹീനമായ ഒരുകാഴ്ച. അയാൾ ഒരു ദിവസം രാവിലെ പായൽ പടർന്ന ഒരു കരിങ്കല്ലിനുമേൽ നിന്ന് അതത്രയും കണ്ടു.

ജലത്തിൽ നിന്ന് കൊഴുത്ത ചെളിയുടെ ഗന്ധമുയരുന്നുണ്ടായിരുന്നു.

ഒരാമ്പൽക്കുളം ഉണ്ടാകേണ്ടത് ഇങ്ങനെയല്ല. അയാൾ മനസ്സിൽ പറഞ്ഞു: വീടിനു പിന്നിലുള്ള ഒരാമ്പൽക്കുളത്തിൽ ആരും പ്രതീക്ഷിക്കുക തെളിനീരും പൂക്കളുമാണ്. എന്നാൽ ഇവിടെയോ?

മകൻ അയാളുടെ പിന്നിലെത്തിയത് അപ്പോഴാണ്.

അയാൾ മകന്റെ നേർക്കു തിരിഞ്ഞു: "നമുക്കിതൊന്ന് വൃത്തിയാക്കിയാലോ?" അയാൾ മകനോടായി ചോദിച്ചു.

"ഞാൻ കുറേ നാളുകൊണ്ട് വിചാരിക്കുന്നതാ." മകൻ പറഞ്ഞു.

"എന്നാൽ നീ പോയി രണ്ടു ബക്കറ്റെടുത്ത് കൊണ്ടുവാ." അയാൾ ആമ്പൽക്കുളത്തിന്റെ പടവുകളുടെ നേരെ നടന്നുകൊണ്ട് പറഞ്ഞു.

അവൻ രണ്ടു പഴയ പ്ലാസ്റ്റിക് ബക്കറ്റുകളുമായി മടങ്ങിയെത്തുമ്പോൾ അയാൾ ആമ്പൽക്കുളത്തിൽ ഇറങ്ങി നില്ക്കുകയായിരുന്നു. അതിനകം അയാൾ കുറെ ആമ്പലുകൾ പിഴുതെടുത്ത് കരയിലിട്ടിരുന്നു.

പിന്നെയും അയാൾ ആമ്പലുകളുടെ നേർക്ക് കുനിഞ്ഞു.

“ഡാഡി, അവ മുഴുവനും പിഴുത് കളയ്വാണോ?” മകൻ ചോദിച്ചു.

“ങ്ഹാ ഇത്രയധികം വേണ്ട ഇതിൽ.” അയാൾ ഒരുപിടി ആമ്പലുകളുമായി നിവർന്നു. “ഒടുവില് കുറച്ചെണ്ണം ഇട്ടാൽ മതി. വീണ്ടും വേരു പിടിച്ചോളും.”

ആമ്പലുകൾ പിഴുതെടുക്കുക ഒട്ടും ശ്രമകരമായിരുന്നില്ല. അയാൾ അവയെല്ലാം കരയിലിട്ടു. കുറച്ചുകഴിഞ്ഞപ്പോൾ കുളത്തിൽ കലക്കുവെള്ളം മാത്രം ബാക്കിയായി.

“ഞാനും ഇറങ്ങട്ടെ, ഡാഡി.” മകൻ ചോദിച്ചു.

അയാൾ തടസ്സം പറഞ്ഞില്ല.

അവൻ ഒരു ബക്കറ്റുമായി കരിങ്കൽപ്പടവുകളിറങ്ങി.

രണ്ടുപേരും ചേർന്ന് ചെളിവെള്ളം ബക്കറ്റുകളിൽ പുറത്തേക്കു കോരിയൊഴിച്ചു കൊണ്ടിരിക്കെ മകൾ വിസ്മയപൂർവ്വം അങ്ങോട്ട് ഓടിയെത്തി. അത്രയും നേരം അവൾ ഇലക്ട്രോണിക് കളിപ്പാട്ടങ്ങൾക്കിടയിലായിരുന്നു.

“ഹായ്.” അവൾ ആശ്ചര്യത്തോടെ ഒച്ചയിട്ടു.

അവൾ കണ്ടെത്തിയത് കരയിൽ പുല്ലുകൾക്കു മീതെയായി പടർന്ന ചെളിവെള്ളത്തിൽ നിന്ന് പിടഞ്ഞുയരാൻ ശ്രമിക്കുന്ന ചെറിയ മീനുകളെയാണ്. പെട്ടെന്നുതന്നെ അവയിൽ മൂന്നെണ്ണം അവളുടെ നനുത്ത കൈവെള്ളയിലെത്തി.

“ഇതൊക്കെ ചത്തുപോവില്ലേ. ഡാഡി?” അവൾ വെള്ളം പുറത്തേക്ക് കോരി ഒഴിക്കുന്നതിൽ വ്യാപൃതനായ അയാളോടു ചോദിച്ചു.

“നീ ഒരു കുപ്പിയിൽ പെറുക്കിയിട് അവയെ.” അയാൾ പറഞ്ഞു.

അവൾ കൈവെള്ളയിൽ നാലഞ്ച് ചെറുമീനുകളുമായി അടുക്കളയുടെ ഭാഗത്തേക്കോടി.

“ഒരു കുപ്പി വേണല്ലോടീ.” അവൾ വേലക്കാരിപ്പെണ്ണിനോടായി വിളിച്ചു പറഞ്ഞു.

പാത്രങ്ങൾ കഴുകുന്നതിനിടയിൽ വേലക്കാരി എന്തോ പിറുപിറുത്തു.

“എടീ, പറഞ്ഞതു കേട്ടില്ലേ.” പെൺകുട്ടിക്ക് കലശലായ ദേഷ്യം വന്നു.

“എന്റെ കൈയിലുണ്ടോ കുപ്പി. പോയി മമ്മിയോട് ചോദിക്ക്.” വേലക്കാരിയുടെ ശബ്ദമുയർന്നു.

“മമ്മിയെവിടെ?”

“എനിക്കറിയ്യോ?”

പെൺകുട്ടി അവളെ നോക്കി കൊഞ്ഞനംകുത്തി ഡൈനിങ് റൂമിലേക്കു നടന്നു

"മമ്മീ" അവൾ വിളിച്ചു.

അവളുടെ കാതുകളിൽ വന്നുവീണത് കുളിമുറിയിൽ നിന്നുള്ള ഷവറിന്റെ ശബ്ദമാണ്. മമ്മി ഇപ്പോഴൊന്നും കുളിമുറിയിൽനിന്നു പുറത്തിറങ്ങാനിടയില്ലെന്നു തോന്നി. അവൾ അടുക്കളയിലേക്കുതന്നെ മടങ്ങി.

"എടീ, എനിക്കൊരു കുപ്പിയെടുത്തു താ. ഇതുങ്ങള് ഇപ്പോ ചാവും." കൈയിലെ മീനുകളെ നീട്ടിക്കാണിച്ചുകൊണ്ട് അവൾ വീണ്ടും വേലക്കാരിയെ സമീപിച്ചു.

"ചാവട്ടെ" വേലക്കാരി മീനുകളെയൊന്നു നോക്കി ക്രൂരമായ സംതൃപ്തിയോടെ പറഞ്ഞു.

അവൾ തന്നെ സഹായിക്കില്ലെന്നു തീർച്ചയായപ്പോൾ പെൺകുട്ടി സ്വയം ഒരന്വേഷണത്തിൽ മുഴുകി. പക്ഷേ, അവൾ ഒരു കുപ്പി കണ്ടെത്തുന്നതുവരെ കാത്തിരിക്കാൻ മീനുകൾ ഒരുക്കമായിരുന്നില്ല. അവയുടെ ജീവിതത്തിന്റെ സമയം കഴിഞ്ഞിരുന്നു.

പകുതിയോളം വെള്ളമൊഴിച്ച ഒരു കുപ്പിയിൽ ജീവനില്ലാത്ത മീനുകളെയുമിട്ട് അവൾ ആമ്പൽക്കുളത്തിനു നേർക്കോടി. പുല്ലിനിടയിൽ തുള്ളിപ്പിടയുന്ന മീനുകളിൽ ചിലത് കുപ്പിയിലെ ജലത്തിൽ ചെന്നുവീണു. അവ ജീവിതം തുടരാനുള്ള ഒരു പാഴ്ശ്രമത്തിൽ മുഴുകി. പെൺകുട്ടി പിന്നെയും മീനുകളെ തിരഞ്ഞു.

ഇപ്പോൾ അയാളും മകനും ബക്കറ്റുകളിൽ കോരിയെടുത്തത് വെറും ചെളിയാണ്. അതിനു രൂക്ഷമായ ഗന്ധമുണ്ടായിരുന്നു.

ചെളി മുഴുവനും നീങ്ങിക്കഴിഞ്ഞപ്പോൾ, അവരെ വിസ്മയിപ്പിച്ചുകൊണ്ട്, കുളത്തിന്റെ ഒരുകോണിലായി ശക്തമായ ഒരു നീരുറവ തെളിഞ്ഞു. കരിങ്കല്ലിനടിയിൽ നിന്ന് ജലം ചുരന്നൊഴുകി. അതു അവരുടെ പാദങ്ങൾ നനച്ചു.

"കരയ്ക്കു കയറാം." അയാൾ മകനോടു പറഞ്ഞു.

രണ്ടുപേരും കരയ്ക്കു കയറി.

"ഇത്രേം നാള് ഈ ഉറവ അടഞ്ഞു കിടക്കുകയായിരുന്നു. അല്ലേ ഡാഡി." മകൻ ചോദിച്ചു.

"അതെ." അയാൾ പറഞ്ഞു.

"ഇനി ഇതില് വീണ്ടും നല്ല വെള്ളം നിറയും അല്ലേ."

"ഉം." അയാൾ പറഞ്ഞു.

അവർ തെളിനീര് ഒഴുകി നിറയുന്നതും നോക്കി നിന്നു.

പെൺകുട്ടി അപ്പോഴും മീനുകളെ തേടുകയായിരുന്നു. അവൾ കുപ്പിയിൽ ശേഖരിച്ച മീനുകളെയെല്ലാം കുളത്തിലിടാൻ അയാൾ പറഞ്ഞു.

കരയിലുണ്ടായിരുന്ന ആമ്പലുകളിൽനിന്ന് ഒരു പിടിയോളം അയാൾ തന്നെ വാരിയെടുത്തു. കുളത്തിൽ വീണ്ടും ആമ്പലുകളായി.

അന്നുരാത്രി ഉറങ്ങുമ്പോൾ ആമ്പൽക്കുളം തന്റെ സ്വപ്നത്തിലേക്ക് വരുമെന്ന് അയാൾ ഒട്ടും പ്രതീക്ഷിച്ചതല്ല. രാത്രി കുറെയായപ്പോൾ അയാൾ ആമ്പൽക്കുളം കാണുകയായി. അയാൾ കണ്ടത് രാവിലെ വെടിപ്പാക്കുന്നതിനുമുമ്പുള്ള ആമ്പൽക്കുളമാണ്. അഴുക്കും ചെളിയും നിറഞ്ഞ കുളം. അതിൽ ജലജീവികളെപ്പോലെ അയാൾ, ഭാര്യ, രണ്ടു മക്കൾ.

പുതിയ ലോകക്രമം

അച്ഛനും അമ്മയും തമ്മിൽ കലഹിക്കുന്നു. മകൾ ബുദ്ധിമതിയാണ്. അവൾ ഉടനെ ടേപ്പ് റിക്കാർഡർ ഓൺ ചെയ്യുന്നു. കലഹത്തിന്റെ ശബ്ദങ്ങൾ പോപ് മ്യൂസിക്കിൽ മുങ്ങിപ്പോകുന്നു. കോമിക്സ് വായിക്കുകയായിരുന്ന മകൻ അസ്വസ്ഥതയോടെ മുഖമുയർത്തുന്നു.

കലഹം തുടരുന്നു.

അയൽപക്കത്തുള്ളവർ കേൾക്കുന്നത്, പക്ഷേ, സംഗീതമാണ്. ഒരു ഡാൻസ് ഫ്ളോറിൽ നിന്നെന്നപോലെ, വളരെയുച്ചത്തിൽ.

ഏതൊരു പ്രശ്നത്തിനു മേലാണ് കലഹമാരംഭിച്ചതെന്ന് മക്കൾ രണ്ടുപേർക്കും അറിയില്ല. അടുക്കളയിലേക്ക് ആവശ്യമുള്ള എന്തോ തലേന്ന് വാങ്ങിക്കൊണ്ട് വരാത്തതിനെക്കുറിച്ച് അമ്മ പരാതിപ്പെടുന്നത് അവർ കേട്ടിരുന്നു. കലഹത്തിന്റെ തുടക്കം അവിടെ നിന്നാണ്. മക്കൾ സ്വീകരണമുറിയിൽ ഒന്നും സംഭവിക്കുന്നില്ലെന്നപോലെ ഇരുന്നു. ചേരിചേരാനയത്തെക്കുറിച്ച് സാമൂഹ്യശാസ്ത്രം ക്ലാസുകളിൽ അവർ പഠിച്ചിട്ടുണ്ട്.

“എനിക്ക് നിന്റെ ഊണ് വേണമെങ്കിലല്ലേ.” അയാൾ ഭാര്യയോട് അങ്ങനെ കടുപ്പിച്ചു പറഞ്ഞ് കിടപ്പുമുറിയിലേക്കു പിൻവാങ്ങി.

“വേണ്ടെങ്കിൽ വേണ്ട.” എന്ന് പറഞ്ഞ് അവൾ അടുക്കളയിൽ മറഞ്ഞു.

പെൺകുട്ടിക്ക് കലഹം അവസാനിച്ചുവെന്ന് ബോദ്ധ്യമായി. ടേപ്പ് റിക്കാർഡർ ഓഫ് ചെയ്തു. പിന്നെ വീടിനുള്ളിൽ നിശ്ശബ്ദതയുടെ സംഗീതമായി. ഇടയ്ക്ക് രണ്ട് സ്റ്റീൽ പാത്രങ്ങൾ കൂട്ടിമുട്ടുന്ന ഒച്ച. മിക്സി പ്രവർത്തിപ്പിക്കുന്ന ഒച്ച, ഗ്ലാസോ പാത്രമോ വീഴുന്ന ഒച്ച.

കിടപ്പുമുറിയിലെത്തി കിടക്കയിൽ ചാരിക്കിടന്ന് കണ്ണട ധരിച്ച്

ഇംഗ്ലീഷ് ദിനപത്രം വായിച്ചു തുടങ്ങിയിരുന്ന അയാളെ അടുക്കളയിൽനിന്നുള്ള ശബ്ദങ്ങൾ ഒട്ട് അലോസരപ്പെടുത്തിയെങ്കിലും അയാൾ പ്രകോപിതനായില്ല. സമ്പദ്വ്യവസ്ഥയെ അപഗ്രഥിച്ചുകൊണ്ട് പുതിയ സാമ്പത്തിക നയത്തിന്റെ പ്രത്യാഘാതങ്ങൾ വിവരിക്കുന്ന ഗഹനവും സുദീർഘവുമായ ഒരു ലേഖനമായിരുന്നു അയാൾ വായിച്ചുകൊണ്ടിരുന്നത്. അയാൾ അതിൽ പൂർണ്ണമായും നഷ്ടപ്പെട്ടു. വിചിത്രമായ ഒരു ലോകത്തിലൂടെ അയാൾ കറങ്ങിത്തിരിഞ്ഞു. ഒടുവിലെത്തിയത് ഉറക്കത്തിന്റെ തീരത്താണ്. മകൻ ഊണു കാലമായെന്നറിയിക്കാൻ ചെല്ലുമ്പോൾ അയാൾ മുഖത്ത് കണ്ണടയോടെ ശാന്തമായി ഉറങ്ങുകയായിരുന്നു

"ഡാഡിയെ ഉണ്ണാൻ വിളിക്കുന്നു" അവൻ പറഞ്ഞു.

"നിങ്ങള് കഴിക്ക്" അയാൾ മുഖം തിരിച്ച് കിടക്കയിൽ വീണുകിടന്നിരുന്ന പത്രം കൈയിലെടുത്തു.

ലേഖനം വായിച്ചു തീർന്നിരുന്നില്ല. ഏതുവരെയാണ് വായിച്ചതെന്ന് അയാൾക്ക് ഓർമ്മയുണ്ടായിരുന്നില്ല.

മകൻ മുറിയിൽനിന്ന് പുറത്തുകടന്നു.

അടുത്തത് മകളുടെ ഊഴമായിരുന്നു.

"നിങ്ങള് കഴിച്ചോളാൻ പറഞ്ഞില്ലേ?" അയാൾ ഒരു നെടുങ്കൻ വാക്യം വായിക്കുന്നതിനിടയിൽ അസഹ്യത ഭാവിച്ച് പറഞ്ഞു.

അവൾ ഇതെന്തൊരു ഗൗരവം എന്ന മട്ടിൽ മുഖം കൊണ്ടു കാണിച്ച ചേഷ്ട അയാൾ കാണുകയുണ്ടായില്ല. അവളും പിന്മാറി. കടുത്തവിശപ്പോടെ അയാൾ അതിസങ്കീർണ്ണമായ ഒരുഖണ്ഡിക വായിച്ചു തീർക്കാനുള്ള ശ്രമത്തിൽ മുഴുകിയപ്പോൾ വീണ്ടും വാതില്ക്കൽ കാൽപ്പെരുമാറ്റം. ഭാര്യ തന്നെ വന്നിരിക്കയാണ്.

"ഊണു കഴിക്കാൻ വാ" എന്നു ഭാര്യ പറഞ്ഞതുകേട്ട് അയാൾ ചുവരിനു നേർക്കു ചരിഞ്ഞു കിടന്നു.

അവൾ കിടക്കയുടെ അടുത്തെത്തി.

"എഴുന്നേല്ക്ക്."

"വേണ്ട." അയാൾ തെല്ലു പരുക്കനായ ശബ്ദത്തിൽ പറഞ്ഞു.

"ചുമ്മാ വാശിപിടിക്കാതെ. പിള്ളേര് അവിടെ ഇരിക്കയാ. ഡാഡി വന്നിട്ടേ അവര് ഊണു കഴിക്കയുള്ളൂന്ന്" അവൾ കുനിഞ്ഞ് അയാളുടെ കൈയിൽ നിന്ന് പത്രം പിടിച്ചുവാങ്ങി.

അയാളുടെ മുഖം നീരസം കാട്ടി.

"ഊണു കഴിച്ച് വായിക്കാം, വാ." അവൾ പത്രം മടക്കി മേശപ്പുറത്തു വെച്ച് ഡൈനിങ് റൂമിലേക്ക് നടന്നു.

അയാൾക്ക് തന്റെ ഉള്ളിൽ മഞ്ഞ് ഉരുകുന്നതുപോലെ തോന്നി. കണ്ണട ഊരി കിടക്കയിൽ വെച്ച് അയാൾ എഴുന്നേറ്റു.

അയാൾ തന്റെ കർക്കശമായ നിലപാടിൽ അയവു വരുത്തി ഡൈനിങ് റൂമിലെത്തിയപ്പോൾ മക്കൾ രണ്ടുപേരും അമർത്തിപ്പിടിച്ച ചിരിയോടെ അർത്ഥഗർഭമായി പരസ്പരം നോക്കി. അത് അയാളുടെ ശ്രദ്ധ

യിൽപ്പെട്ടില്ല. കൈകഴുകി വന്ന് അയാൾ ജനലിനടുത്തുള്ള കസേരയിൽ സ്ഥാനം പിടിച്ചു. ഭാര്യ അയാളുടെ മുന്നിലേക്ക് പാത്രങ്ങൾ നീക്കിവെച്ചു ചോറും തോരനും മീൻകറിയും വിളമ്പി. അച്ചാർ ഭരണികൾ കൈയെത്തുന്ന അകലത്തിൽ, ഒരു സ്റ്റീൽ ടംബ്ലറിൽ ജീരകവെള്ളം. മറ്റൊന്നിൽ ഇഞ്ചിചേർത്ത മോര്... കൊള്ളാം. അയാൾ സോത്സാഹം ഊണു കഴിക്കാൻ തുടങ്ങി..

ഒരു വിസ്മയം അയാളെ കാത്തിരിക്കുന്നുണ്ടായിരുന്നു. മക്കൾ ഏറെ പണിപ്പെട്ട് അടക്കി നിർത്തിയ ചിരി. അയാൾ ഊണു കഴിച്ച് തീർന്നതും അത് പുറത്തുചാടി. അമ്പരപ്പോടെ അയാൾ അവരെ മാറി മാറി നോക്കി.

"എന്താ?" അയാൾ ചോദിച്ചു.

"ഡാഡി വേണ്ടാന്നു പറഞ്ഞിട്ട് ഊണു കഴിച്ചത് ഒട്ടും ശരിയായില്ല." മകൻ പറഞ്ഞു.

"അതെ. വളരെ മോശമായിപ്പോയി." മകൾ പറഞ്ഞു.

വീടിനുള്ളിലാകെ അവരുടെ ചിരി മുഴങ്ങി.

ചാറ്റൽമഴയുള്ള ഒരു രാത്രി

മഴ, ഒച്ച കേൾപ്പിക്കാതെ വാതിൽ തുറന്ന് മുറ്റത്തേക്കിറങ്ങിയ നാരായണൻ കുട്ടി ഒരു നിമിഷം അന്തിച്ചു നിന്നു. പിന്നെ മഴ പെയ്യുന്നതറിയാത്തതുപോലെ ധൃതിയിൽ നടന്നു.

നില്ക്കൂ! പിന്നിൽ നിന്ന് ആരോ അയാളോടു വിളിച്ചു പറഞ്ഞു. അയാൾ നടുക്കം കൊണ്ടു. ആരാണ്? തിരിഞ്ഞുനിന്ന് പകച്ച കണ്ണുകൾകൊണ്ട് അയാൾ ഇരുളിലേക്കു നോക്കി. ആരാണ്?

അയാൾക്ക് ആരെയും കാണാൻ കഴിഞ്ഞില്ല. കണ്ണുകൾക്കു മുന്നിൽ ഉണ്ടായിരുന്നത് മഴത്തുള്ളികൾ പാറി വീഴുന്ന ഇരുട്ട് മാത്രമാണ്.

ഒരു നെടുവീർപ്പിട്ട് അയാൾ ഇടവഴിയുടെ നേർക്കു നടന്നു. ചാറ്റൽമഴയ്ക്കും കനം ഏറിയിട്ടുണ്ടെന്നു അയാൾക്കു തോന്നി. പക്ഷേ, അയാൾ അതു വകവെച്ചില്ല. കുട എടുക്കാമായിരുന്നു എന്നു ഖേദിച്ചതുമില്ല. മഴയെക്കുറിച്ചല്ല അയാൾ അപ്പോൾ ഓർത്തത്.

വീട്ടിൽ അയാളുടെ ഭാര്യ അപ്പോഴും ഉറക്കത്തിലായിരുന്നു. മക്കൾ നാലുപേർ തൊട്ടടുത്തായി ഉറങ്ങിക്കിടന്നു. അയാൾ പായയിൽ നിന്നെഴുന്നേറ്റതും ഒച്ച കേൾപ്പിക്കാതെ വാതിൽ തുറന്ന് ഇറങ്ങിപ്പോയും അവരാരും അറിഞ്ഞില്ല. അവരെക്കുറിച്ചോർത്തപ്പോൾ അയാളുടെ ഉള്ളിൽനിന്ന് ഒരു തേങ്ങലുയർന്നു. ഏതോ ചരടുകൾ തന്നെ പിറകോട്ട് വലിക്കുന്നത് അയാൾ അറിഞ്ഞു. എങ്കിലും തേങ്ങലടക്കി അയാൾ മുന്നോട്ടു തന്നെ നടന്നു.

ഇടവഴി അവസാനിച്ചപ്പോൾ വയലുകൾ തുടങ്ങി. വയലുകൾക്കിടയിൽ അങ്ങിങ്ങ് തെങ്ങുകൾ വളർന്നു നില്ക്കുന്ന ചെറിയ പറമ്പുകൾ. തെക്കുഭാഗത്ത് പുഴയാണ്. പുഴയുടെ തീരത്ത് മുളക്കൂട്ടങ്ങളും കാടും.

പെട്ടെന്ന് നാരായണൻകുട്ടി ഒരിക്കൽക്കൂടി നടുങ്ങി. അത് പിറകിൽ

നിന്ന് ആരെങ്കിലും വിളിച്ചതിനെത്തുടർന്നായിരുന്നില്ല. തെക്കുനിന്ന് പാഞ്ഞുവരുന്ന തീവണ്ടിയുടെ ശബ്ദം കേട്ടിട്ടായിരുന്നു. ആദ്യമത് നേർത്ത ഒരു ശബ്ദമായിരുന്നു. പിന്നീടത് കാതടപ്പിക്കുന്ന ഇരമ്പമായി മാറി. അയാൾ ഒരു ഭ്രാന്തനെപ്പോലെ വയലുകളിലൂടെ തീവണ്ടിപ്പാതയുടെ നേർക്ക് ഓടി.

അയാൾ തീവണ്ടിപ്പാതയുടെ അടുത്തെത്തുമ്പോഴേക്കും വണ്ടി അകലെ എത്തിക്കഴിഞ്ഞിരുന്നു. വണ്ടി കടന്നുപോയ ദിശയിലേക്കു നോക്കി കിതച്ചുകൊണ്ട് നിന്നു.

ഇരുട്ടിൽ തീവണ്ടിപ്പാതയ്ക്ക് ഇരുപുറവുമുള്ള മരങ്ങൾ പഴങ്കഥകളിലെ ഭൂതങ്ങളെപ്പോലെ നിന്നു.

ആകാശത്തിനും ഇരുട്ടായിരുന്നു. കറുത്തിരുണ്ട മേഘങ്ങൾ, അവയ്ക്കു കീഴെ അയാൾ.

എന്താണ് ഇനി ചെയ്യുക, അടുത്ത വണ്ടി പുലർച്ചയ്ക്കാണ്. ചിലപ്പോൾ അതു വൈകാനും മതി. അതുവരെ എന്തു ചെയ്യും. വീട്ടിലേക്കു തന്നെ മടങ്ങിപ്പോവുകയോ. അതോ വണ്ടിയുടെ സമയമാകുന്നതുവരെ ഉറക്കമിളച്ച് കാത്തിരിക്കുകയോ.

എന്താണ് ചെയ്യേണ്ടതെന്ന ഉറച്ച ഒരു തീരുമാനത്തിലെത്താതെ അയാൾ തീവണ്ടിപ്പാളങ്ങൾക്കു നടുവിലൂടെ പലകകളിലും കരിങ്കൽച്ചീളുകളിലും കാൽവെച്ച് തെക്കോട്ടു നടന്നു. ഇപ്പോൾ അയാൾക്ക് ഒട്ടും ധൃതിയില്ലായിരുന്നു. ചുറ്റും നിറഞ്ഞ ഇരുട്ട് അയാളെ ഒട്ടും പേടിപ്പിച്ചില്ല.

അയാൾ നടന്ന് പുഴയുടെ മീതെയെത്തി. പാലത്തിന്റെ കൈവരിയിൽ തൊട്ടുകൊണ്ട് അയാൾ പതുക്കെ നടന്നു.

ഈ സമയത്ത് പാലത്തിൽനിന്ന് തെല്ല് പടിഞ്ഞാറോട്ട് മാറി ചെറിയൊരു തോണിയിലിരുന്ന് ഒരാൾ മീൻ പിടിക്കുകയായിരുന്നു. മഴയേല്ക്കാതിരിക്കാൻ അയാൾ ഒരു തൊപ്പിക്കുട ചൂടിയിരുന്നു. അയാളുടെ കൈയിലുണ്ടായിരുന്നത് പഴയ ഒരു വീശുവലയാണ്. ഒരു തവണ കൂടി അയാൾ അതു പുഴയിലേക്കെറിഞ്ഞു.

അങ്ങനെ അയാൾ വലയെറിയാൻ തുടങ്ങിയിട്ട് നേരം കുറേയായി. നീർനായ്ക്കൾ മുങ്ങിയും പൊങ്ങിയും അയാളുടെ തോണിക്കരികിലൂടെ കടന്നുപോയി. തോണിയിൽ ഒരു പാനീസ് വിളക്കുണ്ടായിരുന്നെങ്കിലും അത് കത്തിച്ചിരുന്നില്ല.

പരുക്കൻ സ്വരത്തിൽ ഉല്ലാസം നിറഞ്ഞ ഒരു മൂളിപ്പാട്ടോടെ അയാൾ വല പതുക്കെ വലിക്കാൻ തുടങ്ങി. വെറും നീർച്ചണ്ടിയോ പരൽ മത്സ്യങ്ങളോ അല്ലാതെ വലിയ തിരുതയോ ചെമ്പല്ലിയോ ഒന്നും വലയിൽ കുടുങ്ങിയിട്ടില്ലെന്ന് അത് വെള്ളത്തിൽനിന്നും പുറത്തെടുക്കുമ്പോൾ തന്നെ അയാൾക്ക് അറിയാമായിരുന്നു. എന്നിട്ടും അയാൾ പുഴയെ ശപിക്കാൻ മുതിർന്നില്ല. തന്റെ ഉല്ലാസം നിറഞ്ഞ മൂളിപ്പാട്ട് നിർത്തിയുമില്ല.

വല തോണിയിലേക്കു വലിച്ചുകയറ്റി അതിലെ നീർച്ചണ്ടി നീക്കുമ്പോഴാണ് പിറകിൽനിന്നായി ഒരു വലിയ മുഴക്കം അയാളുടെ കാതുക

ളിൽ പതിച്ചത്. അതോടെ അയാളുടെ മൂളിപ്പാട്ട് നിലച്ചു. അയാൾ തിരിഞ്ഞ് ആശങ്കയോടെ പാലത്തിനു നേർക്കു നോക്കി.

പാലത്തിനടിയിൽ ഇരുട്ട് കനത്തിരുന്നു. വെള്ളത്തിന് നല്ല തണുപ്പുണ്ടായിരുന്നു. നാരായണൻകുട്ടി പുഴയുടെ അടിത്തട്ടോളമെത്തി തെല്ലു കഴിഞ്ഞ്, അതിയായ അമ്പരപ്പോടെ മുകളിലേക്കുയർന്നു. നിലവിളിപോലുള്ള ഒരു ശബ്ദം പുറപ്പെടുവിച്ചുകൊണ്ട് അയാൾ ജലനിരപ്പിലെത്തി. അയാൾ ഒന്നും കണ്ടില്ല. ഇരുട്ടുനിറഞ്ഞ ആഴത്തിലേക്ക് ഒരിക്കൽക്കൂടി അയാൾ ആണ്ടുപോയി.

“നിങ്ങള് ചാവാൻ തീരുമാനിച്ച് ഇറങ്ങ്യതാ. അല്ലേ.” തോണിയിലിരുന്ന മീൻപിടുത്തക്കാരൻ പിന്നീട് അയാളോടു ചോദിച്ചു.

നാരായണൻകുട്ടി മുഖം കുനിച്ച് ഇരുന്നതേ ഉള്ളൂ. അയാളുടെ ദേഹം വിറയ്ക്കുന്നുണ്ടായിരുന്നു.

“നിങ്ങളെന്തിനാണ് എന്നെ പിടിച്ചുകയറ്റിയത്?” അയാൾ മുഖമുയർത്താതെ കരയുന്നതുപോലെ ചോദിച്ചു.

“അതാ കുറ്റം!” മീൻപിടുത്തക്കാരൻ ഉറക്കെ പറഞ്ഞു: “നിങ്ങള് ചാവുമ്പം ഞാനിവിടെ കണ്ടോണ്ട് നിക്കണം, അല്ലേ.”

അയാളും നാരായണൻകുട്ടിയെപ്പോലെ നനഞ്ഞുകുതിർന്നിരുന്നു. നാരായണൻകുട്ടിയെ അയാൾ പുഴയിലേക്കു ചാടി തോണിയിൽപിടിച്ചു കയറ്റുകയായിരുന്നു.

“നിങ്ങൾക്ക് ജീവിതം വല്യ പാടായി തോന്നിയിട്ടുണ്ടാവും. ചെല സമയത്ത് ആർക്കും അങ്ങനെ തോന്നും.”

നാരായണൻകുട്ടി മുഖമുയർത്തി. അയാൾക്കു മീൻപിടുത്തക്കാരന്റെ മുഖം വ്യക്തമായി കാണാനായില്ല.

“പക്ഷേങ്കില്, ചത്താല് രക്ഷപ്പെട്വോ, ഇല്ല ചങ്ങാതി കഷ്ടപ്പെടുന്നവര് ചത്തുകഴിഞ്ഞാലും കഷ്ടപ്പാട് തീരൂല്ല. അതു തീർച്ചയാ. അവർ പിന്നേം കഷ്ടപ്പെടും. പിന്നേം ഓരോന്നാലോചിച്ച് ദുഃഖിക്കും. ഒരിക്കലും ഗതികിട്ടില്ല. അതിലും ഭേദം ഈ ജീവിതം തന്ന്യാണ്.” മീൻപിടുത്തക്കാരൻ ചിരിച്ചുകൊണ്ട് പറഞ്ഞു,

നാരായണൻകുട്ടി വിറയലോടെ തോണിയിൽ കുനിപ്പിടിച്ച് ഇരുന്നു.

മീൻപിടുത്തക്കാരൻ കിഴക്കോട്ട് തോണി തുഴയാൻ തുടങ്ങി.

ഒരു സ്വപ്നം
(വ്യാഖ്യാനമില്ലാതെ)

പെൻഡുലത്തിന്റെ ഒച്ച പൊടുന്നനെ പുറത്തുനിന്നുള്ള ഏതോ വാഹനത്തിന്റെ ഇരമ്പലിൽ കലർന്നു. ഫിലിപ്പ് ചെവിയോർത്തുകിടന്നു. വാഹനം നീങ്ങിക്കടന്നതോടെ പിന്നെയും പെൻഡുലത്തിന്റെ ശബ്ദം മാത്രമായി.

കിടക്കയിൽ ചുവരിനടുത്തായി കിടക്കുകയായിരുന്ന ഫിലിപ്പിന്റെ മകൻ ഉറക്കത്തിൽ ഒരു റൈം ഉരുവിടാൻ തുടങ്ങി: ഓൾഡ് മാക് ഡൊനാൾഡ് ഹാഡ് എ ഡക്ക്...

അവൻ സ്കൂൾ വേഷത്തിൽ തന്റെ ആംഗ്ലോ ഇന്ത്യൻ ക്ലാസ് അദ്ധ്യാപികയുടെ മുന്നിൽ കൈകൾ കെട്ടിനിന്നു. ഓൾഡ് മാക് ഡൊനാൾഡ് ഡാക്ക് എ ഡക്ക്..

അവൻ തന്റെ ഉറക്കത്തിലേക്ക് തിരിച്ചെത്തിയപ്പോൾ ഫിലിപ്പിന്റെ കാതുകളിൽ ഒരിക്കൽക്കൂടി പെൻഡുലത്തിന്റെ ശബ്ദമായി.

സമയമറിയാൻ ക്ലോക്കിലേക്ക് നോക്കണമെന്ന് ഫിലിപ്പിനു തോന്നിയില്ല. അയാൾ പതുക്കെ എഴുന്നേറ്റിരുന്നു. ബെഡ് സൈഡ് ലാമ്പിന്റെ അരണ്ട വെളിച്ചത്തിൽ അയാൾ തന്റെ തൊട്ടടുത്തായി മകന്റെ നേർക്കു ചരിഞ്ഞുകിടന്നുറങ്ങുന്ന നാൻസിയെ കണ്ടു. അവളുടെ മുടി കെട്ടഴിഞ്ഞ് തലയിണയിലും കിടക്കയിലുമായി ചിതറിയിരുന്നു. തോൾവശത്ത് ഞൊറിയിട്ട മഞ്ഞ നൈറ്റിയിലൂടെ ബ്രായുടെ സ്ട്രാപ് തെളിഞ്ഞു കാണാം.

ഫിലിപ്പ് കുറേനേരം അവളെ നിർന്നിമേഷനായി നോക്കിയിരുന്നു. ഒരു അപരിചിതയെ കാണുന്നതുപോലെയാണ് അയാൾക്ക് തോന്നിയത്. അങ്ങനെയിരിക്കവെ അയാളുടെ മനസ്സ് അവളെക്കുറിച്ചുള്ള ഒരോർമ്മയിലേക്ക് നീങ്ങി.

ഒരു തൂവെള്ള ടീ ഷർട്ടും നീല ജീൻസുമായിരുന്നു അവളുടെ വേഷം. ജീൻസിന്റെ കീഴറ്റങ്ങൾ കാൽമുട്ടുകളോളം മടക്കി വച്ചിരുന്നു. അവൾ ഒരു സംഘം യുവതികളോടൊപ്പം ഡാൻസ് പരിശീലിക്കുകയായിരുന്നു. കോറിയോഗ്രാഫറുടെ ദിശയിലേക്ക് നോക്കിക്കൊണ്ട് അവളും മറ്റുള്ളവരും ചുവടുവച്ചു. മുന്നിലെ വലിയ കണ്ണാടിയിൽ അവരുടെ പ്രതിബിംബങ്ങൾ.

വൺ, ടു, ത്രീ...

വൺ, ടു, ത്രീ..

താളത്തിൽ ചുവടുവച്ചുകൊണ്ട് മറ്റുള്ളവർ ഹാളിൽനിന്ന് പുറത്തുപോയിട്ടും നാൻസി നൃത്തം തുടർന്നു. അവളുടെ ഉടൽ വിയർത്തൊഴുകി. ഒരു ലഹരിയിലെന്നോണം സ്വയം ചിരിച്ചും കണ്ണുകളടച്ചും അവൾ ഇളകിയാടി.

"നാൻസി!"

ഫിലിപ്പ് അവളുടെ ചുമലിൽ തൊട്ട് വിളിച്ചു.

"ങ്ഹേ."

അവൾ അമ്പരപ്പോടെ കണ്ണു തുറന്നു. ഫിലിപ്പ് കട്ടിലിൽ നിന്നിറങ്ങി ജനലിനടുത്തേക്കു നടന്നു. ജനലിനപ്പുറം വിളറിയ നിലാവും ഇരുണ്ട നിഴലുകളും.

നാൻസി കിടക്കയിൽ മലർന്നുകിടന്ന് അയാളുടെ നേർക്കു നോക്കി.

"ഉറങ്ങിയില്ലേ." അവൾ ചോദിച്ചു.

"ഉവ്വ്." ഫിലിപ്പ് വെളിയിലേക്ക് കണ്ണോടിച്ചുനിന്ന് പറഞ്ഞു.

"സമയം ഒന്നുകഴിഞ്ഞതേയുള്ളൂ."

"ഉം." ഫിലിപ്പ് വെറുതെ മൂളി.

"ഞാൻ ഉറങ്ങുകയായിരുന്നു."

"ഞാനുമതെ. ഒരുസ്വപ്നം കണ്ട് ഞെട്ടിയുണർന്നതാണ്." ഫിലിപ്പ് അവളുടെ ശബ്ദത്തിലെ നീരസം അവഗണിച്ചുകൊണ്ട് പറഞ്ഞു.

അവൾ വീണ്ടും ഉറങ്ങാനുള്ള ഭാവമായിരുന്നു.

അയാൾ പറഞ്ഞതുകേട്ട് തെല്ലൊരാശ്ചര്യത്തോടെ വീണ്ടും കണ്ണു തുറന്നു.

"എന്തു സ്വപ്നം?"

"ഞാനത് വ്യക്തമായി ഓർക്കുന്നു. ഒരു പകൽനേരത്ത്. ഞാൻ വീട്ടിലേക്ക് വന്നുകയറുകയായിരുന്നു. നിന്നെ പുറത്തെങ്ങും കണ്ടില്ല. മുൻവാതിൽ അടച്ചിരുന്നില്ല. ഞാൻ കാളിങ് ബെൽ അടിക്കാതെ അകത്തേക്ക് നടന്നു. നീ ലിവിങ് റൂമിലും ഉണ്ടായിരുന്നില്ല."

"ഞാൻ പിന്നെ എങ്ങോട്ടുപോയി?" നാൻസി ചിരിച്ചു.

"നീ ഇവിടെയായിരുന്നു ഈ മുറിയിൽ."

"ഉറങ്ങുകയാവും."

"അല്ല."

"പിന്നെ."

ഫിലിപ്പിന് പറയാന് മടി തോന്നി. അയാൾ നിശ്ശബ്ദനായി നിന്നു.

"പറയൂ ഫിലിപ്പ്."

"നീ ഒറ്റയ്ക്കായിരുന്നില്ല. ഷെൽഫിനടുത്ത് ആരെയോ ചുറ്റിപ്പിടിച്ചു കൊണ്ട് നില്ക്കുകയായിരുന്നു."

"ഫിലിപ്പിനെത്തന്നെയാവും." നാൻസി ചിരിച്ചുകൊണ്ട് പറഞ്ഞു.

"അല്ല. പിയാനോ വായിക്കുന്ന ജോൺസനെ. നിങ്ങൾ ചുംബിക്കുകയായിരുന്നു."

"മൈ ഗോഡ്."

അവളുടെ പ്രതികരണം കേൾക്കാത്തതുപോലെ ഫിലിപ്പ് തുടർന്നു

"എന്റെ കാലൊച്ച കേട്ട് നീ ചുണ്ടുകൾ വിടർത്തി മുഖം തിരിച്ചു. നീ ചിരിക്കുന്നുണ്ടായിരുന്നു. നിന്റെ മുഖം വിയർത്തിരുന്നു. നെറ്റിയിലും മൂക്കിന്റെ തുമ്പിലും വിയർപ്പ് മിന്നുന്നുണ്ടായിരുന്നു. നീ പേടിക്കുകയോ, പരിഭ്രമിക്കുകയോ ചെയ്തില്ല. നിന്റെ ചുണ്ടുകൾ തുടുത്തിരുന്നു."

ഫിലിപ്പ് പറഞ്ഞുനിർത്തി തിരിഞ്ഞുനോക്കുമ്പോൾ അവൾ കിടക്കയിൽ ഇരിക്കുകയായിരുന്നു. മുഖം കുനിച്ച്.

ഫിലിപ്പ് അവളുടെ അടുത്തേക്ക് ചെന്നു.

"നെഞ്ചിൽ ഒരു കത്തി തറച്ചനോവോടെയാണ് ഞാൻ ഉണർന്നത്. ഇപ്പോഴും അത് മാറിയിട്ടില്ല."

നാൻസി മുഖമുയർത്തിയില്ല.

ഫിലിപ്പ് തന്റെ വലതു കൈത്തലം അവളുടെ മുടിയിൽ ചേർത്തു.

"ഒരു പക്ഷേ, ഞാൻ നിന്നോടിതു പറയരുതായിരുന്നു."

അവൾ നിശ്ചേഷ്ടയായി ഇരുന്നു.

"ഞാൻ നിന്നെ വേദനിപ്പിച്ചുവോ?" ഫിലിപ്പ് പതറിയ ശബ്ദത്തിൽ ചോദിച്ചു.

അവൾ മിണ്ടിയില്ല.

പെൻഡുലം അങ്ങോട്ടുമിങ്ങോട്ടും ചലിച്ചുകൊണ്ടിരുന്നു.

ടിക് ടിക്, ടിക് ടിക്..

പേടി

അയാൾ ജനലിലൂടെ പുറത്തേക്കു നോക്കി. നേരമിരുട്ടുകയാണ്. അയാൾക്ക് ഭയം തോന്നിത്തുടങ്ങി.

വീടിന്റെ ഉമ്മറത്തിരുന്ന് എന്തോ എഴുതുകയായിരുന്ന മകനെ അയാൾ അകത്തേക്കു വിളിച്ചു.

"നിന്നോട് ഞാൻ എത്ര തവണ പറഞ്ഞിട്ടുണ്ട് ഇരുട്ടായിക്കഴിഞ്ഞാൽ അവിടെ ഇരിക്കേണ്ടെന്ന്." അയാൾ പറഞ്ഞു.

അവൻ പുസ്തകവുമെടുത്ത് സ്വീകരണമുറിയിലെത്തി.

ഷോകെയ്സിലെ ക്ലോക്കിൽ ഏഴു മണിയാകുന്നതേ ഉള്ളൂ.

"ഇവിടെയിരുന്ന് പഠിച്ചാൽ മതി." അയാൾ വാതിലിനടുത്തേക്കു നടന്നു.

"അച്ഛൻ വാതിലടയ്ക്കുകയാണോ?" മകൻ ചോദിച്ചു.

"അതെ." അയാൾ പറഞ്ഞു.

പുറത്തു ഇരുട്ടിനു കനം വെച്ചിരുന്നില്ല.

അയാൾ വാതിലടച്ചു. വെറുതെ അടയ്ക്കുക മാത്രമല്ല, മുകളിലും താഴെയുമുള്ള കുറ്റികളിടുകയും പൂട്ടുകയും ചെയ്തു. പിന്നെ താക്കോൽ മടിയിൽ വെച്ച് അയാൾ അടുക്കളയിലേക്കു നടന്നു.

അടുക്കളയിൽനിന്ന് പുറത്തേക്കിറങ്ങുന്നതിന് ഒരുവാതിലുണ്ട്. അത് അടച്ചുവോയെന്ന് അയാൾ ഭാര്യയോട് അന്വേഷിച്ചു.

"ഉവ്വല്ലോ." ഭാര്യ പറഞ്ഞു.

"കുറ്റിയിട്ടോ?" അയാൾ ചോദിച്ചു.

"ഉവ്വ്." ഗ്യാസ് സ്റ്റൗവിനു മുകളിലുള്ള പാത്രത്തിൽ ശ്രദ്ധിക്കുന്നതിനിടയിൽ ഭാര്യ പറഞ്ഞു.

പക്ഷേ, അയാൾക്കു വിശ്വാസം വന്നില്ല. വാതിലിനടുത്ത് ചെന്ന് അയാൾ അതിന്റെ മദ്ധ്യത്തിലുള്ള ഓടാമ്പലും മുകളിലെ കുറ്റിയും പരിശോധിച്ചു. അയാൾ സംതൃപ്തനായി. താഴെയുള്ള കുറ്റിയോ? അയാൾ അതിനു നേരെ കുനിഞ്ഞു. ദൈവമേ! അയാളുടെ ശരീരത്തിലൂടെ ഒരു വിറയൽ കടന്നുപോയി. താനിപ്പോൾ നോക്കിയില്ലായിരുന്നെങ്കിലോ.

“നീ ഇതു കണ്ടോ?” അയാൾ ഭാര്യയുടെ നേർക്കു തിരിഞ്ഞു.

“എന്താ?” ഭാര്യ അങ്ങോട്ടു നോക്കാതെ ചോദിച്ചു.

“ഒന്നുമില്ല.” അയാൾ നീരസത്തോടെ പിറുപിറുത്തു.

കിടപ്പുമുറിയിൽ മേശവിളക്കിനടുത്തിരുന്ന് വായിക്കുകയായിരുന്ന മകൾ അയാളുടെ കാലൊച്ച കേട്ട് പുസ്തകത്തിൽനിന്നു കണ്ണെടുത്തു.

“എന്താ അച്ഛാ?”

“ജനല് അടച്ചില്ല.” ഇപ്പോഴും അയാളുടെ ശബ്ദത്തിൽ നീരസം കലർന്നിരുന്നു.

മകൾ എഴുന്നേറ്റ് ജനൽപ്പാളികൾ ചേർത്തടച്ച് കൊളുത്തിടുന്നത് അയാൾ നോക്കി നിന്നു.

അവൾ ഇരിപ്പിടത്തിലേക്കു മടങ്ങിയപ്പോൾ അയാൾ സംശയം തീർക്കാനായി ജനലിനടുത്തേക്കു ചെന്നു.

സ്വീകരണമുറിയുടെ ജനലുകൾ അടച്ചില്ലെന്ന് അയാൾക്കോർമ്മ വന്നതപ്പോഴാണ്.

അയാൾ സ്വീകരണമുറിയിലേക്കു നടന്നു. മകൻ അയാളെ ഉറ്റുനോക്കി. അയാൾ മുറിയുടെ രണ്ടു ജനലുകളും അടച്ചു. രണ്ടാമത്തെ ജനലടയ്ക്കുമ്പോൾ അയാളുടെ നോട്ടം അയൽവീടിനുമേൽ പതിഞ്ഞു. അതിന്റെ ജനലുകളും വാതിലുകളും അടച്ചിരുന്നില്ല. കുട്ടികൾ ഇറയത്ത് കളിക്കുന്നു. മുതിർന്നവർ മുറ്റത്തിരുന്നു സംസാരിക്കുന്നു. ഹും അയാൾ ഈർഷ്യയോടെ ജനലടച്ചു പിന്തിരിഞ്ഞു.

തുടർന്നെന്താണ് താൻ ചെയ്യേണ്ടതെന്നോർത്തുകൊണ്ട് അയാൾ സ്വീകരണമുറിയുടെ നടുവിൽ നിന്നു. വാതിലുകളും ജനലുകളുമൊക്കെ അടച്ചുകഴിഞ്ഞു. മുൻവാതിലിന്റെ താക്കോൽ മടിയിൽതന്നെ ഇല്ലേ? ഉണ്ട്. ഒരുപക്ഷേ, പൂട്ടിന് എന്തെങ്കിലും കുഴപ്പം സംഭവിച്ചിട്ടുണ്ടെങ്കിലോ?

അയാൾ പിന്നെയും മുൻവാതിലിനടുത്തേക്ക് ചെന്നു.

രാത്രിയാണ്.

പേടിക്കണം.

ഏതാണ്ട് പാതിരാവോടടുത്ത സമയത്ത് അയാളുടെ ഭാര്യ ഉറക്കത്തിൽ നിന്ന് ഞെട്ടിയുണരുമ്പോൾ അയാൾ കിടക്കയിൽ തൊട്ടടുത്തു കിടന്ന് ദീനമായി ഞരങ്ങുകയാണ്. ഭാര്യ അത്യധികം പരിഭ്രമിച്ച് ലൈറ്റിട്ടു. മുറിയിൽ പെട്ടെന്ന് നിറഞ്ഞ വെളിച്ചത്തിലേക്ക് അയാൾ മിഴിച്ചുനോ

ക്കി. അയാളുടെ രണ്ടു കൈകളും സ്വന്തം കഴുത്തിൽ അമർന്നിരിക്കുകയായിരുന്നു.

"എന്താണ് പറ്റിയത്? എന്താണ്?" അയാളുടെ ഭാര്യ കിതപ്പോടെ ചോദിച്ചു. അയാൾ കഴുത്തിൽ നിന്ന് കൈകൾ മാറ്റി അവയുടെ നേർക്കു നോക്കി. കൈവിരലുകൾ വിറയ്ക്കുന്നുണ്ടായിരുന്നു.

ഭാര്യ സാരിത്തലപ്പുകൊണ്ട് അയാളുടെ മുഖത്തെ വിയർപ്പ് തുടച്ചു.

"എനിക്ക് പേടിയാകുന്നു." അയാൾ പതുക്കെ പറഞ്ഞു.

താക്കോൽ സൂക്ഷിക്കുന്നവർ

തന്റെ മുന്നിലിരിക്കുന്ന സന്ദർശകനെ സംശയദൃഷ്ടിയോടെ നോക്കിക്കൊണ്ട് മദർ സുപ്പീരിയർ ചോദിച്ചു:

"നിങ്ങൾ സിസ്റ്റർ സൂസന്റെ ആരാണ്?"

അയാൾ പറഞ്ഞു.

"ഈ ചോദ്യത്തിന് ഞാൻ മറുപടി തന്നുകഴിഞ്ഞു. അതുതന്നെ ആവർത്തിക്കേണ്ട കാര്യമില്ലല്ലോ."

അവർ സംസാരിച്ചുകൊണ്ടിരുന്ന മുറിയുടെ വരാന്തയിലൂടെ രണ്ട് കന്യാസ്ത്രീകൾ തിടുക്കത്തിൽ നടന്നു നീങ്ങി. മദർ സുപ്പീരിയറിന്റെ നോട്ടം വാതിലിനു നേർക്കായി.

അയാൾ പറഞ്ഞു:

"സിസ്റ്റർ സൂസന്റെ മരണത്തെക്കുറിച്ച് ഞാനറിഞ്ഞത് ഇന്നലെയാണ്; ഒരു പത്രത്തിൽനിന്ന്. രണ്ട് ദിവസം മുമ്പുള്ള പത്രമായിരുന്നു. അതിൽ കണ്ടത് സിസ്റ്റർ ഈ കോൺവെന്റിലെ ഒരു മുറിയിൽ ആത്മഹത്യ ചെയ്തുവെന്നാണ്."

"അതെ അങ്ങനെത്തന്നെയാണ് സംഭവിച്ചത്. ഷി കമ്മിറ്റഡ് സൂയിസൈഡ്." സംഭാഷണം തുടരുന്നതിലുള്ള വിമുഖത മദർ സുപ്പീരിയറിന്റെ സ്വരത്തിൽ പ്രകടമായിരുന്നു

അയാൾ തെല്ലു മുന്നോട്ട് നീങ്ങിയിരുന്ന് ചോദിച്ചു:

"പക്ഷേ, എന്തിന്?"

"ഐ ഡോൺട് നോ." മദർ അസ്വസ്ഥതയോടെ പറഞ്ഞു.

ആ കൂടിക്കാഴ്ചയുടെ തുടക്കം തൊട്ടുതന്നെ മദർ അസ്വസ്ഥയായിരുന്നു. സിസ്റ്റർ സൂസൻ തന്റെ മരണത്തിലൂടെ കോൺവെന്റിന് വരുത്തിവച്ച അപമാനത്തെക്കുറിച്ചാണ് അവർ പറഞ്ഞുതുടങ്ങിയത്.

പൊലീസ് എൻക്വയറിയും പത്രലേഖകരുടെ അന്വേഷണവും കോൺവെന്റിനു വെളിയിൽ പ്രചരിച്ച ഊഹാപോഹങ്ങളും കന്യാസ്ത്രീകൾക്കിടയിലെ പരിഭ്രാന്തിയും അവരെ വല്ലാതെ ഉലച്ചിരുന്നു. എല്ലാം അവസാനിച്ചുവെന്ന് കരുതിയിരിക്കുമ്പോഴാണ്...

"ഇവിടെയുള്ള സിസ്റ്റർമാർക്ക് വല്ലതും പറയാൻ കാണുമായിരിക്കും." സന്ദർശകൻ ഒരു ആത്മഗതമെന്നോണം പറഞ്ഞു.

മദർ അയാളെ തീക്ഷ്ണമായി നോക്കി.

"അവരുമായി നിങ്ങൾക്ക് സംസാരിക്കാനാവില്ല. ഐ കാൺട് അലൗ ഇറ്റ്."

"എങ്കിൽ എനിക്ക് സൂസൻ ഉപയോഗിച്ചിരുന്ന മുറിയൊന്നു കാണാമോ?"

"അതും അനുവദിക്കാവുന്നതല്ല." മദർ കടുത്ത സ്വരത്തിൽ പറഞ്ഞു.

പിന്നെ കുറച്ചുനേരത്തേക്ക് മുറിയിൽ അസുഖകരമായ മൗനം. അയാൾ മദറിന്റെ മുഖത്ത്നിന്ന് കണ്ണെടുത്തില്ല. അവർ എന്തോ മറച്ചു പിടിക്കുകയാണെന്ന് അയാൾക്ക് തീർച്ചയുണ്ടായിരുന്നു. അയാൾ അങ്ങനെ പറയാൻ തുടങ്ങുമ്പോഴേക്കും അവർ കൂടിക്കാഴ്ച അവസാനിപ്പിച്ചുകൊണ്ട് എഴുന്നേറ്റു.

"എനിക്ക് ശകലം തിരക്കുണ്ട്."

"ഞാൻ പോയേക്കാം." അയാളും എഴുന്നേറ്റു.

മദർ അയാളെ ശ്രദ്ധിക്കാതെ പിറകിലെ അലമാര തുറന്ന് ഏതോ രജിസ്റ്റർ എടുക്കുമ്പോൾ അയാൾ യാത്ര പറയാതെ പുറത്തേക്കു നടന്നു.

ഷൂസ് വാതില്ക്കൽ അഴിച്ചു വച്ചിരുന്നു. അയാൾ കുനിഞ്ഞ് ഷൂസ് ധരിച്ചു. മദർ അലമാരയടച്ച് തന്റെ ഇരിപ്പിടത്തിൽ ചെന്നിരുന്ന് രജിസ്റ്റർ തുറന്നു.

അയാൾ വരാന്തയിലൂടെ നടന്നു.

വലതുവശത്ത് നിരനിരയായി അറ്റം കൂർത്ത വൃക്ഷങ്ങൾ. ഇലകളൊതുക്കിപ്പിടിച്ചു നില്ക്കുന്ന അവയ്ക്കരികിലൂടെ അയാൾ നടവഴിയുടെ നേർക്കെത്താൻ നടന്നു.

ഗ്രൗണ്ട് ഫ്ളോറിൽ മദ്ധ്യത്തിലായി സന്ദർശകർക്കു കാത്തിരിക്കാനുള്ള സ്ഥലമാണ്. ഒന്നാം നിലയിലേക്കുള്ള സ്റ്റെയർ കേസ് അവിടെനിന്നും തുടങ്ങുന്നു.

കസേരകളും ചാരുബെഞ്ചും ശൂന്യം. ടീപ്പോയിക്കുമുകളിൽ ഒരു കറുത്ത പൂച്ച ഉറങ്ങുന്നു.

പൊടുന്നനെ ഒന്നാം നിലയിൽ നിന്ന് ആരോ ചുരുട്ടിയെറിഞ്ഞതു പോലെ ഒരു കടലാസ് തുണ്ട് അയാളുടെ മുന്നിൽ പതിച്ചു. അയാൾ പകച്ചു നിന്നു.

സ്റ്റെയർകേസിന്റെ അറ്റത്തേക്ക് നോക്കിയെങ്കിലും അവിടെ

ആരെയും അയാൾക്കു കാണാൻ കഴിഞ്ഞില്ല. പക്ഷേ, ധൃതിയിലുള്ളൊരു ചലനം അയാൾക്ക് അറിയാനായി. വരാന്തയിൽ വേറെയാരുമില്ലെന്ന് ഉറപ്പുവരുത്തി. അയാൾ പെട്ടെന്ന് കുനിഞ്ഞ് ആ കടലാസ് തുണ്ടെടുത്തു. അതു തനിക്കുള്ളൊരു സന്ദേശമാവാനേ വഴിയുള്ളൂ എന്നയാൾക്ക് തോന്നി.

ചാരുബെഞ്ചിന്റെയടുത്തായി വച്ചിരുന്ന ബാഗെടുത്ത് ചുമലിൽ തൂക്കി അയാൾ നടവഴിയിലേക്കിറങ്ങി. ഗേറ്റിനടുത്തെത്തിയപ്പോൾ അയാളൊന്നു തിരിഞ്ഞുനോക്കി. കോൺവെന്റിന്റെ മുകളിലത്തെ വരാന്തയിൽ ഒരു കന്യാസ്ത്രീ. അയാൾക്കു ഒരു നോക്കു മാത്രമേ കാണാനായുള്ളൂ. അയാൾ തിരിഞ്ഞുനോക്കിയതും അവർ ഒരു തൂണിനു പിന്നിൽ മറഞ്ഞു.

ഗേറ്റ് കടന്ന് പാതയുടെ അരികുപറ്റി നടക്കുമ്പോൾ അയാളുടെ കണ്ണുകൾ അടുത്തയിടെ രണ്ട് വരി കല്ലുകൂടി കെട്ടി ഉയർത്തിയ മതിലിലും മതിലിനു മുകളിൽ പാകിയുറപ്പിച്ച കുപ്പിച്ചില്ലുകളിലുമായിരുന്നു. ഓരോ ചില്ലിൽ നിന്നും ചോരയിറ്റുന്നുണ്ടോ, അയാൾ ഓർത്തു.

ദൂരെ കാവല്ക്കാരെപ്പോലെ മരങ്ങളും വെള്ളനിറത്തിലുള്ള മഠവും. പിന്നെ അവ കാണാതെയായി.

അയാൾ കടലാസ് ചുരുൾ നിവർത്തി നോക്കി.

അതിലുണ്ടായിരുന്നത് ഒരു ചിത്രമാണ്.

തലപ്പിൽ കുരിശുള്ള ഒരു ചർച്ചിന്റെ ചിത്രം. അയാൾ അതിലേക്കു ഉറ്റുനോക്കിക്കൊണ്ട് വഴിവക്കിൽ നിന്നു.

അപരിചിതർ കടന്നുപോയി.

അവരിലൊരാളോട് അയാൾ ചോദിച്ചു:

"ചർച്ച് എവിടെയാണ്?"

"നേരെ നടന്നാൽ മതി."

"താങ്ക്യൂ."

അയാൾ മുന്നോട്ട് നടന്നു.

പാതയിലെ ശബ്ദങ്ങളൊന്നും അയാളെ സ്പർശിച്ചില്ല.

ഏതാണ്ട് ഒരു കിലോമീറ്ററോളം നടന്നപ്പോൾ അയാൾ ചർച്ചിന്റെ മുന്നിലെത്തി.

വിശാലമായ കോമ്പൗണ്ട്. കൂറ്റൻ ചർച്ച്. അതിന് പിറകിലായി രണ്ട് നിലയുള്ള നീണ്ടയൊരു കെട്ടിടം. മുകൾ നിലയിൽ പകുതി ഭാഗം ഇഷ്ടിക കൊണ്ടാണ്. തേച്ചിട്ടില്ല. പടിഞ്ഞാറു വശത്ത് വെള്ള തേച്ച ചുമരുകളാണ്.

താഴത്തെ വരാന്തയാകെ ഗ്രിൽസിട്ട് മറച്ച നിലയിലാണ്.

നേരെ കാണാവുന്ന ഇരുമ്പു വാതിലിന് പടരുന്ന വള്ളികളുടെയും പച്ചിലകളുടെയും കമാനം.

അയാൾ കമാനത്തിനു കീഴെ നിന്ന് കാളിങ് ബെല്ലിൽ വിരലമർത്തി. കറുത്ത ഒരു ചെറുപ്പക്കാരൻ കൈയിലൊരു നായ്ക്കുട്ടിയുമായി വന്ന് വാതിൽ തുറന്നു.

"എനിക്ക് ഫാദറിനെയൊന്നു കാണണം."

"അദ്ദേഹം വയലിൻ പ്രാക്ടീസ് ചെയ്യുകയാണ്."

"ഇപ്പോൾ കാണാൻ പറ്റില്ലെന്നാണോ?"

"ചോദിക്കട്ടെ."

ചെറുപ്പക്കാരൻ നായ്ക്കുട്ടിയെ ലാളിച്ചുകൊണ്ട് കോണിയുടെ നേർക്കു നടന്നു.

അയാൾ കാത്തുനിന്നു.

സന്ദർശനാനുമതി നേടി ചെറുപ്പക്കാരൻ തിരിച്ചെത്തി.

"ഇടതുഭാഗത്ത് രണ്ടാമത്തെ മുറി."

അതിന്റെ വാതിൽ തുറന്നുകിടക്കുകയായിരുന്നു. അയാൾ മുറിയിലേക്ക് കയറി.

"ഗുഡ് ഈവ്നിങ് ഫാദർ."

"ഗുഡ് ഈവ്നിങ്."

ഫാദർ വയലിൻ വായന നിർത്തി ജാലകത്തിനടുത്തുനിന്ന് മേശയുടെ നേർക്ക് നടന്നു.

"എവിടെ നിന്നാണ്?" വയലിൻ മേശപ്പുറത്ത് വച്ച് കസേരയിലമർന്ന് ഫാദർ ചോദിച്ചു.

"നാഗർകോവിലിൽ നിന്ന്" അയാൾ പറഞ്ഞു.

"ഇരിക്കൂ."

അയാൾ ഫാദറിന് അഭിമുഖമായി ഇരുന്നു.

"എന്താ വന്നത്?"

"സിസ്റ്റർ സൂസൻ എന്റെയൊരു അകന്ന ബന്ധുവാണ്."

"ഐ സീ. സിസ്റ്ററുടെ മരണത്തെക്കുറിച്ച് കേട്ട് വന്നതാവും അല്ലേ."

"അതേ."

"മരണമറിയാൻ വൈകി?"

"ഉവ്വ്."

"ഇന്നലെയായിരുന്നു വിശേഷാൽ കുർബ്ബാന. അതുകഴിഞ്ഞ് സിസ്റ്ററുടെ ബന്ധുക്കളൊക്കെ ഇന്ന് വെളുപ്പിനാണ് പോയത്." ഫാദർ പിറകോട്ട് ചാഞ്ഞിരുന്ന് ജാലകത്തിനു നേരെ വിരൽ ചൂണ്ടി. "അതിലൂടെ നോക്കിയാൽ നിങ്ങൾക്ക് സിസ്റ്ററുടെ കുഴിമാടം കാണാം."

അയാൾ എഴുന്നേറ്റ് ജാലകത്തിനടുത്തേക്ക് ചെന്നു.

"നിങ്ങൾക്കതു തിരിച്ചറിയാൻ പ്രയാസമുണ്ടാവില്ല. ഒട്ടും."

"ഇല്ല." അയാൾ പിറുപിറുത്തു.

സിമിത്തേരിയിൽ മഴ പെയ്യുന്നുണ്ടായിരുന്നു. മഴയുടെ തിരശ്ശീലയ്ക്കപ്പുറത്ത് സിസ്റ്റർ സൂസന്റെ രൂപം തെളിഞ്ഞു.

അയാൾ ജനലഴികളിൽ പിടിച്ച് ഒരു വിറയലോടെ നോക്കി നില്ക്കെ സിസ്റ്റർ സൂസൻ തന്റെ കുഴിമാടത്തിനു മുകളിലിരുന്ന് വിഷാദപൂർവ്വം ചുറ്റും കണ്ണോടിച്ചു. പുതുമണ്ണും വാടിയ പൂക്കളും. സിസ്റ്റർ ഒന്ന് രണ്ട് പൂക്കളെടുത്ത് പതുക്കെ മുഖത്തോടടുപ്പിച്ചു..

അയാൾ പെട്ടെന്ന് മുറിയിൽ നിന്നും ഇറങ്ങിയോടി.

“നില്ക്കൂ.” ഫാദർ വിളിച്ചു പറഞ്ഞു.

പക്ഷേ, അയാൾ അതു കേട്ടില്ല.

കോണിയിറങ്ങി മുറ്റം താണ്ടി അയാൾ സിമിത്തേരിയിലേക്കോടി. അനേകം ശവക്കല്ലറകൾക്കിടയിലൂടെ അയാൾ മഴ നനഞ്ഞുകൊണ്ട് ഓടി.

അയാൾ അങ്ങനെ മഴ നനഞ്ഞ് ഓടിപ്പോകുന്നതും ഒടുവിൽ സിസ്റ്റർ സൂസന്റെ കുഴിമാടത്തിലെത്തി മുട്ടുകുത്തുന്നതും ജനലിനടുത്തു നില്ക്കുകയായിരുന്ന ഫാദറിന് കാണാനായി.

മഴ കനത്ത് പെയ്തുകൊണ്ടിരുന്നു.

ഫാദർ പിന്നെയും വയലിൻ വായിക്കാൻ തുടങ്ങി.

പ്രത്യാശയോടെ കള്ളൻ

പാടങ്ങൾക്കു നടുവിലൊരു കതിര്. വലിയൊരു കുമിളുപോലെ കതിരിൽ ഒരു ചാള. അതിനു മൺതറയും മൺചുവരും ഓലയും പുല്ലും മേഞ്ഞ മേല്ക്കൂരയും. കാഞ്ഞനും മൊട്ടിയും അവരുടെ മക്കളും താമസിക്കുന്നത് ഇവിടെയാണ്.

പാടങ്ങളെ പകുത്തുകൊണ്ട് ഒരു കൈത്തോട് കടന്നുപോകുന്നു. അതിന്റെ രണ്ടുകരയിലും കടുംപച്ചനിറത്തിൽ കൈതകൾ. മൊട്ടി കൈതയോലകൾ മുറിച്ചുണക്കി ഒന്നാന്തരം പായ നെയ്യും. പായ അവൾ തന്നെ അഞ്ചാറു നാഴിക നടന്ന് ആഴ്ചച്ചന്തയിൽ കൊണ്ടുപോയി വില്ക്കും. അവൾ ചന്തയിൽ നിന്ന് മടങ്ങി വരുന്നതും കാത്ത് കാഞ്ഞൻ റെയിൽപ്പാളങ്ങൾക്കരികെ ഇരിക്കും. അവൾ വരിക റെയിൽപ്പാളങ്ങൾക്കരികിലൂടെയുള്ള ഒറ്റയടിപ്പാതയിലൂടെയാണ്. അവിടെയിരുന്നാൽ കാഞ്ഞന് തെക്കോട്ട് ഒരുപാട് ദൂരം വരെ കാണാം.

യാത്രാവണ്ടികളും ചരക്കുവണ്ടികളും തെക്കുനിന്ന് വടക്കോട്ടും വടക്കുനിന്ന് തെക്കോട്ടും കൂകിപ്പായുമ്പോൾ അവയിൽ ഒട്ടും കൗതുകം കാട്ടാതെ ബീഡിയും പുകച്ചുകൊണ്ട് കാഞ്ഞൻ ഒറ്റയടിപ്പാതയിൽ കണ്ണുനട്ട് ഇരിക്കും. അവൻ അവിടെനിന്നും എഴുന്നേല്ക്കണമെങ്കിൽ, അവന്റെ മുഖം തെളിയണമെങ്കിൽ മൊട്ടി ഒറ്റയടിപ്പാതയുടെ തെക്കേയറ്റത്ത് പ്രത്യക്ഷപ്പെടണം. അവൾ പായ നല്ല വിലയ്ക്ക് വിറ്റിരിക്കും. അവളുടെ മടിശീലയിൽ കാശുണ്ടാകും. അതിൽ നിന്നൊരു ഓഹരി അവനു വാങ്ങണം എന്നിട്ട്...

എന്നിട്ട് അവനൊരു പോക്കുണ്ട്. നേരെ പടിഞ്ഞാറോട്ട്. അവൻ ആളാകെ മാറിയിട്ടുണ്ടാകും. അവന്റെ ഉള്ളിലിരുന്ന് ആരോ ഉച്ചത്തിലുച്ചത്തിൽ പാടുകയാവും. ഒന്നെന്നു ചൊല്ലുവാനീട ഒരുലോകോമില്ല...

രണ്ടെന്നു ചൊല്ലുവാനീട ഇരുലോകോമില്ല... മൂന്നെന്നു ചൊല്ലുവാനീട മുഴക്കങ്ങളില്ല... നാലെന്നു ചൊല്ലുവാൻ നാലു ഭാഗങ്ങളില്ല...

അങ്ങനെയങ്ങനെ റെയിൽപ്പാളങ്ങൾ മുറിച്ചുകടന്ന് എള്ളും കണ്ണാവണക്കുകളും വളർന്നുനില്ക്കുന്ന ശ്മശാനം താണ്ടി ഇടവഴിയിലൂടെ വയലിലേക്കിറങ്ങി നടവരമ്പുകളിലൂടെ തെന്നിത്തെന്നി മുന്നോട്ടു പോയി കൈത്തോട് ഇറങ്ങിക്കയറി അവൻ ചാളയുടെ മുന്നിലെത്തുന്നു. അവൻ അത്യുത്സാഹത്തോടെ മൊട്ടിയെ വിളിക്കുന്നു.

അവൾ വിളി കേൾക്കില്ല. അവളുടെ ഒരു കണ്ണിൽ ദേഷ്യമായിരിക്കും. മറ്റേ കണ്ണിൽ സങ്കടവും.

അവൾ മുഖമുയർത്തിയില്ല. അവൻ തന്റെ അടുത്തെത്തിയിട്ടുണ്ടെന്ന് ഒട്ടുഭാവിക്കയുമില്ല. അവൾ പിണക്കത്തിലാണ്. പക്ഷേ, അവളെ എങ്ങനെ ഇണക്കണമെന്ന് അവനു നന്നായി അറിയാം.

“മൊട്ടീ, എന്റെ പെണ്ണേ, ഇനിയൊരിക്കലും ഞാനിങ്ങനെ ചെയ്യൂല, സത്യം. നിന്നാണെ, നമ്മുടെ മക്കളാണെ, കാലിച്ചാൻ ദൈവത്താണെ, പരവക്കാളിയാണെ...”

അത്രയുംകൊണ്ടും അവൾ ഇണങ്ങിയില്ലെങ്കിൽ അവൻ കുഞ്ഞാർകുറത്തിയെയും എമ്പ്രാൻ കുരിക്കളെയും കൊള്ളുവാപ്പോതിയെയും തായിപ്പരദേവതയെയും പുലി മറിഞ്ഞ തെണ്ടച്ചനെയും പിടിച്ചാണയിടും. അങ്ങനെ മന്ത്രമൂർത്തികളും ധർമ്മദൈവങ്ങളും ഭൂതവും പ്രേതവും ദേവനും ദേവിയുമെല്ലാം ആ ചാളയിലേക്കു വരും. അവരുടെ നടുവിൽ മൊട്ടി പിണക്കം ഭാവിച്ച് ഇരിക്കും. എന്നാൽ എത്രനേരം അവൾക്കങ്ങനെ ഇരിക്കാനാവും, കാഞ്ഞനെ എത്രനേരം അവൾക്ക് കണ്ടില്ലെന്ന് നടിക്കാനാവും. അവൾ അവന്റെ അഞ്ചുമക്കളുടെ അമ്മയല്ലേ, അവനു കൂട്ടായി അകലെനിന്ന് വന്നതല്ലേ..

പകൽ നേരത്ത് പലപ്പോഴും അവനുണ്ടാവുക തോട്ടിറമ്പിലാണ്. ഇര കോർത്ത ചൂണ്ടൽ വെള്ളത്തിലിട്ട്, ചൂണ്ടൽച്ചരട് അനങ്ങുന്നുണ്ടോയെന്നു നോക്കിക്കൊണ്ട് മീൻ കൊത്തുന്ന നീലപ്പക്ഷിയെപ്പോലെ അവൻ ഇളകാതെ ഇരിക്കും. കുരുടനല്ലാതെ മറ്റൊരു മീനും തോട്ടിലെ വെള്ളത്തിലില്ല. ചിലപ്പോൾ അവന് നാലോ അഞ്ചോ കുരുടനെകിട്ടും. അവൻ ഒരീർക്കിലിൽ അവയെ കോർത്ത് അറ്റങ്ങൾ പിണച്ചു ഒരു വളയം പോലെയാക്കി അതു കൈവിരലിൽ തൂക്കിയിട്ട് അവൻ ചാളയിലേക്ക് നടക്കും. മൊട്ടിയെ വയലിൽവെച്ചേ വിളിക്കും. മീൻ കിട്ടിയിട്ടുണ്ടെങ്കിലല്ലാതെ അവനങ്ങനെ വിളിക്കില്ലെന്ന് അവൾക്ക് തീർച്ചയുണ്ട്. മീനിന് ഇത്രയും വിലയുള്ളപ്പോൾ അഞ്ചു കുരുടനെ കിട്ടുന്നത് നിസ്സാരമാണോ? കാഞ്ഞൻ മീൻകോപ്പ അഭിമാനത്തോടെ അവളുടെ നേർക്ക് നീട്ടിപ്പിടിക്കും. അവളുടെ മുഖം തെളിയും. അതു കാണുമ്പോൾ അവന്റെ മനസ്സു നിറയും. അവർ ദുഃഖങ്ങളെല്ലാം മറക്കും...

അതിനിടയിലെപ്പോഴോ വേനൽ കടന്നുപോയി. മഴക്കാലമായി. പെരുമഴകൾ ആർത്തലച്ച് പെയ്തു. കൈത്തോട് നിറഞ്ഞു. വയൽവരമ്പുകൾ

കാണാതായി. എവിടെയോ മറഞ്ഞിരുന്നു തവളകൾ കരഞ്ഞു. ആകാശത്തുനിന്ന് പലപ്പോഴും മിന്നലുകളിറങ്ങിവന്നു. കാഞ്ഞനും മൊട്ടിയും കുളിർന്നു വിറച്ചുകൊണ്ട് ചാളയിൽ കുനിക്കൂടിയിരുന്നു.

അവൻ ഒരു മീൻ പിടിച്ചിട്ടും അവൾ ഒരു പായ നെയ്തിട്ടും നാളുകളായി. മഴ വിട്ടുമാറുന്ന സമയത്ത് അവൻ തിടുക്കത്തിൽ മണ്ണിരകൾ കിളച്ചെടുത്ത് ഒരു ചിരട്ടയിലിട്ട് അതും ചുണ്ടലുമായി കൈത്തോടിനടുത്തേക്ക് ഓടും. എന്നാൽ ഇര കോർത്ത് ചുണ്ടൽ വെള്ളത്തിലിടുമ്പോഴേക്കും മഴയുടെ കരച്ചിൽ പിന്നെയും കേട്ടുതുടങ്ങും. എത്രയും പെട്ടെന്ന് ഒരു മീൻ തന്റെ ചൂണ്ടലിൽ കൊത്തിയെങ്കിലെന്ന് അവൻ ആശിക്കും. പക്ഷേ, മീനുകൾക്ക് തോന്നണ്ടേ, അവൻ ഒരു പാവമാണെന്നും തങ്ങളിലൊന്നിനെയെങ്കിലും കിട്ടിയാൽ അവനു വലിയ സന്തോഷമാകുമെന്നും. അപ്പോഴേക്കും മഴ കരഞ്ഞെത്തിക്കഴിഞ്ഞിരിക്കും. അവൻ മഴയേയും മീനുകളെയും പ്രാകിക്കൊണ്ട് ചൂണ്ടലുമെടുത്ത് വയലിലൂടെ തിരിഞ്ഞോടും. ചാളയിലെത്തുമ്പോഴേക്കും അവൻ മഴയിൽ കുതിർന്നിരിക്കും. അവൻ തോട്ടുവക്കിൽ ഉപേക്ഷിച്ച ചിരട്ടയിൽ നിന്ന് മണ്ണിരകൾ ജീവിതം തുടങ്ങാനായി ഇഴഞ്ഞിറങ്ങും. അവയ്ക്കു മണ്ണുതിന്ന് ജീവിക്കാം. പാവം കാഞ്ഞന് അത് പറ്റില്ലല്ലോ..

ഒരുരാത്രി മൊട്ടിയും മക്കളും ഉറങ്ങിയിരുന്നു. കാഞ്ഞന് ഉറക്കം വന്നില്ല. അവനെഴുന്നേറ്റ് ഓലവാതിൽ നീക്കി പുറത്തേക്ക് നടന്നു. പുറത്ത് ചാറ്റൽമഴ പെയ്യുന്നുണ്ടായിരുന്നു. അവൻ മഴ പെയ്യുന്നതറിയാത്തതുപോലെ ഇരുട്ടിലൂടെ നടന്നു. തവളകളുടെയും കീരാംകരിക്കകളുടെയും കരച്ചിൽ നാലുപാടും ഉയർന്നു കേൾക്കാമായിരുന്നു. അവന് പേടി തോന്നി. എങ്കിലും മുന്നോട്ട് നടന്നു.

പാടങ്ങൾ അവസാനിച്ചു. കാഞ്ഞൻ ഇരുണ്ടൊരു പറമ്പിലേക്ക് കയറി. അവൻ ലക്ഷ്യമാക്കിയത് ആ പറമ്പിന് നടുവിലുള്ള ഓടിട്ട വീടായിരുന്നു. ചാഞ്ഞുനിന്ന ഒരു മാവിൻകൊമ്പിലൂടെ അവൻ അതിന്റെ മേൽപ്പുരയിലെത്തുമ്പോൾ മഴയ്ക്ക് ശക്തികൂടി. അവൻ നനഞ്ഞുകുളിച്ചു. മേൽപ്പുരയിലെ രണ്ട് ഓടുകൾ ഇളക്കി മാറ്റാൻ അവന് എളുപ്പത്തിൽ കഴിഞ്ഞു. പക്ഷേ, കഴുക്കോലുകൾക്കിടയിലൂടെ താഴോട്ടിറങ്ങുക എളുപ്പമായിരുന്നില്ല. ആദ്യം കാലുകൾ രണ്ടും താഴോട്ടു നീട്ടി. പിന്നെ നനഞ്ഞ കഴുക്കോലിൽ പിടിച്ച് പതുക്കെ, പതുക്കെ...

കണ്ണുകളിൽ കൂരിരുട്ട് കത്തുന്നു. ഒന്നും കണ്ടുകൂടാ. പുറമെയുള്ളതിലേറെ ഇരുട്ടുണ്ടായിരുന്നു വീട്ടിനുള്ളിൽ. അവൻ മുറിയിൽ നിറഞ്ഞുനിന്ന ഇരുട്ടിലേക്കു പകച്ചുനോക്കി.

അവൻ താഴോട്ടു ചാടിയതും ഇരുട്ടിൽനിന്നു ഒരു സ്ത്രീയുടെ നിലവിളി ഉയർന്നതും ഒപ്പമായിരുന്നു. "കള്ളൻ! കള്ളൻ! കള്ളൻ!"

മൂടൽമഞ്ഞിനു മുമ്പ്

ഞാനും പീതാംബരനും സുഹൃത്തുക്കളാണ്. ഞാൻ ഓഫീസിലായിരിക്കുമ്പോൾ പീതാംബരൻ എനിക്കു ഫോൺ ചെയ്യാറുണ്ട്. ഓഫീസിലെ ഫോൺ സൂപ്രണ്ടിന്റെ മേശപ്പുറത്താണ്.

ഏതാനും സഹപ്രവർത്തകരെ പിന്നിട്ട് മേശയ്ക്കടുത്തെത്തി. സൂപ്രണ്ട് ക്രാഡ്ലിൽ നിന്നെടുത്തുവച്ച റിസീവർ കാതോടു ചേർത്തപ്പോൾ ഫോണിന്റെ അങ്ങേത്തലയ്ക്കൽ നിന്ന് അതിപരിചിതമായ ആ ശബ്ദം തന്നെ.

"നമ്മുടെ ജോർജ് രക്ഷപ്പെട്ടു. കേട്ടോ."

"ങ് ഹേ, എപ്പോൾ?" സംഭ്രമത്തോടെ ചോദിച്ചു.

സൂപ്രണ്ട് ഫയലിൽ നിന്ന് മുഖമുയർത്തി.

അടുത്ത നിമിഷത്തിൽ പീതംബരന്റെ ചിരി കാതിൽ മുഴങ്ങി.

"എടോ അവൻ ചത്തൊന്നുമില്ല." പീതാംബരൻ ചിരിക്കിടയിൽ പറഞ്ഞു. അവന്റെ ഹെഡ്സുണ്ടല്ലോ, ആ ശേഖരപിള്ള. അങ്ങേരെ അവിടെ നിന്ന് തട്ടി. ഞാൻ വേറെവഴിക്ക് അറിഞ്ഞതാണ്. ഓർഡർ വരുന്നതേയുള്ളൂ. ജോർജിനെ വിളിച്ചപ്പോൾ അവൻ സീറ്റിലില്ല. എന്നാലും താൻ അവനെ കൊന്നുകളഞ്ഞല്ലോ!"

ചെകുത്താന്റേതുപോലുള്ള ചിരി പിന്നെയും. എനിക്ക് അത് അസഹ്യമായി തോന്നി. സൂപ്രണ്ടിന്റെ മുഖം ഒരിക്കൽക്കൂടി എന്റെ നേർക്കുയർന്നു.

പീതാംബരന്റെ ചിരിയടങ്ങി.

"അതു പോകട്ടെ. നമുക്കിത് ആഘോഷിക്കണ്ടേ. വൈകിക്കേണ്ട ഇന്നു തന്നെ ആവട്ടെ. ജോർജ് വന്നാലുടനെ എന്നെ വിളിക്കാൻ പറഞ്ഞേല്പിച്ചിട്ടുണ്ട്. ഞാൻ വേണ്ടപോലെ കൈകാര്യം ചെയ്തോളാം."

പന്ത്രണ്ടുമണിയോടെ സൂപ്രണ്ട് ശബ്ദമുയർത്തി വീണ്ടും എന്റെ പേര് വിളിച്ചു. ഫയലുകൾ നിരത്തിയ മേശകൾക്കിടയിലൂടെ ഞാൻ ഫോണിനടുത്തേക്കു നടന്നു.

പീതാംബരന്റെ ശബ്ദം ആഹ്ലാദം കലർന്നതായിരുന്നു.

"എല്ലാം അറേഞ്ച് ചെയ്തു. പ്രസാദിനോടും പറഞ്ഞിട്ടുണ്ട്. അഞ്ചു മണിക്കുശേഷം നമ്മൾ ബ്ലൂഫോക്സിൽ കൂടുന്നു. റൂം നമ്പർ ഇരുനൂറ്റി പതിനൊന്ന്. പിന്നെ ജോർജിന്റെകൂടെ ഒരു ഗസ്റ്റുണ്ടാകും. അറിയാവുന്ന ആളുതന്നെ. ആ പണിക്കർ."

"അയാളൊ?" ഞാൻ അറിയാതെ അല്പം ഉച്ചത്തിൽ ചിരിച്ചു പോയി.

"അയാളെക്കൊണ്ട് ഉപദ്രവമൊന്നും ഉണ്ടാവില്ല. നമുക്ക് ഒരു രസ മാവുകേം ചെയ്യും. ഒരു ഇരയായിട്ടെടുക്കാം. ഇമ്മാതിരി സന്ദർഭങ്ങളിൽ അങ്ങനെയും വേണ്ടേ ഒരാൾ?" പീതാംബരൻ ചിരിച്ചു. അവന്റെ ചിരി യിൽ ഞാനും പങ്കുചേർന്നു. നഗരത്തിന്റെ രണ്ടു കോണുകളിൽനിന്ന് ഞങ്ങളങ്ങനെ ചിരിച്ചുകൊണ്ടിരുന്നു..

കൃത്യം അഞ്ചുമണിക്ക് ഞാൻ ഓഫീസുവിട്ടിറങ്ങി ഒരു ഓട്ടോറി ക്ഷയിൽ നേരെ "ബ്ലൂഫോക്സ്" എന്ന ടൂറിസ്റ്റ് ഹോമിലേക്ക് തിരിച്ചു. ബ്ലൂ ഫോക്സ്- എന്തൊരു വിചിത്രമായ പേര്. ഞങ്ങളുടെ ഒരു പതിവു സ്ഥലമാണ്. ശമ്പളവർദ്ധനവും വിവാഹവാർഷികവും മറ്റും ഞങ്ങൾ ആഘോഷിക്കുക അവിടെവച്ചാണ്. ഹൃദയലാഘവത്തോടെ സംസാരി ച്ചുകൊണ്ട്, പ്രായം മറന്ന് കളിതമാശകൾ പറഞ്ഞുകൊണ്ട്, മറ്റെല്ലാം വിസ്മരിച്ചുകൊണ്ട്, ചെറിയ കുട്ടികളെപ്പോലെ ഞങ്ങൾ ഉല്ലസിക്കും. പാടുകയും താളം കൊട്ടുകയും ചിരിച്ചാർക്കുകയും ചെയ്യും. നഗ്നരാകു ന്നതിനു പോലും ഞങ്ങൾ മടിക്കാറില്ല.

ഞാൻ ബ്ലൂഫോക്സിലെത്തുമ്പോൾ പീതാംബരനും പ്രസാദും വേണ്ട ഒരുക്കങ്ങളൊക്കെ ചെയ്തുകൊണ്ട് ഇരുന്നൂറ്റി പതിനൊന്നാമത്തെ മുറിയിൽ ഉണ്ടായിരുന്നു. ജോർജും പണിക്കരും എന്റെ തൊട്ടുപിന്നാലെ വന്നു.

"വരണം സാർ, വരണം" പീതാംബരൻ നാടകീയമായ അംഗവി ക്ഷേപത്തോടെ പണിക്കരെ എതിരേറ്റു.

അയാൾ അതിയായ ഭവ്യതയോടെ തലകുനിച്ചു. പ്രസാദ് അയാ ളുടെ ശ്രദ്ധയിൽപ്പെടാതെ എന്റെ ദേഹത്തൊന്നു തട്ടി. ഞാനതു അറി ഞ്ഞതായി ഭാവിച്ചില്ല.

"സാറ് ഇരിക്കണം" പീതാംബരൻ പണിക്കർക്കായി ഒരു കസേര നീക്കിയിട്ടു.

"ജോർജ് ഇരിക്കൂ." അയാൾ കസേര ജോർജിന് ചൂണ്ടിക്കാണിച്ചു കൊടുത്തു.

"അല്ല. സാർ ഇരുന്നോളൂ... ഞാൻ ഇവിടെ ഇരിക്കാം." ജോർജ് മുറി യിലുള്ള കട്ടിലിന്റെ ഒരു കോണിലിരുന്നു.

പണിക്കർ ഒരു ക്ഷമാപണഭാവത്തിൽ കസേരയിൽ ഇരിപ്പായി... അയാളുടെ ഓരോ ചലനവും ഞങ്ങൾ കൗതുകത്തോടെയാണ് നോക്കിക്കണ്ടത്... ഒരു ശുദ്ധാത്മാവ് എന്നു ഞാൻ മനസ്സിൽ കരുതി. എങ്കിലും എനിക്കയാളോട് അനുകമ്പയൊന്നും തോന്നിയില്ല. അയാൾ അപഹസിക്കപ്പെടേണ്ട ഒരാളായിട്ടാണ് എനിക്കു തോന്നിയത്. പ്രത്യേകിച്ച് ഒരുകാരണവും ഉണ്ടായിരുന്നില്ല. എന്നിട്ടും എനിക്ക് അങ്ങനെ തോന്നി.

"എന്നാൽ നമ്മൾ വൈകിക്കേണ്ട, അല്ലേ?" പീതാംബരൻ എല്ലാവരോടുമായി ചോദിച്ചു.

മേശപ്പുറത്ത് നിരത്തിയ വസ്തുക്കളിലായി പിന്നെ ഞങ്ങളുടെ ദൃഷ്ടികൾ. പീതാംബരൻ സമർത്ഥനായ ഒരു ബാർമാനെപ്പോലെ ജോലി തുടങ്ങി... വെറും ഐസ്ക്യൂബുകൾക്ക് അവയുടെ മഹത്വത്തിന്റെ നിമിഷങ്ങൾ! ചിയേഴ്സ്!

"സാറും നമ്മളും ആദ്യമായിട്ടാണ് കമ്പനി കൂടുന്നത്." പ്രസാദ് പറഞ്ഞു.

"ശരിയാണ്" ഞാൻ പറഞ്ഞു.

പണിക്കരുടെ മുഖം തെല്ലുവിളറി.

"സാറിന്റെ ജോയിനിങ് പാർട്ടി അടുത്ത ശനിയാഴ്ച." പീതാംബരൻ പ്രഖ്യാപിച്ചു. പണിക്കർ എന്തോ പറയാനൊരുങ്ങി. പീതാംബരൻ അയാളെ തടഞ്ഞു. "സാറ് ഇനിയൊന്നും പറയണ്ട. അതു തീരുമാനിച്ചു കഴിഞ്ഞു. അടുത്ത ശനിയാഴ്ച ഇതേ മുറിയിൽ നമ്മൾ സന്ധിക്കുന്നു. ആർക്കും അസൗകര്യമൊന്നുമില്ലല്ലോ."

ആരുമൊന്നും പറഞ്ഞില്ല.

"എങ്കിൽ നമ്മൾ അടുത്തറൗണ്ടിലേക്ക്."

"അതിന് സാറ് ഫിനിഷ് ചെയ്തില്ല." ജോർജ് പറഞ്ഞു.

"കൊള്ളാം. സാറ് അതും വച്ചോണ്ട് പ്രളയകാലംവരെ ഇരിക്കാൻ പോവ്വാണോ?" പീതാംബരൻ ചോദിച്ചു.

"എനിക്ക് അധികം കഴിച്ചിട്ട് ശീലമില്ല." പണിക്കർ മുഖത്തു പരുങ്ങലോടെ പറഞ്ഞു.

"സാറെ, വേലയെറക്കല്ലെ." പീതാംബരൻ അയാളുടെ നേർക്കു വിരൽ ചൂണ്ടിക്കൊണ്ട് പറഞ്ഞു.

ജോർജ് ഒരു സിഗററ്റ് കത്തിച്ചു. പീതാംബരൻ രണ്ടാമത്തെ റൗണ്ട് ഒരുക്കി. അപ്പോഴേക്കും ഒരു റൂംബോയ് പരന്നൊരു പ്ലെയ്റ്റിൽ വറുത്ത ചെമ്മീനുമായി വന്നു. ഉള്ളി അരിഞ്ഞിട്ട നിലക്കടല ഒരു പ്ലെയ്റ്റുകൂടി കൊണ്ടുവരാൻ പ്രസാദ് അവനോട് പറഞ്ഞു. ആദ്യത്തെ പ്ലെയ്റ്റ് ഏതാണ്ട് കാലിയായിക്കഴിഞ്ഞിരുന്നു.

പീതാംബരൻ മൂന്നാമത്തെ റൗണ്ട് തയ്യാറാക്കുമ്പോഴാണ് പണിക്കർ വാച്ചിലേക്കു നോക്കിയത്. ഞാൻ മാത്രമല്ല, പീതാംബരനും അതുകണ്ടു.

"എന്താ സാറേ, പോകാൻ ധൃതിയായോ?" അവൻ പരിഹസിക്കുന്ന മട്ടിൽ ചോദിച്ചു.

"എനിക്ക് എട്ടുമണിയാകുമ്പോ വീട്ടിലെത്തണം." പണിക്കർ ഒരു സഹായാഭ്യർത്ഥന നിർവ്വഹിക്കുന്നതുപോലെ പറഞ്ഞു.

"എട്ടുമണിക്കോ? അതെന്തിന്?" പ്രസാദ് ചോദിച്ചു.

"വൈഫ് കാത്തിരിക്കും." പണിക്കർ ചെറിയൊരു ചിരിയോടെ പറഞ്ഞു.

ഞാൻ അതുകേട്ട് വാ പൊളിച്ചുപോയി. കേട്ടത് എനിക്ക് വിശ്വസിക്കാനായില്ല. ഞാൻ പീതാംബരനെ നോക്കി. അവനും അന്തംവിട്ട് ഇരിക്കുകയായിരുന്നു. പെട്ടെന്ന് അവൻ ചിരി നിയന്ത്രിക്കാൻ മുഖം പൊത്തി ഒരു വശത്തേക്ക് തിരിഞ്ഞു. എന്നിട്ടും ചിരിയുടെ ശബ്ദം മുറിയിൽ ചിതറി വീണു.

"ആരു കാത്തിരിക്കുമെന്നാ?" ചിരിയടക്കി പീതാംബരൻ പണിക്കരുടെ നേരെ തിരിഞ്ഞ് ചോദിച്ചു.

അയാൾ ഒരിക്കൽക്കൂടി അതു പറഞ്ഞു. ഞങ്ങളെല്ലാം ചിരിച്ചു.

"സാറ് കാണുന്നതുപോലല്ല, ആളൊരു തമാശക്കാരനാണ്." കുലുങ്ങിച്ചിരിക്കുന്നതിനിടയിൽ പീതാംബരൻ പറഞ്ഞു.

"സാറിനെ ഇന്ന് നമ്മൾക്കിവിടെ കിട്ടിയത് നമ്മുടെയൊക്കെ ഭാഗ്യമാണ്." പ്രസാദ് ഒരുസ്റ്റേജിൽനിന്ന് പറയുന്നതുപോലെ പറഞ്ഞു.

"അതെ... അതെ.."

"സാറ് നീണാൾവാഴട്ടെ."

"ഇത് സാറിന്റെ ആരോഗ്യത്തിന്."

"അടുത്തത് സാറിന്റെ വൈഫിന്റെ ആരോഗ്യത്തിന്."

"സന്തുഷ്ട ദാമ്പത്യത്തിന്."

സമയം കടന്നുപോയി. മുറിയിൽ ഭക്ഷണസാധനങ്ങൾ നിരന്നു. കോഴിയും ചപ്പാത്തിയും ലിവർ ഫ്രൈയും ചില്ലി ബീഫും ഫിഷ്മോളിയും.

"എനിക്ക് ഒന്നും വേണ്ട." പണിക്കർ വൈക്ലബ്യത്തോടെ പറഞ്ഞു.

"വീട്ടിൽ വൈഫ് ഒക്കെ ഒരുക്കിവച്ചു കാത്തിരിക്കുന്നുണ്ടാവും, അല്ലേ." പീതാംബരൻ കപടമായ ഗൗരവം ഭാവിച്ചുകൊണ്ട് ചോദിച്ചു.

അയാൾ ഒരു വിഡ്ഢിയെപ്പോലെ ചിരിച്ചുകൊണ്ട് തലയാട്ടി.

"സാറിനെപ്പോലുള്ളവര് ഈ ലോകത്തിന് ഒരു മുതൽക്കൂട്ടാണ്." പ്രസാദ് ഉറക്കെ പറഞ്ഞു.

"ഈ മൂന്നാം ലോകത്തിന്." ഞാൻ കൂട്ടിച്ചേർത്തു.

അതേത്തുടർന്ന് കുറേനേരത്തേക്ക് മുറിയിൽ ശബ്ദഘോഷം. ചിരി, ഹസ്താഡനം, ചൂളംവിളി, പക്ഷേ, അതൊന്നും ഞങ്ങളുടെ ബഹുമാന്യനായ അതിഥിയെ സ്പർശിച്ചതേ ഇല്ല. അയാൾ ഞങ്ങൾക്കിടയിൽ അക്ഷോഭ്യനായി ഇരുന്നു. മുഖത്ത് അല്പം നീരസം പ്രകടമായില്ല. നെറ്റിയിൽ ഒരു ചുളിവുപോലും കാണാനായില്ല. പീതാംബരൻ നിറച്ച ഗ്ലാസ് നീട്ടിയപ്പോൾ, അതു നിരസിക്കാതെ, നാലാമത്തെ തവണയും തികഞ്ഞ കുലീനഭാവത്തിൽ അയാൾ നന്ദി പറഞ്ഞു. ഞങ്ങളെ അത്ഭുതപ്പെടുത്തി

ക്കൊണ്ട്, പ്രത്യേകിച്ചൊരു ഭാവവ്യത്യാസവും കൂടാതെ, അയാളതു കുടിച്ചുതീർക്കുകയും ചെയ്തു. എന്നിട്ട് പതുക്കെ എഴുന്നേറ്റു.

"ക്ഷമിക്കണം. ഞാൻ പോകുകയാണ്. സമയം കുറെയായി."

അതു പിന്നെയും ഒച്ചപ്പാടിന് വഴിവച്ചു. അയാൾ പോകരുതെന്ന് ഞങ്ങൾ ഓരോരുത്തരും അപേക്ഷിച്ചു. അയാൾ പോയ്ക്കഴിഞ്ഞാൽ ബ്ലൂഫോക്സിലെ ഇരുന്നൂറ്റി പതിനൊന്നാമത്തെ മുറി വിരസതയുടെ മുറിയായി മാറുമെന്ന് പ്രസാദ് ആശങ്ക പ്രകടിപ്പിച്ചു.

"ക്ഷമിക്കണം." പണിക്കർ പതുക്കെ പറഞ്ഞു.

അയാൾ ജോർജിന്റെ നേർക്കു നോക്കി...

"ശരി, സാറ് പൊയ്ക്കോളൂ." ജോർജ് അയാൾക്കു യാത്രാനുമതി നല്കി.

"എന്നാൽ സാറ് തനിച്ചുപോകുന്ന പ്രശ്നമില്ല. ഞാൻ സാറിനെ കൊണ്ടുവിടാം." പീതാംബരൻ പറഞ്ഞു. "സാറിനെ ഞാൻ വീട്ടിലെത്തിക്കും എന്റെ ബൈക്കിൽ."

"അതുവേണ്ട മി. പീതാംബരൻ." പണിക്കർ പറഞ്ഞു.

"എന്റെ ബൈക്കിൽ വരാൻ സാറിന് പേടിയുണ്ട്, അല്ലേ. എന്നാൽ വേണ്ട. ബൈക്ക് ഇവിടിരിക്കട്ടെ. നമുക്ക് ഒരോട്ടോയിൽ പോകാം."

"വേണ്ടത് കുതിരവണ്ടിയാണ്." പ്രസാദ് പറഞ്ഞു.

"താൻ വരുന്നോ?" പീതാംബരൻ എന്നോടായി ചോദിച്ചു.

"ഞാൻ എഴുന്നേറ്റു.

"പോകാം."

"സാറിനെ ഈ അവസ്ഥയിൽ ഒറ്റയ്ക്ക് വിടുന്നതൊരു മര്യാദകേടാ." ഇടനാഴിയിലൂടെ നടക്കുമ്പോൾ പീതാംബരൻ എന്നോട് പറഞ്ഞു. പണിക്കർ ഞങ്ങളുടെ മുന്നിൽ തെല്ലുകൂനിപ്പിടിച്ച് നടക്കുകയായിരുന്നു. പീതാംബരൻ എന്നെ നോക്കി കണ്ണിറുക്കി. ഞാൻ ചിരിച്ചു.

നിരത്തിലേക്ക് ഇറങ്ങിയപ്പോൾ തന്നെ ഒരു ഓട്ടോറിക്ഷ കിട്ടി. പീതാംബരൻ ഇടത്തേ അറ്റത്തിരുന്ന് നിരത്തിലൂടെ പോകുന്നവരോടായി ഉറക്കെ പാടി. ഡ്രൈവർ ചിരിച്ചുകൊണ്ട് വണ്ടി ഓടിച്ചു. പണിക്കർ നിശ്ശബ്ദനായി ഇരുന്നു. വാഹനം പല പാതകളിലൂടെ മുന്നോട്ടു പോയി.. ഇരുളും വെളിച്ചവും മാറിമാറി വന്നു. മരങ്ങളും പാതവിളക്കുകളും കടന്നു പൊയ്ക്കൊണ്ടിരുന്നു. വീഡിയോ ലൈബ്രറികളും ബ്യൂട്ടി പാർലറുകളും ഹെൽത്ത് ക്ലബ്ബുകളും പാർട്ടി ഓഫീസുകളും കേബിൾ ടി വിയുടെ ലൈൻ താങ്ങി നിർത്തുന്ന തേക്കിൻ കഴകളും ചിക്കൻ സെന്ററുകളും പിറകിലാക്കി വണ്ടി മുന്നോട്ടുപോയി.

"ഇവിടെ!" ഒരു ജങ്ഷൻ പിന്നിട്ട് വലത്തോട്ടുതിരിഞ്ഞ് ഏതാനും വാര നീങ്ങിയപ്പോൾ പണിക്കർ പൊടുന്നനെ പറഞ്ഞു.

വീതി കുറഞ്ഞ ഒരു ഉപനിരത്തിന്റെ തുടക്കത്തിലായി വണ്ടിനിന്നു.

ആദ്യം പീതാംബരൻ ഇറങ്ങി. പിന്നെ പണിക്കരും. ഞാൻ ഒരല്പം നീങ്ങിയിരുന്നതല്ലാതെ പുറത്തിറങ്ങിയില്ല...

"ഇതിന്റെ അകത്താണ് എന്റെ വീട്." പണിക്കർ ഇരുട്ട് വീണുകിടക്കുന്ന ഉപനിരത്തിനു നേർക്ക് കൈ ചൂണ്ടിക്കാണിച്ച് പറഞ്ഞു.

"പിന്നീട് എപ്പോഴെങ്കിലും വരാം. സാറ് പോയാട്ടെ." പീതാംബരൻ തിരികെ ഓട്ടോറിക്ഷായിൽ കയറി.

"ഇവിടം വരെ വന്നില്ലേ. ഒന്നു കയറിയിട്ടു പോകാം."

"ജോർജ്ജും പ്രസാദും മുറിയിൽ കാത്തിരിക്കയല്ലേ. വൈകിയാൽ അവന്മാർ ഉള്ള തെറി മുഴുവനും കേൾപ്പിക്കും. പിന്നീട് ഒരു ദിവസം വരാം."

"ശരി."

"ഗുഡ്നൈറ്റ്"

അയാളുടെ ശബ്ദത്തിൽ അല്പം വിറയൽ കലർന്നിട്ടുണ്ടെന്ന് എനിക്കു തോന്നി.

ഡ്രൈവർ ഓട്ടോറിക്ഷ തിരിച്ചു ജങ്ഷനിലെത്തിയില്ല. അതിനു മുമ്പേ പീതാംബരൻ വണ്ടി നിർത്താൻ ആവശ്യപ്പെട്ടു. ഡ്രൈവർ വണ്ടി നിർത്തി എന്താണെന്ന് ചോദിച്ചു. ഒരു വിശദീകരണത്തിനു തുനിയാതെ അവിടെ കുറച്ചുസമയം കാത്തുനില്ക്കാൻ പറഞ്ഞ് ഞങ്ങൾ പണിക്കർ ഇറങ്ങിപ്പോയ സ്ഥലത്തേക്ക് ധൃതിയിൽ നടന്നു. ഇരുട്ടിന്റെ മറ പിടിച്ച് ഞങ്ങൾ അയാളെ പിന്തുടർന്നു. അയാൾ ഒരിക്കൽപ്പോലും തിരിഞ്ഞു നോക്കിയില്ല. ഉപനിരത്തിലൂടെ കടന്നുപോകുമ്പോൾ ഇരുവശത്തുനിന്നും ടെലിവിഷൻ സെറ്റുകളിൽനിന്നുള്ള ശബ്ദങ്ങൾ കേൾക്കാമായിരുന്നു.

അയാൾ വീട്ടുമുറ്റത്തെത്തി. കോളിങ്ബെൽ അടിച്ചപ്പോൾ വാതിൽ തുറക്കാനെത്തിയത് ഒരു ചെറിയ പെൺകുട്ടിയാണ്. "എന്താ ഇത്ര വൈകിയത്?" കുറ്റപ്പെടുത്തുന്ന സ്വരത്തിൽ ഒരു മുതിർന്ന സ്ത്രീയെപ്പോലെ അവൾ ചോദിച്ചു. അയാൾ പറഞ്ഞു. "ഉവ്വ്, കുറച്ച് വൈകി". പെൺകുട്ടി അയാളുടെ മുഖത്തേക്ക് തറപ്പിച്ചു നോക്കി. "നല്ല കാര്യം തന്നെ" അവൾ കരച്ചിലിനോടടുത്ത ശബ്ദത്തിൽ പറഞ്ഞു: എന്നിട്ട് അവൾ അകത്തേക്ക് ഓടിപ്പോയി. ഞങ്ങൾ മതിലിനരികിൽ നോക്കിനില്ക്കെ അയാൾ തെല്ലിട തലതാഴ്ത്തി നിന്നു, ചെരിപ്പഴിച്ചുവെച്ച് അകത്തേക്കു നടന്നു. ഞാൻ പീതാംബരന്റെ നേർക്കു നോക്കി. ഞങ്ങൾ മതിലിനടുത്തുനിന്നും വീട്ടുമുറ്റത്തേക്ക് നീങ്ങി.

അകത്തുനിന്ന് ഒരു നേർത്ത കരച്ചിൽ ഞങ്ങളുടെ കാതുകളിൽ പതിച്ചു.

"കരയരുത്, കരയരുത്" പണിക്കർ ഇടർച്ചയോടെ അങ്ങനെ പറയുന്നതും ഞങ്ങൾ കേട്ടു.

അതു ഞങ്ങളുടെ ഇടതുവശത്തെ കിടപ്പുമുറിയിൽ നിന്നായിരുന്നു. ഞങ്ങൾ മുറ്റത്തുകൂടി അതിന്റെ ജനലിനടുത്തേക്ക് നടന്നു. ജനൽപ്പാളികൾ തുറന്നു കിടക്കുകയായിരുന്നു ഗ്രിൽസിനപ്പുറം വെളുത്ത ഒരുതിരശ്ശീല. പീതാംബരൻ കൈ നീട്ടി അത് ഒരല്പം നീക്കി. ഞങ്ങൾ മുറിയിലേക്കു കണ്ണോടിച്ചു.

ഞങ്ങൾ കണ്ടത് കിടക്കയിൽ കിടക്കുന്ന മൃതപ്രായയായ ഒരു സ്ത്രീയെയാണ്. പണിക്കർ അടുത്തിരുന്ന് അവരുടെ ശോഷിച്ച വലതുകൈ പിടിച്ചുയർത്തി പുറംകൈയിൽ ചുണ്ടമർത്തുകയായിരുന്നു. സ്ത്രീ കരഞ്ഞുകൊണ്ട് എന്തോ പറഞ്ഞു. ഞാനും പീതാംബരനും പരസ്പരം നോക്കി. എനിക്ക് ഒന്നും മനസ്സിലായില്ല. വീണ്ടും എന്റെ നോട്ടം മുറിയുടെ നേർക്കായി, സ്ത്രീ തന്റെ കരം പിൻവലിക്കാൻ ശ്രമിച്ചു. പക്ഷേ, പണിക്കർ രണ്ടു കൈകൊണ്ടും അതു മുറുകെ പിടിച്ചു. അയാളുടെ കണ്ണുകൾ നിറഞ്ഞൊഴുകി. ഞാൻ നിർന്നിമേഷനായി, നോക്കിനിന്നു. പൊടുന്നനെ എന്റെ കാഴ്ച മങ്ങി. ഒന്നും കാണാനാവാതെയായി. കനത്ത മൂടൽമഞ്ഞിൽ അകപ്പെട്ടതുപോലെയായി.

തിളങ്ങുന്ന വസ്തുക്കൾ

തെരുവിന്റെയറ്റത്ത് വിഘ്നേശ്വരൻ കോവിലിന്റെ താഴികക്കുടം വെയിലേറ്റു തിളങ്ങുന്നു. ഇടുങ്ങിയ നിരത്തിൽ പല പാർപ്പിടങ്ങൾക്കും നേരെ അരിമാവിന്റെയോ വെള്ളക്കളിമണ്ണിന്റെയോ കോലങ്ങൾ.

തെരുവിലെ ഏഴാമത്തെ വീടിനു മുന്നിലെത്തി അയാൾ നിന്നു. അയാളുടെ നിഴൽ വീണത് ചവിട്ടുപടികൾക്കടുത്തായി എഴുതിയ കോലത്തിലേക്കാണ്.

ഉമ്മറത്തു ചാരിയിരിക്കുകയായിരുന്ന വൃദ്ധൻ കണ്ണുകൾ ചിമ്മിത്തുറന്നു.

"ശങ്കരനാരായണനില്ലേ?" അയാൾ വൃദ്ധന്റെയടുത്തേക്ക് അല്പം കൂടി നീങ്ങിനിന്നു.

"ങേഹേ" ചെവി വട്ടംപിടിച്ചുകൊണ്ട് വൃദ്ധൻ ഇരിപ്പിൽ നിന്നിളകി. നിരത്തിനു നേർക്ക് വാർദ്ധക്യത്തിന്റെ ഗന്ധം വീശി.

അയാൾക്ക് തന്റെ ചോദ്യം ആവർത്തിക്കേണ്ടിവന്നില്ല. അപ്പോഴേക്കും ശങ്കരനാരായണന്റെ ഭാര്യ വാതില്ക്കൽ പ്രത്യക്ഷപ്പെട്ടു.

"ഇവിടെ ഇല്ലല്ലോ." മുഖം മാത്രം പുറത്തുകാണിച്ചുനിന്നു അവൾ പറഞ്ഞു.

"എവിടെപ്പോയി?" അയാൾ ഒട്ട് ഇച്ഛാഭംഗത്തോടെ ചോദിച്ചു.

"ബാംഗ്ലൂരില്. നാലു ദിവസം കഴിഞ്ഞേ വരുള്ളു."

അയാൾക്ക് ഒരാഘാതമേറ്റതുപോലെയായി. ശങ്കരനാരായണൻ നാലു ദിവസം കഴിഞ്ഞേ മടങ്ങിയെത്തുകയുള്ളു എന്ന്! അയാൾ വാതിലിനു നേർക്ക് മിഴിച്ചു നോക്കിക്കൊണ്ടുനിന്നു. ശങ്കരനാരായണൻ സ്ഥല

ത്തില്ല. വേറെ ആരോടാണിനി സഹായമഭ്യർത്ഥിക്കുക? അയാളല്ലാതെ ഒരാത്മാർത്ഥ സുഹൃത്തെന്നു പറയാൻ വേറെയാരുണ്ട് ഈ നഗരത്തിൽ? ഇനി എന്താണു ചെയ്യുക! എങ്ങോട്ടാണ് പോവുക!

ഉഷ്ണാധിക്യമുള്ള ദിവസമായിരുന്നു. നിരത്തിലൂടെ നടക്കുമ്പോൾ പൊടുന്നനെ തന്റെ കണ്ണുകളിലൊരു മൂടൽ പരന്നതുപോലെ അയാൾക്കു തോന്നി. വെയിലത്തു തെരുവിലൂടെ ഓടിക്കളിക്കുന്ന കുട്ടികളുടെ രൂപങ്ങൾക്ക് വ്യക്തത നഷ്ടപ്പെട്ടു. അയാളുടെ കാലുകൾ ഇടറി.

വിഘ്നേശ്വരൻ കോവിലിനു മുന്നിലെ അരയാൽത്തറയിലിരിക്കെ മുമ്പെന്നോ കണ്ട ഒരു സ്വപ്നം അയാൾക്ക് ഓർമ്മവന്നു. ഏതോ അപരിചിതമായ തെരുവിൽ അയാൾ എത്തിപ്പെട്ടു. തെരുവിലാകെ അസാധാരണമായ വെളിച്ചം നിറഞ്ഞുനിന്നിരുന്നു. തീവെളിച്ചത്തിലെന്നപോലെ പാർപ്പിടങ്ങളും നടപ്പാതയും വിളക്കുകാലുകളും തിളങ്ങി. ഒരു ശബ്ദവും കേട്ടില്ല. ആരെയെങ്കിലും കാണാനായി അയാൾ അങ്ങുമിങ്ങും നോക്കി. പക്ഷേ, ആരെയും കണ്ടില്ല. തെരുവു തീർത്തും വിജനമായിരുന്നു. പ്ലേഗോ, യുദ്ധമോ കാരണം ഉപേക്ഷിക്കപ്പെട്ട ഒരു സ്ഥലത്താണ് താനെന്ന് അയാൾ അനുമാനിച്ചു. കറുത്ത പുതപ്പിന്റെ തുമ്പ് നടവഴിയിലൂടെ വലിച്ചിഴച്ചുകൊണ്ട് അയാൾ മുന്നോട്ട് നടന്നു. ആ രാത്രി മുഴുവനും അയാളങ്ങനെ നടക്കുകയായിരുന്നു. പുറത്തേക്കുള്ള വഴി കാണാത്തതുപോലെ പല ഇടുങ്ങിയ പാതകളിലൂടെ, ചുറ്റിച്ചുഴലുന്ന ഒട്ടേറെ വഴികളിലൂടെ അയാൾ നടന്നു. കണ്ണെത്തുന്നിടത്തെങ്ങും ഒറ്റ മനുഷ്യജീവിയെയും അയാൾക്കു കാണാനൊത്തില്ല. ദാഹവും വിശപ്പും മൂർദ്ധന്യത്തിലെത്തി. സർവ്വാംഗം തളർന്ന്, ഒടുവിലെപ്പോഴോ അയാൾ പാതയിൽ പിടഞ്ഞുവീണു. അടുത്ത നിമിഷത്തിൽ തൊട്ടടുത്ത് കിടന്നുറങ്ങുകയായിരുന്ന അയാളുടെ ഭാര്യ എന്താണെന്നു ചോദിച്ചുകൊണ്ട് പകച്ചുണർന്നു.

അന്നു കണ്ട വിഭ്രാമകസ്വപ്നം കൺമുന്നിൽ ഒരു യാഥാർത്ഥ്യമായിത്തീരുകയാണോ? അയാൾ സംശയിച്ചു. ആരോ അടുത്തേക്ക് വരുന്നു. അയാൾ എഴുന്നേല്ക്കാനോങ്ങി. അടുത്തേക്ക് വന്നയാൾ അയാളോട് സുഖമില്ലേ എന്നു ചോദിച്ചു. ഉണ്ടെന്നോ ഇല്ലെന്നോ പറയാതെ, ഒന്നു ചിരിക്കുക മാത്രം ചെയ്ത് അയാൾ എഴുന്നേറ്റ് നടന്നു. വേണമെങ്കിൽ ഒരു സുഖാന്വേഷിയെ തന്റെ സമീപത്തു പിടിച്ചിരുത്തി ദൈനംദിന ജീവിതത്തിൽ താനനുഭവിക്കുന്ന അനവധി വിഷമതകളെക്കുറിച്ചും താൻ തരണം ചെയ്തിട്ടുള്ള പ്രതികൂല സാഹചര്യങ്ങളെക്കുറിച്ചും നിലനില്പിന്റെ പ്രതിസന്ധികളെക്കുറിച്ചുമെല്ലാം ഉള്ളിൽ തട്ടുമാറു സാമാന്യം ദീർഘമായിത്തന്നെ ഉപന്യസിക്കാമായിരുന്നു. പക്ഷേ, അയാളതിനു തുനിഞ്ഞില്ല. എന്തെങ്കിലും പറയാൻ തുടങ്ങിയാൽ താൻ തെറ്റിദ്ധരിക്കപ്പെടുമെന്ന് അയാൾക്കു തീർച്ചയുണ്ടായിരുന്നു. അതിനിടവരുത്താതെ അയാൾ

ആവുന്നത്ര നീണ്ടു നിവർന്നു നടന്നു. വെയിലിനു അനുനിമിഷം തീക്ഷ്ണ തയേറി. കാൽനടക്കാരുടെ എണ്ണം കുറഞ്ഞു.

എന്തൊരു ഉഷ്ണം! എന്തൊരു വീർപ്പുമുട്ടൽ! വളഞ്ഞും തിരിഞ്ഞും പോകുന്ന ഈ പാത എവിടെയെങ്കിലുമൊന്ന് അവസാനിച്ചെങ്കിൽ! അയാൾക്ക് ഒരു പ്രതീക്ഷയ്ക്കും വകയില്ലെന്നു തോന്നി. അപ്പോഴാണ് അയാളുടെ ദൃഷ്ടി നിരത്തിൽ വീണു കിടന്നിരുന്ന തുകൽസഞ്ചിയിൽ പതിച്ചത്. അയാൾ നടുങ്ങിപ്പോയി.

തുകൽസഞ്ചിയുടെ പുറംഭാഗം വെയിലിൽ തിളങ്ങുന്നുണ്ടായിരുന്നു. അതു ശൂന്യമല്ലെന്ന് ഒറ്റനോട്ടത്തിൽ തന്നെ അറിയാം.

അയാൾ അമ്പരപ്പോടെ നിന്നു. തെല്ലിട കഴിഞ്ഞു സഹജമായ ഏതോ ഉൾപ്രേരണയാൽ അയാൾ മുന്നോട്ടും പിറകോട്ടും കണ്ണുപായിച്ചു. പാതയിൽ ആരെയും കണ്ടില്ല. നാലു ചക്രങ്ങളുള്ള ഒരു വണ്ടിയിൽ കറിയുപ്പുമായി ഒരു പ്രത്യേക രീതിയിൽ ആ വില്പനസാധനത്തെക്കുറിച്ചു വിളിച്ചറിയിച്ചുകൊണ്ടു കടന്നുപോയ കറുത്ത യുവാവ് ഒരു വളവിനപ്പുറത്ത് മറയാറായിരുന്നു. ഇരുവശത്തുനിന്നും തന്റെ നേർക്ക് ആരും വരുന്നതായി അയാൾ കണ്ടില്ല. അയാൾ പെട്ടെന്നു കുനിഞ്ഞ് തുകൽസഞ്ചി കൈയിലെടുത്തു. അതിനു ചൂടുബാധിച്ചിരുന്നു. ചൂട് അയാളുടെ കൈത്തലത്തിൽ തട്ടി. ഒരു ഉൾവിറയലോടെ അയാൾ മുന്നോട്ടു നടന്നു.

ഏതാനും ചുവടു നടന്നപ്പോൾ അയാൾ നിർവീര്യനായി. കൈയിലെ തുകൽസഞ്ചി നടപ്പാതയിലേക്ക് എറിഞ്ഞുകളയുന്നതാണു കരണീയമെന്ന് അന്തഃകരണം അയാളെ ഉപദേശിച്ചു. അതേത്തുടർന്ന് രണ്ടു വിരുദ്ധശക്തികൾ തന്റെ ഉള്ളിൽ ഒരു സംവാദത്തിലേർപ്പെടുന്നതായി അയാൾക്കു തോന്നി. അയാൾ കിടിലം കൊണ്ടു. തുകൽസഞ്ചി തന്റെ കൈയിൽനിന്നു സ്വയമേവ തെറിച്ചുവീണേക്കുമെന്ന് അയാൾ ഭയന്നു. എന്നാൽ അപ്രകാരം സംഭവിച്ചില്ല. അത് അയാൾ കുറേക്കൂടി ബലമായി ദേഹത്തോടു ചേർത്തുപിടിച്ചിരുന്നു. അതേ അവസരത്തിൽ തന്നെ അങ്ങനെ ചെയ്യുന്നതിന്റെ അധാർമ്മികതയോർത്ത് അയാൾ വ്യാകുലനുമായി. ഒരു കണ്ണാടിയിൽ നോക്കിയാൽ താനപ്പോൾ കാണുക അത്യന്തം വിളറിയ ഒരു മുഖമാവുമെന്ന് അയാൾക്കുറപ്പുണ്ടായിരുന്നു. അല്ലെങ്കിൽത്തന്നെയും അയാളുടെ ശരീരത്തിനു രക്തപ്രസാദം കുറവാണ്. ആർക്കും അയാളുടെ മുഖത്തുനോക്കി പറയാവുന്നൊരു കാര്യമുണ്ട്. "നിങ്ങൾ വല്ലാതെ വിളറിയിരിക്കുന്നല്ലോ." പലരും അയാളോടതു പറഞ്ഞിട്ടുമുണ്ട്. എന്തായാലും മുഖത്തെച്ചൊല്ലി അയാൾക്ക് ഒട്ടും അഭിമാനിക്കാൻ വകയില്ല! അയാൾക്കത് അറിയുകയും ചെയ്യാം.

തുകൽസഞ്ചി വലിച്ചെറിയുകയാണോ, തന്റേതെന്നപോലെ കൈയിൽ സൂക്ഷിക്കുകയാണോ വേണ്ടതെന്ന പ്രശ്നത്തിന്മേലുള്ള, വിവാദം മനസ്സിൽ കൊടുമ്പിരിക്കൊള്ളുന്നതിനിടയിൽ അയാൾ ഒരു

കയറ്റം പിന്നിട്ടു നഗരത്തിലെ പ്രധാനപ്പെട്ട ഒരു പാതയിലെത്തിച്ചേർന്നു. വലിയ കോൺക്രീറ്റ് എടുപ്പുകൾ ആകാശത്തിലേക്കു ഉയർന്നുനില്ക്കുന്ന, അഞ്ചു നിരത്തുകൾ വന്നുചേരു,ടാക്സികൾ പാർക്ക് ചെയ്യുകയും ഒട്ടേറെ പേർ ബസ് കാത്തു നില്ക്കുകയും ഒരു ട്രാഫിക് കോൺസ്റ്റബിൾ അംഗവിക്ഷേപം കൊണ്ടു വാഹനങ്ങളുടെ പോക്കുവരത്തുകൾ നിയന്ത്രിക്കുകയും ചെയ്യുന്ന സ്ഥലം. മദ്ധ്യാഹ്നമായിട്ടും തിരക്കിന് ഒട്ടും കുറവില്ല.

തെക്കുനിന്ന് ഒരുബസ് വന്നു. അതിനകം അയാൾ ഒരു വഴിവാണിഭക്കാരനിൽ നിന്നു പഴയ ഒരു വാരികവാങ്ങി തുകൽസഞ്ചി അതിനുള്ളിൽ മറച്ചിരുന്നു. ബസിൽ കയറിയപ്പോൾ വിയർപ്പിന്റെ രൂക്ഷഗന്ധം അയാൾക്കനുഭവപ്പെട്ടു. തന്റെ ദേഹത്തു നിന്നാണോ അതോ അടുത്തു നില്ക്കുന്ന മറ്റാരുടെയെങ്കിലും ദേഹത്തു നിന്നാണോയെന്ന് അയാൾക്കു തീർച്ചയാക്കാനായില്ല. ബസു നിറയെ യാത്രക്കാരുണ്ടായിരുന്നു. ഒരാളെപ്പോലും അയാൾക്കു പരിചയമുണ്ടായിരുന്നില്ല.

പതിനഞ്ചു മിനിറ്റുകൊണ്ട് ബസ് അയാൾക്കിറങ്ങേണ്ട ജങ്ഷനിലെത്തി. അയാൾ ആശ്വാസപൂർവ്വം പുറത്തിറങ്ങി. ബദ്ധപ്പെട്ടു നിരത്തു മുറിച്ചു കടന്നു. വീടെത്താനുള്ള ധൃതിയിൽ അയാൾ അങ്ങുമിങ്ങും നോക്കിയില്ല. മലക്കറി വില്ക്കാനിരുന്ന സ്ത്രീകൾക്കു മുന്നിലൂടെ നടന്ന് അയാൾ വീതി കുറഞ്ഞ ഒരുവഴിയിലേക്ക് തിരിഞ്ഞു.

“എന്തായി പോയിട്ട്?” മുറിയുടെ വാതില്ക്കലെത്തിയപ്പോൾ അയാളുടെ ഭാര്യ ചോദിച്ചു.

“അയാളെ കണ്ടില്ല.”

അവൾ പിന്നീടൊന്നും ചോദിച്ചില്ല. അയാൾ അകത്തേക്കു കയറി. ഒരിക്കൽക്കൂടി വിറയൽ പടർന്നു. അയാൾക്കതു നിയന്ത്രിക്കാനായില്ല. തുകൽസഞ്ചിക്ക് പാതയിൽ കിടന്ന് വെയിലേറ്റുണ്ടായിരുന്ന ചൂട് എപ്പോഴോ ആറിയിരുന്നു. അതിനുള്ളിൽ എന്താണെന്ന് അയാൾ കണ്ടു. അയാളുടെ കണ്ണുകൾ പ്രകാശിച്ചു.

“ഊണു വിളമ്പട്ടെ?” അയാൾ വാതിലിനപ്പുറത്തുനിന്ന് ഭാര്യയുടെ ശബ്ദം കേട്ടു.

“നീയൊന്ന് ഇങ്ങോട്ടുവരൂ” അയാൾ വാതിലിനുനേർക്ക് മുഖമുയർത്തി വിളിച്ചു പറഞ്ഞു.

“ഊണു കഴിക്കുന്നില്ലേ?” അവൾ മുറിയിലേക്കു കടന്നുകൊണ്ടു ചോദിച്ചു.

“വേണ്ട. വിശപ്പില്ല. ഞാൻ കിടക്കയാണ്. വയ്യ.” അയാൾ തുകൽ സഞ്ചിയെടുത്ത് ഭാര്യയുടെ നേരെ നീട്ടിപ്പിടിച്ചു.

“എന്താ ഇത്?” അവൾ ഒട്ടൊരമ്പരപ്പോടെ തുകൽ സഞ്ചി കൈയിൽ വാങ്ങി.

“നോക്ക്.” അയാൾ പറഞ്ഞു.

"മണ്ണിന്റെ ആഴത്തിൽ നിന്നും കിട്ടിയ ഒരു ചെപ്പുകുടത്തിനുള്ളിലേക്കെന്നപോലെ അവൾ തുകൽസഞ്ചിയിലേക്കു നോക്കുമ്പോൾ അയാൾ തിരിഞ്ഞു കിടന്നു. തന്റെ മുഖത്തെ വല്ലായ്മ അവൾ കാണരുതെന്നു അയാൾ കരുതി.

"എന്റീശ്വരാ ഇതെവിടുന്ന്?" അവൾ ഇടർച്ചയോടെ ചോദിച്ചു.

അയാൾ കണ്ണുൾ തുറന്നില്ല.

"നിങ്ങൾക്കിതെവിടുന്നു കിട്ടി?"

"വഴിയിൽനിന്ന്." അയാൾ കിടന്ന കിടപ്പിൽ നിന്നനങ്ങാതെ പറഞ്ഞു. അതിൽ കൂടുതലായി ഒരു വാക്കും അയാൾക്ക് പറയാനായില്ല. ഉടൽ കോച്ചി വലിക്കുന്നതുപോലെ അയാളൊന്നു പിടഞ്ഞു. പിന്നെ ബോധമറ്റതുപോലെ കിടന്നു. ഭാര്യ അടുത്തിരുന്നു വിളിച്ചുനോക്കി. അയാൾ ഉറങ്ങിക്കഴിഞ്ഞിരുന്നു.

പിന്നീട് അയാൾ ഉണരുമ്പോൾ മുറിക്കകത്ത് പടിഞ്ഞാറെ ജാലകത്തിലൂടെ സൂര്യരശ്മികൾ പാഞ്ഞുവീഴുന്നുണ്ടായിരുന്നു. അയാൾ ഉണർന്നത് കണ്ണുകൾ തന്റേമേൽ ഉറപ്പിച്ചിരിക്കുന്ന ഭാര്യയുടെ നേർക്കാണ്.

അയാൾ ഉഴറ്റോടെ അവളുടെ കൈ പിടിച്ചു.

"ഞാൻ കുറേനേരമായോ ഉറങ്ങിയിട്ട്?" അയാൾ പരിക്ഷീണമായ സ്വരത്തിൽ ചോദിച്ചു.

"ഉച്ചയ്ക്ക് ഊണു കൂടി കഴിക്കാതെ കിടന്നതല്ലേ" അവൾ പറഞ്ഞു.

"ഇപ്പോൾ സന്ധ്യയായോ?"

"അഞ്ചു മണി"

അവൾ അയാളെ ഒരു രോഗിയെയെന്നപോലെ എഴുന്നേറ്റിരിക്കാൻ സഹായിച്ചു. മുറിയിലെ വെളിച്ചം മങ്ങിയിരുന്നു. എങ്കിലും മേശപ്പുറത്ത് പുസ്തകങ്ങൾക്കിടയിലായുള്ള തുകൽസഞ്ചി അയാൾക്കു കാണാനായി.

"അത്?" അയാൾ അതിന്റെ നേർക്കു വിരൽ ചൂണ്ടി.

"ഒരുപാടു പണം. എണ്ണിയില്ല. എന്നാലും നമുക്കത് ധാരാളമാണ്. അല്ലേ?" അവൾ പറഞ്ഞു.

അയാൾ ഹൃദയഭാരത്തോടെ അവളുടെ മുഖത്തേക്കു നോക്കി.

"നമ്മുടെ വിഷമങ്ങളൊക്കെ ഇതോടെ തീരും." അവൾ തുടർന്നു.

"ശരിയാണ്" അയാളുടെ നാവനങ്ങി.

"പക്ഷേ, നമ്മളിതു തിരിച്ചുകൊടുക്കുന്നതാണ് നല്ലത്." അയാളുടെ ഭാര്യ വികാരാധീനയാവാതെ ഒരു മൃദുസ്വരത്തിൽ പറഞ്ഞു.

"അതിൽ ഒരു ചെറിയ കുട്ടിക്കുള്ള ഉണക്കമുന്തിരിയും നാലഞ്ച് മിഠായികളുമുണ്ട്. ആ കുട്ടിയെ ഓർത്തെങ്കിലും നമ്മളിതു തിരികെ കൊടുക്കണം. ഭാഗ്യത്തിന് ആളുടെ പേരും മേൽവിലാസവും അതിനകത്തുള്ള പണയരശീതിയിലുണ്ട്. അയാളിപ്പോൾ സിറ്റി മുഴുവനും തിരഞ്ഞു നടക്കുന്നുണ്ടാകും. ഒരുപക്ഷേ, കരഞ്ഞുകൊണ്ട്."

അത്രയും പറഞ്ഞ് അവൾ ഒരു നെടുവീർപ്പിട്ടു. അവളുടെ കണ്ണുകൾ നിറഞ്ഞു.

“മനുഷ്യൻ ചിലപ്പോൾ എത്ര ദുഃഖിതരും നിസ്സഹായരുമാകുന്നു!” അവൾ തേങ്ങി.

അയാളുടെ കണ്ണുകളും ഈറനായി. തൊണ്ടയിലൊരു തേങ്ങൽ തടഞ്ഞുനിന്നു. അയാളുടെ ഭാര്യയുടെ മുഖം കൈത്തലങ്ങളിൽ ഒതുക്കിപ്പിടിച്ച് അവളുടെ തിളക്കമാർന്ന കണ്ണുകളിലേക്കു ഉറ്റുനോക്കി. പിന്നെ അയാൾ രണ്ടു കണ്ണുകളിലും മാറി മാറി ചുംബിച്ചു.

“എന്നോടു വെറുപ്പു തോന്നരുത്.” അയാൾ പറഞ്ഞു.

ആൾരൂപങ്ങൾ

ഡ്രൈവറും കണ്ടക്ടറും ഇറങ്ങിപ്പോയ യാത്രക്കാരും തിരിച്ചെത്തി.

കണ്ടക്ടർ ബസ് പുറപ്പെടാൻ തുടങ്ങുമ്പോൾ സീറ്റുകളിലേക്ക് കണ്ണോടിച്ചു ആരോടെന്നില്ലാതെ ചോദിച്ചു:

"എല്ലാവരും ഉണ്ടല്ലോ, അല്ലേ."

മറുപടിയുണ്ടായില്ല.

അയാൾ ബെല്ലടിച്ച് ഡ്രൈവർക്ക് നിർദ്ദേശം നല്കി.

ബസ് താവളം വിട്ട് ചുരത്തിന്റെ നേർക്ക് നീങ്ങിത്തുടങ്ങി.

"എനിക്കുറക്കം വരുന്നു" മഞ്ജരി ശിവൻകുട്ടിയുടെ ചുമലിലേക്ക് ചാഞ്ഞു. അവളെ അങ്ങനെ കിടക്കാൻ അനുവദിച്ച് അവൻ പറഞ്ഞു. "ഉറങ്ങിക്കോളൂ." അവൾ പെട്ടെന്നുറങ്ങി. അവൻ പുറത്ത് ഇടവിടാതെ കാണാവുന്ന മരങ്ങളുടെ പച്ചയിൽ കണ്ണുനട്ട് ഇരുന്നു. പിന്നെ എപ്പോഴോ അവനും ഉറക്കമായി.

ഉണർന്നത് കണ്ടക്ടർ ചുമലിൽ തട്ടി വിളിച്ചപ്പോഴാണ്. അയാൾ പറഞ്ഞു:

"ബസ് ഇവിടെവരെയാണ്."

മറ്റു യാത്രക്കാരെല്ലാം ഇറങ്ങിക്കഴിഞ്ഞിരുന്നു.

ശിവൻകുട്ടി തന്റെ ചുമലിലേക്ക് ചാഞ്ഞു കിടന്നുറങ്ങുന്ന മഞ്ജരിയെ വിളിച്ചു.

"നമ്മളെത്തിയോ?" അവൾ കണ്ണുകൾ തിരുമ്മി. ബസ് ചുരം കയറിയതും ഹെയർപിൻ വളവുകൾ പിന്നിട്ടതുമൊന്നും അറിഞ്ഞില്ല.

"ഇറങ്ങാം." ശിവൻകുട്ടി പറഞ്ഞു.

ശിവൻകുട്ടി തന്റെ ലഗേജ് – ഈസലും കനം കുറഞ്ഞൊരു കിട

ക്കയും– മുതുകിലേറ്റി. മഞ്ജരി ക്യാൻവാസും ബ്രഷും ചായങ്ങളു മടങ്ങിയ ബാഗ് ചുമലിൽ തൂക്കിയിട്ടു.

നേരെയുള്ള നടവഴി ക്ഷേത്രത്തിലേക്കാണെന്ന് ബോദ്ധ്യപ്പെടുത്തുന്ന ചൂണ്ടുപലക ബസ്സിറങ്ങുന്നിടത്തു തന്നെയുണ്ട്.

അവർ ഇരുവശത്തേക്കും നോക്കിക്കൊണ്ട് നടവഴിയിലൂടെ ഒട്ടും തിരക്കില്ലാതെ നടന്നു. എത്തിയത് സത്രത്തിനു മുന്നിലാണ്. വരാന്തയിലിരുന്ന് നരച്ച താടിയുള്ള ഒരാൾ മയങ്ങുന്നു

“സത്രം സൂക്ഷിപ്പുകാരനാവും.” മഞ്ജരി പറഞ്ഞു.

പക്ഷേ, സത്രം സൂക്ഷിപ്പുകാരൻ വേറൊരാളായിരുന്നു. നെറ്റിയിൽ ചന്ദനപ്പൊട്ടുള്ള മെലിഞ്ഞ ഒരു മദ്ധ്യവയസ്കൻ. “മുറിയൊന്നും ഒഴിവില്ലല്ലോ.” കണക്കുപുസ്തകത്തിൽ നിന്ന് മുഖമുയർത്തി അയാൾ പറഞ്ഞു. അയാളുടെ മുഖത്ത് ഒരിക്കലും വിട്ടുമാറില്ലെന്നു തോന്നിക്കുന്ന ഒരു നിസ്സംഗഭാവം. മുടി നെടുകെ പകുത്ത് ഇരുവശത്തേക്കുമായി ചീകി വച്ചിരിക്കുന്നു.

“അങ്ങനെയാണോ?” ശിവൻകുട്ടി ചോദിച്ചു.

“ഇവിടെ ആകെയുള്ളത് മൂന്നു മുറികളാ. അവയിലാളുണ്ട്. പിന്നെ കുറേപേർക്ക് കിടക്കാവുന്ന ഒരു ഹാളുണ്ട്. അതിലു വേണമെങ്കിൽ കഴിയാം. പക്ഷേ, കൂടെയൊരു സ്ത്രീയുള്ളതുകൊണ്ട് അത് സൗകര്യമാവില്ലല്ലോ,”

“അത് സാരമില്ല.” ശിവൻകുട്ടി പറഞ്ഞു.

“തൽക്കാലം ഈ സാധനങ്ങളൊന്ന് ഇവിടെ വയ്ക്കാമല്ലോ.”

“ഓ.”

ശിവൻകുട്ടി തോളിലൂടെ പിറകിൽ തൂക്കിയിട്ട ഈസലും കിടക്കയും താഴെയിറക്കി മുറിയുടെ ഒരു കോണിൽ വച്ചു.

മഞ്ജരി അതിനടുത്തായി തന്റെ ചുമലിലെ ബാഗും.

“ഞങ്ങൾ വരാം.”

“ശരി.”

പുറത്ത് വൃദ്ധൻ ഉണർന്നിരുന്നു.

“എന്താ അമ്മാവാ” ശിവൻ ചോദിച്ചു. അയാൾ തട്ടിപ്പിടഞ്ഞ് എഴുന്നേറ്റു. കണ്ണടയിലൂടെ രണ്ടുപേരെയും നോക്കി.

“ക്ഷേത്രത്തിലേക്ക് വന്നതാണോ?”

“അതെയല്ലോ.”

അവരുടെ നിറം മങ്ങിയ ജീൻസും മുഷിഞ്ഞ ഷർട്ടും അയാളിൽ തെല്ലൊരു അതൃപ്തിയുളവാക്കി.

“എവിടന്നാ.”

“വളരെ ദൂരെനിന്ന്.”

“പ്രത്യേകിച്ച് ഉദ്ദേശ്യം വല്ലതും? അതായത് പിതൃക്കൾക്ക് ബലിയോ മറ്റോ.”

“വേണം.”

അയാൾക്ക് താല്പര്യം തോന്നി.

“ഞാൻ ചെയ്യിക്കാം എന്താ?”

“ആയിക്കോട്ടെ.”

“ദേവസ്വത്തില് ചീട്ട് മുറിക്കണം. അങ്ങോട്ട് പോവല്ലേ.”

“അതെ.”

“ഞാനും വരാം.”

അയാൾ ഇത്തിരി ക്ലേശിച്ചുകൊണ്ട് അവരോടൊപ്പം നടക്കുകയായി.

“നിങ്ങളെ കണ്ടപ്പം തോന്നി വിദേശികളാണെന്ന്.”

“അതെന്താ.”

“ഈ വേഷം.”

അയാൾ ചിരിച്ചു.

“ഞങ്ങൾക്കാകെക്കൂടിയുള്ളത് ഈയൊരു സെറ്റ് വേഷമാണ് അമ്മാവാ.” മഞ്ജരി പറഞ്ഞു. “ഇതാവുമ്പോ എത്രനാൾ വേണമെങ്കിലും ഇടാം. നനയ്ക്കേണ്ട.”

അവൾ തെല്ലുറക്കെ ചിരിച്ചു.

“ശരീരവും ജീർണ്ണവസ്ത്രമല്ലേ അമ്മാവാ?” ശിവൻകുട്ടി പറഞ്ഞു.

“നേരാണ്” വൃദ്ധൻ തലകുലുക്കി അയാളുടെ മുഖത്ത് ഒരു നിഴൽ വീണു.

കല്പടവുകൾ കയറുമ്പോൾ അയാൾ ഒന്നും പറഞ്ഞില്ല. മഞ്ജരി ഒരു സ്കൂൾ കുട്ടിയെപ്പോലെ പടവുകളെണ്ണി. ഒരു കുടുംബം അവരെ ക്കടന്ന് താഴോട്ട് നീങ്ങി. പടവുകൾ ഓടിയിറങ്ങുന്ന കുട്ടികളെ ഒരു സ്ത്രീ ശബ്ദമുയർത്തി ശാസിച്ചു. ഏറ്റവും പിറകിൽ പരസ്പരാശ്രിതരായ വൃദ്ധ ദമ്പതികൾ.

പടവുകൾ അവസാനിച്ചു.

“ഒരു പ്രദക്ഷിണം വെക്കാം.” വൃദ്ധൻ പറഞ്ഞു.

“ഓ.”

പ്രദക്ഷിണത്തിനിടയിൽ അയാൾ ക്ഷേത്രമാഹാത്മ്യം പറഞ്ഞു കേൾപ്പിച്ചു.

“ഇതുപോലൊരു ക്ഷേത്രം വേറെയെങ്ങുമില്ല. ഇതിന്റെ നാമമുച്ചരിച്ചാൽ ധർമ്മം. ദർശിച്ചാൽ അർത്ഥം. പൂജിച്ചാൽ ആഗ്രഹനിവൃത്തി. ധ്യാനിച്ചാൽ മോക്ഷം. ഇത് തീർത്ഥങ്ങളുടെ സങ്കേതമാണ്. ഇവിടെയാണ് മാതാവിനെ വധിച്ച പാപം തീർക്കാൻ സാക്ഷാൽ പരശുരാമൻ ബലിയിട്ടത്. ഇവിടെ ശ്രാദ്ധമൂട്ടുമ്പോഴേ പിതൃക്കൾക്ക് മോക്ഷം കിട്ടുകയുള്ളൂ. പീതരോയതി നിർവൃതി എന്നു ഫലശ്രുതി.”

മഞ്ജരിയും ശിവൻകുട്ടിയും നിശ്ശബ്ദരായ ശ്രോതാക്കളായി അയാളുടെ കൂടെ നടന്നു. ക്ഷേത്രത്തിനു പിന്നിലുള്ള പർവ്വതത്തിലേക്കും താഴെയുള്ള കാടുകളിലേക്കും അവരുടെ കണ്ണുകൾ നീണ്ടുചെന്നു. അകലെ കുന്നുകളുടെ സാന്ദ്രനീലിമ. തണുത്ത കാറ്റ്. ധവളമായ ആകാശം. പച്ച

നിറത്തിന്റെ ആഴങ്ങളിൽ നിന്ന് പക്ഷികളുടെ ശബ്ദങ്ങൾ. അവയോട് ഇട കലർന്ന് കാണാത്ത പുഴയുടെ ശബ്ദവും.

"നമുക്കങ്ങോട്ട് പോകണം." മഞ്ജരി പടിഞ്ഞാറ് കണ്ട കാടിനു നേർക്ക് വിരൽ ചൂണ്ടി.

"പോകാം.." ശിവൻകുട്ടി പറഞ്ഞു.

ദേവസ്വം ഓഫീസിൽ ചെന്ന് ഒരാൾ പിണ്ഡത്തിനുള്ള രണ്ട് രശീതി വാങ്ങിയശേഷം വൃദ്ധനോട് സന്ധ്യാസമയത്ത് കാണാമെന്ന് പറഞ്ഞ് അവർ നടക്കാനിറങ്ങി.

പുഴ കടന്ന് വാനപ്രസ്ഥാനത്തിലെന്നോണം അവർ കാടിനുള്ളിൽ അലഞ്ഞു. ശിവൻകുട്ടി മരങ്ങൾക്ക് മൺമറഞ്ഞ ചിത്രകാരന്മാരുടെ പേരുകൾ നല്കി. അവിടെ വാൻഗോഗും പിക്കാസ്സോയും റെമ്പ്രാന്റും ദാലിയുമുണ്ടായി.

"ഇതാ പരാജിതനായ ഒരു ചിത്രകാരനും അവന്റെ മോഡലും. നിങ്ങൾക്ക് ഞങ്ങളുടെ നമസ്കാരം.." അവൻ അവരോട് പറഞ്ഞു.

മഞ്ജരി അവന്റെ ചുമലിൽ തൊട്ടു.

"കിസ് മി"

അവൻ അവളുടെ നേർക്കു തിരിഞ്ഞു.

"ഐ ലൗവ് യു" അവൻ മന്ത്രിച്ചു.

അവൾ കണ്ണുകൾ ചിമ്മി.

സത്രത്തിലേക്ക് അവർ തിരിച്ചെത്തുമ്പോൾ രാത്രിയായിരുന്നു.

നല്ല തണുപ്പ്.

പഴയൊരു കമ്പിളി പുതച്ച് സത്രത്തിന്റെ വരാന്തയിൽ ഇരിക്കുകയായിരുന്ന വൃദ്ധൻ അവരെക്കണ്ട് എഴുന്നേറ്റു.

"ഞാൻ നിങ്ങളെ ഇവിടെയൊക്കെ നോക്കി.

ഞങ്ങൾ വെറുതെ കുറേ നടന്നു." ശിവൻകുട്ടി പറഞ്ഞു.

"ഭക്ഷണത്തിന് അപ്പുറത്തൊള്ളൊരു വീട്ടിൽ പറഞ്ഞിട്ടുണ്ട്. അങ്ങോട്ട് പോകാം. വൈകിക്കണ്ട."

"കുറച്ചു വിറകുണ്ടായിരുന്നെങ്കിൽ രാത്രി ഇവിടെയെങ്ങാനും തീ കൂട്ടാമായിരുന്നു."

"വിറകിന് ഒരു ക്ഷാമവുമില്ല ഇവിടെ. ഞാൻ കൊണ്ടുവന്ന് തരാം. വൃദ്ധൻ പറഞ്ഞു.

രാത്രി വളരെ വൈകുവോളം ശിവൻകുട്ടിയും മഞ്ജരിയും തീക്കരികെയിരുന്ന് പതിഞ്ഞ സ്വരത്തിൽ സംസാരിച്ചു. രണ്ടുപേർക്കും ഏറെ ഓർമ്മകളുണ്ടായിരുന്നു. മഞ്ജരി ചെറിയ കുട്ടിയായിരുന്നപ്പോൾ അവൾ താമസിച്ച ഇടുങ്ങിയ തെരുവിനെക്കുറിച്ചു പറഞ്ഞു. ശിവൻകുട്ടി നിരവധി ബന്ധുക്കളുള്ള ഒരു പുരാതനഗൃഹത്തിൽ കുട്ടിക്കാലത്ത് താനനുഭവിച്ച ഏകാന്തതയെക്കുറിച്ചും ഭീതിയെക്കുറിച്ചും പറഞ്ഞു.

ഇപ്പോൾ അവർ മെലിഞ്ഞ ഭയഗ്രസ്തരായ രണ്ടു കുട്ടികളായി.

തീ എരിഞ്ഞുകൊണ്ടിരുന്നു.

രാവിലെ അവർ ബലികർമ്മങ്ങൾക്കായി വൃദ്ധന്റെ കൂടെ പുഴവക്കത്തേക്ക് നടന്നു.

മഞ്ജരിക്ക് തന്റെ മരിച്ച ബന്ധുക്കൾ ആരെന്നു നിശ്ചയമില്ലായിരുന്നു. ഒരിക്കലും കണ്ടിട്ടില്ലാത്ത അച്ഛനെയും അമ്മയെയും അവരുടെ ചാർച്ചക്കാരെയും ഒരു മഞ്ഞിൻമറയ്ക്കപ്പുറമെന്നോണം അവ്യക്തമായി അവൾ മനസ്സിൽ കണ്ടു. അവർക്കായി അവൾ ബലിയിട്ടു. ശിവൻകുട്ടിക്കാകട്ടെ തന്റെ അച്ഛനമ്മമാരെയും വലിയമ്മാവനെയും ചിറ്റമ്മയെയും മുത്തശ്ശിയെയുമൊക്കെ ഓർമ്മയിൽ തെളിഞ്ഞു കാണാനായി. അവർക്കെല്ലാം സൽഗതി.

"അതും കഴിഞ്ഞ്."– അവൻ പറഞ്ഞു.

"ഇനി?" മഞ്ജരി ചോദിച്ചു.

"നടക്കാം."

പച്ചനിറത്തിന് അതിരിട്ട നിരത്തിലൂടെയും മൺപാതകളിലൂടെയും അവർ നടന്നു. കാറ്റിൽ അലയുന്നതുപോലെ അവർ നീങ്ങി. പക്ഷികൾ ചിറകടിച്ച് ഒച്ചവെക്കുന്നതും മുളം കാടുകളും ധ്യാനലീനരായ താപസന്മാരെ പൊതിഞ്ഞുകൊണ്ടെന്നപോലെ വളർന്ന മൺപുറ്റുകളും ഇരുണ്ട തണലുകളിലേക്കിറങ്ങിയ വേടുകളും മിന്നുന്ന കൃഷ്ണശിലകളും കണ്ട് അവർ മുന്നോട്ടുപോയി. കുറ്റിച്ചെടികളും പുൽക്കൂട്ടവും വകഞ്ഞ് വഴിയുണ്ടാക്കി അവർ തടാകത്തിനടുത്തെത്തി.

കടും നീലനിറത്തിലുള്ള ഒരു വലിയ ക്യാൻവാസാണെന്ന് ശിവൻകുട്ടിക്ക് തോന്നി. അതിന്റെ കരയിൽ അവർ വസ്ത്രങ്ങൾ അഴിച്ചുവെച്ചു.

തടാകം വെയിലേറ്റ് തിളങ്ങി.

അവർ തടാകത്തിൽനിന്നു കോരിയെടുത്ത ജലത്തിൽ നിറങ്ങൾ ചാലിച്ചു. പിന്നെ പരസ്പരം ഉടലിലെങ്ങും ചായം പുരട്ടി. അവരുടെ ഉടലിൽ പല നിറങ്ങൾ കലർന്നു.

അവർ തമ്മിൽത്തമ്മിൽ നോക്കി രണ്ടു കുട്ടികളെപ്പോലെ ഒരുപാട് ചിരിച്ചു. അവരുടെ ശബ്ദം മരങ്ങളിലും തടാകക്കരയിലെ ഇലച്ചാർത്തുകളിലും പക്ഷിക്കൂടുകളിലും മുഴങ്ങി. തടാകത്തിൽ ഓളങ്ങളിളകി. വരൂ.. വരൂ...

പേടിച്ചുകരയുന്ന കുട്ടികൾ

ഒരു സ്ട്രെച്ചറിൽ ആശുപത്രിയുടെ തണുത്തുനീണ്ട കോറിഡോറിലൂടെ നീങ്ങിക്കടക്കവേ ഉള്ള് ഭയംകൊണ്ട് വിറയ്ക്കുകയായിരുന്നു. അതിനിബിഡമായ ഈ അന്ധകാരത്തിൽ നിന്ന് കണ്ണുകൾക്കുനേരെ നീണ്ടുവരുന്നതെന്താണ്? ഞാൻ കാണുന്നതാരെയാണ്?

എന്റെ അച്ഛാ, അമ്മേ...

രാത്രി എട്ടരയ്ക്കാണ് വണ്ടിയെങ്കിലും നേരമിരുട്ടുന്നതിനു മുമ്പുതന്നെ അവർ രണ്ടുപേരും തീവണ്ടിയാപ്പീസിലെത്തി. അത്ര നേരത്തേ വരേണ്ട കാര്യമുണ്ടായിരുന്നില്ല. അത്താഴം കഴിച്ച് സാവകാശത്തിൽ ഇറങ്ങിയാൽ മതിയായിരുന്നു. തീവണ്ടിയാപ്പീസ് ഒരു വിളിപ്പാടകലെയാണ്. വണ്ടിയാണെങ്കിൽ വൈകുന്നതല്ലാതെ നേരത്തിനുമുമ്പ് ഒരിക്കലും വരികയുമില്ല ഉവ്വ്. എന്നാലും ദൂരയാത്ര പോകുമ്പോൾ നേരത്തേ ഇറങ്ങുന്നതല്ലേ നന്ന്.

അവരിറങ്ങി.

അത്താഴം കഴിച്ചിരുന്നില്ല. എന്നാൽ രണ്ടു പൊതികളിലായി ചോറ് കരുതിയിരുന്നു. രാത്രി മുഴുവൻ വണ്ടിയിലിരിക്കേണ്ടതല്ലേ. വിശപ്പുതോന്നുകയാണെങ്കിൽ എടുത്തു കഴിക്കാമല്ലോ.

"എനിക്കു വേണമെന്നേ ഇല്ല." അമ്മ പറഞ്ഞു.

"എനിക്കും വേണ്ടീട്ടല്ല.." അയാൾ പറഞ്ഞു. "നമ്മള് കഴിക്കണ്ടാവില്ല. ന്നാലും കൈയിലിരുന്നോട്ടെ. രാത്രീല് വണ്ടിയിൽ എന്തു കിട്ടാനാ വിശപ്പുതോന്നിയാൽ?"

അതു ശരിയാണെന്ന് അമ്മയ്ക്കും തോന്നി.

അയാൾ പേനാക്കത്തിയുമായി ഇല മുറിക്കാനായി വാഴത്തോപ്പിലേക്കു നടന്നു. അമ്മ ഒരു സഞ്ചിയിൽ പൊടിയരി അളന്നിട്ടു. രണ്ട് ഇടങ്ങഴിയോളമുണ്ടായിരുന്നു.

പൊടിയരിയും പാവയ്ക്കയുടെയും മുളകിന്റെയും കൊണ്ടാട്ടവും ചെട്ടിയുടെ അടുത്തുപോയി വാങ്ങിയ സ്പെഷ്യൽ പപ്പടവും ഒരു ഹോർലിക്സ് കുപ്പിയിൽ മാങ്ങ ഉപ്പിലിട്ടതുമായപ്പോൾ സഞ്ചി നിറഞ്ഞ പോലായി. എല്ലാറ്റിനും മീതെയായി പൊതിച്ചോറ് വച്ചു.

അത്രയൊക്കെയേ ഒരുങ്ങാനുണ്ടായിരുന്നുള്ളൂ. അവർ വീടുപൂട്ടി പശുവിനോടു യാത്ര പറയാനായി തൊഴുത്തിലേക്കു ചെന്നു.

പശുവിനു വൈക്കോലും വെള്ളവും കൊടുക്കാൻ അടുത്ത വീട്ടുകാരോട് ഏല്പിച്ചിരുന്നു. ഒന്നും കൊടുത്തില്ലെങ്കിൽത്തന്നെ അവൾ പരാതി അറിയിക്കാതെ നിന്നോളും. നല്ല സ്വഭാവമാണ്. എല്ലാം മനസ്സിലാകും.

മോളേ എന്നു വിളിച്ചുകൊണ്ട് അയാൾ പശുവിന്റെ നെറ്റിയിൽ തടവി. ഞങ്ങൾ മോനെക്കാണാൻ പോവുകയാണ്. അവനെക്കണ്ട് സമാധാനിച്ച് ഞങ്ങൾ എത്രയും വേഗം വരും.

പശു തലയാട്ടി.

"പോകാം." അയാൾ അമ്മയുടെ നേർക്കു തിരിഞ്ഞു.

അവർ നടന്നു.

കുറേനേരം അവരൊന്നും സംസാരിച്ചില്ല. പക്ഷേ, അവരുടെ മനസ്സ് ഒരേവഴിക്കു നീങ്ങി.

മകനെ അവർ കണ്ടിട്ട് ഒരുപാടു നാളായിരുന്നു. മാസത്തിന്റെ ആദ്യത്തെയാഴ്ച മണിയോർഡറുമായി വരുന്ന പോസ്റ്റുമാനിലാണ് അവരിപ്പോൾ മകനെ കാണുന്നത്. ഓരോ തവണയും അവനുവേണ്ടി അമ്മ വാഴയ്ക്കാ അപ്പമോ, വറുത്ത അരിയോ, അടയോ കരുതിവയ്ക്കുന്നു. ആ സ്നേഹത്തിനു മുന്നിലിരുന്ന് അവനോർക്കും. "എന്നും ഇവിടേക്കു മണിയോർഡറുണ്ടായിരുന്നെങ്കിൽ.. പോകട്ടെ, ഒരു കത്തെങ്കിലും.."

കത്തു വരിക വളരെ അപൂർവ്വമായിരുന്നു. ആഴ്ചതോറും അവർ സംയുക്തമായി മകന്റെ പേർക്കെഴുതും. മറുപടി ഇല്ലാതിരുന്നിട്ടും ഒരു അനുഷ്ഠാനമെന്നോണം അവർ മുടങ്ങാതെ മകന് എഴുതിപ്പോന്നു. നാട്ടിലെ വിശേഷങ്ങളൊക്കെയും അവർ എഴുത്തുകളിൽ ഉൾക്കൊള്ളിക്കുമായിരുന്നു! അവയെങ്ങാനും മകൻ വായിച്ചറിയാറുണ്ടായിരുന്നോ എന്തോ, ഒരുപക്ഷേ, തുറന്നുനോക്കുകപോലും ചെയ്യാതെ..

അതെന്തായാലും അവർ തങ്ങളുടെ പക്ഷത്തുനിന്ന് ഒരു വീഴ്ചയും വരുത്തിയില്ല. ഒട്ടും ഉദാസീനത ഭാവിച്ചില്ല. മകൻ തങ്ങളയ്ക്കുന്ന കത്തുകൾ വായിക്കാറുണ്ടോയെന്ന് സംശയിക്കുകകൂടി ചെയ്തില്ല. ഒടുവിലയച്ച കത്തിനും മറുപടി കിട്ടിയില്ലല്ലോ എന്നോർത്ത് അവർ വ്യാകുലരായുമില്ല. നിഷ്ഠാപൂർവ്വം അവർ മകനെ വിശേഷങ്ങൾ എഴുതി അറിയിച്ചുകൊണ്ടിരുന്നു. അയാളാണ് എഴുതുക. തന്റെ വകയായി ചില കാര്യങ്ങൾ അമ്മയും പറഞ്ഞുകേൾപ്പിക്കും. അയാൾ കുറിക്കും. ഇതാ നിന്റെ അമ്മ പറയുകയാണ്...

അമ്മ പറഞ്ഞു:

"വെറും പനിയായിരിക്കും. ഇപ്പോ ഇവിടെത്തന്നെ പരക്കെ ഉണ്ട ല്ലോ."

അയാൾ പറഞ്ഞു.

"അതെ. അത്രേ ണ്ടാവൂ."

എന്നു പറഞ്ഞുവെങ്കിലും ഇരുവരും ഭയാശങ്കകളിലായിരുന്നു. ചെറിയ ഒരു പനിയോ മറ്റോ വന്നാൽ കമ്പിയടിക്കേണ്ടതുണ്ടോ.

മകന് അസുഖമാണ്.

ഉടനെ പുറപ്പെടുക.

ടെലഗ്രാം ചെയ്തതു മകന്റെയൊരു കൂട്ടുകാരനായിരുന്നു. രണ്ടു പേരും ഒരേ സ്ഥലത്തു ജോലി ചെയ്യുകയും ഒരേ മുറിയിൽ താമസിക്കു കയും ചെയ്യുന്നു.

മകൻ ഒരിക്കൽപ്പറഞ്ഞ് അച്ഛനുമമ്മയ്ക്കും ആ പേര് പരിചിതമാ ണ്. അവർക്കൊന്നും എളുപ്പത്തിൽ മറന്നുപോവില്ല. ഒന്നും അവർക്കു മറക്കാനാവില്ല. കൂടെക്കൂടെ ഓരോന്നോർത്ത് അവർ ദുഃഖിക്കും. അമ്മ ഒരു തേങ്ങൽ കടിച്ചമർത്തി വീടിനുള്ളിലേക്കു കയറിപ്പോകും. അച്ഛൻ ഉമ്മറത്ത് നിശ്ചേഷ്ടനായി ഇരിക്കും.

പോയ പിറന്നാളിന്, വീട്ടിലേക്കു വരുന്നില്ലെന്നും കൂട്ടുകാ രന്റെയൊപ്പം കൊടൈക്കനാലിലേക്കു പോവുകയാണെന്നും അറിയിച്ചു കൊണ്ടുള്ള മകന്റെ കത്തുകൈയിൽവച്ച് അയാളങ്ങനെ വളരെ നേരം ഇരിക്കുകയുണ്ടായി. പിന്നെ അയാൾ എഴുന്നേറ്റു.

ചുവരിൽ മകൻ സ്കൂളിലും കോളേജ് ക്ലാസുകളിലും വച്ചെടുത്ത ഗ്രൂപ്പ് ഫോട്ടോകൾ തൂങ്ങിക്കിടപ്പുണ്ടായിരുന്നു. അയാൾ ഓരോ ഫോട്ടോ യുമെടുത്ത് ഒരു പഴന്തുണിക്കീറുകൊണ്ട് ചില്ലിലെ പൊടി തട്ടിമാറ്റാൻ തുടങ്ങി. മകന്റെ ഭാഗത്ത് അയാൾ തുണി പലവട്ടം അമർത്തിത്തുടച്ചു. ചുണ്ടിൽ അഭിമാനത്തിന്റെ ഒരു പുഞ്ചിരിയോടെ, കണ്ണുകളിൽ നനവോടെ.

മനസ്സ് മന്ത്രിച്ചു. പുതിയ ഒരു ഫോട്ടോ എടുത്തയച്ചു തരണമെന്നു പറഞ്ഞിട്ട് എന്തേ...

അമ്മ മകന്റെ മുറിയിലേക്കുചെന്ന് അവനുപേക്ഷിച്ച പഴയ ഉടുപ്പു കളിലേക്കു നോക്കി. അമ്മ കണ്ടതു പഴയ ഉടുപ്പുകളല്ല; മകനെ ത്തന്നെയാണ്.

മകൻ അമ്മയുടെ മുന്നിൽ നിന്നു.

അമ്മ ഓരോ തവണ കണ്ണുചിമ്മിത്തുറക്കുമ്പോഴും അവന്റെ ഉടു പ്പുകൾ മാറിക്കൊണ്ടിരുന്നു.

അമ്മയുടെ കണ്ണുകൾ പതുക്കെ നിറഞ്ഞൊഴുകുകയായി.

"കരയേണ്ട. അവന് ഒന്നുംണ്ടാവില്ല. നമ്മളെ കാണാത്തതിന്റെ വിഷ മമാവും. കണ്ടിട്ട് കുറെയായില്ലേ. അതുതന്നെയാവും." അച്ഛൻ പറഞ്ഞു.

അമ്മ കണ്ണുനീരു തുടച്ചുകൊണ്ട് ശിരസ്സനക്കി. അപ്പോഴേക്കും രാത്രി യായിക്കഴിഞ്ഞിരുന്നു.

അവർ പ്ലാറ്റ്ഫോമിന്റെ തെക്കുഭാഗത്തായി ഒരു മരച്ചുവട്ടിൽ വണ്ടി

വരുന്നതും കാത്ത് ഇരിക്കുകയായിരുന്നു. ചെറുതായി മഞ്ഞു വീണു കൊണ്ടിരുന്നു.

ഒട്ടുദൂരെ ഓഫീസ് കെട്ടിടത്തിനു മുന്നിൽ അച്ഛന്റെയും അമ്മയുടെയും പിടിയിൽനിന്നു കുതറിയൊഴിഞ്ഞ് ഒരു ചെറിയ കുട്ടി ചിരിച്ചു കൊണ്ട് മുന്നോട്ടു നടന്നു. അവന്റെ കാൽവയ്പുകൾ ഉറച്ചവയായിരുന്നില്ല. അച്ഛനുമമ്മയും ഇടറിയിടറി അവൻ നടന്നുനീങ്ങുന്നതു നോക്കി നിന്നു. അവരും ചിരിക്കുകയായിരുന്നു.

പൊടുന്നനെ വിളക്കുകളെല്ലാം അണഞ്ഞ് പ്ലാറ്റ്ഫോം ഇരുട്ടിലായി. അത്രയും സമയം ചുറ്റും പരുങ്ങിനില്പായിരുന്ന ഇരുട്ട് നൊടിയിടയിൽ പ്ലാറ്ഫോമിലാകെ നിറഞ്ഞു. ഇരുട്ടിൽനിന്നു പേടിച്ച ഒരു കുട്ടിയുടെ കരച്ചിലുയർന്നു. ഒരു നിലവിളിപോലെ..

ഉറവിടങ്ങൾ

സീതമ്മ പോയി.

ഇനിയൊരിക്കലും അവളെ ഞാൻ കാണാനിടയില്ല. എന്റെ ജോലി കഴിഞ്ഞാൽ ഞാനും ഇവിടെ നിന്നുപോകും. പക്ഷേ, എവിടെയായാലും സീതമ്മയെയും അവളുടെ പിതാവ് അയ്യപ്പൻകുട്ടിയെയും എനിക്ക് മറക്കാനാവുമെന്നു തോന്നുന്നില്ല.

അവരെ സംബന്ധിച്ച് ഓർമ്മിക്കാൻ വളരെയൊന്നുമില്ലെങ്കിലും എല്ലായ്പ്പോഴും വിറച്ചുകൊണ്ടിരിക്കുന്ന അയ്യപ്പൻകുട്ടിയുടെ മുഖത്ത് കണ്ണുനീരുണ്ടായിരുന്നു. യാത്ര പറയുമ്പോൾ പോകരുതെന്നു പറയാൻ കഴിഞ്ഞെങ്കിലെന്ന് ഞാൻ വൃഥാ മനസ്സിലോർക്കെ ഭാര്യയുടെയും മകളുടെയും ചുമലുകളിൽ പിടിച്ച് അയ്യപ്പൻകുട്ടി പതുക്കെ നടന്നു.

റോഡിൽ ഒരു കാളവണ്ടി കാത്തുനിന്നിരുന്നു. അതിൽ അയ്യപ്പൻകുട്ടിയുടെ ജംഗമവസ്തുക്കളൊക്കെയുമുണ്ടായിരുന്നു. ഭാര്യയും മകളും ചേർന്നു അയാളെ അവയ്ക്ക് പിറകിലായി ഇരുത്തി. അയാൾ ശരിക്കും ഇരുന്നുകഴിഞ്ഞുവെന്ന് ഉറപ്പുവരുത്തിയശേഷം വണ്ടിക്കാരൻ കാളകൾക്ക് നീങ്ങാനുള്ള നിർദ്ദേശം നല്കി. വണ്ടി നീങ്ങിത്തുടങ്ങി.

അയ്യപ്പൻകുട്ടിയുടെ ഭാര്യ വണ്ടിയോടൊപ്പം നടന്നു.

സീതമ്മ പിന്നെയും അല്പസമയം കൂടി അവിടെ നിന്നു; എന്റെ നേർക്കു നോക്കിക്കൊണ്ട്, പിന്നീട് അവളും വണ്ടിക്കൊപ്പമെത്തി. അവളും വണ്ടിയും കാഴ്ചയിൽ നിന്നുമറയുവോളം ഞാൻ എന്റെ നില്പ് തുടർന്നു.

ദൂരെ വളവിലെത്തിയപ്പോൾ സീതമ്മ ഒരിക്കൽക്കൂടി തിരിഞ്ഞു നോക്കിയോ?

ഒരുപക്ഷേ, എനിക്കു തോന്നിയതാവും.

സീതമ്മ എന്റെ ആരുമല്ല.

അയ്യപ്പൻകുട്ടിയോ?

അയാളും എന്റെ ആരുമല്ല.

പക്ഷേ, അവർ പോയിക്കഴിഞ്ഞ് പാത ശൂന്യമായപ്പോൾ ഞാൻ അസ്വസ്ഥനായി. വീണ്ടും ഞാനവരെ എന്റെ മുന്നിൽ കണ്ടു.

സാർ, ഞങ്ങളോടു പോകേണ്ടതില്ലെന്നു പറയൂ. ആർക്കും ഒരു ശല്യവും ചെയ്യാതെ, ഒന്നിനും തടസ്സമാവാതെ ഞങ്ങളിവിടെ കഴിഞ്ഞോളാം. ഇവിടെയാണ് ഞങ്ങൾ ഉണ്ടായത്. ഞങ്ങൾക്ക് വേണ്ടപ്പെട്ടതെല്ലാം ഈ മണ്ണിലാണുള്ളത്. ഞങ്ങൾ പോയാൽ ഞങ്ങളുടെ മരിച്ചവർക്കാരുണ്ട്. സാർ, കാഞ്ഞിരത്തിന്റെ ചുവട്ടിൽ സന്ധ്യതോറും പിന്നെ ആരാണ് വിളക്കുവയ്ക്കുക.

അങ്ങനെയൊക്കെ അയ്യപ്പൻകുട്ടി തന്നെ ഒരുനാൾ എന്നോടു ചോദിക്കുകയുണ്ടായി. തെല്ലു വിഷണ്ണഭാവത്തിലാണെങ്കിലും ആവുന്നത്ര സരളമായി ഞാനയാളെ ബോദ്ധ്യപ്പെടുത്താൻ ശ്രമിച്ചു. കോടിക്കണക്കിനു രൂപയുടെ ഒരു പദ്ധതി വരാൻ പോവുകയാണെന്നും നമ്മുടെ വികസനത്തിന്റെ പാതയിൽ അതൊരു നാഴികക്കല്ലാവുമെന്നും അത്തരത്തിലുള്ള ഓരോ പദ്ധതി നടപ്പിലാകുന്ന ഘട്ടത്തിലും നിരവധി കുടുംബങ്ങൾക്ക് അവരുടെ ജന്മസ്ഥലം വിട്ടൊഴിയേണ്ടി വന്നിട്ടുണ്ടെന്നും അതു തികച്ചും സ്വാഭാവികവും അനിവാര്യവുമായ ഒരു ദോഷഫലമാണെന്നും വിശാലസമായ താല്പര്യങ്ങൾക്കുവേണ്ടി..

"ശരിയായിരിക്കാം. ശരിയായിരിക്കാം. പക്ഷേ..." അയ്യപ്പൻകുട്ടി മണ്ണിലേക്കു ദൃഷ്ടി പായിച്ച് പിറുപിറുത്തു. അയാളുടെ മുഖം വല്ലാതെ വിറച്ചുകൊണ്ടിരുന്നു.

ഞാൻ അയ്യപ്പൻകുട്ടിയെ അന്നാദ്യമായി കാണുകയായിരുന്നു. അങ്ങനെയൊരാളെ കാണാനും പരിചയപ്പെടാനും ഇടയാകുമെന്നു ഒട്ടും പ്രതീക്ഷിച്ചിരുന്നില്ല. എന്റെ താല്ക്കാലിക ക്വാട്ടേഴ്സിൽനിന്നു വൈകുന്നേരം വെറുതെ നടക്കാനായി ഇറങ്ങുമ്പോൾ, ആറ്റുവക്കത്തേക്കു പോകാമെന്നു കരുതി ഇടവഴിയിലെത്തിയപ്പോഴാണ് സ്ത്രീശബ്ദത്തിൽ ''സാർ'' എന്നൊരു വിളി; പിറകിൽ നിന്ന്.

ഓടിയതു കാരണം അവൾ കിതയ്ക്കുന്നുണ്ടായിരുന്നു.

നിറഞ്ഞു മുറ്റിയ മാറിടം ഉയർന്നുതാണുകൊണ്ടിരുന്നു.

"അച്ഛന് ഒന്നു കാണണമെന്ന്."

എനിക്കത്ഭുതം തോന്നി.

"എന്നെയോ?"

"അതെ."

"എന്തിന്?"

"എന്തോ പറയാനാണ്"

ഞാൻ സംശയിച്ചു നിന്നു.

"എന്തു പറയാൻ?"

"അത് അച്ഛനല്ലേ അറിയൂ?"

"അച്ഛന് ഇങ്ങോട്ടു വന്നുകൂടെ?"

"വയ്യാഞ്ഞിട്ടാണ്."

ഇപ്പോൾ അവളുടെ ശബ്ദം ക്ഷമാപണം കലർന്നതായിരുന്നു. എന്റെ കണ്ണുകളിലേക്കു അതിദൈന്യത്തോടെ നോക്കിക്കൊണ്ട് അവൾ പറഞ്ഞു.

"ഒന്നു വരൂ"

"ശരി."

അതുകേട്ടതും അവളുടെ മുഖം തെളിഞ്ഞു. അവൾ മുന്നിൽ നടന്നു.

"എന്താ അച്ഛന്റെ പേര്?" ഞാൻ തിരക്കി.

"അയ്യപ്പൻകുട്ടി"

"മകളുടെയോ?"

അവൾ ചിരിച്ചു.

"സീതമ്മ"

ഞാൻ സീതമ്മയെ പിന്തുടർന്നു.

വീടെത്തി.

പല മരങ്ങളും ചേമ്പും താളും തകരയുമൊക്കെ നിറഞ്ഞ് ഇരുണ്ട പച്ചനിറമായ പറമ്പിനു നടുവിൽ വളരെ പഴയതും തീരെ ചെറുതുമായ ഒരു വീട്.

അതിന്റെ മുറ്റത്ത് അയ്യപ്പൻകുട്ടി തൊഴുകൈയോടെ നിന്നു.

"നടക്കാൻ വയ്യാത്തതുകൊണ്ടാണ് സാറിനെ ബുദ്ധിമുട്ടിച്ചത്." മുഖത്തിനൊപ്പം അയാളുടെ ശബ്ദവും വിറയ്ക്കുന്നുണ്ടായിരുന്നു.

"സാരമില്ല." ഞാൻ ഒരു ഭംഗിവാക്കു പറഞ്ഞു.

"അങ്ങോട്ടിരിക്കാം." അയാൾ ഉമ്മറത്തേക്ക് ക്ഷണിച്ചു.

"വേണ്ട. ഞാനിവിടെ നിന്നോളാം."

"എന്നാൽ ഇവിടെയിരിക്കാം." അയാൾ കസേരയ്ക്കായി സീതമ്മയെ വിളിച്ചു.

കസേര കൊണ്ടുവന്നത് സീതമ്മയല്ല.

"അവളുടെ അമ്മയാണ്." അയ്യപ്പൻകുട്ടി പറഞ്ഞു.

ഞാൻ കസേരയിലിരുന്നു.

ഒരു കസേരയേ ഉണ്ടായിരുന്നുള്ളൂ.

"ഞാനിവിടെ ഇരിക്കാം."

അയ്യപ്പൻകുട്ടി മണ്ണിലിരുന്നു.

"എന്തോ പറയാനുണ്ടെന്നു പറഞ്ഞല്ലോ എന്താണ്?" ഞാൻ ചോദിച്ചു.

"എനിക്ക് എഴുപത്തഞ്ചു വയസ്സായി." അയാൾ പറഞ്ഞു തുടങ്ങി.

എഴുപത്തഞ്ചു വയസ്സായ അയാൾ സദാ വിറയ്ക്കുന്ന മുഖവും നോവുന്ന കാലുകളുമായി എന്റെ മുന്നിലിരുന്നു ദുഃഖിച്ച് നീറുകയും ഓർത്തോർത്ത് വിതുമ്പുകയും ചെയ്തു.

ഭൂമിയാകെ വിറകൊള്ളുന്നതുപോലെ എനിക്ക് തോന്നി.

അന്നു രാത്രി ഉറങ്ങാൻ കിടന്നപ്പോൾ എന്റെ മനസ്സുനിറയെ അയ്യപ്പൻകുട്ടിയായിരുന്നു.

മുറിയിൽ അസഹ്യമായ ചൂടും ഉള്ളിലാകെ വിങ്ങലും എങ്ങനെ ഉറങ്ങാനാണ്. കുറച്ചുനേരം വെളിയിലിറങ്ങി നില്ക്കാമെന്ന് തീരുമാനിച്ച് ഞാനെഴുന്നേറ്റു.

വാതിൽ തുറന്നതും ഞാനൊരു ചെറിയ കുട്ടിയായി.

പ്രേതങ്ങളും പിശാചുക്കളും നിലവറകളിൽ നിന്നലറി.

ഈശ്വരാ.

ഭയംകൊണ്ടു അടിമുടി വിറച്ചുപോയി.

വിറയലോടെ ഞാൻ ചോദിച്ചു:

"ആരാണ്?"

മറുപടിയില്ല.

"ആരാണ്?"

ഇരുട്ടിൽ ഒരനക്കം.

ഒരു തേങ്ങൽ.

"ഞാനാണ്... സീതമ്മ."

"ങ്ഹേ!"

ഞാൻ പരിഭ്രാന്തനായി അവളെ മിഴിച്ചുനോക്കി. അവളുടെ മുഖം കാണാമായിരുന്നില്ല. പക്ഷേ, ഇരുട്ടിൽ അവളുടെ കിതപ്പുകൾ കേൾക്കാനായി.

എന്തിനാണ് വന്നതെന്ന് ചോദിച്ചപ്പോൾ അവൾ കരയാൻ തുടങ്ങി. അച്ഛനുമമ്മയും അറിഞ്ഞുകൊണ്ടാണോ വന്നതെന്നു ചോദിച്ചപ്പോൾ, "അല്ല" അവൾ പറഞ്ഞു. പിന്നെ വിക്കിവിക്കി അവൾ വന്നതെന്തിനെന്നും..

അപ്പോഴേക്കും ചുമതലാബോധമുള്ള ഒരു ഉദ്യോഗസ്ഥന്റെ നിർമ്മലവും പരുഷവുമായ ശബ്ദം എനിക്ക് വീണുകിട്ടിയിരുന്നു.

വാതിൽ വലിച്ചടച്ചു ചെവിയോർത്തപ്പോൾ വെളിയിൽ സീതമ്മ കരച്ചിലടക്കാൻ പണിപ്പെടുകയാണെന്ന് ഞാനറിഞ്ഞു. പിന്നെ ശബ്ദമൊന്നും കേൾക്കാതായി. ഞാൻ വാതിലിന് പുറംതിരിഞ്ഞ് വിറങ്ങലിച്ച പോലെ നിന്നു.

മുറിക്കുള്ളിലെ ഇരുട്ടിലായിരുന്നു കണ്ണുകളെങ്കിലും അവളെ എനിക്ക് കാണാൻ കഴിഞ്ഞു. മുഖമുയർത്താതെ കരഞ്ഞുകൊണ്ട് ഇരുട്ടിലൂടെ നടന്നുപോകുന്ന അവളെ, സീതമ്മയെ.

ഒഴുക്ക്

ദൂരെനിന്ന് നടന്നുവരുന്ന ഒരാൾക്കുനേരെ കണ്ണുകൾ തുറന്നു പിടിച്ച് അങ്ങിങ്ങ് മരങ്ങളിലായി ഒരുപറ്റം കുരങ്ങുകൾ. അവയൊക്കെ അയാളെ ഉറ്റുനോക്കിക്കൊണ്ട് ഒരു ചെറുശബ്ദംപോലും പുറപ്പെടുവിക്കാതെ അനക്കമറ്റപോലെ ഇരുന്നു. കൂട്ടത്തിലുള്ള ചെറിയ മൂന്നെണ്ണം മുതിർന്നവ ചേഷ്ടകൾ വെടിഞ്ഞ് അയാളിൽ കണ്ണുറപ്പിച്ച് ഇരുന്നു കഴിഞ്ഞിട്ടും തെല്ലു നേരത്തേക്ക് ഒച്ചവെക്കുകയും മരക്കൊമ്പുകളിലൂടെ സോത്സാഹം ചാടിക്കളിക്കുകയും ചെയ്തു. എന്നാൽ മുതിർന്നവയിലുണ്ടായ ഭാവമാറ്റം വളരെ പെട്ടെന്നുതന്നെ കൊച്ചുകുരങ്ങുകളുടെ ശ്രദ്ധയുടെ ഭാഗത്തേക്കു തിരിഞ്ഞ് മരക്കൂട്ടത്തിനപ്പുറത്തേക്കു നോക്കുകയായി. ഒറ്റയടിപ്പാതയിലൂടെ ഓരോ കാൽവയ്പിലും ചരിഞ്ഞുവീണേക്കുമെന്ന് തോന്നിപ്പിച്ചുകൊണ്ട് നീങ്ങിവരുന്ന കറുത്ത മെലിഞ്ഞ രൂപം അവയ്ക്കും കാണാനായി. പിന്നെ അവയും മുതിർന്ന കുരങ്ങുകളെപ്പോലെ വീർപ്പടക്കിയ മട്ടിൽ മരച്ചില്ലകളിൽ പിടിച്ച് കാര്യഗൗരവം പൂണ്ട് ഇരിപ്പായി. അതോടെ മരക്കൂട്ടം തീർത്തും നിശ്ശബ്ദമായി.

വെയിൽ മാഞ്ഞിരുന്നു പക്ഷേ, മണലിന്റെ ചൂടാറിയിരുന്നില്ല. ഉണങ്ങിയ പുൽത്തലപ്പുകളിൽ തീരെ ചെറിയ കീടങ്ങളും ചിലയിനം ഷഡ്പദങ്ങളും പറന്നുകളിക്കുന്നുണ്ടായിരുന്നു. തൊണ്ണൂറാം വയസ്സിലെത്തി കാഴ്ച കുറഞ്ഞതിനാൽ കണ്ടൻ അവയെ കാണുകയുണ്ടായില്ല. അവയിൽ ചിലത് സഞ്ചാരത്തിനിടയിൽ തന്റെ ദേഹത്തു സ്പർശിച്ചത് അറിഞ്ഞുമില്ല. നെഞ്ചിലെന്തോ പിടഞ്ഞുകൊണ്ടിരുന്നു.

അയാൾ മരക്കൂട്ടത്തിലേക്ക് കടന്നു മുഖമുയർത്തി നാലുപാടും നോക്കി. കുരങ്ങുകൾ ഒന്നൊന്നായി പതുക്കെ താഴേക്കിറങ്ങാൻ തുടങ്ങി. ആദ്യം ഇരിപ്പിൽ നിന്നിളകിയത് കൂട്ടത്തിലെ ഏറ്റവും പ്രായം ചെന്ന

കുരങ്ങായിരുന്നു. അതു മെല്ലെ ഇറങ്ങവെ മറ്റുള്ളവ ഒരു നിർദ്ദേശം കിട്ടിയതുപോലെ ചില്ലകളിലെ പിടിവിട്ട് മരച്ചുവട്ടിലേക്ക് നീങ്ങാനാരംഭിച്ചു. പക്ഷേ, ഒരു ശബ്ദവും ഉയർന്നില്ല അവയിൽനിന്ന്.

പല മരങ്ങളിൽ നിന്നിറങ്ങി അവ അയാളുടെ നേരെ നടന്നുചെന്നു. ചെറിയ കുരങ്ങുകൾ തന്നെയും ധൃതികൂട്ടിയില്ല. അവയും ചിട്ടയോടെ നീങ്ങി.

കണ്ടൻ തന്റെ ചുറ്റിലും എത്തിനില്ക്കുന്ന കുരങ്ങുകളെ മൂടൽ പരന്ന കണ്ണുകൾകൊണ്ട് ഉഴിഞ്ഞ് കൈയിൽ കരുതിയിരുന്ന നിലക്കടല വിവശമായ ഒരു ചിരിയോടെ അവയ്ക്കു നീട്ടി.

"ഇത്രയേ ഉള്ളൂ." വിറയലാർന്ന പരുക്കൻ ശബ്ദത്തിൽ കണ്ടൻ അവയോടു പറഞ്ഞു: "തിന്നോ, തിന്നോ."

കുരങ്ങുകൾ നിശ്ശബ്ദരായി കടല കൊറിക്കുമ്പോൾ കണ്ടൻ അവയുടെ മദ്ധ്യത്തിൽ ഇരുന്നു.

കണ്ടൻ മുഖം കുനിച്ച് കുളിർമണ്ണിലൂടെ കൈവിരലുകൾ നീക്കി. അയാളുടെ മനസ്സുനിറയെ ഓർമ്മകൾ അലയടിക്കുകയായി. ആണ്ടുകൾക്കപ്പുറം എണ്ണമിനുപ്പാർന്ന ദൃഢശരീരവുമായി, നിറഞ്ഞൊഴുകുന്ന പുഴയുടെ നടുവിലുള്ള കടുംപച്ചയായ തുരുത്തിലേക്കു നോക്കിക്കൊണ്ട് അയാൾ നിന്നു. തുരുത്തിൽനിന്ന് പക്ഷികളുടെ ആരവമുയരുന്നുണ്ടായിരുന്നു. അയാൾ തുരുത്ത് ലക്ഷ്യമാക്കി പുഴയിലേക്കു എടുത്തു ചാടി. ജലത്തിലൂടെ ഊളിയിട്ടും ജലനിരപ്പിലേക്കുയർന്ന് കൈകൾ നീട്ടിത്തുഴഞ്ഞും അയാൾ ഒഴുക്കിനെതിരെ നീങ്ങി. വരാലുകളും തിരുതകളും അയാളുടെ ബലിഷ്ഠഗാത്രത്തിൽ ഉരസിക്കടന്നുപോയി. തുരുത്തിലേക്കുള്ള ദൂരം അനുനിമിഷം കുറഞ്ഞുവന്നു. ഒടുവിൽ പാദങ്ങൾ ചെളിമണ്ണിൽ തൊട്ടു. കണ്ടൻ ശിരസ്സുയർത്തി ചിരിച്ചുകൊണ്ട് ഒരു കവിൾ പുഴവെള്ളം ശക്തിയായി പുറത്തേക്കു ചീറ്റി. പിന്നെ കരയ്ക്കുന്ന് കയറി ഉടലൊന്ന് കൈ നീട്ടി തുടയ്ക്കുകപോലും ചെയ്യാതെ ചൂരൽവള്ളികൾ വകഞ്ഞു മാറ്റിക്കൊണ്ട് അയാൾ മുന്നോട്ടുപോയി. മരങ്ങളിലെ പക്ഷികളും കുരങ്ങുകളും അയാളെക്കണ്ട് അമ്പരന്നു. എമ്പാടും വിഹ്വലശബ്ദങ്ങളുയർന്നു.

പ്രായം ചെന്ന കുരങ്ങ് കണ്ടന്റെ വളരെയടുത്തായി നിന്നു. അയാൾ സ്വയം ചിരിച്ചുകൊണ്ട് മണ്ണിൽ ചാഞ്ഞുകിടന്നു. പ്രായം ചെന്ന കുരങ്ങ് ഒരോർമ്മ പങ്കിടുന്നതുപോലെ അയാളെ നോക്കി. അയാൾ അസ്പഷ്ടമായി എന്തോ പറഞ്ഞു.

അയാൾ തന്റെ പെണ്ണ് കാവേരിയെ കാണുകയായിരുന്നു.

കാവേരി ചങ്ങാടത്തിന്റെ നടുവിലിരുന്നു. അയാൾ ചങ്ങാടം തുഴഞ്ഞു. പുഴയിലും ചങ്ങാടത്തിലും പെരുമഴ പെയ്തുകൊണ്ടിരുന്നു. മഴയത്രയും പെണ്ണ് അവളുടെ ഉടലിലേക്ക് ഏറ്റുവാങ്ങി.

ഇരുവരും തുരുത്തിൽ പാർപ്പുറപ്പിക്കാൻ പോവുകയായിരുന്നു. ചങ്ങാ

ടത്തിൽ അവരുടെ മൺപാത്രങ്ങളും ചൂരൽക്കൂടങ്ങളും കത്തിയും മഴുവും ഒറ്റാലും...

കേൾവികേട്ട ഒരു മനയുടെ കണക്കില്ലാത്ത വസ്തുവകകളിൽ ഒന്നായിരുന്നു മരങ്ങൾ ഇടതിങ്ങിയ തുരുത്ത്. അവിടെ താമസിക്കാനുള്ള അനുമതിക്കു പകരമായി. കണ്ടൻ മനയിലേക്കു വലിയ മരത്തടികൾ എത്തിക്കേണ്ടിയിരുന്നു. മനയുടെ പുനർനിർമ്മാണദശയായിരുന്നു. അതിലേക്കായി കണ്ടൻ തുരുത്തിലെ വൻമരങ്ങൾ മുറിച്ചു വീഴ്ത്തി. പിന്നീട് അവ മരത്തടികളാക്കി പുഴയുടെ അകലേക്കു ഒഴുക്കിക്കൊണ്ടുപോയി. തുരുത്തിൽ കാവേരി കാത്തിരുന്നു. പുഴ താണ്ടി അയാൾ തിരിച്ചെത്തും വരെ അവൾക്കു കൂട്ടിനു കുരങ്ങുകൾ മാത്രം. കണ്ടിരിക്കാൻ അവയുടെ ചാഞ്ചാട്ടം; കലഹം; പ്രണയചാപല്യങ്ങൾ. അന്നവൾക്ക് ഇരുപത് തികഞ്ഞിട്ടേ ഉള്ളൂ. മറയ്ക്കാത്ത നിറഞ്ഞ മാറ്. കടഞ്ഞെടുത്തതുപോലുള്ള ഉടൽ. സമൃദ്ധമായ മുടി. കണ്ടനും അവളും വസ്ത്രങ്ങളില്ലാതെ രണ്ടു മത്സ്യങ്ങളെപ്പോലെ തുരുത്തിനു ചുറ്റും നീന്തുമായിരുന്നു. ചിലപ്പോൾ കണ്ടൻ അവളെ മുതുകിലേറ്റി തരിമണലിലൂടെ പായും. രണ്ടുപേരും ഉള്ളുതുറന്ന് ചിരിക്കുന്നുണ്ടാകും. തുരുത്തിലെങ്ങും അവരുടെ ചിരി മുഴങ്ങും. അങ്ങിങ്ങു മരങ്ങളിൽ സാകൂതം അവരെ നിരീക്ഷിച്ചുകൊണ്ട് കുരങ്ങുകൾ ഇരിപ്പുണ്ടാകും. കാവേരി പതിനാറു മക്കളെ പ്രസവിച്ചത് അവ കാൺകെയാണ്. മക്കളിൽ ഏഴുപേർ പല പ്രായത്തിൽ മരിച്ചതും മറ്റുള്ളവർ മൂപ്പെത്തി ഓരോ വഴിക്കു പിരിഞ്ഞുപോയതും അവ കാണുകയുണ്ടായി. മഴ കോരിച്ചൊരിയുന്ന ഒരു ദിവസം കണ്ടൻ കാവേരിയെ വാരിയെടുത്ത് അലമുറയിട്ടുകൊണ്ട് തുരുത്തിലൂടെ അങ്ങോട്ടുമിങ്ങോട്ടും ഓടിയതും, പിന്നെ മരക്കൂട്ടത്തിൽ അവൾക്കുറങ്ങാനായി ഒരു കുഴി തീർത്തതും. ആശ്വസിപ്പിക്കപ്പെടാതെ നിലവിളിച്ച്, നിലവിളിച്ച്...

തോണിക്കടവിൽ നിന്ന് ആരോ ഉറക്കെ കൂവി.

തീറ്റ തീർന്നിരിക്കുന്നു. കുരങ്ങുകൾ പരസ്പരം നോക്കി സന്ദേഹത്തോടെ തെല്ലിടനിന്നശേഷം മരങ്ങളുടെ നേർക്കു നടന്നുതുടങ്ങി. പക്ഷേ, പ്രായം ചെന്ന കുരങ്ങ് കണ്ടന്റെയരികെ അയാളെ ഉറ്റുനോക്കിക്കൊണ്ട് തന്റെ ഇരിപ്പ് തുടർന്നു. മരച്ചുവടുകളിലെത്തിയ രണ്ടു കുരങ്ങുകൾ തിരിഞ്ഞുനിന്ന് അതിനെ വിളിക്കുന്നതുപോലെ ഒച്ചയിട്ടു. അതു പതുക്കെ പിന്തിരിഞ്ഞു. ഏതാനും ചുവടു നീങ്ങി അതു പിറകോട്ട് നോക്കി. കണ്ടൻ കൈകൾ നീട്ടിവച്ച് നിശ്ചേഷ്ടനായി കിടക്കുകയായിരുന്നു. കുരങ്ങ് തെല്ലു നേരം അതേ മട്ടിൽനിന്ന് തന്റെ വൃദ്ധനേത്രങ്ങളിൽ അലിവോടെ കണ്ടന്റെ അടുത്തേക്കു തിരിച്ചുനടന്നു.

മരക്കൂട്ടം ഇരുളുകയായിരുന്നു. കുരങ്ങ് കണ്ടന്റെയടുത്തെത്തി അയാൾക്ക് കാവലെന്നോണം ഇരിപ്പായി. അയാൾ പുഴയിലൂടെ താൻ എങ്ങോട്ടോ ഒഴുകിപ്പോവുകയാണെന്ന് സങ്കല്പിച്ചുകൊണ്ട് കണ്ണടച്ച് കിടന്നു.

മരണവീട്

ഒരു മരണം നടന്ന വീടിനു മുന്നിലാണ് എത്തിനില്ക്കുന്നതെന്ന് തിരിച്ചറിഞ്ഞ ടാക്സി ഡ്രൈവർ ചാർജ് പറഞ്ഞുകേൾപ്പിക്കുന്നതിനു പകരം അയാളോട് ചോദിച്ചു:

"ആരാണ് സാർ മരിച്ചത്?"

ടാക്സിയിൽ നിന്നിറങ്ങി പെഴ്സ് എടുക്കുകയായിരുന്ന അയാൾ ഒട്ടൊരു സ്തബ്ധതയോടെ ഡ്രൈവറുടെ മുഖത്തേക്ക് നോക്കി.

ടാക്സി പുറപ്പെട്ടത് നൂറ്റിയമ്പതു കിലോമീറ്റർ ദൂരെയുള്ള നഗരത്തിൽനിന്നായിരുന്നു. എന്താണ് സംഭവിച്ചതെന്ന് ഡ്രൈവർക്കറിയാമായിരുന്നില്ല. അതന്വേഷിക്കേണ്ട കാര്യമെന്തിരിക്കുന്നു! നീണ്ടൊരു ട്രിപ് കിട്ടി. സന്തോഷം.

ഇപ്പോൾ ഡ്രൈവർക്ക് കുറ്റബോധം തോന്നുന്നു. പിറകിലെ സീറ്റിൽ ചാരിയിരിക്കുന്ന യാത്രക്കാരനോടായി വണ്ടിയോടിക്കുന്നതിനിടയിൽ അതുമിതും പറയുകയുണ്ടായി. നിസ്സാരമായ പല കാര്യങ്ങൾ, നുറുങ്ങു ഫലിതങ്ങൾ.

(ഈയിടെയായി നിശ്ശബ്ദനായിരുന്ന് വണ്ടിയോടിക്കാൻ വയ്യെന്ന നിലയായിട്ടുണ്ട്. എന്തെങ്കിലുമൊക്കെ പറഞ്ഞുകൊണ്ടിരിക്കണം. ഒറ്റയ്ക്കാണെങ്കിൽ വല്ല പഴയ പാട്ടും മൂളും. ഈയിടെ ഒരു പാതിരായ്ക്ക് ചുരമിറങ്ങിയത് ഉറക്കെ പാടിക്കൊണ്ടാണ്.)

അയാൾ പതുക്കെ മുഖം കുനിച്ചു. ഡ്രൈവർ അയാളെ കണ്ണെടുക്കാതെ നോക്കി.

(സാർ, മരിച്ചതാരാണെന്ന് പറഞ്ഞില്ലല്ലോ)

മരിച്ച ഒരു വീട്ടിലേക്കാണ് പോകുന്നതെന്ന് അറിഞ്ഞിരുന്നെങ്കിൽ ഒരക്ഷരം പറയാതെ വണ്ടിയോടിച്ചേനെ. പിറകിലെ യാത്രക്കാരനെ

ഓർമ്മിക്കാൻ വിട്ട്, ഓർത്തു കരയാൻ വിട്ട്, കരഞ്ഞുകരഞ്ഞ് ഉറങ്ങാൻ വിട്ട്...

പക്ഷേ, ഒന്നുമറിഞ്ഞില്ലല്ലോ. ഒരു സൂചനപോലും കിട്ടിയില്ലല്ലോ, അതുകൊണ്ട് വായടയ്ക്കാതെ ഓരോന്ന് പറഞ്ഞുകൊണ്ടിരുന്നു. എന്തെങ്കിലും പറഞ്ഞുകൊണ്ടിരിക്കുന്നത് യാത്രയുടെ വിരസതയകറ്റാൻ ഉതകുമെന്ന് കരുതി. അയാൾ ഇങ്ങോട്ടൊന്നും പറയുകയുണ്ടായില്ല. ചോദിച്ചത് മൂളുകയോ, മറുപടി ഒന്നോ രണ്ടോ വാക്കിൽ ഒതുക്കുകയോ ചെയ്തു. അയാൾ ഇങ്ങോട്ടു കയറി ഒരു കാര്യം പറഞ്ഞത് കാർസ്റ്റീരിയോ ഓൺ ചെയ്തപ്പോൾ മാത്രമാണ്. "വേണ്ട" അയാൾ പറഞ്ഞു.

"അതെന്താ സാറിന് പാട്ട് ഇഷ്ടമല്ലേ."

മൗനം.

"സാറിന് ഇഷ്ടമല്ലെങ്കിൽ വേണ്ട. പക്ഷേ, സാറ് ഈ കാസറ്റ് കേട്ടുകാണില്ല. ഇന്നലെ പുറത്തിറങ്ങിയതാ. വാങ്ങിക്കാൻ നീണ്ട ക്യൂ ആയിരുന്നു."

ആരുടെയോ മരണം നടന്ന ഒരു വീട്ടിലേക്കാണ് പോകേണ്ടതെന്ന് മനസ്സിലാക്കിയിരുന്നെങ്കിൽ യാത്രക്കാരനെ ഒട്ടും ശല്യപ്പെടുത്തില്ലായിരുന്നു. ഒരു മരണവീട്ടിലേക്കാണ് യാത്രയെന്നറിഞ്ഞിരുന്നെങ്കിൽ മഴയില്ലാത്തതിനെക്കുറിച്ചോ, അടുത്തയിടെ നഗരത്തിൽ നടന്ന കൊലപാതകത്തെക്കുറിച്ചോ ഒന്നും പറയാതെ എത്രയും വേഗം വീടെത്താനായി വണ്ടിയോടിച്ചേനെ. പക്ഷേ, ആരറിഞ്ഞു.

ടാക്സി ഒരു ഇടത്തരം ടൗണിലെ കവലയിലെത്തിയപ്പോൾ വലതുവശത്തേക്ക് പോകാനുള്ള നിർദ്ദേശമുണ്ടായി. അതനുസരിച്ച് വണ്ടി വലതുവശത്തേക്ക് തിരിച്ചു. ഏതാണ്ട് മൂന്നു കിലോമീറ്റർ ദൂരം ഓടിക്കഴിഞ്ഞപ്പോൾ അയാൾ നിർത്താൻ പറഞ്ഞു. നിർത്തി.

പിന്നീടാണ് വീട് ശ്രദ്ധിച്ചത്. ഇരുണ്ട വീടിന് തെക്കുഭാഗത്തായി കത്തിക്കൊണ്ടിരിക്കുന്ന ചിത. അതിനടുത്ത് പ്രതിമകൾപോലെ ഏതാനും പേർ. വീടിനുള്ളിൽ നിന്ന് നേർത്തൊരു കരച്ചിൽ.

പകൽ ഇരുളുകയാണ്. ചിതയിൽ എന്തോ പൊട്ടുന്നു.

അയാൾ മെല്ലെ മുഖമുയർത്തി. അയാളുടെ കണ്ണുകൾ ഈറനായിരുന്നു. ഡ്രൈവർ അയാളെ ഉറ്റുനോക്കിക്കൊണ്ട് ഇരുന്നു.

അയാൾ തേങ്ങി.

"ഞാൻ തന്നെയാണ്. അതെ.. വേറെയാര്.."

അച്ഛന്റെ മുറി അടഞ്ഞുകിടക്കുന്നു

എല്ലാം, എല്ലാം അയാൾ മറന്നുകഴിഞ്ഞിരുന്നു. തനിക്കെന്താണു പറ്റിയതെന്നു ക്ഷീണിച്ച ശബ്ദത്തിൽ അയാൾ ചോദിച്ചപ്പോൾ സീറ്റിൽ ഇടതുഭാഗത്തായി പുറത്തേക്കു നോക്കിക്കൊണ്ട് ഇരിക്കുകയായിരുന്ന മകൻ തെല്ലു ക്രൂരമായി പറഞ്ഞു:

"ഭ്രാന്തായിരുന്നു."

അവർ ഭ്രാന്താശുപത്രിയിൽനിന്നു വീട്ടിലേക്കു വരികയായിരുന്നു.

കാർ മരങ്ങൾക്കിടയിലൂടെ ചെരിവിറങ്ങി. മരങ്ങളൊക്കെയും ഓടിപ്പോകുമ്പോൾ ഒരു വൃദ്ധന് എന്തു ചെയ്യാനാവും; ചാഞ്ഞു കിടന്നു. കണ്ണടയ്ക്കുകയല്ലാതെ.

പതുക്കെ അയാൾ മയക്കത്തിലാണ്ടുപോയി.

കാർ ഗേറ്റ് കടന്നു വീടിനു മുന്നിലെത്തി നിന്നു.

അയാൾ മയക്കത്തിലാണെന്നു കണ്ടു മകൻ ചുമലിൽ തട്ടി വിളിച്ചു. അയാൾ അമ്പരപ്പോടെ കണ്ണു തുറന്നു.

"വീടായി." മകൻ പറഞ്ഞു.

അയാൾ ഒന്നും മനസ്സിലാകാത്തപോലെ മിഴിച്ചു നോക്കി.

ഗോവണി കയറുമ്പോൾ തന്റെ മുറി താഴെയായിരുന്നുവല്ലോ എന്ന് അയാൾ ഓർമ്മിച്ചില്ല.

ആശുപത്രിയിൽ പോകുന്നതുവരെ അയാൾ താഴെയുള്ളൊരു മുറിയിലായിരുന്നു. വളരെ പഴക്കമുള്ള ഒരു കട്ടിലും അത്രയും തന്നെ പഴക്കമേറിയ ഒരലമാരയും വലിയൊരു കണ്ണാടിയുമുണ്ടായിരുന്നു അതിനുള്ളിൽ. അവയൊക്കെ ഇപ്പോൾ മുകളിലത്തെ മുറിയിലേക്കു മാറ്റിയിരിക്കുന്നു.

"ഇതാണ് അച്ഛന്റെ മുറി" മകൻ പറഞ്ഞു.

അയാൾ മുറിയാകെ കണ്ണോടിച്ചു. എന്നിട്ടു ജാലകത്തിനു നേർക്കു കൈ ചൂണ്ടി.

"തുറക്കണോ" മകൻ ജാലകത്തിനടുത്തേക്കു നടന്നു.

ജാലകത്തിലൂടെ പകൽവെളിച്ചവും നേർത്തൊരു കാറ്റും കടന്നു വന്നു.

"അച്ഛന്റെ കാര്യങ്ങളൊക്കെ നോക്കാൻ ഒരു നഴ്സിനെ കാശു കൊടുത്തു നിയമിച്ചിട്ടുണ്ട്. പകൽ മുഴുവനും അവളുണ്ടാവും. നേരത്തിനു മരുന്നു കഴിക്കയും കുളിക്കയും മറ്റും വേണ്ടേ. അതൊക്കെ നോക്കാൻ ഇവിടെയാരാ."

താഴെ മകന്റെ ഭാര്യയും ഹോംസയൻസ് കോഴ്സ് കഴിഞ്ഞ മകളും ഡിഗ്രിക്കു പഠിക്കുന്ന മകനും അടുക്കളക്കാരിയും മാത്രം. അവർക്കൊക്കെ നേരം കിട്ടുമോ ശുശ്രൂഷയ്ക്ക്. അതിനാൽ മകൻ ഒരു നഴ്സിനെ കണ്ടെത്തിയിരിക്കുന്നു. പകൽ മുഴുവനും അവൾ ഈ മുറിയിലുണ്ടാവും. എല്ലാ കാര്യങ്ങളും അവൾ നോക്കിക്കൊള്ളും. പോരേ.

"എങ്ങനേണ്ട്; മാറിയോ?"

"ഒന്നും ഓർമ്മയില്ലെന്നു തോന്നുന്നു."

"ഒരു കണക്കിന് ഒന്നും ഓർമ്മയില്ലാത്തതാ നല്ലത്."

"എന്തു വിഷമിച്ചുപോയി. ഓഹ്."

"ഇത്രേം പ്രായമായ ഒരാള് ഇങ്ങനെ കരയ്യോ."

"തീരെ ഉറക്കവും ഉണ്ടായിരുന്നില്ലല്ലോ."

"ഇപ്പോ സദാ സമയവും ഉറക്കമാണ്."

"താഴേക്ക് ഇറങ്ങിവരികയൊന്നും ചെയ്യില്ലല്ലോ."

"ഏയ്."

"സോണിയ വന്നപ്പോൾ എന്തൊരു പെർഫോമൻസായിരുന്നു. പാവം. അവളാകെ പേടിച്ചുപോയി. തുണിയില്ലാതെ കരഞ്ഞുംകൊണ്ടുള്ള ആ വരവ് ഒരു നൈറ്റ്മെയർ പോലെയായിരുന്നു. ഓർക്കാൻ വയ്യ."

"മരിച്ചുപോയ ഭാര്യയെ വിളിച്ചുകൊണ്ടു നേക്കഡ് ആയി എന്റെ മുറിയിലേക്കു വന്നതോ?"

അതൊക്കെയും അയാൾ മറന്നിരുന്നു. ഒന്നുമോർമ്മിക്കാതെ അയാൾ ജാലകത്തിനടുത്തു നിന്നു.

ജാലകത്തിലൂടെ നോക്കുമ്പോൾ തൊട്ടടുത്തായി ഒരു മരം കാണാൻ കഴിയുന്നതു നല്ലതുതന്നെ. ചില്ലകൾ, ഇലകൾ, ഇതാരാണ് ഇലകൾക്കിടയിൽ.

അയാൾ ഉറ്റുനോക്കി. ഇലകൾക്കിടയിലായി അയാൾ ഒരു കുട്ടിയുടെ മുഖം കണ്ടു. ഏഴെട്ടു വയസ്സു കാണും അവന്. വിടർന്ന വലിയ കണ്ണുകൾ. നെറ്റിയിലേക്കു വീണു കിടക്കുന്ന മുടി.

"എന്നെ അറിയോ?" അവൻ ചോദിച്ചു.

"ഇല്ലല്ലോ." അയാൾ പറഞ്ഞു.

"ഓർത്തു നോക്കിക്കേ." അവൻ പറഞ്ഞു.

അയാൾ ഓർക്കാൻ ശ്രമിക്കുകയായി. പക്ഷേ, എത്ര ശ്രമിച്ചിട്ടും ഓർമ്മ വന്നില്ല.

"ഈ ഗുളികയൊന്നു കഴിക്കൂ. നല്ല കുട്ടിയല്ലേ." തെളിഞ്ഞു ചിരിച്ചുകൊണ്ടു പിറകിൽ ജ്യോതി.

"ആരാ" അയാൾ ചോദിച്ചു.

"മറന്നോ." അവൾ വല്ലാതായി.

പെട്ടെന്നുതന്നെ അവൾ തന്റെ പ്രസരിപ്പു വീണ്ടെടുക്കുകയും ചെയ്തു.

"സാരമില്ല." അവൾ പറഞ്ഞു.

പതിവുള്ള ശാഠ്യത്തിനൊന്നും തുനിയാതെ ഗുളിക വിഴുങ്ങിയതിന് അവൾ അയാളുടെ താടി തൊട്ടുഴിഞ്ഞു. അയാൾ ചിരിച്ചു. അതുകണ്ട് അവൾക്ക് ഏറെ തൃപ്തിയായി. "ഇനി വേണേൽ കുറച്ചുനേരം ഉറങ്ങിക്കോളൂ." അവൾ പറഞ്ഞു.

അയാൾ കിടക്കയിൽ ചരിഞ്ഞു കിടന്നു. അയാൾക്കരികെ കിടന്ന് അവൾ അയാളെ ഒരു ശിശുവിനെയെന്നോണം തട്ടിയുറക്കി. അയാൾ ശാന്തമായി ഉറങ്ങി.

ചിലപ്പോൾ അവൾ വരും നേരത്ത് അയാൾ ഉറക്കം നടിച്ചു കിടക്കുകയാവും. വിളി കേൾക്കില്ല.

"വേണ്ടാട്ടോ." അവൾ അയാളുടെ കൺപോളകൾ അകറ്റി കണ്ണിലേക്കു നോക്കിക്കൊണ്ടു പറയും.

കാഴ്ച മങ്ങിയ കണ്ണുകളിൽ അവൾ നിറഞ്ഞു നില്ക്കെ അവളുടെ ഉടലാകെ വിറകൊള്ളും. പിന്നെ എന്തോ പറയാനോങ്ങി. പിടഞ്ഞ് ഒന്നും പറയാതെ...

വല്ലപ്പോഴും അവൻ മുറിയിലേക്കു കടന്നുവരാറുണ്ടായിരുന്നു. വന്നതുപോലെ, ധൃതിവച്ച് ഇറങ്ങിപ്പോവുകയും ചെയ്യും. അയാളുടെ അന്വേഷണങ്ങൾക്കു ജ്യോതിയുടെ മറുപടി ഒറ്റവാക്കിലോ ഒരു ശബ്ദത്തിലോ ഒതുങ്ങും.

"കുഴപ്പമൊന്നുമില്ലല്ലോ."

"ഇല്ല."

"മരുന്നൊക്കെ നേരെ ചൊവ്വെ കഴിക്കുന്നില്ലേ?"

"ഉവ്വ്." എന്നിങ്ങനെ.

വൃദ്ധൻ കണ്ണടച്ചു കിടക്കുകയാവും. മകൻ ഗോവണിയിറങ്ങിയെന്നു ബോദ്ധ്യമായാലേ കണ്ണു തുറക്കുകയുള്ളൂ. പൊയ്ക്കഴിഞ്ഞാൽ ചിലപ്പോൾ വളരെ ഉദാസീനമായി അതാരായിരുന്നുവെന്നു ചോദിക്കും. അതു കേൾക്കെ ജ്യോതിയുടെ നെഞ്ചിലൊരു തേങ്ങലുയരും പോലെ തോന്നും. അവൾ ഒന്നും പറയില്ല. അനുകമ്പയോടെ അയാളെ നോക്കുക മാത്രം ചെയ്യും. അങ്ങനെ ഒരുപാടുനേരം ഇരിക്കും.

വൈകുന്നേരം അവൾ ഒരു കഷണം റൊട്ടിയെടുത്ത് അതിന്മേൽ വെണ്ണ പുരട്ടി. അയാൾ ഇരുകൈത്തലങ്ങളിലും ശിരസ്സമർത്തി അനങ്ങാതെ കിടക്കുകയായിരുന്നു.

അവൾ എഴുന്നേറ്റു കിടക്കയ്ക്കരികിലേക്കു ചെന്നു

"നോക്കൂ." അവൾ പതിയെ പറഞ്ഞു. പക്ഷേ, അയാൾ കണ്ണു തുറന്നില്ല.

"വിശക്കുന്നില്ലേ. ഉച്ചയ്ക്കു വളരെ കുറച്ചല്ലേ കഴിച്ചുള്ളൂ. എഴുന്നേറ്റാട്ടെ." അവൾ അയാളുടെ നെഞ്ചിൽ തൊട്ടു.

അയാൾ ഉണർന്നു. അവൾ അയാളെ എഴുന്നേല്പിച്ചിരുത്തി. അയാളുടെ ഉടുമുണ്ട് അഴിഞ്ഞിരുന്നു. അവൾ അതു നേരെയാക്കി. പിന്നെ റൊട്ടിക്കഷണം അയാളുടെ വായ്ക്കു നേരെ നീട്ടി. അയാൾ വായ് തുറന്നു.

"നേരത്തെ പറഞ്ഞതോർമ്മയുണ്ടോ." അയാൾ മറന്നിരിക്കുമെന്ന് അറിയാമായിരുന്നിട്ടും അവൾ ചോദിച്ചു.

എന്താണെന്നു ചോദിക്കുന്നതുപോലെ അയാൾ അവളുടെ മുഖത്തേക്കു നോക്കി.

"അതും മറന്നു. നാളെ ഇവിടെ കല്യാണമല്ലേ."

ഓ, അത്രയേ ഉള്ളൂ എന്ന ഭാവത്തിൽ അയാൾ വീണ്ടും റൊട്ടിക്കഷണം ചവയ്ക്കാൻ തുടങ്ങി.

അവൾ അയാളുടെ ശിരസ്സിൽ തടവി.

"കുളിച്ചു വെടിപ്പായിരിക്കണ്ടേ രാവിലെത്തന്നെ. പന്തലിൽ മുത്തച്ഛനും വേണ്ടേ."

രാവിലെ വന്നു നോക്കുമ്പോൾ കിടക്ക ശൂന്യം.

അയാൾ അലമാരയ്ക്കു പിന്നിൽ പതുങ്ങി നില്ക്കുകയായിരുന്നു. മുഖം പേടിച്ചു വിളറിയിരുന്നു.

അവൾ അയാളെ നെഞ്ചോടുചേർത്തു മുടി കൊഴിഞ്ഞു തീരാറായ ശിരസ്സിൽ ആർദ്രമായി കവിളമർത്തി.

"പേടിക്കേണ്ട. ഞാനില്ലേ ഇവിടെ. എന്തിനാ പേടിക്കുന്നെ."

അയാളുടെ ശരീരം കടുത്ത ഭയം കാരണം വിറയ്ക്കുന്നുണ്ടായിരുന്നു.

"കുളിക്കാം. കഴിച്ചാല് ഒക്കെ നേരെയാകും."

അവൾ അയാളുടെ കൈപിടിച്ചു കുളിമുറിയിലേക്കു നടന്നു.

അയാൾ വസ്ത്രങ്ങളൊന്നുമില്ലാതെ സ്റ്റൂളിൽ മുഖം കുനിച്ചിരുന്നു.

സ്നാനം.

അതുകഴിഞ്ഞ് അവൾ അയാളെ അലമാരയിൽ നിന്നെടുത്ത അലക്കിയ വസ്ത്രങ്ങൾ ധരിപ്പിച്ചു. നെറ്റിയിൽ ഇത്തിരി ചന്ദനം ചാലിച്ചു തൊട്ടു.

അയാൾ ഉടുപ്പിലേക്കു നോക്കിക്കൊണ്ട് ഇരുന്നു.

അവൾ താഴെയെത്തി അയാളുടെ മകനെ കണ്ട് അച്ഛനെ താഴേക്കു കൊണ്ടുവരട്ടെ എന്നു ചോദിച്ചു. അയാൾ അല്പമൊന്നാലോചിച്ച ശേഷം വേണ്ടെന്നു പറഞ്ഞു.

സമ്മാനപ്പൊതികളുമായി ഒരുപറ്റം പെൺകുട്ടികൾ വന്നുകയറി.

അവർ ചിരിച്ചു ബഹളം വച്ചുകൊണ്ടു കൂട്ടുകാരിയുടെ മുറിയിലേക്കു നീങ്ങി. ജ്യോതിയും അവരുടെ പിറകെ ചെന്നു.

പിന്നീട് അവൾ മുകളിലത്തെ മുറിയിലെത്തുമ്പോൾ വൃദ്ധൻ ചെറിയൊരു കുട്ടിയെപ്പോലെ കിടക്കയിൽ ചുരുണ്ടുകിടക്കുകയായിരുന്നു.

അവൾ വാതിൽ ചാരി അയാളുടെ നേർക്കു നടന്നു. അടുത്തുചെന്നു. അയാളുടെ മുഖത്തിരിക്കയായിരുന്ന ഒരു ഈച്ചയെ കൈവീശിയകറ്റി. അവൾ അടുത്തെത്തിയതോ, ഒരു പുസ്തകം നിവർത്തി കാൽക്കൽ ഇരുന്നതോ, മരുന്നു കഴിക്കേണ്ട നേരമായെന്നു പറഞ്ഞു വിളിച്ചതോ അയാൾ അറിഞ്ഞില്ല.

ഒരു നിലവിളിയമർത്തിക്കൊണ്ട് അവൾ അതിവേഗം ഗോവണിയിറങ്ങി. താഴെ പല ശബ്ദങ്ങളുണ്ടായിരുന്നു. പക്ഷേ, അവൾ ഒരു ശബ്ദവും കേൾക്കുകയുണ്ടായില്ല. അവളെ സംബന്ധിച്ചു ചുറ്റും മൂകതയായിരുന്നു.

"ഒരു മിനിറ്റ്."

"എന്താ."

"മരിച്ചു." അവൾ വിറയലോടെ പറഞ്ഞു. അയാൾ ഒന്നു നടുങ്ങി.

"എപ്പോഴാ." നാലുപാടും കണ്ണോടിച്ചു പതുക്കെ ചോദിച്ചു.

"മരുന്നു കൊടുക്കാൻ വിളിക്കുമ്പോ മരിച്ചു കിടക്കുകയായിരുന്നു."

"വേറെ ആരോടെങ്കിലും പറഞ്ഞോ."

"ഇല്ല."

"നന്നായി."

അവളോടൊപ്പം മുകളിലേക്കു ചെന്ന് അയാൾ അച്ഛനെ നോക്കി. ഉറങ്ങുകയാണെന്നേ തോന്നിയുള്ളൂ.

അയാൾ നഴ്സിന്റെ നേർക്കു തിരിഞ്ഞു.

"നീ താഴേക്കു പൊയ്ക്കോളൂ. വാതിൽ അടച്ചേക്കാം."

അവൾ ഒരു കരച്ചിലിന്റെ വക്കത്തായിരുന്നു.

"പ്ലീസ്. ഞാനിവിടെ ഇരുന്നോളാം." അവൾ ഉള്ളലിഞ്ഞു പറഞ്ഞു.

അയാൾ തെല്ലുനേരം സംശയിച്ചു നിന്നശേഷം പൂട്ടും താക്കോലുമെടുത്തു പുറത്തേക്കു നടന്നു. കാറുകൾ വരുന്ന ശബ്ദം കേൾക്കാമായിരുന്നു. അയാൾ വാതിൽ അടച്ചുപൂട്ടി താക്കോൽ പോക്കറ്റിലിട്ടു മുഖം തുടച്ചുകൊണ്ടു ഗോവണിയിറങ്ങി.

അല്പം വിശ്രമം

ഒരു ദിവസം രാവിലെ തൂത്തുമാറ്റാനുള്ള പൊടിയിലും കഴുകാനുള്ള പാത്രങ്ങൾക്കും അഴുക്കുവസ്ത്രങ്ങൾക്കുമിടയിലുമായി അവളെ തനിയെവിട്ട് മക്കൾ പാഠശാലയിലേക്കും ഭർത്താവ് ജോലിസ്ഥലത്തേക്കും പോയിക്കഴിഞ്ഞപ്പോൾ, എന്നത്തെയും പോലെ ഒരു നിലവിളി ഉള്ളിലടക്കിക്കൊണ്ട് അവൾ ഒരനുഷ്ഠാനമെന്നോണം നനഞ്ഞ തുണിക്കീറിനാൽ നിലംതുടച്ച് വെടിപ്പാക്കവെ അടഞ്ഞ മുൻവാതിലിനപ്പുറം ഒരു പക്ഷി ചിറകടിക്കുന്നതുപോലെ അവൾക്കു തോന്നി. ഒട്ടുനേരം ചെവിയോർത്ത ശേഷം അവൾ നിലത്തെ പൊടി പുരണ്ട തുണിക്കീറ് പാതിയോളം വെള്ളമുള്ള ബക്കറ്റിലിട്ട് കൈകൾ ഉടുവസ്ത്രത്തിൽ തുടച്ചുകൊണ്ട് വാതിലിനടുത്തേക്കു ചെന്നു.

ഇപ്പോൾ ചിറകടികൾ വളരെ വ്യക്തമായി കേൾക്കാമായിരുന്നു.

അവൾ വിസ്മയത്തോടെ വാതിൽ തുറന്നു; വെളുത്തൊരു പ്രാവിന്റെ നേർക്ക്.

പ്രാവ് ചിറകടിക്കുകയായിരുന്നു. അതിന്റെ കൊക്കിൽ സ്വർണ്ണനിറമുള്ള നൂലുകൊണ്ട് ചുറ്റിക്കെട്ടിയ ഒരു കത്ത്.

അവൾ വാതിൽ തുറന്ന് ആശ്ചര്യപ്പെട്ടു നോക്കുമ്പോൾ പ്രാവ് അവളുടെ വളരെ അടുത്തെത്തി. അതിന്റെ ഒരു ചിറകിൻതുമ്പ് അവളുടെ കവിളിൽ സ്പർശിച്ചു. അതോടെ താൻ സ്വപ്നം കാണുകയല്ലെന്ന് അവൾക്കു തീർച്ചയായി. അടുത്ത ക്ഷണത്തിൽ പ്രാവ് പതുക്കെയൊന്നു തല കുടഞ്ഞ് കൊക്കു വിടർത്തി. അവൾ എത്രയും പെട്ടെന്നു കൈകൾ നീട്ടിയതിനാൽ പ്രാവിന്റെ കൊക്കിൽനിന്നും കത്ത് തറയിൽ പതിച്ചില്ല. അത് അവളുടെ കൈത്തലങ്ങളിലായി വീണു.

അറിയാതെ അവളിൽനിന്നു ഒരാശ്ചര്യശബ്ദമുയർന്നു.

ഈശ്വരാ! ഇതെനിക്കുള്ളതാണല്ലോ. ഇതിന്റെ പുറത്ത് എന്റെപേര് കുറിച്ചിരിക്കുന്നുവല്ലോ. ഇതെന്തൊരതിശയമാണ്.. എന്നൊക്കെ സ്വയം പറഞ്ഞുകൊണ്ട് അവൾ കത്ത് തിരിച്ചും മറിച്ചും നോക്കി. പ്രാവ് അല്പ നേരം കൂടി അവിടെ ചുറ്റിപ്പറന്നു. പിന്നീടത് ചിറകുവീശി ആകാശത്തേ ക്കുയർന്നു. അവളാകട്ടെ തന്റെ മനസ്സിനു മുമ്പൊരിക്കലും അനുഭവപ്പെ ടാത്ത ആകാംക്ഷയോടെ വീടിനുള്ളിലേക്കും മടങ്ങി.

ഡ്രോയിങ് റൂമിലെ സോഫയിലിരുന്ന് അവൾ വളരെ ശ്രദ്ധാപൂർവ്വം സ്വർണ്ണ നിറത്തിലുള്ള നൂലിന്റെ കെട്ടഴിച്ച് നഖങ്ങൾ കൊണ്ടുതന്നെ കവ റിന്റെ ഒരു വശം മെല്ലെ ചീന്തി. അപ്പോഴൊക്കെയും ഉദ്വേഗം മൂലം അവ ളുടെ കൈകൾ വിറകൊള്ളുന്നുണ്ടായിരുന്നു. കവറിനുള്ളിൽനിന്നു വിര ലുകൾ നീട്ടിയെടുത്ത് നാലായി മടക്കിയ നിലയിലുണ്ടായിരുന്ന തൂവെള്ള കടലാസ് ധൃതിയിൽ നിവർത്തി വായിച്ചുതുടങ്ങിയതും അവൾ സ്തബ്ധ യായി. സ്തബ്ധത വിട്ടുണർന്നു വീണ്ടും കത്തിലേക്കായി മുഖം കുനി ച്ചപ്പോൾ അവളുടെ കണ്ണുകൾ പിടയുകയും നെഞ്ചിടിപ്പേറുകയും ചെയ്തു. ഉറക്കെ കരഞ്ഞേക്കുമെന്നു ഭയന്ന് അവൾ കീഴ്ചുണ്ട് കടിച്ചു പിടിച്ചു. പക്ഷേ, കണ്ണുകൾ ഈറനാവുന്നതും കണ്ണുനീര് ഒഴുകിയിറങ്ങി യതും അവൾക്കു നിയന്ത്രിക്കാനായില്ല. കണ്ണുനീരിന്റെ നനവിനപ്പുറം വാക്കുകൾ പിന്നെയും തെളിഞ്ഞുകൊണ്ടിരുന്നു. അവയൊക്കെയും ആർദ്രമായി.

പിന്നീട് അവൾ ഇരുകൈകൾകൊണ്ടും മുഖംപൊത്തി തേങ്ങിക്കര ഞ്ഞു.

ഓർമ്മയിലെങ്ങോ മരങ്ങൾ പൂ ചൂടിനിന്നു.

അവയുടെ സാന്ദ്രമായ തണലുകളിലൂടെ അതിലോലമായ വെള്ള യുടുപ്പ് ധരിച്ച് ഒരു മെലിഞ്ഞ പെൺകുട്ടി കാറ്റിൽ മീതെ മരച്ചില്ലകൾ ഉലയുന്നതു നോക്കിയും കാണാമറയത്തിരുന്നു പക്ഷികൾ ചൂളം വിളി ക്കുന്നതു കേട്ടും പൊന്തകളിൽനിന്നു ഇടയ്ക്ക് ഓരോ ഇലയും പൂവും നുള്ളി മുഖത്തോടു ചേർത്തുപിടിച്ചും പതുക്കെ നടന്നു.

അവൾ അകന്നുപോയി.

പക്ഷേ, വാർഡ് റോബിലെങ്ങോ അവളുടെ ഫോട്ടോ ഉണ്ട്.

ഒരു പഴയ നോട്ടുപുസ്തകത്തിൽ.

നോക്കട്ടെ. നോക്കട്ടെ അവൾ ഒരു തേങ്ങലോടെ എഴുന്നേറ്റ്കിടപ്പു മുറിയിലെത്തി. കുറേനേരം അന്വേഷിച്ചപ്പോൾ അവൾക്കാ പഴയ നോട്ട് പുസ്തകവും അതിലുള്ള ഫോട്ടോയും കണ്ടുകിട്ടി. വാരിവലിച്ചിട്ട വസ്ത്ര ങ്ങൾക്കിടയിൽ നിന്ന് അവൾ ഫോട്ടോയിലേക്ക് ഉറ്റുനോക്കിക്കൊണ്ട് കണ്ണാടിയുടെ നേരെ നടന്നു. കണ്ണാടിയിൽ നിർജ്ജീവമെന്നു തോന്നിപ്പി ക്കുന്ന ഒരു പ്രതിച്ഛായ തെളിഞ്ഞു. അതും കൈയിലുള്ള ഫോട്ടോയിലെ ദീപ്തിമത്തായ കണ്ണുകളും വടിവുറ്റ ചുണ്ടുകളും ആഹ്ലാദം തുളുമ്പുന്ന കവിളുകളും അവൾ മാറി മാറി നോക്കി. പിന്നെ ഉടൽ തളർന്നതുപോലെ അവൾ ചുമരിനോടു ചേർന്നു കണ്ണടച്ചിരുന്നു. അവളുടെ മടിയിൽ

പെൺകുട്ടിയുടെ മുഖമുള്ള ഫോട്ടോയും പ്രാവ് കൊണ്ടുവന്ന കത്തും. അങ്ങനെ ഇരിക്കുമ്പോൾ തന്നെ സ്നേഹിച്ചിരുന്ന ആൺകുട്ടിയുടെ കേൾക്കാൻ ഇമ്പമുള്ള സ്വരം തന്റെ കാതിൽ പതിക്കുന്നതായും അവന്റെ മൃദുലമായൊരു കൈവിരൽ തന്റെ കവിളിലൂടെ മെല്ലെ മെല്ലെ ചലിക്കുന്നതായും അവൾക്കു തോന്നി. അതിനിടയിൽ അഴുക്കുവസ്ത്രങ്ങളും ഒട്ടേറെ പാത്രങ്ങളും കഴുകാനിരിക്കുന്നുവെന്നും നിലം തുടച്ചു തീർന്നില്ലെന്നും അവൾ മറന്നേപോയി.

വിഫലമായ ഒരാത്മഹത്യാ ശ്രമത്തിനുശേഷം

പോകാനായി എഴുന്നേറ്റ് ഡോക്ടർ അവളോട് പറഞ്ഞു.

"മനസ്സ് വിഷമിപ്പിക്കരുത്. നല്ല കാര്യങ്ങൾ മാത്രം ആലോചിക്കുക."

ഡോക്ടർ വാതിലിനടുത്ത് എത്താറായപ്പോൾ അവൾ പതുക്കെ ചോദിച്ചു.

"നല്ല കാര്യങ്ങളെന്നു പറഞ്ഞാൽ?"

ഡോക്ടർ അതുകേട്ട് ആശ്ചര്യത്തോടെ തിരിഞ്ഞുനിന്നു.

അവൾ കിടക്കയിൽ ഡോക്ടറെ ഉറ്റുനോക്കിക്കൊണ്ടു കിടക്കുകയായിരുന്നു. നന്നെ വിളറിയ മുഖം. ഒരു ചോദ്യമുന്നയിച്ച് അതിനുള്ള മറുപടി കാക്കുന്ന ഭാവമായിരുന്നില്ല അവിടെ. അതു കണ്ടപ്പോൾ അവൾ തന്നോടെന്തെങ്കിലും ചോദിക്കുകയുണ്ടായോ എന്നു സംശയമായി ഡോക്ടർക്ക്. അയാൾ നെറ്റിയിൽ വിരൽ ചേർത്തു നില്ക്കെ അവൾ കണ്ണടച്ചു. ഒന്നുരണ്ടു നിമിഷം അവളെ നോക്കിനിന്നു ഡോക്ടർ പുറത്തേക്കു നടന്നു. പിറകെ സദാ നിസ്സംഗത പുലർത്തുന്ന നെഴ്സും. മുറിയിൽ അവൾ മാത്രമായി.

തുറന്നിട്ട ജാലകത്തിലൂടെ ചാരനിറമാർന്ന ആകാശം കാണാമായിരുന്നു. ആകാശത്തിനു കീഴെ അനേകമനേകം തുമ്പികൾ വട്ടമിട്ടു പറന്നു. അവയെ അത്ഭുതത്തോടെ നോക്കിക്കൊണ്ടു പുൽപ്പരപ്പിലൂടെ ഒരു മെലിഞ്ഞ പെൺകുട്ടി നടന്നു. നെറ്റിയിൽ ഒരു നുള്ളു ഭസ്മത്തിന്റെ കുറി. കാറ്റിൽ മുടി പിറകോട്ടു പാറിക്കൊണ്ടിരുന്നു.

"നോക്കൂ."

അവൾ കണ്ണുതുറന്നു.

"ഞാനിവിടെ ഇരിക്കട്ടെ?" അയാൾ പതിഞ്ഞ ശബ്ദത്തിൽ ചോദിച്ചു.

അവൾ ഇരിക്കാമെന്നോ അരുതെന്നോ പറഞ്ഞില്ല. പക്ഷേ, അയാൾ

കിടക്കയിൽ ഇരുന്നതും അവൾ ചുവരിനുനേർക്കു ചരിഞ്ഞുകിടന്നു. പിന്നെ തലയണയിൽ മുഖമമർത്തി അവൾ വിമ്മിക്കരയാൻ തുടങ്ങി.

അല്പനേരം കഴിഞ്ഞപ്പോൾ കോറിഡോറിലൂടെ നടന്ന് ഒരു പെൺകുട്ടിയും ഒരാൺകുട്ടിയും ആ മുറിയുടെ വാതില്ക്കലെത്തി. അവർ സ്കൂൾ വിട്ടുവരികയായിരുന്നു. വരുന്ന വഴിക്ക് എവിടെ നിന്നോ ശേഖരിച്ച വെളുത്തപൂക്കൾ അവർ നെഞ്ചിൽ ചേർത്തുപിടിച്ചിരുന്നു.

മുറിയിൽനിന്നു കരച്ചിൽ കേട്ട് അവർ പരസ്പരം നോക്കിക്കൊണ്ടു നിന്നു.

അവരിൽനിന്നു തിടുക്കത്തിൽ കണ്ണെടുത്ത് അയാൾ അവളുടെ ചുമലിൽ കൈവച്ചു ശാസിക്കും മട്ടിൽ പറഞ്ഞു:

"കരയാതിരിക്കൂ..."

പുറത്തു മക്കൾ വന്നു നില്ക്കുന്നുവെന്നു പറയാനായില്ല. അതിനു മുമ്പേ കടുത്ത അസഹ്യതയോടെ അയാളുടെ കൈ തട്ടിയകറ്റി അവൾ ശബ്ദമുയർത്തി ചോദിച്ചു:

"കരയാനും സമ്മതിക്കില്ലേ?"

മഞ്ഞുമൂടിയ വീട്

രാത്രി മുഴുവനും നല്ല തണുപ്പുണ്ടായിരുന്നു. പാതകളും വീടുകളുടെ മേൽപ്പുരകളും നനഞ്ഞു. സ്വെറ്റർ ധരിച്ചുറങ്ങിയവർപോലും ഇടയ്ക്കിടെ ഉണർന്നു. അവരിലൊരാൾ..

മഫ്ളർ ചുറ്റിക്കൊണ്ട് അയാൾ മുറിയിൽ നിന്ന് പുറത്തേക്കു നടന്നു.

സ്വീകരണമുറിയുടെ ചുവരിലെ ഘടികാരത്തിന്റെ ശബ്ദം പതിവുപോലെ അയാളുടെ കാതിൽ പതിച്ചു. അയാൾ തെല്ലിട നിന്ന് നേരെ എതിർവശത്തായി അടഞ്ഞു കിടക്കുന്ന മുറിയുടെ നേർക്കൊന്നു നോക്കി. പിന്നെ മുൻവാതിലിനുനേരെ നടക്കുമ്പോൾ അയാൾ സ്വയം പറഞ്ഞു: 'ഇങ്ങനെയൊക്കെത്തന്നെ എന്നും.'

വരാന്തയ്ക്കടുത്തുള്ള കമ്പിവലയിട്ട വലിയ കൂട്ടിനുള്ളിൽ മൺകലങ്ങളിലും ഉണങ്ങിയ മരച്ചില്ലകളിലുമായി വളർത്തുപക്ഷികൾ പ്രഭാതത്തിനു നേരെ കണ്ണുമിഴിച്ചു. അയാൾ അല്പനേരം പക്ഷികളെ നോക്കിക്കൊണ്ടു നിന്നു.

ഓരോ ജോഡിയായി പലയിനം പക്ഷികളുണ്ട്. പലപ്പോഴായി അയാൾ വാങ്ങിക്കൊണ്ടു വന്നതാണ് അവയെ. വർണ്ണച്ചിറകുള്ള പക്ഷികളിൽ അയാൾക്കെന്നും കമ്പമുണ്ടായിരുന്നു. അയാൾ പക്ഷികളെ വെറുതെ നോക്കിക്കൊണ്ടുക മാത്രമല്ല അവയോട് പതിഞ്ഞ ശബ്ദത്തിൽ സംസാരിക്കുകയും ചെയ്യും.

അപ്പോഴും ഉണർന്നിട്ടില്ലാത്ത വസതികൾക്കിടയിലൂടെ അയാൾ മുന്നോട്ടുപോയി. നിരത്ത് മിൽക്ക് ബൂത്തിനടുത്തുവെച്ച് വീതിയേറിയ പാതയിൽ കലർന്നു. മഞ്ഞിന്റെ നനവുണ്ടായിരുന്ന പാതയിലൂടെ അയാൾ നടന്നു.

വീട്ടിൽ ഭാരതിയമ്മ ഉണരേണ്ട സമയം കഴിഞ്ഞിരുന്നു. നിത്യേന അയാൾ പ്രഭാതസവാരിക്കായി ഇറങ്ങുമ്പോഴാണ് ഭാരതിയമ്മയുടെ ഉറക്കം അവസാനിക്കുക. അദ്ധ്യാപികയായും പിന്നെ ഉദ്യോഗക്കയറ്റം കിട്ടി ഒരു ഗേൾസ് ഹൈസ്കൂളിൽ ആറു വർഷം ഹെഡ്മിസ്ട്രസായും ജോലി ചെയ്ത കാലമൊക്കെയും ഭാരതിയമ്മ തികഞ്ഞ സമയനിഷ്ഠ പുലർത്തിയിരുന്നു. സ്കൂളിൽ ഒരിക്കലും അവർ വൈകിച്ചെന്നിട്ടില്ല. സ്റ്റാഫ് മീറ്റിങ്ങിലും സ്കൂൾ അസംബ്ലിയിലും അവർ കൂടെക്കൂടെ പറയും "സമയനിഷ്ഠ പാലിക്കണം. ജീവിതത്തിൽ അതു പ്രധാനമാണ്."

സർവ്വീസിൽനിന്നു പിരിഞ്ഞശേഷവും ഭാരതിയമ്മ തന്റെ വിശ്വാസ പ്രമാണത്തിൽനിന്നു ഒട്ടും വ്യതിചലിച്ചിട്ടില്ല. ഓരോ ജോലിയും സമയം തെറ്റാതെ ചെയ്തു തീർക്കുന്നു. രാവിലെ അയാൾ പ്രഭാതസവാരിക്കായി മുൻവാതിൽ തുറക്കുമ്പോൾ ഉണരും. പ്രഭാതസവാരി കഴിഞ്ഞ് അയാൾ വരിക മിൽക്ക് ബൂത്തിൽ നിന്ന് വാങ്ങിയ പാലുമായാണ്. അപ്പോഴേക്കും ഭാരതിയമ്മ ചായയ്ക്കു വെള്ളം തിളപ്പിച്ചിരിക്കും.

രണ്ടു ചായ മാത്രമേ ഉണ്ടാക്കേണ്ടതുള്ളൂ. വീട്ടിൽ അവർ രണ്ടു പേർ മാത്രം. രണ്ടു നിഴലുകളെപ്പോലെ അവർ അവിടെ കഴിയുന്നു. ഒന്നും അന്യോന്യം സംസാരിക്കാറില്ല. ഒരുമിച്ച് ഭക്ഷണം കഴിക്കുന്ന പതിവുമില്ല. ഊണുകാലമായാൽ മേശപ്പുറത്തു പാത്രങ്ങൾ നിരത്തുന്ന ശബ്ദത്തിൽനിന്ന് അയാൾ അതു മനസ്സിലാക്കും. പതുക്കെ പുസ്തകം മടക്കിവെച്ച് ഡൈനിങ് ഹാളിലേക്കു നടക്കും. വിഭവങ്ങൾ ഓരോരോ പാത്രങ്ങളിൽ അവിടെ എടുത്തുവെച്ചിട്ടുണ്ടാവും. വിളമ്പിക്കഴിയുകയേ വേണ്ടൂ. ആ സമയത്ത് ഭാരതിയമ്മയെ പരിസരത്തെങ്ങും കാണുകയില്ല. അവർ തന്റെ മുറിയിൽ എന്തെങ്കിലും വായിച്ചുകൊണ്ട് ഇരിക്കുകയാവും. ടാപ്പ് തുറക്കുന്ന ശബ്ദം കേട്ടാൽ അയാൾ ഭക്ഷണം കഴിച്ചുവെന്നു മനസ്സിലാക്കും. ഇത്തരം ശബ്ദങ്ങളെ ആശ്രയിച്ചായിരുന്നു വീട്ടിൽ രണ്ടുപേരുടെയും നീക്കങ്ങൾ.

സ്നേഹത്തിന്റെ നാളുകൾ രണ്ടുപേർക്കുമുണ്ടായിരുന്നു. അവ കഴിഞ്ഞുപോയി. ഇപ്പോൾ അത്തരം കാര്യങ്ങളൊന്നും അവർ ഓർക്കാറേയില്ല. ഇങ്ങനെയൊക്കെയാണെങ്കിലും രണ്ടുപേരും ചേർന്ന് ഒരു വലിയ നുണ ലോകത്തെ വിശ്വസിപ്പിക്കുന്നു.

മഞ്ഞുകാലമായിട്ടും അയാൾ തന്റെ പ്രഭാതസവാരി മുടക്കിയിട്ടില്ല. അതിരാവിലെ ഉണർന്നെഴുന്നേറ്റ് അയാൾ രണ്ടു കിലോമീറ്റർ അകലെയുള്ള മൈതാനം വരെ നടക്കും. മൈതാനത്തിന്റെ ഒരു കോണിലുള്ള മരത്തിനു കീഴെ തളർച്ചയാറാനായി ഒട്ടുനേരം നില്ക്കും. അവിടെയങ്ങനെ നിന്ന് അയാൾ ദൂരെ കെട്ടിടങ്ങളുടെ തലപ്പുകളിൽ വെയിൽ പരക്കുന്നതു കാണും. ആ കാഴ്ച അയാൾക്കു വളരെ ഇഷ്ടമായിരുന്നു. അതു കണ്ടു നില്ക്കെ ഈയിടെയായി സ്വെറ്ററിലും മഫ്ളറിലും മരം മഞ്ഞ് തൂവുന്നത് അയാൾ അറിയാറില്ല.

"സാർ" അയാൾ ഒരു ഉപനിരത്തിൽ നിന്ന് അങ്ങനെയാരോ വിളിച്ചതുകേട്ട് നിന്നു.

മഞ്ഞുകാലവേഷം ധരിച്ച ഒരു പഴയ സഹപ്രവർത്തകൻ. ബാലഗോപാലൻ തമ്പി.

"ഞാനിന്ന് ഈ വഴിക്കു നടക്കാമെന്ന് വെച്ചു. സാറെന്നും ഒരേ വഴിക്കാണല്ലോ, അല്ലേ."

"അതെ." അയാൾ ചിരിച്ചു.

അവർ നടന്നു.

"ഞാൻ മടുക്കുമ്പോൾ പാതയങ്ങ് മാറും." തമ്പി പറഞ്ഞു. നിരത്തിലൂടെ ഒരു വാഹനം നല്ല വേഗത്തിൽ കടന്നുപോയി.

"ഭാരതിയമ്മടീച്ചർക്ക് സുഖം തന്നെയല്ലേ."

"ഉം."

"അല്ലെങ്കിൽ പുറത്തിറങ്ങേണ്ട കാര്യമെന്ത്? പെൻഷൻ തുക സർക്കാർ വീട്ടിലെത്തിച്ചുതരും. പച്ചക്കറികളും മീനും വേണോന്നു ചോദിച്ച് മുറ്റത്തേക്കാളുവരും. അലക്കുകാരനും പത്രവില്പനക്കാരനും നേരം വെളുക്കുമ്പോഴേക്കും മുറ്റത്തെത്തും. പിന്നെ എന്തിനായിട്ടാ പുറത്തിറങ്ങുക. ഹ.. ഹ..."

തമ്പി തെല്ലുച്ചത്തിൽ തന്നെ ചിരിച്ചു. അയാൾ ചിരിയിൽ പങ്കുചേരുന്നതായി ഭാവിക്കുകമാത്രം ചെയ്തു.

"സാറിനോടെനിക്കു അസൂയ തോന്നുന്നു. എത്ര സ്വസ്ഥമായ റിട്ടയേർഡ് ലൈഫ്. ഐ ആം റിയലി ജെലസ്."

വീട്ടിലേക്കു തിരിച്ചു നടക്കുമ്പോൾ അയാളുടെ കൈയിൽ പതിവിൻപടി പാലിന്റെ പായ്ക്കറ്റുണ്ടായിരുന്നു.

വരാന്തയിൽ കിടപ്പുണ്ടായിരുന്ന പത്രം കുനിഞ്ഞെടുത്ത് അയാൾ അകത്തേക്കു നടന്നു.

വീട് അപ്പോഴും നിശ്ശബ്ദമായിരുന്നു.

അയാൾ ഭാര്യ ഉറങ്ങുന്ന മുറിയുടെ മുന്നിലെത്തി വാതിൽക്കൽ സംശയിച്ചു നിന്നു. ഇന്നെന്താണ് ഇങ്ങനെ? വല്ല അസുഖവും ബാധിച്ച് കിടക്കുകയാണോ? എങ്ങനെയാണ് വിളിക്കുക. എന്താണ് ചോദിക്കുക? അല്ലെങ്കിൽ വേണ്ട. ഉറങ്ങട്ടെ കുറച്ചുസമയം കൂടി. അത്രയും നേരം പക്ഷികളോട് വല്ലതും പറയാം. പത്രം വായിക്കാൻ പിന്നെയും വേണ്ടത്ര സമയമുണ്ടല്ലോ.

അയാൾ പുറത്തിറങ്ങി തന്റെ വളർത്തുപക്ഷികൾക്കടുത്തെത്തി.

എന്റെ പ്രിയപ്പെട്ട ചങ്ങാതികളേ ഇവിടെ ഒരു വിശേഷം. ഭാരതിയമ്മ ഉണരാൻ വൈകിയിരിക്കുന്നു. ഒരുപക്ഷേ, ജീവിതത്തിൽ ആദ്യമായി ഇങ്ങനെ സംഭവിക്കുമെന്ന് നിങ്ങൾ സ്വപ്നത്തിൽപോലും പ്രതീക്ഷിച്ചിരിക്കില്ലല്ലോ. ഹ ഹ പ്രതീക്ഷിക്കാത്ത പലതും സംഭവിക്കുന്നു.

പെട്ടെന്നാണ് അയാൾ കൂടിന്റെ ഒരു കോണിലായി ഒരു പക്ഷി വീണു കിടക്കുന്നതു കണ്ടത്. അതവിടെ ഉറങ്ങുകയാവുമെന്നാണ് അയാൾ ആദ്യം കരുതിയത്. പക്ഷേ, അതിനു അനക്കമൊന്നുമില്ലെന്ന് അയാൾക്കു ഏറെ വൈകാതെ ബോദ്ധ്യമായി. അയാൾ ഒരു തിടുക്കത്തിൽ കൂടിന്റെ അഴിവാതിൽ നീക്കി അകത്തേക്കു കൈനീട്ടി. നീലച്ചിറകുള്ള ആ ചെറിയ പക്ഷിയെ അയാൾ കൈയിലെടുത്തു. അതു തണുത്തു വിറങ്ങലിച്ചിരുന്നു.

ആദിമദ്ധ്യാന്തങ്ങൾ

പടിഞ്ഞാറ്റയിൽ ഉറങ്ങുകയായിരുന്ന അമ്മ ഞെട്ടിയുണർന്നു. ഒരു കരച്ചിൽ കേട്ടതുപോലെ അമ്മയ്ക്കു തോന്നി. ഉണർന്നു ചെവിയോർത്തപ്പോൾ മഴയുടെയും ചീവിടുകളുടെയും ഒച്ചമാത്രം. ചുറ്റും പാതിരാവിന്റെ ഇരുട്ട്.

അമ്മ എഴുന്നേറ്റ് ലൈറ്റിന്റെ സ്വിച്ചിട്ടു. കറന്റ് സന്ധ്യക്ക് പോയതാണ്. ഇനിയും വന്നിട്ടില്ല. തീപ്പെട്ടി എടുത്തു വെക്കേണ്ടതായിരുന്നു, മറന്നു.

ഉറങ്ങാൻ കിടക്കുമ്പോൾ പടിഞ്ഞാറ്റവാതിൽ അടയ്ക്കാറില്ല. പകൽ നേരത്ത് അത് അടഞ്ഞിട്ടാണെങ്കിൽ വീട്ടിലന്ന് ആരുടെയെങ്കിലും പിറന്നാളാണ്. പകൽ മുഴുവനും വിളക്കുകത്തണമെങ്കിൽ വാതിൽ അടയ്ക്കാതെ പറ്റില്ല. കാക്ക വന്നു തിരി കൊത്തിക്കൊണ്ടുപോകും. എന്നാൽ ഉറങ്ങാൻ നേരത്ത് അകത്തിറയത്തിന്റെ വാതിൽ മാത്രമേ അമ്മ അടയ്ക്കാറുള്ളൂ.

"ഉറങ്ങ്വാണോ?" അകത്തിറയത്തിന്റെ തെക്കേയറ്റത്ത് കൊട്ടിലകത്തേയ്ക്കുള്ള വാതിലിനടുത്തുനിന്ന് അമ്മ വിളിച്ചു ചോദിച്ചു.

ആ വാതിലും തുറന്നു കിടക്കുകയാണ്. കൊട്ടിലകത്തുനിന്ന് ശബ്ദങ്ങളൊന്നുമില്ല. നിശ്വാസത്തിന്റെ ശബ്ദം പോലുമില്ല.

"എന്തോ ഒച്ച കേട്ടുന്നു തോന്നി." അമ്മ സ്വയമെന്നോണം പറഞ്ഞു.

സദാ വലിവും ശ്വാസതടസ്സവും ചുമയും താരക്കവുമൊക്കെയായി ഒരാൾ കിടക്കുന്ന മുറിയുടെ വാതില്ക്കലാണ് ഞാനെന്നോർത്തപ്പോൾ അതിനകത്തെ നിശ്ശബ്ദതയറിഞ്ഞ് അമ്മ നടുങ്ങി. അവർ തിരിഞ്ഞ് വടക്കേയറ്റത്ത് കോമ്പിരയുടെ നേരെ മുന്നിലുള്ള കോണി ലക്ഷ്യമാക്കി നടന്നു. നെഞ്ചിടിപ്പേറിയിരുന്നു. കാൽ കോണിയുറപ്പിച്ച കല്ലിൽ ചെന്നു തട്ടി. നൊന്തില്ല.

കോണി അവസാനിക്കുന്നത് രണ്ടാമത്തെ മകൾ വസുമതിയും ഭർത്താവ് കുഞ്ഞികൃഷ്ണനനും ഉറങ്ങുന്ന മുറിയുടെ മുന്നിലാണ്. തൊട്ടപ്പുറത്ത് മകൻ ഗോവിന്ദൻകുട്ടിയുടെ മുറി.

അമ്മ കോണി കയറിച്ചെന്ന് മകന്റെ മുറിക്കടുത്തെത്തി.

"ഗോവിന്ദൻകുട്ട്യേ." ഉള്ളിൽ നിന്നടച്ച വാതിലിനോട് ചേർന്നുനിന്ന് അവർ വിളിച്ചു.

ഉണർന്നത് സുധയാണ്.

"അമ്മയാണല്ലോ." അവൾ പറഞ്ഞു.

അപ്പോഴേക്കും അമ്മ മൂന്നുനാലാവൃത്തി വിളിച്ചുകഴിഞ്ഞിരുന്നു. ഗോവിന്ദൻകുട്ടി ഇങ്ങനെയാണ്. ഉറങ്ങിയാൽ പെട്ടെന്നൊന്നും ഉണരില്ല.

സുധ അയാളുടെ ചുമലിൽ തട്ടി. "ഒന്നെഴുന്നേല്ക്ക്." അവൾ അയാളുടെ നെഞ്ചിലും മുഖത്തും തൊട്ടു. "അമ്മ വിളിക്കുന്നു."

ഒടുവിൽ ഗോവിന്ദൻകുട്ടിയുടെ ഉറക്കം തെളിഞ്ഞു.

"എന്താ?" അയാൾ ഒട്ടൊരു അമ്പരപ്പോടെ ചോദിച്ചു.

"അമ്മ." സുധ പറഞ്ഞു.

"ഗോവിന്ദൻകുട്ട്യേ." അമ്മയുടെ ശബ്ദം വാതിലിനപ്പുറത്തുനിന്ന് അയാൾക്കുതന്നെ കേൾക്കാനായി.

സുധ ധൃതിയിൽ നൈറ്റിയെടുത്തു ധരിച്ചു. അമ്മ എന്തിനാണാവോ ഈ നട്ടപ്പാതിരായ്ക്ക് വിളിക്കുന്നത്. ഗോവിന്ദൻകുട്ടി കൈലിയുടുത്ത് വാതിൽ തുറക്കാനായി ചെന്നു.

"എന്താ അമ്മേ." വാതിൽ തുറന്നു അയാൾ ചോദിച്ചു.

"അച്ഛന്റെ മുറീന്ന് ഒച്ചയൊന്നും കേൾക്കുന്നില്ല." അമ്മ പറഞ്ഞു.

"ഉറങ്ങ്വാവും."

"എന്തോ. നീയൊന്നു വന്ന് നോക്ക്."

അമ്മ വെറുതെ ഉറക്കം കളയാൻ വന്നിരിക്കുന്നു.

നാശം. കറന്റുമില്ല.

അയാൾ മേശപ്പുറത്ത് തീപ്പെട്ടിയും മെഴുകുതിരിയും അന്വേഷിച്ചു.

"ഞാനൊരു കരച്ചിലിന്റെ ഒച്ചകേട്ടാ എണീറ്റത്." അമ്മ പറഞ്ഞു.

"അമ്മയ്ക്ക് തോന്ന്യതാവും." അയാൾ മെഴുകുതിരി കത്തിച്ചു.

ഒച്ചകേട്ട് അടുത്ത മുറിയിൽ വസുമതിയും ഭർത്താവും ഉണർന്നിരുന്നു. അവർ വാതിൽ തുറന്നു പുറത്തുവന്നു.

"എന്താ?"

മറുപടി പറഞ്ഞത് ഗോവിന്ദൻകുട്ടിയാണ്.

"ഒന്നൂല്ല. അമ്മയ്ക്കെന്തോ പേടി. ഞാനൊന്ന് നോക്കീട്ടു വരാം."

"ഞാനും വരാം." കുഞ്ഞിക്കൃഷ്ണൻ പിന്നിൽ നടന്നു.

അവർ കൊട്ടിലകത്തേക്കു നടന്നു.

അവിടെ അച്ഛൻ അനക്കമില്ലാതെ നീണ്ടുനിവർന്ന് കിടക്കുകയായിരുന്നു. വായ അല്പം തുറന്നിരുന്നു.

ഗോവിന്ദൻകുട്ടി അച്ഛന്റെ മൂക്കിനടുത്ത് വിരൽ പിടിച്ചു. പിന്നെ

നെഞ്ചിൽ കൈ വെച്ചുനോക്കി. സംശയം തീരാതെ ചെവി നെഞ്ചോടടുപ്പിച്ച് ശ്രദ്ധിച്ചു. ഒച്ചയൊന്നുമില്ല. അയാൾ എഴുന്നേറ്റു മാറിയപ്പോൾ കുഞ്ഞിക്കൃഷ്ണനും നെഞ്ചിൽ ചെവിയോർത്തു നോക്കി.

"തീർന്നു." അയാൾ മുഖമുയർത്തി പറഞ്ഞു.

"ങ്ഹേ" അമ്മ വിറച്ചു പോയി.

അടുത്ത നിമിഷത്തിൽ അവർ കരയാൻ തുടങ്ങി. നേർത്ത ശബ്ദത്തിലായിരുന്നിട്ടും അത് ക്ഷണനേരംകൊണ്ട് മുറിയിലാകെ നിറഞ്ഞതുപോലായി.

"കരഞ്ഞ് ബഹളം കൂട്ടുകയൊന്നും വേണ്ട അമ്മ." ഗോവിന്ദൻകുട്ടി അമ്മയെ ശാസിക്കുന്നതുപോലെ പറഞ്ഞു.

സുധയും വസുമതിയും താഴേക്കു ഇറങ്ങിവന്നു. വസുമതി താഴ്ന്ന സ്വരത്തിൽ ചോദിച്ചു: "കഴിഞ്ഞോ?"

"ഉം." കുഞ്ഞികൃഷ്ണൻ മൂളി.

അവൾ അമ്മയുടെ ചുമലിൽ പിടിച്ചു. അവളും കരയുകയായി. വിറങ്ങലിച്ചു കിടക്കുന്ന അച്ഛനെ നോക്കി അവൾ കരഞ്ഞു.

"സമയം ഇപ്പോ ഒരു മണിയായിട്ടേ ഉള്ളൂ. മഴയുംണ്ട്. നേരം വെളുക്കട്ടെ." കുഞ്ഞിക്കൃഷ്ണൻ പറഞ്ഞു.

"അതെ." ഗോവിന്ദൻകുട്ടി പറഞ്ഞു.

"വെളുപ്പിനാണെന്നു പറഞ്ഞാൽ മതി. പോയി കിടക്കാം."

"സാവിത്രിയേം മാധവനേം വിവരമറിയിക്കണം." അമ്മ തേങ്ങി.

"അതൊക്കെ രാവിലെ. ഇപ്പോ എങ്ങന്യാ വിവരമറിയിക്ക്യാ. അമ്മ പോയി കിടന്നാട്ടെ. വാ." ഗോവിന്ദൻകുട്ടി അകത്തിറയത്തേക്കു നടന്നു. പിറകെ മറ്റുള്ളവരും. മുറിയിൽ അച്ഛൻ മാത്രമായി.

"അമ്മ ഉറങ്ങിക്കോളൂ." ഗോവിന്ദൻകുട്ടി പറഞ്ഞു.

പിന്നെ കോണിപ്പടികളിൽ കാലൊച്ചകൾ നിലച്ചു. മുകളിൽ വീണ്ടും വാതിലുകൾ അടഞ്ഞു.

അമ്മ പടിഞ്ഞാറ്റയിൽ ഇരുട്ടിലേക്ക് നോക്കിക്കൊണ്ടിരുന്നു. കുറച്ചു നേരം അങ്ങനെ കഴിഞ്ഞു. അമ്മ ഒരു വിതുമ്പലോടെ എഴുന്നേറ്റു. ഇരുട്ടിലൂടെ ഇടറി നടന്ന് വീണ്ടും കൊട്ടിലകത്തെത്തി. നിലത്തിരുന്ന് ഗോവിന്ദൻകുട്ടിയുടെ അച്ഛന്റെ ശിരസ്സെടുത്ത് മടിയിൽവെച്ചു. കണ്ണുകൾ നിറഞ്ഞൊഴുകിക്കൊണ്ടിരുന്നു. വിറയ്ക്കുന്ന കൈകൾ കൊണ്ട് അവർ അയാളുടെ ശോഷിച്ച മുഖം തടവി.

അപ്പോൾ കാലത്തിന്റെ ഒഴുക്കിലെങ്ങോ നഷ്ടപ്പെട്ട ഒരു നിമിഷം അവർക്കു വീണ്ടുകിട്ടി. നാല്പതുകൊല്ലം മുമ്പ്, വൃശ്ചികത്തിലെ ഒരു വൈകുന്നേരം, വടക്കിനിയുടെ ജനലിനടുത്ത് പതുങ്ങി നിന്ന് കരിപിടിച്ച അഴികൾക്കിടയിലൂടെ ആ മുഖം ആദ്യമായി കണ്ടത് അവർക്കോർമ്മ വന്നു.

സാന്താക്ലോസ്

"ക്രിസ്മസ് വരികയല്ലേ. കഴിഞ്ഞയാണ്ടിലെപ്പോലെ ഇത്തവണയും ഇയാൾ സാന്താക്ലോസിന്റെ വേഷം കെട്ടുമോ?"

"ങ്ഹേ."

"ഇയാളിത്തവണയും ക്രിസ്മസ്സിന്റെയന്ന് സാന്താക്ലോസിന്റെ വേഷം കെട്ടുമോന്ന്."

"വേഷമോ?"

"കഴിഞ്ഞയാണ്ടിലെ കാര്യമൊന്നും അങ്ങേർക്ക് ഓർമ്മ കാണില്ലെന്നേ."

"നേരാ."

"ങ്ഹേ."

"പോയ ക്രിസ്മസിന് ഫാദറും സിസ്റ്റർമാരും ചേർന്ന് ചേട്ടനെ വലിയ വെള്ളയുടുപ്പണിയിച്ച്, വെളുത്തു നീണ്ട താടിമീശകള് പിടിപ്പിച്ച്, തലേൽ ചുവന്നൊരു നീളൻ തൊപ്പിയും വച്ചു തന്നു ക്രിസ്മസ് പപ്പായാക്കിയില്ലേ. മറന്നോ അതത്രേം. തോളിലെ സഞ്ചിയിൽ നിന്ന് ചേട്ടൻ ഞങ്ങൾക്കെല്ലാവർക്കും മിഠായീം പ്ലം കേക്കും തന്നില്ലേ. ഓ എന്തൊരു രസമായിരുന്നു. ആരും ഉറങ്ങിയില്ല. അന്നുരാത്രി."

"തോമസ് ചേട്ടന് അതൊന്നും ഓർമ്മയില്ല. ആരാണ്, എന്താണ്, എവിടത്തുകാരനാണ്. വീട്ടിലാരൊക്കെയുണ്ട് തുടങ്ങിയ ഒരു കാര്യവും ഓർമ്മയില്ലല്ലോ. പിന്നെ കഴിഞ്ഞ വർഷം സാന്താക്ലോസിന്റെ വേഷം കെട്ടിയത് ഓർമ്മിക്കുന്നില്ലെന്നതാണോ അതിശയം."

"ഭാഗ്യവാൻ. മനസ്സിന് ഒരു കനവുമില്ല. ഒന്നുമോർമ്മിക്കേണ്ടല്ലോ."

മൈക്കിളും മാനുവലും കുഞ്ഞിപ്പാലുവും അങ്ങനെ പറഞ്ഞു നില്ക്കെ, അവർ കണ്ട ഏറ്റവും വലിയ മറവിക്കാരനായ അയാൾ, ബുദ്ധി

മാന്ദ്യം പിടിപെട്ടവരും അനാഥരും ബന്ധുക്കളാൽ ഉപേക്ഷിക്കപ്പെട്ടവരുമൊക്കെ അന്തേവാസികളായുള്ള അഭയനികേതനത്തിന്റെ നീണ്ട ഇടനാഴിയിലൂടെ, ആകെ പലപല സംശയങ്ങളിൽ കുടുങ്ങിയ ഒരാളുടെ മട്ടിൽ, എന്തോ ഓർമ്മിച്ചെടുക്കാൻ ശ്രമിക്കുന്നതുപോലെ, മറ്റാരെയും ശ്രദ്ധിക്കാതെ മുന്നോട്ടുനടന്നു. ഇടനാഴിയിലൂടെ വേറെ പലരും പതുക്കെ നീങ്ങുന്നുണ്ടായിരുന്നു. ചിലർ വാതിലുകൾക്കും ജനലുകൾക്കും തൂണുകൾക്കുമരികെ വ്യഥിതരായി ഇരുന്നു. ഒരു മുറിയിൽ നിന്ന്, തല പാടെ മുണ്ഡനം ചെയ്യപ്പെട്ട ജോർജ് എന്ന രോഗിയുടെ കരച്ചിൽ കേൾക്കാമായിരുന്നു. ജോർജ് അയഞ്ഞ ഒരു ബനിയനിട്ട് രണ്ടു കൈകളും മുഖത്ത് ചേർത്തിരുന്നു ഉറക്കെ കരഞ്ഞു. വേറെ ചില രോഗികൾ ജോർജിനെ സംഭ്രാന്തിയോടു നോക്കിക്കൊണ്ട് തെല്ലുമാറി നിന്നു. ഒരു സിസ്റ്റർ മുറിയിലേക്ക് പാഞ്ഞുവന്നു. അപ്രകാരം കരയുന്നതിന് ജോർജിനെ ശകാരിച്ചു. അവൻ കരഞ്ഞു കലങ്ങിയ കണ്ണുകളുയർത്തി. തേങ്ങിക്കൊണ്ട് സിസ്റ്ററെ നോക്കി. മുറിയിൽ വെളിച്ചം തീരെ കുറവായിരുന്നു. മുറിയിലേക്ക് നോക്കിക്കൊണ്ട് കുറച്ചുനേരം ജാലകത്തിനടുത്തു നിന്നശേഷം തോമസ് വീണ്ടും മുന്നോട്ടു നടന്നു. അയാൾക്ക് പ്രത്യേകിച്ച് ഒരു ലക്ഷ്യവുമുണ്ടായിരുന്നില്ല. വരാന്തയുടെ അറ്റത്ത് മുയലുകളുടെ കൂടിനടുത്തെത്തി. അവയുടെ ചേഷ്ടകൾ നിരീക്ഷിച്ചുകൊണ്ട് അവിടെ നിന്നു. അല്പനേരം കഴിഞ്ഞപ്പോൾ അയാൾ കൂടിൽ കണ്ണുനട്ട്, കൈകൾ നിലത്തൂന്നി, മുട്ടുകുത്തി ഇരിപ്പായി.

സിസ്റ്റർ ക്ലാര കാണുമ്പോൾ അയാൾ അതേ നിലയിൽ ഇരിക്കുകയായിരുന്നു.

"തോമസ്." സിസ്റ്റർ വിളിച്ചു.

അയാൾ തിരിഞ്ഞുനോക്കി.

"ഇതെന്താ ഇങ്ങനെ നോക്കുന്നെ. മുയലുകളെ ഇതുവരെ കണ്ടിട്ടില്ലേ?"

അയാൾ ഒന്നും പറഞ്ഞില്ല. ഒന്നു ചിരിക്കുകമാത്രം ചെയ്ത് വീണ്ടും മുയലുകളുടെ നേർക്ക് തിരിഞ്ഞു.

* * * *

അഭയനികേതനത്തിലെത്തുമ്പോൾ അയാൾക്ക് പേരുണ്ടായിരുന്നില്ല. പേരെന്താണെന്ന ചോദ്യത്തിന് അയാളുടെ മറുപടി "അറിഞ്ഞുകൂട" എന്നായിരുന്നു. വീടെവിടെയാണെന്നും ബന്ധുക്കളായി ആരൊക്കെയുണ്ടെന്നും ചോദിച്ചപ്പോഴും അയാൾ തന്റെ മറുപടി ആവർത്തിച്ചു. അയാൾക്ക് കാഴ്ചയിൽ നാല്പത് വയസ്സിനടുത്തു പ്രായമുണ്ടായിരുന്നു. നരച്ചു തുടങ്ങിയ കുറ്റിത്തലമുടി, മേൽമീശയിലും നരച്ച രോമങ്ങളേറെ. അയാൾ ധരിച്ചിരുന്നത് നാട്ടുമ്പുറത്തുകാരുടെ വേഷമായിരുന്നു. അയഞ്ഞ മുറിക്കൈയൻ ഉടുപ്പും, പല കറകളുള്ള, കാൽമടമ്പുകളോളമെത്താത്ത ഒറ്റ മുണ്ടും. അയാളുടെ കണ്ണുകളിൽ ലോകത്തെ പ്രതിയുള്ള നിഷ്കളങ്ക കൗതുകവും നേരിയ പരിഭ്രമവും മാറി മാറി നിഴലിച്ചുകൊണ്ടിരുന്നു.

"നമുക്കിയാളെ തോമസെന്നു വിളിക്കാം." അഭയനികേതനത്തിന്റെ ചുമതല വഹിച്ചിരുന്ന ഫാദർ ജോഷ്വാ പറഞ്ഞു.

അയാൾ തോമസായത് അങ്ങനെയാണ്. ആ പേര് താനംഗീകരിക്കുന്നുവെന്ന് അയാൾ സസന്തോഷം തലകുലുക്കി അറിയിച്ചു.

ഫാദർ പറഞ്ഞു:

"ഒരുപക്ഷേ, നിങ്ങൾ നിങ്ങളെ സംബന്ധിക്കുന്ന വസ്തുതകളൊക്കെ മറന്നുപോയതാവും. എന്നെങ്കിലും ഓർമ്മ വീണ്ടുകിട്ടിക്കൂടെന്നില്ല. അതുവരെ തോമസായി ഇവിടെ കഴിഞ്ഞോളൂ."

അങ്ങനെ അയാൾ അഭയനികേതനത്തിലെ അന്തേവാസികളിൽ ഒരാളായി. എല്ലാവരും പല വഴിക്കെത്തിയവരായിരുന്നു. അവർക്കവിടെ ചെയ്യാൻ ജോലികളുണ്ടായിരുന്നു. കിടന്നുറങ്ങാൻ സ്ഥലവുമുണ്ടായിരുന്നു. ചിലരെ മാത്രമേ ഓർമ്മകൾ അലട്ടിയുള്ളൂ. അവർമാത്രം ഇടയ്ക്ക് വല്ലപ്പോഴും കരഞ്ഞു. വീടിനെയോർത്ത്, ബന്ധുക്കളെയോർത്ത്, ആരും കാണാൻ വരുന്നില്ലല്ലോ എന്നോർത്ത്. അവരെ ആരെങ്കിലുമൊക്കെ ആശ്വസിപ്പിക്കും. പലപ്പോഴും തോമസിനുതന്നെ അങ്ങനെ ചെയ്യേണ്ടി വന്നിട്ടുണ്ട്. "കരയാതെ കരയാതെ." അയാൾ വ്യഥിതരെ തൊട്ടുനിന്നു പറയും: കരച്ചിലും ബഹളവുമൊക്കെ വേണ്ട. സന്തോഷമായിട്ടിരി. ചിലപ്പോൾ അയാൾ തന്റെ പങ്ക് ഭക്ഷണത്തിൽ നിന്ന് ഒരംശം വിശപ്പ് ശമിച്ചിട്ടില്ലാത്ത വേറൊരാൾക്ക് സന്തോഷപൂർവ്വം നല്കും. ചിലപ്പോൾ മറ്റൊരാൾ ചെയ്യേണ്ട ജോലി അയാൾ ഏറ്റെടുത്തു ചെയ്യും. വൃദ്ധരായ അന്തേവാസികളോട് അയാൾക്ക് അങ്ങേയറ്റം അനുകമ്പയാണ്. കാലിന് അസുഖം ബാധിച്ച് നടക്കാൻ ക്ലേശിക്കുന്ന അവറാച്ചനെ മുറ്റത്തുകൂടി കൈപിടിച്ച് നടത്തിക്കുക, ഇടയ്ക്കിടെ ശ്വാസതടസ്സം മൂലം കഷ്ടതയനുഭവിക്കുന്ന ഔസേപ്പ് വർക്കിയെ നെഞ്ചിലുഴിഞ്ഞ് സാന്ത്വനപ്പെടുത്തുക, പനിയോ മറ്റെന്തെങ്കിലും അസുഖമോ പിടികൂടിയവരെ ശുശ്രൂഷിക്കുക തുടങ്ങിയ കാര്യങ്ങൾ അയാൾ സ്വമേധയാ നിർവ്വഹിച്ചുപോരുന്നു. ഈ വക പ്രവൃത്തികളിലൂടെ അയാൾ വെളിവാക്കിയ ഹൃദയ നൈർമ്മല്യം തന്നെയാണ് ക്രിസ്തുമസ് ആഘോഷിക്കവെ അയാളെ സാന്താക്ലോസിന്റെ വേഷമണിയിക്കാൻ ഫാദർ ജോഷ്വോയെ പ്രേരിപ്പിച്ചത്. വേഷമണിഞ്ഞപ്പോൾ അയാൾ ഏവരുടെയും സങ്കല്പത്തിലെ ക്രിസ്മസ് പപ്പയുടെ തൽസ്വരൂപമായി. അതുകഴിഞ്ഞ വർഷമായിരുന്നു. വീണ്ടും ക്രിസ്മസ് വരികയാണ്.

* * * * *

മഞ്ഞുവീണു തണുപ്പേറിക്കൊണ്ടിരുന്നെങ്കിലും അത് ക്രിസ്മസ് രാത്രിയാകയാൽ രോമക്കുപ്പായങ്ങളോ പാദരക്ഷകളോ ധരിച്ചിട്ടില്ലാത്ത അനേകം പേരെ തിരുപ്പിറവിയുടെ സന്തോഷം പങ്കിട്ടുകൊണ്ട് തുറന്ന ആകാശത്തിന് ചുവട്ടിൽ കാണുമാറായി.

അഭയനികേതനത്തിന്റെ മുറ്റത്തെ ക്രിസ്മസ് മരത്തിൽ അനേകം വിളക്കുകൾ തെളിഞ്ഞിരുന്നു. ചില്ലകളിൽ തൂക്കിയിട്ട വർണ്ണക്കടലാസു

കൾ തിളങ്ങി. ഓഫീസിന് മുന്നിൽ തീർത്ത പുൽക്കൂടിൽ വൈക്കോൽ വിരിപ്പിലായി ഉണ്ണിയേശു പുഞ്ചിരിതൂകിക്കൊണ്ട് കിടന്നു. അവന്റെയടുത്തായി മറിയം സ്നേഹവായ്പോടെയും വിശുദ്ധഭാവത്തോടെയും ഇരുന്നു. തെല്ലകലെ തീകായുന്ന ഇടയന്മാർ.

കർത്താവിന്റെ ഒരു മാലാഖ അവരുടെ അടുത്തെത്തി.

അവർ വളരെ ഭയപ്പെട്ടു.

മാലാഖ അവരോട് പറഞ്ഞു:

“നിങ്ങൾ ഭയപ്പെടേണ്ട. ഇതാ സകല മനുഷ്യർക്കും വേണ്ടിയുള്ള മഹത്തായ സന്തോഷത്തിന്റെ വാർത്ത ഞാൻ നിങ്ങളെ അറിയിക്കുന്നു. ദാവീദിന്റെ പട്ടണത്തിൽ നിങ്ങൾക്കായി ഒരു രക്ഷകൻ, കർത്താവായ ക്രിസ്തു ഇന്നു ജനിച്ചിരിക്കുന്നു. ഇത് നിങ്ങൾക്ക് അടയാളമായിരിക്കും. പിള്ളക്കച്ചകൾകൊണ്ടു പൊതിഞ്ഞ് പുൽക്കൂട്ടിൽ കിടത്തിയിരിക്കുന്ന ഒരു ശിശുവിനെ നിങ്ങൾ കാണും.”

കുറെക്കൂടി മാലാഖമാർ അവിടെ വന്ന് ഇടയന്മാർക്ക് കേൾക്കാനായി ദൈവത്തെ സ്തുതിച്ചുകൊണ്ട് പറഞ്ഞു:

“അത്യുന്നതങ്ങളിൽ ദൈവത്തിന് മഹത്ത്വം. ഭൂമിയിൽ ദൈവകൃപ ലഭിച്ചവർക്ക് സമാധാനം.”

മാലാഖമാർ പോയപ്പോൾ ആട്ടിടയന്മാർ പരസ്പരം പറഞ്ഞു.

“നമുക്ക് ബെത്‌ലഹേം വരെ പോകാം. കർത്താവ് നമ്മെ അറിയിച്ച ഈ സംഭവം നമുക്ക് കാണാം.”

അവർ എഴുന്നേറ്റ് പുൽക്കൂട് ലക്ഷ്യമാക്കി നടന്നു. അവരൊക്കെയും അടുത്തുള്ള പള്ളിയിൽ നിന്നെത്തിയ കുട്ടികളായിരുന്നു. അഭയനികേതനത്തിലെ അന്തേവാസികൾക്കായി സുവിശേഷങ്ങളിലെ തിരുപ്പിറവിയുടെ വിവരണം അവതരിപ്പിക്കാൻ അവർക്കൊക്കെയും വേണ്ടത്ര പരിശീലനം ലഭിച്ചിരുന്നു. ചിറകുകൾ വച്ചുപിടിപ്പിച്ച കുട്ടികൾ ഇരുളിലേക്ക് പിൻവാങ്ങിയപ്പോൾ ഇടയന്മാരായ കുട്ടികൾ ഉണ്ണിയേശുവിനെ കാണാനായി നടന്നു. അവർ പുൽക്കൂട്ടിൽ കിടത്തിയ ശിശുവിനെ കാണുകയും സ്തുതിക്കുകയും ചെയ്തു. അഭയനികേനത്തിലെ അന്തേവാസികൾ അങ്ങിങ്ങുനിന്ന് അതൊക്കെയും ഉറ്റുനോക്കി. അവരോടൊപ്പം കന്യാസ്ത്രീകളും ഫാദറുമുണ്ടായിരുന്നു.

പിന്നീട് സാന്താക്ലോസിന്റെ വരവായി. പോയ വർഷത്തെപ്പോലെ ക്രിസ്മസ് പപ്പയായി വേഷം ധരിച്ച തോമസ് തോളിൽ തൂക്കിയിട്ട സഞ്ചിയിൽ കുട്ടികൾക്കും മറ്റുള്ളവർക്കും മിഠായികൾ കരുതിയിരുന്നു. ചിലർക്ക് നല്കാൻ ലഘുസമ്മാനങ്ങളും. എല്ലാവർക്കും സന്തോഷം പകർന്നുകൊണ്ട് അയാൾ നീങ്ങി. കുട്ടികൾ അയാളെ അത്യുത്സാഹത്തോടെ വരവേറ്റു. മുഖത്ത് വെച്ചുകെട്ടിയ നീണ്ടുനരച്ച താടി ഇടയ്ക്കിടെ തടവിക്കൊണ്ടും കുട്ടികളുടെ കവിളുകൾ തൊട്ടുതലോടിയും അവർക്ക് മിഠായികളും സമ്മാനങ്ങളും നല്കിക്കൊണ്ടും അയാൾ നില്ക്കുന്നതിനിടയിൽ അപ്രതീക്ഷിതമായി ഒരു സംഭവമുണ്ടായി.

* * * *

ഉണ്ടായതിതാണ്: സാന്താക്ലോസ് ഒരാക്രമണത്തിനിരയായി. ആക്രമിച്ചത് ഹെൻറിയാണ്.

മുഖത്ത് സദാ മ്ലാനത നിലനിർത്തുന്ന ഹെൻറിയുടെ മനസ്സ് അന്ന് പതിവിലേറെ അസ്വസ്ഥമായിരുന്നു. പക്ഷേ, അയാളുടെ മാനസികാസ്വാസ്ഥ്യത്തിന്റെ വർദ്ധനവ് മറ്റുള്ളവർക്ക് തിരിച്ചറിയാൻ പാകത്തിലുള്ളതായിരുന്നില്ല. അയാൾ പൊതുവെ എല്ലാവരിൽനിന്നും ഒഴിഞ്ഞുമാറി തന്റേതായ ഒരു ലോകത്താണ് കഴിഞ്ഞിരുന്നത്. സംസാരിക്കുന്നതിൽ അയാൾ വളരെ വിമുഖനായിരുന്നു. ലോകത്തിലെ ഏറ്റവും ലുബ്ധനായ ആളെപ്പോലെ അയാൾ വാക്കുകൾ വളരെക്കുറച്ചുമാത്രം ഉപയോഗിച്ചു. അയാൾ എന്തെങ്കിലും പറയുമ്പോൾ തന്നെ അത് അങ്ങുമിങ്ങും തൊടാതെയും നേരെ മുഖത്ത് നോക്കാതെയുമായിരുന്നു. മറ്റുള്ളവർ അയാളെ അയാളുടെ പാട്ടിനു വിട്ടു. അയാൾ അവർക്കിടയിലൂടെ താനൊരന്യനാണെന്നപോലെ ഒച്ച കേൾപ്പിക്കാതെ പതിഞ്ഞ കാൽവയ്പുകളോടെ നീങ്ങി.

അയാൾ ഒരു സമ്പന്നനായിരുന്നുവെന്നും ആരൊക്കെയോ ചേർന്നു ചതിച്ചതിനെത്തുടർന്ന് മനസ്സിന്റെ സമനില തെറ്റിയതാണെന്നും കേൾക്കുന്നു. എന്തോ അയാൾ അഭയനികേതനത്തിൽ എത്തിയിട്ട് എട്ടുമാസമേ ആയുള്ളൂ. ഈ കാലയളവിൽ അയാൾ ഒരിക്കൽപ്പോലും ആക്രമണത്തിന് തുനിയുകയുണ്ടായില്ല.

അയാൾ സാന്താക്ലോസിനെ ഉറ്റുനോക്കിക്കൊണ്ട് ഇരിക്കുകയായിരുന്നു. മറ്റുള്ളവരിൽനിന്ന് വ്യത്യസ്തമായൊരു രീതിയിലാണ് അയാൾ സാന്താക്ലോസിനെ കണ്ടുകൊണ്ടിരുന്നത്. സാന്താക്ലോസ് അയാളുടെ കണ്ണുകളെ നോവിച്ചു. അയാൾ കണ്ണടച്ചു തുറന്നു വീണ്ടും നോക്കി. മറ്റുള്ളവർ ഒന്നടങ്കം അയാളുടെ കാഴ്ചയിൽ നിന്ന് അകന്നുപോയി. സാന്താക്ലോസ് മാത്രമായി കണ്ണിൽ.

ഒടുവിൽ സാന്താക്ലോസ് അടുത്തെത്തിയപ്പോൾ അയാൾ പല്ലുകൾ കടിച്ചുഞെരിച്ചുകൊണ്ട് കോപാവേശത്തോടെ സാന്താക്ലോസിനെ പിടികൂടി കഴുത്തു ഞെരിക്കുകയും പിറകിലെ ഭിത്തിയിലേക്ക് തള്ളുകയും ചെയ്തു. അമ്പരന്നുപോയ സാന്താക്ലോസിന് ചെറുത്തു നില്പിനുള്ള മനസ്സാന്നിദ്ധ്യം പോലുമുണ്ടായില്ല. അയാളുടെ കഴുത്ത് ഞെരുങ്ങി. അയാൾക്ക് ശ്വാസം കിട്ടാതായി. ഹെൻറി പിടിച്ചു തള്ളിയതിനെത്തുടർന്ന് ശിരസ്സ് ഭിത്തിയിൽ ശക്തിയായിടിച്ചു. ദീനമായ ഒരു ഞരക്കത്തോടെ അയാൾ ഭിത്തിയിലൂടെ നിരങ്ങി നിലംപതിച്ചു. ഫാദറും കന്യാസ്ത്രീകളും കാഴ്ചക്കാരായി പുറമെ നിന്നുവന്നവരും അന്തേവാസികളിൽ പലരും അങ്ങോട്ടോടി. കുട്ടികൾ നിലവിളിച്ചു.

സമയം കടന്നുപോയി. അയാൾ പതുക്കെ തലയുയർത്തി സംഭ്രമം പൂണ്ട കണ്ണുകളോടെ തന്റെ മുന്നിലുള്ളവരെ നോക്കി. അയാൾക്ക് ആരെയും തിരിച്ചറിയാനായില്ല.

"ഞാനെവിടെയാണ്? ഇതേത് സ്ഥലമാണ്? നിങ്ങളൊക്കെ ആരാണ്?" എന്നിങ്ങനെയുള്ള തേങ്ങലുകളോടെ അങ്ങുമിങ്ങും നോക്കി

അയാൾ എഴുന്നേല്ക്കാൻ തുടങ്ങി. ഫാദർ ജോഷ്വായും മറ്റുള്ളവരും ഒട്ടുപിന്നോക്കം മാറി. എല്ലാവരും പരിഭ്രമിച്ചിരുന്നു. ആരുമൊന്നും പറഞ്ഞില്ല.

അയാൾ തേങ്ങിക്കൊണ്ട് മുന്നോട്ട് നീങ്ങവെ ഫാദർ അയാളുടെ ചുമലിൽ തട്ടി വിളിച്ചു:

"തോമസ്, തോമസ്."

അയാൾ തിരിഞ്ഞുനിന്ന് തെല്ലുനേരം ഫാദർ ജോഷ്വായുടെ മുഖത്തേക്ക് സൂക്ഷിച്ചു നോക്കി ഒരു ശാന്തസ്വരത്തിൽ പറഞ്ഞു.

"എന്റെ പേര് അതല്ല."

അതിനപ്പുറമൊന്നും വിശദീകരിക്കാൻ തുനിയാതെ ക്രിസ്മസ് രാത്രിയിലൂടെ അയാൾ അതിവേഗം നടന്നുനീങ്ങി.

ഇപ്പോഴും അയാൾ സാന്താക്ലോസിന്റെ വേഷത്തിലായിരുന്നു. മിഠായികളും പ്ലംകേക്കും ലഘുസമ്മാനങ്ങളുമടങ്ങിയ സഞ്ചി തോളിൽ തൂങ്ങിക്കിടന്നു.

ഫാദർ ജോഷ്വായും കന്യാസ്ത്രീകളും കുട്ടികളുമെല്ലാം സ്തബ്ധരായി നോക്കിനില്ക്കേ അയാൾ ഇരുളിൽ മറഞ്ഞു.

ജലവിതാനം

ഉച്ചകഴിഞ്ഞപ്പോൾ പുഴ പെട്ടെന്ന് നിറഞ്ഞു കവിഞ്ഞു.

രാവിലെതൊട്ട് മഴയുണ്ടായിരുന്നു. കൂടിയും കുറഞ്ഞും തുടർന്നതല്ലാതെ കുറച്ചു നേരത്തേക്കുപോലും മഴ തോർന്നില്ല. ദിക്കുകൾ മുടിക്കെട്ടിയപോലെയായിരുന്നു. "ശരിക്കും കർക്കടകം തുടങ്ങിയത് ഇന്നാണ്." വീടിന്റെ ഉമ്മറത്തിട്ട പഴക്കമേറിയ പത്തായത്തിന്മേലിരുന്ന് വൃദ്ധനൊരാൾ പറഞ്ഞു. വാതിൽപ്പടിക്കടുത്തായി ഇരിക്കയായിരുന്ന അയാളുടെ ഭാര്യ അതു ശരിവെച്ചു. നേരം ഉച്ചയായതേ ഉള്ളൂവെങ്കിലും രാത്രിയുടെ വളരെ അടുത്തെത്തിയതുപോലെ ഇരുവർക്കും തോന്നി. പുറത്തു പെരുമഴ തുടരുകയായിരുന്നു. മഴയ്ക്കപ്പുറം എന്താണുള്ളതെന്ന് അവർക്കു കാണാനായില്ല. ഇരുവരും നിറഞ്ഞ വാർദ്ധക്യത്തിൽ മഴയെ നോക്കിക്കൊണ്ട് കുനിപ്പിടിച്ചിരുന്നു.

ഉച്ചവരെ പുഴ ഒഴുകിയിരുന്നതു തീർത്തും സാധാരണമട്ടിലായിരുന്നു. ഇടവപ്പാതിയോടെ പുഴയിലെ ജലനിരപ്പ് ഉയരുകയുണ്ടായി. അതു പതിവുമാണ്. എന്നാൽ ഒരു ദിവസം പുഴ നിറഞ്ഞു കവിഞ്ഞൊഴുകി തന്റെ മില്ലിലെത്തുമെന്നു മൊയ്തീൻകോയ തീരെ പ്രതീക്ഷിച്ചിരുന്നില്ല. മില്ലിനടുത്തുതന്നെയാണ് വീട്. അയാൾ ഉച്ചയ്ക്കു പാലത്തിനപ്പുറത്തുള്ള പള്ളിയിൽ പോയി നിസ്കരിച്ചശേഷം വീട്ടിലെത്തി ഭക്ഷണത്തിനിരുന്നു. അലീമ അയാൾക്കു നെയ്ച്ചോറും കോഴിക്കറിയും വിളമ്പി. മഴയായതു കാരണം നല്ല വിശപ്പുണ്ടായിരുന്നു. കോഴിക്കറിയാണെങ്കിൽ ഒന്നാന്തരം. ഇടയ്ക്കു പുറത്തു പെയ്യുന്ന മഴയ്ക്കു കാതോർത്തുകൊണ്ട് അയാൾ ഭക്ഷണം കഴിച്ചു. അലീമ പിന്നെയും പാത്രത്തിൽ കോഴിക്കറിയുമായി എത്തി. അയാൾ വേണ്ടെന്നു പറഞ്ഞില്ല. അതിനുപകരം ഇങ്ങനെ പറഞ്ഞു: "ലേശം ചോറും കൂടി എടുത്തോ. നല്ല വിശപ്പ്."

കേട്ട ഉടനെ അലീന നെയ്ച്ചോറ് കൊണ്ടുവരാനായി അടുക്കളയിലേക്ക് പോയി.

മൊയ്തീൻകോയ കൈ കഴുകി ഏമ്പക്കമിടുമ്പോഴാണ് മില്ലിൽ നിന്ന് കുഞ്ഞാമു ഓടിവന്നത്. അവൻ അല്പം പരിഭ്രാന്തനായിരുന്നു.

"ങും?" മൊയ്തീൻകോയ ചോദിച്ചു.

"പൊഴയില് വെള്ളം കേറ്വാണ്. ഇപ്പോത്തന്നെ നെറഞ്ഞിരിക്കുന്നു." കുഞ്ഞാമു പറഞ്ഞു.

മൊയ്തീൻകോയയ്ക്ക് അവന്റെ വാക്കുകളിൽ വിശ്വാസം വന്നില്ല. അയാൾ പുറത്തേക്ക് ഇറങ്ങിയതേ ഇല്ല. കുഞ്ഞാമുവിനോട് പൊയ്ക്കൊള്ളാൻ പറഞ്ഞു. അവൻ ഒട്ടും വൈകാതെ പോയി. മൊയ്തീൻകോയ ചെറുതായൊന്ന് മയങ്ങാൻ നിശ്ചയിച്ചു.

"എന്തൊരു തണുപ്പ്." അയാൾ മയങ്ങാൻ പോകവെ അലീമയോടെ പറഞ്ഞു.

"അകത്ത് കമ്പിളിയുണ്ടല്ലോ. പുതച്ചുമൂടി കെടന്നോ." തീൻമേശ വെടിപ്പാക്കുകയായിരുന്ന അലീന ഒരു ചെറുചിരിയോടെ പറഞ്ഞു. അടുക്കളയിൽനിന്ന് പെൺമക്കളുടെ വളകിലുക്കങ്ങളും ചിരിയും. രണ്ടാൺമക്കൾ മുന്നിലൂടെ ഓടി ഉമ്മറത്തേക്കു നീങ്ങി. മൊയ്തീൻകോയ ഒട്ടൊരു ഇച്ഛാഭംഗത്തോടെ കിടപ്പുമുറിയിലേക്കു നടന്നു.

പക്ഷേ, അയാൾ മെത്തയിൽ കിടന്നു കണ്ണടയ്ക്കുമ്പോഴേക്കും മില്ലിൽനിന്നു വീണ്ടും ആളുവന്നു. വന്നത് അബ്ദുൾ അസീസാണ്. ഉമ്മറത്തുണ്ടായിരുന്ന ഹാഷിമും മുസ്തഫയും ഉപ്പയെ വിളിക്കാനായി കിടപ്പുമുറിയിലേക്കോടി. അയാൾ നീരസം മറച്ചുവയ്ക്കാതെ പുറത്തേക്കു നടന്നു

"എന്താ?" അയാൾ ചോദിച്ചു.

"പൊഴ കവിഞ്ഞ് ഒഴുക്വായി." അബ്ദുൾ അസീസ് പറഞ്ഞു.

കണ്ണുകളിൽ തങ്ങി നിന്നിരുന്ന മയക്കവും മനസ്സിലുണ്ടായിരുന്ന ഈർഷ്യവും മൊയ്തീൻകോയയെ വിട്ടകന്നതു പിന്നീട് പുഴ കണ്ടപ്പോഴാണ്. കവിഞ്ഞൊഴുകുന്ന പുഴയെ അയാൾ ഒന്നേ നോക്കിയുള്ളൂ.

മില്ലിൽ പല ചാക്കുകളിലായി ഒരു ലോറി നെല്ലുണ്ടായിരുന്നു. അയാൾ അന്ധാളിപ്പോടെ മില്ലിലേക്കു പാഞ്ഞുചെന്നു. എത്രയും പെട്ടെന്ന് നെല്ല് മുഴുവൻ വീട്ടിനുള്ളിലേക്കു മാറ്റാൻ അയാൾ പണിക്കാർക്കു നിർദ്ദേശം നല്കി. ഉടനെതന്നെ പണിക്കാർ നെല്ല് ചുമന്നുമാറ്റാൻ തുടങ്ങി. "വേഗം വേഗം" മൊയ്തീൻകോയ അക്ഷമകാട്ടി, പണിക്കാർ നെല്ല് തലയിലേറ്റി പുറത്ത് അതിവേഗം പരന്നുകഴിഞ്ഞ ജലത്തിലൂടെ ധൃതിയിൽ നീങ്ങി മൊയ്തീൻകോയ ജലത്തെ മിഴിച്ചുനോക്കിക്കൊണ്ട് അങ്ങോട്ടുമിങ്ങോട്ടും സമചിത്തത നഷ്ടപ്പെട്ട മട്ടിൽ ഓടി. അയാൾക്കു ജലത്തെ പ്രതിരോധിക്കാനായില്ല. അയാൾ നോക്കിനില്ക്കെ ജലം മില്ലിനുള്ളിൽ കടന്നു. നെല്ല് നിറച്ച ചാക്കുകൾ ഒന്നൊന്നായി നനയുകയായി. മൊയ്തീൻകോയ പണിക്കാർക്കു നേരെ ഒച്ചയെടുത്തുകൊണ്ടിരുന്നു. ജല

വിതാനം പിന്നെയും ഉയരുകയായിരുന്നു. റോഡിലൂടെ വാഹനങ്ങൾ പതുക്കെയും ഭീതിയോടെയും സഞ്ചരിച്ചു. മഴ കോരിച്ചൊരിഞ്ഞു.

ഈ സമയത്ത് തന്റെ ചെറിയ വീട്ടിലിരുന്ന് സൗമിനി ആലോചിച്ചതു മരണത്തെക്കുറിച്ചായിരുന്നു. അവളുടെ കുഞ്ഞ് മടിയിൽ കിടന്ന് കരയുന്നുണ്ടായിരുന്നു. "മോൻ കരയല്ലേ, ഉറങ്ങ്" അവൾ അവന്റെ മുതുകിൽ തട്ടിക്കൊണ്ട് പറഞ്ഞു. പക്ഷേ, കുഞ്ഞ് കരച്ചിൽ നിർത്തിയില്ല. തോരാത്ത മഴപോലെ വിതുമ്പൽ തുടർന്നു. സൗമിനിയുടെ ഉള്ള് വിറച്ചുകൊണ്ടിരുന്നു. മരണമെന്നാൽ എന്താണ്? മരിച്ചാൽ പിന്നെ എന്താണ് സംഭവിക്കുക? മരിച്ചു കഴിഞ്ഞാൽ എങ്ങോട്ടാണ് പോവുക? അവൾ വിറയലോടെ കുഞ്ഞിനെ നോക്കി. ഇതിന്റെ ഗതി? അവൾ കണ്ണടച്ചു വയ്യ... വയ്യ... ഇനി അധികമൊന്നും ആലോചിക്കാനില്ല. മരണം തന്നെയാണ് ഈ ജീവിതത്തേക്കാൾ എന്തുകൊണ്ടും ഭേദം. കുഞ്ഞിനെ ആരെങ്കിലും നോക്കിക്കൊള്ളും. ഒരുപക്ഷേ, അയാൾ തന്നെ വന്ന്...

"മോനുറങ്ങിയോ?" അവൾ വിറപൂണ്ട ശബ്ദത്തിൽ ചോദിച്ചു. അവന്റെ തേങ്ങൽ നേർത്തുനേർത്ത് ഇല്ലാതായിരുന്നു. പക്ഷേ, ഒരു സമയക്രമം പാലിച്ചുകൊണ്ട് അവന്റെ നെഞ്ചും ഉടലാകെയും വിറച്ചുലഞ്ഞുകൊണ്ടിരുന്നു. ഉറങ്ങിയിട്ടും അവന്റെ ദുഃഖം ശമിച്ചിരുന്നില്ല. സൗമിനി മകനെയെടുത്ത് താഴെ ഒരു തുണിക്കീറിൽ കിടത്തി. അവൻ ഞരങ്ങി ഉണരാൻ തുടങ്ങിയപ്പോൾ, "മോൻ വാവോ" എന്ന് ഈണത്തിൽ പറഞ്ഞുകൊണ്ട് വീണ്ടും തട്ടിയുറക്കി. പിന്നെ അവൾ എഴുന്നേറ്റു.

പുറത്തു മഴ തെല്ലൊന്നടങ്ങിയിരുന്നു. ഇപ്പോൾ ചാറ്റൽമഴയേ ഉള്ളൂ. മുറ്റത്തേക്കിറങ്ങിയ സൗമിനി ഒരു പിൻവിളി കേട്ടിട്ടെന്നപോലെ നിന്നു. വീട്ടിനുള്ളിലേക്കു തിരികെച്ചെന്ന് അവൾ കുഞ്ഞിനെ ഇമവെട്ടാതെ നോക്കി. അവനുവേണ്ടി താൻ സഹിച്ചതത്രയും– നോവും ക്ലേശങ്ങളും അപമാനവും– അവളുടെ മനസ്സിലൂടെ കടന്നുപോയി. അവളുടെ കണ്ണുകൾ നിറഞ്ഞു. മനസ്സ് വിങ്ങി. "മോനേ" എന്നു വിതുമ്പിക്കൊണ്ട് അവൾ ഉറങ്ങുന്ന കുഞ്ഞിനെ വാരിയെടുത്ത് അവന്റെ പൊള്ളുന്ന മുഖത്ത് ഉമ്മ വച്ചു. അവൻ ഞെട്ടിയുണർന്ന് പിന്നെയും കരയാൻ തുടങ്ങി. സൗമിനി സ്തബ്ധയായി. ഇനി എന്താണ് ചെയ്യുക? കുഞ്ഞ് നിർത്താതെ കരയുകയാണ്. സൗമിനി അവനെയുമെടുത്ത് പുറത്തേക്കു നടന്നു. മഴയുടെ നേരെ വിരൽ ചൂണ്ടിക്കാണിച്ചു. "ദാ നോക്ക്." അവൾ പറഞ്ഞു.

ചാറ്റൽമഴയ്ക്കു പിന്നെയും കനം വയ്ക്കുകയായിരുന്നു. കാറ്റ് വീശി. മകനെയും കൊണ്ട് സൗമിനി മഴയിലേക്കിറങ്ങി. അവളുടെ കൈയിലെ പഴയ കുട ക്ഷണനേരം കൊണ്ട് നനഞ്ഞ് കുതിർന്നു. മഴയ്ക്കുനേരെ കുട ചരിച്ചുപിടിച്ച്, കുഞ്ഞിനെ നെഞ്ചിൽ ചേർത്ത് അവൾ നടന്നു.

പുറത്തു മഴയിലേക്കിറങ്ങിയപ്പോൾ കുഞ്ഞിന്റെ കരച്ചിലടങ്ങിയിരുന്നു. അമ്മയുടെ നെഞ്ചിന്റെ ചൂടുപറ്റിക്കിടന്ന് അവൻ മഴയെ നോക്കി. അമ്മ ഉള്ളാലെ പ്രാർത്ഥിച്ചു; പാലത്തിനു മുകളിലും പുഴയിലും ആരുമുണ്ടാവല്ലേ എന്ന്.

പാലത്തിനു മുകളിൽ യാത്രക്കാരും കൈവരികളിൽ പിടിച്ച് പുഴയിലേക്കു നോക്കിനില്ക്കുന്നവരും പുഴയിൽ മീൻപിടിക്കുന്നവരും ഇല്ലാതിരുന്നാൽ എന്താണ് ദൈവത്തിനു കൊടുക്കുക... മറ്റൊന്നും കൊടുക്കാനില്ല... ഒരു പഴയ കുടയുണ്ട്. നൊന്തുപെറ്റ കുഞ്ഞുണ്ട്. പിന്നെ ഈ ഞാനും... എടുത്തോളൂ. എല്ലാം എടുത്തോളൂ.

വളവു കഴിഞ്ഞ് ഒരു വെമ്പലോടെ അവൾ പാലത്തിനു നേർക്കു മുഖമുയർത്തി. ഈശ്വരാ! അവൾ വിറച്ചുപോയി. പാലത്തിൽ നിറയെ ആൾക്കാരായിരുന്നു. പടിഞ്ഞാറെ കൈവരിയോടു ചേർന്ന് താഴേക്ക് ഉറ്റുനോക്കിക്കൊണ്ട് അവർ നിന്നു. പുഴയിൽ തോണികൾ വട്ടം ചുറ്റി.

“അടിയൊഴുക്കിൽ പെട്ടാൽ എവിടെ കണ്ടുകിട്ടാനാ.”

“അങ്ങ് കടലിലെത്തീറ്റ്ണ്ടാവും.”

“ഇന്നാരെങ്കിലും പൊഴയിൽ ചാടുംന്ന് എനിക്ക് നേരത്തേ തോന്നിയതാ.”

“മരിക്കണംന്ന് തീരുമാനിച്ചാ പിന്നെ തടുക്കാൻ പറ്റ്വോ.” എന്നിങ്ങനെ ആളുകൾ പലതും പറഞ്ഞുകൊണ്ടിരുന്നു.

“ഈ മഴയത്തെന്തിനാ കുഞ്ഞിനെ കൂട്ടിയത്? പനി പിടിക്കാനോ?” പാലത്തിനരികിലെത്തിയ സൗമിനിയോട് തെല്ലു പ്രായം കൂടിയ ഒരു സ്ത്രീ ശകാരസ്വരത്തിൽ ചോദിച്ചു.

അവൾ കുഞ്ഞിനെ കുറച്ചുകൂടി നെഞ്ചിലേക്ക് ഒതുക്കിപ്പിടിച്ചു. പുഴയിൽ തോണികൾ വട്ടം കറങ്ങി. പാലത്തിനു മുകളിലേക്കും പുഴയിലേക്കും പെരുമഴ പെയ്തു. പുഴ കവിഞ്ഞൊഴുകി.

ഒരു പിണക്കത്തിന്റെ കഥ

വേലനും അവന്റെ പെണ്ണും ഒരു ദിവസം പിണങ്ങി. കല്യാണം കഴിഞ്ഞ് ഏഴു മാസമായിട്ടും അവൾക്കു വയറ്റിലുണ്ടാവാത്തതു അവളുടെ കുറ്റം കൊണ്ടാണെന്ന് അവൻ പറഞ്ഞു. അങ്ങനെ അവർ പിണക്കമായി.

കല്യാണം കഴിഞ്ഞ് ഏഴുമാസമായിട്ടും അവൾക്കു വയറ്റിലുണ്ടാവാത്തത് അവളുടെ കുറ്റം കൊണ്ടാണെന്ന് അവൻ പറഞ്ഞത് രാവിലെ അവൾ മാസക്കുളിയായെന്ന് അറിയിച്ചപ്പോഴാണ്. പതിവനുസരിച്ച് നാലു ദിവസം മുമ്പായിരുന്നു അതു വരേണ്ടിയിരുന്നത്. അതില്ലാത്തപ്പോൾ അവൻ കരുതി അവൾക്കു വയറ്റിലുണ്ടെന്ന്. ഒന്നാമത്തെയും രണ്ടാമത്തെയും ദിവസം അവൻ പലതവണ അവളോട് അക്കാര്യം അന്വേഷിക്കുകയുണ്ടായി. തെല്ലു വിവശയായി ചിരിച്ചുകൊണ്ട് അവൾ ഇല്ലെന്നു മറുപടി പറഞ്ഞു; ഓരോ തവണയും. രണ്ടു ദിവസം കഴിഞ്ഞപ്പോൾ അവൻ തീർച്ചയാക്കി; അച്ഛനാവാൻ പോകുന്നു. ആ സന്തോഷത്തിൽ കഴിയുമ്പോഴാണ് രാവിലെ...

മുള കീറാനൊരുങ്ങുകയായിരുന്ന വേലന് ദേഷ്യവും സങ്കടവും സഹിക്കാനായില്ല.

“നീ പെറൂല.” അവൻ ദേഷ്യവും സങ്കടവും സഹിക്കാനാവാതെ അവളോടു പറഞ്ഞു.

അതുകേട്ടതും അവൾ തളർന്നുപോയി. കരയാൻ പോലുമാവാതെ അവൾ ഇറയത്തിരുന്നു.

“എനിക്ക് ആദ്യം പറഞ്ഞ പെണ്ണിന് ഇപ്പോ ഇത്രയും വയറുണ്ട്.” വേലൻ അവളുടെ നേർക്ക് നോക്കാതെ പറഞ്ഞു. ഇടതു കൈകൊണ്ട് വയറിന്റെ വലിപ്പം കാണിക്കുകയും ചെയ്തു. പിന്നെ കലശലായ ഇച്ഛാഭംഗത്തോടെ തുടർന്നു:

"എല്ലാരും പറേന്നത് ഓള് ഇരട്ട പെറുംന്നാ."

അത്രയുമായപ്പോൾ വേലന്റെ പെണ്ണിന് കലി കയറി.

"കൊണ്ട് വരായിര്ന്നില്ലേ. ഞാൻ തൂങ്ങീറ്റ്ണ്ടാര്ന്നോ കഴുത്തില്." അവൾ ഒച്ചയെടുത്ത് ചോദിച്ചു.

വേലൻ അവളുടെ നേർക്കു തിരിഞ്ഞു.

"കൊല്ലും ഞാൻ."

മുള കീറാനുള്ള കത്തിയുണ്ടായിരുന്നു അവന്റെ കൈയിൽ.

പക്ഷേ, അവൾ തരിമ്പും പേടിച്ചില്ല.

"എന്നാല് കൊല്ല്. തീരൂല്ലോ." അവൾ കരയുന്നതുപോലെ പറഞ്ഞു.

കൈയിൽ കത്തിയുമായി നിന്ന് വേലൻ അവളെ നോക്കി. അവന്റെ കണ്ണിൽനിന്ന് തീ പാറി. വേണമെങ്കിൽ അവന് അവളെ ഒറ്റവെട്ടിന് കൊല്ലാമായിരുന്നു. എന്നാൽ അതിനു തുനിയാതെ എന്തോ പിറുപിറുത്ത അവൻ മുള കീറാൻ തുടങ്ങി. മുള അനേകം ചീന്തുകളാവുകയായി.

സാധാരണയായി കൂട മെടയാറ് വേലനും അവന്റെ പെണ്ണും ചേർന്നാണ്. ഓരോന്നു പറഞ്ഞു ചിരിച്ചുകൊണ്ട് പണിയെടുക്കുമ്പോൾ നേരം പോകുന്നതറിയില്ല. എന്നാൽ അന്ന് വേലൻ ഒറ്റയ്ക്കായി. അവൾ ഇരുന്നേടത്തുനിന്ന് അനങ്ങിയതേ ഇല്ല. ഓർത്തു ദുഃഖിച്ചുകൊണ്ട് ഒരേ ഇരിപ്പ്.

ങ്ഹാ, ഇരിക്കട്ടെ വേലനു വാശിയായി. രണ്ടു മൂന്നു പ്രാവശ്യം അഴ ളുടെ നേർക്ക് നോക്കിയെങ്കിലും ലേശം പോലും അലിവു തോന്നിയില്ല അവന്. വെയിലത്തിരുന്ന് ഒറ്റയ്ക്ക് പണിയെടുക്കുന്ന അവനെ അവളും രണ്ടുമൂന്നു തവണ നോക്കുകയുണ്ടായി. അവൾക്കങ്ങോട്ടും അലിവു തോന്നിയില്ല. വെയിലിനു ചൂടേറിക്കൊണ്ടിരുന്നു.

നല്ല ദാഹം തോന്നിയിട്ടും വേലൻ വെള്ളം ചോദിച്ചില്ല. കൈയിലുള്ള ബീഡിയത്രയും വലിച്ചുതീർത്തു. ബീഡി തീർന്നപ്പോൾ ആദ്യമാദ്യം വലി ച്ചെറിഞ്ഞ കുറ്റികളിലായി നോട്ടം. അവ ചുറ്റും ചിതറിക്കിടപ്പുണ്ടായിരുന്നു.

വേലന്റെ പെണ്ണ് ഇതിനകം മറ്റൊന്നും ചെയ്യാനില്ലാത്തതുകൊണ്ട് സ്വയം പേനെടുത്തു തുടങ്ങിയിരുന്നു. വെറുതെ ഇരിക്കുമ്പോൾ ഒരു പെണ്ണ് മറ്റെന്താണ് ചെയ്യുക. അവൾ അതിൽതന്നെ മുഴുകി. അഴിച്ചിട്ട മുടിയി ലൂടെ സാവധാനത്തിൽ വിരലോടിച്ചുകൊണ്ട് അവൾ ഇരുന്നു.

ഒറ്റയ്ക്കുതന്നെ വേലൻ രണ്ടു കൂടകൾ മെടഞ്ഞുണ്ടാക്കി. വൃത്തിയും ഒതുക്കവുമുള്ള രണ്ടെണ്ണം. വേലന് അവയുടെ പേരിൽ തന്നെപ്പറ്റി മതി പ്പുതോന്നി. രണ്ട് ഒന്നാന്തരം കൂടകൾ ഞാൻ ഒറ്റയ്ക്കു മെടഞ്ഞുണ്ടാക്കി യിരിക്കുന്നു. ഇവ ഞാൻ ഉടനെതന്നെ ആർക്കെങ്കിലും നല്ല വിലയ്ക്ക് വില്ക്കും. മീൻചാപ്സും പൊറോട്ടയും കഴിക്കണമെന്നു വിചാരിച്ചിട്ട് ഒരു പാടു നാളായി. ഇന്നു തന്നെയാവട്ടെ. പറ്റിയെങ്കിൽ ടാക്കീസിൽ കയറി സിനിമ കാണുകയും വേണം. സിനിമ കണ്ടിട്ടും കുറെ നാളായി. അങ്ങ നെയൊക്കെ ആലോചിച്ചപ്പോൾ വേലന് ഉന്മേഷമായി. അവൻ വീടിനു ള്ളിലേക്ക് പോയി, തോർത്തുമുണ്ടെടുത്ത് വിയർപ്പു തുടച്ചു ഒരു ഉടുപ്പെ

ടുത്തിട്ടു. ഉടുത്തിരുന്ന കൈലി മാറ്റേണ്ടതില്ലെന്നു തീരുമാനിച്ചു. മുഷിഞ്ഞിട്ടുണ്ട്. പക്ഷേ, തിരക്കിൽ ഇതൊക്കെ ആരു ശ്രദ്ധിക്കാൻ.

വേലൻ ഇറയത്തിരിക്കുന്ന പെണ്ണിനെ ഗൗനിക്കാതെ കുടകളുമെടുത്ത് ഇറങ്ങി. എന്നാൽ ഏതാനും ചുവടു നടന്നപ്പോൾ വീട്ടിൽ അരി ഒട്ടുമില്ലെന്ന കാര്യം അവന് ഓർമ്മ വന്നു. പിറകിൽനിന്നാരോ പിടിച്ചു നിർത്തിയതുപോലെ അവൻ നിന്നു. പിന്നെ തിരിഞ്ഞുനടന്ന് കീശയിൽ ആകെക്കൂടി ഉണ്ടായിരുന്ന മൂന്നു രൂപയെടുത്ത് പെണ്ണിന്റെയടുത്തിട്ട് ഒരക്ഷരം പറയാതെ നടന്നു.

മുക്കാൽ മണിക്കൂറോളം നടക്കണം ടൗണിലെത്താൻ. ഇടവഴിയിൽ നിന്ന് വയലിലേക്കിറങ്ങി. പല വയലുകൾ പിന്നിട്ട് കശുമാവിൻ കൂട്ടത്തിലെത്തിയ വേലൻ കശുമാവുകൾക്കിടയിലൂടെ നടന്ന് പൊതുശ്മശാനത്തിലെത്തുകയും ശ്മശാനം മുറിച്ചുകടന്ന് നിരത്തിലേക്ക് കയറുകയും ചെയ്തു. നിരത്തിലൂടെ നേരെ തെക്കോട്ടു നടന്നു.

നിരത്തരികിലുള്ള ഒരു വീട്ടിൽ നിന്ന്

“ഏയ്, ഇങ്ങോട്ടുവാ.”

വിളിച്ചതൊരു സ്ത്രീയായിരുന്നു.

വേലൻ അങ്ങോട്ട് കയറിച്ചെന്നു. തന്നെ വിളിച്ച സ്ത്രീയുടെ നില്പും ഭാവവും എന്തുകൊണ്ടോ അവന് ഇഷ്ടമായില്ല. ഉള്ളാലെ നീരസം തോന്നി അവന്.

“രണ്ടിനും കൂടി എന്താകും?” സ്ത്രീ വളരെ അടുപ്പമുള്ളതുപോലെ ചിരിച്ചുകൊണ്ട് ചോദിച്ചു.

വേലൻ ചിരിക്കാതെ വില പറഞ്ഞു കേൾപ്പിച്ചു.

“ഓ, ഈ വിലയ്ക്ക് രണ്ടാണുങ്ങളെ വാങ്ങാലോ” എന്നുംപറഞ്ഞ് സ്ത്രീ ഒരു ചിരി. അവരുടെ തടിച്ച മാറിടം കിടന്നു തുള്ളുന്നത് വേലൻ ഒരു നോക്ക് കണ്ടു. അവന് അറപ്പാണ് തോന്നിയത്. “അതാ നല്ലത്” എന്നു മുറുമുറുത്തുകൊണ്ട് അവൻ തിരിഞ്ഞുനടന്നു. സ്ത്രീ അവനോട് നില്ക്കാൻ പറഞ്ഞുവെങ്കിലും അവനതു വകവെച്ചില്ല. വേറെ ആളെ നോക്ക് എന്ന് മനസ്സിൽ പറഞ്ഞ് അവൻ ധൃതിയിൽ നടന്നു.

നിരത്തുവക്കിലുള്ള ചില വീടുകളിലേക്കും അനാദിക്കടകളിലേക്കും അവിടെ നിന്നൊക്കെ വിളിച്ചതനുസരിച്ച് വേലൻ കയറിച്ചെന്നുവെങ്കിലും പറഞ്ഞ വില കിട്ടാത്തതിനാൽ അവൻ പിന്നെയും പട്ടണം ലക്ഷ്യമാക്കിയുള്ള യാത്ര തുടർന്നു. സർക്കാർ വക ആശുപത്രിയും ഡോക്ടറുടെ വീടും ചാരായക്കടയും സിനിമാടാക്കീസും പൊലീസുകാരുടെ പാർപ്പിടങ്ങളും മൃഗാശുപത്രിയും മുൻസിഫ് കോടതിയും പൊലീസ് സ്റ്റേഷനും മറ്റും പിന്നിട്ട് അവൻ മുന്നോട്ടുപോയി. നടന്ന് അവൻ പട്ടണത്തിന്റെ തിരക്കിൽ അകപ്പെട്ടു. തിരക്കിൽ അങ്ങിങ്ങ് ഇടംകണ്ടെത്തിയ വഴിവാണിഭക്കാരിൽ ഒരാളായി അവനും, അവന്റെ ഇരുഭാഗത്തുമായി ചക്കര, ഉണക്കച്ചെമ്മീൻ, വാളൻ പുളി, വെറ്റില, പൊതിച്ച തേങ്ങ, അടയ്ക്ക, ചിരട്ടത്തവി തുടങ്ങിയവ വില്ക്കാനായി പലരും ഇരിപ്പുണ്ടായിരുന്നു. അവ

രിൽ കിഴവന്മാരും കിഴവികളും ആരുമൊന്നും നോക്കിപ്പോകുന്ന പെണ്ണുങ്ങളുമുണ്ടായിരുന്നു. വാണിഭം മുറയ്ക്ക് നടന്നുകൊണ്ടിരുന്നു. പക്ഷേ, സൂര്യനസ്തമിക്കാറായിട്ടും വേലന് തന്റെ കൂടകൾ വില്ക്കാനായില്ല. നിരത്തിലൂടെ അങ്ങോട്ടുമിങ്ങോട്ടും കടന്നുപോയ ഓരോരുത്തരെ കാണുമ്പോഴും അവൻ വിചാരിച്ചു. ഇവർക്കെന്തുകൊണ്ട് ഈ കൂടകൾ വാങ്ങിക്കൂടാ. ഇത്രയും നല്ല കൂടകൾ ഇവർ ഇതിനുമുമ്പൊരിക്കലും, കണ്ടിരിക്കില്ല. ഈയാളുകൾക്കൊക്കെ ഇവ ആവശ്യവുമാണ്. പിന്നെയെന്തേ ഇവർ ഇവ വാങ്ങാത്തത്. ന്യായമായ ഒരു വിലയല്ലേ ഞാൻ ചോദിക്കുന്നുള്ളൂ. എന്നിട്ടും...

വേലന് ശരിക്കും സങ്കടം തോന്നി. മുന്നിൽ കൂടകളുംവെച്ച് അവൻ ചരൽമണ്ണിൽ കുനിഞ്ഞിരുന്നു. ഉച്ചയ്ക്ക് ഒന്നും കഴിക്കുകയുണ്ടായില്ലെങ്കിലും അവനു വിശപ്പു തോന്നിയില്ല ഒട്ടും. എല്ലാവരാലും അപമാനിക്കപ്പെട്ടതുപോലെ അവനിരുന്നു. പെട്ടെന്നെഴുന്നേറ്റ് രണ്ടു കൂടകളും പുറംകാലുകൊണ്ട് തട്ടിമാറ്റി എല്ലാവരുടെയും മുന്നിൽക്കൂടി തലയുയർത്തിപ്പിടിച്ച് നടന്നുപോയാലെന്തെന്ന് ഇടയ്ക്കെപ്പോഴോ ഓർത്തതാണ്. പക്ഷേ, അവനങ്ങനെ ചെയ്യുകയുണ്ടായില്ല. അവന്റെ മനസ്സ് ആ കൂടകളെ പൊതിഞ്ഞുനിന്നു. അവ വേണ്ടത്ര നന്നായില്ലെന്ന് അലക്ഷ്യഭാവത്തിൽ പറഞ്ഞ ഒരാളെ എന്തു വിലയ്ക്കായാലും താനവ അയാൾക്കു വില്ക്കുന്നില്ലെന്നു പറഞ്ഞ് അവൻ നാണം കെടുത്തിക്കളഞ്ഞു. അയാൾ അവ്വിധമൊരു പെരുമാറ്റം അവനിൽ നിന്ന് തീരെ പ്രതീക്ഷിക്കാതിരുന്നതിനാൽ ആകെ വിളറിപ്പോയി. അയാൾ തിരിഞ്ഞുനോക്കുമ്പോൾ അവൻ തൊട്ടടുത്തിരുന്ന ചിരട്ടത്തവിക്കാരനെ നോക്കി വിജയഭാവത്തിൽ ചിരിക്കുകയായിരുന്നു.

തെരുവുവിളക്കുകൾ കൺമിഴിച്ചപ്പോൾ വേലന് പട്ടണത്തോടാകെ ഈർഷ്യ തോന്നി. വഴിവാണിഭക്കാർ മിക്കവരും അപ്പോഴേക്കും സ്ഥലം വിട്ടിരുന്നു. എത്രയും വേഗം വരാമെന്നു പറഞ്ഞ് റാക്കു കുടിക്കാൻ പോയ തേങ്ങാക്കച്ചവടക്കാരൻ മടങ്ങിവന്നു. ബാക്കിയുള്ള തേങ്ങ ചാക്കിലാക്കി അയാളും പോവുകയായി. താനും പോവുക തന്നെ, വേലൻ നിശ്ചയിച്ചു. ദിക്കുകൾ ഇരുണ്ടു തുടങ്ങിയിരുന്നു. വേലൻ കൂടകളുമെടുത്ത് വീട്ടിലേക്കു നടന്നു. ഇപ്പോൾ അവനെ കണ്ടാൽ രണ്ടു കൂടകൾ വിലയ്ക്കു വാങ്ങിപ്പോവുകയാണെന്നേ ഒരാൾക്കു തോന്നൂ.

അവൻ നടന്ന് പൊതുശ്മശാനത്തിനടുത്തെത്തി. അവിടെ ഇരുളുന്ന ആകാശത്തിനുനേരെ ഒരു ചിത കത്തിനില്പുണ്ടായിരുന്നു. ചിലർ ചിതതയ്ക്കടുത്തുനിന്നു. മറ്റു ചിലർ തെല്ലകലെ മാറി മണ്ണിലിരുന്നു.

വളരെ അകലെക്കൂടി നടന്നുപോവുകയായിരുന്നിട്ടും വേലന് ചിതയുടെ ചൂടേറ്റ് പൊള്ളുന്നതുപോലെ തോന്നി. ഉള്ളിലൊരു വിലങ്ങുമുണ്ടായി.

വീടെത്തുമ്പോഴേക്കും ഇരുട്ടായി.

പെണ്ണ് ഇറയത്തുണ്ടായിരുന്നില്ല. വേലൻ അവളെ മുറിക്കുള്ളിൽ പനി പിടിച്ച പോലെ കിടക്കുന്നതായി കണ്ടു.

ഒന്നും പറയുകയോ ചോദിക്കുകയോ ചെയ്തില്ല.

ചായ്പിൽ ചെന്ന് മൺകലമെടുത്ത് നോക്കി. അത് ശൂന്യമായിരുന്നു. അടുപ്പിലേക്ക് നീട്ടിയ കൈയിൽ തണുത്ത ചാരം തടഞ്ഞു.

തെല്ലിട സംശയാകുലനായി നിന്ന് അവൻ പെണ്ണുകിടക്കുന്ന മുറിയിലേക്ക് നടന്നു.

"അരി വാങ്ങിയില്ലേ നീ?" അവൻ പിണക്കം മറന്ന് ചോദിച്ചു.

അവളൊന്നും പറഞ്ഞില്ല.

"ആ പൈസയെവിടെ?"

അതിനും മറുപടിയുണ്ടായില്ല.

വേലൻ ഉമ്മറത്തു ചെന്നു നോക്കി. അരി വാങ്ങാനായി കൊടുത്ത കാശ് അവിടെത്തന്നെ ഉണ്ടായിരുന്നു. അവൻ കുറച്ചുസമയം സ്തബ്ധനായി നിന്നു. പിന്നെ കുനിഞ്ഞ് കാശെടുത്ത് അങ്ങാടിയിലേക്ക് നടന്നു. കുറച്ചരിയും ഉണക്കമുള്ളനും നാലഞ്ചു ബീഡിയും വാങ്ങി മറ്റെങ്ങും തങ്ങാതെ അവൻ വീട്ടിൽ തിരിച്ചെത്തി. അപ്പോൾ അവന്റെ പെണ്ണ് ഇറയത്ത് കാൽനീട്ടി ഇരിക്കുകയായിരുന്നു. അവൻ അവളെ വിളിക്കാനൊന്നും പോയില്ല. വെള്ളമെടുത്ത് കൊണ്ടുവരികയും കലം കഴുകുകയും തീ പറ്റിക്കുകയും അരി കഴുകിയിടുകയുമൊക്കെ തനിയെ ചെയ്തു. അടുപ്പിനടുത്തു കാവലെന്നോണം ഇരിക്കെ അവന്റെയുള്ളിൽ സങ്കടം വിങ്ങിനിന്നിരുന്നു. വിളക്കു കത്തിച്ചില്ലല്ലോയെന്ന് ഓർത്തത് കുറേ കഴിഞ്ഞാണ്. ഉടനെ തകരവിളക്കെടുത്ത് കത്തിച്ച് ഒരു കൂട കമഴ്ത്തി അതിനുമേൽ വെച്ചു.

പുറത്തിരിക്കുന്ന പെണ്ണിന്റെയുള്ളിലും സങ്കടം വിങ്ങി നിന്നിരുന്നു. ചായ്‌വിൽ നിന്ന് ഉണക്കമീനും മുളകും ചുടുന്നതിന്റെ മണം വെളിയിലോളമെത്തി. ഒരു നായ ഇരുട്ടിൽ നിന്ന് വന്ന് അങ്ങുമിങ്ങും മണത്തുനടന്ന് ഇരുട്ടിലേക്കുതന്നെ തിരികെപ്പോയി.

മന്താലങ്ങളും വസ്സികളും കഴുകിയെടുത്ത് ഇറയത്തേക്ക് കയറി വേലൻ പറഞ്ഞു.

"വാ, കഞ്ഞി കുടിക്കാം."

"എനിക്കു വേണ്ട." അവൾ എടുത്തടിച്ചമട്ടിൽ പറഞ്ഞു.

അവൻ അവളുടെ നേർക്കു നോക്കി.

"വേണ്ട!"

"വേണ്ട."

"എന്നാല്" ശാഠ്യവും സങ്കടവും കലർന്ന ശബ്ദത്തിൽ അവൻ പറഞ്ഞു. "എനിക്കും വേണ്ട."

അവൻ അകത്തേക്ക് നടന്നു.

ചായ്പിൽ ചെന്ന് കഞ്ഞിയും ഉണക്കമീനും അടച്ചുവെച്ച്, തകരവിളക്ക് കെടുത്തി, ചായ്പിലേക്കുള്ള ഓലവാതിൽ ചാരി അവൻ ഉറങ്ങാൻ കിടന്നു.

അവന്റെ പെണ്ണ് കുറേനേരം കൂടി ഇറയത്തിരുന്നു. ഇരുട്ടിലേക്ക് നോക്കിയിരിക്കെ അവൾക്ക് പേടിയായി. അവൾ എണീറ്റു. വാതില്പടിയിൽ നിന്ന് അവൾ അകത്തേക്കു നോക്കി. പുറത്തേക്കാൾ ഇരുട്ടായിരുന്നു അകത്ത്. എന്നിട്ടുകൂടി പായയിൽ കമിഴ്ന്നു കിടക്കുന്ന വേലനെ അവൾക്ക് കാണാൻ കഴിഞ്ഞു. കുറച്ചുനേരം അവനെ നോക്കി നിന്നതിൽ പിന്നീട് അവൾ തഴുതിട്ട് പായയുടെ ഒരറ്റത്ത് ചെന്നിരുന്നു. പിന്നെ ഒരരികിലായി ഇടതുവശത്തേക്ക് ചരിഞ്ഞുകിടന്നു.

ഉറങ്ങൂ, ഉറങ്ങൂ എന്നു പറയുന്ന രാത്രി. ഇരുളിലെങ്ങോനിന്ന് ഒരു കുറുക്കന്റെ ഓരിയിടൽ. വവ്വാലുകളുടെ ചിറകടികൾ.

"ഉറങ്ങിയോ?" അവൾ തിരിഞ്ഞുകിടന്ന് മെല്ലെ ചോദിച്ചു.

മറുപടിയുണ്ടായില്ല.

"ഏയ്." അവൾ അവന്റെ ചുമലിൽ തൊട്ട് വിളിച്ചു.

അനക്കമില്ല.

ഇരുട്ടിലേക്ക് കണ്ണുതുറന്ന് അനങ്ങാതെ കിടക്കുകയായിരുന്ന വേലന് പൊടുന്നനെ ഉള്ളു പിടഞ്ഞു: അവന്റെ പെണ്ണ് ഏങ്ങലടിച്ച് കരഞ്ഞുതുടങ്ങിയപ്പോൾ.

അവന്റെ പിൻകഴുത്തിൽ മുഖമുയർത്തി അവൾ വിമ്മിക്കരഞ്ഞു. അവളുടെ ദേഹമാകെ വിറച്ചുലയുന്നുണ്ടായിരുന്നു.

ഒന്നമ്പരന്ന്, ഒരു വെമ്പലോടെ അവൻ മലർന്നുകിടന്ന് അവളെ ചേർത്തുപിടിച്ചു.

"കരയണ്ട. എന്തിനാ കരയുന്നെ. ഞാനന്നേരം എന്തോ പറഞ്ഞുപോയി. നീയതു മറന്നുകള" അവളുടെ മുടിയിലും പുറത്തും തടവിക്കൊണ്ട് അവൻ പറഞ്ഞു. അവന്റെ ശബ്ദം ഇടറിയിരുന്നു. അവളുടെ മുഖം പിടിച്ചുയർത്തി നെറ്റിയിലും നനഞ്ഞ കണ്ണുകളിലും കവിളുകളിലും വിറയാർന്ന ചുണ്ടുകളിലും ഉമ്മവെച്ചുകൊണ്ട് അവൻ പിന്നെയും പറഞ്ഞു: "കരയണ്ട, ന്റെ പൊന്നുമോളല്ലേ."

ഏങ്ങലടിച്ചുകൊണ്ട് അവൾ ചോദിച്ചു,

"എന്നോടിനി പിണങ്ങ്വോ?"

"നിന്നോട് പിണങ്ങിയാൽ പിന്നെ എനിക്കാരാ ഉള്ളത്?" അവൻ വിതുമ്പി.

അവന്റെ മുഖത്തും നെഞ്ചിലും മുഖം ചേർത്ത്, ഉമ്മ വെക്കുകയും കരയുകയും ചെയ്ത അവൾ പിന്നെ ചിരിക്കുകയായി.

"എണീക്ക് കഞ്ഞി കുടിക്കാം." അവൾ പറഞ്ഞു. പക്ഷേ, അവനതു കേൾക്കുകയുണ്ടായില്ല. മുഖം അവന്റെ കാതോടടുപ്പിച്ച് ചിരിച്ചും കൊണ്ട് അവൾ പതുക്കെ ചോദിച്ചു:

"മറന്ന്വോ..?"

അവസാന യാത്രകൾ

ജങ്ഷനിൽ വന്നുനിന്ന പാസഞ്ചർ ട്രെയിനിൽനിന്ന് ഒരാൾ മാത്രം ഇറങ്ങിയില്ല.

പോർട്ടർ അസ്സുവാണ് അയാളെ കണ്ടെത്തിയത്. ലഗേജ് വയ്ക്കാനുള്ള തട്ടിലായി ഉറങ്ങിക്കിടക്കുകയായിരുന്നു അയാൾ അസ്സു കാണുമ്പോൾ.

"മൂപ്പീന്നേ, എണീറ്റേ വണ്ടി നിന്നു. ഇതിനി തിരിച്ചു പോകാനുള്ളതാ." അസ്സു അയാളുടെ അടുത്തുചെന്നു പറഞ്ഞു.

എന്നിട്ടും അയാൾ ഉണരുന്നില്ലെന്നു കണ്ടു മരിച്ചുവോ എന്ന സംശയത്തിൽ അസ്സു അയാളുടെ ദേഹത്തു തൊടുകയും മരിച്ചില്ലെന്നു ബോദ്ധ്യമായി അയാളെ കുലുക്കിയുണർത്താൻ ശ്രമിക്കുകയും ചെയ്തു.

അയാൾ ഒരു ഞരക്കം പുറപ്പെടുവിച്ചു. അയാൾക്ക് അനങ്ങാൻ വയ്യായിരുന്നു.

"കഷ്ടമായല്ലോ." അസ്സു സ്വയം പറഞ്ഞു. അയാൾ കമ്പാർട്ടുമെന്റിൽനിന്നിറങ്ങി പ്ലാറ്റുഫോമിലുണ്ടായിരുന്ന വേറെ മൂന്നു പോർട്ടർമാരെ വിളിച്ചു വിവരമറിയിച്ചു. അപ്പോഴേക്കും ഒരു റെയിൽവേ പൊലീസുകാരനും അവിടെയെത്തി. അയാൾ വണ്ടിയിലേക്കു കയറി വൃദ്ധനെയൊന്നു നോക്കി ഇങ്ങനെ അഭിപ്രായപ്പെട്ടു. "പാണ്ടിയാ. അവിടെനിന്ന് ഇങ്ങോട്ടു കയറ്റി അയച്ചതാവും."

"അതെ." ആ അഭിപ്രായത്തോടു യോജിച്ചുകൊണ്ടു കാസിംബാവ പറഞ്ഞു: "ഇവിടെയുള്ളവരെ വിഷമിപ്പിക്കാൻ."

"നമ്മളെന്താ ചെയ്യുക?" സുന്ദരം ചോദിച്ചു.

"നമ്മളൊന്നും ചെയ്യേണ്ട. കെളവൻ ഈ വണ്ടിയില് തന്നെ തിരിച്ചു പോകട്ടെ." ഉക്രുക്കുട്ടി നീരസത്തോടെ പറഞ്ഞു.

അങ്ങനെ പറഞ്ഞതിന് അസ്സു ഉക്രുക്കുട്ടിയെ തെല്ലു പരുഷമായിതന്നെ ശകാരിച്ചു. അതിനുശേഷം പറഞ്ഞു: "ഇങ്ങേരെ എത്രയും വേഗം ആശുപത്രിയിലാക്കുകയാ വേണ്ടത്. ചാവാൻ തുടങ്ങുന്ന ഒരാളോടു ഇത്തിരി ദയ കാണിക്കാൻ കഴിയുന്നില്ലെങ്കിൽ പിന്നെ നമ്മളെന്തിനാ മനുഷ്യരെന്നും പറഞ്ഞുനടക്കുന്നെ. എല്ലാരും കൂടിയൊന്നു പിടിച്ചേ. നമുക്കിങ്ങേരെ ഇറക്കാം."

അസ്സു ചുമലിലും പൊലീസുകാരൻ പുറത്തും കാസിം ബാവ അരക്കെട്ടിലും സുന്ദരം കാൽമുട്ടുകളിലും ഉക്രുക്കുട്ടി പാദങ്ങളിലും പിടിച്ചു വൃദ്ധനെ തല്ലും നോവുതട്ടാത്ത വിധത്തിൽ കംപാർട്ടുമെന്റിൽനിന്ന് ഇറക്കി. പിന്നെ ഒട്ടും വൈകാതെ ഒരു ചാരുകസേര കൊണ്ടുവന്ന് അതിൽ ചായ്ച്ചു കിടത്തി അയാളെ പ്ലാറ്റുഫോമിനു വെളിയിലെത്തിച്ചു. അസ്സു തന്നെ ഒരു ടാക്സി വിളിച്ചു കൊണ്ടുവന്നു. ടാക്സി ആശുപത്രി ലക്ഷ്യമാക്കി നീങ്ങി.

കുറെ കഴിഞ്ഞപ്പോൾ വളരെ അവശനായ വേറൊരു വൃദ്ധൻ വടികുത്തി പതുക്കെ പ്ലാറ്റ്ഫോമിലേക്കു നടന്നു. കമ്പിക്കാലുകൾക്കും യാത്രക്കാർക്കുമിടയിലൂടെ മെല്ലെ നടന്ന്, തിരിച്ചു പോകാനായി നിർത്തിയിട്ട പാസഞ്ചർ ട്രെയിനിൽ കയറി, വളരെ ആയാസപ്പെട്ട്, ലഗേജ് വയ്ക്കാനുള്ള തട്ടിൽ കയറിക്കിടന്നു. അധികം വൈകാതെ അയാൾ ഉറക്കമായി.

മെതിയടിപ്പുറത്ത്

സ്രാമ്പിക്കൽ വലിയകോയ നിസ്കാരത്തിന് സ്രാമ്പിയിലേക്കു പോകുമ്പോൾ കൂടെ കുഞ്ഞെദ്രുവുമുണ്ടായിരുന്നു. രണ്ടുപേരും സ്രാമ്പിയിൽ കയറി നിസ്കരിച്ചു.

കുഞ്ഞെദ്രുവിന്റെ തല എപ്പോഴും വിറച്ചുകൊണ്ടിരിക്കും. മുട്ടുകുത്തി നിസ്കരിക്കുമ്പോഴും തല വിറച്ചുകൊണ്ടിരുന്നു.

പിന്നീട് സ്രാമ്പിക്കൽ വലിയകോയയും കുഞ്ഞെദ്രുവും സ്രാമ്പിയിൽ നിന്ന് പുറത്തിറങ്ങി.

കുഞ്ഞെദ്രുവിനെ പുരയിൽ ബീയാത്തു കാത്തിരിക്കുന്നുണ്ട്. അതറിയാവുന്ന സ്രാമ്പിക്കൽ വലിയകോയ പറഞ്ഞു:

"ന്നാല് ഇനി കുഞ്ഞെദ്രു പൊയ്ക്കോ."

"ഓ."

ഇരുവരും വഴി മാറി. സ്രാമ്പിക്കൽ വലിയ കോയ കൊപ്രാക്കളത്തിനു നേർക്കു നടന്നു. കുഞ്ഞെദ്രു തെങ്ങുകൾക്കിടയിലൂടെ തന്റെ പുരയിലേക്കും.

കുഞ്ഞെദ്രുവിന്റെ പുര സ്രാമ്പിക്കൽ വലിയകോയയുടെ പത്തേക്കർ പുരയിടത്തിനു കിഴക്കും മഴക്കാലത്ത് പരൽമീനുകൾ നിറയുന്ന തോടിന്റെയും പച്ചച്ച കൈതക്കൂട്ടത്തിന്റെയും വടക്കുമാണ്. പതിനഞ്ചു സെന്റ് സ്ഥലമുണ്ട്. അതു ബീയാത്തുവിന്റെ പേരിൽ സ്രാമ്പിക്കൽ വലിയകോയ വർഷങ്ങൾക്കു മുമ്പ് എഴുതിക്കൊടുത്തതാണ്. അക്കാലത്തു തന്നെയാണ് കുഞ്ഞെദ്രുവും ബീയാത്തും തമ്മിലുള്ള നിക്കാഹ് നടന്നതും. സ്രാമ്പിക്കൽ വലിയകോയ പറഞ്ഞാൽ അയാളുടെ പണിക്കാരനായ കാഞ്ഞന് അനുസരിക്കാതെ പറ്റില്ലല്ലോ. അങ്ങനെ കാഞ്ഞൻ കുഞ്ഞെദ്രുവായി; ബീയാത്തുവിന്റെ പുതിയാപ്ലയായി. അവർ ഒരുമിച്ച് പൊറുതി തുടങ്ങിയിട്ട് കാൽനൂറ്റാണ്ട് തികയാറായി. ബീയാത്തുവിന്റെ

തടി അല്പം കൂടിയിട്ടുണ്ട് ഈ കാലത്തിനകം. നിറം ഒട്ടും കുറഞ്ഞിട്ടില്ല. പവൻ മാറ്റ് തന്നെ ഇപ്പോഴും. കൈത്തണ്ട നിറയെ വളകൾ. കാതുകളിൽ അലിക്കത്ത്. മുറുക്കിച്ചുവപ്പിച്ച ചുണ്ടുകൾ. തെളിഞ്ഞ ചിരി. കേൾക്കാൻ ഇമ്പമുള്ള ശബ്ദം. നിറഞ്ഞു തുടിക്കുന്ന മുമ്പും പുറകും. അതൊക്കെ ഇത്രയേറെ കാലം ചെന്നിട്ടും കുഞ്ഞെന്ദ്രുവിനെ അമ്പരപ്പിക്കുകയാണ്. ഒരു ജാലവിദ്യ കാണുന്നതുപോലെയാണ് ഇപ്പോഴും കുഞ്ഞെന്ദ്രു ബീയാത്തുവിനെ നോക്കാറ്. പാടത്തും പറമ്പിലും ബീയാത്തു നടക്കുമ്പോൾ കുഞ്ഞെന്ദ്രു അമ്പരപ്പോടെ ഉറ്റുനോക്കും.

കുഞ്ഞെന്ദ്രുവിനെ പറഞ്ഞുവിട്ട് തന്റെ കൊപ്രക്കളത്തിനു നേർക്ക് നടക്കുകയായിരുന്ന സ്രാമ്പിക്കൽ വലിയകോയ പെട്ടെന്ന് നിന്നു. അയാൾക്ക് പിന്നിൽ നിന്ന് ഒരു പൊട്ടിച്ചിരി കേൾക്കുന്നതുപോലെ തോന്നി.

തിരിഞ്ഞുനോക്കിയപ്പോൾ അയാൾ കണ്ടത് സന്ധ്യയുടെ ഇരുട്ടിൽ ഒരു തിരിവെട്ടമെന്നോണം ബീയാത്തുവിനെയാണ്.

അയാൾ പരിഭ്രാന്തിയോടെ വിളിച്ചു.

"ബീയാത്തൂ."

അവൾക്കു പിറകിൽ പുഴയുടെ തീരങ്ങളും തെങ്ങിൻതോപ്പുകളും ഇരുണ്ടു കഴിഞ്ഞിരുന്നു. പുഴവക്കത്ത് ചുവരുകളുടെ വെളുത്ത നിറം കാട്ടി സ്രാമ്പി നിന്നു. പുഴവക്കത്തെ തെങ്ങുകളിൽ ചേക്കേറിയ കാക്കകൾ എന്തിനെന്നില്ലാതെ ഒച്ചയിട്ടു. ബീയാത്തു ഒരു തെങ്ങിന് ചാരിനിന്ന് വായ പൊത്തിപ്പിടിച്ച് ചിരി തുടർന്നു.

സ്രാമ്പിക്കൽ വലിയകോയ ഒരിക്കൽക്കൂടി വിളിച്ചു.

"ബീയാത്തൂ."

അയാൾ മുന്നോട്ട് നടക്കാൻ തുടങ്ങിയതായിരുന്നു. എന്നാൽ ഒരു ചുവടിനപ്പുറം നീങ്ങിയില്ല. അപ്പോഴേക്കും കുഞ്ഞെന്ദ്രുവിനെ ബീയാത്തുവിനു പിറകിലായി കണ്ടു.

എങ്ങും ഇരുട്ട് കനക്കുകയായിരുന്നു. കുഞ്ഞെന്ദ്രുവും ബീയാത്തുവും തെങ്ങുകൾക്കിടയിലൂടെ നടന്നു. കുഞ്ഞെന്ദ്രു ബീയാത്തുവിനെ തന്നോട് ചേർത്ത് പിടിച്ചിരുന്നു. അവരെ നോക്കിക്കൊണ്ട് സ്രാമ്പിക്കൽ വലിയകോയ മെതിയടിപ്പുറത്ത് നിശ്ചേഷ്ടനായി നിന്നു. അയാൾക്കു ബീയാത്തുവിനെ തെളിഞ്ഞുകാണാനായി. പക്ഷേ, കുഞ്ഞെന്ദ്രുവിന്റെ വസ്ത്രങ്ങൾ മാത്രമേ കണ്ടുള്ളു. മുറിക്കൈയൻ കുപ്പായവും കാൽമടമ്പുകളോളമെത്താത്ത മുണ്ടും തലേൽക്കെട്ടും. കനംവച്ചു കൊണ്ടിരുന്ന ഇരുട്ടിലൂടെ അവ നീങ്ങിപ്പോയി.

"ഈ മോന്തിക്ക് നിങ്ങളാട എന്ത് കാണാൻ നിക്ക്വാ."

അങ്ങനെ ചോദിച്ചതുകേട്ട് സ്രാമ്പിക്കൽ വലിയകോയ ഞെട്ടിയുണർന്നു. ആസ്യ, അയാളുടെ പന്ത്രണ്ടുമക്കളുടെ ഉമ്മ. പറമ്പിലേക്കിറങ്ങിനിന്ന് അയാളെ വിളിക്കുകയായിരുന്നു.

"വെര്ന്ന്. വെര്ന്ന്." എന്നു പറഞ്ഞുകൊണ്ട് അയാൾ തിടുക്കപ്പെട്ടു നടന്നു.

തീവണ്ടിയിൽ

ആൾക്കൂട്ടത്തിലൂടെ നടന്ന് അവർ തീവണ്ടിയാപ്പീസിലെത്തി.

തീവണ്ടിയാപ്പീസിൽ അവരെ കാത്തിട്ടെന്നപോലെ ഒന്നാമത്തെ പ്ലാറ്റ്ഫോമിൽ ഒരു പാസഞ്ചർ വണ്ടി പുറപ്പെടാനൊരുങ്ങി നില്പുണ്ടായിരുന്നു.

ഓരോ കംപാർട്ടുമെന്റിലേക്ക് കണ്ണോടിച്ചുകൊണ്ട് പ്ലാറ്റ്ഫോമിലൂടെ നടക്കുന്ന അബ്ദുള്ളക്കോയയെ പർദ്ദകൊണ്ട് ദേഹമാസകലം മറച്ച ഫാത്തിമത്ത് സുഹ്റ ഒരു നിഴലുപോലെ പിന്തുടർന്നു.

ഒടുവിൽ ഒരു കംപാർട്ടുമന്റു നോക്കി തൃപ്തിപ്പെട്ട് അബ്ദുള്ളക്കോയ പറഞ്ഞു:

"ഇതില് തിരക്കില്ല. വാ."

ഫാത്തിമത്ത് സുഹ്റ ഒന്നും പറഞ്ഞില്ല. അയാൾക്കു പിന്നാലെ കംപാർട്ടുമെന്റിലേക്കു കയറി.

അതിനുള്ളിൽ അയാൾ നിരീക്ഷിച്ചറിഞ്ഞതുപോലെ വലിയ തിരക്കുണ്ടായിരുന്നില്ല. വലതു പാർശ്വത്തിലുള്ള ഒറ്റ ഇരിപ്പിടങ്ങളിൽ ഒക്കെയും യാത്രക്കാരുണ്ടായിരുന്നുവെന്നുമാത്രം.

അബ്ദുള്ളക്കോയ ആൾക്കാരാരുമില്ലാത്ത നീണ്ട രണ്ട് ഇരിപ്പിടങ്ങളുള്ള ഭാഗത്തെത്തി നിന്ന് ഫാത്തിമത്ത് സുഹ്റയോട് പറഞ്ഞു:

"ഇവിടെ ഇരിക്കാം."

ഫാത്തിമത്ത് സുഹ്റ ജാലകത്തിനടുത്തുചെന്ന് ഇരുന്നു. അബ്ദുള്ളക്കോയ എതിർവശത്തും. അങ്ങനെ ഒഴിഞ്ഞൊരു ഭാഗം തങ്ങൾക്കു ഇരിക്കാനായി ലഭിച്ചതിൽ അയാൾക്ക് വളരെ തൃപ്തി തോന്നി. എന്നാൽ അത് ഏറെ നീണ്ടുനിന്നില്ല.

വണ്ടി ഏതാണ്ട് പുറപ്പെടാറായപ്പോൾ നാലഞ്ചുപേർ അങ്ങോട്ടു കയ

റിവരികയും അബ്ദുള്ളക്കോയയുടെയും ഫാത്തിമത്ത് സുഹ്റയുടെയും ഇരിപ്പിടങ്ങളിൽ ഒഴിഞ്ഞുകണ്ട സ്ഥലത്ത് സ്ഥാനം പിടിക്കുകയും ചെയ്തു. ഫാത്തിമത്ത് സുഹ്റയുടെ വലതുവശത്തിരുന്നത് രണ്ടു സ്ത്രീകളായിരുന്നു. മുടിയിൽ മഞ്ഞനിറത്തിലുള്ള പൂക്കൾ തിരുകിയ ഒരു മദ്ധ്യവയസ്കയും അവരേക്കാൾ അല്പംകൂടി പ്രായം തോന്നിക്കുന്ന ഒരു സ്ത്രീയും. പ്രായക്കൂടുതലുള്ള സ്ത്രീയുടെ വേഷം മുണ്ടും നേര്യതും.

നേരെ എതിർവശത്ത് ജാലകത്തിനടുത്തിരിക്കുന്ന അബ്ദുള്ളക്കോയയുടെ സമീപത്തിരുന്നത് രണ്ടു യുവാക്കളായിരുന്നു. അവരിലൊരാൾ വലിച്ചുകൊണ്ടിരുന്ന സിഗരറ്റ് ഇരിക്കാൻ തുടങ്ങും മുമ്പ് പുറത്തേക്കെറിഞ്ഞിരുന്നു. രണ്ടുപേരുടെ കൈകളിലും ഓരോ പുസ്തകം. അബ്ദുള്ളക്കോയ തെല്ലൊരു നീരസത്തോടെ യുവാക്കളെ നോക്കി. പ്രത്യേകിച്ച് കാരണമൊന്നുമില്ലാതിരുന്നിട്ടും അയാൾക്കവരോട് നീരസമാണ് തോന്നിയത്. അയാളെ വിറളിപിടിപ്പിക്കാൻ പോന്നവിധത്തിലുള്ള എന്തെങ്കിലും ചേഷ്ടയോ, സംഭാഷണമോ അവരുടെ പക്ഷത്തുനിന്നുണ്ടായില്ല. എങ്കിൽത്തന്നെയും അയാൾ അവരുടെ സാന്നിദ്ധ്യത്തിൽ ഒട്ട് അസ്വസ്ഥനായി.

ഒടുവിൽ ഗാർഡിന്റെ വിസിൽ മുഴങ്ങി. അതേത്തുടർന്ന് പ്ലാറ്റ്ഫോമിൽ ധൃതിപൂണ്ട ചില ചലനങ്ങൾ കാണായി. വണ്ടിയിൽ നിന്നിറങ്ങി പ്ലാറ്റ്ഫോമിൽ ഇരിക്കുന്നവരും വൈകിയെത്തിയവരും ധൃതിയിൽ ഓരോ കമ്പാർട്ടുമെന്റിലേക്കു കയറി. പത്തുമിനിറ്റ് മുമ്പ് ഒട്ടും തിരക്കനുഭവപ്പെടാത്ത പല കമ്പാർട്ടുമെന്റുകളും തിരക്കുള്ളവയായി.

വണ്ടി നീങ്ങിത്തുടങ്ങി.

കംപാർട്ടുമെന്റുകളിലേക്കു കുറേശ്ശെ കാറ്റ് കടന്നുവരികയായി.

ഫാത്തിമത്ത് സുഹ്റ മൂടുപടത്തിനുള്ളിൽ വീർപ്പുമുട്ടുകയായിരുന്നു. പകൽ മുഴുവനും അവൾ അതിനുള്ളിലായിരുന്നു.

ജാലകത്തിലൂടെ കാറ്റ് കടന്നുവരുന്നതറിഞ്ഞപ്പോൾ അവൾ എന്തെന്നില്ലാത്ത ആശ്വാസത്തോടെ, മൂടുപടത്തിന്റെ മുകൾഭാഗത്തുള്ള മുഖം മറച്ചിരുന്ന, വലപോലുള്ള തുണി ഉയർത്തി ശിരസ്സിന് മുകളിലേക്കിട്ടു.

തണുത്ത കാറ്റ് ഇപ്പോൾ അവളുടെ മുഖത്തേക്ക് സാന്ത്വനപ്പെടുത്തുംപോലെ വീശി. മുടിച്ചുരുളുകൾ വീണുകിടന്ന നെറ്റിയിലും വിയർത്ത കവിൾത്തടങ്ങളിലും അവൾ കാറ്റിന്റെ സ്പർശമറിഞ്ഞു. ഒരു നിർവൃതിയിലെന്നോണം അവൾ തെല്ലിട കണ്ണുചിമ്മി.

അപ്പോൾ അവൾ തനിച്ചായിരുന്നു. തണുത്ത കാറ്റ് വീശുന്ന പാതയിലൂടെ കൊലുസുകൾ കിലുക്കിക്കൊണ്ട് അവൾ ഒറ്റയ്ക്കു കടന്നുപോവുകയായിരുന്നു.

പെട്ടെന്ന് ആരും പ്രതീക്ഷിക്കാത്ത ഒരു സംഭവമുണ്ടായി.

അബ്ദുള്ളക്കോയ എതിർവശത്തു നിന്നെഴുന്നേറ്റ് അവളുടെ മുന്നിൽ നിന്നു. ഒരു നിമിഷം. അയാൾ അവളുടെ കവിളിൽ ആഞ്ഞടിച്ചു. അടി

യുടെ ശബ്ദംകേട്ട് അവിടെയുണ്ടായിരുന്നവരൊക്കെയും നടുങ്ങിപ്പോയി. എല്ലാവരുടെ കണ്ണുകളും അബ്ദുള്ളക്കോയയുടെയും ഫാത്തിമത്ത് സുഹ്റയുടെയും നേർക്കായി.

ഫാത്തിമത്ത് സുഹ്റ അടിയേറ്റതിന്റെ നോവിലും സംഭ്രമത്തിലും അയാളെ മിഴിച്ച് നോക്കുകയായിരുന്നു.

അയാൾ ഒരക്ഷരം ഉരിയാടാതെ തന്റെ സ്ഥാനത്തിരിക്കുമ്പോഴും അവൾ ശിരസ്സിലേക്കുയർത്തിയിട്ട മൂടുപടത്തിന്റെ മുൻഭാഗം താഴ്ത്തുകയും മുമ്പത്തെപ്പോലെ തന്റെ മുഖം മറയ്ക്കുകയും ചെയ്തിരുന്നു. എന്തിനാണ് അയാൾ അവളെ പ്രഹരിച്ചതെന്ന് അടുത്തിരിക്കുന്നവർക്ക് മനസ്സിലായത് അപ്പോഴാണ്. അവളുടെ മുഖം ആ യാത്രയ്ക്കിടയിൽ പിന്നീടാരും കാണുകയുണ്ടായില്ല.

പക്ഷേ, മൂടുപടത്തിനുള്ളിൽ അവൾ കരയുന്നത് വണ്ടിച്ചക്രങ്ങളുടെയും തീവണ്ടിയെഞ്ചിന്റെയും പരുഷശബ്ദങ്ങൾക്കിടയിൽ അവർക്കു കേൾക്കാനായി. അവളുടെ ദേഹം തേങ്ങലുകൾക്കൊത്ത് മെല്ലെ ഇളകിക്കൊണ്ടിരുന്നു. അബ്ദുള്ളക്കോയയാകട്ടെ, ഒന്നും സംഭവിക്കാത്തതുപോലെ, ഒരു സിഗരറ്റിനു തീകൊളുത്തി പുറത്തേക്കു നോക്കിക്കൊണ്ട് ഇരുന്നു. തീവണ്ടി അവരെയും വഹിച്ച് മുന്നോട്ടുപോയി.

രാത്രിഭയം

നേരം സന്ധ്യ കഴിഞ്ഞിരുന്നു. ഞാൻ ഇരുവശത്തും ചെറിയ വീടുകളുള്ള, വളഞ്ഞും തിരിഞ്ഞും പോകുന്ന നീണ്ട ഇടവഴിയിലേക്കു കയറി.

സന്ധ്യയാവുന്നതോടെ എല്ലായിടത്തും വീടുകൾ പൊതുവെ നിശ്ശബ്ദമാവാറാണ് പതിവെങ്കിലും എനിക്കു കടന്നുപോകേണ്ടിയിരുന്ന ഇടവഴിയിലൂടെ പാർശ്വങ്ങളിലെ വീടുകളും അവയുടെ പരിസരവും പല ശബ്ദങ്ങളുയർന്ന് അസ്വസ്ഥമായിരുന്നു. ഒരു വൃദ്ധൻ ഉറക്കെ ശാപം ചൊരിഞ്ഞുകൊണ്ട് ഇടതുവശത്തുള്ളൊരു വീട്ടിൽ നിന്നിറങ്ങി എന്റെ മുന്നിലൂടെ കൂനിക്കൂനി നടന്നകന്നു. ഇടവഴിയിലാകെ വൃദ്ധശാപമായി.

പെട്ടെന്ന് വഴി അടഞ്ഞതുപോലെയായി. ഇടവഴിയുടെ ഇരുഭാഗത്തുമായി നിന്ന് രണ്ട് സ്ത്രീകൾ മത്സരബുദ്ധിയോടെ പരസ്പരം നടപടിദൂഷ്യങ്ങൾ ആരോപിക്കുകയായിരുന്നു. അവർ എന്നെ കണ്ടതായി പോലും ഭാവിച്ചില്ല. ചുരുങ്ങിയ സമയത്തിനകം അവരിൽ നിന്നും ഒരുപാട് നിഗൂഢരഹസ്യങ്ങൾ എനിക്കറിയാനായി.

ഞാൻ ഒന്നുമേതും അറിയാത്ത മട്ടിൽ മുന്നോട്ടുനീങ്ങി.

എനിക്ക് പോകേണ്ടത് ഇടവഴിയുടെ അറ്റത്തു വയൽക്കരയിലായുള്ള തെയ്യത്താങ്കണ്ടിയിൽ കുമാരന്റെ വീട്ടിലേക്കാണ്. രണ്ടുതവണ ഇതിനകം ഞാനവിടെ പോവുകയുണ്ടായി. പക്ഷേ, അയാളെ കണ്ടുകിട്ടിയില്ല. അതുകൊണ്ട് ഒരുതവണകൂടി ഞാൻ ഈ വഴി താണ്ടുകയാണ്. അയാൾ വീട്ടിലെത്തിക്കാണുമോ? ഇന്നും അയാളെ കണ്ടുകിട്ടിയില്ലെങ്കിൽ ഞാൻ എങ്ങനെയാണ് എന്റെ കണക്കെടുപ്പ് മുഴുമിപ്പിക്കുക. മേലധികാരികളോടു ഞാൻ എന്തു സമാധാനം പറയും.

കുമാരൻ വന്നിട്ടില്ലെങ്കിൽ അയാളുടെ ഭാര്യ കല്യാണിയെങ്കിലും വീട്ടിലുണ്ടാവണേ എന്നു മനസ്സാ പ്രാർത്ഥിച്ചു.

അവിടെ എത്താറായി. ദൂരെനിന്നും നോക്കിയപ്പോൾ ആരെങ്കിലും ഉള്ളതിന്റെ ലക്ഷണമൊന്നും കണ്ടില്ല. അപ്പോൾ തന്നെ എനിക്ക് ആശങ്കയായി. ഒരുപക്ഷേ, ആരും വന്നുകാണില്ല. അവരൊക്കെ വീടണയാൻ ഇനിയും നേരം പിടിക്കുമായിരിക്കും.

എന്നാലും എനിക്കെന്റെ ജോലി ഇന്നു തീർക്കാതെ പറ്റില്ല. അന്തിമദിവസമാണിന്ന്. ആരെങ്കിലും വരുന്നതുവരെ കാത്തിരിക്കുകതന്നെ. എന്നും മറ്റും ചിന്തിച്ചുകൊണ്ട് ഞാൻ ഇടവഴിയിൽ നിന്ന് വീടിനു നേർക്കു നടന്നുതുടങ്ങിയപ്പോൾ പൊടുന്നനെ രണ്ടു പെൺകുട്ടികൾ എന്റെ മുന്നിലെത്തി.

“അങ്ങോട്ടു പോകല്ലേ” അവരിൽ മുതിർന്ന പെൺകുട്ടി ഭയം പൂണ്ട ശബ്ദത്തിൽ എന്നോടു പറഞ്ഞു. ഞാൻ അന്ധാളിച്ചു പോയി.

“എന്തേ?” ഞാൻ അമ്പരപ്പോടെ ചോദിച്ചു. ചെറിയ പെൺകുട്ടി എന്തോ പറയാൻ തുടങ്ങിയതും മൂത്തവൾ അവളുടെ വായ പൊത്തി.

ഞാൻ പകച്ച് വീടിനു നേരെ നോക്കി. വീടിനുള്ളിൽനിന്ന് ഒരു രോദനം കേൾക്കുന്നതുപോലെ എനിക്ക് തോന്നി. അതിനു ചെവിയോർത്തുകൊണ്ട് തികഞ്ഞ അമ്പരപ്പോടെ ഞാൻ യാന്ത്രികമായി മുന്നോട്ടു നീങ്ങി. അതെ; ആരോ കരയുന്നുണ്ട്. എനിക്കതു കുറെക്കൂടി വ്യക്തമായി കേൾക്കാൻ കഴിഞ്ഞു. ഞാൻ നടന്ന് വീട്ടുമുറ്റത്തെത്തി. അപ്പോഴും കരച്ചിൽ ഉയരുന്നുണ്ടായിരുന്നു. അതിനൊപ്പം ഒരു സ്ത്രീശബ്ദം കൂടി കേൾക്കായി;

“കരയാതെ കിടക്ക്. ഇപ്പോ തീരും അനങ്ങരുത്.”

രണ്ടുമൂന്നു നിമിഷങ്ങൾ കഴിഞ്ഞപ്പോൾ ഒരു നിലവിളി.

പെട്ടെന്നതു കേൾക്കാതായി.

പിന്നെ കനത്ത മൂകത.

“കുമാരാ” ഞാൻ വിളിച്ചു. എനിക്കു ചങ്കിടിക്കുകയായിരുന്നു.

ഞാൻ അല്പം കൂടി വീടിനടുത്തേക്കു നീങ്ങി.

“ആരുമില്ലേ ഇവിടെ?” ആളുണ്ടെന്ന് അറിമായിരുന്നിട്ടും ഞാൻ ചോദിച്ചു.

തെല്ലുസമയം കഴിഞ്ഞപ്പോൾ അകത്തുനിന്ന് ഒരു പേടിച്ച ശബ്ദമുയർന്നു.

“ആരാണ്?”

ഞാൻ പറഞ്ഞു:

“ഒരു കണക്കെടുപ്പിനു വന്നതാണ്.”

അകത്തുനിന്ന് ഞാൻ കേട്ടത് കല്യാണിയുടെ ശബ്ദമായിരുന്നു. അവൾ ഉമ്മറത്തേക്കു വന്ന് ചുവരു ചാരി നിന്നു.

“കുട്ടികളുടെ അച്ഛനിവിടെ ഇല്ലല്ലോ. പണി കഴിഞ്ഞു വന്നില്ല.”

എന്റെ കൈയിലെ പാഡുകൾ ഉമ്മറത്തിന്റെ അരഭിത്തിയിലേക്ക് വച്ചുകൊണ്ടു ഞാൻ പറഞ്ഞു.

"എനിക്കു കുറച്ചു വിവരങ്ങൾ അറിയുകയേ വേണ്ടൂ. അതിനായി രണ്ടു പ്രാവശ്യം ഞാൻ ഇവിടെ വന്നതാ. ആരെയും കാണാത്തതു കൊണ്ട് മടങ്ങിപ്പോയി. ഈ ജോലി തീർക്കാൻ ഇന്നത്തെ ദിവസം കൂടിയേ ഉള്ളൂ."

ഒട്ടും സമയം കളയാനുണ്ടായിരുന്നില്ല. നാട്ടുവെളിച്ചം മാഞ്ഞു തുടങ്ങി. ഒരു നീണ്ട ഇടവഴി പിന്നിടാനുണ്ട്. ഞാൻ പേനയെടുത്ത് ഓരോന്ന് ചോദിച്ച് വിവരങ്ങൾ കുറിച്ചെടുക്കുന്നതിനിടയിൽ ആകസ്മികമായി വീണ്ടും കരച്ചിലുയർന്നു.

ഞാൻ ഒരു നടുക്കത്തോടെ കല്യാണിയുടെ നേർക്കു മുഖമുയർത്തി.

"ആരാണ് കരയുന്നത്?"

കല്യാണി പറയാൻ മടിച്ചു.

"അത്... അത്..."

ഞാൻ വീണ്ടും ചോദിച്ചു.

"ആരാണ്?"

"മോളാണ്." കല്യാണി പറഞ്ഞു. "അവൾക്കു നല്ല സുഖമില്ല."

എന്താണ് അസുഖമെന്ന് ഞാൻ ചോദിച്ചതിനു മറുപടിയുണ്ടായില്ല. ഞാൻ കൂടുതൽ ജിജ്ഞാസ കാട്ടിയില്ല. എനിക്ക് എത്രയും വേഗം തിരിച്ചുപോകാൻ ധൃതിയായി.

"ഇവിടെയൊന്നു ഒപ്പിടൂ."

കല്യാണി ഒപ്പുവയ്ക്കവെ, ഇരുകൈകളിലും രക്തവുമായി ഒരു സ്ത്രീ പരിഭ്രാന്തയായി വാതിൽക്കലെത്തി. ആ സ്ത്രീക്ക് ഒരു ദുർമന്ത്രവാദിനിയുടെ മുഖമായിരുന്നു. രക്തം പുരണ്ട കൈ ഉയർത്തി പകച്ച ശബ്ദത്തിൽ അവൾ കല്യാണിയെ അകത്തേക്കു വിളിച്ചു. നൊടിയിടയിൽ ഇരുവരും വീടിനുള്ളിൽ മറഞ്ഞു.

തളർന്ന തേങ്ങലുകൾ ഒരു പിൻതാളംപോലെ തുടരുകയായിരുന്നു. ഞാൻ തിരിഞ്ഞുനടന്നു. ഇരുണ്ട കശുമാവിനു കീഴെയായി പെൺകുട്ടികൾ രണ്ടുപേരും ഭയന്ന് വിറങ്ങലിച്ചപോലെ നില്പുണ്ടായിരുന്നു. ഞാൻ അവരോടു ചോദിച്ചു:

"ഇരുട്ടിയല്ലോ. നിങ്ങളെന്താണ് വീട്ടിലേക്കു പോകാത്തത്?"

മുതിർന്ന പെൺകുട്ടി മുഖം കുനിച്ച് പറഞ്ഞു.

"ഇപ്പോഴേ അങ്ങോട്ടുചെല്ലരുതെന്നു അമ്മ പറഞ്ഞിട്ടുണ്ട്."

ഞാൻ പിന്നീടൊന്നും ചോദിക്കാൻ നില്ക്കാതെ ഇടവഴിയിലേക്കിറങ്ങി.

ഇരുട്ടു നിറഞ്ഞ ഇടവഴി. ഇഴജന്തുക്കൾ കണ്ടേക്കും. ഞാൻ താഴേക്ക് ഉറ്റുനോക്കിക്കൊണ്ട് അതിവേഗം നടന്നു. എന്റെ ഉള്ളിൽ അവ്യക്തമായ ഭയം പെരുകിക്കൊണ്ടിരുന്നു. ഇടവഴി ഒരിക്കലും അവസാനിക്കുകയില്ലെന്നും പുറത്തേക്കുള്ള മാർഗ്ഗമറിയാത്ത ഒരു വ്യൂഹത്തിൽ അകപ്പെട്ടിരിക്കയാണെന്നും എനിക്ക് ആശങ്കയായി. അടുത്ത കാൽവയ്പ് ഒരു ഭ്രൂണത്തിലായേക്കുമെന്ന് ഞാൻ ഭയന്നു.

പരിസരങ്ങൾ ശാന്തമായിട്ടില്ല ഇനിയും. ഇടവഴിയുടെ രണ്ടു ഭാഗത്തായി നിന്ന് കലഹിക്കുകയായിരുന്ന സ്ത്രീകൾ ഇപ്പോഴും ഒത്തുതീർപ്പിലെത്താതെ കലഹം തുടരുകയാണ്. ഞാൻ അവിടെനിന്നും മനം മടുപ്പോടെ തിടുക്കത്തിൽ നടന്നുമാറി. ആരോ എതിരെ നിന്ന് ഒരു രൂക്ഷഗന്ധവുമായി വന്ന് എന്നെ കടന്നുപോയി. ഞാൻ ഖിന്നനായി മുന്നോട്ടു നീങ്ങി. ഇടവഴിയുടെ അറ്റത്തെത്തി ഞാൻ തിരിഞ്ഞു നോക്കി. എനിക്കു കാണാൻ കഴിഞ്ഞത് ഇരുൾ മാത്രമാണ്.

ലിഫ്റ്റിൽ രണ്ടു സ്ത്രീകൾ

ലിഫ്റ്റിൽ കയറി കതകടയ്ക്കുന്ന ഭാര്യയിൽനിന്നു കണ്ണെടുത്ത് അയാൾ ടെലിവിഷനുനേർക്കു നടന്നു. ഒഴിഞ്ഞ കസേരകളിലൊന്നിൽ സ്ഥാനം പിടിച്ച് അയാൾ ഒരു സിഗരറ്റ് കത്തിച്ചു.

അയാളുടെ ഭാര്യ അഞ്ചാമത്തെ ഫ്ളോറിലേക്കു പോകാനായി ബട്ടൺ അമർത്തി. ലിഫ്റ്റ് ഉയർന്നു.

ലിഫ്റ്റ് ഉയർന്നു തുടങ്ങിയപ്പോൾ അയാൾ ഒട്ടും ഉദ്വേഗമില്ലാതെ തിരിഞ്ഞുനോക്കി. ലിഫ്റ്റിൽ നില്ക്കുന്ന ഭാര്യയുടെ മുഖം അപ്പോഴേക്കും മറഞ്ഞിരുന്നു. നൊടിനേരത്തിനകം ഉടലാകെ മറഞ്ഞു. ലിഫ്റ്റ് പാടെ അപ്രത്യക്ഷമായി.

അയാൾ ടെലിവിഷനിലെ പരിപാടി ശ്രദ്ധിക്കുകയായി. അത് സ്ത്രീകളെ ഉദ്ദേശിച്ചുള്ള ഒരു പ്രത്യേക പരിപാടിയായിരുന്നു. ഒരു സ്ത്രീ പാചകവിധികൾ നിർദ്ദേശിച്ചുകൊണ്ടിരുന്നു.

പാചകം ഏതാണ്ട് തീരാറായപ്പോൾ മറ്റൊരു ഭർത്താവും ഭാര്യയും ലിഫ്റ്റിനടുത്തെത്തി. ഭർത്താവ് ലിഫ്റ്റ് താഴേക്കു വരാനായി ബട്ടണമർത്തി. ഇരുവരും കാത്തുനിന്നു. ലിഫ്റ്റ് താഴെയെത്തി. ഭാര്യ ലിഫ്റ്റിൽ കയറിയപ്പോൾ ഭർത്താവ് അടുത്തേക്ക് മുഖം നീട്ടി പതിഞ്ഞ ശബ്ദത്തിൽ എന്തോ അവളെ ഓർമ്മിപ്പിച്ചു. അവൾ ശിരസ്സനക്കി. അയാൾ ലിഫ്റ്റിന്റെ കതകുകൾ രണ്ടും വെളിയിൽനിന്ന് ചേർത്തടച്ച് ഭാര്യക്ക് പോകാൻ അനുമതി നല്കി. ഭാര്യ ഏഴാമത്തെ നിലയിലേക്ക് പോകാനായി ബട്ടണിൽ വിരൽ ചേർത്തു. ലിഫ്റ്റ് ഉയർന്നു.

ഭർത്താവ് പിന്തിരിഞ്ഞ് ടെലിവിഷനുള്ള ലോഞ്ചിലേക്ക് നടന്നു.

ഒരാൾ സിഗരറ്റ് പുകച്ചുകൊണ്ട് ടെലിവിഷനു മുന്നിൽ ഇരിക്കുന്നതു

കണ്ടപ്പോൾ അയാൾക്കും പുകവലിച്ചാൽ കൊള്ളാമെന്നു തോന്നി. സിഗരറ്റ് കൈയിലുണ്ടായിരുന്നു. തീ വേണം.

അയാൾ സിഗരറ്റ് കൈയിലെടുത്തുകൊണ്ട് ഒന്നാമന്റെ അടുത്തേക്ക് ചെന്നു.

"എക്സ്ക്യൂസ് മീ."

ഒന്നാമൻ വലിച്ചു തീരാറായ സിഗരറ്റ് ആഷ്ട്രേയിൽ നിക്ഷേപിച്ച് ഒരു ചെറുചിരിയോടെ പോക്കറ്റിൽ നിന്ന് വിദേശനിർമ്മിതമായ ഒരു ലൈറ്റർ പുറത്തെടുത്തു.

"ഇരിക്കൂ." അയാൾ രണ്ടാമനോട് പറഞ്ഞു.

രണ്ടാമൻ ആ ക്ഷണം സ്വീകരിച്ച് തൊട്ടടുത്ത കസേരയിൽ ഇരുന്നു. അയാളുടെ വേഷം ആകർഷകമായിരുന്നു. ഭവ്യതയുള്ള മുഖം.

സിഗരറ്റ് കത്തിച്ച് അയാൾ ലൈറ്റർ ഒന്നാമന് തിരികെ കൊടുത്തു. നന്ദി പറയാൻ മറക്കുകയുണ്ടായില്ല.

പിന്നീട് രണ്ടുപേരും ടെലിവിഷനിലേക്ക് കണ്ണയച്ചുകൊണ്ട് വളരെ ഉത്സുകരായി ഇരുന്നു. അല്പം കഴിഞ്ഞ് ഒന്നാമൻ രണ്ടാമനോടു പേരെന്തെന്നു ചോദിച്ചു. രണ്ടാമൻ പേരു പറഞ്ഞു: ശിവൻപിള്ള.

എന്നിട്ട് അയാൾ ഒന്നാമന്റെ പേരറിയാൻ താല്പര്യം കാട്ടി. ഒന്നാമൻ പറഞ്ഞു കേൾപ്പിച്ചു. ലോറൻസ്.

ഇപ്പോൾ ഇരുവർക്കും അന്യോന്യം പേരറിയാമെന്നായി. ഇത്തിരി പരിചയം. ലോറൻസ് മറ്റൊരു സിഗരറ്റിനു തീ പിടിപ്പിച്ചു. ശിവൻപിള്ളയുടെ ആദ്യത്തെ സിഗരറ്റ് തീർന്നിരുന്നില്ല. ലോറൻസ് സിഗരറ്റ് കത്തിച്ച ശേഷം ശിവൻപിള്ളയോട് ജോലി തിരക്കി. താൻ ജോലി ചെയ്യുന്ന കമ്പനിയുടെ പേരറിയിച്ചശേഷം ശിവൻപിള്ള മര്യാദ പാലിക്കാനായി ലോറൻസ് എന്തു ജോലിയെടുക്കുന്നുവെന്ന് അന്വേഷിച്ചു. ലോറൻസ് തന്റെ സ്ഥാപനത്തിന്റെ പേരു പറഞ്ഞു. കൊള്ളാം. ഇരുവർക്കും ഇപ്പോൾ പരസ്പരം അല്പം കൂടി അറിയാമെന്നായിരിക്കുന്നു.

നേരിയ സങ്കോചത്തോടെ ശിവൻപിള്ള ലോറൻസിനോട് കുടുംബത്തെക്കുറിച്ച് ചോദിച്ചു.

"മൂന്നുപിള്ളാരുണ്ട്. രണ്ടാണും ഒരു പെണ്ണും. മൂത്ത ചെറുക്കന്മാര് ട്വിൻസാണ്. ഏഴുവയസ്സായി രണ്ടിനും. മോൾക്ക് അഞ്ചു വയസ്സും."

"നിർത്തിയോ?"

"പിന്നെ നിർത്താതെ?" ഒന്നു ചിരിച്ച് ലോറൻസ് തിരക്കി: "നമ്മുടെ കാര്യം പറഞ്ഞില്ലല്ലോ."

"എനിക്ക് രണ്ടുപേരെ ഉള്ളൂ. മൂത്തത് ആണ്, എട്ട് വയസ്സ്. മോൾക്ക് ആറും."

"പഠിക്കുമോ?"

"ങ്ഹാ. ഒരുവിധം."

"വൈഫിന് ജോലിയൊന്നും ഇല്ലല്ലോ?"

"ഇല്ല. നമ്മുടെയോ?"

"അങ്ങനെതന്നെ."

ടെലിവിഷനിൽ പ്രോഗ്രാം വേറൊന്നായി.

ലോറൻസ് വാച്ച് നോക്കി. വന്നിട്ട് കൃത്യം ഒരു മണിക്കൂറായിരിക്കുന്നു. അയാൾ ശിവൻപിള്ളയോടായി നിഗൂഢമായി ചിരിച്ചു. ആ ചിരിയുടെ അർത്ഥം ശിവൻപിള്ളയ്ക്ക് മനസ്സിലായി. അയാളും അതേമട്ടിൽ ചിരിച്ചു. ഇപ്പോൾ അവർക്കിടയിൽ രഹസ്യങ്ങളോ മറയോ ഇല്ലതന്നെ.

ലിഫ്റ്റ് താഴെയെത്തി നിന്നതറിഞ്ഞ് ലോറൻസ് ബദ്ധപ്പെട്ട് എഴുന്നേറ്റു. ശിവൻപിള്ളയുടെ ഭാര്യ ഇനിയും സമയമെടുക്കും. വരാൻ.

"ഞാൻ പോകട്ടെ?" ലോറൻസ് പറഞ്ഞു.

"ശരി" ശിവൻപിള്ള പറഞ്ഞു. അയാളും പക്ഷേ, എഴുന്നേറ്റു.

ഇരുവരും ലിഫ്റ്റിനു നേർക്കു തിരിഞ്ഞു. ലിഫ്റ്റിൽ ലോറൻസ് തന്റെ ഭാര്യയെ മാത്രമേ പ്രതീക്ഷിച്ചിരുന്നുള്ളൂ. അതു തെറ്റി. ശിവൻപിള്ളയുടെ ഭാര്യയും ഉണ്ടായിരുന്നു. തന്റെ ഭാര്യയെ അത്രയും നേരത്തെ പ്രതീക്ഷിക്കാതിരുന്നതിനാൽ ശിവൻപിള്ള വിസ്മയഭരിതനാക്കി. അധികം കാത്തിരിക്കേണ്ടി വന്നില്ലല്ലോ എന്നോർത്ത് ആശ്വാസവുമായി.

രണ്ടു ഭർത്താക്കന്മാരും ലിഫ്റ്റിനടുത്തേക്ക് നടന്നു. പക്ഷേ, സ്ത്രീകൾ രണ്ടുപേരും പുറത്തിറങ്ങിയില്ല. അവർ പരസ്പരം കണ്ണുകളിൽ നോക്കിക്കൊണ്ടു നിന്നു. പിന്നെ ലോറൻസിന്റെ പത്നി ലിഫ്റ്റ് ബട്ടൺ അമർത്തി. ലിഫ്റ്റ് മുകളിലേക്ക് നീങ്ങി.

ലോറൻസും ശിവൻപിള്ളയും ആശ്ചര്യത്തോടെ അങ്ങോട്ടുമിങ്ങോട്ടും നോക്കി. അവർക്കൊന്നും മനസ്സിലായില്ല.

അല്പം കഴിഞ്ഞപ്പോൾ ലിഫ്റ്റ് വീണ്ടും താഴേക്ക് വന്നു.

ലിഫ്റ്റിൽ ലോറൻസിന്റെ ഭാര്യയും ശിവൻപിള്ളയുടെ ഭാര്യയും ഒരു ഗാഢാശ്ലേഷത്തിൽ നില്ക്കുകയായിരുന്നു.

വായ് തുറന്ന് ഭാര്യയെ ശാസിക്കാനോങ്ങിക്കൊണ്ട് ലോറൻസും കൂടെ ശിവൻപിള്ളയും ചെല്ലുമ്പോൾ ലിഫ്റ്റ് വീണ്ടും ഉയർന്നു. ലോറൻസും ശിവൻപിള്ളയും അത്യന്തം പരിഭ്രമിച്ച് സ്റ്റെയർകെയ്സിനു നേർക്കോടി. ഇരുവരും മുകളിലേക്ക് പാഞ്ഞു കയറി. ലിഫ്റ്റ് അടുത്ത നിലയിലേക്ക് ഉയർന്നു പൊയ്ക്കഴിഞ്ഞിരുന്നു. ഇരുവരും അതിവേഗം അടുത്ത നിലയിലേക്കോടി. അങ്ങനെ ഓടിയോടി ഏറ്റവും മുകളിലത്തെ നിലയിലെത്തി. അപ്പോഴേക്കും ലിഫ്റ്റ് സ്ത്രീകളെയും കൊണ്ട് താഴേക്ക് നീങ്ങിയിരുന്നു. ഭർത്താക്കന്മാർ രണ്ടുപേരും ഭ്രാന്തുപിടിച്ചതുപോലെ സ്റ്റെയർകെയ്സു വഴി താഴേക്കോടുകയായി. ഇടയ്ക്കുവച്ച് അവർ തങ്ങളുടെ ഭാര്യമാരെ ഒരു നോക്കു കണ്ടു. ലിപ്റ്റ് മുകളിലേക്ക് പോവുകയായിരുന്നു. സ്ത്രീകൾ പരസ്പരം ചേർത്തുപിടിച്ച് വിതുമ്പുകയും.

"ഇറങ്ങൂ ഇറങ്ങൂ." എന്നു ഭർത്താക്കന്മാർ രണ്ടുപേരും ലിഫ്റ്റിനു നേർക്കു നോക്കി ആർത്തുവിളിച്ചു.

പക്ഷേ....

ഗാലറി

അയാൾ ഒരു നിഗൂഢഭാവത്തിലായിരുന്നു ലോകത്തെ വീക്ഷിച്ചിരുന്നത്. ആരെന്ന് ഊഹിച്ചുകഴിഞ്ഞോ, അതെ ഒരു പൊലീസുകാരൻ.

നീലനിക്കറും വിലങ്ങനെ ഇളംനീലവരകളുള്ള ടീഷർട്ടും ധരിച്ച ചെറിയ കുട്ടികൾ കൂട്ടംകൂടി കളിക്കുന്ന മൈതാനത്തിന്റെ കിഴക്കുവശത്തുള്ള കെട്ടിടത്തിൽ എന്തോ സംഭവിച്ചുകൊണ്ടിരിക്കുന്നതായി അതുവഴി ഒരു സൈക്കിളിൽ കടന്നുപോകവെ അയാൾ തന്റെ സൂക്ഷ്മദൃഷ്ടികൾകൊണ്ടു കണ്ടെത്തി. എങ്കിൽ അതെന്താണ് എന്നറിഞ്ഞിട്ടുതന്നെ കാര്യം എന്നു സ്വയം പറഞ്ഞ് അയാൾ തല്ക്ഷണം സൈക്കിളിൽ നിന്നിറങ്ങി ഗെയ്റ്റ് കടന്നു.

"എന്താണിവിടെ?" അയാൾ കെട്ടിടത്തിന്റെ കോമ്പൗണ്ടിൽ കണ്ടുമുട്ടിയ ഏതാണ്ട് പതിനേഴു വയസ്സുമതിക്കുന്ന പെൺകുട്ടിയോടു ചോദിച്ചു.

"പെയിന്റിങ്സിന്റെ എക്സിബിഷനാണ്." പെൺകുട്ടി അല്പമൊരു പരിഭ്രമത്തോടെ പറഞ്ഞു.

അവൾ പ്രദർശനം കണ്ട് ഇറങ്ങിവരികയായിരുന്നു. വേഷം സാൽവാറും കമ്മീസും.

"ഓഹോ" പൊലീസുകാരൻ മുന്നോട്ടു നീങ്ങി.

പെൺകുട്ടി തിരിഞ്ഞ് അയാളെ നോക്കിക്കൊണ്ട് ഗെയ്റ്റ് ലക്ഷ്യമാക്കി നടന്നു. ഗെയ്റ്റിനടുത്തെത്തി അവൾ നോക്കുമ്പോൾ അയാൾ വരാന്തയിലേക്കു കയറിയിരുന്നു.

വരാന്തയിൽ വാതിലിനടുത്ത് ഒരു ചെറുമേശയ്ക്കു മുന്നിലായി ഇരുന്ന് എന്തോ വായിക്കുകയായിരുന്ന മുടിയും താടിയും വളർത്തിയ സങ്കോചശീലനായ യുവാവ് പൊലീസുകാരനെ കൺമുന്നിൽ കണ്ട് ചിന്താക്കുഴപ്പത്തോടെ ചാടിയെഴുന്നേറ്റു. അയാൾ ഗൗരവം വിടാതെ ശിരസ്സ് പതുക്കെയൊന്നു ചലിപ്പിച്ച് ഹാളിനുള്ളിൽ പ്രവേശിച്ചു.

ഭിത്തികളാകെ പല വലിപ്പത്തിലുള്ള പെയിന്റിങ്ങുകളാൽ അലംകൃതമായിരുന്നു. ചില രചനകൾ കടുംവർണ്ണങ്ങളിലുള്ളതായിരുന്നുവെങ്കിൽ മറ്റു ചിലവ നേർത്ത വർണ്ണങ്ങളിൽ മൃദുഭാവങ്ങൾ പ്രകടിപ്പിക്കുന്നവയായിരുന്നു.

ആദ്യത്തെ പെയിന്റിങ് തന്നെ പൊലീസുകാരനെ അത്ഭുതപ്പെടുത്താൻ പോന്നതായിരുന്നു. കടുംനീലയും പച്ചയും ചുവപ്പും കലർന്ന ക്യാൻവാസിൽ തലങ്ങും വിലങ്ങും കോറിയിട്ട രേഖകൾക്കിടയിൽ ഒരു ശ്ലഥരൂപം. അയാൾ അടുത്തു ചെന്നു നോക്കി. കൂടുതൽ വ്യക്തതയ്ക്കായി നാലഞ്ചു ചുവട് പിറകോട്ട് നടന്നു വീണ്ടും അതിലേക്ക് ഉറ്റുനോക്കി. ഭിത്തിയിൽ വർണ്ണങ്ങൾ തിളച്ചുകൊണ്ടിരുന്നു. പൊലീസുകാരൻ തന്റെ നിരീക്ഷണം ഊർജ്ജിതമായി തുടർന്നു. പിന്നെ ഒരു രഹസ്യത്തിന്റെ ചുരുളഴിക്കാൻ സാധിച്ചതുപോലെ ശിരസ്സിളക്കി അടുത്ത ചിത്രത്തിനു നേർക്കു നീങ്ങി.

ഹാളിൽ വേറെയും ഏഴെട്ടുപേർ പെയിന്റിങ്ങുകൾ കാണുന്നുണ്ടായിരുന്നു. അവരിൽ കൂട്ടുകാരികളായ രണ്ടു പെൺകുട്ടികളുമുണ്ടായിരുന്നു. അവരിൽ ഒരു പെൺകുട്ടി തന്റെ മുന്നിലെ ചിത്രത്തിന്റെ ഏതോ വിശദാംശത്തിൽ കൗതുകം പൂണ്ട് കൂട്ടുകാരിയോട് ഒരഭിപ്രായം പറഞ്ഞ് ചിരിച്ചു. പക്ഷേ, പെട്ടെന്നുതന്നെ അവൾ നിശ്ശബ്ദയായി. അതിനു കാരണം അവൾ പൊലീസുകാരനെ കാണാനിടയായതായിരുന്നു. അയാളെ കണ്ടതോടെ അവളുടെ മുഖത്തെ നറുംചിരി പൊടുന്നനെ മാഞ്ഞു. അവളുടെ ഭാവമാറ്റത്തിനു കാരണമറിയാൻ കൂട്ടുകാരിയായ പെൺകുട്ടിയും അങ്ങോട്ടു നോക്കി. അടുത്ത മാത്രയിൽ അവളുടെ മുഖഭാവവും മാറി. രണ്ടുപേരും ഉടനെ അടുത്ത ചിത്രത്തിനരികിലേക്കു വേഗത്തിൽ നടന്നു.

പൊലീസുകാരൻ വേറൊരു അമൂർത്തരചനയ്ക്കു മുന്നിലെത്തി. അതിൽ ചുവന്ന ഇലകളുള്ള ഒരു വൃക്ഷരൂപം അയാളുടെ ദൃഷ്ടിക്കു വിഷയീഭവിച്ചു. കടും ചുവപ്പ് ഇലകൾ? ഏതു മരമായിരിക്കും? എന്നിങ്ങനെ അയാൾ ഒരപഗ്രഥനത്തിനു മുതിർന്നു. വൃക്ഷത്തിന്റെ നീലവേരുകൾ എവിടെയാണ് വിലയം പ്രാപിക്കുന്നതെന്ന് അയാൾ സൂക്ഷ്മമായി പരിശോധിച്ചു. അപ്പോഴാണ് അയാൾക്ക് അതിപ്രധാനമായ വേറൊരു തുമ്പ് ലഭിച്ചത്. വേരുകൾ അവസാനിക്കുന്നിടത്തായി നഗ്നമായ ഒരു സ്ത്രീയുടെ ചെറിയ ശരീരം. മഞ്ഞനിറമായിരുന്നു അവൾക്ക്. യൗവനകാലം. മിഴികൾ അടഞ്ഞു കിടക്കുകയാണ്. മിനുത്തുരുണ്ട തുടകളിൽ രക്തമോ മറ്റെന്തെങ്കിലും പാടുകളോ കാണുന്നുണ്ടായിരുന്നില്ല. ഒരു വേരിൽ തല ചായ്ച്ച് അവൾ ഉറങ്ങിക്കിടന്നു. ചെറുതും ഭംഗിയുറ്റതുമായിരുന്നു അവളുടെ ഗുഹ്യഭാഗം. പൊലീസുകാരൻ അതു പ്രത്യേകം ശ്രദ്ധിച്ചു. അവളുടെ സമീപത്തായി മറ്റൊന്നും കാണാൻ കഴിഞ്ഞില്ല. നിറത്തിന്റെ ഒരു പരപ്പല്ലാതെ. അതു തൊട്ടാൽ പൊള്ളുമെന്നു തോന്നിക്കും വിധത്തിലായിരുന്നു.

അയാൾ വീണ്ടും മുന്നോട്ടു നടന്നു.

ഹാളിനു വലതു വശത്തുള്ള ചെറിയ മുറിയുടെ ഭിത്തികളിലും പെയിന്റിങ്ങുകൾ പ്രദർശിപ്പിക്കപ്പെട്ടിരുന്നു. പൊലീസുകാരൻ അങ്ങോട്ടു കടക്കാൻ തുടങ്ങിയതും പെൺകുട്ടികൾ രണ്ടുപേരും പുറത്തിറങ്ങാൻ ഭാവിച്ചതും ഒരേ സമയത്തായിരുന്നു.

"എല്ലാം കണ്ടുകഴിഞ്ഞോ?" അയാൾ വാതില്ക്കൽവെച്ച് അവരോട് ചോദിച്ചു.

"ഉവ്വ്" രണ്ടുപേരും ഒരുമിച്ചു പറഞ്ഞു.

അയാൾ മുറിയിലേക്കു കയറിയപ്പോൾ രണ്ടുപേരും തിടുക്കപ്പെട്ട് പുറത്തിറങ്ങി. രണ്ടു മത്സ്യങ്ങൾ ഒരു പാറയ്ക്കടുത്തുകൂടി തെന്നി നീങ്ങും മട്ടിൽ അവർ വാതിൽ കടന്ന് തിരികെ വിശാലമായ ഹാളിലെത്തുകയും പിന്നെ വെളിയിലേക്കു ഗമിക്കുകയും ചെയ്തു. ഒന്നും പറയാനാവാത്ത രീതിയിലുള്ള സ്തബ്ധത അവരെ ബാധിച്ചിരുന്നു.

പൊലീസുകാരൻ ചെറിയ മുറിയിൽ അവശേഷിച്ചിരുന്ന സന്ദർശ കരെയാകമാനം അശ്രദ്ധഭാവത്തിലൊന്നു നോക്കി ഭിത്തിയിലെ ചിത്ര ങ്ങളിലേക്കു തിരിഞ്ഞു. അവയൊക്കെയും അയാളുടെ സൂക്ഷ്മനിരീക്ഷ ണത്തിനു വിധേയമായി. ചില സൃഷ്ടികളെ അയാൾ ചോദ്യം ചെയ്യാനായി കസ്റ്റഡിയിൽ എടുത്തവരെയെന്നോണം നോക്കി. ചില ക്യാൻവാസുക ളിൽ നിന്ന് അയാൾ ഓരോ നിറമായി നീക്കം ചെയ്തു. ഒരു ക്യാൻവാ സിന്റെ മദ്ധ്യത്തിൽ ഇത്തിരി തവിട്ടുനിറം മാത്രം അവശേഷിച്ചു. മറ്റൊന്നു തീർത്തും ശൂന്യമായി. ക്യാൻവാസ് ലജ്ജകൊണ്ടു ചൂളുകയും വിളറി വെളുക്കുകയും ചെയ്തു.

അയാൾ ഓരോ ചിത്രത്തിനു മുന്നിലൂടെ കടന്നുപോയി. ഒടുവിൽ ഹാളിലേക്കുള്ള വാതിലിനടുത്തു തിരിച്ചെത്തി. പിന്നെ ഹാളിലേക്കു കടന്നു.

ഹാളിൽ പുതിയ സന്ദർശകർ നാലഞ്ചു പേരുണ്ടായിരുന്നു.

അവരെ മൊത്തത്തിലൊന്നു ദൃഷ്ടിക്കു വിഷയമാക്കി അയാൾ അസം തൃപ്തഭാവത്തിൽ ഹാളിൽനിന്ന് പുറത്തുകടന്നു.

വരാന്തയിൽ ചെറിയ മേശയ്ക്കടുത്തായി അയഞ്ഞ ബാത്തിക് ഉടുപ്പു ധരിച്ച യുവാവ് അയാളുടെ തിരിച്ചുവരവ് പ്രതീക്ഷിച്ചെന്നപോലെ നില്പുണ്ടായിരുന്നു. മേശപ്പുറത്ത് സന്ദർശകാഭിപ്രായം രേഖപ്പെടുത്തു ന്നതിനുള്ള പുസ്തകവും അതിന്റെ തുറന്നുവെച്ച പേജുകൾക്കിടയിലായി ഒരു ഫൗണ്ടൻപേനയും.

പൊലീസുകാരൻ പേജുകൾ മറിച്ച് തനിക്കു മുമ്പേ പലരും കുറിച്ച അഭിപ്രായങ്ങളിലൂടെ അലക്ഷ്യമായി കണ്ണോടിച്ചു. ഫലമോ? അയാൾ അങ്ങേയറ്റം നിരാശനായി. എല്ലാം പ്രദർശനത്തിൽ മതിപ്പ് രേഖപ്പെടു ത്തുന്ന കുറിപ്പുകളായിരുന്നു. നിരുത്തരവാദപരമായ സമീപനം! വീക്ഷ ണവൈകല്യം! സ്ഥല ജലവിഭ്രാന്തി! ഇരുട്ടുകൊണ്ട് ഓട്ടയടയ്ക്കൽ! എന്നി ങ്ങനെയെല്ലാം ഉള്ളാലെ പുലമ്പിക്കൊണ്ട് അയാൾ പേന കൈയിലെടുത്തു.

അങ്ങേമുറിയിലെ സ്ത്രീ

എക്സിക്യൂട്ടീവ് എഞ്ചിനീയറായ ഒരാളും വ്യാപാരമേഖലയിൽ പ്രമുഖനായൊരു വ്യക്തിയും തങ്ങളുടെ അഭിഭാഷക സുഹൃത്തിനൊപ്പം മദ്യപിച്ചുകൊണ്ടിരിക്കുന്നതിനിടയിൽ കൊച്ചുപിള്ളയെന്നു പേരായ വക്കീൽ ഗുമസ്തൻ വാതിലിൽതട്ടി സാനുവാദം അകത്തേക്കു കടന്നു. ചെയ്യാനേല്പിച്ചൊരു കാര്യം ഭംഗിയായി നിറവേറ്റാനായതിലുള്ള ചാരിതാർത്ഥ്യം അയാളുടെ മുഖത്ത് പ്രകടമായിരുന്നു. അതുകൊണ്ടു തന്നെ മറ്റുള്ളവർക്ക് ഒന്നും ചോദിക്കേണ്ടി വന്നില്ല. വ്യാപാരി തിടുക്കത്തിലൊരു ലാർജ് ഒഴിച്ച് കൊച്ചുപിള്ളയ്ക്കു നീട്ടി. അയാൾ വക്കീലിന്റെ നേർക്കൊന്നു നോക്കി ഒട്ടൊരു സങ്കോചത്തോടെ അതു വാങ്ങി. അയാളുടെ മുഖം ഭവ്യമായൊരു ചിരിയുറ്റതായി.

"ഒരു പ്ലെയ്റ്റെടുത്ത് എന്തെങ്കിലുമൊക്കെ കഴിക്കയും ചെയ്യ്!" എക്സിക്യൂട്ടീവ് എഞ്ചിനീയർ കൊച്ചുപിള്ളയോട് അത്രയും കൂടി പരിഗണന കാട്ടി.

മേശപ്പുറത്ത് ചപ്പാത്തിയും പൊരിച്ച കോഴിയും ലിവറും വെജിറ്റബിൾ സലാഡും വേണ്ടുവോളമുണ്ടായിരുന്നു.

കൊച്ചുപിള്ള തനിക്കു ലഭിച്ച ലാർജിലും അതോടനുബന്ധിച്ചുള്ള ഭക്ഷണക്കാര്യത്തിലും ശ്രദ്ധ പതിപ്പിക്കെ, ഒരു പരസ്പരധാരണയുടെ അടിസ്ഥാനത്തിൽ എക്സിക്യൂട്ടീവ് എഞ്ചിനീയർ എഴുന്നേറ്റു.

അയാൾ ചെന്ന് കൈ കഴുകി. കൈയും മുഖവും ബാത്ടവ്വൽ കൊണ്ട് തുടച്ച് ഒരുസിഗരറ്റെടുത്ത് കത്തിക്കുകകൂടി ചെയ്ത് മുറിയിൽ നിന്ന് പുറത്തിറങ്ങി.

വാതിൽ അടഞ്ഞു.

അഭിഭാഷകനും വ്യാപാരിയും മന്ദഹസിച്ചു. തുടർന്ന് അഭിഭാഷകൻ വ്യാപാരിയുടെ മുന്നിലെ നീണ്ട ഗ്ലാസ് ചൂണ്ടിക്കാണിച്ച് പറഞ്ഞു.

"തീർക്ക്. ഓരോ റൗണ്ട് കൂടി ഒഴിക്കാം."

വ്യാപാരിയോടൊപ്പം കൊച്ചുപിള്ളയും ഗ്ലാസ് കാലിയാക്കി.

"കൊച്ചുപിള്ളയ്ക്കും ഒന്നാവാം. അല്ലേ." അഭിഭാഷകൻ വെറുതെ ചോദിച്ചു.

അയാൾ "വിരോധമില്ല" എന്ന മട്ടിലുള്ള ഒരുചിരിയോടെ ഒതുങ്ങി നിന്നു.

അഭിഭാഷകൻ മൂന്നു ഗ്ലാസിലേക്കും വിസ്കി പകർന്നു.

പിന്നെ ഐസ്ക്യൂബ്സ്, സോഡ.

കൊച്ചുപിള്ള തിടുക്കത്തിൽ തന്റെ ഗ്ലാസ് കടന്നെടുക്കാൻ ഭാവിച്ചപ്പോൾ അഭിഭാഷകൻ ഫലിതരൂപേണ പറഞ്ഞു.

"ധൃതി വേണ്ട. സമയമുണ്ട്."

മുറിയിൽ ചിരി മുഴങ്ങി. തുല്യനിലയ്ക്കല്ലെങ്കിലും ചിരിയിൽ കൊച്ചുപിള്ളയും പങ്കുചേർന്നു. എന്നിട്ട് യജമാനഭക്തിയോടെ ലിവറിന്റെ പാത്രത്തിൽ നിന്ന് നാലഞ്ചു കഷണങ്ങൾ അഭിഭാഷകന്റെ പ്ലെയ്റ്റിലേക്കിട്ട് തൃപ്തനായി.

"കൊച്ചുപിള്ളയോട് ഞാനെന്ത് തെറ്റുചെയ്തു?" വ്യാപാരി രംഗമൊന്നു കൊഴുപ്പിക്കാനുദ്ദേശിച്ച് ചോദിച്ചു.

"ഞാൻ സാറിനു വിളമ്പാൻ ഭാവിക്കയായിരുന്നു." കൊച്ചുപിള്ള ലിവറിന്റെ പാത്രവുമായി അയാളുടെ മുന്നിലെത്തി.

"ഇപ്പോ കൊച്ചുപിള്ള വക്കീലാപ്പീസിലും കോടതിയിലുമൊന്നുമല്ല കേട്ടോ." വ്യാപാരി അഭിഭാഷകനെ നോക്കി കണ്ണിറുക്കിക്കാട്ടിയശേഷം കൊച്ചുപിള്ളയോടു പറഞ്ഞു.

കൊച്ചുപിള്ള ചിരിച്ചു.

അയാൾ വിളമ്പിക്കഴിഞ്ഞപ്പോൾ അഭിഭാഷകൻ പറഞ്ഞു:

"കൊച്ചുപിള്ള ഇരിക്ക്."

"ഞാൻ നിന്നോളാം."

"ഇരിക്ക്."

"ഓ."

കൊച്ചുപിള്ള ഇരുന്നു.

ഏതാണ്ടൊരു പതിനഞ്ചു മിനിറ്റ് കഴിഞ്ഞപ്പോൾ വാതിലിൽ ഒരു മുട്ടു കേൾക്കായി. മുറിയിലുള്ളവർ എന്തെങ്കിലും പറയുംമുമ്പേ വാതിൽ തുറന്ന് എക്സിക്യൂട്ടീവ് എഞ്ചിനീയർ അവിടെയെത്തി. അയാളുടെ മുഖത്തേക്ക് വ്യാപാരിയും അഭിഭാഷകനും സൂക്ഷിച്ചു നോക്കി. അവർ മുഖലക്ഷണം വിലയിരുത്തുന്ന വേളയിൽ അയാൾ ഒരുചെറുചിരിയോടെ താൻ കഴിച്ചുവച്ച ഗ്ലാസെടുത്ത് അതിലേക്ക് അല്പം വിസ്കി ഒഴിച്ചു.

കൊച്ചുപിള്ള സംതൃപ്ത ഭാവത്തിൽ പ്ലെയ്റ്റിൽ നിന്ന് ലിവറിന്റെ ഒരുകഷണം കൈയിലെടുത്തു.

വ്യാപാരിയും അഭിഭാഷകനും അന്യോന്യം നോക്കി.

അഭിഭാഷകന്റെ ശിരസ്സ് ചെറുതായൊന്നനങ്ങി. വ്യാപാരി അയാളുടെ നിർദ്ദേശം അനുസരിക്കുംമട്ടിൽ എഴുന്നേറ്റ് കൈ കഴുകി, കണ്ണാടിയിൽ

നോക്കി മുടിയൊതുക്കി, വസ്ത്രം നേരെയാക്കി. പുറത്തേക്കിറങ്ങി, വാതിൽ അടഞ്ഞു. അയാൾ ടൂറിസ്റ്റ് ഹോമിന്റെ കോറിഡോറിലൂടെ മുന്നോട്ടുപോയി വേറൊരു മുറിയുടെ മുന്നിലെത്തി വാതിലിൽ മെല്ലെ തട്ടി. പിന്നെ വാതിൽ തുറന്ന് അകത്തേക്കു കയറി.

എക്സിക്യൂട്ടീവ് എഞ്ചിനീയറും അഭിഭാഷകനും ഗുമസ്തൻ കൊച്ചുപിള്ളയും മറ്റേ മുറിയിൽ തീനും കുടിയും തുടർന്നു.

പിന്നെ വ്യാപാരി മടങ്ങിയെത്തി.

അഭിഭാഷകൻ എഴുന്നേറ്റു. മറ്റു രണ്ടുപേരും അനുവർത്തിച്ച അതേ രീതിയിൽ അയാളും പുറത്തിറങ്ങി. വ്യാപാരിയും സുഹൃത്തും കൊച്ചുപിള്ളയെ കളിയാക്കി സംസാരിക്കുകയും ഇടയ്ക്ക് വിസ്കി കഴിക്കയും ചെയ്തു. അതങ്ങനെ തുടരുന്നതിനിടയിൽ അഭിഭാഷകൻ തിരിച്ചുവന്നു. അയാൾ തന്റെ സുഹൃത്തുക്കളെ സമീപിച്ച് അവരോടെന്തോ കുശുകുശുത്തു. അതു ശ്രദ്ധിക്കാതെ കൊച്ചുപിള്ള ഒരുകോണിൽ ഒതുങ്ങിക്കൂടി. അയാളുടെ മുന്നിൽ പാതിയൊഴിഞ്ഞ ഗ്ലാസ്, ശൂന്യമാവാൻ തുടങ്ങുന്ന പ്ലെയ്റ്റ്. അയാൾ തിന്നും കുടിച്ചും ഇരുന്നു.

അപ്പോൾ

"എടോ കൊച്ചുപിള്ളേ." എന്ന് അഭിഭാഷകൻ വിളിച്ചു.

ഉടനെ കൊച്ചുപിള്ള നടുങ്ങി. മുഖമുയർത്തി.

"എന്തോ."

"ഇനി ഇയാള് പൊയ്ക്കോ."

കൊച്ചുപിള്ള അതുകേട്ട് അത്യന്തം ഭ്രമിച്ചുവശായി. അയാളുടെ തടസ്സവാദങ്ങളൊന്നും അംഗീകരിക്കപ്പെടുകയുണ്ടായില്ല. വഴങ്ങുകയല്ലാതെ വേറെ പോംവഴിയില്ലെന്നായി.

ഒടുവിൽ അയാൾ കുലുങ്ങിച്ചിരിച്ചുകൊണ്ട് വാഷ്ബേസിനടുത്തേക്കു നടന്നു. കൈയും മുഖവും ശുദ്ധമാക്കി ഉടുമുണ്ടിൽ കൈയും മുണ്ടിന്റെ തുമ്പുയർത്തി മുഖവും തുടച്ച് വാതിൽ തുറന്ന് പുറത്തേക്കിറങ്ങി. കോറിഡോറിലൂടെ തെന്നിത്തെന്നി നീങ്ങുമ്പോഴും ചിരി നിലച്ചില്ല. അങ്ങനെ തെന്നിത്തെന്നി കടന്നുപോകുമ്പോൾ തന്റെ ശരീരം വയസ്സു ചെന്നതാണെന്ന് അയാൾ ഓർമ്മിച്ചതേ ഇല്ല. താൻ അറുപത് വയസ്സു കഴിഞ്ഞ ഒരു മെലിഞ്ഞ വൃദ്ധനാണെന്ന വസ്തുത അയാൾ മറന്നു. ഒരു ചിത്രശലഭം ഉല്ലാസപൂർവ്വം ചിറകടിച്ചു നീങ്ങുന്നതുപോലെ അയാൾ മുന്നോട്ടുപോയി.

അയാൾ ഒരു മുറിയുടെ മുന്നിലെത്തി. നമ്പർ നോക്കി. അതു തന്നെയാണ് മുറിയെന്ന് സ്വയം ഉറപ്പുവരുത്തിയതിൽ പിന്നീട് അയാൾ തെളിഞ്ഞൊരു ചിരിയോടെ അകത്തേക്കുകയറി.

ഒരല്പം കഴിഞ്ഞതേ ഉള്ളൂ. അയാൾ മുറിയിൽനിന്ന് പുറത്തേക്കു തെറിച്ചുവീണു. വാതിൽ അയാൾക്കു പിന്നിൽ വലിയൊരു മുഴക്കത്തോടെ അടഞ്ഞു. അയാൾ ഒരു നിലവിളിയോടെ എഴുന്നേറ്റു. അതിനുശേഷം വേച്ചുവേച്ചു ഇടതുവശത്തെയും വലതുവശത്തെയും ചുവരുകളിൽ മാറി മാറി തട്ടിക്കൊണ്ട്, ദീനമായി കരഞ്ഞുകൊണ്ട്, കിതച്ചുകൊണ്ട്...

വിമാനത്താവളത്തിലെ കുട്ടി

വിമാനത്താവളത്തെ സമീപിക്കുകയാണെന്നും മുഴുവൻ യാത്രക്കാരും തങ്ങളുടെ സീറ്റ് ബെൽറ്റ് മുറുക്കണമെന്നുമുള്ള അറിയിപ്പു മുഴങ്ങി. എയർഹോസ്റ്റസ് മൃദുവായ ഒരു ചിരിയോടെ അടുത്തെത്തുമ്പോഴേക്കും കുട്ടി സീറ്റ്ബെൽറ്റ് സ്വയം മുറുക്കിയിരുന്നു.

"യു ആർ സോ നൈസ്." അവൾ എയർഹോസ്റ്റസിനോടു പറഞ്ഞു.

ചിരിക്കുമ്പോൾ മുഖത്തു നുണക്കുഴികൾ തെളിയുന്ന ആ എയർഹോസ്റ്റസിനോടു യാത്രയുടെ തുടക്കം മുതൽ തന്നെ അവൾക്കു പ്രത്യേകമായ ഇഷ്ടം തോന്നിയിരുന്നു. എന്നോ ഉറക്കത്തിൽ കണ്ട ഒരു മാലാഖയുടെ മുഖമാണു പെട്ടെന്നു ഓർമ്മവന്നത്. അതേ മുഖം.

ഞാനീ കൈയൊന്ന് തൊട്ടോട്ടെ? അവൾ സ്വപ്നത്തിൽ മാലാഖയോടു ചോദിച്ചു. ചിരിച്ചുകൊണ്ടു മാലാഖ തന്റെ വലതുകൈത്തലം അവളുടെ നേർക്കു നീട്ടി. ഞാനീ കൈയേൽ ഉമ്മവച്ചോട്ടെ? അവൾ ഇളം ചുവപ്പു നിറമാർന്ന കൈത്തലത്തിലേക്കു നോക്കി പതുക്കെ ചോദിച്ചു. ഓ, അതിനെന്താ മാലാഖ പറഞ്ഞു.

അവൾ ഒരിക്കൽക്കൂടി എയർഹോസ്റ്റസിന്റെ മുഖത്തേക്കു നോക്കി.

ഒരു സംശയവുമില്ല.

അതെ മുഖം തന്നെ.

"ആരാ കുട്ടിയെ വെയ്റ്റ് ചെയ്യുക?"

എയർഹോസ്റ്റസ് അവളുടെ മുടിയിൽ മെല്ലെയൊന്നു തടവിക്കൊണ്ടു ചോദിച്ചു.

"അങ്കിളുണ്ടാവും. ആന്റിയുണ്ടാവും. വേറെ കുറെ പേര് കാണും." അവൾ സോത്സാഹം പറഞ്ഞു.

വിമാനത്തിൽ നിന്നിറങ്ങുമ്പോൾ അവളുടെ കഴുത്തിൽ ചെറിയൊരു

കാർഡ് തൂങ്ങിക്കിടന്നിരുന്നു. അതിൽ വേറൊന്നുമില്ല. പേരുമാത്രം. കുക്കു.

ചുറ്റും കണ്ണോടിച്ചപ്പോൾ സന്ധ്യയായോ എന്നു കുക്കുവിന് ആശങ്കയായി. വിമാനം പുറപ്പെട്ടതു രണ്ടു മണിക്കൂർ വൈകിയായിരുന്നു. കൃത്യസമയത്ത് ടേക്ക് ഓഫ് ചെയ്തിരുന്നെങ്കിൽ നല്ല വെളിച്ചമുള്ള നേരത്തു തന്നെ ഇവിടെ ലാന്റ് ചെയ്യാമായിരുന്നു. അതെങ്ങനെ? ഏതോ തീവ്രവാദി യാത്രക്കാർക്കിടയിൽ ഉണ്ടെന്ന ഫോൺസന്ദേശം സുരക്ഷാഉദ്യോഗസ്ഥർക്കു കിട്ടിയത് അവസാന നിമിഷത്തിൽ. പരിശോധനയും ചോദ്യം ചെയ്യലും ഏറെ നീണ്ടുപോയി. എന്നിട്ടോ? തീവ്രവാദിയെ ഒട്ട് കണ്ടതുമില്ല.

കുക്കു നടക്കുന്നതിനിടയിൽ തിരിഞ്ഞുനോക്കി. നേരെ പിറകിലായി മെലിഞ്ഞൊരു സായ്പും തടിച്ചൊരു മദാമ്മയും ഗൗരവപൂർവ്വം എന്തോ സംസാരിച്ചുകൊണ്ട്.

എവിടേക്കു പോവുകയാണെന്നു ചോദിച്ചാലോ? അല്ലെങ്കിൽ വേണ്ട എവിടെയെങ്കിലും പോകട്ടെ. അങ്കിളും മറ്റും കാത്തിരുന്നു മുഷിഞ്ഞിട്ടുണ്ടാകുമോ, ആവോ, ഒരുപാട് ദൂരെനിന്നു വരേണ്ടതാണ്. മൂന്നു മണിക്കൂർ മുമ്പെങ്കിലും എത്തിയിട്ടുണ്ടാകും. ക്ഷമ ചോദിക്കേണ്ടതു താനല്ലല്ലോ. അതെന്തായാലും കാണുമ്പോൾതന്നെ എല്ലാവർക്കും ഓരോ ചോക്ലേറ്റ് കൊടുക്കാം. ജാനെറ്റ് ജാക്സന്റെ പുതിയൊരു പാട്ട് പഠിച്ചിട്ടുണ്ട്. കാറിലിരുന്ന് അതു പാടിക്കേൾപ്പിക്കയും ചെയ്യാം. അങ്ങനെയൊക്കെ ആലോചിച്ചപ്പോൾ കുക്കുവിനു വളരെ ഉന്മേഷം തോന്നി. വിമാനയാത്രകൊണ്ട് അവൾക്ക് അല്പം പോലും ക്ഷീണം അനുഭവപ്പെട്ടിരുന്നില്ല. എങ്ങനെ ക്ഷീണം തോന്നും? ഇടയ്ക്കിടെ ചോക്ലേറ്റും കോഫിയും പിന്നെ മാലാഖയുടെ മുഖമുള്ള എയർഹോസ്റ്റസും. ഒരു നിമിഷം. അവൾ തിരിഞ്ഞു വിമാനത്തിനു നേർക്കു നോക്കി. വലിയൊരു വെള്ളപ്പറവ ചിറകുകൾ നിവർത്തി നിലത്തു നില്ക്കുന്നതുപോലെ അതവിടെ. അരമണിക്കൂർ കഴിഞ്ഞാവും തിരിച്ചുപോക്ക്. ലഗേജ് ഇറക്കിക്കാണുമോ?

വിമാനത്തിൽ നിന്നിറങ്ങി വരുന്ന യാത്രക്കാരെ പ്രതീക്ഷിച്ച് നിരവധിപേർ നില്പുണ്ടായിരുന്നു. അവർ പരസ്പരം കാണുകയും തിടുക്കത്തിൽ അടുത്തേക്കു ചെല്ലുകയും സ്നേഹവും ആഹ്ലാദവും പ്രകടിപ്പിക്കുകയും ചെയ്യുമ്പോൾ കുക്കു അങ്ങുമിങ്ങും കണ്ണോടിച്ചുകൊണ്ടു നിന്നു. ഇതെന്തു പറ്റി? അങ്കിളും ആന്റിയും മറ്റും എവിടെ?

കുക്കു കരുതിയതു കെട്ടിടത്തിനുള്ളിൽ എത്തുമ്പോഴേക്കും അനേകം കൈകൾ തന്റെ നേരെ നീണ്ടുവരുമെന്നായിരുന്നു. അതു സംഭവിക്കാത്തതിൽ അവൾക്കു ഖേദം തോന്നി. അങ്കിളിനെയോ, ആന്റിയെയോ അവൾ മുമ്പു കണ്ടിട്ടുണ്ടായിരുന്നില്ല. അതുകൊണ്ടു തന്നെ കാണാനിടയായവരൊക്കെയും തന്റെ ബന്ധുക്കളാണോയെന്ന് അവൾ സംശയിക്കാനിടയായി. ആരുമെന്താണു തന്നെ തിരിച്ചറിയാത്തതെന്ന്

അവൾ വ്യസനത്തോടെ ഓർത്തു. അവളുടെ കഴുത്തിൽ പേരെഴുതിയ കാർഡ് അപ്പോഴും തൂങ്ങിക്കിടന്നിരുന്നു. സുവ്യക്തമായ അക്ഷരങ്ങളോടെ. പക്ഷേ, ആരും അതുകണ്ട് അവളുടെ നേർക്കടുത്തില്ല. അവൾ തിരക്കിലൂടെ അങ്ങോട്ടുമിങ്ങോട്ടും നടന്നു.

അതിനിടയിൽ വിമാനത്താവളത്തിലെ ഉദ്യോഗസ്ഥരിലൊരാൾ കുക്കുവിനെ സമീപിച്ചു.

"കുട്ടിക്ക് പോകണ്ടേ?" അയാൾ ആരാഞ്ഞു.

"ഉവ്വ്."

"വരുമെന്നു പറഞ്ഞിരുന്നവരുടെ ഫോൺ നമ്പർ കൈയിലുണ്ടോ?"

അതവൾക്ക് കൈയിലെ ചെറിയ തുകൽസഞ്ചിയിൽനിന്നു കണ്ടെടുക്കാനായി. അയാൾ നമ്പർ കുറിച്ചെടുത്തു. ധൃതിയിൽ നടന്നകന്നു. ചില്ലു ചുവരിനപ്പുറത്ത് അപരിചിതരായ ആരൊക്കെയോ, നിഴലുകൾപോലെ. കുക്കുവിന്റെ കണ്ണുകൾ അവർക്കിടയിലൂടെ കടന്നുപോയി. പല മുഖങ്ങൾ. എത്രയെന്ന് എണ്ണി നോക്കിയാലോ?

ഇരുപത്തിയെട്ടുവരെ എണ്ണിയപ്പോൾ ഫോൺ നമ്പരുമായി പോയിരുന്ന ഉദ്യോഗസ്ഥൻ തിരിച്ചെത്തി.

"വീട്ടിലെ നമ്പരല്ലേ അത്?"

"അതെയല്ലോ."

"ഫോൺ റിങ് ചെയ്യുന്നുണ്ട്. പക്ഷേ, ആരും അറ്റന്റ് ചെയ്യുന്നില്ല. കുട്ടി ഇവിടെ ഇരിക്കൂ. ഒന്നുകൂടി ട്രൈ ചെയ്യട്ടെ."

അയാൾ പോയി. കുക്കു റൺവേയുടെ നേർക്കു തിരിഞ്ഞു. താൻ യാത്ര ചെയ്ത വിമാനം പതുക്കെ നീങ്ങിത്തുടങ്ങുന്നതാണ് അവൾക്കു കാണാൻ കഴിഞ്ഞത്. അവൾ ഉദ്വേഗത്തോടെ ചില്ലുഭിത്തിയുടെ അടുത്തേക്ക് ഓടിച്ചെന്നു. വിമാനം റൺവേയിലൂടെ നീങ്ങി വേഗമാർജ്ജിച്ച്, ആകാശത്തേക്കുയർന്നു.

ചില്ലുഭിത്തിയിൽ മുഖമുയർത്തിനിന്ന് കുക്കു കരയുമ്പോൾ വിമാനം മേഘങ്ങൾക്കിടയിലെങ്ങോ അപ്രത്യക്ഷമായി.

യാന്ത്രികം

അയാൾ സ്വീകരണമുറിയിലെ ചാരുകസേരയിലിരുന്ന് ഇംഗ്ലീഷ് ദിനപത്രം വായിക്കുകയും ഭാര്യ ആസ്ത്മയുടെ വലിവോടെ അടുക്കളയിൽ എന്തോ ജോലി ചെയ്യുകയുമായിരുന്നു. പുറത്തൊരു ബൈക്ക് വന്നുനിന്നു. അയാൾ ദിനപത്രവുമായി ഉമ്മറത്തേക്കു നടന്നു.

മകൻ ബൈക്കിലിരുന്ന് ഒരു കടലാസുപൊതി അയാളുടെ നേർക്കു നീട്ടി.

അയാൾ അതേറ്റു വാങ്ങി.

"നീ ഇറങ്ങുന്നില്ലേ?" അയാൾ മകനോടു ചോദിച്ചു.

"ഇല്ല. തിരക്കുണ്ട്." മകൻ പറഞ്ഞു.

അമ്മ ചുമച്ചുംകൊണ്ട് അടുക്കളയിൽനിന്നു വന്നെത്തുമ്പോഴേക്കും ബൈക്ക് ഗേറ്റ് കടന്നിരുന്നു. നിരത്തിലേക്കു കയറുന്നതിനിടയിൽ മകൻ വീടിനുനേർക്ക് നോക്കി ധൃതിയിലൊന്നു കൈയുയർത്തി വീശി. അമ്മയും കൈയുയർത്തി.

അയാൾ തിരിഞ്ഞുനോക്കുമ്പോൾ ഭാര്യ കൈവീശിക്കൊണ്ടു നില്ക്കുകയാണ്.

നിരത്തിലൂടെ ബൈക്ക് നീങ്ങിയകന്നു.

"ഈ മരുന്ന് അങ്ങു വച്ചേക്കൂ." അയാൾ ഭാര്യയോടു പറഞ്ഞു.

"ചായ വേണോ?" മരുന്ന് കൈയിൽ വാങ്ങി ഭാര്യ ചോദിച്ചു.

"വേണ്ട. പോയി കിടന്നോളൂ." അയാൾ പറഞ്ഞു.

പത്രം വായിച്ചുതീർന്നിരുന്നില്ല. അയാൾ ഉമ്മറത്തെ ഒരു കസേരയിലിരുന്നു. വീണ്ടും പത്രത്തിലേക്കു കണ്ണോടിച്ചു. ഭാര്യ വീടിനുള്ളിലേക്കു കയറിപ്പോയി.

പിന്നെ അയാൾ ഏറെനേരം വാർത്തകളുടെ ലോകത്തായിരുന്നു.

പ്രാദേശികവാർത്തകളും ലോകവാർത്തകളും ഒന്നൊന്നായി അയാൾ ഉൾക്കൊണ്ടു. ഏഴാം പേജിലെ രാഷ്ട്രത്തലവനെയും മൂന്നാംപേജിലെ അജ്ഞാതജഡത്തെയും നാലാംപേജിലെ വിശ്വസുന്ദരിയെയും എട്ടാം പേജിലെ വന്യമൃഗത്തെയും അയാൾ ഒരേ നിസ്സംഗതയോടെ കണ്ടു. ഒന്നും അയാളെ ചലിപ്പിക്കാൻ പര്യാപ്തമായില്ല.

പിന്നീടെപ്പോഴോ അയാൾ പത്രത്തിൽനിന്നു കണ്ണെടുത്തു നിരത്തിലേക്കു നോക്കി. നിരവധി വാഹനങ്ങൾ കിഴക്കോട്ടു ധൃതിയിൽ പൊയ്ക്കൊണ്ടിരുന്നു. ലെവൽക്രോസ് കുറേനേരമായി അടഞ്ഞുകിടന്നിരിക്കണമെന്ന് അയാൾ മനസ്സിൽ പറഞ്ഞു.

ഏതു വണ്ടിയാണ് ഇപ്പോൾ പോകാനുള്ളത്? കുർളാ എക്സ്പ്രസോ, മദ്രാസ് മെയിലോ? സമയമെത്രയായി?

അയാൾ എഴുന്നേറ്റ് അകത്തേക്കു ചെന്നു. ഒരു ഉൾമുറിയിൽ അയാളുടെ ഭാര്യ വലതുവശത്തേക്കു ചരിഞ്ഞു കണ്ണടച്ചു കിടക്കുന്നുണ്ടായിരുന്നു.

"നീ ഗുളിക കഴിച്ചുവോ?" അയാൾ ചോദിച്ചു.

ഭാര്യ കണ്ണു തുറന്നു.

"കഴിക്കാം."

"അതു ശരി. ഏതെങ്കിലും നേരത്താണോ ഗുളിക കഴിക്കുക? അതിനു ചില സമയമൊക്കെ ഡോക്ടർ നിശ്ചയിച്ചിട്ടില്ലേ?" അയാൾ ശാസിക്കുംപോലെ പറഞ്ഞു.

ഭാര്യ ചിരിക്കാൻ ശ്രമിച്ചു.

അയാൾ മേശപ്പുറത്തുണ്ടായിരുന്ന മരുന്നുപൊതി തുറന്നു ഭാര്യയ്ക്കുള്ള ഗുളിക പുറത്തെടുത്തു.

"ഊണിന് ഒന്നും ഉണ്ടാക്കിയിട്ടില്ല." കിടക്കയിൽ എഴുന്നേറ്റിരുന്ന് അവൾ ഒട്ടൊരു കുറ്റബോധത്തോടെ പറഞ്ഞു.

അയാൾ ഫ്ളാസ്കിൽ നിന്ന് ഒരു ഗ്ലാസിലേക്കു ചൂടുവെള്ളം പകർന്നു.

"സാമ്പാറോ പുളിശേരിയോ ഉണ്ടാക്കാമായിരുന്നു." ഭാര്യ ഖേദിച്ചു.

"അതിന്റെയൊന്നും ആവശ്യമില്ല. ഒരു പിടി ചോറുണ്ണാൻ അച്ചാറുണ്ടല്ലോ മതി."

ഏതാനും വർഷങ്ങൾക്കുമുമ്പുവരെ അയാൾ ആഹാരകാര്യങ്ങളിൽ തികഞ്ഞ നിഷ്ഠ പുലർത്തിയിരുന്നു. ഉച്ചയൂണിനായിരുന്നു അയാൾ ഏറെ പ്രാധാന്യം കല്പിച്ചിരുന്നത്. ഉരുക്കു നെയ്യും പരിപ്പുചാറും ചേർത്തു കുഴച്ച രണ്ടുരുള ചോറിൽ നിന്നാണ് ഊണു തുടങ്ങുക. സാമ്പാറിനേക്കാൾ അയാൾ ഇഷ്ടപ്പെട്ടിരുന്നത് പഴുക്കാറായ ഏത്തക്കായോ പപ്പായയോ നുറുക്കിയിട്ട പുളിശേരിയായിരുന്നു. സാമ്പാറാണെങ്കിൽ മുരിങ്ങക്കായ നിർബ്ബന്ധം. വീടിനു പിന്നിൽ ആറേഴു മുരിങ്ങയുണ്ടായിരുന്നതിനാൽ മുരിങ്ങക്കായ്ക്കോ മുരിങ്ങയിലയ്ക്കോ ഒരിക്കലും ക്ഷാമം അനുഭ

വപ്പെട്ടിരുന്നില്ല. മുരിങ്ങയുടെ പൂവുകൊണ്ട് അയാളുടെ ഭാര്യ ഒന്നാന്തരം തോരനുണ്ടാക്കുമായിരുന്നു. മുരിങ്ങപ്പൂവാണെങ്കിൽ കാറ്റിൽ കൂടെക്കൂടെ ഉതിർന്നുവീണു കൊണ്ടിരിക്കും. പെറുക്കിയെടുക്കുക ഇത്തിരി പ്രയാസമാണെന്നേയുള്ളൂ.

അയാൾക്കു പ്രിയം തോന്നിയിരുന്ന മറ്റൊരു കറി ഇടിച്ചക്ക കൊണ്ടുള്ളതാണ്. സമൃദ്ധമായി കുരുമുളകു ചേർത്തുണ്ടാക്കുന്ന ആ കറി മിക്കവാറും ദിവസങ്ങളിൽ ഉച്ചയൂണിനു കാണും. അതിനു പുറമെ കണ്ണിമാങ്ങയച്ചാറും പുളിയിഞ്ചിയും നെയ്യിൽ കാച്ചിയ പപ്പടവും മോരും. കണ്ണിമാങ്ങയച്ചാർ അയാളുടെ ഭാര്യ തന്നെ ഉണ്ടാക്കി സൂക്ഷിക്കുന്നതാണ്. കൊല്ലംതോറും വലിയ മൂന്നു ചീനഭരണികളിൽ അച്ചാറുണ്ടാക്കി വയ്ക്കുകയെന്നതു ഭാര്യക്ക് ഏറെ താല്പര്യമുള്ളൊരു കാര്യമായിരുന്നു. ഇപ്പോഴതൊന്നും പതിവില്ല. അച്ചാർ തൊട്ടടുത്തുള്ളൊരു കടയിൽനിന്നു വാങ്ങിക്കും. ആദ്യമൊക്കെ അതിനൊരു ചുവ അനുഭവപ്പെട്ടിരുന്നു. പിന്നെപ്പിന്നെ അയാൾ ആ ചുവ ഗൗനിക്കാതെയായി.

അയാളുടെ ഭാര്യ കുറെനേരം മയങ്ങിക്കിടന്നു. ഉണരുമ്പോൾ മുറിയിൽ അരണ്ടവെളിച്ചമേ ഉണ്ടായിരുന്നുള്ളൂ. ത്രിസന്ധ്യപോലെ തോന്നി. അവൾ സംഭ്രമത്തോടെ എഴുന്നേറ്റു. നെഞ്ചിനുള്ളിൽനിന്നും പഴയ ഒരു യന്ത്രത്തിന്റെ ഞരക്കമുയർന്നു.

മേശപ്പുറത്തു മരുന്നുപൊതി കിടക്കുന്നു. ദൈവമേ! അതിനകത്തുള്ള ഒരു പായ്ക്കറ്റ് തുറന്നിട്ടേയില്ലല്ലോ! അവൾ തിടുക്കപ്പെട്ട് ആ പായ്ക്കറ്റ് തുറന്ന് അതിൽ നിന്നൊരു ഗുളികയും ഒരു കപ്പിൽ അല്പം ചൂടുവെള്ളവുമായി സ്വീകരണമുറിയിലേക്കു നടന്നു.

അവിടെ അയാളെ ചാരുകസേരയിൽ ഉറങ്ങുന്നതായി കണ്ടപ്പോൾ അവൾക്കു പെട്ടെന്നു വളരെ വ്യസനം തോന്നി. നെഞ്ചിനുള്ളിൽ ഒരിക്കൽക്കൂടി ഒരു ഞരക്കം മുഴങ്ങി.

"ഉറങ്ങുകയാണോ?" അവൾ അയാളുടെ ചുമലിൽ കൈവച്ചു.

അയാൾ ഞെട്ടിയുണർന്ന് അങ്ങുമിങ്ങും നോക്കി. ദൃഷ്ടിയിൽ സ്വീകരണമുറിയിലെ പരിചിതവസ്തുക്കൾ തെളിഞ്ഞു. താൻ ഉറ്റുനോക്കിക്കൊണ്ടിരുന്ന കടുംനീലയായ ജലപ്പരപ്പ് ഞൊടിയിടയിൽ എവിടെയാണ് മറഞ്ഞതെന്നോർത്ത് അയാൾക്കു വിസ്മയമായി. അത്രയും നേരം അയാൾ ഇളകിമറിയുന്നൊരു ജലപ്പരപ്പിന്റെ കരയിലായിരുന്നു. ആ ജലത്തിനുള്ളിൽനിന്നു പൊങ്ങിവന്നതുപോലെ ഭാര്യ അയാളുടെ മുന്നിൽ നിന്നു.

കൈയിൽ ഒരു ഗുളികയും ഒരു കപ്പ് വെള്ളവും.

"സമയത്തിനു ഗുളിക കഴിക്കണമെന്ന് ഡോക്ടർ നിങ്ങളോടും പറഞ്ഞിട്ടില്ലേ?" ഭാര്യ അയാളോടു ചോദിച്ചു.

"ഉവ്വ്." അയാൾ നിവർന്നിരുന്നു. കൈ ഭാര്യയുടെ നേർക്കു യാന്ത്രികമായി നീണ്ടുചെന്നു.

അയാൾ പിന്നെയും ചാഞ്ഞുകിടപ്പായി. ഭാര്യ തന്റെ മുറിയിലേക്കു

തിരിച്ചുപോയി. പതുക്കെപ്പതുക്കെ അയാളുടെ ദൃഷ്ടി ശൂന്യമായി. വീണ്ടും അയാൾ ഉറക്കത്തിലേക്കു നീങ്ങുകയായി. ഊണു കഴിച്ചില്ലല്ലോ എന്നു പറയാൻ അയാളുടെ ഭാര്യ വന്നെത്തുമ്പോഴേക്കും അയാൾ ഉറങ്ങിക്കഴിഞ്ഞിരുന്നു. ഉയർന്നു താണുകൊണ്ടിരിക്കുന്ന അയാളുടെ നെഞ്ചിനു നേരെ നോക്കിക്കൊണ്ട് അല്പനേരം നിന്നശേഷം, ശോകാത്മകമായൊന്നു ചിരിച്ച്, അവൾ തന്റെ മുറിയിലേക്കു തിരികെപ്പോയി.

ബലൂൺയാത്ര

"**ഞാ**ൻ താങ്കളോടു പറയാനാഗ്രഹിക്കുന്നത് ഒരു യാത്രയെക്കുറിച്ചാണ്."

"യാത്രയോ?"

"അതെ, സാർ. ഒരു ബലൂൺയാത്ര."

ത്രിവിക്രമൻ തന്റെ മുന്നിൽ വന്നു നില്ക്കുന്ന സാമാന്യം നല്ല നിലയിൽ വസ്ത്രം ധരിച്ചിട്ടുള്ള അപരിചിതനായ യുവാവിനെ ഒട്ടൊരു സംഭ്രമത്തോടെ നോക്കി. യുവാവിന്റെ മുഖത്ത് തികഞ്ഞ ശാന്തഭാവമായിരുന്നു.

"ഇരിക്കൂ."

"നന്ദി, സാർ."

യുവാവ് കസേരയിൽ ഇരുന്നു.

ഓഫീസ് സമയത്ത് ജീവനക്കാർക്കു തവണവ്യവസ്ഥയിൽ തുണി, സചിത്രഗ്രന്ഥങ്ങൾ, ശയ്യകൾ തുടങ്ങിയവ വില്ക്കാനും അവരെ ആകർഷകമായ പല പദ്ധതികളിൽ ചേർക്കാനും മറ്റുമായി വന്നെത്തുന്ന അനേകം പേരിൽനിന്ന് ആ യുവാവ് തികച്ചും വ്യത്യസ്തനാണെന്ന് ത്രിവിക്രമന് ആദ്യംതൊട്ടേ തോന്നിയിരുന്നു. യുവാവിന്റെ കൈയിൽ വില്പന വസ്തുക്കൾ നിറച്ച സ്യൂട്ട്കെയ്സോ ചുമലിൽ കനം തൂങ്ങുന്ന തുണിസഞ്ചിയോ ഉണ്ടായിരുന്നില്ല. പരിഷ്കൃതാശയനായ ഒരു യുവാവാണ് തന്റെ മുന്നിലെന്ന് ത്രിവിക്രമൻ അനുമാനിച്ചു. അയാൾ താൻ നോക്കിക്കൊണ്ടിരുന്ന തെല്ലു സങ്കീർണ്ണമായ ഫയൽ മടക്കിവെച്ച് എന്താണ് പറയാനുള്ളതെന്ന് യുവാവിനോട് ആരാഞ്ഞു.

"ആകാശം അങ്ങയെ കാത്തിരിക്കുന്നു, സാർ" യുവാവ് അതിൽ അസാധാരണമായി ഒന്നുമില്ലെന്നപോലെ പറഞ്ഞു.

"ഒരു ബലൂണിൽ ആകാശത്തിലൂടെ സഞ്ചരിക്കാമെന്നോ?"

"അതെ, സാർ."

ഒരു ബലൂൺയാത്ര. എന്തൊരു വിചിത്രമായ ആശയം! ത്രിവിക്രമന് അതോർത്തപ്പോൾ ഉള്ളിലൊരു ചലനം അനുഭവപ്പെട്ടു. സംശയവും ആശങ്കയും കലർന്ന ദൃഷ്ടികൊണ്ട് അയാൾ തന്റെ സന്ദർശകനെ ചുഴിഞ്ഞുനോക്കി. യുവാവ് ശാന്തഭാവത്തോടിണങ്ങുന്ന നേർത്ത ഒരു ചിരിയോടെ ഇരുന്നു. അവർക്കിടയിലൂടെ നിമിഷങ്ങൾ കടന്നുപോയി. ത്രിവിക്രമന് പതുക്കെ സ്ഥലകാലബോധം നഷ്ടപ്പെട്ടു. അയാൾ വെയിൽ മങ്ങിയ ഒരു പകലിൽ വലിയൊരു ബലൂണിൽ ആകാശത്തിലേക്ക് ഉയരുകയായി.

കടുംപച്ച നിറമാർന്ന ഒരു മൈതാനത്തിൽനിന്ന് ആരൊക്കെയോ അയാളുടെ നേർക്കു കൈവീശി. ബലൂൺ നിമിഷം പ്രതി അയാളെയും കൊണ്ട് ഉയർന്നു പോവുകയായിരുന്നു. താഴെ നില്ക്കുന്നവർ അനുക്രമം ചെറുതായി വന്നു. മരങ്ങളും കെട്ടിടങ്ങളുമെല്ലാം ഓരോ നിമിഷവും അയാളിൽനിന്ന് അകന്നുകൊണ്ടിരുന്നു. ബലൂൺ ഉത്തരദിശയിലേക്കു നീങ്ങി.

ത്രിവിക്രമന്റെയുള്ളിൽ അനിയന്ത്രിതമായി എന്തൊക്കെയോ ഓർമ്മകളുണർന്നു. ഒരു വലിയ ബലൂണിൽ അന്തരീക്ഷത്തിലൂടെ യാത്ര ചെയ്യുമ്പോൾ മനസ്സ് ഓർമ്മകളിൽ വ്യാപരിക്കുന്നത് അനുചിതമായി അയാൾക്കു തോന്നി. ശിരസ്സൊന്ന് കുടഞ്ഞ് അയാൾ യാഥാർത്ഥ്യബോധം വീണ്ടെടുത്തു. താഴെ സാന്ദ്രമായ പച്ചനിറം കെട്ടിടങ്ങളിലൊക്കെയും വളരെ ചെറിയ കളിവീടുകൾ പോലെ നിന്നു. മനുഷ്യരെ എവിടെയും കാണാനുണ്ടായിരുന്നില്ല. എന്നാൽ നിരത്തുകളിലൂടെ നീങ്ങിപ്പൊയ്ക്കൊണ്ടിരുന്ന വാഹനങ്ങൾ അയാളുടെ കണ്ണിൽപ്പെട്ടു. അതു സുവ്യക്തമായൊരു കാഴ്ചയായിരുന്നു. അകലെയായി ഒരു വെള്ളിരേഖ തെളിഞ്ഞു. അതിനപ്പുറം ഒരു കുന്ന്, ആഹാ! എത്ര മനോഹരം! ത്രിവിക്രമൻ ആഹ്ലാദഭരിതനായി മുമ്പൊരിക്കലും കാണാത്ത കാഴ്ചകളിലേക്കാണ് താൻ കണ്ണുകൾ തുറന്നുപിടിച്ചിരിക്കുന്നതെന്ന് അയാൾ മനസ്സിൽ പറഞ്ഞു.

പിന്നീട് അയാൾ മേഘങ്ങൾക്കിടയിൽ എത്തിച്ചേർന്നു. അയാളുടെ ചുറ്റിലും വെളുത്ത മേഘങ്ങൾ തിളങ്ങി. ത്രിവിക്രമൻ അവയിൽ ഒന്നിന്റെ നേർക്കു കൈനീട്ടി. എന്നെങ്കിലും താൻ മേഘങ്ങളെ സ്പർശിക്കുമെന്ന് അയാൾ ഒരുനാളും പ്രതീക്ഷിച്ചിരുന്നില്ല. മേഘപാളികൾക്കിടയിൽ ചിറകുവീശുന്ന മാലാഖമാരുടെ ചിത്രങ്ങൾ, ജലച്ചായത്തിലും എണ്ണച്ചായത്തിലും അയാൾ കാണുകയുണ്ടായിട്ടുണ്ട്. ഇപ്പോൾ അക്കാര്യം അയാൾ സന്തോഷപൂർവ്വം ഓർമ്മിച്ചു.

ബലൂൺ അയാളെയുംകൊണ്ട് പടുകൂറ്റനൊരു പക്ഷിയെപ്പോലെ വ്യോമമാർഗ്ഗത്തിലൂടെ നീങ്ങി.

പെട്ടെന്നു എന്തോ സംഭവിച്ചു. ഒരു മുഴക്കം. അതേത്തുടർന്ന് ബലൂൺ യാത്രക്കാരന് കണ്ണുകളിൽ ഇരുട്ട് നിറയുംപോലെയായി. കണ്ണുകൾ തുടരെ ചിമ്മിമിഴിച്ചുവെങ്കിലും അയാൾ ഒന്നുംതന്നെ കണ്ടില്ല. അയാൾ കീഴ്പ്പോട്ട് പതിക്കുകയായിരുന്നു. അയാളുടെ ഹൃദയം ഭയവി

ഹ്വലമായി. അയാൾ ഉറക്കെ എന്തോ വിളിച്ചു പറഞ്ഞു. ആകാശത്തിന്റെ അപാരതയിൽ അത് വിലയം കൊണ്ടു.

"എന്താണ്? എന്താണ്?" ഒരു ശബ്ദം അയാളുടെ കാതിൽ പതിച്ചു.

അയാളുടെ ശരീരം കുലുങ്ങി.

അയാൾ മങ്ങിയ ഇരുട്ടിലേക്കു കണ്ണുതുറന്നു. ആരോ മുന്നിലുണ്ടായിരുന്നു. പക്ഷേ, ആരാണതെന്ന് അയാൾ തിരിച്ചറിഞ്ഞില്ല. ഇരുട്ടിൽ എങ്ങോ താൻ വീണുകിടക്കുകയാണെന്നു മാത്രം അയാൾക്കു ബോദ്ധ്യമായി. രോഗമൂർച്ഛയ്ക്കിടയിലെ ഒരു നിമിഷം കണ്ണടയ്ക്കുന്നതിനിടയിൽ അയാൾ വിവശതയോടെ എന്തോ പിറുപിറുത്തു.

"എന്താണ്? എന്താണ്?" അയാളുടെ ഭാര്യ അമ്പരപ്പോടെ പിന്നെയും ചോദിച്ചു.

അയാൾ ഉറങ്ങിക്കഴിഞ്ഞിരുന്നു.

മീൻ പിടിക്കുന്നവർ

കടൽച്ചുള്ളികൾക്കിടയിൽനിന്നും ചുവന്നൊരു മത്സ്യം ചൂണ്ടലിന്റെ ആകൃതിയിൽ വളഞ്ഞുനിന്ന ഒരു കൊഞ്ചിന്റെ നേർക്കുയർന്നു.

അപ്പോൾ കടൽക്കരയിലുള്ള സർക്കാർ വക അതിഥിമന്ദിരത്തിന്റെ ഒന്നാം നിലയിലായുള്ളൊരു മുറിയുടെ പടിഞ്ഞാറുവശത്തെ ബാൽക്കണിയിൽ കടൽക്കാറ്റേറ്റു നില്ക്കുകയായിരുന്നു കാതറിൻ. അവളുടെ ദൃഷ്ടിയിൽ പാറകൾ, മീൻപിടുത്തക്കാരൻ, കടൽ.

ചുവന്ന മത്സ്യം കൊഞ്ചിനു ചുറ്റും തുഴഞ്ഞു. സംശയിക്കത്തക്കതായി എന്തെങ്കിലുമുണ്ടെന്ന് അതിനു തോന്നിയില്ല. കൊഞ്ചാണെങ്കിൽ ജീവനുള്ളതും. ചുവന്ന മത്സ്യം ഇത്തിരിക്കൂടി അതിന്റെയടുത്തേക്കു നീങ്ങി വായ തുറന്നു.

ഗോവണിയുടെ കീഴറ്റത്തിരുന്ന് വായിക്കുകയായിരുന്ന അതിഥിമന്ദിരത്തിലെ ഒരു ജീവനക്കാരൻ കാലൊച്ചകേട്ട് മുകളിലേക്ക് നോക്കി. കാതറിൻ ധൃതിയിൽ ഗോവണിയിറങ്ങി. ജീവനക്കാരൻ എഴുന്നേറ്റ് അവൾക്കായി വഴിയൊഴിഞ്ഞു നിന്നു. അവൾ താഴെയെത്തി വലത്തോട്ടു തിരിഞ്ഞ് ഒരു ഇടനാഴിയിലൂടെ കടന്നുപോയി.

കടൽ ഇരമ്പിക്കൊണ്ടിരുന്നു. വലിയൊരു തിര പാറകളിൽ വന്നു തട്ടി. അതിന്റെ ആരവത്തിനിടയിൽ മീൻപിടുത്തക്കാരൻ ചൂണ്ടലിൽ മറ്റൊരു കൊഞ്ചിനെ കോർത്തു. പാറപ്പുറത്തുവെച്ച തൂക്കുപാത്രത്തിൽ ഇനിയുമുണ്ട് കൊഞ്ചുകൾ.

“നോക്കൂ.”

അതുകേട്ട് മീൻപിടുത്തക്കാരൻ അത്യധികമായ വിസ്മയത്തോടെ

തിരിഞ്ഞുനോക്കി. മുന്നിൽ അപരിചിതയായ ഒരു യുവതി. "ഇപ്പോൾ കിട്ടിയ ചുവന്ന മത്സ്യമെവിടെ?" അവൾ ചോദിച്ചു.

മീൻപിടിത്തക്കാരൻ ഒരു ഓലക്കുട ഒപ്പം കൊണ്ടുവന്നിരുന്നു. അതിനുള്ളിലേക്ക് അവന്റെ കൈ നീണ്ടുചെന്നു. രണ്ടു മത്സ്യങ്ങൾക്കിടയിൽ വീണു കിടക്കുകയായിരുന്ന ചുവന്ന മത്സ്യം ഒരരികിലേക്കു പിടഞ്ഞുമാറിയെങ്കിലും അതിന്റെ വിജയം ക്ഷണികമായിരുന്നു.

"ഇതിനെ എനിക്കു തരാമോ?" ചുവന്ന മത്സ്യത്തെ കൗതുകത്തോടെ നോക്കിക്കൊണ്ട് കാതറിൻ ചോദിച്ചു.

"അതിനെന്താ?" മീൻപിടിത്തക്കാരൻ അതിനെ നീട്ടിപ്പിടിച്ചു.

"വിലയെത്രയാണെന്നുവെച്ചാൽ തന്നേക്കാം." മത്സ്യത്തിനായി കൈനീട്ടിക്കൊണ്ട് കാതറിൻ പറഞ്ഞു.

മീൻ പിടിത്തക്കാരൻ സമ്മതഭാവത്തിൽ തലയാട്ടി. കാതറിൻ മത്സ്യത്തിന്റെ ഉടലിലൂടെ കണ്ണോടിച്ചു.

"നല്ല ഭംഗിയുണ്ട്, അല്ലേ?" അവൾ മത്സ്യത്തിന്റെ ഉടലിൽ നിന്നും ദൃഷ്ടി മാറ്റാതെ ചോദിച്ചു.

മീൻപിടിത്തക്കാരൻ ഒന്നും പറഞ്ഞില്ല. പാറകൾക്കു കീഴെ തിരകൾ നിലവിളിച്ചൊടുങ്ങി.

"ഇതിനെ കൊണ്ടുപോയി ഞാനെന്തുചെയ്യാനാ?" കാതറിൻ പറഞ്ഞു.

അവൾ ഉദ്ദേശിച്ചത് മത്സ്യത്തെ കടലിലെറിയാനാണെന്നു ബോദ്ധ്യമായപ്പോൾ മീൻപിടിത്തക്കാരൻ അമ്പരന്നുപോയി.

"പേടിക്കേണ്ട. പറയുന്ന കാശ് ഞാൻ തന്നേക്കാം." കുസൃതിക്കാരിയായ ഒരു ചെറുബാലികയുടെ സ്വരത്തിൽ കാതറിൻ പറഞ്ഞു. പിന്നെ കടലിനു നേരെ നോക്കി അവൾ തുടർന്നു; "എന്റെ മനസ്സിലെപ്പോഴും ഈ കടലുണ്ട്. എനിക്ക് ഓർമ്മയുള്ള കാലം മുതൽ..."

അവളെന്തോ വെളിപ്പെടുത്താൻ തുടങ്ങിയെങ്കിലും അതിഥിമന്ദിരത്തിൽ നിന്നുള്ളൊരു വിളി അതിനു വിഘാതമായി. അവളും മീൻപിടിത്തക്കാരനും ഒരേസമയത്ത് തിരിഞ്ഞുനോക്കി. അല്പം മുമ്പ് അവൾ കടൽക്കാറ്റേറ്റു നിന്നിരുന്ന ബാൽക്കണിയിൽ വിലങ്ങനെ വരകളുള്ള ടീഷർട്ട് ധരിച്ച ഒരാൾ നില്ക്കുന്നുണ്ടായിരുന്നു.

"ഓ അങ്ങേര് വന്നു." കാതറിൻ പിറുപിറുത്തു.

അവളുടെ മുഖത്ത് ഒരു നിഴൽ വന്നുവീണതായി മീൻപിടിത്തക്കാരനു തോന്നി.

"ഭർത്താവാണോ?" അവൻ ചോദിച്ചു.

കാതറിൻ മറുപടി പറയാതെ അതിഥിമന്ദിരത്തിലേക്കു നടന്നു. മീൻപിടിത്തക്കാരൻ അവൾ മറയുവോളം അങ്ങോട്ടുതന്നെ നോക്കി.

ബാല്ക്കണി അതിനകം ശൂന്യമായിക്കഴിഞ്ഞിരുന്നു. കടൽക്കാറ്റുകൾക്കെതിരെ വാതിൽ അടഞ്ഞുകിടന്നു.

മീൻപിടുത്തക്കാരന്റെ ചൂണ്ടൽ പിന്നെയും ജലത്തിലേക്ക് ആണ്ടുപോയി. ചൂണ്ടൽച്ചരട് തിരകളിൽ പലവട്ടം ഇളകി. കാറ്റുകൾ വീശിക്കടന്നു. അവയുടെ ചൂളംവിളിയോ കടലിന്റെ ഇരമ്പലോ കാതറിൻ കേട്ടില്ല. അവൾ തന്റെ വസ്ത്രങ്ങൾ ഉടലിൽനിന്നും നീക്കുകയായിരുന്നു. മീൻപിടിത്തക്കാരൻ ചൂണ്ടൽച്ചരടിന്റെയറ്റത്ത് വീണ്ടുമൊരു ചുവന്ന മത്സ്യത്തെ കണ്ട് അത്ഭുതപ്പെടുമ്പോഴേക്കും അതിഥിമന്ദിരത്തിലെ മുറിയിൽ അവളുടെ ഉടൽ ഒരു മത്സ്യത്തിന്റേതുപോലെയായി.

ക്ലാവ്

വിശ്രമഗൃഹത്തിലെ ഇരുന്നൂറ്റിരണ്ടാം നമ്പർ മുറിയിൽ രസകരമായൊരു ചിത്രകഥയുമായി ഇരിക്കുകയായിരുന്ന സ്ത്രീ വാതിൽ തുറക്കുന്ന ശബ്ദം കേട്ട് എഴുന്നേറ്റുനിന്നു.

വെള്ളവസ്ത്രങ്ങൾ ധരിച്ച ഒരാൾ വാതിൽ തുറന്ന് മുറിയിലേക്ക് പ്രവേശിച്ചു. ഉടുപ്പിന്റെ കീശയിൽ കണ്ണടക്കൂട്. തുകലിന്റെ പാദരക്ഷകൾ.

വരാന്തയുടെ നേർക്ക് തിരിഞ്ഞുനിന്ന് വെളിയിലുള്ള സുഹൃത്തിനോട് ചിരിച്ച് തലയാട്ടി അയാൾ വാതിൽ അടച്ചു. സോമസുന്ദരം, അയാളുടെ അഭിവന്ദ്യ സുഹൃത്ത്, വാതിൽ പൂർണ്ണമായും അടയുന്നതിനു മുമ്പ് മുഖം നീട്ടി എന്തോ പറഞ്ഞു. അതു കേട്ടപ്പോൾ അയാളുടെ ചിരി തെല്ല് ഉച്ചത്തിലായി.

വാതിൽ അടച്ചശേഷം അയാൾ സ്ത്രീയുടെ അടുത്തേക്ക് നടന്നു.

“ഇരുന്നോളൂ.” അയാൾ സൗമനസ്യത്തോടെ പറഞ്ഞു.

സ്ത്രീ അതനുസരിച്ചു. അയാളും കിടക്കയിലിരുന്നു.

“ഇതെന്താ ഇത്ര കാര്യമായി വായിക്കുന്നത്?” അയാൾ അവളുടെ കൈയിലെ ചിത്രക്കഥയിൽ ദൃഷ്ടിയൂന്നി ആരാഞ്ഞു.

അവൾ ഒന്നും പറയാതെ ചിത്രകഥ അയാൾക്ക് നീട്ടി. അയാൾ താല്പര്യപൂർവ്വം അത് വാങ്ങി. അതെന്താണെന്ന് തിരിച്ചറിഞ്ഞപ്പോൾ അയാൾ ചിരിച്ചുപോയി.

“കുട്ടികള് വായിക്കുന്നതല്ലേ ഇതൊക്കെ?” അയാൾ ചിരിച്ചുകൊണ്ട് ചോദിച്ചു.

“പക്ഷേ, എനിക്കിഷ്ടമാണ്.” അവൾ പറഞ്ഞു.

“ചെറിയൊരു പെൺകുട്ടിയുടേതെന്ന പ്രതീതി ഉളവാക്കുന്നതും

കേൾക്കാൻ ഇമ്പമുള്ളതുമായ അവളുടെ ശബ്ദം അയാൾക്ക് ഹൃദ്യമായി. പരിചിതവലയത്തിൽപ്പെട്ട പല സ്ത്രീകളുടെയും ശബ്ദങ്ങൾ അങ്ങേയറ്റം അരോചകമെന്ന് അയാൾ വിലയിരുത്തിയിട്ടുണ്ട്. സ്ത്രീകൾക്ക് സൗന്ദര്യം മാത്രം പോരാ. മാധുര്യമുള്ള ശബ്ദം കൂടി വേണമെന്ന് അയാൾ വിശ്വസിച്ചിരുന്നു. മറ്റൊരു സങ്കല്പം കൂടി അയാൾക്കുണ്ടായിരുന്നു. അതായത്, സ്ത്രീകളുടെ അംഗചലനങ്ങൾ താളനിബദ്ധമായിരിക്കണം. അതെങ്ങനെ വേണമെന്ന് ആരെങ്കിലും ചോദിച്ചാൽ വ്യക്തമായി പറഞ്ഞു ബോദ്ധ്യപ്പെടുത്താൻ അയാൾക്ക് സാധിക്കില്ല. കൺവെട്ടത്തു വന്നുപെടാറുള്ള സ്ത്രീകളിൽ ഏറിയ പങ്കും അനാകർഷകമായ ചലനം കൊണ്ട് അയാളെ നീരസം കൊള്ളിച്ചിരുന്നു. എന്നാൽ ഇന്നോളം അയാൾ ആരുമായും സ്ത്രീകളെ സംബന്ധിച്ചുള്ള ഇഷ്ടാനിഷ്ടങ്ങൾ ചർച്ച ചെയ്തിട്ടില്ല. പൊതുവെ അയാളൊരു അന്തർമ്മുഖനാണ്.

"എഴുന്നേറ്റുപോയി ആ ജനൽ അടച്ചേക്കൂ." അയാൾ നിർദ്ദേശിച്ചു.

"അതെന്തിനാ?" സ്ത്രീ തിരക്കി.

"വെളിച്ചം അല്പം കുറയുമല്ലോ?" അയാൾ പറഞ്ഞു.

"ശരി." അവൾ നേർത്തൊരു ചിരിയോടെ ജനലിനടുത്തേക്ക് നീങ്ങി. അയാൾ പിറകിൽനിന്നും അവളെ ഉറ്റുനോക്കി. അയാളങ്ങനെ തന്നെ നിരീക്ഷിക്കുന്നുവെന്നറിയാതെ അവൾ ജനലിന്റെ ചില്ലുപാളികൾ ചേർത്തടച്ച് തിരശ്ശീലകൾ നീക്കിയിട്ടു. പക്ഷേ, അവളുടെ നടപടി പകൽ വെളിച്ചത്തിന്റെ തീവ്രത കുറയ്ക്കാൻ ഒട്ടുംതന്നെ പര്യാപ്തമായില്ല.

"രാത്രിയായിരുന്നെങ്കിൽ!" അയാൾ സ്വയമെന്നോണം പറഞ്ഞു.

"എനിക്ക് പക്ഷേ, പകൽ നേരത്തല്ലാതെ വീട്ടിൽനിന്ന് പുറത്തിറങ്ങാൻ പറ്റില്ല." അവൾ വീണ്ടും കിടക്കയിൽ ചെന്നിരുന്നു.

ഇത്തരുണത്തിൽ അയാൾക്ക് വേണമെങ്കിൽ അവളുടെ പശ്ചാത്തലം അന്വേഷിക്കാമായിരുന്നു. എവിടെയാണ് വീട്? വീട്ടിൽ ആരൊക്കെയുണ്ട്? വിവാഹം കഴിച്ചതാണോ? എത്രവരെ പഠിച്ചിട്ടുണ്ട്? ഏതെങ്കിലും സ്ഥാപനത്തിൽ ജോലി ചെയ്യുന്നുണ്ടോ? പേരെന്താണ്? വയസ്സെത്രയായി? ഈദൃശ ചോദ്യങ്ങൾ അവളെ സമഗ്രമായി മനസ്സിലാക്കുന്നതിന് സഹായകമായേനെ. എന്നാൽ അയാൾ ചോദ്യങ്ങളൊന്നും ഉന്നയിക്കാൻ തുനിഞ്ഞില്ല. അവൾ എന്തോ പ്രതീക്ഷിച്ച് മുഖം കുനിച്ചിരുന്നു. ഫാനിന്റെ കാറ്റിൽ അവളുടെ മുടിയിഴകൾ പറന്നു.

അയാൾ കൈനീട്ടി. അവൾ മുഖമുയർത്തി. അയാളുടെ കൈ അവളുടെ മുടിയിൽ സ്പർശിച്ചു. അവൾ അയാളുടെ അരികിലേക്ക് നീങ്ങിയിരുന്നു. ഒരു പെർഫ്യൂമിന്റെ ഗന്ധം അയാൾ അറിഞ്ഞു. അവൾ അയാളുടെ നെഞ്ചിലേക്ക് മുഖം ചായ്ച്ചപ്പോൾ ആ ഗന്ധം കൂടുതൽ തീക്ഷ്ണമായി. അയാൾ അവളുടെ ചുമലിൽ തൊട്ടു. അവൾ വലതു കൈകൊണ്ട് അയാളെ ചുറ്റി. തല്ക്ഷണം എന്തോ സംഭവിച്ചു. അയാൾ അടിമുടി ഉലയ്ക്കപ്പെട്ടതു പോലെയായി. മുഖത്ത് ആകുലത ദൃശ്യമായി.

“എന്താണ്?” അവൾ സംഭ്രമത്തോടെ ചോദിച്ചു.

“ഒന്നുമില്ല.” അയാൾ തിടുക്കപ്പെട്ട് എഴുന്നേറ്റ് വാതിലിനുനേരെ നടന്നു. പിറകിൽ അവൾ അന്ധാളിച്ചു നില്ക്കെ അയാൾ വാതിൽ തുറന്ന് പുറത്തിറങ്ങി.

ഇരുന്നൂറ്റിമൂന്നാം നമ്പർ മുറിയിൽ അയാളുടെ സുഹൃത്ത് സോമസുന്ദരം ബ്രാന്റി കഴിക്കുകയും ടിവിയിലെ കാർറാലി കാണുകയുമായിരുന്നു. അയാൾ വളരെ പെട്ടെന്ന് തിരിച്ചെത്തിയപ്പോൾ സോമസുന്ദരത്തിന് ആശ്ചര്യമായി.

“താനെന്താ ഇത്ര പെട്ടെന്ന് പോന്നത്?”

“ഒരു സിഗരറ്റ് താ.” അയാൾ സുഹൃത്തിന്റെ ചോദ്യത്തിൽനിന്ന് ഒഴിഞ്ഞുമാറി.

സോമസുന്ദരം ഒരു ഗ്ലാസിൽ ബ്രാന്റി പകർന്ന് തണുത്ത സോഡ ചേർത്ത് അയാൾക്ക് നീട്ടി. സിഗരറ്റാണ് ആവശ്യപ്പെട്ടതെന്നിരിക്കിലും അയാൾ ബ്രാന്റി നിരാകരിച്ചില്ല.

“താൻ പറയുന്നില്ലെങ്കിൽ വേണ്ട. ഞാൻ അവളോട് അന്വേഷിച്ചു വരാം.” സോമസുന്ദരം തന്റെ ഗ്ലാസിൽ അവശേഷിച്ചിരുന്ന ബ്രാന്റി ഒറ്റ വലിക്ക് കഴിച്ച് ഒരു സിഗരറ്റിന് തീകൊളുത്തി സോല്ലാസം മുറിവിട്ടു പോയി.

ആർത്തുവിളിക്കുന്ന കാണികൾക്കിടയിലൂടെ കാറുകൾ അതിവേഗം നീങ്ങിക്കടന്നു. അയാൾ കസേരയിൽ ചാഞ്ഞിരുന്ന് ഉദാസീനമായി ടിവിയുടെ നേർക്ക് നോക്കി. അയാൾക്ക് കാർറാലി കാണാൻ തെല്ലും താല്പര്യം തോന്നിയില്ല. അതിനാൽ അയാൾ കണ്ണടച്ചു. അപ്പോൾ എന്തോ അയാളുടെ മനസ്സിൽ തെളിഞ്ഞു. തൽഫലമായി അയാൾ പിന്നെയും അസ്വസ്ഥനായി ഒരു സിഗരറ്റെടുക്കുമ്പോൾ കൈവിറച്ചു. സിഗരറ്റ് കത്തിച്ചശേഷം അയാൾ മുറിയിലൂടെ അങ്ങോട്ടുമിങ്ങോട്ടും നടന്നു. കുറച്ചുനേരം കഴിഞ്ഞ് അയാൾ കിടക്കയിൽ ചെന്നുകിടന്നു. താൻ അഗാധവും ഇരുണ്ടതുമായ ഒരു ഗർത്തത്തിൽ പതിച്ചിരിക്കുകയാണെന്ന് അയാൾക്ക് തോന്നി.

“ഹ! ഇത്തിരി കടുപ്പം തന്നെ. എന്താ പറ്റിയത് തനിക്ക്?” സോമസുന്ദരം മുറിയിലേക്ക് കയറിവന്നത് അങ്ങനെ ചോദിച്ചുകൊണ്ടാണ്.

അയാൾ ഒട്ടൊരു ദൈന്യത്തോടെ സുഹൃത്തിനെ നോക്കി.

“ഞാൻ ചെല്ലുമ്പോൾ അവളാകെ അപ്സെറ്റായി ഇരിക്കയായിരുന്നു. അവളെ വിളിച്ചോണ്ടു വന്നത് ഹർട്ട് ചെയ്യാൻ വേണ്ടിയല്ലല്ലോ...”

“ഞാനെങ്ങനെ ഹർട്ട് ചെയ്തുവെന്നാ?”

“താനവളെ ഒന്ന് തൊട്ടതുപോലുമില്ലല്ലോ.”

“കാശ് കൊടുത്താൽ പോരേ?”

“തനിക്ക് ഇത്രയേ ഉള്ളൂ. ഒരു സ്ത്രീയെ ഹർട്ട് ചെയ്തതിന് കാശ് കൊടുത്താൽ പോരേ എന്ന്?”

പിന്നീട് കുറെ സമയത്തേക്ക് അവരൊന്നും പറഞ്ഞില്ല. സോമസുന്ദരം കാർറാലി ശ്രദ്ധിക്കുകയാണെന്ന മട്ടിൽ ഇരുന്നു.

വാതിലിൽ ആരോ തട്ടി.

"യേസ്, കമിൻ." സോമസുന്ദരം ശബ്ദമുയർത്തി പറഞ്ഞു.

വാതിൽ തുറന്നുവന്നത് ഇരുന്നൂറ്റിരണ്ടാം നമ്പർ മുറിയിലുണ്ടായിരുന്ന സ്ത്രീയാണ്. അവളെ ഇനിയും അഭിമുഖീകരിക്കേണ്ടി വരുമെന്ന് അയാൾ നിരൂപിച്ചിരുന്നില്ല.

"എന്തെങ്കിലും പറഞ്ഞ് അവളെ സമാധാനിപ്പിക്ക്. ഞാൻ അപ്പുറത്തിരിക്കാം." സോമസുന്ദരം എഴുന്നേറ്റു.

പോകേണ്ടെന്ന് പറയാനായി അയാൾ വായ തുറക്കുമ്പോഴേക്കും സോമസുന്ദരം വാതിലിനടുത്തെത്തിക്കഴിഞ്ഞു.

"ഇതങ്ങ് അടച്ചേക്ക്. വരാന്തയിലൂടെ ആരെങ്കിലുമൊക്കെ പോകും." സോമസുന്ദരം പുറത്തിറങ്ങുമ്പോൾ സ്ത്രീയോടായി പറഞ്ഞു.

മുറിയിൽ രണ്ടുപേർ മാത്രമായി.

"എന്നോട് വെറുപ്പുതോന്നിയോ?" അവൾ അയാളുടെ അടുത്തെത്തി കേൾക്കാൻ ഇമ്പമുള്ള സ്വരത്തിൽ ചോദിച്ചു.

"വെറുപ്പോ? എന്തിന്?" അയാൾ ഒട്ട് ഇടർച്ചയോടെ അവളെ സമാശ്വസിപ്പിക്കാൻ മുതിർന്നു.

വെളിയിൽ ചെവിയോർത്തു നില്ക്കുകയായിരുന്ന സോമസുന്ദരം അടുത്ത വാതിലിന്റെ നേർക്കൊന്നുനോക്കി സ്വയം ചിരിച്ചുകൊണ്ട് ഇരുന്നൂറ്റിരണ്ടാം നമ്പർ മുറിയിലേക്ക് കയറി.

ഇരുന്നൂറ്റിമൂന്നാം നമ്പർ മുറിയിൽ മൗനം നിറഞ്ഞുനിന്നു. അയാൾ ഖിന്നനായി മുഖം തിരിച്ചിരിക്കുമ്പോൾ അവൾ തന്റെ സാരി സശ്രദ്ധം മടക്കി ചുവരലമാരയുടെ വാതിലിന്മേൽ തൂക്കിയിട്ടു. പിന്നെ ചുവരിലുള്ള കണ്ണാടിയുടെ മുന്നിൽ ചെന്നുനിന്നു. വലിയൊരു വൃത്തമായ കണ്ണാടിയിൽ അവളുടെ അർദ്ധശരീരം പ്രതിഫലിച്ചു. അതിന് പിറകിലായി അയാളുടെ പ്രതിരൂപവും തെളിഞ്ഞു. അയാളെ കണ്ണാടിയിലൂടെ നോക്കി ഗൂഢമായൊന്നു മന്ദഹസിച്ച് അവൾ ദേഹത്ത് അവശേഷിച്ചിരുന്ന വസ്ത്രങ്ങൾ നീക്കാൻ തുടങ്ങി. മുറിയിലെ വെളിച്ചത്തിന് തീക്ഷ്ണതയേറിയതായി അയാൾക്ക് തോന്നി. അയാൾ കണ്ണുകൾ തെരുതെരെ ചിമ്മിത്തുറന്നു.

അടയുകയും തുറക്കുകയും ചെയ്യുന്ന അയാളുടെ കണ്ണുകൾക്കു മുന്നിൽ അവളുടെ ശരീരം വൈരം പോലെ തിളങ്ങി.

ഉണരുമ്പോൾ മുറിയിൽ അയാൾ തനിച്ചായിരുന്നു. സ്ഥലകാലങ്ങൾ മറന്ന ഒരാളെപ്പോലെ അയാൾ കിടക്കയിൽ മലർന്നുകിടന്ന് കറങ്ങിക്കൊണ്ടിരിക്കുന്ന സീലിങ് ഫാനിന് നേർക്ക് നോക്കി.

"താനിനിയും കിടക്കുകയാണോ? ഞാൻ നേരത്തെ വന്നു നോക്കിയപ്പോൾ നല്ല ഉറക്കം." സോമസുന്ദരത്തിന്റെ ശബ്ദം അയാളുടെ കാതുകളിൽ മുഴങ്ങി.

വിശ്രമഗൃഹത്തിലും പുറത്തും പകൽവെട്ടം മങ്ങിയിരുന്നു. അയാൾ

സോമസുന്ദരത്തോട് യാത്ര പറഞ്ഞ് നഗരപ്രാന്തത്തിലുള്ള തന്റെ വീട്ടിലേക്ക് തിരിച്ചു.

പരമ്പരാഗതശൈലിയിലുള്ള വീടാണ്. അയാളുടെ ഭാര്യ വടക്കിനിയിൽനിന്നും ഏതാനും ഓട്ടുപാത്രങ്ങളുമായി കിണറ്റിൻകരയിലേക്ക് നടന്നു. അവിടെ ഓവിനടുത്തായി പാത്രങ്ങൾ വച്ച് നനക്കല്ലിന് സമീപം വളർന്നു നിന്നിരുന്ന ഒരുസസ്യത്തിന്റെ നാലഞ്ച് ഇലകൾ നുള്ളിയെടുത്ത് വടക്കുപുറത്തെ വീതി കുറഞ്ഞ തിണ്ണയുടെ പടിഞ്ഞാറേ കോണിൽ കൂമ്പാരമായുണ്ടായിരുന്ന ചാരത്തിൽ നിന്ന് ഒരു പിടി ചാരവുമെടുത്ത് അവൾ പാത്രങ്ങൾ വെടിപ്പാക്കാനിരുന്നു.

അയാൾ നടവഴിയിലൂടെ മുഖം കുനിച്ച് നടന്നു.

വീട്ടിലെത്തിയ ഉടനെ അയാൾക്ക് ചായ വേണം.

ധാരാളം പാലൊഴിച്ചുള്ള ചായ.

അതിന് മുമ്പ് കാലും മുഖവും കഴുകാനായി ഒരുകിണ്ടി വെള്ളം.

“ദാ ഞാനിപ്പോ വരാം. ഈ പാത്രങ്ങളൊന്ന് കഴുകിയെടുത്തോട്ടെ. അപ്പടി ക്ലാവാ.”

അവൾ അയാളെ നോക്കി വിളിച്ചു പറഞ്ഞു.

ഭയാനകം

പിന്നീട് അവർ കയറിച്ചെന്നത് ഡോക്ടർ വിഷ്ണുഭട്ടിന്റെ വസതിയിലേക്കാണ്.

വിഷ്ണുഭട്ട് അപ്പോൾ ഏതോ രോഗിയുടെ ബന്ധുക്കൾ വന്നു വിളിച്ചതനുസരിച്ച് പുറത്തെങ്ങോ പോയിരിക്കുകയായിരുന്നു. സമയം രാത്രി എട്ടുമണി കഴിഞ്ഞിരുന്നു. വിഷ്ണുഭട്ടിന്റെ ഭാര്യ ശോഭിത രണ്ടു മക്കളുമൊത്ത് അവരെ ഗൃഹപാഠങ്ങളിൽ സഹായിച്ചുകൊണ്ട്, സ്വീകരണമുറിയിൽ ഇരിക്കുകയായിരുന്നു. കുട്ടികൾ പഠിക്കുകയാണെന്നതിനാൽ ടി വി ഓൺ ചെയ്തിരുന്നില്ല. അവർ വളരെ ലാളിച്ചിരുന്ന വെളുത്തൊരു പൂച്ച അവർ ഗൃഹപാഠങ്ങൾ ചെയ്തുതീർക്കുന്നതും കാത്ത് മേശച്ചുവട്ടിൽ ക്ഷമയോടെ ഇരുന്നു.

"ആരോ വരുന്നുണ്ട്." പത്തു വയസ്സുകാരനായ സുനിൽഭട്ട് ജനലിലൂടെ പുറത്തേക്കു നോക്കി പറഞ്ഞു.

ആരോ വരുന്നുവെന്നതിൽ ശോഭിതയ്ക്ക് ഒട്ടും ആകാംക്ഷ തോന്നിയില്ല. ഡോക്ടറുടെ സഹായം തേടി ഏതു നേരത്തും ആളുകൾ വരികപതിവാണ്.

"കുറെ ആളുണ്ടല്ലോ." എട്ടു വയസ്സുള്ള ദിനപ്രഭ പറഞ്ഞു.

"ഡൊണേഷനു വരികയാവും." സുനിൽഭട്ട് സംശയം പ്രകടിപ്പിച്ചു.

"ഈ രാത്രിയിലോ?" ശോഭിത അങ്ങനെ ചോദിച്ചുകൊണ്ടെഴുന്നേറ്റു.

അപ്പോഴേക്കും ഡോർബെൽ മുഴങ്ങിത്തുടങ്ങി.

ശോഭിത വാതിൽ തുറന്നു.

"ഡോക്ടറില്ലേ?" ഒരാൾ ചോദിച്ചു.

"പുറത്ത് പോയിരിക്കയാണല്ലോ." ശോഭിത പറഞ്ഞു.

അടുത്ത നിമിഷത്തിൽ ശോഭിത ഒരു നടുക്കത്തോടെ പിറകോട്ടു മാറി. ഒരാൾ അവളുടെ നേർക്ക് തിളങ്ങുന്നൊരു കത്തി നീട്ടിക്കാണിച്ചു.

"മിണ്ടരുത്." അയാൾ പരുഷസ്വരത്തിൽ മുന്നറിയിപ്പ് നല്കി: "മിണ്ടിയാൽ കൊന്നുകളയും."

അയാൾ കത്തി അവളുടെ നേർക്കൊന്ന് വീശി. അവൾ ഭയന്ന് പിറകോട്ടുനീങ്ങി. അയാൾ മറ്റുള്ളവരോട് ഒരാംഗ്യം കാട്ടി. അവരെല്ലാം വീടിനുള്ളിലേക്ക് ഇരച്ചുകയറി. ശോഭിതയുടെയും വിഷ്ണുഭട്ടിന്റെയും മക്കൾ സ്തബ്ധരായി നിന്നു. ഒരാൾ കത്തി കാട്ടി അവരെ ചുവരിനടുത്തേക്കു നയിച്ചു.

"ഇവിടെ നിന്നോളണം. അനങ്ങരുത്."

അയാൾ സുനിൽഭട്ടിന്റെ കഴുത്തിൽ കത്തിയുടെ മുനയമർത്തിക്കൊണ്ട് പറഞ്ഞു.

ശോഭിത അതുകണ്ട് നിലവിളിക്കാനോങ്ങിയതും ഒരാൾ ആഞ്ഞ് അവളുടെ കരണത്തടിച്ചു. അടിയുടെ ശബ്ദം മുറിയിലാകെ മുഴങ്ങി. പിന്നെ അവിടെ ഗൃഹോപകരണങ്ങൾ തകർക്കപ്പെടുന്നതിന്റെ ശബ്ദങ്ങളായി. ഒരാൾ ടെലിവിഷൻസെറ്റ് എടുത്ത് പുറത്തേക്കെറിഞ്ഞു.

ചിലർ ഒപ്പം കരുതിയിരുന്ന വടികൾ കൊണ്ട് മുറിയിലുള്ളതൊക്കെയും അടിച്ചുതകർക്കാൻ തുടങ്ങി. ജനൽച്ചില്ലുകളും മരുന്നുകുപ്പികളും കബോഡിലെ പിഞ്ഞാണപ്പാത്രങ്ങളും ഗ്ലാസുകളും കഷണങ്ങളായി നിലത്ത് ചിതറി. മുറി ആകെ അലങ്കോലമായി.

ശോഭിതയും മക്കളും കരയാൻ പോലുമാകാതെ വിറങ്ങലിച്ച മട്ടിൽ നിന്നു. തങ്ങളുടെ വീട്ടിൽ കടന്നുവന്നതാരാണെന്ന് അവർക്ക് അറിയാമായിരുന്നില്ല.

"ഒന്നും ബാക്കിവച്ചേക്കരുത്." സ്വീകരണമുറിയിൽ നിന്ന് കിടപ്പുമുറിയിലേക്ക് നീങ്ങവേ ഒരാൾ ഉച്ചത്തിൽ പറഞ്ഞു.

കിടപ്പുമുറിയിലേക്കുള്ള വാതിലിനരുകിൽ പകച്ചു നില്ക്കുകയായിരുന്ന പൂച്ച ഒരു തൊഴിയേറ്റ് അകലെ തെറിച്ചുവീണു.

"ആ കിടക്കയും മറ്റും വലിച്ചുതാഴെയിട്ട് തീ കൊടുക്ക്." കിടപ്പുമുറിയിൽ നിന്ന് ഒരു ശബ്ദമുയർന്നു.

അല്പം കഴിഞ്ഞപ്പോൾ കിടപ്പുമുറിയിൽ തീയാളുകയായി.

അലമാലയിലുണ്ടായിരുന്ന ഉടുപ്പുകളും കിടക്കവിരികളും മറ്റും തീയിലേക്ക് എറിയപ്പെട്ടു. അതോടെ തീജ്വാലകൾ പെരുകി.

ശോഭിത നിലവിളിയടക്കി. രണ്ടു മക്കളെയും പിടിച്ച് പുറത്തേക്ക് പാഞ്ഞു. ചരൽ വിരിച്ച മുറ്റം താണ്ടി അവർ നിരത്തിലെത്തി. ഇപ്പോൾ കുട്ടികൾ രണ്ടുപേരും അനിയന്ത്രിതമായി ഏങ്ങലടിക്കുന്നുണ്ടായിരുന്നു. ഇരുട്ടിൽ അവരുടെ ഏങ്ങലടികൾ കലർന്നു.

മേൽ വിവരിച്ച സംഭവം നടക്കുന്ന സമയത്ത് ഡോക്ടർ വിഷ്ണുഭട്ട് അഞ്ചു കിലോമീറ്ററോളം അകലെയുള്ള ദരിദ്രമായൊരു വീട്ടിൽ രോഗശയ്യയിലായ ഒരു വൃദ്ധന്റെ അരികിലായിരുന്നു. രോഗിയുടെ ശ്വാസഗതി സാധാരണനിലയിലായിരുന്നില്ല. അയാളുടെ നെഞ്ചിൻകൂട് ദീനമായി

ഉയർന്നുതാണുകൊണ്ടിരുന്നു. കാഴ്ച മങ്ങിയ കണ്ണുകൾ തുറന്ന് അയാൾ ഡോക്ടറെ നോക്കി.

"സാരമില്ല. ശരിയാകും. ഈ വിഷമമൊക്കെ മാറി സുഖമാവും." വിഷ്ണുഭട്ട് അയാളുടെ നെഞ്ചിൽ തടവിക്കൊണ്ട് പറഞ്ഞു.

"ഡോക്ടർക്ക് പോകാൻ തിരക്കില്ലേ?"

രോഗിയുടെ മകൻ ഒട്ടു ക്ഷമാപണഭാവത്തിൽ ചോദിച്ചു.

ഡോക്ടർ വന്നിട്ട് സമയം കുറച്ചായിരുന്നു.

"അല്പം കഴിഞ്ഞ് പോകാം." അയാൾ വൃദ്ധന്റെ നെഞ്ചിടിപ്പുകൾ ശ്രദ്ധിക്കുന്നതിനിടയിൽ പറഞ്ഞു.

സമയം എട്ടര കഴിഞ്ഞപ്പോൾ ഡോക്ടർ വിഷ്ണുഭട്ട് പോകാനായി എഴുന്നേറ്റു. വൃദ്ധൻ അതിനകം ഒട്ട് ആശ്വസിച്ച് ഉറങ്ങാൻ തുടങ്ങിയിരുന്നു. അടുത്ത ദിവസം കൊടുക്കേണ്ട മരുന്നുകൾ ഏവയെന്ന് ഡോക്ടർ കുറിച്ചു കൊടുത്തു. മരുന്നുകൾ കഴിക്കേണ്ടതിന്റെ ക്രമം വിവരിക്കുകയും ചെയ്തു. അതിനുശേഷം അവിടെയുണ്ടായിരുന്ന എല്ലാവരോടുമായി യാത്ര പറഞ്ഞ് അയാൾ പോകാനിറങ്ങി. രണ്ടുപേർ മുന്നിലും പിന്നിലുമായി അയാളോടൊപ്പം നടന്നു. അവരിലൊരാൾ ഡോക്ടറുടെ തുകൽ സഞ്ചി കൈയിലെടുത്തിരുന്നു.

"ഞാൻ പൊയ്ക്കോളാം." നിരത്തിൽ കാത്തുനില്ക്കുന്ന വാഹനത്തിനരികെ എത്തിയപ്പോൾ ഡോക്ടർ വിഷ്ണുഭട്ട് പറഞ്ഞു.

"അതല്ല. ഞങ്ങളാരെങ്കിലും അതുവരെ വരാം."

"അതുവേണ്ട. അങ്ങോട്ടു വന്നാൽ പിന്നീട് ഇങ്ങോട്ടു വരാൻ നിങ്ങൾ പ്രയാസപ്പെടും. വീണ്ടും വാഹനം പിടിച്ചുവരാൻ കുറേ കാശാകും. അതുകൊണ്ട് ഞാൻ പൊയ്ക്കൊള്ളാം. നിങ്ങൾ കൂടെ വരേണ്ട ഒരു കാര്യവുമില്ല." വിഷ്ണുഭട്ട് സൗമ്യമായി പറഞ്ഞു.

കൂടെ വന്ന രണ്ടുപേരും പരസ്പരം നോക്കി. അവരിലൊരാൾ രോഗിയുടെ മകനായിരുന്നു. തൊഴിൽരഹിതനായ ഒരു യുവാവ്.

"ആ ബാഗ് ഇങ്ങ് തന്നേക്കൂ." വിഷ്ണുഭട്ട് കൈ നീട്ടി.

രോഗിയുടെ മകനോടൊപ്പമുണ്ടായിരുന്ന മദ്ധ്യവയസ്കനായ ബന്ധു തുകൽസഞ്ചി കൈമാറിക്കഴിഞ്ഞ് ഒരു തുക ചുരുട്ടിപ്പിടിച്ച് ഡോക്ടർക്കു നീട്ടി. വിഷ്ണുഭട്ട് അത് വാങ്ങിയില്ല.

"ഡ്രൈവർക്ക് കൊടുത്തില്ലേ? അതുമതി." അയാൾ പറഞ്ഞു.

"ഡോക്ടർ അങ്ങനെ പറയരുത്. ഇത് വാങ്ങണം. ഇത്രയും ദൂരം വന്നിട്ട് ഒന്നും വാങ്ങാതെ മടങ്ങിപ്പോവുക! വേറെയൊരു ഡോക്ടറും വിളിച്ചാൽ വരികപോലുമില്ല. എല്ലാവരും പറയുക ഏതെങ്കിലും നഴ്സിങ് ഹോമിലേക്ക് കൊണ്ടുപോകാനാണ്." മദ്ധ്യവയസ്കൻ പറഞ്ഞു.

അയാൾ പിന്നെയും തന്റെ കൈയിലെ തുക ഡോക്ടറുടെ കൈയിൽ വയ്ക്കാൻ ശ്രമിച്ചു.

പക്ഷേ, ഡോക്ടർ അതനുവദിച്ചില്ല.

"പത്തിരുപതു കൊല്ലമായി ഞാൻ ഈ പട്ടണത്തിൽ രോഗികളെ

ചികിത്സിക്കാൻ തുടങ്ങിയിട്ട്. കഴിയുന്നതുപോലെ ഞാൻ ആളുകളെ സഹായിച്ചിട്ടുണ്ട്. ഇനിയും അങ്ങനെതന്നെ ഞാൻ ചെയ്യും." വിഷ്ണു ഭട്ട് സൗഹൃദപൂർവ്വമായ ഒരു ചിരിയോടെ അയാളുടെ ചുമലിൽ പതുക്കെതട്ടി.

അയാൾ തികച്ചും വികാരാധീനനായി.

"ഡോക്ടർക്ക് നല്ലത് വരട്ടെ." അയാൾ വിതുമ്പി.

ഒരിക്കൽക്കൂടി അയാളുടെ ചുമലിൽ തട്ടിയശേഷം. തന്റെ തുകൽ സഞ്ചിയുമായി വിഷ്ണുഭട്ട് വാഹനത്തിൽ കയറിയിരുന്നു. രോഗിയുടെ മകനും മദ്ധ്യവയസ്കനും അയാളുടെ നേർക്ക് മുഖം കുനിച്ചു നില്ക്കവെ ഡ്രൈവർ വാഹനം സ്റ്റാർട്ടാക്കി. വിഷ്ണുഭട്ട് തികഞ്ഞ പ്രസരിപ്പോടെ രണ്ടു പേരോടുമായി കൈവീശി.

ഇരുണ്ട പാതയിലേക്ക് വെളിച്ചം ചൊരിഞ്ഞുകൊണ്ട് വാഹനം മുന്നോട്ടു നീങ്ങി.

പതിനഞ്ചു സെന്റ് ഭൂമി

കുലീനനായൊരു വൃദ്ധന് നഗരത്തിൽ പതിനഞ്ച് സെന്റ് ഭൂമിയുണ്ടായിരുന്നു. മഹത്ത്വാകാംക്ഷയുള്ളൊരു യുവാവ് ഒരു ദിവസം അയാളെ കാണാനെത്തി. യുവാവിന്റെ കൈയിൽ ചെറിയൊരു സൂട്ട്കേസ്.

വൃദ്ധനപ്പോൾ വീട്ടിന്റെ ഉമ്മറത്തിട്ട ചാരുകസേരയിലിരുന്ന് മയങ്ങുകയായിരുന്നു. ചാരുകസേരയ്ക്കരികിലായി ഒരു സ്റ്റൂളിൽ അയാൾ മയങ്ങും മുമ്പ് വായിച്ചിരുന്ന ശാസ്ത്രഗ്രന്ഥവും കണ്ണടയും.

യുവാവ് രംഗം ആകെയൊന്ന് വീക്ഷിച്ച് ഇങ്ങനെ ആത്മഗതം ചെയ്തു. 'ഉച്ചമയക്കം അലോസരപ്പെടുന്നത് ചിലരെ സംബ7ന്ധിച്ച് അസഹ്യമായ അനുഭവമാണെന്നുവരികിലും വളരെനേരം കാത്തുനില്ക്കുക അചിന്ത്യമാണ്. ഉച്ചനേരത്ത് മയങ്ങുന്നവർ സമയത്തിന്റെ വില അറിയുന്നില്ല. വിളിച്ചുണർത്തുക തന്നെ.'

യുവാവ് ചവിട്ടുപടികൾ കയറി വൃദ്ധനെ സമീപിച്ച് അയാളെ ഉണർത്തുന്നതിനായി ചില ശബ്ങ്ങൾ പുറപ്പെടുവിച്ചു. ആ യത്നം വിഫലമായില്ല.

വൃദ്ധനുണർന്നു.

"സാറ് ഉറങ്ങുകയായിരുന്നോ?" യുവാവ് അത്യധികമായ ഭവ്യതയോടെ ചോദിച്ചു.

അയാൾ അതുകേട്ടു അമ്പരന്നുപോയി.

"ഉറങ്ങുന്നതിനുമുമ്പ് സാറ് വായിക്കും അല്ലേ?" യുവാവ് സ്റ്റൂളിന് മേലുള്ള പുസ്തകവും കണ്ണടയും ശ്രദ്ധിച്ച് മതിപ്പുകലർന്ന സ്വരത്തിൽ പറഞ്ഞു.

വൃദ്ധൻ കൂടുതൽ അമ്പരന്നു. താൻ മയക്കത്തിൽ നിന്ന് ഉണർന്നിട്ടില്ലെന്നും വിചിത്രമായൊരു സ്വപ്നം കാണുകയാണെന്നും തോന്നി.

യുവാവ് അയാളുടെ മനസ്സിലെന്തെന്ന് ഗ്രഹിച്ചതുപോലെ ചിരിച്ചു. അതോടെ യുവാവിന്റെ സാന്നിദ്ധ്യം മൂർത്തമാണെന്ന് അയാൾക്ക് ഏതാണ്ട് ബോദ്ധ്യമായി. അത് സ്ഥിരീകരിക്കുന്നതിനായി അയാൾ കണ്ണടയെടുത്ത് മൂക്കിനുമേൽ പ്രതിഷ്ഠിച്ചു. യുവാവിന്റെ രൂപം ഇപ്പോൾ കൂടുതൽ വ്യക്തതയുള്ളതായി.

“വിശേഷിച്ചൊന്നുമില്ല സാറേ. ഇതുവഴി പോയപ്പോൾ ചുമ്മാ സാറിനെയൊന്നു കണ്ട് സുഖവിവരം അന്വേഷിച്ച് പോകാമെന്നു കരുതി. അത്രയേ ഉള്ളൂ.” യുവാവ് ലാഘവത്തോടെ അറിയിച്ചു.

“ഇരിക്കൂ.” വൃദ്ധൻ അരികിലുള്ള ഒരു ഇരിപ്പിടം സന്ദർശകന് ചൂണ്ടിക്കാട്ടി.

നന്ദി പറഞ്ഞുകൊണ്ട് യുവാവ് ഇരിപ്പിടത്തിൽ സ്ഥാനം പിടിച്ചു. വൃദ്ധൻ യുവാവിൽ നിന്ന് ദൃഷ്ടിമാറ്റിയതേയില്ല. ആരാണതെന്ന് അയാൾക്കു തിരിച്ചറിയാൻ കഴിഞ്ഞില്ല.

“സാറിന് എന്നെ ഓർമ്മയില്ല, അല്ലേ?” യുവാവ് ചോദിച്ചു.

വയസ്സായതുനിമിത്തം തന്റെ ഓർമ്മശക്തി വളരെ ക്ഷയിച്ചിരിക്കയാണെന്ന് അയാൾ പറഞ്ഞു. എന്നാൽ അയാൾക്കു പ്രായമേറിയെന്ന വസ്തുത അംഗീകരിക്കാൻ യുവാവ് വിസമ്മതിച്ചു.

“സാറിനെ കണ്ടാൽ അത്രയ്ക്ക് പ്രായമൊന്നും തോന്നുകയില്ല. കഷ്ടിച്ച് അമ്പതു വയസ്സ് തോന്നിക്കും. അതിൽക്കൂടുതൽ ഒട്ടും പറയില്ല.” യുവാവ് വളരെ ഗൗരവമായി പറഞ്ഞു. യുവാവിന്റെ ശബ്ദത്തിലെന്നപോലെ മുഖത്തും ഗൗരവം സ്ഫുരിച്ചിരുന്നു.

അമ്പതു വയസ്സുമാത്രമേ തനിക്കു മതിക്കുകയുള്ളൂ എന്ന നിഗമനം വികാരഭേദം കൂടാതെയാണ് അയാൾ കേട്ടത്. അതയാളെ സന്തോഷിപ്പിക്കാൻ ഉദ്ദേശിച്ചുള്ളതായിരുന്നു. വാക്കുകൾക്ക് ഉദ്ദിഷ്ടഫലമുണ്ടായോ എന്നറിയാനായി യുവാവ് അയാളുടെ മുഖഭാവം ശ്രദ്ധിച്ചു. ഇല്ല. അയാൾ നിസ്സംഗനായി ഇരിക്കുകയായിരുന്നു. യുവാവ് ഹതാശനായില്ല.

“സാറേ ഒരു കാര്യം ഞാൻ ചോദിച്ചാൽ സാറ് സത്യം പറയുമോ?” മുന്നോട്ടു നീങ്ങി ചാരുകസേരയുടെ കൈയിൽ തൊട്ട് യുവാവ് തിരക്കി.

“എന്താണ്?” അയാൾ സന്ദേഹചിത്തനായി.

“മറ്റൊന്നുമില്ല. സിറ്റിയുടെ നടുവിലുള്ള ഈ സ്ഥലത്ത് താമസിക്കുന്നത് സാറിന് ഇഷ്ടമാണോ?”

“എന്തേ അങ്ങനെ ചോദിച്ചത്?” അയാൾ യുവാവിനെ ഉറ്റുനോക്കി.

“വിശ്രമജീവിതമാണ് സാറിനിപ്പോൾ... ആണല്ലോ. അത് ശാന്തമായ അന്തരീക്ഷത്തിലാകുന്നതല്ലേ നന്ന്. ഇവിടെയാണെങ്കിൽ ഏതു നേരത്തും വാഹനങ്ങളുടെ ഇരമ്പം. അന്തരീക്ഷമലിനീകരണമാണെങ്കിൽ അതിരൂക്ഷം. അടുത്തുതന്നെ ഒരു ബാറുണ്ടല്ലോ. അവിടെ മദ്യപന്മാരുണ്ടാക്കുന്ന ബഹളം സാറിനെപ്പോലൊരാൾക്ക് താങ്ങാൻ കഴിയുന്നതാണോ? തൊട്ടപ്പുറത്തെ ടൂറിസ്റ്റ് ഹോമില് പെൺവാണിഭം തകൃതിയായി നടക്കുന്നുവെന്നത് കൊച്ചുകുട്ടികൾക്കുപോലും അറിയാവുന്നൊരു കാര്യമാ.

സാറും അറിയാതിരിക്കാൻ തരമില്ല. ഇതുപോലൊരു സ്ഥലത്ത് ഗതികേടുകൊണ്ടല്ലാതെ ഒരാൾ താമസിക്കുമോ? സാറിന് എന്തായാലും അതിന്റെ ആവശ്യമില്ല. എന്താണ് വേണ്ടതെന്ന് എനിക്കറിയാം. പറയട്ടെ? പ്രകൃതിരമണീയമായ നാട്ടിൻപുറത്ത് അരയേക്കർ പുരയിടം. അവിടെ മാവിന്റെയും പിലാവിന്റെയും പുളിയുടെയും കരിമ്പിന്റെയുമൊക്കെയിടയിൽ സ്വസ്ഥമായി കഴിയണം. ഇടയ്ക്ക് കാവിൽ വേല. കഥകളി. കണ്യാർകളി. ആഹാ!"

യുവാവ് വികാരാധീനനായി. ഗൃഹാതുരത്വം ഉണരുകയാണ്. ഒരു നിമിഷം.

"സാറിനെ ഈ സ്ഥലം വില്ക്കാനും നാട്ടിൻപുറത്ത് അരയേക്കർ സ്ഥലം വാങ്ങിക്കാനും ഞാൻ സഹായിക്കാം." യുവാവ് ആത്മവിശ്വാസത്തോടെ ഒരു വാഗ്ദാനം നിർവ്വഹിച്ചു.

"ഈ സ്ഥലം വില്ക്കാനോ?" വൃദ്ധൻ സാദ്ഭുതം ചോദിച്ചു.

"അതെ, സാറ് ഇത് വില്ക്കുന്നു. സെന്റിന് ഇരുപത്തഞ്ചായിരം രൂപ വെച്ച് സാറിന് ഞാൻ തരാം. അത് ഇവിടത്തെ സ്ഥലമിടപാടിന്റെ റേറ്റനുസരിച്ച് ഇത്തിരി കൂടുതലാണെന്ന് എനിക്കറിയാം. എന്നാലും അത്രയും തരാൻ ഞാൻ തയ്യാറാണ്."

യുവാവ് അത്യുദാരമായ സമീപനം പുലർത്തുന്ന ഒരാളാണ് താനെന്നതു പോലുള്ള ഭാവം പ്രകടമാക്കിക്കൊണ്ട് നിലത്തുവച്ചിരുന്ന സ്യൂട്ട്കേസ് മടിയിലെടുത്തുവച്ച് തുറന്നു.

സ്യൂട്ട്കേസിനുള്ളിൽ പല കെട്ടുകളായി പണം അടുക്കിവയ്ക്കപ്പെട്ടിരുന്നു. അതുകണ്ട് വൃദ്ധന്റെ കണ്ണുകൾ പതറി. യുവാവ് അഞ്ചുകെട്ടുകൾ പുറത്തെടുത്ത് അയാൾക്ക് നീട്ടി.

"അഡ്വാൻസായി ഇത്രയും ഇരിക്കട്ടെ."

പക്ഷേ, അയാൾ പണം ഏറ്റുവാങ്ങുന്നതിനായി കൈ നീട്ടുകയോ അനുകൂലമായി എന്തെങ്കിലും പറയുകയോ ചെയ്തില്ല.

"വാങ്ങണം സാറേ." യുവാവ് ചിരിച്ചുകൊണ്ട് പറഞ്ഞു.

അയാൾ വലിയൊരു തുക ഒരുമിച്ചുകാണാനിടയായതിന്റെ അമ്പരപ്പിനെ പെട്ടെന്നുതന്നെ മറികടന്നു.

"എനിക്കു വേണ്ട." അയാൾ ഖണ്ഡിതമായി പറഞ്ഞു.

യുവാവിന് അത് തീർത്തും അപ്രതീക്ഷിതമായിരുന്നു.

"അതെന്താ സാറേ? ഞാൻ ഓഫർ ചെയ്ത തുക കുറഞ്ഞുപോയതു കൊണ്ടാണോ? എന്നാൽ അത് തുറന്നുപറഞ്ഞാൽ മതിയല്ലോ. സെന്റിന് പത്തായിരംകൂടി തന്നേക്കാം. വളരെ കൂടുതലാണ്. എന്നാലും സാറിന്റെ തൃപ്തിക്കുവേണ്ടി ഞാനത്രയും തരികയാണ്. ഒരു ഇടപാട് നടക്കട്ടെ." യുവാവ് ഒരു കെട്ടുകൂടി സ്യൂട്ട്കേസിൽ നിന്നെടുത്ത് അതും ചേർത്ത് പണം അയാളുടെ നേർക്ക് നീട്ടിപ്പിടിച്ചു.

"ഇല്ല. ഞാൻ ഈ വസ്തു വില്ക്കാനുദ്ദേശിക്കുന്നില്ല." അയാൾ ശിര

സ്സിളക്കി നീരസം ഭാവിച്ചുകൊണ്ട് തുടർന്നു "ഞാൻ ഇവിടംവിട്ട് വേറെ എവിടേക്കെങ്കിലും മാറുന്നതിനെക്കുറിച്ച് ചിന്തിച്ചിട്ടുപോലുമില്ല."

"താങ്കളെന്നെ നിരാശപ്പെടുത്തുകയാണ്." യുവാവ് പറഞ്ഞു.

"ഞാനങ്ങനെ ഉദ്ദേശിച്ചിട്ടില്ല." വൃദ്ധൻ തിരിച്ചടിച്ചു.

"പക്ഷേ, അതാണ് സംഭവിച്ചിരിക്കുന്നത്. ഇങ്ങോട്ടു കയറിവരുമ്പോൾ എനിക്ക് വളരെ പ്രതീക്ഷയുണ്ടായിരുന്നു." യുവാവ് ഖേദപൂർവ്വം പറഞ്ഞു.

വൃദ്ധൻ അത്തരമൊരു സന്ദർഭത്തിൽ മറ്റൊന്നും ചെയ്യാനില്ലാത്തതുപോലെ ചുമലുകൾ ചുളുക്കിക്കാട്ടി.

"ഇതാണ് സാർ ഉണ്ടായത്."

യുവാവ് വൃദ്ധനുമായുണ്ടായ കൂടിക്കാഴ്ചയുടെ വിവരണം ഉപസംഹരിച്ചു.

"ശരി, താൻ പൊയ്ക്കോളൂ. ഷെറീനെ ഇങ്ങോട്ടു പറഞ്ഞുവിടൂ." പെന്റഗൺ റിയൽ എസ്റ്റേറ്റ് എന്ന സ്ഥാപനത്തിന്റെ മേധാവി പറഞ്ഞു.

കണ്ണാടിച്ചുവരിനപ്പുറത്തിരുന്ന് അവധാനതയോടെ ടൈപ്പ് ചെയ്യുന്ന ഷെറീനെ അയാൾക്കു കാണാമായിരുന്നു. യുവാവ് പുറത്തേക്കിറങ്ങി ഏതാനും നിമിഷങ്ങൾ കഴിഞ്ഞപ്പോൾ ഷെറീൻ മുറിയിലേക്കു വന്നു. "ഞാൻ എന്താണ് ചെയ്യേണ്ടതെന്നു പറയണം സാർ." ഷെറീൻ മേശയ്ക്കരികിലേക്കു നീങ്ങിനിന്നു ഉച്ചാരണഭംഗിയോടെ മൊഴിഞ്ഞു.

"നോ, നോ, നോ" വൃദ്ധൻ കടുപ്പിച്ച് പറഞ്ഞു. അയാളുടെ മുഖം കടുത്ത അന്തഃക്ഷോഭം വെളിവാക്കുന്നതായിരുന്നു.

ഷെറീൻ എഴുന്നേറ്റു. അവളെ പോകാൻ അനുവദിച്ചുകൊണ്ട് അയാൾ കണ്ണട ധരിച്ച് പിന്നെയും ശാസ്ത്രഗ്രന്ഥം കൈയിലെടുത്തു. എന്നാൽ അവളുടെ ഭാഗത്തുനിന്നുണ്ടായ ആകസ്മികമായ ഒരു നീക്കം അയാളുടെ വായന തടസ്സപ്പെടുത്തി.

ഷെറീൻ പെട്ടെന്നു കുനിഞ്ഞു അയാളുടെ കവിളിൽ ചുണ്ടമർത്തി. വിചിത്രമായ രീതിയിൽ ചിരിച്ചുകൊണ്ട്, തികഞ്ഞ പ്രസരിപ്പോടെ വീടിനുള്ളിലേക്ക് ഓടിക്കയറി.

അയാൾ വെളിയിൽ സ്തംഭിച്ചിരുന്നു. ഷെറീൻ അകത്തെങ്ങോ മറഞ്ഞു. വായുവിൽ ഏതോ പെർഫ്യൂമിന്റെ ഗന്ധം തങ്ങിനിന്നിരുന്നു.

"നീ എന്താണിവിടെ ചെയ്യുന്നത്? പുറത്തേക്കു വരൂ." വാതിലിനടുത്ത് ചെന്നുനിന്ന് അയാൾ വിളിച്ചു പറഞ്ഞു. ചിരിയുടെ ശബ്ദം. അയാൾ ചെവിയോർത്തു.

നിരത്തുകളിൽ വാഹനങ്ങൾ ഇരമ്പി.

കുലീനനായ വൃദ്ധന്റെ പതിനഞ്ചു സെന്റ് ഭൂമിയോടു ചേർന്നുള്ള നിരത്തിന്റെയരുകിൽ ആ വസ്തുവിൽ നിന്ന് ഏതാനും വാര അകലെയായി, പച്ചനിറത്തിലുള്ളൊരു കാർ. ഷെറീൻ എന്ന ആംഗ്ലോ ഇന്ത്യൻ യുവതി ഇറങ്ങിപ്പോയത് അതിൽനിന്നത്രെ. സ്ഥാപനത്തിന്റെ മേധാവി കാറിൽ തന്നെ ഇരിപ്പുണ്ട്. അയാളുടെ കണ്ണുകൾ അയാൾ സദാ

കൈയിൽ കൊണ്ടുനടക്കാറുള്ള പേഴ്സണൽ കംപ്യൂട്ടറിലാണ്. അതിൽ സംഖ്യകൾ, സംഖ്യകൾ...

പ്രിയ വായനക്കാരാ, കുലീനനായൊരു വൃദ്ധന് നഗരത്തിലുള്ള പതിനഞ്ചു സെന്റ് ഭൂമിയെക്കുറിച്ച് പറഞ്ഞുതുടങ്ങിയ നമ്മൾ എത്തിച്ചേർന്നിരിക്കുന്നത് ഇവിടെയാണ്.

നമുക്ക് ഇനിയും മുന്നോട്ടുപോകേണ്ടതുണ്ട്. പക്ഷേ, ഷെറീൻ മടങ്ങിവരട്ടെ. അതുവരെ ഇവിടെത്തന്നെ നില്ക്കാം. വിരോധമില്ലല്ലോ?

വാണിഭം

ചന്തപ്പേട്ടയിൽ വാണിഭം തുടങ്ങിയിരുന്നു. അങ്ങിങ്ങ് മരങ്ങളുടെ തണൽപ്പാടുകളിൽ മുഖംകുത്തി നില്ക്കുന്ന കാളവണ്ടികൾ. അവയ്ക്കരികെ ചാഞ്ഞുകിടന്ന് അയവിറക്കുന്ന കാളകൾ. മരങ്ങളിലെ കാക്കകളുടെയും പൂത്താങ്കീരികളുടെയും ശബ്ദങ്ങൾ കൂടിക്കലർന്ന് ചന്തപ്പേട്ടയുടെ പതിവ് കലപില. അന്തരീക്ഷത്തിൽ കൊത്തമല്ലിച്ചപ്പിന്റെയും ഉണക്കമീനിന്റെയും സീതപ്പഴത്തിന്റെയുമൊക്കെ ഗന്ധങ്ങൾ.

അലസമായി ബീഡി വലിച്ചുകൊണ്ട് ഇരിക്കുകയായിരുന്ന ഒരു കാളവണ്ടിക്കാരൻ എന്തെന്നില്ലാതെ മുഖമുയർത്തിയപ്പോൾ ചന്തപ്പേട്ടയിലെത്തി അവസാനിക്കുന്ന ചെമ്മൺപ്പാതയിൽ മഞ്ഞച്ചേലയുടെ തുമ്പുകൊണ്ട് ശിരസ്സു മറച്ച ഒരു പെണ്ണ്.

അവളുടെ കൈകളിൽ തുണിസഞ്ചിയില്ല.

പനയോലക്കുടയില്ല.

ഒന്നുമില്ല.

മഞ്ഞച്ചേല ചുറ്റിയ ഇരുണ്ട ശരീരവുമായി അവൾ ചന്തപ്പേട്ടയിലേക്ക് നടന്നു.

അവളെ ആദ്യം കണ്ട കാളവണ്ടിക്കാരന്റെ ശ്രദ്ധയാകർഷിച്ചത് അവളുടെ ഇരുണ്ട ശരീരമല്ല; മുഖം കുനിച്ചുള്ള നടത്തമാണ്. മലക്കറികളോ ഉണക്കമീനോ മറ്റോ വാങ്ങാൻ വരുന്ന പെണ്ണുങ്ങൾ ഒരിക്കലും ഇങ്ങനെയല്ല നടക്കുക. അവർക്ക് നല്ല ചുറുചുറുക്കുണ്ടാവും. ഓരോ അടിവയ്പിലും അത് പ്രകടമാവും. മലക്കറി വില്പനക്കാരികളോടും മീൻവില്പനക്കാരോടും അവർ വിലയെച്ചൊല്ലി ഏറെനേരം തർക്കിക്കും. ഒടുവിലവർ ഒരു വട്ടിനിറയെ സാധാനങ്ങളുമായി വിജയഭാവത്തിൽ കടന്നുപോകും. ആണുങ്ങൾ അവരുടെ തുളുമ്പുന്ന പിൻഭാഗങ്ങളിലേക്ക് നോക്കി വീർപ്പടക്കിപ്പിടിച്ച് ഇരിക്കും. അപ്പോൾ കാക്കകൾ കരയുന്നതും പൂത്താ

ങ്കീരികളോ കരിയിലക്കിളികളോ ഒച്ച വയ്ക്കുന്നതും ചന്തപ്പേട്ടയിലുള്ളവർക്കൊക്കെയും വ്യക്തമായി കേൾക്കാം.

"ഇതാരാണ്?" കാളവണ്ടിക്കാരൻ തന്റെ തൊട്ടടുത്തുള്ള പനഞ്ചക്കര വില്ക്കാനിരിക്കുന്നവനോട് ചോദിച്ചു.

"അറിഞ്ഞൂടല്ലോ." പനഞ്ചക്കരവില്പനക്കാരൻ പറഞ്ഞു.

അവൾ അവർക്കരികിലൂടെ നിശ്ശബ്ദയായി കടന്നുപോയി. അവളുടെ നഗ്നമായ പാദങ്ങളിൽ ചെമ്മണ്ണും പൊടിയും വിയർപ്പിന്റെ നനവും. കരച്ചിലിന്റെ വക്കത്തെന്നു തോന്നിക്കുന്ന മുഖം. ഒഴിഞ്ഞ കൈത്തണ്ടകൾ.

"എന്തിനാണിവൾ വന്നിരിക്കുന്നത്?" ഉണക്കച്ചെമ്മീനിന്റെ ഒരു കൂമ്പാരത്തിനപ്പുറം ഇരിപ്പുറപ്പിച്ച മീൻ കച്ചവടക്കാരൻ അത്ഭുതം കൂറി.

ചന്തപ്പേട്ടയുടെ നടുവിലെത്തി അവൾ ഒരു തറയിൽ കയറിനിന്ന് ഒരു വില്പനവസ്തുവെന്നപോലെ സ്വയം പ്രദർശിപ്പിച്ചുകൊണ്ട് കരയാൻ തുടങ്ങി.

ഇരുപത്തിയാറാമത്തെ ശിശു

"**അ**ച്ഛാ!" നാരായണമേനോൻ ഉണർന്നു.

"ഒന്നെഴുന്നേല്ക്ക് നേരം ഒരുപാടായി." അയാൾ കണ്ണുതുറന്നു. കുളി കഴിഞ്ഞ് ബാത്‌ടവ്വൽ മുടിയിൽ ചുറ്റി മകൾ മുന്നിൽ നില്ക്കുന്നു.

"സമയമെത്രയായി?" അയാൾ പുതപ്പു നീക്കാതെ ചോദിച്ചു.

"എട്ടു കഴിഞ്ഞു." ചിത്ര കിടപ്പുമുറിയിലേക്കു നടന്നു.

ഫ്ളാറ്റിൽ ഒരു കിടപ്പുമുറിയേ ഉള്ളൂ. അതു ചിത്രയും ശിവദാസും ഉറങ്ങാനുപയോഗിക്കുന്നു. നാരായണമേനോൻ കിടക്കുക ഡ്രായിങ് കം ഡൈനിങ് എന്നു വിശേഷിപ്പിക്കപ്പെടുന്ന മുറിയിലാണ്.

ഒരു ഗ്രാമീണവസതിയും അതിന്റെ ചുറ്റുമുള്ള പച്ചത്തഴപ്പുകളും നാരായണമേനോന്റെ ഓർമ്മയിൽ ഇടയ്ക്കിടെ തെളിഞ്ഞുവരാറുണ്ട് ഇപ്പോഴും. അയാൾ ആ വീട് തന്റെ സഹോദരിക്കു സന്തോഷപൂർവ്വം വിട്ടുകൊടുക്കുകയാണുണ്ടായത്. വേറൊരു വീടുണ്ടാക്കാം എന്ന് അപ്പോൾ നിരൂപിച്ചു. പക്ഷേ, വീടല്ല ഉണ്ടായത്. സൂര്യാ കോംപ്ലക്സിലെ പതിനേഴാം നമ്പർ ഫ്ളാറ്റാണ്. അയാൾക്കിപ്പോൾ അത് വളരെ പരിചിതമായിക്കഴിഞ്ഞിരിക്കുന്നു. തുടക്കത്തിൽ കരുതിയത് ഫ്ളാറ്റിലെ ജീവിതവുമായി തനിക്ക് ഒരിക്കലും പൊരുത്തപ്പെടാനാവില്ലെന്നാണ്.

ഭാര്യ മരിച്ചതിനുശേഷം തുടർന്നെങ്ങനെ നാളുകൾ കഴിച്ചുകൂട്ടുമെന്ന് ആശങ്ക തോന്നിയിരുന്നില്ലേ? അന്നനുഭവപ്പെട്ട ദുഃഖത്തെയും നാരായണമേനോന് അതിജീവിക്കാനായി. ശശികലയുടെയും ചിത്രയുടെയും വിവാഹം കഴിഞ്ഞത് മാധവിയമ്മയുടെ മരണത്തിനുശേഷമാണ്. ശശികല ഭർത്താവും മൂന്നു മക്കളുമൊത്ത് ബോംബെയിൽ കഴിയുന്നു. ഡോംബിവില്ലിയിൽ അവർക്ക് സ്വന്തം ഫ്ളാറ്റുണ്ട്. കഴിഞ്ഞയാണ്ടിൽ നാരായണമേനോൻ അവിടെപ്പോയി രണ്ടാഴ്ചയോളം താമസിച്ചു. പേരക്കിടാങ്ങൾ മൂന്നുപേർക്കും വലിയ സന്തോഷമായി.

ഇവിടെ നാരായണമേനോന് തെല്ല് ഉന്മേഷക്കുറവ് തോന്നുന്നത് പേരക്കിടാങ്ങളില്ലാത്തതുകൊണ്ടാണ്. ചിത്രയുടെ വിവാഹം കഴിഞ്ഞ് വർഷം മൂന്നായി. ഒരു കുഞ്ഞുണ്ടാവാൻ വൈകി. അതേപ്പറ്റി നാരായണമേനോൻ മക്കളോടോ ശിവദാസിനോടോ സംസാരിച്ചിട്ടില്ല. ചോദിക്കാമെന്നു വിചാരിക്കുമ്പോൾ എന്തോ സങ്കോചം. എന്തെങ്കിലും തകരാറുള്ളതുകൊണ്ടാകുമോ? അങ്ങനെ വരാമല്ലോ. മുമ്പ് കൂടെ ജോലി ചെയ്തിരുന്ന വിശ്വനാഥൻ തമ്പിയുടെ മകൾക്ക് ഇതുപോലൊരു പ്രശ്നമുണ്ടായിരുന്നു. അതിന് പരിഹാരമായത് ഒരു ശസ്ത്രക്രിയയിലൂടെയാണ്. വരട്ടെ. കുറച്ചുകൂടി കാത്തിരിക്കാം. വളരെ വൈകിയിട്ടൊന്നുമില്ല. മൂന്നു കുഞ്ഞുങ്ങൾക്ക് മുത്തച്ഛനായല്ലോ.

ശിവദാസ് ഓഫീസിലേക്കു പുറപ്പെട്ടുവോ ആവോ. അവന്റെ ശബ്ദമൊന്നും കേൾക്കാനില്ല. നാരായണമേനോൻ ചെവിയോർത്തു.

അപ്പോൾ ഡോർബെൽ മുഴങ്ങി.

നാരായണമേനോൻ ധൃതിയിൽ കിടക്കവിട്ടെഴുന്നേറ്റ് അടഞ്ഞുകിടക്കുകയായിരുന്ന മുൻവാതിൽ തുറന്നു.

"ഇവനെ ഇവിടെ കൊണ്ടുവിടാനാണ്." വാതിലിനപ്പുറത്തു നിന്നിരുന്ന ചെറുപ്പക്കാരൻ കൂടെയുള്ള ചെറിയ കുട്ടിയെ ചൂണ്ടിക്കാണിച്ച് പറഞ്ഞു.

കുട്ടിയുടെ വേഷം നീലട്രൗസേഴ്സും വെള്ള ഉടുപ്പും ചുമലിൽ വെള്ളം നിറച്ച പ്ലാസ്റ്റിക് കുപ്പി. മുഖത്ത് ഒട്ടുസംഭ്രമം.

"ഇവിടെയോ?" നാരായണമേനോൻ കുട്ടിയുടെ മുഖത്തുനിന്നും കണ്ണെടുത്ത് ചെറുപ്പക്കാരനോടായി ആശ്ചര്യപൂർവ്വം ചോദിച്ചു.

ചെറുപ്പക്കാരൻ പ്രകടമായും അമ്പരന്നു.

"ഇന്നു തൊട്ടല്ലേ നേഴ്സറി സ്കൂൾ തുടങ്ങുന്നത്?"

നാരായണമേനോന് പൊടുന്നനെ പ്രജ്ഞയിൽ വെളിച്ചം വീശി. ശരിയാണല്ലോ. ചിത്രയുടെ നേഴ്സറി വിദ്യാലയം ഇന്നു മുതൽ തുടങ്ങുകയല്ലേ?

അയാൾ കിടപ്പുമുറിയുടെ നേർക്ക് തിരിഞ്ഞ് ചിത്രയെ വിളിച്ചു.

"ഇതാ ഒരുകുട്ടി വന്നിരിക്കുന്നു."

ചിത്ര അതുകേട്ട് കിടപ്പുമുറിയിൽനിന്ന് ധൃതിയിൽ വന്നെത്തി.

"ഗുഡ്മോണിങ് ടീച്ചർ" ചിത്രയെ കണ്ടപാടെ കുട്ടി ഈണത്തിൽ പറഞ്ഞു.

ചിത്രയ്ക്കു സന്തോഷമായി.

"മോണിങ്." അവൾ ചിരിച്ചുകൊണ്ട് കുട്ടിയുടെ നേർക്ക് കൈ നീട്ടി. കുട്ടി അവളുടെ അടുത്തു ചെന്നുനിന്നു.

"അവനെക്കൊണ്ട് പ്രശ്നമൊന്നുമുണ്ടാവില്ല." കുട്ടിയുടെ അച്ഛൻ പറഞ്ഞു. അയാൾ കൈയിലുള്ള ടിഫിൻ ബോക്സ് ചിത്രയെ ഏല്പിച്ചു. പിന്നെ മകനോടു യാത്ര പറഞ്ഞു. മകൻ കൈവീശി. അയാൾ പോയി.

നാരായണമേനോൻ കസേരയിൽ കണ്ട പത്രമെടുത്തു നിവർത്തി.

"അതു പിന്നെ വായിക്കാം. അച്ഛൻ വേഗം ആ കിടക്ക മടക്കിവച്ചാട്ടെ. ഇവിടെ സീറ്റിങ് അറേഞ്ച്മെന്റ്സ് ചെയ്യണ്ടേ." ചിത്ര പറഞ്ഞു.

അവൾ ഏറെ തിടുക്കത്തിലായിരുന്നു. കുട്ടിയെ അവൾ കിടപ്പുമുറിയിൽ കൊണ്ടുപോയി ഇരുത്തി. അവൻ കാൺകെ ഇരിപ്പിടസൗകര്യം ഒരുക്കുന്നതിൽ പന്തികേടുണ്ടെന്ന് അവൾക്ക് തോന്നിയിരിക്കണം. നാരായണമേനോൻ എത്രയും പെട്ടെന്ന് തന്റെ കിടക്ക മടക്കി. പിന്നെ കട്ടിലും. അതും കിടക്കപോലെ മടക്കിവയ്ക്കാവുന്ന വിധത്തിലുള്ളതായതു നന്നായെന്ന് അയാൾ മനസ്സിൽ പറഞ്ഞു. അപ്പോഴേക്കും ചിത്ര തിരിച്ചെത്തി.

"ശിവദാസ് പോയോ?" നാരായണമേനോൻ ചോദിച്ചു.

"ചിത്രം വരയ്ക്കാനുള്ള ഫ്ളാനൽ ബോർഡ് വാങ്ങാൻ മറന്നു. അതിനു പോയിരിക്കുകയാ."

അവൾ പറഞ്ഞു നാവെടുത്തതേയുള്ളൂ. ശിവദാസ് വന്നു കഴിഞ്ഞു.

"കിട്ടിയല്ലോ അല്ലേ?" ചിത്ര ഉദ്വേഗത്തോടെ ചോദിച്ചു.

"ഒരു കട തുറപ്പിച്ചെടുത്തതാ." നീണ്ട കടലാസുപൊതി നീട്ടിക്കാണിച്ചുകൊണ്ട് ശിവദാസ് പറഞ്ഞു.

ചിത്ര അതു കൈയിൽ വാങ്ങി.

"ഒരു കുട്ടി വന്നിട്ടുണ്ട്. ബെഡ്റൂമിൽ ഇരുത്തിയിരിക്കയാ."

"ഇവിടെ അറേഞ്ച് ചെയ്യാത്തതെന്താ?" ശിവദാസ് ചോദിച്ചു.

"അച്ഛനിപ്പോഴോ എഴുന്നേറ്റത്." ചിത്ര പറഞ്ഞു.

അതിൽ അല്പം കുറ്റപ്പെടുത്തൽ അടങ്ങിയിട്ടുണ്ടെന്ന് നാരായണമേനോനു തോന്നി.

"ഞാനോർത്തില്ല." അയാൾ പറഞ്ഞു.

നേഴ്സറിയിലേക്കുള്ള കുട്ടികൾ എട്ടുമണിയോടെ വന്നു തുടങ്ങുമെന്നും അച്ഛൻ അതിനുമുമ്പായി ഉറക്കം മതിയാക്കി എഴുന്നേല്ക്കണമെന്നും ചിത്ര പറഞ്ഞിരുന്നു. പക്ഷേ, അയാൾ ഓർമ്മിച്ചില്ല. പ്രത്യേകിച്ചെങ്ങും പോകാനില്ലാത്തതിനാൽ അയാൾ വളരെ വൈകിമാത്രമേ എഴുന്നേല്ക്കാറുള്ളൂ.

"നിനക്ക് നേരത്തെ എന്നെ വിളിച്ചുകൂടായിരുന്നോ?" കുളിമുറിയിലേക്കു നടക്കുന്നതിനിടയിൽ അയാൾ മകളോടു ചോദിച്ചു.

ചിത്ര നേഴ്സറി വിദ്യാലയം തുടങ്ങാനാലോചിച്ചത് കഴിഞ്ഞ വർഷമാണ്. അതിന്റെ പ്രാരംഭമായി അവൾ ട്രെയിനിങ് കോഴ്സിനു ചേർന്നു. നോക്കിയിരിക്കെ നാളുകൾ കടന്നുപോവുകയും അവൾ കോഴ്സ് പൂർത്തിയാക്കി യോഗ്യതാസർട്ടിഫിക്കറ്റ് നേടുകയും ചെയ്തു. ഏപ്രിലിൽ ഒരു സായാഹ്നപത്രത്തിൽ രണ്ടു കോളം പരസ്യം നല്കി. സൂര്യ കോംപ്ലക്സിൽ പുതുതായി ആരംഭിക്കുന്ന നഴ്സറി സ്കൂളിൽ പ്രവേശനം തുടങ്ങുന്നു. സീറ്റുകൾ പരിമിതം. സമർത്ഥമായ ശിക്ഷണം. വാത്സല്യപൂർണ്ണമായ പരിചരണം...

ഇപ്പോൾത്തന്നെ ഇരുപത്തിയഞ്ചു കുട്ടികൾ ചേർന്നു കഴിഞ്ഞു.

ഫ്ളാറ്റിന്റെ പുറത്ത് വരാന്തയുടെ റെയിലിങ്ങിൽ നഴ്സറി സ്കൂളിന്റെ ബോർഡ് തൂങ്ങിക്കിടക്കുന്നു.

അധികവരുമാനമുണ്ടാകുന്നത് നല്ലതു തന്നെ. താഴത്തെ ഫ്ളോറിലെ അമരേശൻ ഷെയറിന്റെ ഇടപാടുകൾ നടത്തുന്നതും തൊട്ടടുത്ത ഫ്ളാറ്റിലുള്ള പുഷ്പാംഗദൻ ആപ്പീസു വിട്ടശേഷം ഏതോ അച്ചുകൂടത്തിൽ ചെന്നിരുന്ന് പ്രൂഫ് വായിക്കുന്നതും അധികവരുമാനത്തിനു വേണ്ടിയല്ലേ? നാരായണമേനോൻ ചിത്രയുടെ ഉദ്യമത്തിന് ഒരു ന്യായീകരണം കണ്ടെത്തി.

അയാൾ പല്ലുതേപ്പ് കഴിഞ്ഞ് വരുമ്പോഴേക്കും സ്വീകരണമുറിയിൽ യൂണിഫോമണിഞ്ഞ ഏഴെട്ടു കുട്ടികൾ.

അവരിൽ ചിലർ നിലത്തിരുന്നത് കളിക്കുകയാണ്.

"അച്ഛന് ചായ എടുത്തുവെച്ചിട്ടുണ്ട്." ചിത്ര അറിയിച്ചു.

"ശരി കഴിച്ചുകളയാം." അയാൾ അടുക്കളയിലേക്കു നടന്നു.

അവിടെ ചെറിയൊരു മേശയുണ്ട്. അത് ചിത്ര കറിക്കു നുറുക്കാനും മറ്റും ഉപയോഗിക്കുന്നതാണ്. തീൻമേശയായും അത് പ്രയോജനപ്പെടുന്നു.

നാരായണമേനോൻ പ്രാതൽ കഴിക്കാനിരുന്നു.

തിരികെ സ്വീകരണമുറിയിലെത്തുമ്പോൾ അവിടെ മുഴുവൻ കുട്ടികളും നിരന്നിരിക്കയായിരുന്നു.

"അച്ഛൻ അപ്പുറത്തിരുന്നോളൂ. പത്രം അവിടെയുണ്ട്." ചിത്ര പറഞ്ഞു.

അയാൾ കിടപ്പുമുറിയിലേക്കു നടന്നു. അത് ചിത്രയുടെയും ശിവദാസിന്റെയും കിടപ്പുമുറിയാണ്. അവിടേക്ക് അയാൾ സാധാരണയായി പോകാറില്ല. അതുകൊണ്ടുതന്നെ അതിനുള്ളിലെത്തിയപ്പോൾ അയാൾക്ക് എന്തെന്നില്ലാത്ത അപരിചിതത്വം തോന്നി. പത്രം കിടക്കയിൽ വെച്ചിരിക്കയായിരുന്നു. കിടക്കയിൽ തന്നെ ഇരുന്നുവേണം അതു വായിക്കാൻ. കസേരയോ സ്റ്റൂളോ മുറിയിലില്ല. കിടക്കയുടെ ഒരു കോണിൽ കഴുകാനായി മാറ്റിയിട്ട വസ്ത്രങ്ങൾ. മുറി ആകെയൊന്നു നോക്കി നാരായണമേനോൻ പുറത്തേക്കിറങ്ങി. ഞായറാഴ്ച ഒഴികെയുള്ള ദിവസങ്ങളിൽ ക്ലാസ് തീരുംവരെ ആ മുറിയിൽ കഴിച്ചുകൂട്ടുകയെന്നാൽ അസാദ്ധ്യം തന്നെ അയാൾ വിചാരിച്ചു.

"അച്ഛനെങ്ങോട്ടാ?" കുട്ടികളുടെ മുന്നിലിരിക്കുന്ന ചിത്ര ചോദിച്ചു.

"എവിടേക്കുമല്ല." നാരായണമേനോൻ പറഞ്ഞു. എന്നിട്ട് ഇരുപത്തഞ്ചു ശിശുക്കൾക്കിടയിലായി അയാൾ തനിക്ക് അല്പം ഇടം തേടി. അങ്ങനെ അയാൾ സൂര്യാകോംപ്ലക്സിലെ പതിനേഴാം നമ്പർ ഫ്ളാറ്റിൽ ആരംഭിച്ച നഴ്സറി വിദ്യാലയത്തിലെ ഇരുപത്തിയാറാമത്തെ ശിശുവായി.

സ്വർഗ്ഗയാത്ര: ഒരു വീഡിയോ ടേപ്പ്

ഗെയിറ്റ് കടന്നു മന്ദിരത്തിനു മുന്നിലെത്തി; കാർ നിന്നപ്പോഴേക്കും ഉയരം കുറഞ്ഞ ഒരാൾ വരാന്തയിൽ പ്രത്യക്ഷപ്പെട്ടു. ഫോൺ ചെയ്തതു താനാണെന്നു ധൃതിയിൽ കാറിനടുത്തേക്കു വന്ന് അയാൾ അറിയിച്ചു. പാവുണ്ണി എന്നായിരുന്നു അയാൾ ഫോണിൽ സ്വയം പരിചയപ്പെടുത്തിയത്.

"വേഗം ഒരുങ്ങിക്കോളൂ." അയാൾ എന്റെ നേർക്കു മുഖം കുനിച്ചു പറഞ്ഞു.

"വൈകിയോ?" ഞാൻ ചോദിച്ചു.

"ഇനി അധികനേരം ഉണ്ടാവില്ല." അയാൾ തെല്ലു പിറകോട്ടു മാറി നിന്നു.

വലതുവശത്തെ വാതിൽ തുറന്നു വീഡിയോ ക്യാമറയുമായി ഷീബ പുറത്തിറങ്ങി. ഡ്രൈവറുടെ കൂടി മുൻസീറ്റിലിരിക്കയായിരുന്ന ജീവൻ ലൈറ്റുമെടുത്ത് അവളുടെ അടുത്തേക്ക് ചെന്നു. ഡ്രൈവറോടു കാത്തിരിക്കാൻ പറഞ്ഞ് ഞാൻ അവരോടൊപ്പം ചേർന്നു.

"മാഡം ഓഫീസിലുണ്ട്. ഒറ്റ മിനിറ്റ്. അങ്ങോട്ടൊന്നു പോയി വരാം." പാവുണ്ണി വരാന്തയിലേക്കു കയറി.

ഞങ്ങൾ മൂവരും അയാളെ പിന്തുടർന്നു. വരാന്തയിൽനിന്ന് ഇടത്തോട്ടു തിരിഞ്ഞപ്പോൾ ശാരദാവർമ്മയുടെ മുറിയായി. വാതിലിൽ തട്ടാതെ പാവുണ്ണി നേരെ മുറിയിലേക്കു നടന്നു. ഞങ്ങൾ വാതില്ക്കൽ സംശയിച്ചു നിന്നു.

"വന്നോളൂ." അയാൾ പറഞ്ഞു.

മുറിയിൽ ഏതാനും ഇരിപ്പിടങ്ങൾ. മേശയ്ക്കപ്പുറത്തായുള്ള ഇരിപ്പിടത്തിൽ ശാരദാവർമ്മ. ശുഭ്രവേഷം. മേശമേൽ നാലഞ്ചു പുസ്തകങ്ങളും തുറന്നു വെച്ചൊരു ഫയലും.

"ഇനി വൈകിക്കേണ്ട. പാവുണ്ണി ഇവരെ അങ്ങോട്ടു കൂട്ടിക്കോളൂ." ശാരദാവർമ്മ പറഞ്ഞു.

പാവുണ്ണി ഒട്ടും അമാന്തിക്കാതെ തന്നെ അനുഗമിക്കാൻ ആംഗ്യം കാട്ടി പുറത്തേക്കു നടന്നു.

ഒരു ഗോവണിയുടെ നേർക്കാണ് അയാൾ ഞങ്ങളെ നയിച്ചത്. മഞ്ഞച്ചായം തേച്ച ഭിത്തിയിൽ അങ്ങിങ്ങായി ചില മഹദ്വചനങ്ങൾ. ഗോവണിയിറങ്ങാൻ തുടങ്ങിയ രണ്ടുപേർ തിടുക്കത്തിൽ മുകളിലേക്കു തന്നെ മടങ്ങി. ഗോവണി കയറിച്ചെല്ലുമ്പോൾ നേരെ ഇടതുവശത്തായി കാണുന്ന മുറിയുടെ വാതില്ക്കൽ പലരും കൂടിനില്പുണ്ടായിരുന്നു. ക്ഷൗരം ചെയ്യാത്ത മുഖങ്ങളായിരുന്നു ഏറെയും. നരച്ച മുടി. ഉടുപ്പു ധരിച്ചവർ രണ്ടോ മൂന്നോ മാത്രം.

"എല്ലാവരും ഒന്ന് മാറിയാട്ടെ." പാവുണ്ണി പറഞ്ഞു.

അങ്ങനെയൊരു നിർദ്ദേശം പ്രതീക്ഷിച്ചു നില്ക്കുകയായിരുന്നപോലെ എത്രയും പെട്ടെന്ന് അവരെല്ലാം വഴിയൊഴിഞ്ഞു, മുറിയിൽ ചുവരോടു ചേർത്തിട്ട കട്ടിലിലായി ശയിക്കുന്ന വൃദ്ധനെ ഞങ്ങൾക്കപ്പോൾ കാണാനായി. ചടച്ച ശരീരം. വെളുത്ത മുഴുക്കൈ ഉടുപ്പും കസവുകരയുള്ള ദോത്തിയുമാണ് വേഷം. ജനൽ തുറന്നു കിടക്കുകയായിരുന്നു. അതിലൂടെ ഒരു തെങ്ങിൻതലപ്പ് ദൃശ്യമായി.

ഞാൻ ഷീബയുടെയും ജീവന്റെയും നേർക്കു തിരിഞ്ഞു. ജീവൻ ഉടനെ തന്നെ ലൈറ്റ് സജ്ജമാക്കി. ഷീബ വീഡിയോ ക്യാമറ വൃദ്ധനെ ലക്ഷ്യമാക്കിക്കൊണ്ടു പ്രവർത്തിപ്പിച്ചു തുടങ്ങി. ഒരു പൂർണ്ണകായദൃശ്യത്തിൽനിന്നു മുഖത്തിന്റെ സമീപദൃശ്യത്തിലേക്കു നീങ്ങാൻ ഞാൻ ഷീബയ്ക്കു നിർദ്ദേശം നല്കി. അവൾ ക്യാമറയുമായി വൃദ്ധന്റെ മുഖത്തിനടുത്തേക്കു ചെന്നു.

"കുറുപ്പുചേട്ടനു വീഡിയോ സിനിമേല് അഭിനയിക്കാൻ എന്തായാലും ഭാഗ്യം ഉണ്ടായല്ലോ." പിറകിൽ വാതിലിനടുത്തായി നില്ക്കുന്നവരിൽ ആരോ ഒരാൾ പറഞ്ഞു.

"നേരാ." വേറൊരാൾ അതു ശരിവച്ചു.

ഞാൻ തിരിഞ്ഞുനോക്കിയില്ല. കട്ടിലിൽ കിടക്കുന്ന വൃദ്ധന്റെ മുഖത്തായിരുന്നു എന്റെ ദൃഷ്ടി. ആയാസത്തോടെ ശ്വാസോച്ഛ്വാസം നിർവ്വഹിക്കുന്നതിനിടയിൽ അയാൾ വിറയ്ക്കുന്ന വലതുകൈത്തലമുയർത്തി വെളിച്ചത്തെ തടയാൻ ഒരു ശ്രമം നടത്തി. നെറ്റിയിലും കൺതടങ്ങളിലും നിരവധി ചുളിവുകൾ പ്രകടമായി. തൽസമയം ശാരദാവർമ്മ മുറിയിലേക്കു കടന്നുവന്നു.

"കട്ട്." ഞാൻ വിളിച്ചു പറഞ്ഞു.

ക്യാമറ അതോടെ പ്രവർത്തനരഹിതമായി. ജീവൻ ലൈറ്റണച്ചു.

"നിർത്തേണ്ട, എടുത്തോണ്ടിരുന്നോളൂ."

പാവുണ്ണി എന്റെ തൊട്ടടുത്തുനിന്നു പറഞ്ഞു.

അയാൾ ഉദ്ദേശിച്ചതു ശാരദാവർമ്മയെക്കൂടി ഉൾപ്പെടുത്തി ചിത്രീകരണം തുടരാനാണെന്ന് എനിക്കു ബോദ്ധ്യമായി. വീണ്ടും മുറിയിൽ ലൈറ്റ് തെളിഞ്ഞു. ഷീബ വ്യൂ ഫൈൻഡറിലൂടെ നോക്കി. ക്യാമറ പിന്നെയും പ്രവർത്തിച്ചു തുടങ്ങി. ശാരദാവർമ്മ കട്ടിലിനടുത്തേക്കു നടന്നു.

"ഇപ്പോ എങ്ങനെയുണ്ട്?"

ആ ചോദ്യം കേട്ടു വൃദ്ധൻ മറുപടിയായി ഒന്നു ഞരങ്ങുകമാത്രം ചെയ്തു. ശാരദാവർമ്മ അയാളുടെ നെഞ്ചിൽ പതുക്കെ തടവി,

"മാഡത്തിന്റെ മുഖം." പാവുണ്ണി എന്റെ കാതിൽ പറഞ്ഞു.

ഞാൻ ശാരദാവർമ്മയുടെ മുഖഭാവം ചിത്രീകരിക്കാനായി ഷീബയ്ക്കു നിർദ്ദേശം നല്കി. ഷീബ അതനുരിച്ചു. ശാരദാവർമ്മ വൃദ്ധന്റെ നെഞ്ച് തടവുന്നതു തുടർന്നു.

"മതി." പാവുണ്ണി മന്ത്രിച്ചു.

ഒരു ദൃശ്യം വീഡിയോടേപ്പിൽ എത്ര നിമിഷനേരത്തേക്ക് ഉണ്ടാകണമെന്നതിനെ സംബന്ധിച്ച അന്തിമ തീരുമാനം കൈക്കൊള്ളേണ്ടതു ഞാനല്ലേ? മനസ്സ് അങ്ങനെ പിറുപിറുത്തുവെങ്കിലും ഞാൻ ഷീബയോടു മറ്റൊരു ദൃശ്യത്തിലേക്കു നീങ്ങാമെന്നു പറഞ്ഞു. അവൾ പിന്നിൽ കൂടിനില്ക്കുന്ന വൃദ്ധന്മാരുടെ നേർക്കു തിരിഞ്ഞു. മിക്കവരും നിസ്സംഗരായി നില്ക്കുകയായിരുന്നു. എന്നാൽ ക്യാമറ തങ്ങളുടെ ദിശയിലേക്കു മുഖം തിരിച്ചിരിക്കുകയാണെന്നു കണ്ടതോടെ ചിലർ ചിരിക്കുകയായി.

അവരുടെ പ്രതികരണം പാവുണ്ണി ഉറ്റുനോക്കുന്നുണ്ടായിരുന്നു.

"ചിരിക്കരുത്." അയാൾ അവരെ ലഘുവായി ശാസിച്ചു. പിന്നെ എന്റെ നേരെ നോക്കി തൊട്ടു മുമ്പെടുത്ത ഷോട്ട് നിർബ്ബന്ധമായും ഒഴിവാക്കേണ്ടതാണെന്നു പറഞ്ഞു.

"അത് വേണമെങ്കിൽ ഇപ്പോൾത്തന്നെ മായ്ച്ചുകളയാവുന്നതേയുള്ളൂ." ഞാൻ അയാളെ സമാധാനിപ്പിച്ചു.

"എങ്കിൽ അങ്ങനെ ചെയ്തോളൂ." അയാൾ വീണ്ടും വൃദ്ധന്മാരെ അഭിമുഖീകരിച്ചു. അടക്കിയ ശബ്ദത്തിൽ അയാൾ എന്തോ പറഞ്ഞതിനെത്തുടർന്ന് അവരുടെ മുഖങ്ങൾ സ്തോഭപൂർണ്ണങ്ങളായി. ഷീബ ക്യാമറ ഓൺ ചെയ്തു. ഓരോ മുഖവും ക്യാമറയുടെ ദൃഷ്ടിക്കു വിധേയമായി.

"ഇനിയും കുറേപ്പേരില്ലേ? എല്ലാവരെയും ഇങ്ങോട്ടു വിളിച്ചോളൂ." ശാരദാവർമ്മ പാവുണ്ണിയോടായി പറഞ്ഞു.

"ഓ."

അയാൾ മുറിവിട്ടുപോയി.

"ഞാൻ ഓഫീസിലുണ്ടാകും. നിങ്ങൾ മറ്റെങ്ങും പോയ്ക്കളയരു

ത്. ഇവിടെത്തന്നെ വേണം അവസാനം വരെ." ശാരദാവർമ്മ അപ്രകാര മറിയിച്ചു പുറത്തേക്കു നടന്നു.

ഷീബ ക്യാമറ നിശ്ചലമാക്കി എന്താണു തുടർന്നു ചെയ്യേണ്ടതെന്നറിയാത്തപോലെ എന്നെ നോക്കി. ഇത്തരത്തിലൊരു ചിത്രീകരണം അവൾക്കെന്നപോലെ എനിക്കും പുതിയൊരനുഭവമത്രേ. വിവാഹച്ചടങ്ങുകളും വിരുന്നുസല്ക്കാരങ്ങളും ഫാഷൻഷോയും മാമോദീസയുമൊക്കെ പതിവായി കൈകാര്യം ചെയ്യുന്ന ഞങ്ങളുടെ വീഡിയോ ക്യാമറ ഒരു മരണത്തിനു സാക്ഷ്യം വഹിക്കുന്നത് ഇതാദ്യമാണ്. അപരിചിത ദൃശ്യങ്ങൾ അതിനെ സംഭ്രമിപ്പിച്ചുകൂടെന്നില്ലല്ലോ. ആ സാദ്ധ്യത പരിഗണിച്ചു ക്യാമറ ഞാൻ പ്രവർത്തിപ്പിക്കാമെന്നു പറഞ്ഞുവെങ്കിലും ഷീബ അതെനിക്കു കൈമാറിയില്ല. തനിക്കു വിഷമമൊന്നും ഇല്ലെന്ന് അവൾ പറഞ്ഞു. ചുമലിൽ പതുക്കെയൊന്നു തട്ടി ഞാനവളെ അഭിനന്ദിച്ചു.

ഹാ, പുറകിലൊരു ദീർഘശ്വാസം.

"സ്റ്റാർട്ട്." ഞാൻ ഷീബയോടു തിടുക്കത്തിൽ പറഞ്ഞു.

വൃദ്ധന്റെ വിവശമായ മുഖത്തേക്കു നോക്കിയപ്പോൾ ചിറകറ്റ ഒരു പക്ഷിയുടെ പിടച്ചിലാണു കാണുന്നതെന്ന് എനിക്കു തോന്നി. പ്രകാശത്തിന്റെ തീക്ഷ്ണത അയാളെ നോവിക്കാൻ പോന്നതാണോയെന്ന ആശങ്ക ഉളവായെന്നു വരികിലും വ്യക്തമായ ദൃശ്യം ലഭിക്കുന്നതിന് അത് അനിവാര്യമാകയാൽ ഞാൻ നിസ്സഹായനായിരുന്നു. പാവുണ്ണി അതിനകം മുറിയിൽ മടങ്ങിയെത്തി. അയാളുടെ പിറകേ അഞ്ചുപത്തു വൃദ്ധന്മാർ. ഷീബയ്ക്ക് ഉദ്വേഗം മുറ്റിയ ചില മുഖങ്ങളെങ്കിലും ടേപ്പിൽ രേഖപ്പെടുത്തുവാനായി. കഴുത്തിൽ വെന്തിങ്ങയണിഞ്ഞ ഒരാൾ കിടക്കയ്ക്കരികിൽ മുട്ടുകുത്തി. വേറെ രണ്ടുപേർ കൂടി അയാളുടെ പ്രാർത്ഥനയിൽ പങ്കാളികളായി. ദൈവത്തിന്റെ മാലാഖമാരെയും വിശുദ്ധരായ പിതാക്കന്മാരെയും പൂർവ്വപിതാവായ അബ്രഹാമിനെയും വിളിച്ച് അവർ ഉച്ചത്തിൽ പ്രാർത്ഥിച്ചു. വൃദ്ധൻ അവരുടെ നേർക്കു തളർന്ന കണ്ണുകൾ തുറന്നു.

"പ്രിയ സഹോദരാ, സമാധാനത്തോടുകൂടി പുറപ്പെടുക. ദൈവമാതാവായ കന്യാമറിയവും നീതിമാനായ വിശുദ്ധ യൗസേഫും സകലമാലാഖമാരും വിശുദ്ധരും സ്വർഗ്ഗത്തിലേക്കു നിന്നെ നയിക്കുമാറാകട്ടെ."

"ആമേൻ" മറ്റു രണ്ടുപേരും ഉറക്കെ പറഞ്ഞു.

മൂവരും എഴുന്നേറ്റു. അവരുടെ ചലനങ്ങൾ ചിത്രീകരിച്ചശേഷം ഷീബ പിന്നെയും മരണത്തോടടുത്ത വൃദ്ധന്റെ നേർക്കു ക്യാമറ തിരിച്ചു. അയാളുടെ മുഖം ശോകസങ്കുലമായി.

"സമയമായെന്നു തോന്നുന്നു. ഞാൻ മാഡത്തെ വിളിച്ചോണ്ടു വരട്ടെ." പാവുണ്ണി ഓടിപ്പോയി.

വൃദ്ധന്റെ ശ്വാസഗതി പതുക്കെയായി. ശാരദാവർമ്മ വന്നെത്തുമ്പോഴേക്കും മരണം സംഭവിച്ചു. ഷീബയെപ്പോലെ ഞാനും തെല്ലൊന്നു പതറി.

"മാഡത്തിന്റെ റിയാക്ഷൻ നോട്ട് ചെയ്യണം." പാവുണ്ണി എന്നോടും ഷീബയോടുമായി പതിഞ്ഞ ശബ്ദത്തിൽ പറഞ്ഞു. ഷീബ അതുകേട്ടതും

ക്യാമറ ശാരദാവർമ്മയുടെ നേർക്കു പിടിച്ചു. പാവുണ്ണി അവരുടെ അടുത്തേക്കു നീങ്ങിനിന്നു. ഇരുവരും ജഡത്തെ കൺപാർക്കെ വികാരാധീനരായി. പുറകിലാരോ ഏങ്ങലടിക്കുന്നതു കേട്ടു ഞാൻ തിരിഞ്ഞു നോക്കി. അല്പം മുൻപ് പ്രാർത്ഥന ഉരുവിട്ടവരിൽ ഒരാളാണ്. ഞാൻ പറയാതെ തന്നെ ഷീബ അങ്ങോട്ടു തിരിഞ്ഞു.

"കഴിഞ്ഞ ബോർഡ് മീറ്റിങ്ങിലും പറഞ്ഞതാ ആംബുലൻസ് ഇല്ലാത്തതുകൊണ്ടുള്ള ബുദ്ധിമുട്ട്. പറയുമ്പോ നൂറു തടസ്സവാദങ്ങളാ." താഴത്തെ വരാന്തയിൽ അസ്വസ്ഥയായി നിന്നു കൈകൾ കൂട്ടിത്തിരുമ്മിക്കൊണ്ട് ശാരദാവർമ്മ ആരോടെന്നില്ലാതെ പറഞ്ഞു.

മരണം നടന്ന മുറിയിൽ പ്രത്യേകിച്ചൊന്നും ചിത്രീകരിക്കാനില്ലെന്നു കണ്ടു ഞാനും ഷീബയും ജീവനും ഗോവണിയിറങ്ങി ആംബുലൻസിന്റെ വരവും കാത്തു നില്ക്കുകയായിരുന്നു. വരാന്തയിലും മുറ്റത്തുമായി ഏതാനും പേർ ചലനമറ്റ മട്ടിൽ നിന്നു. അവരുടെ മുഖങ്ങളത്രയും ഷീബ പലവട്ടം ടേപ്പിൽ പകർത്തിക്കഴിഞ്ഞു.

"മണിക്കൂറ് ഒന്നായില്ലേ. ഇനിയും എത്രനേരം കാത്തിരിക്കേണ്ടിവരും ആവോ." പാവുണ്ണി ആത്മഗതമെന്നോണം പറഞ്ഞു.

ഒരു മണിക്കൂർ കൂടി കഴിയേണ്ടി വന്നു. ആംബുലൻസ് എത്തിച്ചേരാൻ. നിരത്തിൽനിന്നും അതു കെട്ടിടത്തിനു നേർക്കു തിരിയുമ്പോൾ ഷീബ ക്യാമറയുമായി എഴുന്നേറ്റു. ക്യാമറയെ നോക്കി തെളിഞ്ഞു ചിരിച്ചുകൊണ്ട് ഡ്രൈവർ വാഹനം നിർത്തി.

"കട്ട്."

ഞാൻ മുറ്റത്തേക്കിറങ്ങി.

"നിങ്ങൾക്കു ചിരിക്കാതെ വണ്ടി നിർത്തിക്കൂടേ?"

"അതെന്തിനാ സാറേ?" ഡ്രൈവർ വാഹനം പിറകോട്ടു നീക്കി വീണ്ടും മുറ്റത്തേക്കു വന്നു. ഇത്തവണ അയാൾ ചിരിച്ചില്ല. ആ ഷോട്ട് ശരിയായി. അടുത്തതിൽ ജഡം നാലുപേരുടെ ചുമലുകളിലായി ആംബുലൻസിനെ സമീപിച്ചു. തുടർന്നുള്ള ദൃശ്യത്തിൽ ആംബുലൻസ് ജഡവും വഹിച്ചു ശ്മശാനം ലക്ഷ്യമാക്കി യാത്രയായി.

രണ്ടു ദൃശ്യങ്ങൾക്കുമിടയിലായി ശാരദാവർമ്മയുടെയോ, നോക്കിനില്ക്കുന്ന വൃദ്ധന്മാരുടെയോ ഒരു ഷോട്ട് ചേർക്കേണ്ടിയിരിക്കുന്നുവോ? പിറ്റേന്ന് എഡിറ്റിങ് റൂമിലിരുന്നു ഞാൻ ആലോചിച്ചു.

മോണിറ്ററിലൂടെ ദൃശ്യങ്ങൾ കടന്നുപോവുകയായിരുന്നു. ശ്മശാനം ഏറെ ദൂരെയല്ലാത്ത കടൽ.

ഫോൺ ഒച്ചവച്ചു. ടേപ്പ്തയ്യാറായോ എന്നന്വേഷിച്ചുകൊണ്ട് പാവുണ്ണിയായിരുന്നു. എഡിറ്റിങ് നടന്നുകൊണ്ടിരിക്കുകയാണെന്നു ഞാൻ പറഞ്ഞു.

"കിട്ടിയാൽ നാളെത്തന്നെ മക്കൾക്കൊക്കെ അയച്ചുകൊടുക്കാമായിരുന്നു."

"എത്ര കോപ്പി വേണ്ടിവരും?"

"അതു പറഞ്ഞില്ലേ? കൊള്ളാം. ഏഴു കോപ്പി വേണം. മക്കള് ഒന്നും രണ്ടും അല്ലല്ലോ."

"ശരി."

റിസീവർ ക്രാഡിലിൽ വച്ചു ഞാൻ മോണിറ്ററിലേക്കു കണ്ണോടിച്ചു. ചിതയിൽ തീയാളുകയാണ്. ഒരു ഉടൽ തിരിപോലെ കത്തുകയാണ്. "ദി എന്റ്" എന്ന് എഴുതിക്കാണിക്കേണ്ടത് ഈയൊരു ദൃശ്യത്തിനുമേൽ തന്നെയല്ലേ?

ഹൃദയം

ഞാനും ജോർജുകുട്ടിയും ഒരുമിച്ചു ചെന്നപ്പോൾ ഞങ്ങളുടെ ഉത്തമസുഹൃത്തായ ഔതച്ചൻ വളരെ സന്തുഷ്ടനായി. കുളിച്ച്, മുടി പിറകോട്ടു ചീകിമിനുക്കി, കാൽമുട്ടുകൾ കവിഞ്ഞു നില്ക്കുന്നൊരു ജൂബ്ബയുമിട്ട്, തെളിഞ്ഞൊരു ചിരിയോടെ അയാൾ ഞങ്ങളെ സ്വാഗതം ചെയ്തു.

"വരണം, വരണം." അയാൾ ഉച്ചത്തിൽ പറഞ്ഞു. അത് ആശുപത്രിയോടു ചേർന്നുള്ള അതിഥിമന്ദിരത്തിലെ പന്ത്രണ്ടാം നമ്പർ മുറിയായിരുന്നു. ഫിനോളിന്റെ ഗന്ധം മുറിയിലേക്കു കടന്നപാടെ അനുഭവപ്പെട്ടു. ഒരു കട്ടിൽ, ചെറിയൊരു മേശ, രണ്ടു കസേരകൾ എന്നിവയായിരുന്നു മുറിയിലെ ഫർണിച്ചർ. വസ്ത്രം ധരിക്കുന്നതിനായി ചെറിയൊരു മുറി വേറെയുണ്ട്. അതിലാണ് അലമാരയും, വാഷ്ബേസിനും.

"ഒന്നാന്തരം മുറി അല്ലേ?" ഞാൻ മുറിയാകെ നോക്കിക്കഴിഞ്ഞപ്പോൾ ഔതച്ചൻ പറഞ്ഞു. കൂടെ അയാളുടെ മുഴക്കമാർന്ന ആ പതിവു ചിരിയും. പിന്നെ അയാൾ ഞങ്ങൾക്ക് ഇരിക്കാനായി കസേരകൾ ചൂണ്ടിക്കാട്ടി.

"ചിറ്റപ്പന് എങ്ങനെയിരിക്കുന്നു?" ജോർജ്കുട്ടി തിരക്കി.

"കണ്ടീഷൻ ഇച്ചിരി മോശമാണ്. എന്നാലും പുള്ളിക്കാരൻ ആശ വെടിഞ്ഞിട്ടില്ല." ഔതച്ചൻ പറഞ്ഞു.

ചിറ്റപ്പനായ ഇട്ടിച്ചെറിയയോടൊപ്പം ആശുപത്രിയിലേക്കു വന്നതായിരുന്നു അയാൾ. ഇട്ടിച്ചെറിയയ്ക്കു കുറെ കാലമായി ഹൃദ്രോഗമുണ്ട്. നാലു ദിവസം മുമ്പ് കലശലായ അസ്വാസ്ഥ്യം തോന്നി. ഉടനെ തന്നെ ഔതച്ചനെ ഒപ്പം കൂട്ടി ഹൃദയചികിത്സയ്ക്കു പേരുകേട്ട ആശുപത്രി ലക്ഷ്യമാക്കി വണ്ടികയറി. ഇപ്പോൾ അയാൾ ഇന്റൻസീവ്കെയർ യൂണിറ്റിൽ കിടക്കുകയാണ്, കൂടെ വന്ന ഔതച്ചൻ അതിഥിമന്ദിരത്തിലെ വിശാ

ലമായൊരു മുറിയിൽ പാർക്കുന്നു. താൻ നഗരത്തിലെത്തിയിട്ടുണ്ടെന്ന് അയാൾ രാവിലെയാണ് എന്നെ ഫോൺ ചെയ്തിരിക്കുന്നത്. അപ്പോൾ തന്നെ എനിക്ക് ആശുപത്രിയിലേക്കു പുറപ്പെടാനാവില്ലായിരുന്നു. ഉച്ചകഴിഞ്ഞ് ജോർജുകുട്ടിയുമൊത്ത് മുറിയിലെത്തുമെന്ന് ഞാൻ മറുപടി നല്കി. ജോർജുകുട്ടിക്കും ഔതച്ചൻ ഫോൺ ചെയ്തിരുന്നു.

"ഇവിടെ പരമസുഖമാണ്. വെളിയിൽ ഒന്നാന്തരം ഫുഡ് കിട്ടും. അടുത്തുതന്നെ നാലഞ്ചു വൈൻഷോപ്പും ഉണ്ട്." ഔതച്ചൻ സ്വതസ്സിദ്ധമായ നർമ്മബോധത്തോടെ ഞങ്ങളെ അറിയിച്ചു.

"മൂപ്പിലാനെ ചെന്നു നോക്കാറില്ലേ?" ഞാൻ ചിരിച്ചുകൊണ്ട് ചോദിച്ചു.

"അങ്ങേര് ഐ സി യു വില് നീണ്ടുനിവർന്നങ്ങനെ കെടക്കുകയല്ലെ. ആ കിടക്കയ്ക്കരികിലേക്കു പോകാനൊക്കില്ലല്ലോ." ഔതച്ചൻ പറഞ്ഞു.

അയാളുടെ ചിറ്റപ്പനു കാശ് വേണ്ടുവോളമുണ്ട്. റബ്ബറും കുരുമുളകുമൊക്കെയായി ലക്ഷക്കണക്കിനു രൂപ വാർഷിക വരുമാനം. ഇന്റൻസീവ് കെയർ യൂണിറ്റിൽ എത്ര ദിവസം വേണമെങ്കിലും കഴിയാം. ഒരു പ്രശ്നവുമില്ല.

"നിങ്ങളേം കൂട്ടി ഞാനങ്ങോട്ടു പോകുന്നില്ല. പോയാലും വാതില്ക്കൽ വരെയല്ലേ പോകാനൊക്കൂ. അതില് വലിയ കാര്യമൊന്നുമില്ല. നമുക്ക് ഇവിടെയിരുന്ന് ഓരോ സ്മാൾ കഴിക്കാം." ഔതച്ചൻ എഴുന്നേറ്റു.

സ്വതവേ അയാൾ വളരെ ഉന്മേഷവാനാണ്. ഞങ്ങൾ രണ്ടുപേരെ അതിഥികളായി കിട്ടിയതോടെ അയാളുടെ ഉന്മേഷം ശതഗുണീഭവിച്ചതുപോലെയായി.

അയാൾ തിടുക്കത്തിൽ വരാന്തയിലേക്കിറങ്ങി ഒരു പയ്യനെ വിളിച്ച് ചില നിർദ്ദേശങ്ങൾ നല്കി. ഏറെ സമയമെടുത്തില്ല. അവൻ ഒരു പ്ലാസ്റ്റിക് കൂടയിൽ ഗ്ലാസും സോഡയുമായി വന്നു. അതിനുമുമ്പേ ഔതച്ചൻ അലമാരയിൽ സൂക്ഷിച്ചിരുന്ന കുപ്പി പുറത്തെടുത്തിരുന്നു. അത് ഏതാണ്ടു തീരാറായപ്പോഴാണ് അയാൾ ഞങ്ങളോട് എൽമീനയെന്ന സ്ത്രീയെക്കുറിച്ച് പറയാൻ തുടങ്ങിയത്.

എൽമീന മദ്ധ്യവയസ്കയായ ഒരു സുന്ദരി. അഭിഭാഷകനായ ഭർത്താവിനോടൊപ്പം തൊട്ടടുത്ത മുറി വാടകയ്ക്കെടുത്തു താമസിക്കുന്നു. ഔതച്ചൻ ഇരുവരുമായും ചുരുങ്ങിയ സമയത്തിനകം തന്നെ നല്ല സൗഹൃദം സ്ഥാപിച്ചു കഴിഞ്ഞിരിക്കുന്നു. അതയാളുടെ സഹജമായ ഒരു ഗുണവിശേഷമാണ്. എത്രയും പെട്ടെന്നു ആരുമായും അടുക്കാനാവും. പ്രത്യേകിച്ചും സ്ത്രീകളുമായി അടുക്കുന്നതിൽ അയാൾക്ക് അസൂയാവഹമായ പാടവമുണ്ട്.

പൊടുന്നനെ "എൽമീനാ" എന്നു വിളിച്ചുകൊണ്ട് ഒരു ചുംബനം വായുവിലേക്കെറിഞ്ഞ് അയാൾ എന്നെയും ജോർജ് കുട്ടിയെയും

വിസ്മയം കൊള്ളിച്ചു. എൽമീനുമായി അയാൾ പ്രണയത്തിലായിക്കഴിഞ്ഞുവെന്ന് ഞങ്ങൾക്കുറപ്പായി.

ഇനിയെന്താണ് സംഭവിക്കുക?

എൽമീനയുടെ ഭർത്താവ് ഹൃദയപരിശോധനയ്ക്കായി വന്നിരിക്കുകയാണ്. ഒരുപക്ഷേ, ശസ്ത്രക്രിയ ആവശ്യമായിവന്നേക്കും. എൽമീന ദൃഢചിത്തയാണെന്നു തന്നെയാണ് ഭർത്താവ് കരുതുന്നത്. ഇനി അഥവാ പതറിപ്പോകുകയാണെങ്കിൽ അവളെ സമാശ്വസിപ്പിക്കാനായി ഔതച്ചനുണ്ടല്ലോ.

"ഈ ഞാൻ തന്നെ." എന്ന് ഉല്ലാസപൂർവ്വം പറഞ്ഞ് ഗ്ലാസിൽ അവശേഷിച്ചിരുന്ന വിസ്കി ഔതച്ചൻ ഒറ്റവലിക്കു തീർത്തു. പിന്നെ അയാൾ ഉച്ചത്തിൽ ചിരിക്കാൻ തുടങ്ങി. അയാളുടെ മുഖത്ത് വിചിത്രമായ ഒരു തിളക്കം ദൃശ്യമായി. ചിരിക്കുന്നതിനിടയിൽ അയാൾ കൈയുയർത്തി എന്തോ പറയാനോങ്ങി. അടുത്ത നിമിഷത്തിൽ ഒന്നു ഞരങ്ങുകകൂടി ചെയ്യാതെ അയാൾ മറിഞ്ഞുവീണു.

ഉത്തമ്മ

ഇന്നു രാവിലെ എനിക്ക് കടുത്തൊരു തീരുമാനം കൈക്കൊള്ളേണ്ടി വന്നു: ഉത്തമ്മയ്ക്കുവേണ്ടി കമ്പിളിയുടുപ്പ് തുന്നേണ്ടതില്ല.

രണ്ടാഴ്ചയായി തുന്നിക്കൊണ്ടിരുന്ന ഉടുപ്പും നൂലുണ്ടയും സൂചിയും ഞാൻ ചുമരലമാരയിലേക്കു വലിച്ചെറിഞ്ഞു.

"ഏച്ചി എന്താ സ്വെറ്ററ് തുന്നുന്നത് മതിയാക്കിയോ?"

ശ്രുതി ചോദിച്ചു.

അവളുടെ ശബ്ദത്തിൽ പരിഹാസം സ്ഫുരിക്കുന്നതായി വെറുതെ തോന്നിയതാവണം. എങ്കിലും ഞാനവളെ തറപ്പിച്ചൊന്നു നോക്കി.

"നിനക്ക് പഠിക്കാനൊന്നും ഇല്ലേ?"

പിന്തിരിഞ്ഞു നടക്കുമ്പോൾ അവൾ എന്തോ പിറുപിറുത്തു. ഞാൻ മുറിയിൽ തനിച്ചായി. വടക്കുവശത്തെ ജനൽ തുറന്നുകിടക്കുകയാണ്. ഞാനതിന്റെ അടുത്തേക്കു ചെന്നു.

ഓലമെടയുകയോ പശുവിനെ തീറ്റുകയോ വാഴത്തടങ്ങൾ നനയ്ക്കുകയോ ചെയ്യുന്ന നിലയിൽ എനിക്ക് ഉത്തമ്മയെ കാട്ടിത്തന്നിരുന്നത് ഈ ജനലാണ്. ഇപ്പോഴും അവിടെ ഉത്തമ്മയെ കാണാം. മുരിങ്ങയുടെ കീഴെ വഴിയിലേക്കു നോക്കിക്കൊണ്ടുനില്ക്കുകയാണ്. എനിക്ക് ആ നില്പു കണ്ട് അമർഷം തോന്നി. ഇല്ല. ഞാൻ ഉത്തമ്മയ്ക്കുവേണ്ടി തുന്നിത്തുടങ്ങിയ കമ്പിളിയുടുപ്പ് ഇനി പൂർത്തിയാക്കില്ല. അത് ചുമരലമാരയിൽ അപൂർണ്ണമായി കിടക്കട്ടെ. ആർക്കും ഒരു ചേതവുമില്ലല്ലോ.

വീട്ടിൽ തിരിച്ചെത്തിയതിന്റെ പിറ്റേന്നാണ് ഉത്തമ്മയ്ക്ക് ഒരു കമ്പിളിയുടുപ്പ് സമ്മാനിച്ചാലോ എന്ന ആലോചന മനസ്സിലുദിച്ചത്. പ്രസവമടുത്തപ്പോൾ മുലയ്ക്കു ദീനം പിടിപെട്ട അമ്മ മുലയൂട്ടരുതെന്ന് കുമാരൻ വൈദ്യർ വിധിച്ചപ്പോൾ എന്നെ മുലയൂട്ടിയത് ഉത്തമ്മയായിരുന്നു.

മുപ്പതു വർഷമായി ഉള്ളിൽ കൊണ്ടുനടക്കുന്ന കടപ്പാടാണ്. കല്യാണത്തിന് എന്റെ തലയിൽ അരി വിതറി മൂർദ്ധാവിൽ കൈത്തലങ്ങളമർത്തി നില്ക്കുന്ന ഉത്തമ്മയുടെ പാദങ്ങൾ സ്പർശിച്ച മാത്രയിൽ എന്റെ കണ്ണുകൾ പൊടുന്നനെ ഈറനാവുകയുണ്ടായി.

"മനസ്സിലായി. എനിക്കെന്തിനാ സ്വെറ്റർ?"

ഞാൻ കമ്പിളിയുടുപ്പ് തുന്നുന്നുവെന്നു കേട്ടപ്പോൾ ഉത്തമ്മയുടെ പ്രതികരണം ഉച്ചത്തിലുള്ള ഒരു ചിരിയോടെയായിരുന്നു.

"തണുപ്പിന് ഇടാമല്ലോ ഉത്തമ്മേ."

ഞാൻ പറഞ്ഞു.

"ഇവിടെ നിന്റെ ഹൈദരാബാദിലെ തണുപ്പൊന്നും ഇല്ലല്ലോ അതിന്. ഞാൻ സാധാരണയായിട്ട് പൊതയ്ക്കകൂടി ഇല്ല. നല്ല തണുപ്പ് തോന്ന്യാ ഒരു മുണ്ടെടുത്ത് ദേഹത്തിടും അത്രതന്നെ."

ഉത്തമ്മ വെറ്റിലയിൽ ചുണ്ണാമ്പു തേച്ചു. മുറുക്ക് മുമ്പേ പതിവുള്ളതാണ്. കടിഞ്ഞൂൽപ്രസവം കഴിഞ്ഞ് പല്ലും മോണയും ഉറപ്പിക്കാൻ പേറ്റിച്ചി എറുവാടി പറഞ്ഞതനുസരിച്ച് വെറ്റില ചവച്ചുതുടങ്ങിയതാണ്. അതു പിന്നെ ഉത്തമ്മ നാലുംകൂട്ടിയുള്ള മുറുക്കുതന്നെയാക്കി. ഇത്തിരി പുകയിലമാത്രം വായിലിട്ടു ചവയ്ക്കുന്ന ദുശ്ശീലവുമുണ്ട് ഈയിടെയായി.

ഉത്തമ്മയുടെ വീട്ടുപരിസരങ്ങൾ സദാ സജീവമാണ്. ഒരു പശു. കോഴികൾ അഞ്ചെണ്ണം. അത്രയുംതന്നെ പൂച്ചകൾ. തേക്കുകളിലും മുരിങ്ങകളിലും കശുമാവുകളിലുമൊക്കെയായി പലതരം പക്ഷികളുടെ പട. അവയുടെ ശബ്ദങ്ങളോടിടകലർന്ന് അണ്ണാർക്കണ്ണന്മാരുടെ "ചില് ചില്." പറമ്പിന്റെ വടക്കേ അതിരിലെ കൈതകൾക്കുള്ളിൽ ഒരു പറ്റം കുളക്കോഴികൾ. പതിവുസന്ദർശകരായി രണ്ട് കീരികളും. അവ സങ്കോചലേശമെന്യേ ഉമ്മറത്തേക്കു കയറിവരും. എന്നെ ആദ്യം കണ്ടപ്പോൾ ഒരു നിമിഷം സംശയിച്ചുനിന്നു. അത്രയേ ഉള്ളൂ. പിന്നെ അവ സ്വൈരവിഹാരം തുടർന്നു.

"നീയെന്താ മോനേം കൂട്ടി ഒറ്റയ്ക്കുവന്നത്? മാധവന് അവധി കിട്ടില്ലേ?"

ഞാൻ കീരികളെ നോക്കിയിരിക്കുമ്പോൾ ഉത്തമ്മ ചോദിച്ചു.

പറയേണ്ടത് അവാസ്തവമാണെന്നതുകൊണ്ടു തെല്ലൊന്നു പരുങ്ങി.

"ഇല്ല."

"മാധവൻ എപ്പോ വരും?"

"അറിയില്ല."

പെട്ടെന്ന് നാവിൽനിന്നു വീണുപോയതാണ് ആ സത്യം. ഉത്തമ്മ എന്നെ ഉറ്റുനോക്കി. ഞാൻ മുഖം കുനിച്ചു.

"നിങ്ങളു തമ്മില് എന്താ ഉണ്ടായേ? അലോഹ്യത്തിലാണോ വന്നത്?"

ഉത്തമ്മയുടെ ചോദ്യത്തിന് ഞാൻ മറുപടി പറഞ്ഞില്ല. ഒരുവിശദീകരണം അസാദ്ധ്യമായിരുന്നു. എന്റെ മനസ്സ് പാടെ ഇരുണ്ടുകഴിഞ്ഞിരു

ന്നു. അതു തിരിച്ചറിഞ്ഞാവണം ഉത്തമ്മ പിന്നീടൊന്നും ചോദിച്ചില്ല. അമ്മയോട് തിരക്കാമെന്നു കരുതിക്കാണും. അയൽപക്കക്കാരോട് ഒന്നും വിസ്തരിക്കേണ്ടതില്ലെന്ന എന്റെ വിലക്ക് ഉത്തമ്മയുടെ കാര്യത്തിൽ അമ്മ പാലിക്കാനിടയില്ല; ഉറപ്പ്. ഒരു ന്യായവാദമുണ്ടാകും. ഉത്തമ്മയെ അന്യയെന്നു പറയാൻ പറ്റുമോ? ഒരേ താവഴിയല്ലെങ്കിലും?

ഉത്തമ്മ മക്കൾ രണ്ടുപേരെയും അവരുടെ അച്ഛനെ കൂട്ടിക്കൊണ്ടുവരാനായി പറഞ്ഞയച്ചുവെന്ന് അമ്മ പറഞ്ഞപ്പോൾ എനിക്ക് ആദ്യമതു വിശ്വസിക്കാനായില്ല. എന്റെ മടിയിൽ തുന്നിത്തീരാത്ത കമ്പിളിയുടുപ്പുണ്ടായിരുന്നു. കൈയിൽ നീണ്ട തുന്നൽസൂചിയും.

"അമ്മ എന്തായീപ്പറയുന്നത്?"

ഞാൻ ചെടിപ്പോടെ ചോദിച്ചു.

"നേരാ. രാമകൃഷ്ണനും രത്നാകരനും ജീപ്പും വിളിച്ച് പോയി."

അമ്മ പറഞ്ഞു.

ഞാൻ തരിച്ചിരുന്നു. മുപ്പതോളം വർഷം മുമ്പ് തന്നെയും മുലകുടി മാറാത്ത രണ്ടു മക്കളെയും ഉപേക്ഷിച്ചയാളെ ഉത്തമ്മ വീണ്ടും ജീവിതത്തിലേക്കു ക്ഷണിക്കുന്നുവെന്നോ? തരിമ്പെങ്കിലും ആത്മാഭിമാനമുണ്ടെങ്കിൽ ഇങ്ങനെ ചെയ്യുമോ? അയാൾ ഇത്രയും കാലം വേറൊരു സ്ത്രീയുടെ കൂടെ കഴിയുകയായിരുന്നു. ആ സ്ത്രീ അടുത്തയിടെ മരിച്ചു. ബലികർമ്മങ്ങൾ ഇന്നലത്തോടെ തീർന്നു. ഇനി അയാളെ ശുശ്രൂഷിക്കാൻ ആരുമില്ല. പ്രായമായി. രോഗങ്ങളുണ്ട്. ഏറക്കുറെ ശയ്യാവലംബിയാണ്. ഉത്തമ്മ തന്റെ മക്കളെ അയാളുടെ അടുത്തേക്ക് അയച്ചിരിക്കയാണ്. അയാൾ അവരെ കണ്ടാൽ അറിയുമോ? ഉത്തമ്മ മുരിങ്ങച്ചുവട്ടിൽ കാത്തു നില്പാണ്. എനിക്കു കാണേണ്ട.

ഇടവഴിയിലൂടെ ജീപ്പ് കടന്നുവരുമ്പോൾ ജനൽ അടഞ്ഞുകിടക്കുകയായിരുന്നു. മറനീക്കുന്ന കൗതുകത്തോടെ ഞാൻ മെല്ലെ ജനൽപ്പാളികൾ തുറന്നു. ജീപ്പിൽനിന്നിറങ്ങിയ രാമകൃഷ്ണനും രത്നാകരനും മുൻഭാഗത്തേക്കു നടന്നു. ഇരുവരും ചേർന്ന് ഒരാളെ പതുക്കെ പിടിച്ചിറക്കി. ഉടുപ്പ് ധരിച്ചിട്ടില്ലാത്ത കറുത്തൊരു വൃദ്ധൻ. ഊന്നുവടി അമർത്തിപ്പിടിച്ച് അയാൾ നിന്നു. മക്കൾ രണ്ടുപേരും അയാളുടെ കൈകൾ പിടിച്ചു അവർക്ക് ജീപ്പിൽ നിന്ന് ഇരുമ്പുപെട്ടിയോ സൂട്ട്കേസോ സഞ്ചിയോ ഒന്നും എടുക്കാനുണ്ടായിരുന്നില്ല. ജീപ്പ് നീങ്ങി. ഉത്തമ്മ അപ്പോഴും മുരിങ്ങച്ചുവട്ടിൽ നില്ക്കുന്നുണ്ടായിരുന്നു. ഞാൻ ജനൽ പിന്നെയും അടച്ചു. നേരത്തേ ചുമരലമാരയിലേക്കു വലിച്ചെറിഞ്ഞ തുന്നിത്തീരാത്ത കമ്പിളിയുടുപ്പിനെക്കുറിച്ച് ഞാൻ ഓർത്തതേയില്ല. പോസ്റ്റുമാൻ എന്റെ പേർക്കുള്ള ഒരുകത്ത് കൊണ്ടുവന്നു. മേൽവിലാസമെഴുതിയ അതിപരിചിതമായ കൈപ്പട കണ്ടപ്പോൾ തന്നെ ഞാനതു വായിക്കേണ്ടതില്ലെന്നു തീരുമാനിച്ചു. അതും വലിച്ചെറിഞ്ഞത് ചുമരലമാരയിലേക്കാണ്.

ജിഷ്ണു ശ്രുതിയോടൊപ്പമായിരുന്നു. ഞാൻ ഉച്ചമയക്കത്തിലേക്കു വഴുതി വീണു. എനിക്ക് ഒരു മൂടൽമഞ്ഞിൽ അകപ്പെട്ടതുപോലെയായി.

ഏതോ ചില ശബ്ദങ്ങൾ എന്റെ കാതുകളിൽ പതിച്ചു. അവയിൽ ഒന്നു മാത്രം എനിക്കു തിരിച്ചറിയാൻ കഴിഞ്ഞു. അത് ഉത്തമ്മയുടെ ശബ്ദമായിരുന്നു.

"ആ സ്വൈറ്റർ തുന്നിക്കഴിഞ്ഞോ മോളേ?"

ഞാൻ ധൃതിയിൽ എഴുന്നേറ്റിരുന്നു.

"രാമകൃഷ്ണന്റച്ഛന് വല്ലാതെ തണുക്കുന്നൂന്നു പറയുന്നു.. ഉള്ളില് പനിയാ. മോള് ആ സ്വെറ്റർ തുന്നിത്തന്നിര്ന്നെങ്കിൽ ഇടാൻ കൊട്ക്കാര്ന്നു."

ചുമരലമാരയിൽ തുന്നിത്തീരാത്ത കമ്പിളിയുടുപ്പും വായിക്കാത്ത ഒരു കത്തും.

ഞാൻ ഉത്തമ്മയുടെ മുഖത്തേക്കു നോക്കി.

"പാവം. കിടുകിടെ വെറക്കാ... അവ്ടെയിര്ന്ന്." ഉത്തമ്മ പറഞ്ഞു.

ശ്വാനബിംബം

വേനലിലെ ആദ്യമഴ പെയ്തു തുടങ്ങിയത് അമ്മു മഞ്ചാടി പെറുക്കുമ്പോഴായിരുന്നു. പറമ്പിനപ്പുറം ഇടവഴിയിലൂടെ കാലിക്കച്ചവടക്കാരനായ ശങ്കരൻകുട്ടി അപ്പോൾ ഒരു പശുവിനെ തെളിച്ചുകൊണ്ടുവന്നു.

"അമ്മു, മഞ്ചാടി പെറുക്കയാണോ?" അയാൾ വെറുതെയൊരു കുശലം തിരക്കി.

അവൾ കൈയിലെ ചിരട്ട നീട്ടിക്കാണിച്ചു.

"ഇത് രണ്ടാമത്തെയാ. കുറച്ചെണ്ണം കൂടിയായാല് ഇതും നെറയും."

അയാൾ നടന്ന് പുളിമരത്തിനു ചുവട്ടിലെത്തി.

"അച്ഛനില്ലേ വീട്ടിൽ?" അയാൾ ചോദിച്ചു.

"ഇല്ല." അമ്മു പറഞ്ഞു.

"എങ്ങോട്ടു പോയി?"

"പാലത്തിനടുത്ത് ഒരാള് ലോറിതട്ടി മരിച്ചില്ലേ. അത് അച്ഛന്റെ വകേലൊരമ്മാവനാ. മരിച്ച വിവരം അറിഞ്ഞ ഉടനെ അച്ഛൻ പോയി."

"അമ്മയോ?"

"അമ്മയും പോയി."

മഴയ്ക്ക് അതിനകം ഇത്തിരികൂടി കനം വച്ചിരുന്നു.

അമ്മു രണ്ടു ചിരട്ടകളുമായി ധൃതിയിൽ വീടിനു നേർക്കു നടന്നു.

വീടിന്റെ ഉമ്മറത്ത് അനുജനെ ഇരുത്തിയാണ് അവൾ മഞ്ചാടി പെറുക്കാൻ പോയത്. അവൻ ഒരു മരപ്പാവയോടൊപ്പമായിരുന്നു.

"നമുക്കിനി മഞ്ചാടി കളിക്കാം. ഇഷ്ടംപോലെ മഞ്ചാടി കിട്ടിയിട്ടുണ്ട്." അമ്മു അവനോടു പറഞ്ഞു.

ഒരു ചോക്കുകഷണമെടുത്ത് അവൾ നിലത്ത് കളം വരച്ചു. മണ്ണിൽ കുഴി കുത്തി ഓരോ കുഴിയിലും മഞ്ചാടിയിട്ടുള്ള കളിയാണ് അവൾക്ക്

ഇഷ്ടം. പക്ഷേ, അത് ഒരു രണ്ടര വയസ്സുകാരന്റെ പങ്കാളിത്തത്തോടെ കളിക്കാവുന്നതല്ല. അതിന് സമപ്രായക്കാരാരെങ്കിലും വേണം. മഴ പെയ്യുന്ന നിലയ്ക്ക് ഇനിയാരും വരാനിടയില്ല.

"ദാ ഞാൻ തുടങ്ങ്വാ." അമ്മു പറഞ്ഞു.

അനുജന്റെ ഭാഗവും അവൾതന്നെ കളിക്കേണ്ടിയിരുന്നു. അവന് കളിയുടെ നിയമങ്ങളൊന്നും അറിഞ്ഞുകൂടെന്നു തന്നെയല്ല, ചിലപ്പോൾ ഓർക്കാപ്പുറത്ത് കൈനീട്ടി മഞ്ചാടി തട്ടിക്കളയുകയും ചെയ്യും.

മണ്ണിൽനിന്നു മഴപ്പാറ്റകൾ തുരുതുരെ പറന്നു പൊങ്ങുന്നുണ്ടായിരുന്നു. ശങ്കരൻകുട്ടി മഴപ്പാറ്റകൾക്കിടയിലൂടെ വീടിനു നേർക്ക് നടന്നു.

"അമ്മു കളിക്കയാണോ?" അയാൾ ചോദിച്ചു.

അവൾ മുഖമുയർത്തി.

അയാൾ ഒറ്റയ്ക്കായിരുന്നു.

"പശു എവിടെ?"

"അതിനെ മേയാൻ വിട്ടു കാവിന്റടുത്ത് നല്ല പുല്ല് കണ്ടപ്പോ അതിനൊരിളക്കം. എന്നാൽ തിന്നോട്ടേന്ന് ഞാനും കരുതി."

അയാൾ ഉമ്മറത്തിന്റെ വിളുമ്പിലിരുന്നു. ഇടവഴി ശൂന്യമായിരുന്നു. മഴപ്പാറ്റകൾ ചുറ്റിപ്പറന്നു.

അയാൾ ഉടുപ്പിന്റെ കീശയിൽ നിന്ന് ഒരു ബീഡിയെടുത്തു.

"ഇത്തിരി തീ വേണമല്ലോ അമ്മൂ."

"അടുപ്പില് തീ എപ്പോഴേ കെട്ടു."

"തീപ്പെട്ടി ഇല്ലേ?"

"ബീഡി വലിക്കാതിരുന്നൂടെ ശങ്കരൻകുട്ട്യേട്ടാ?"

"എന്റെ മോളല്ലേ. പോയി തീപ്പെട്ടിയെടുത്തു കൊണ്ടുവാ. മഴ ചാറ്റുമ്പോ ബീഡി വലിക്കാൻ നല്ല രസമാ."

"അടുക്കളേലെ തീപ്പെട്ടി ചെലപ്പോ അച്ഛൻ കൊണ്ടുപോയിട്ടുണ്ടാവും."

"മോള് ചെന്നു നോക്ക്. അതിനകത്ത് എവ്ടേങ്കിലും കാണാണ്ടിരിക്കില്ല."

"ഓഹ്, ഈ ശങ്കരൻകുട്ട്യേട്ടനെക്കൊണ്ടു തോറ്റു."

അമ്മു മഞ്ചാടി താഴെവച്ച് എഴുന്നേറ്റു. ശങ്കരൻകുട്ടി അവളെ കണ്ണുകൾകൊണ്ട് കൊതിയോടെ ആകെയൊന്നുഴിഞ്ഞു. അതു ശ്രദ്ധിക്കാതെ അവൾ അകത്തേക്കു നടന്നു.

തീപ്പെട്ടി എവിടെയാണ് വച്ചിരിക്കുന്നതെന്ന് കൃത്യമായും അവൾക്കറിയാമായിരുന്നില്ല. അടുപ്പിൻതിണ്ണയിലും കരിപിടിച്ച ജാലകപ്പടിയിലും കാണാഞ്ഞ് അവൾ ചുമരലമാരയിൽ പരതി. അതിനുള്ളിൽ നിറയെ ലൊട്ടും ലൊടുക്കും. പിന്നെ മല്ലിപ്പൊടിയുടെയും മുളകുപൊടിയുടെയും മഞ്ഞളിന്റെയുമൊക്കെ ഗന്ധങ്ങൾ. നാലഞ്ച് കൂറകൾ. അവയിലൊന്ന് ചെറിയ ചീനഭരണിയുടെ പാർശ്വത്തിലൂടെ നീങ്ങി. മറ്റൊരെണ്ണം എണ്ണക്കുപ്പിയിൽ ചുറ്റിപ്പിടിച്ചു നിന്നു.

ശങ്കരൻകുട്ടി ഇടവഴിയുടെ നേർക്ക് ഒരിക്കൽക്കൂടി കണ്ണോടിച്ച് ഉമ്മറത്തേക്ക് കയറി വീടിനുള്ളിലേക്കു പോകാൻ തുടങ്ങുമ്പോൾ, എവിടെ നിന്നെന്നറിയില്ല. ഒരു പട്ടി അവിടേക്കു പാഞ്ഞുവന്നു. അത് അയാളുടെ നേരെ നിന്ന് കുരച്ചു ബ്ഭൗ, ബ്ഭൗ... കോപിഷ്ഠനായി വാൽ ഉയർത്തിക്കൊണ്ട് അത് കുര തുടർന്നു.

"ശ്ശെ, ഇതെവിടെനിന്നു വന്നു, നാശം പിടിച്ച ഈ പട്ടി?" ശങ്കരൻകുട്ടി അതിനെ നോക്കി പല്ലിറുമ്മി. അങ്ങനെയൊരു പട്ടിയെ അമ്മുവിന്റെ വീട്ടിലോ പരിസരത്തോ മുമ്പെങ്ങും കണ്ടതായി അയാൾക്ക് ഓർമ്മയില്ല.

"ഒന്നു പോടാ. നല്ലൊരു കാര്യത്തിനെറങ്ങുമ്പോഴോ..." അയാൾ വാതിലിനടുത്തെത്തി.

പട്ടി വഴങ്ങിയില്ല. അത് ഒരു ചാട്ടം ചാടി. അയാൾ തിരിഞ്ഞുനിന്നു.

"പോയി തീട്ടം തിന്നെടാ." അയാൾ പട്ടിയോടു ചീറി.

രണ്ടു ചുവടുകൂടി നീങ്ങിയാൽ വാതിൽപടി കടന്ന് അകത്തുനിന്നും വാതിൽപ്പാളികൾ വലിച്ചടയ്ക്കാമെന്ന് അയാൾ കണക്കുകൂട്ടി. പക്ഷേ, അത് പ്രാവർത്തികമാക്കാനായില്ല. അപ്പോഴേക്കും പട്ടി മുന്നോട്ടു കുതിച്ച് അയാളുടെ കാലിൽ കടിച്ചു. അയാൾ നിലവിളിച്ചുപോയി. വേദന അത്രയ്ക്ക് അസഹ്യമായിരുന്നു.

അമ്മു തീപ്പെട്ടി കണ്ടെടുത്ത് ഉമ്മറത്തേക്കു വരുമ്പോൾ ശങ്കരൻകുട്ടി മുടന്തിക്കൊണ്ട് ഇടവഴി ലക്ഷ്യമാക്കി തിടുക്കത്തിൽ നടന്നു നീങ്ങുകയായിരുന്നു.

"ശങ്കരൻകുട്ട്യേട്ടാ, തീപ്പെട്ടി." അവൾ വിളിച്ചു പറഞ്ഞു.

അയാൾ തിരിഞ്ഞുനോക്കിയില്ല. അമ്മു ആശ്ചര്യപ്പെട്ടു നിന്നു. ഉമ്മറത്ത് ഉഗ്രഭാവത്തിൽ നില്ക്കുന്ന കറുത്ത പട്ടിയെ അവൾ കാണുന്നതപ്പോഴാണ്. അതിനു അമ്പരിപ്പിക്കാൻ പോന്ന വലിപ്പമൊന്നുമുണ്ടായിരുന്നില്ല. ഒരു സാധാരണ ശ്വാനൻ. പക്ഷേ അതിന്റെ മുഖഭാവം അസാധാരണവും ഭീഷണവുമായിരുന്നു.

"നീയെവിടുന്നാ?" അമ്മു ഭീതിയോടെ ചോദിച്ചു.

ശ്വാനൻ ഇപ്പോൾ അതിന്റെ ഉഗ്രഭാവം വെടിഞ്ഞ് വാൽ താഴേക്ക് തൂക്കിയിട്ട് സൗമ്യമായി ഒരൊച്ചയെടുത്തു. വാലാട്ടിക്കൊണ്ട് അമ്മുവിന്റെ ദേഹത്തൊന്നുരുമ്മി അടുപ്പം തോന്നിക്കുന്നൊരു ശബ്ദം കേൾപ്പിച്ച ശേഷം അത് മുറ്റത്തേക്കിറങ്ങി.

ഇടവഴിയിലെത്തി ശങ്കരൻകുട്ടി പോയ ഭാഗത്തേക്കു തിരിഞ്ഞ് അത് ഉഗ്രമായൊന്ന് കുരച്ചു.

പിന്നെ അതെവിടെയോ മറഞ്ഞു.

വാസന

പെരുവഴിയുടെ വക്കത്തായി കറുത്ത താടിയും കൊമ്പുകളും കടുംപച്ച ഇലകളും മണ്ണിനു മുകളിൽ കുറെ വേരുകളുമൊക്കെയായി ഒരു പാടു പ്രായം തോന്നിക്കുന്ന ഒരു പൈൻ മരം. അതിന്റെ ചുവട്ടിൽ ചെന്നു നിന്നാൽ അദൃശ്യമായ എന്തോ വന്ന് തൊടുന്നതുപോലെ തോന്നും. രാത്രികാലത്ത് അതോർമ്മിപ്പിക്കുക പഴങ്കഥകളിലെ കൈകൾ വിടർത്തിപ്പിടിച്ചു നില്ക്കുന്ന ഒരു ഭൂതത്തെയാണ്. നിശ്ശബ്ദതയിൽ പൈൻമരത്തിന്റെ ഓരോ ഇല കൊഴിഞ്ഞുവീഴുമ്പോഴും വലിയൊരു മുഴക്കം കേൾക്കാം.

ലക്ഷ്മിക്കുട്ടി പൈൻമരത്തിനു കീഴിൽ മുഖം കുനിച്ചിരുന്നു. എണ്ണമയമില്ലാതെ പാറിപ്പറക്കുന്ന മുടി. ചീട്ടിത്തുണിയുടെ പാവാടയും ജാക്കറ്റും. കൈത്തണ്ടകളിൽ ഓരോ കരിവള. കഴുത്തിൽ എന്നോ മന്ത്രിച്ചു കെട്ടിയ കറുത്ത ചരട്.

നിരത്തിൽ നിന്ന് ഒരു കാറ്റ് ലക്ഷ്മിക്കുട്ടിയുടെ നേർക്ക് പൊടിയുയർത്തി വീശി. അവൾ പൊടിയുടെ വലയത്തിലായി. കുറച്ചു നേരത്തേക്ക് അവൾ ചുമച്ചു.

ചില നേരങ്ങളിൽ കാറ്റുവീശിയത് പടിഞ്ഞാറുനിന്നാണ്, കരിയിലകളോടെ. കരിയിലകൾ മാത്രമല്ല, തൊട്ടാവാടിപ്പൂക്കളും അപ്പൂപ്പൻ താടികളുമൊക്കെ പടിഞ്ഞാറൻകാറ്റിന്റെ കൈയിലുണ്ടാവും. അവയിൽ പലതും ലക്ഷ്മിക്കുട്ടിയുടെ ഉടുപ്പിലും ചെമ്പിച്ച മുടിയിലും പറ്റിപ്പിടിച്ചു നില്ക്കും. അവൾ അനങ്ങില്ല. ചിലപ്പോൾ അവളുടെ മേൽ പൈൻമരത്തിന്റെ ഇലകൾ കൊഴിഞ്ഞുവീണു.

അവിടെ നിന്ന് ഏറെ ദൂരെയല്ല കുശവക്കുടിലുകൾ. കുടിലുകൾക്കിടയിലായി ചക്രങ്ങൾ, ഉണങ്ങാൻ നിരത്തിയ മൺകലങ്ങൾ, ചെളിയുടെ

ചെറുചെറു കൂനകൾ. അവയ്ക്കപ്പുറത്ത് പുഴയോളം ചതുപ്പുപാടങ്ങളാണ്. ലക്ഷ്മിക്കുട്ടി ചതുപ്പുപാടങ്ങളിൽ ഞണ്ടും ചെമ്മീനും തേടി അലയാറുണ്ടായിരുന്നു. മിക്കപ്പോഴും ഒറ്റയ്ക്ക്. കാക്കകളോടും കൊറ്റികളോടും പരുന്തുകളോടും സംസാരിച്ചുകൊണ്ടവൾ നടക്കും. പുഴയിലൂടെ കക്കകളും നിറച്ചു നീങ്ങുന്ന തോണികളുടെ നേർക്ക് അവൾ ഒച്ച വയ്ക്കും. പുഴയുടെ തീരത്ത് വളർന്ന പൊന്തകളിൽനിന്ന് പൂക്കളിറുക്കി മുടിയിൽ തിരുകും. അങ്ങനെ അലഞ്ഞുനടക്കരുതെന്ന് കാലത്ത് പാത്രങ്ങളും ചുമന്ന് പുറപ്പെടുമ്പോഴൊക്കെയും അമ്മാളു അവളോടു പറയാറുള്ളതാണ്.

"ഞാനെവിടേം പോവില്ല." ചാണകം മെഴുകിയ തിണ്ണയിലിരുന്ന് അവൾ പറയും.

അമ്മാളു അടുത്ത കുടിലിലെ പാട്ടിയമ്മയോട് അവളുടെമേൽ ഒരു കണ്ണുവേണമെന്ന് ഓർമ്മിപ്പിക്കും. പത്തു പതിനേഴു വയസ്സു തികഞ്ഞെങ്കിലും ബുദ്ധിയുറയ്ക്കാത്ത പെണ്ണാണ്. പാട്ടിയമ്മ തന്റെ രണ്ടു കണ്ണും അവളുടെ മേൽ ആയിരിക്കുമെന്നുറപ്പു കൊടുക്കം. പക്ഷേ, പാട്ടിയമ്മയ്ക്ക് ഇത്തിരിവട്ടത്തിലേ കാണാനൊക്കുകയുള്ളൂ. തന്നെയുമല്ല ഏതുനേരത്തും ഉറക്കം തൂങ്ങുകയും ചെയ്യും.

ഉറക്കത്തിൽ നിന്ന് ഞെട്ടിയുണരുമ്പോഴെല്ലാം അമ്മാളുവിന്റെ കുടിലിലേക്ക് നോക്കി "ലക്ഷ്മിക്കുട്ടീ" എന്നു വിളിക്കാൻ മറക്കാറില്ല. അവൾ വിളികേൾക്കുക അപൂർവ്വമാണ്. അതിനുമുമ്പേ അവൾ യാത്ര തുടങ്ങിക്കഴിഞ്ഞിരിക്കും.

പാട്ടിയമ്മയെ അനുനയിപ്പിക്കേണ്ടതെങ്ങനെയെന്ന് ലക്ഷ്മിക്കുട്ടിക്ക് അസ്സലായി അറിയാം. ഞണ്ടു ചുട്ടു കൊടുത്താൽ മതി.

കനലിലിട്ട് ഞണ്ട് ചുടുന്ന മണം പാട്ടിയമ്മയ്ക്ക് ചെറുത്തു നില്ക്കാനാവില്ല. തൊണ്ണൂറു വയസ്സു കഴിഞ്ഞു. ഇപ്പോഴും ഞണ്ടിലും മീനിലുമുള്ള കൊതി തീർന്നിട്ടില്ല.

ചുട്ടെടുത്ത ഞണ്ടിന്റെ തോട് അടർത്തുമ്പോൾ പാട്ടിയമ്മയ്ക്ക് പഴയ നാളുകൾ ഓർമ്മവരും. ചതുപ്പുപാടങ്ങളും പുഴക്കരയിലും അലഞ്ഞുനടന്ന് പാട്ടിയമ്മയും പിടിച്ചിട്ടുണ്ട് കുറേ ഞണ്ടുകളെ. ഒരിക്കൽ വലിയൊരു ഞണ്ട് കൈത്തലത്തിൽ ഇറുക്കിയതിന്റെ വേദന തൊണ്ണൂറാം വയസ്സിലും വിട്ടുപോയിട്ടില്ല. ഞണ്ട് തുളച്ചിറങ്ങിയ കൈത്തലം നീട്ടിപ്പിടിച്ച് ചതുപ്പുപാടങ്ങൾ താണ്ടി കുടിലിലേക്ക് ഓടിയത് കൊടുങ്കാറ്റിന്റെ വേഗത്തിലായിരുന്നു. ഓർക്കുമ്പോൾ ചിരിക്കാതെ കഴിയില്ല. ആ ഞണ്ടിന്റെ സ്വാദോ? അതും മറക്കാനായിട്ടില്ല ഇനിയും. ഇടയ്ക്കിടെ അതോർമ്മിപ്പിച്ചിരുന്നത് ലക്ഷ്മിക്കുട്ടിയായിരുന്നു.

അമ്മാളുവിനും പൊക്കനും ലക്ഷ്മിക്കുട്ടി ഒറ്റമകളല്ല. താഴെയുണ്ട് അഞ്ചുപേർ. മൂന്നു മക്കൾ അടുത്തുള്ള എൽ പി സ്കൂളിൽ പോകുന്നു. രണ്ടുപേർ ഹൈസ്കൂളിലും. അവരെല്ലാം രാവിലെ പോയാൽ വൈകു

ന്നേരമാണ് തിരിച്ചെത്തുക. അവർ പുറപ്പെടുന്നതിനുമുമ്പേ അച്ഛനും അമ്മയും കലങ്ങളുമായി പോയിരിക്കും. ദിവസേന ചന്തയുണ്ട്.

ലക്ഷ്മിക്കുട്ടി അവരോടൊപ്പം പോകാറില്ല. അവർക്കിഷ്ടം ചതുപ്പുപാടങ്ങളിൽ ചുറ്റിനടക്കുന്നതാണ്. ബുദ്ധിയുറയ്ക്കാത്ത പെണ്ണ് അങ്ങനെ നടക്കാമോ? ബുദ്ധിയുറച്ചിട്ടില്ലെങ്കിലും പതിമൂന്നാം വയസ്സിൽ അവൾ തിരണ്ടിരുന്നു.

“തിരണ്ട പെണ്ണാ അവള്.” അമ്മാളു പൊക്കനോട് കൂടെക്കൂടെ പറയാറുണ്ട്.

അയാൾ പുഴവക്കത്തു പോയി കല്യാണിയുടെ വാറ്റുചാരായമടിച്ചു വന്ന നേരമാണെങ്കിൽ അത്രയും കേട്ടാൽ മതി. കലിതുള്ളും.

“നീ പെറ്റതല്ലേ.”

ബുദ്ധിയുറയ്ക്കാത്ത ഒരു മകളെ പ്രസവിച്ചതിന് അയാൾ അമ്മാളുവിന് ഒരിക്കലും മാപ്പുകൊടുക്കാൻ തയ്യാറായിരുന്നില്ല.

“ഞാൻ പെറ്റതോ? അതുകൊള്ളാം. അപ്പോ നിങ്ങൾക്കിതില് ഒര് പങ്കുമില്ലേ?” അമ്മാളു തിരിച്ചടിക്കും.

“പങ്ക്! ത്ഫൂ.”

അമ്മാളു തിടുക്കത്തിൽ അടുത്തെത്തും. അടുപ്പിനടുത്തുള്ള സമയത്താണ് കലഹം തുടങ്ങുന്നതെങ്കിൽ കൈയിലൊരു വിറകുകൊള്ളിയോ തവിയോ കണ്ടേക്കും.

“ങ്ഹും, എന്താ?”

പലതവണ പറഞ്ഞിട്ടുള്ള കാര്യംതന്നെ.

ലക്ഷ്മിക്കുട്ടി അയാളുടേതല്ല.

“പിന്നെ ആരുടെയൊ?”

അതയാൾക്കറിയില്ല. ചന്തകളിലും ഉത്സവസ്ഥലങ്ങളിലും പോകുന്നവളാണ് അമ്മാളു. അനേകം പുരുഷന്മാരുമായി അവൾ ഇടപഴകാറുണ്ട്.

“പറ. ആരുടെയാ?”

“അതു നിനക്കല്ലേ അറിയുക.”

“എന്റെ നീലിയാർഭഗവതീ...”

ഉള്ളം കലങ്ങിയുള്ള ആ നിലവിളിയിൽ കുശവക്കുടിലുകൾ നീറും. പക്ഷേ, പൊക്കന് ഒരു കുലുക്കവുമില്ല. നീലിയാർഭഗവതി സത്യമറിയാത്തവളല്ലല്ലോ. തേക്കാത്ത മൺചുവരു ചാരിയിരുന്ന് അയാൾ പുകവലിക്കും. നെഞ്ചത്തടിച്ചു കരയുന്ന അമ്മാളുവിനെ ആശ്വസിപ്പിക്കാൻ അയൽപക്കത്തെ പെണ്ണുങ്ങൾ അതിനകം പാഞ്ഞെത്തിയിരിക്കും. പാട്ടിയമ്മ അടുത്ത കുടിലിന്റെ ഉമ്മറത്തിരുന്ന് പൊക്കനെ ഉച്ചത്തിൽ കുറ്റപ്പെടുത്തുന്നുണ്ടാകും.

എന്താണ് കാണുന്നതെന്നോ, കേൾക്കുന്നതെന്നോ മനസ്സിലാവാതെ ലക്ഷ്മിക്കുട്ടി.

“അതിന്റെ തലേൽ കളിമണ്ണാ.” പൊക്കൻ പറയാറുണ്ട്.

"എടുത്ത് ചട്ടീം കലവും ഉണ്ടാക്കിക്കോ." പാട്ടിയമ്മ ചുട്ട മറുപടി കൊടുക്കും.

"ഇന്നലേം ഞണ്ടോ മീനോ കൊണ്ടുവന്നിരിക്കും."

"പോടാ. നിനക്കറിയാഞ്ഞിട്ടാ. അവള് ബുദ്ധിയുള്ളവളാ."

"ങ്ഹും!"

"അഞ്ചാം ക്ലാസുവരെ പഠിച്ചതല്ലേ അവളും."

"സ്കൂളിൽ പറഞ്ഞയയ്ക്കാനുള്ളത് ഞാൻ ചെയ്തു. അവള് വല്ലതും പഠിച്ചോ?"

"രണ്ടാം ക്ലാസിലിരുന്ന് പഠിച്ച പാട്ട് അവളിന്നലേംകൂടി എന്നെ പാടി ക്കേൾപ്പിച്ചു. എന്തൊരോർമ്മയാ."

ചതുപ്പുപാടങ്ങളിൽ ഞണ്ടും മീനും പുളയുന്ന ശബ്ദങ്ങൾ അന്നേ രത്ത് പൊക്കന് കേൾക്കാം. ലക്ഷ്മിക്കുട്ടി അന്നോളം ഒരെണ്ണംപോലും അച്ഛനായി കൊണ്ടുവന്നിട്ടില്ല നുള്ളിത്തിന്നാൻ. അതിന്റെ അമർഷമുണ്ട് അയാളുടെ ഉള്ളിൽ. എന്തിനു കൊണ്ടുവരണം? അച്ഛനല്ലല്ലോ. വേണ്ട. എനിക്കൊന്നും കേൾക്കണ്ട. ഞാനവളുടെ അച്ഛനല്ല. അയാൾ ഒരു തണുത്ത നിർവ്വികാരതയിലേക്കു നീങ്ങിപ്പോകും. പതുക്കെപ്പതുക്കെ ഇരുൾ വന്ന് കുശുവക്കുടിലുകളെയാകെ മൂടും. ഇണചേരുന്നവരുടെ മൂളലോ ഞരക്കങ്ങളോ അല്ലാതെ മറ്റൊന്നും പിന്നീട് കേൾക്കില്ല. അങ്ങനെ ഏതോ രാത്രി പുലർന്നപ്പോഴാണ് ലക്ഷ്മിക്കുട്ടിക്കു വയറ്റിലു ണ്ടെന്ന് അമ്മാളു തിരിച്ചറിഞ്ഞത്. ലക്ഷ്മിക്കുട്ടി കിടക്കപ്പായയിലായിരു ന്നു. അവളുടെ അടിവയറിന് കനംവച്ചത് അമ്മാളു കണ്ടു. സംശയം തീർക്കാനായി അമ്മാളു അവളുടെ അടിവയർ തൊട്ടുനോക്കി. അടുത്ത നിമിഷത്തിൽ ഉറക്കെ നീലിയാർഭഗവതിയെ വിളിച്ചു. നാഗദേവതകളെ വിളിച്ചു. കുശവക്കുടിലുകൾ പകച്ചുണർന്നു. അപ്പോഴേക്കും അമ്മാളു ലക്ഷ്മിക്കുട്ടിയെ മുറ്റത്തേക്കു വലിച്ചിഴച്ചിരുന്നു.

"എനിക്കറിയില്ല. എനിക്കറിയില്ല." ലക്ഷ്മിക്കുട്ടി കരഞ്ഞുകൊണ്ടു പറഞ്ഞു.

"നേരം വെളുത്തില്ല. അതിനുമുമ്പേ തൊടങ്ങി." പാട്ടിയമ്മ വടി കൈയെത്തിച്ചെടുക്കുന്നതിനിടയിൽ അമ്മാളുവിനെ പ്രാകി. ഇങ്ങനെ യുണ്ടോ ഒരു തള്ള. ഈ പെണ്ണിനെയും അവൾ വയറ്റിൽ ചുമന്നു നടന്ന തല്ലേ. നൊന്തു പെറ്റതല്ലേ. അമ്മിഞ്ഞ കൊടുത്തതല്ലേ. അങ്ങനെ പലതും പുലമ്പിക്കൊണ്ട് പാട്ടിയമ്മ വടികുത്തി ഉമ്മറത്തുനിന്നിറങ്ങി.

പൊക്കനും അമ്മാളുവും ബാധ കയറിയവരെപ്പോലെ ഉറഞ്ഞു തുള്ളുകയായിരുന്നു. ലക്ഷ്മിക്കുട്ടി നിലത്തു കിടന്നു പിടഞ്ഞു.

ഓടിക്കൂടിയവർ കുശവൻ പൊക്കനെ പിടിച്ചുമാറ്റാൻ ശ്രമിച്ചു. കുശ വത്തികൾ അമ്മാളുവിനെയും. പാട്ടിയമ്മ കുനിഞ്ഞിരുന്ന് ലക്ഷ്മിക്കുട്ടിയെ ചേർത്തുപിടിച്ചു.

"ഒന്നടങ്ങ്. മതി. ഇവള് ചത്തുപോകും."

"ചാവട്ടെ."

"വേണ്ട, ഇങ്ങനെ ഒരു മൂധേവിയെ ഇവ്ടെ...."

"എന്തു തെറ്റാ ചെയ്തേ ഇവള്?"

"അവളുടെ വയറ്റില് നോക്ക്."

കാഴ്ച മങ്ങിയ കണ്ണുകൾകൊണ്ട് പാട്ടിയമ്മ ലക്ഷ്മിക്കുട്ടിയെ നോക്കി. വിറയ്ക്കുന്ന വലതുകൈ അവളുടെ വയറിനു മുകളിലൂടെ നീങ്ങി. വയറിന് കനം വച്ചിട്ടുണ്ടെന്ന് പാട്ടിയമ്മയ്ക്ക് ബോദ്ധ്യമായി.

"മോള് എന്നോട് പറ. ആരാ?" പാട്ടിയമ്മ ചോദിച്ചു.

"നേരായിട്ടും എനിക്കറീല്ല പാട്ടിയമ്മേ." ഏങ്ങലടിക്കുന്നതിനിടയിൽ ലക്ഷ്മിക്കുട്ടി പറഞ്ഞു.

പാട്ടിയമ്മ്ക്കുതന്നെയും ദേഷ്യം വന്നു.

"പിന്നെ നിനക്കറിയാണ്ടാണോ? നീയറിയാണ്ട് ഒരാണ് നിന്റെ മോളില് കെടക്കുമോ?"

ലക്ഷ്മിക്കുട്ടി ചിന്താക്കുഴപ്പത്തിലായി. പാട്ടിയമ്മ അവളുടെ രണ്ടു ചുമലിലും പിടിച്ചു.

"അവൻ നിന്നോട് പറഞ്ഞിട്ടുണ്ടാവും ആരോടും പറയാൻ പാടില്ലാന്ന്. പറഞ്ഞാൽ കൊന്നുംകളയുംന്ന് ഇല്ലേ?"

"ഇല്ല."

"പണം തന്വോ നിനക്ക്?"

"ഇല്ല."

"എങ്ങനെയുള്ള ആളാ?"

ലക്ഷ്മിക്കുട്ടിയുടെ ഓർമ്മയിലേക്ക് ഒരു വാസന കടന്നുവന്നതപ്പോഴാണ്. ഒരു ശരീരത്തിന്റെ വാസന. അത് അനുനിമിഷം തീക്ഷ്ണമായി. ലക്ഷ്മിക്കുട്ടി ആ വാസന ഉൾക്കൊള്ളാനായി മൂക്കുവിടർത്തി അങ്ങോട്ടുമിങ്ങോട്ടും മുഖംനീട്ടി.

"എന്താ പെണ്ണേ?" പാട്ടിയമ്മ തെല്ലൊന്നമ്പരന്നു, അവളുടെ ഭാവം കണ്ടിട്ട്.

"ഒരു വാസന." അവൾ പറഞ്ഞു.

പാട്ടിയമ്മ തന്റെ അമ്പരപ്പ് ചുറ്റും കൂടിനില്ക്കുന്നവരിലേക്കു പകർന്നു. അമ്മാളു ഒരു ശാപവാക്കോടെ ലക്ഷ്മിക്കുട്ടിയെ പിടിച്ചുയർത്തി. അവൾ ഞരങ്ങി. കരിനൊച്ചികൾക്കിടയിൽ നിന്ന് അമ്മാളു അവളെ ആഞ്ഞുതള്ളി. "പോ. എങ്ങോട്ടെങ്കിലും പോ എരണംകെട്ടവളേ." ലക്ഷ്മിക്കുട്ടി മുഖം കുത്തി വീണു. അമ്മാളു കരച്ചിലോടെ പിൻവാങ്ങി. ലക്ഷ്മിക്കുട്ടി സാവധാനത്തിൽ എഴുന്നേറ്റു. മറ്റാരും അങ്ങോട്ടു ചെന്നില്ല. പാട്ടിയമ്മയും അനങ്ങിയില്ല.

"ആ വാസന എനിക്കു നല്ല നിശ്ചയംണ്ട്." പൈൻമരത്തിനു ചുവട്ടിലേക്കു നടക്കുമ്പോൾ ലക്ഷ്മിക്കുട്ടി സ്വയം പറഞ്ഞു.

പൈൻമരത്തിന്റെ ഒരിലകൂടി കൊഴിഞ്ഞു. പെരുവഴിയിലൂടെ ഒരാൾ നടന്നുവന്നു.

ലക്ഷ്മിക്കുട്ടി ആയാസത്തോടെ എഴുന്നേറ്റ് അയാളുടെ നേർക്കു നടന്നു. അവൾ തന്റെ ദേഹം മണത്തപ്പോൾ അയാൾ വിറളിയെടുത്തു.

അപ്പൂപ്പൻതാടികളും കരിയിലകളുമായി ഒരു കാറ്റ് കടന്നുപോയി. തെക്കുനിന്ന് വേറൊരാൾ വന്നു.

ലക്ഷ്മിക്കുട്ടി ഒരിക്കൽക്കൂടി എഴുന്നേറ്റു.

"ആ വാസന എനിക്കു നല്ല നിശ്ചയംണ്ട്." അവൾ പറഞ്ഞു.

ശവപരീക്ഷ

ഹൈദർ മാർക്കറ്റിനോടു ചേർന്നുള്ള നിരത്തരികിലായി പർദ്ദ ധരിച്ചൊരു സ്ത്രീ വീണു കിടക്കുന്നത് പത്രവില്പനക്കാരനായ മുനവർ അലിയാണ് ആദ്യം കണ്ടത്. നേരം വെളുത്തു തുടങ്ങിയിട്ടേ ഉണ്ടായിരുന്നുള്ളൂ. മുനവർ അലി പത്രമെടുക്കാനായി സൈക്കിളിൽ ധൃതിപ്പെട്ടു പോവുകയായിരുന്നു. പർദ്ദ ധരിച്ചൊരു സ്ത്രീ വഴിവക്കിൽ വീണുകിടക്കുന്നതു കണ്ട് അവൻ അമ്പരപ്പോടെ സൈക്കിൾ നിർത്തി.

"ശരി." പൊലീസ് ഇൻസ്പെക്ടർ മുനവർ അലിയുടെ വിവരണം സശ്രദ്ധം കേട്ട് ശിരസ്സനക്കി. ചുറ്റും നിരവധി പേർ കൂടിനില്പുണ്ടായിരുന്നു.

"ഞാൻ അങ്ങുമിങ്ങും നോക്കിയപ്പോ വേറെയാരെയും കണ്ടില്ല. സൈക്കിളിൽ നിന്നിറങ്ങി ഞാനിവരുടെ അടുത്തേക്കു നടന്നു." മുനവർ അലി വീണു കിടന്നിരുന്ന സ്ത്രീയെ ഒരിക്കൽക്കൂടി നോക്കി.

ചാക്കുകളും മുളകളും കൊണ്ട് കെട്ടിപ്പൊക്കിയ മറയ്ക്കപ്പുറത്തായി പണിതീർന്നിട്ടില്ലാതെ ഒരു കൂറ്റൻ കെട്ടിടം ഉയർന്നുനിന്നു. പണിക്കാരിൽ ചിലർ താഴത്തെ നിലയിൽ ഉറങ്ങിക്കിടന്നിരുന്നു. മുനവർ അലി ഒച്ചയെടുത്തത് കേട്ട് അവരുണർന്നു. ഇഷ്ടികകൾക്കും കരിങ്കൽച്ചീളുകൾക്കും ഇടയിലൂടെ അവർ അതിവേഗം നിരത്തിനു നേർക്കു നീങ്ങി.

"രാത്രിയിൽ നിങ്ങളാരെങ്കിലും ആ സ്ത്രീയെ കണ്ടിരുന്നോ?" ഇൻസ്പെക്ടർ അവരോടു ചോദിച്ചു.

അവരത്രയും അയാളുടെ മുന്നിൽ ഭീതരായി നില്ക്കുകയായിരുന്നു. ചിലർ എന്താണു പറയേണ്ടതെന്നറിയാതെ പരസ്പരം നോക്കി. വെറും ഗ്രാമീണരായ അവർക്ക് ഇത്തരം സാഹചര്യങ്ങളിൽ മനസ്സൈഥര്യം പ്രകടിപ്പിക്കുക തിരിച്ചും അസാദ്ധ്യമായിരുന്നു. കൂട്ടത്തിലുണ്ടായിരുന്ന

കറുത്ത മെലിഞ്ഞൊരു പെൺകുട്ടി സ്തോഭം ഒതുക്കാനാവാതെ കരഞ്ഞുതുടങ്ങി. പൊലീസ് ഇൻസ്പെക്ടറുടെ തീക്ഷ്ണമായ നോട്ടം പതിഞ്ഞപ്പോൾ അവൾ അമ്മയുടെ പിറകിലേക്ക് ചൂളിപ്പതുങ്ങി. അതുകണ്ട് മുനവർ അലി ചകിതനായി. സൈക്കിളിൽ നിന്നിറങ്ങി താൻ നിരത്തരികിൽ വീണുകിടക്കുന്ന സ്ത്രീയെ സമീപിച്ച് അവരെ വിളിച്ചുണർത്താൻ ശ്രമിച്ചപ്പോൾ മരണത്തിന്റെ തണുപ്പ് തൊട്ടറിഞ്ഞ് ഉറക്കെ ഒച്ചയെടുത്തതും അതേത്തുടർന്ന് ചാക്കുമറയ്ക്കപ്പുറത്തുനിന്നും പണിക്കാരോടി വന്നതും അവന് ഓർമ്മവന്നു. ഓടിവന്നവരുടെ കൂട്ടത്തിൽ നിക്കർ മാത്രമിട്ട ആ പെൺകുട്ടിയുമുണ്ടായിരുന്നു

"എല്ലാവരും സ്റ്റേഷനിലേക്ക് നടക്ക്." ഇൻസ്പെക്ടർ മുനവർ അലിയോടും കെട്ടിടനിർമ്മാണത്തൊഴിലാളികളോടുമായി കല്പിച്ചു.

"സാബ്.." മുനവർ അലി തൊഴുതു.

"ങ്ഹും?" അയാൾ ഒരു സിഗരറ്റ് കത്തിക്കാനോങ്ങി.

"എനിക്കു ജോലിക്കു പോകണം സാബ്." മുനവർ അലി പറഞ്ഞു.

"നീയിനി ജോലിക്കു പോകണോ വേണ്ടയോ എന്ന് ഞാൻ തീരുമാനിക്കും." അയാൾ ഒരു പൊലീസ് കോൺസ്റ്റബിളിനോട് മുനവർ അലിയെ കസ്റ്റഡിയിലെടുക്കാൻ നിർദ്ദേശിച്ച് ജഡത്തിനരികിലേക്കു നീങ്ങി.

അതിനകം വിദഗ്ദ്ധനായ ഒരു ഫോട്ടോഗ്രാഫർ പല കോണുകളിൽ നിന്നായി ജഡത്തിന്റെ നിരവധി ഫോട്ടോകൾ എടുത്തിരുന്നു. പക്ഷേ, അവയിലൊന്നുപോലും മുഖം വെളിവാക്കുന്ന വിധത്തിലുള്ളതായിരുന്നില്ല. മുഖം മണ്ണിൽ പുതഞ്ഞാണ് കിടന്നിരുന്നത്. രക്തത്തിന്റെ പാടുകൾ സമീപത്തെങ്ങും കണ്ടില്ല. തെളിവുകൾക്കായി ഇൻസ്പെക്ടർ സൂക്ഷ്മമായി ത്തന്നെ പരിസരനിരീക്ഷണം നടത്തിയെങ്കിലും ഒരു മുടിനാരിഴപോലും ലഭിച്ചില്ല. കൊല നടന്നത് മറ്റു വല്ല സ്ഥലത്തുംവച്ചാവാനേ വഴിയുള്ളൂ എന്ന് അയാൾ അനുമാനിച്ചു. കൊലപ്പെടുത്തി വാഹനത്തിൽ കൊണ്ടുവന്ന് ഇവിടെ ഉപേക്ഷിച്ചതാവാം. എങ്കിൽ ജഡം ഉപേക്ഷിക്കാൻ കുറ്റിക്കാടുകളുള്ള ഒരു വിജനസ്ഥലമോ റെയിൽപ്പാതയോ എന്തുകൊണ്ട് തിരഞ്ഞെടുത്തില്ല? അതാകുമായിരുന്നില്ലേ കൂടുതൽ സുരക്ഷിതം. ഈ സ്ത്രീ ആരാണ്? അഭിജാത? വേശ്യ? പരിചാരിക? ഇൻസ്പെക്ടർ ചിന്താകുലനായി.

തണുപ്പുള്ളൊരു രാത്രിയാണു കടന്നുപോയത്. വന്നതാകട്ടെ, ചൂടേറിയ ഒരു പകലും.

തീർത്തും ദുരൂഹമായ സാഹചര്യത്തിലുള്ള മരണത്തിന്റെ വാർത്ത ഹൈദർമാർക്കറ്റിൽ നിന്ന് എല്ലാ ഗലികളിലേക്കും വ്യാപിക്കാൻ ഏറെ നേരമെടുത്തില്ല. പൗരാണികമായ മിനാരങ്ങൾക്കിടയിലുള്ള തുറസ്സായ സ്ഥലത്ത് പ്രാവിൻപറ്റങ്ങളുമൊത്ത് ഇരിപ്പായിരുന്ന വൃദ്ധൻ ജഡം ഒരു അപഥസഞ്ചാരിണിയുടേതാണെന്ന നിഗമനത്തിൽ എത്തിച്ചേർന്നു. പ്രാവുകൾ ആരൊക്കെയോ വലിച്ചെറിഞ്ഞ പൊരിയും കടലയും കൊത്തിക്കൊ

റിച്ചുകൊണ്ട് അവർക്കു ചുറ്റിലും പറന്നുകളിച്ചു. നിരത്തിലൂടെ സൈക്കിൾറിക്ഷകൾ കടന്നുപോയി. അവയിലൊന്ന് നാലു ചക്രങ്ങളിലുള്ളൊരു ചായക്കടയുടെ പാർശ്വത്തിലായി നിന്നു.

"അവളാരാണെന്നോ, എങ്ങനെയാണ് മരിച്ചതെന്നോ വല്ലതും അറിഞ്ഞോ?" ചായ കൂട്ടുന്ന വെങ്കടേശൻ ചോദിച്ചു.

"അവളോ?" സൈക്കിൾ റിക്ഷക്കാരനായ ലക്ഷ്മിനാരായണന്റെ മുഖത്ത് ഒരു വിചിത്രഭാവം പ്രകടമായി. "ഞാനിപ്പോൾ മോർച്ചറീടെ മുമ്പിൽക്കൂടി വരികയാ. അവ്ടെ കെടത്തിയിരിക്കുന്ന ശവത്തിനു മുടിയും മുലയും മറ്റുമൊന്നും ഇല്ല."

"ങ്ഹേ..." വെങ്കടേശൻ വാ പൊളിച്ചുപോയി.

ലക്ഷ്മിനാരായണൻ ഉച്ചത്തിൽ ചിരിച്ചു.

"അത് പെണ്ണല്ല; ഒരാണാ."

മിനാരങ്ങൾക്കിടയിൽ ഇരിക്കുകയായിരുന്നവർ ഉൾക്കിടിലത്തോടെ ചാടിയെഴുന്നേറ്റു. അനേകം പ്രാവുകളുടെ വിഹ്വലമായ ചിറകടികൾ അവിടെയെങ്ങും മുഴങ്ങി.

പർദ്ദ ധരിച്ച് രാത്രിയിലേക്കിറങ്ങിയ പുരുഷൻ ആരായിരുന്നു? മോഷ്ടാവോ, കാമുകനോ, ജാരനോ, ആൺവേശ്യയോ, തീവ്രവാദിയോ? എന്തായിരുന്നു അവന്റെ ഉദ്ദേശ്യം?

നഗരമപ്പാടെ മോർച്ചറിയുടെ നേരെ ഇരമ്പിയെത്തുകയാണെന്ന് പൊലീസ് ഇൻസ്പെക്ടർ ഭയന്നു. ക്രമസമാധാനത്തെച്ചൊല്ലിയുള്ള ഉൽക്കണ്ഠ അയാളിൽ തീവ്രമായി. അന്തരീക്ഷം കലുഷമാണ്. എന്തും സംഭവിക്കാം.

"എറിഞ്ഞ് ആ പന്നികളുടെ തല പൊട്ടിക്ക്." ആരോ വിളിച്ചു പറഞ്ഞു.

കല്ലേറിൽനിന്നു സംരക്ഷണം ഉറപ്പുവരുത്തുന്ന ലോഹകവചങ്ങൾ ചേർത്തുപിടിച്ചുകൊണ്ട് പൊലീസുകാർ ഒരു പ്രതിരോധത്തിന് തുനിഞ്ഞു. അതിനിടയിലാണ് മോർച്ചറിയിൽനിന്ന് ഒരു ജീവനക്കാരൻ അത്യന്തം പരിഭ്രാന്തനായി ഇൻസ്പെക്ടറെ തേടി ഓടിയെത്തിയത്.

"സാബിനെ ഡോക്ടർക്ക് അടിയന്തരമായും കാണണം." അയാൾ കിതച്ചുകൊണ്ടു പറഞ്ഞു.

ഒരു കല്ല് ഇൻസ്പെക്ടറുടെ മുതുകിൽ വന്നുതട്ടി. സ്ഥിതിഗതികൾ നിയന്ത്രണാധീനമാക്കാൻ ലാത്തിച്ചാർജ്ജ് പര്യാപ്തമായേക്കില്ലെന്ന അശുഭചിന്തയോടെ അയാൾ തിടുക്കത്തിൽ മോർച്ചറിയിലേക്കു പോയി.

മഞ്ഞുകാലത്തെന്നപോലെ നീലിമകലർന്ന വെളിച്ചമായിരുന്നു മോർച്ചറിക്കുള്ളിൽ. താൻ ഭൂമിയുടെ തണുത്ത ഒരു കോണിലാണ് എത്തിയിരിക്കുന്നതെന്ന് ഇൻസ്പെക്ടർക്കു തോന്നി. ഡോക്ടർ വെളുത്ത വേഷത്തിൽ വിറങ്ങലിച്ചപോലെ നില്ക്കുന്നതുകണ്ട് അയാൾ സന്ദിഗ്ദ്ധതയോടെ പതുക്കെപ്പതുക്കെ മുന്നോട്ടു നടന്നു.

"എന്താണ് ഡോക്ടർ?" അയാൾ ആശങ്ക നിറഞ്ഞ ശബ്ദത്തിൽ ചോദിച്ചു.

ഡോക്ടർ മറുപടിയായി മേശപ്പുറത്തുള്ള നഗ്നമായ ജഡത്തിന്റെ ശിശ്നം അയാൾക്കു ചൂണ്ടിക്കാട്ടി.

അയാൾ അവിടേക്ക് ഉറ്റുനോക്കി. മരിച്ച പുരുഷൻ അയാൾക്കു മുമ്പാകെ പരിച്ഛേദനം നിർവ്വഹിക്കാത്ത ശിശ്നവുമായി ശയിച്ചു. ചില്ലു ജാലകത്തിലൂടെ സൂര്യപ്രകാശം ജഡത്തിനുമേൽ പതിച്ചുകൊണ്ടിരുന്നു. അതിന്റെ ഗുഹ്യരോമങ്ങൾ ചെമ്പിച്ചവയായിരുന്നു. ഉടലിലെങ്ങും ക്ഷതങ്ങൾ ദൃശ്യമായിരുന്നില്ല. ഉണങ്ങിയ മുറിവുകളുടെ പാടുകളോ ത്വക് രോഗത്തിന്റെ ലക്ഷണങ്ങളോ പോറലുകളോ ഇല്ലാത്ത സുഭഗമായ ഒരു ഉടൽ.

"പരിച്ഛേദനകർമ്മം ചെയ്യാത്ത ഒരാളുടേതാണ് മൃതശരീരമെന്നു പുറത്തറിയുമ്പോൾ കുഴപ്പങ്ങളുണ്ടാകുമെന്ന് ഞാൻ ഭയപ്പെടുന്നു." ഡോക്ടർ പറഞ്ഞു.

ഇൻസ്പെക്ടർ ഗാഢമായ പര്യാലോചനയോടെ ഡോക്ടറുടെ നേർക്കു തിരിഞ്ഞു.

"ഇതൊരു പരീക്ഷയാണ് ഡോക്ടർ." അയാൾ പറഞ്ഞു.

ഡോക്ടർ നിശ്ശബ്ദനായി കൈയുറകൾ ധരിക്കാൻ തുടങ്ങി.

"മരണം എങ്ങനെ സംഭവിച്ചുവെന്നത് ഇക്കാര്യത്തിൽ അത്ര പ്രധാനമാണെന്നു തോന്നുന്നില്ല. എങ്കിലും താങ്കളുടെ ജോലി നിർവിഘ്നം നടക്കട്ടെ. ഗുഡ്‌ലക്ക്!" ഇൻസ്പെക്ടർ പുറത്തേക്കു നടന്നു.

മോർച്ചറിയുടെ വാതിൽ അയാൾക്കു പിന്നിലായി അടഞ്ഞു.

ഒരു പ്രാദേശിക പ്രശ്നം

നിർവ്വാഹകസമിതി അംഗങ്ങളേവരും ആശുപത്രിയിൽ സന്നിഹിതരായിരുന്നു. ഒരംഗം പ്രസവവേദനയോടെ ലേബർ റൂമിലും ആറുപേർ ഉദ്വേഗഭരിതരായി വെളിയിലും. ആറുപേരിലൊരാൾ ഭർത്താവുതന്നെ–അനന്തനാരായണൻ. അയാൾക്ക് ന്യായീകരിക്കപ്പെടാവുന്ന വിധത്തിൽ ഉദ്വേഗം ഒരല്പം കൂടുതലാണ്. ലേബർറൂമിൽ നിന്ന് ഒരു നെഴ്സ് പുറത്തേക്കു വന്നപ്പോൾ ധൃതിയിൽ അടുത്തേക്കു ചെന്ന് എന്തെങ്കിലുമായോ എന്നയാൾ അന്വേഷിച്ചു. സിസേറിയനാണോ, അനസ്തേഷ്യ കൊടുത്തുവോ, ഗൈനക്കോളജിസ്റ്റ് എന്തു പറയുന്നു. കുഴപ്പമൊന്നുമില്ലല്ലോ എന്നിങ്ങനെ ചില ചോദ്യങ്ങൾ മറ്റു നിർവ്വാഹക സമിതി അംഗങ്ങളും ഉന്നയിക്കാൻ തുനിഞ്ഞു. നെഴ്സ് സമുചിതമായി പ്രതികരിച്ച് രണ്ടാം നിലയിലെ ഡ്യൂട്ടിറൂമിനുനേർക്ക് ചടുലമായ ചുവടുവയ്പുകളോടെ നീങ്ങി.

ലേബർ റൂമിലെ ഇരുമ്പുകട്ടിലിൽ നിറം മങ്ങിയ ഒരു റബ്ബർഷീറ്റിൽ കിടക്കുമ്പോൾ രാധാമണി ഓർത്തത് ഒരു നിർവ്വാഹകസമിതി അംഗമെന്ന നിലയ്ക്കുള്ള തന്റെ പ്രവർത്തനങ്ങളെക്കുറിച്ചല്ല. സ്കാനിങ് ചെയ്യുന്നതിന് ഒരു പരിസ്ഥിതി പ്രവർത്തകൻ കൂടിയായ അനന്തനാരാണൻ താത്ത്വികമായി എതിരായിരുന്നു. പക്ഷേ, ഗർഭസ്ഥ ശിശുവിന്റെ ചലനങ്ങളിൽ അയാൾ പരമാവധി ഉത്സുകനായിരുന്നു. പലപ്പോഴും അയാൾ സ്വച്ഛന്ദമായ ആ ചലനങ്ങൾ നോക്കിക്കാണുകയോ തൊട്ടറിയുകയോ ചെയ്തു; ഗൗരവം വിടാതെ.

പ്രണയവിവാഹമായിരുന്നു. ശീതയുദ്ധത്തിന്റെ കാലം കഴിഞ്ഞ് ആഗോളവല്ക്കരണത്തിന്റെ കാലം തുടങ്ങിയപ്പോഴാണ് അവർ പ്രണയത്തിൽ അകപ്പെട്ടത്. ചരിത്രം അവസാനിച്ചില്ലെന്ന കാര്യത്തിൽ ഇരുവരും ഏകാഭിപ്രായക്കാരായിരുന്നു. നോം ചോംസ്കിയോടുള്ള ആരാധന, വർഗ്ഗീ

യതയ്ക്കെതിരായ നിലപാട്, ഇലക്ട്രോണിക് മാധ്യമങ്ങൾ പുലർത്തുന്ന കാഴ്ചപ്പാടിലുള്ള വിയോജിപ്പ്, മുഖ്യധാരാ സിനിമയോടുള്ള സമീപനം. യുക്തിവാദം എന്നിങ്ങനെ അവരെ സംബന്ധിച്ച് യോജിപ്പിന്റെ മേഖലകൾ നിരവധിയായിരുന്നു. താല്പര്യങ്ങൾ ശരിയാംവണ്ണം ഇഴപിരിച്ചറിയാൻ അവർ വിശദമായ ചർച്ചകൾ നടത്തി. തുറന്ന മനസ്സോടെയായിരുന്നു ചർച്ചകളൊക്കെയും. തൽഫലമായി ചില നിഗമനങ്ങളിൽ എത്തിച്ചേരാൻ അവർക്ക് കഴിഞ്ഞു.

ശാരീരികബന്ധം വളരെ പ്രാധാന്യമുള്ളതായി അവർ കരുതിയില്ല. മുന്തിയ പരിഗണന അർഹിക്കുന്ന ഒരു കാര്യമാണതെന്ന് ഇരുവർക്കും അഭിപ്രായമുണ്ടായിരുന്നില്ല. ശരീരസൗന്ദര്യത്തിനു മാറ്റ് കൂട്ടാനുതകുന്ന വസ്തുക്കളൊന്നും തന്നെ രാധാമണി ഉപയോഗിക്കാറില്ലെന്നത് അനന്തനാരായണനെ നിർണ്ണായകമായി സ്വാധീനിച്ച ഒരു ഘടകമായിരുന്നു. വിവേകപൂർവ്വമാണ് അവർ ഇടപഴകിയത്. അവസരങ്ങൾ ഏറെ ലഭിച്ചിട്ടും വിവാഹത്തിനു മുൻപ് ഒന്ന് ചുംബിക്കാൻപോലും അവർ മുതിർന്നില്ല. ആകെക്കൂടി സംഭവിച്ചത് ഒരു കരസ്പർശമാണ്. *സരയേവോ* എന്ന സചിത്ര പുസ്തകം നോക്കുന്നതിനിടയിലായിരുന്നു അത്. *സരയേവോ* ദൃശ്യങ്ങൾ കണ്ട് ഹൃദയം സഹതാപാർദ്രമായപ്പോൾ അനന്തനാരായണൻ രാധാമണിയുടെ കൈത്തലം ചേർത്തുപിടിച്ചു. ലേബർ റൂമിൽ ഈറ്റു നോവെടുത്തു കിടക്കുമ്പോൾ അവളാ നിമിഷം ഓർക്കുകയുണ്ടായി. തിരിച്ചറിവിന്റെയും സാന്ത്വനത്തിന്റെയും ഒരു നിമിഷം. ജലകണികകൾ ഘനീഭവിച്ച് രൂപംകൊണ്ട സുച്യഗ്രമായ മഞ്ഞുപാളിപോലെ ഓർമ്മയിൽ അത് തിളങ്ങിനിന്നു.

അല്പസമയത്തിനകം ഡോക്ടർ വന്നെത്തുമെന്ന് നെഴ്സ് അറിയിച്ചു. ഡ്യൂട്ടിറൂമിലേക്കു പോയത് ഡോക്ടർക്ക് ഫോൺ ചെയ്യുന്നതിനായിരുന്നു. ഡോക്ടർ ഒന്നാം നിലയിലെ മുറിയിൽ രോഗികളെ പരിശോധിച്ചുകൊണ്ടിരിക്കുകയാണ്. സങ്കീർണ്ണമായ ഒരു പ്രസവം നെഴ്സ് ഏതു നിലയ്ക്കും പ്രതീക്ഷിക്കുന്നില്ല. ശസ്ത്രക്രിയ ആവശ്യമാണെന്നു വരികിൽതന്നെയും ബന്ധുക്കൾ പരിഭ്രമിക്കേണ്ടതില്ല. ഡോക്ടർ ശസ്ത്രക്രിയയിൽ നിപുണനാണ്.

ഉൽക്കണ്ഠാകുലനാകേണ്ടതില്ലെന്നു പറഞ്ഞുകൊണ്ടു നിർവ്വാഹകസമിതി സെക്രട്ടറി അനന്തനാരായണന്റെ ചുമലിൽ കൈവച്ചു. അനന്തനാരായണൻ അളവറ്റ കൃതജ്ഞതയോടെ സെക്രട്ടറിയെ നോക്കി. ഒരു പ്രതിസന്ധിഘട്ടത്തിൽ ഒരാൾ നമ്മുടെ ചുമലിൽ കൈവയ്ക്കുമ്പോൾ നമ്മുടെ മനസ്സ് കൃതജ്ഞതാനിർഭരമാകുന്നത് സ്വാഭാവികം മാത്രം. എങ്കിലും താൻ സ്വയം നിയന്ത്രിക്കേണ്ടതുണ്ടെന്ന് അനന്തനാരായണനു തോന്നി.

ലേബർ റൂമിനു മുന്നിൽ കാത്തുനില്ക്കുന്നവർക്കായി ഇരിപ്പിടങ്ങളൊന്നും സജ്ജമാക്കിയിട്ടില്ലെന്നതിൽ ഒരു നിർവ്വാഹസമിതി അംഗം തികഞ്ഞ അസംതൃപ്തി രേഖപ്പെടുത്തി. നീണ്ടൊരു ഇടനാഴിയുടെ അറ്റ

ത്തായിരുന്നു ലേബർ റൂം. കസേരയോ ബെഞ്ചോ ഇടാനുള്ള സൗകര്യമില്ലാത്ത ഇടനാഴിയിൽ ചുമരോടു ചേർന്ന് നില്ക്കുകയെന്നല്ലാതെ മറ്റൊരു ഉപായവും ഉണ്ടായിരുന്നില്ല. രണ്ടു ചുമരുകളിലും അനേകം പേരുടെ കാത്തുനില്പിന്റെ അടയാളങ്ങൾ തെളിഞ്ഞു കാണാമായിരുന്നു. എണ്ണമയമുള്ള ശിരസ്സുകൾ അമർന്നുണ്ടായ കറുത്ത പാടുകൾ, നഖങ്ങൾ കൊണ്ടു കോറിയിട്ട ശ്ലഥാക്ഷരങ്ങൾ, ചിത്രീകരണങ്ങൾ.

ഡോക്ടർ ഗോവണി കയറി ഇടനാഴിയിൽ പ്രത്യക്ഷനായി. അങ്ങുമിങ്ങും ശ്രദ്ധിക്കാതെ അതിവേഗം നടന്ന് അദ്ദേഹം ലേബർ റൂമിന്റെ വാതിൽ വലിച്ചു തുറന്നു. നിർവ്വാഹകസമിതി അംഗങ്ങളിൽ ചിലർ പരസ്പരം നോക്കി. അവരുടെ നെറ്റികൾ ലഘുവായി ചുളിഞ്ഞിരുന്നു. അത് ഡോക്ടർ തങ്ങളെ അവഗണിച്ചുവെന്ന തോന്നലിനെത്തുടർന്നായിരുന്നു. ഓ, ഇനിയിപ്പോൾ വളരെ നേരമൊന്നും കാത്തുനില്ക്കേണ്ടിവരില്ലെന്ന്, സന്ദർഭത്തിന് ലാഘവം കൈവരുത്താനായി ഒരംഗം തെല്ലുറക്കെ സ്വഗതാഖ്യാനം ചെയ്തു. പിരിമുറുക്കം ഒട്ടൊന്നയഞ്ഞു. യഥാർത്ഥത്തിൽ പ്രസവവേദന അനുഭവിക്കുന്നത് ലേബർ റൂമിനു വെളിയിൽ നില്ക്കുന്നവരാണെന്ന് മറ്റൊരംഗം അഭിപ്രായപ്പെട്ടു. ഒന്നുരണ്ടു പേർ ഒച്ചയില്ലാതെ ചിരിച്ചു.

വാതിൽ വീണ്ടും തുറക്കപ്പെട്ടു. ഡോക്ടർ പുറത്തുവന്നു. അദ്ദേഹത്തിന്റെ കൈയിൽ ഒരു തൂവലുണ്ടായിരുന്നു.

അനന്തനാരായണൻ ഡോക്ടറുടെ നേർക്ക് ഒരു ചുവടുവച്ചു. വാതിൽ തുറന്ന സമയത്ത് ലേബർ റൂമിനുള്ളിൽ നിന്നും നവജാതശിശുവിന്റെ കരച്ചിൽ ഉയർന്നുകേട്ടിരുന്നു. വെളിയിൽ കാത്തു നില്ക്കുന്നവരുടെ ഉൽക്കണ്ഠ ശമിപ്പിക്കാൻ അത് പര്യാപ്തമായിരുന്നു. ഇനി അറിയേണ്ടത് ആൺകുഞ്ഞോ പെൺകുഞ്ഞോ എന്നു മാത്രമാണ്. ഡോക്ടർ അസ്പഷ്ടമായി എന്തോ പറഞ്ഞ് വന്നതിലേറെ തിടുക്കത്തിൽ നടന്നകന്നു.

ലേബർ റൂമിൽ രാധാമണി ദുഃഖം സഹിക്കവയ്യാതെ ഏങ്ങലടിച്ച് കരയുകയായിരുന്നു. രണ്ട് നേഴ്സുമാർ അവളെ ആശ്വസിപ്പിക്കാൻ ശ്രമിച്ചു. കുഞ്ഞ് അവളുടെ അടുത്തുകിടന്നു കരഞ്ഞു. ഒരുപക്ഷേ കുഞ്ഞിനെ മാറ്റിക്കിടത്തുന്നതു നന്നാവുമെന്നു പ്രായക്കൂടുതലുള്ള നെഴ്സിനു തോന്നി. അവൾ തന്നെ കുഞ്ഞിനെ മറ്റൊരു കട്ടിലിലേക്കു മാറ്റി. പുറത്തു കാത്തു നില്ക്കുന്നവരോട് എന്താണു പറയേണ്ടതെന്ന് രണ്ടാമത്തെ നെഴ്സ് അവളോടു ആരാഞ്ഞു.

നിർവ്വാഹകസമിതി സെക്രട്ടറി ആരുടെയും അനുവാദം തേടാതെ സ്വമേധയാ വാതിൽ മെല്ലെ തുറന്ന് അകത്തു കടന്നതപ്പോഴാണ്. അയാൾ തികച്ചും അക്ഷമനായിരുന്നു. ഒരു നേഴ്സ് അയാൾക്ക് കുഞ്ഞിനെ ചൂണ്ടിക്കാണിച്ചു കൊടുത്തു. അയാൾ കട്ടിലിനടുത്തേക്കു ചെന്നു.

പിന്നീട് അനന്തനാരായണനും ഇതര നിർവ്വാഹകസമിതി അംഗങ്ങളും ലേബർ റൂമിലേക്കു കയറി. രാധാമണി വായ്ക്കു കൈ ചേർത്തു

കരയുന്നുണ്ടായിരുന്നു. കുഞ്ഞും കരയുകതന്നെ. അതിന്റെ അരയ്ക്ക് മുകളിലുള്ള ഭാഗം സാധാരണനിലയിലായിരുന്നെങ്കിലും കാലുകൾ രണ്ടും ചുള്ളിക്കമ്പുകൾപോലെ ശോഷിച്ചും പിരിഞ്ഞുമിരുന്നു. അനന്തനാരായണൻ നടുക്കംകൊണ്ടു മുഖം തിരിച്ചു. മറ്റുള്ളവർക്കും സ്തോഭം മറച്ചുപിടിക്കാനായില്ല. അവർ ഒന്നടങ്കം പുറത്തേക്കിറങ്ങി. ലേബർ റൂമിൽ അനന്തനാരായണനും രാധാമണിയും എന്താണു പറയേണ്ടതെന്നറിയാതെ പരസ്പരം നോക്കി. രാധാമണി കരച്ചിൽ നിർത്തിയിരുന്നില്ല.

പുറത്തേക്കിറങ്ങിയ നിർവ്വാഹകസമിതി അംഗങ്ങൾ ഇടനാഴിയുടെ മറ്റേ അറ്റത്തേക്കു നീങ്ങി.

അംഗവൈകല്യമേതുമില്ലാത്ത, ആരോഗ്യം തുളുമ്പുന്ന ഒരു കുഞ്ഞിനെ പ്രതീക്ഷിച്ചിരുന്ന അവരെല്ലാം കടുത്ത ഇച്ഛാഭംഗം അനുഭവിക്കുന്നുണ്ടായിരുന്നു.

ഇനിയും അവിടെ നില്ക്കുന്നതിൽ അർത്ഥമില്ലെന്ന് ഒരംഗം തുറന്നടിച്ചുപറഞ്ഞപ്പോൾ വെളിവാക്കപ്പെട്ടത് അയാളുടെ ഇച്ഛാഭംഗം തന്നെയാണ്. സെക്രട്ടറി അഭിപ്രായസമന്വയത്തിനായി മറ്റ് അംഗങ്ങളുടെ നേർക്കു തിരിഞ്ഞു. ഡോക്ടറുമായി ഒന്നും സംസാരിക്കുന്നത് സന്ദർഭോചിതമാകുമെന്ന ഒരു നിർദ്ദേശമുയർന്നു. അതിനോടു വിയോജിക്കുന്നവരായി ആരുമുണ്ടായിരുന്നില്ല.

അനന്തനാരായണൻ ലേബർ റൂമിൽ നിന്ന് ഹതാശഭാവത്തിൽ പുറത്തു കടക്കുമ്പോൾ അയാളെ അമ്പരപ്പിച്ചുകൊണ്ട് ഇടനാഴിതീർത്തും ശൂന്യമായിരുന്നു. അയാൾ അമ്പരപ്പോടെ ഇടനാഴിയിലാകെ കണ്ണോടിച്ചു. എല്ലാവരും എവിടെപ്പോയി?

അവർ ഡോക്ടറുടെ മുന്നിലായിരുന്നു. ഡോക്ടർ അവരോട് കാര്യമാത്രപ്രസക്തമായാണു സംസാരിച്ചത്. അളന്നു മുറിച്ച വാക്കുകൾ. നവജാത ശിശുവിന്റെ അംഗവൈകല്യം യാതൊരു വിധത്തിലും പരിഹരിക്കാവുന്നതല്ല. അത് പക്ഷേ, മരണകാരണമാവില്ല. ഹൃദയവും തലച്ചോറും ദഹനേന്ദ്രിയങ്ങളും സാധാരണ നിലയിൽ ദീർഘകാലം പ്രവർത്തിച്ചേക്കാം. പക്ഷേ, കുഞ്ഞിന് എഴുന്നേല്ക്കാനോ നടക്കാനോ കഴിയുകയില്ല. അത് താല്ക്കാലികവുമല്ല. ജീവിതകാലമത്രയും അങ്ങനെതന്നെ കഴിയേണ്ടിവരും. സംസാരശേഷി ഉണ്ടാകുമോ എന്നു കണ്ടറിയേണ്ടിയിരിക്കുന്നു. അധികപക്ഷവും ഉണ്ടാകാൻ സാദ്ധ്യതയുണ്ട്.

ലേബർ റൂമിൽ രാധാമണി തല ചരിച്ച് ഒരിക്കൽക്കൂടി കുഞ്ഞിനെ നോക്കി. അതിന്റെ കരച്ചിൽ പൂർണ്ണമായും നിലച്ചിരുന്നില്ല. ഒരോർമ്മയിൽ ഞെട്ടിയുണർന്നതുപോലെ ഇടയ്ക്കിടെ കരഞ്ഞ് അത് തന്റെ സാന്നിദ്ധ്യമറിയിച്ചു.

ഒരംഗത്തെ ഒഴിവാക്കിക്കൊണ്ട് വെളിയിൽ നിർവ്വാഹകസമിതി കൂടുകയായിരുന്നു. ഡോക്ടറുമായുള്ള കൂടിക്കാഴ്ചയുടെ പശ്ചാത്തലത്തിൽ ഒരു സത്വര തീരുമാനം കൈക്കൊള്ളാനായിരുന്നു നിർവ്വാഹക സമിതി അംഗങ്ങളുടെ ശ്രമം. അഞ്ചുപേർ, കുഞ്ഞ് ജീവിച്ചിരിക്കുന്നത് കാര്യക്ഷ

മമായി പ്രവർത്തിക്കുന്ന നിർവ്വാഹകസമിതിയുടെ പ്രതിച്ഛായയ്ക്ക് മങ്ങലേല്പിക്കുമെന്ന അഭിപ്രായക്കാരായിരുന്നു. രണ്ടു നിർവ്വാഹക സമിതി അംഗങ്ങളുടെ ആരോഗ്യകരമായ ദാമ്പത്യബന്ധത്തിൽനിന്ന് പിറക്കേണ്ടിയിരുന്നത് ഇപ്രകാരം വൈകല്യമുള്ള ഒരുകുഞ്ഞല്ല. ഇങ്ങനെയൊരു വികലാംഗശിശുവിനെ പൊതുജനമദ്ധ്യത്തിൽ പ്രദർശിപ്പിക്കുക തുലോം അപഹാസ്യമായിരിക്കും. രാഷ്ട്രീയ പ്രതിയോഗികൾ ഈ സന്ദർഭം മുതലെടുക്കാൻ ശ്രമിക്കുമെന്നത് നിസ്തർക്കമാണ്.

അസാധാരണമായ സാഹചര്യത്തിൽ ചേർന്ന യോഗത്തിന്റെ തീരുമാനം ലേബർറൂമിൽ കിടക്കുന്ന അംഗത്തെ അറിയിക്കാൻ അനന്തനാരായണനെ ഐകകണ്ഠ്യേന ചുമതലപ്പെടുത്തിയശേഷം മറ്റു കാര്യങ്ങളിലേക്കൊന്നും കടക്കാതെ സെക്രട്ടറി യോഗനടപടികൾ അവസാനിപ്പിച്ചു. ഇടനാഴിയിൽ നിശ്ശബ്ദത പരന്നു.

മർദ്ദിതർ

യഥേഷ്ടം നിവർത്തുകയും ചരിക്കുകയും ചെയ്യാവുന്ന കസേരയിൽ തല താഴ്ത്തിയിരിക്കുന്ന പോക്കറ്റടിക്കാരന്റെ പ്രതിരൂപമായിരുന്നു ക്ഷുരകന്റെ കടയുടെ ചുവരിലെ വലിയ കണ്ണാടിയിൽ.

കടയ്ക്കുള്ളിലും പുറത്തുമുള്ള ആളുകൾ ഒന്നടങ്കം അക്ഷമരായിരുന്നു.

“ഒന്നു വേഗം നോക്ക്.” പലരും ഇടയ്ക്കിടെ പറഞ്ഞു.

ക്ഷൗരക്കത്തിയുമായി നില്ക്കുന്ന വേലായുധന് അരിശം വന്നു.

“നിങ്ങളൊക്കെ കുറച്ചു മാറിനിന്നാട്ടെ. എനിക്ക് കണ്ണു കാണുന്നില്ല.”

“മുറിഞ്ഞോട്ടെടോ. ഇയ്യാള് സ്പീഡില് കാര്യം തീർക്ക്. എന്നിട്ടു വേണം ഞങ്ങൾക്കു പോകാൻ. നൂറുകൂട്ടം തെരക്കുള്ളതാ.”

അത്രയും തിരക്കിനിടയിൽ എന്തിനാണ് പോക്കറ്റടിക്കാരനെ പിടികൂടാൻ പോയതെന്ന ചോദ്യം വേലായുധന് നാക്കിന്റെ തുമ്പോളമെത്തി. പക്ഷേ, വിവേകം അവനെ വിലക്കി. കേൾക്കാൻ ഇഷ്ടമില്ലാത്ത ഒരു ചോദ്യം ഉന്നയിച്ചാൽ ആൾക്കാർ എങ്ങനെയാണ് പ്രതികരിക്കുകയെന്ന് പറയാൻ പറ്റില്ല. പോക്കറ്റടിക്കാരനെ എല്ലാവരും ചേർന്ന് ഒരുപരുവമാക്കിയിട്ടുണ്ട്. ഉടുപ്പാകെ കീറിപ്പറിഞ്ഞ നിലയിലാണ്. കവിളുകളിൽ തിണർപ്പുണ്ട്. ചെവികൾ ചുവന്നിരിക്കുന്നു.

“ഒരു കാര്യം ചെയ്താലോ? മുഴുവനും മൊട്ടയടിക്കാതെ പകുതി കൊണ്ടങ്ങു നിർത്താം.” ആരോ നിർദ്ദേശിച്ചു.

തെല്ലിട നിശ്ശബ്ദത.

നിർദ്ദേശം സജീവ പരിഗണനയിൽ. ആ ഇടവേള അധികം നീണ്ടു നിന്നില്ല.

“അതാ അതിന്റെ ശരി. മുഴുവനായി മൊട്ടയടിച്ചാൽ നാലുപേർ

കാണുമ്പോ പഴനീലോ തിരുപ്പതിയിലോ പോയി മൊട്ടയടിച്ചതാണെന്നു വിചാരിക്കും. അതായത് വിപരീതഫലം." ഒരാൾ വളരെ ആഴത്തിൽ നിന്നെന്നോണം മുഴങ്ങുന്ന ശബ്ദത്തിൽ പറഞ്ഞു.

"പകുതിമതി." കുറേപ്പേരുടെ ശബ്ദമുയർന്നു.

"എല്ലാവരും അതേ അഭിപ്രായമാണല്ലോ, അല്ലേ." മുഴങ്ങുന്ന ശബ്ദത്തിന്റെ ഉടമ ചോദിച്ചു.

"മീശയും ഒരു വശത്തേക്ക് കളയണം."

ഒരു കൃശഗാത്രൻ അഭിപ്രായപ്പെട്ടു.

"അതെ, അതെ." നിരവധിപേർ അയാളെ പിന്താങ്ങി.

പോക്കറ്റടിക്കാരൻ മുഖമുയർത്തിയത് വേലായുധന്റെ പിറകിൽ നിന്നൊരാൾ കടുപ്പിച്ച് പറഞ്ഞപ്പോഴാണ്. പാതി മുണ്ഡനം ചെയ്യപ്പെട്ട ശിരസ്സ് കണ്ണാടിയിൽ പ്രതിഫലിച്ചത് അവൻ നിർവ്വികാരനായി നോക്കിക്കണ്ടു. പിറകിൽ ആളുകൾ ആർത്തുചിരിച്ചു. ഏവരും ഹർഷോന്മാദത്തിലായിരുന്നു. അവർ ചിരിക്കുന്നതിനിടയിൽ വേലായുധൻ പോക്കറ്റടിക്കാരന്റെ പാതിമീശ സോപ്പുപതകൊണ്ട് വെള്ളയാക്കിത്തീർത്തു. സോപ്പ് ഉപയോഗിക്കേണ്ട ആവശ്യമെന്തിരിക്കുന്നുവെന്ന് ഒരാൾ ചോദിച്ചു. ആ ക്രമപ്രശ്നത്തിനു മറുപടി നല്കാതെ വേലായുധൻ പിന്നെയും ക്ഷൗരക്കത്തി കൈയിലെടുത്തു.

അപ്പോൾ, കുറേദൂരെ, പറമ്പത്ത് കുഞ്ഞിക്കണ്ണൻ സ്മാരകമന്ദിരത്തിൽ ഗൗരവമേറിയ ഒരു ചർച്ച നടക്കുകയായിരുന്നു. കുഞ്ഞിക്കണ്ണൻ സ്മാരകമന്ദിരത്തോടനുബന്ധിച്ച് ഒരു ചെറുകിട വ്യവസായശാല തുടങ്ങാൻ ലോകബാങ്ക് ധനസഹായം പ്രഖ്യാപിച്ചിരുന്നു. ലോകബാങ്കിന്റെ ധനസഹായം സ്വീകരിക്കണോ വേണ്ടയോ എന്നതിനെക്കുറിച്ചായിരുന്നു ചർച്ച. പലരും സംസാരിച്ചു കഴിഞ്ഞു.

പറമ്പത്ത് കുഞ്ഞിക്കണ്ണന്റെ മകൻ ദിനേശ് കുമാർ എഴുന്നേറ്റു.

"എന്റെ അഭിപ്രായത്തിൽ ലോകബാങ്കിന്റെ സഹായം സ്വീകരിക്കുന്നതിൽ ഒരു തെറ്റുമില്ല. ലോകബാങ്കിനും അന്താരാഷ്ട്രനാണയ നിധിക്കുമെതിരായ നിലപാട് ചില സന്ദർഭങ്ങളിൽ നമ്മൾ സ്വീകരിച്ചിട്ടുണ്ട്. ഞാനത് നിഷേധിക്കുന്നില്ല. ഒരേ നിലപാടിൽ മുറുകെ പിടിക്കുകയെന്നത് ഒരേ തെറ്റ് ആവർത്തിക്കുന്നതിനു തുല്യമാണ്. നിലപാടുകളിൽ കാലോചിതമായ മാറ്റമുണ്ടാകണം. യാഥാർത്ഥ്യത്തിൽ കണ്ടില്ലെന്നു നടിക്കാൻ നമുക്കാവില്ല. യാഥാർത്ഥ്യങ്ങളെ വസ്തുനിഷ്ഠമായി വിലയിരുത്തുകയും അതിന്റെ അടിസ്ഥാനത്തിൽ പുതിയ നിലപാടുകൾ കൈക്കൊള്ളുകയും വേണം. അതിന് തയ്യാറില്ലാത്തവർ യാഥാസ്ഥിതികരാണ്. ഇനി ആർക്കെങ്കിലും വല്ലതും പറയാനുണ്ടോ? ഇല്ലല്ലോ. ശരി. യോഗം അവസാനിപ്പിച്ചിരിക്കുന്നു."

പറമ്പത്ത് കുഞ്ഞിക്കണ്ണൻ സ്മാരകമന്ദിരത്തിൽ നിന്ന് ആളുകൾ പുറത്തിറങ്ങി. ചുരുക്കം ചിലർ മാത്രം മന്ദിരത്തിനുള്ളിൽ അവശേഷിച്ചു. പുറത്തിറങ്ങിയവർ നിരത്തിനു നേർക്കു നീങ്ങി.

വടക്കുനിന്ന് ശിരസ്സ് പകുതി മുണ്ഡനം ചെയ്ത നിലയിൽ ഒരാൾ നടന്നുവരുന്നത് അവർ കണ്ടു. അവർക്ക് ആശ്ചര്യമായി. അല്പസമയത്തിനകം അവരുടെ ആശ്ചര്യം വർദ്ധിച്ചു. പകുതി മുണ്ഡനം ചെയ്യപ്പെട്ടവന് ഒരു ഭാഗത്തെ മീശയും നഷ്ടപ്പെട്ടതായി അവർ കണ്ടറിഞ്ഞു.

"ഇതെന്താണ്?"

"ആരാണ് നിന്നോട് ഇങ്ങനെ ക്രൂരത കാട്ടിയത്?"

അവൻ കരഞ്ഞു.

"ബാർബർ വേലായുധനാണോ?"

അവൻ അതെയെന്നു ശിരസ്സനക്കി.

"ആങ്ഹാ. അവൻ അത്രയ്ക്കായോ?"

ചുമരിലെ കണ്ണാടിക്കരികിലേക്കു മുഖം നീട്ടി ചെറിയ കത്രിക കൊണ്ട് തന്റെ മീശ നിരയൊപ്പിച്ച് മുറിക്കുകയായിരുന്ന വേലായുധൻ ഒരാരവം കേട്ട് തിരിഞ്ഞുനോക്കി. ദൂരെ നിന്ന് തന്റെ കട ലക്ഷ്യം വെച്ചു നീങ്ങി വരുന്ന ആൾക്കൂട്ടത്തെ കണ്ട് അവൻ പകച്ചു. എന്റെ പറശ്ശിനിക്കടവ് മുത്തപ്പാ, വീണ്ടുമൊരു പോക്കറ്റടിക്കാരനോ? ഒരുത്തനെ പാതിമുടിയും മീശയും വടിച്ച് വിട്ടതേയുള്ളൂ. കാശാണെങ്കിൽ കിട്ടിയതുമില്ല. ഇനി എന്തായാലും മുൻകൂർ കാശ് തന്നിട്ടുമതി.

വേലായുധൻ വീണ്ടും കണ്ണാടിയുടെ നേർക്കു തിരിഞ്ഞു.

"എടാ ഇവനെ നീയറിയുമോ?" പിന്നിൽ ഒരാക്രോശമുയർന്നു.

രണ്ടുപേർ പോക്കറ്റടിക്കാരനെ മുന്നോട്ടു നീക്കി നിർത്തി.

വേലായുധൻ ഒരു വിശദീകരണത്തിന് തുനിയുമ്പോഴേക്കും ആദ്യത്തെ അടി വന്നു വീണു.

"ഇവൻ ആരോ ആകട്ടെ. അവന്റെ മുടിയും മീശയും പാതി വടിച്ചു വിടാൻ ആരാ നിനക്ക് അധികാരം തന്നത്? നീ നിയമം കൈയിലെടുക്കും. അല്ലേ."

വേലായുധന്റെ നിലവിളി തൊണ്ടയിൽ തന്നെ തടഞ്ഞുനിന്നു തലയിലും മുഖത്തും കഴുത്തിലും മുതുകത്തും തുടരെ അടിയേല്ക്കുകയായിരുന്നു. രണ്ടുപേർ ചെവികൾ പിടിച്ചു തിരുമ്മി. അവ പുകഞ്ഞു. ആരോ ചുവരിലെ കണ്ണാടിയെടുത്ത് നീട്ടിയെറിഞ്ഞു. അതു ഛിന്നഭിന്നമായി. മറ്റു സാമഗ്രികളും പുറത്തേക്ക് ഏറിയപ്പെട്ടു. കസേര വെളിയിൽ തകർന്നടിഞ്ഞു. നിലത്തു വീണ വേലായുധനെ ആരൊക്കെയോ ആഞ്ഞാഞ്ഞ് തൊഴിച്ചു. അവൻ കണ്ണടച്ചു കിടന്നു. വളരെ നേരം കഴിഞ്ഞ് കണ്ണു തുറക്കുമ്പോൾ ശബ്ദങ്ങളൊന്നും കേൾക്കാനുണ്ടായിരുന്നില്ല. ഒരു ഞരക്കത്തോടെ എഴുന്നേറ്റിരുന്ന് അവൻ ചുറ്റും നോക്കി. എല്ലാവരും പൊയ്ക്കഴിഞ്ഞിരുന്നു പോക്കറ്റടിക്കാരനൊഴിച്ച്.

വേലായുധൻ എഴുന്നേല്ക്കുന്നതും കാത്തെന്നപോലെ അവൻ കോലായുടെ ഒരുകോണിൽ ഇരിക്കുകയായിരുന്നു.

രണ്ടുപേരും തമ്മിൽത്തമ്മിൽ നോക്കി; ചിരിക്കാതെ, കരയാതെ വെളിയിൽ ചിതറിക്കിടന്ന കണ്ണാടിക്കീറുകളിൽ ആകാശം പല തുണ്ടുകളായി പ്രതിബിംബിച്ചു.

പിതാക്കൾ

വൃദ്ധമായ വിറങ്ങലിച്ച ഒരു ശരീരമായിരുന്നു എന്റെ മനസ്സിൽ; അച്ഛൻ. ആ ശരീരത്തിന് ഞാൻ കൊള്ളിവെച്ചത് ഇന്നലെ. ഓർമ്മയിൽ തീയാളുകയാണ്.

ശിരസ്സിൽ നിന്ന്.

കണ്ണുകളിൽ നിന്ന്.

നെഞ്ചിൽനിന്ന്.

പാദങ്ങളിൽനിന്ന്.

പണ്ടേയുള്ള മരംകൊണ്ടുള്ള ചാരുകസേരയിൽ കിടന്ന് ഒരു നടുക്കത്തോടെ കണ്ണുതുറക്കുമ്പോൾ മകൻ അരികെ.

"അച്ഛാ!"

ഞാൻ അവന്റെ ഉടൽ ചേർത്തു പിടിച്ചു.

"എന്താ മോനേ?"

"അച്ഛന്റെ മുടി നരച്ചുതുടങ്ങിയല്ലോ."

മഴയിലെ നാടകം

പാലം കഴിഞ്ഞാൽ ചതുപ്പുനിലം. ചെളിവെള്ളത്തിന്റെ പരപ്പിൽ അങ്ങിങ്ങായി മുൾച്ചെടികളും കണ്ടലുകളും പന്നലും വളർന്ന കൊച്ചു കൊച്ചു തുരുത്തുകൾ. അവയുടെ അവകാശം പറവകൾക്കത്രേ. വേഗം കൂടിയ ഒരു പടിഞ്ഞാറൻ കാറ്റ് കടന്നുപോയപ്പോൾ പറവകൾ പൊടുന്നനെ ഒച്ചവെച്ചുതുടങ്ങി. അധികം വൈകാതെ മഴ കരഞ്ഞെത്തി. പിന്നീട് മഴയുടെ ശബ്ദം മാത്രമായി.

ചതുപ്പുനിലത്തെ പകുത്തുകൊണ്ട് നീങ്ങിപ്പോകുന്ന നിരത്തിൽ പാലത്തിനപ്പുറത്തുള്ള ആദ്യത്തെ ബസ് സ്റ്റോപ്പിൽ യുവാക്കളുടെ ഒരു ക്ലബ്ബ് പണി കഴിപ്പിച്ച വെയിറ്റിങ് ഷെഡ്ഡിൽ പുരുഷന്മാർക്കു ബസ് കാത്തു നില്ക്കാനുള്ള ഭാഗത്ത് വൃദ്ധനൊരാൾ. ചെറിയൊരു കുട്ടിയുടെ കൗതുകത്തോടെ അയാൾ മഴ കാണുമ്പോൾ നേരെ വടക്കു ദിശയിൽ നിന്ന് ബസ് സ്റ്റോപ്പിൽ വന്നുചേർന്ന ചരൽപ്പാതയുടെ അറ്റത്ത് ഒരു യുവതി പ്രത്യക്ഷപ്പെട്ടു. തോളിൽ ഒരു എയർബാഗുമായി അവൾ അതിവേഗം വെയിറ്റിങ് ഷെഡ്ഡിനു നേർക്കു നടന്നു.

വൃദ്ധൻ അവളെ കാണുന്നത് നിരത്തിൽ എത്തിയപ്പോഴാണ്.

അവൾ നിരത്തു മുറിച്ചുകടന്ന് വെയിറ്റിങ് ഷെഡ്ഡിലേക്കു കയറി. ധൃതിയിൽ കുട മടക്കി അവൾ വാച്ചിൽ നോക്കി.

വൈകിയോ?

“ടൗണിലേക്കുള്ള ഒരു ബസ് ഇപ്പോ വരാനുണ്ട്.” വൃദ്ധൻ പറഞ്ഞു.

ആവശ്യപ്പെടാതെ തന്നെ താൻ പറഞ്ഞറിയിച്ച കാര്യം യുവതിയെ സംബന്ധിച്ച് ആശ്വാസരമായേക്കുമെന്ന് അയാൾ പ്രതീക്ഷിച്ചുവെങ്കിലും അയാളുടെ ദിശയിലേക്കു തിരിഞ്ഞപ്പോൾ അവളുടെ മുഖത്ത് ആശ്വാസഭാവം പ്രകടമായില്ല.

ശരി. ഞാൻ ഒന്നും പറഞ്ഞില്ലെന്ന് കരുതിക്കോളൂ.

വൃദ്ധൻ പിന്നെയും മഴയുടെ നേർക്കു തിരിഞ്ഞു.

ടാറിട്ട നിരത്തിൽ വീണ മഴത്തുള്ളികളോരോന്നും ഓരോ കുമിളയായി പൊങ്ങി. കുമിളകൾക്കിടയിലൂടെ തവളകൾ ചാടിക്കടന്നു. തുരുത്തുകളിൽ പതുങ്ങി നിന്ന പറവകൾ മഴയിൽ നനഞ്ഞു കുതിർന്നു. മഴയിലൂടെ കാറ്റുകൾ പാഞ്ഞുപോയി.

ടൗണിലേക്കു പോകുന്ന ഒരു ബസ് കിഴക്കുനിന്ന് വന്നു.

യുവതി പക്ഷേ, വെയിറ്റിങ് ഷെഡ്ഡിൽ നിന്നിറങ്ങിയില്ല.

ബസ് ഇവിടെ നില്ക്കാതെ ഇരമ്പി നീങ്ങി. വൃദ്ധൻ തെല്ലൊരാശ്ചര്യത്തോടെ യുവതിയെ നിരീക്ഷിച്ചു. അപ്പോൾ ടൗണിലേക്കല്ലേ? ടൗണിൽനിന്ന് വരാനുള്ള ബസ് കാത്തു നില്ക്കുകയാണോ? അങ്ങനെയെങ്കിൽ പടിഞ്ഞാറുള്ള പാലത്തിനു നേരെ നോക്കുന്നതിനു പകരം കിഴക്കോട്ടു തന്നെ നോക്കുന്നതെന്തിനാണ്? വൃദ്ധന് അതൊരു നിഗൂഢതയായി അനുഭവപ്പെട്ടു. ഒരുപക്ഷേ, കിഴക്കുനിന്ന് ആരെങ്കിലും വരാനുണ്ടായിരിക്കും. ഒരുമിച്ച് വല്ലേടത്തേക്കും പോകാമെന്ന് തീരുമാനിച്ചിട്ടുണ്ടാവും. തനിക്ക് ഇതിൽ കാര്യമൊന്നുമില്ല. മഴ തിമർത്തു പെയ്യുകയാണ്. ഇടയ്ക്ക് മഴ വെയിറ്റിങ് ഷെഡ്ഡിലേക്ക് ഓടിക്കയറുന്നുമുണ്ട്. വൃദ്ധന് തണുപ്പു തോന്നി. പുതയ്ക്കാൻ ഒരുകമ്പിളി കിട്ടിയിരുന്നെങ്കിൽ!

യുവതി ഒരിക്കൽക്കൂടി വാച്ചിൽ നോക്കി. തികഞ്ഞ നിസ്സംഗതയോടെ വാച്ച് അവളെ സമയമറിയിച്ചു. അവൾ പ്രകടമായും അസ്വസ്ഥയായി. അവളുടെ ദൃഷ്ടി പിന്നെയും പാതയുടെ കാണാവുന്ന അറ്റത്തേക്ക് നീണ്ടു ചെന്നു.

വൃദ്ധന്റെ മനസ്സ് പതുക്കെ കമ്പിളിയിൽനിന്ന് തെന്നി നീങ്ങി. കാറ്റിൽ കൂനിപ്പിടിച്ചിരുന്ന് അയാൾ എന്തൊക്കെയോ ഓർമ്മിച്ചെടുക്കാനുള്ള ശ്രമമായി. അയാളുടെ ശ്രമം വിഫലമായില്ല. ഏതാനും ഓർമ്മകൾ അയാൾക്കു മനസ്സിന്റെ വിസ്തൃതിയിൽ തെളിഞ്ഞു കിട്ടി. അതേത്തുടർന്ന് അയാളുടെ കണ്ണുകൾക്കു സവിശേഷമായ ഒരു തിളക്കം കൈവന്നു. ഉന്മേഷപൂർവ്വം അയാൾ യുവതി നില്ക്കുന്നിടത്തേക്കു നോക്കി. അവളുടെ ഉടൽസൗന്ദര്യം തികഞ്ഞതാണെന്ന് അയാൾ കണ്ടെത്തി. ആഹാ!

ടൗണിൽ നിന്നുള്ള ഒരു ബസ് റെയിൽപ്പാതയും പാലവും പിന്നിലാക്കി മുന്നോട്ടു നീങ്ങി. യുവതി അതിന്റെ വരവ് ശ്രദ്ധിച്ചതുതന്നെയില്ല.

ബസ് നിന്നു.

വലതുവശത്ത് താഴ്ത്തിയിട്ട ടാർപാളിൻ ഒട്ടുയർത്തി ആരോ പുറത്തേക്കു നോക്കി.

മണി മുഴങ്ങി. ബസ് വീണ്ടും ചലിക്കുകയായി.

ബസിൽ നിന്നിറങ്ങിയ ആൾ കൈയിലൊരു പ്ലാസ്റ്റിക് സഞ്ചി തൂക്കിപ്പിടിച്ച് ചരൽപ്പാതയിലൂടെ നടന്നു തുടങ്ങി. അതിനിടയിൽ ഏതോ ഉൾപ്രേരണയാൽ അയാൾ പിറകോട്ടു നോക്കി. ങ്ഹേ, ഇതാര്?

“നീയെന്താ ഇവിടെ?” അയാൾ യുവതിയോട് ചോദിച്ചു.

അവൾ ഒരു നടുക്കത്തോടെ അയാളുടെ മുഖത്തേക്കു നോക്കി.

"ടൗണിൽ വന്നിരുന്നോ?" അയാൾ വെയിറ്റിങ് ഷെഡ്ഡിലേക്കു കയറി നിന്ന് ചോദിച്ചു.

"ഉവ്വ്." അവളുടെ വിളറിയ ചുണ്ടുകൾ അനങ്ങി.

"എന്തിന്?" അയാൾ സംശയാകുലനായി.

"ടെയിലറിങ് ഷോപ്പിലേക്ക്. രണ്ടു മൂന്നു സാരിക്ക് ഫോൾ വെക്കാനുണ്ടായിരുന്നു. പിന്നെ..." അവൾ പെട്ടെന്ന് പറഞ്ഞു.

"എന്നിട്ടെന്താ ഓഫീസിൽ വരാതിരുന്നത്? നമുക്ക് ഇങ്ങോട്ട് ഒരുമിച്ച് പോരാമായിരുന്നല്ലോ."

യുവതി മുഖം കുനിച്ചു.

"ഇവിടെയിങ്ങനെ നിന്നിട്ടെന്താ? മഴ ഇപ്പോഴൊന്നും തോരുമെന്ന് തോന്നുന്നില്ല. വാ വീട്ടിലേക്കു പോകാം."

അയാൾ മഴയിലേക്കിറങ്ങി.

അവൾ തെല്ലിട സംശയിച്ചു നിന്നു. പിന്നെ എയർബാഗ് വെയിറ്റിങ് ഷെഡ്ഡിൽ സ്ത്രീകൾക്കായുള്ള ബെഞ്ചിൽ നിന്നെടുത്ത്, കുട തുറന്ന്, അയാളെ പിന്തുടർന്നു. അവർ രണ്ടുപേരും മഴയിലൂടെ നടന്നകലുന്നതും നോക്കി വൃദ്ധനിരുന്നു. നശിച്ച മഴ! അയാൾ ഈർഷ്യയോടെ പിറുപിറുത്തു.

മഴ പെയ്തുകൊണ്ടിരുന്നു.

കിഴക്കുനിന്ന് ഒരു യുവാവ് ധൃതിയിൽ ബസ് സ്റ്റോപ്പിലേക്കു നടന്നു. അവന്റെ കൈയിലൊരു കറുത്ത സൂട്ട്കെയ്സ്. അതിനുമേൽ മഴയുടെ വിരലുകൾ താളംകൊട്ടി.

വൃദ്ധൻ മുഖമുയർത്തി.

യുവാവ് മഴയിൽ നിന്നും വെയിറ്റിങ് ഷെഡ്ഡിലേക്കു കയറി. വൃദ്ധനെ ഒട്ടും ഗൗനിക്കാതെ അവൻ ചരൽപ്പാതയുടെ നേർക്ക് ഉദ്വേഗത്തോടെ കണ്ണോടിച്ചു. പാതയിൽ മഴ മാത്രം.

യുവാവ് വാച്ചിൽ നോക്കി.

വൃദ്ധൻ അടുത്തൊരു നിമിഷത്തിൽ ഭ്രാന്തുപിടിച്ചതുപോലെ ഉറക്കെ ചിരിക്കാനാരംഭിച്ചു. യുവാവ് അന്ധാളിച്ചു നിന്നു.

ചെറിയ നായാട്ടുകാർ

ചെളിവെള്ളത്തിൽ മീൻ തേടിയെത്തിയ കൊക്കുകൾ നായാട്ടുകാരെക്കണ്ട് ആരവത്തോടെ പറന്നുയർന്നു.

"ദാ പോണു."

"വിടരുത്."

"എറിയെടാ."

നായാട്ടുകാർ ഒത്തുകൂവി.

ചെളിവെള്ളത്തിലൂടെ അവർ കൊക്കുകളുടെ നേർക്കു ചിതറിയോടി. ചിലരുടെ കൈകളിൽ ഉരുളൻ കല്ലുകൾ, ചിലർക്കു കണ്ണാവണക്കിന്റെയും ചെമ്പകത്തിന്റെയും കമ്പുകൾ.

ആരുടെ കൈയിലും തോക്കുണ്ടായിരുന്നില്ല. തിര നിറച്ച തോക്കുണ്ടായിരുന്നെങ്കിൽ എല്ലാറ്റിനെയും നൊടിയിടയിൽ താഴെ വീഴ്ത്താമായിരുന്നുവെന്ന് ഓട്ടത്തിനിടയിൽ നായാട്ടുകാരിൽ ഒരുവൻ പറഞ്ഞു. അവധിയിൽ വന്ന ഒരു പട്ടാളക്കാരൻ തോക്കുമായി കൊക്കുകളെയും എരണ്ടകളെയും തേടി അലയുമ്പോൾ അവരിൽ ചിലർ പാത്തും പതുങ്ങിയും ഒപ്പം ചെന്നിരുന്നു. ആ അറിവു മനസ്സിൽ രേഖപ്പെടുത്തി വെച്ചിട്ടുണ്ട്.

"ഒരെണ്ണം അതാ വീഴുന്നു."

"ഹായ്!"

"കാണാൻ എന്തൊരു ചേല്!"

ഒരു കൊക്ക് കൂട്ടത്തിൽനിന്നു വേർപെട്ട് വയൽച്ചെളിയിലേക്കു മടങ്ങുകയായിരുന്നു. കഴുത്ത് ഒടിഞ്ഞു തൂങ്ങി, ചിറകുകൾ തളർന്ന നിലയിൽ അതു കീഴ്പ്പോട്ടു പതിച്ചു. അത്ഭുതമൊന്നും സംഭവിച്ചില്ല. വയലിൽ ചെന്നു വീണ കൊക്ക് നനഞ്ഞ ചിറകുകളോടെ ഇരുകാലും ചെളിയിലൂന്നി നിവരാൻ ഒരു ശ്രമം നടത്തി.

"അതു പോകാൻ തുടങ്ങ്വാ."

"നമ്മളെ മണ്ടന്മാരാക്കീട്ടോ."

"നല്ല കഥയായി."

"ഹഹ..."

നായാട്ടുകാർ പല ഭാഗത്തുനിന്നുമായി വെള്ളം ചിതറിച്ചുകൊണ്ടു കൊക്കിനെ ലക്ഷ്യമാക്കി ഓടി.

അപ്പോൾ കൊക്ക് അതിദീനമായി ആകാശത്തെ നോക്കുകയായിരുന്നു. നായാട്ടുകാർ ഓടിവരുന്നതറിഞ്ഞ് ആകാശത്തിൽനിന്നും ദൃഷ്ടി മാറ്റി പരിഭ്രാന്തിയോടെ അത് ഓടാൻ തുടങ്ങി. ജീവൻ അതിനെ സംബന്ധിച്ചും വിലപ്പെട്ടതായിരുന്നു. കലക്കുവെള്ളം തെറിച്ച് അന്ധമായ കണ്ണുകളോടെ അതു വയൽസസ്യങ്ങൾക്കിടയിലൂടെ ഇടിച്ചുകൊണ്ടു കടന്നുപോയി. പരൽമീനുകളെയോ ചെറുതവളകളെയോ തുമ്പികളെയോ അതു കണ്ടില്ല.

അകലെ പള്ളിക്കൂടത്തിൽ ആദ്യത്തെ നീണ്ട മണി മുഴങ്ങി.

ഓരോ കുട്ടിയും പക്ഷിത്തൂവൽ കൊണ്ടുവരണമെന്നു തലേദിവസം ക്ലാസിൽ പറഞ്ഞ അദ്ധ്യാപിക സ്റ്റാഫ്റൂമിലായിരുന്നു.

തൂവലുകൾ നീട്ടിപ്പിടിച്ചു നായാട്ടുകാർ സ്റ്റാഫ് റൂമിലേക്ക് ഇരച്ചുകയറി. തൂവലുകളിലെല്ലാം രക്തം പുരണ്ടിരുന്നു.

"ഞങ്ങള് കൊക്കിനെ എറിഞ്ഞു താഴെയിട്ട് പറിച്ചെടുത്തതാ." സിദ്ധാർത്ഥൻ പറഞ്ഞു. അവന്റെ കൈയിൽ രണ്ടു തൂവലുണ്ടായിരുന്നു.

അദ്ധ്യാപിക മറ്റു കുട്ടികളുടെ മുഖങ്ങളിലേക്കു കണ്ണോടിച്ചു.

എല്ലാവരും കൈകളിൽ രക്തം പുരണ്ട തൂവലുകളുയർത്തിപ്പിടിച്ച് സ്വാഭിമാനം നില്ക്കുകയാണ്. കാണെക്കാണെ അവർ വലുതാകുന്നതായി അദ്ധ്യാപികയ്ക്കു തോന്നി. അതോടൊപ്പം രക്തഗന്ധം രൂക്ഷമാകുകയും ചെയ്തു.

"എത്ര തൂവല് വേണമെങ്കിലും ഞങ്ങള് കൊണ്ടുവരാം, ടീച്ചർ" അശോകൻ പറഞ്ഞു.

"അതെ, അതെ." മറ്റുള്ളവർ അവനെ പിന്തുണച്ചു.

ഫ്രിഡ്ജ്

തണുപ്പ് വന്നത് അയാൾ സോഫയിൽ ചാരിക്കിടന്നു മയങ്ങുമ്പോൾ ഒട്ടും പ്രതീക്ഷിക്കാതെയായിരുന്നു. അത്രയും നേരം ശൂന്യമായിരുന്ന അയാളുടെ മനസ്സിലേക്ക് ഒരു ശീതക്കാറ്റ് വീശി. ചുറ്റിലും കൊടുംതണുപ്പ് നിറഞ്ഞു. അയാൾ ഒരു നടുക്കത്തോടെ ഉണർന്നു.

നേരെ മുന്നിൽ ഒമ്പതുവയസ്സുകാരനായ മകൻ നില്പുണ്ടായിരുന്നു. കൈത്തലങ്ങൾ രണ്ടും അയാളുടെ കവിളുകളിൽ ചേർത്ത്. അതിനു മുമ്പായി അവൻ കുറെ നേരത്തേക്ക് അവ ആ മുറിയിൽത്തന്നെയുള്ള ഫ്രിഡ്ജിനുള്ളിലേക്കു നീട്ടിവെച്ചിരുന്നു.

അയാൾക്കു മനസ്സിലായില്ല. അവനെന്തിനാണ് ചിരിക്കുന്നതെന്ന്. എളുപ്പത്തിൽ കാര്യങ്ങൾ ഗ്രഹിക്കാൻ കഴിയാത്ത വിധത്തിൽ അയാളുടെ മനസ്സ് പതറിപ്പോയിരുന്നു.

അടുക്കളയിൽനിന്നും അങ്ങോട്ടുവന്ന ഭാര്യക്ക് അയാളുടെ സംഭ്രമം കണ്ട് ചിരിയടക്കാൻ കഴിഞ്ഞില്ല.

"അച്ഛന്റെ മുഖം ഞാനങ്ങ് തണുപ്പിച്ചു." മകൻ വിജയഭാവത്തോടെ പറഞ്ഞു.

അവൻ ഫ്രിഡ്ജ് അടച്ചിരുന്നില്ല. അയാൾ അതു ശ്രദ്ധിച്ചു. അയാളുടെ നോട്ടം പിന്തുടർന്ന് ഭാര്യയും.

"അതുശരി. ഫ്രിഡ്ജില് കൈകള് തണുപ്പിച്ചെടുത്താ കളി!" അവൾ ഫ്രിഡ്ജിനടുത്തേക്കു തിടുക്കപ്പെട്ട് ചെന്നു. "ഇതു തുറന്നുവെക്കരുതെന്ന് എത്ര പറഞ്ഞാലും ഇവൻ കേൾക്കില്ല." ഫ്രിഡ്ജ് അടച്ച് അവൾ അയാളുടെ നേർക്ക് തിരിഞ്ഞു. അയാൾ മരവിച്ചതുപോലെ ഇരുന്നതല്ലാതെ ഒന്നുംപറഞ്ഞില്ല. അതവളെ നീരസപ്പെടുത്തി. തനിക്കു ധ്രുവാനുഭവം ഉണ്ടായതെങ്ങനെയെന്ന് അയാൾ ഇപ്പോഴും അറിഞ്ഞമട്ടില്ല. അവൾ

എന്തോ പിറുപിറുത്ത് മകന്റെ കൈത്തലങ്ങൾ തടവാൻ തുടങ്ങി. അവയിൽ ചോരയോട്ടം നിലച്ചിരിക്കയാണെന്ന് അവൾ വേവലാതിയോടെ പറഞ്ഞത് അയാൾ കേൾക്കുകയുണ്ടായില്ല. അയാൾ മറ്റെങ്ങോ ആയിരുന്നു. വളരെ അകലെ എവിടെയോ തണുത്ത ഒരിടത്ത്.

പൊടിമഞ്ഞ് പൊഴിയുന്നുണ്ടായിരുന്നു. പാതയ്ക്കിരുവശത്തും മരങ്ങൾ. അവയ്ക്കിടയിലും ആകാശത്തും വിളറിയ നീലവെളിച്ചം. അങ്ങിങ്ങായി ആളനക്കങ്ങൾ.

"ശ്ശോ. എന്തൊരു തണുപ്പ്." അയാളോട് കൂടെയുള്ള പെൺകുട്ടി പറഞ്ഞു. അവർ സ്വെറ്ററുകളും രോമത്തൊപ്പികളും ധരിച്ചിരുന്നു.

"ഇന്നലെത്തേതിലും കൂടുതലുണ്ടോ ഇന്ന്?" അയാൾ ചോദിച്ചു.

"അപ്പൊ സാറ് ടി വിയിലെ അറിയിപ്പ് കണ്ടില്ല, അല്ലേ."

"എന്തായിരുന്നു?"

"താപനില ഇന്നലെ പറഞ്ഞതിലും കുറവാണ്."

"എങ്കിലും നമുക്ക് ഈ നേരത്ത് നടക്കാൻ ഇറങ്ങേണ്ടിയിരുന്നില്ല."

പെൺകുട്ടി ചിരിച്ചു.

"നടക്കാൻ ഇറങ്ങിയതിൽ എനിക്കു ഖേദം തോന്നുന്നില്ല." അവൾ പറഞ്ഞു.

"എങ്കിൽ ഞാനും അതോർത്ത് ഖേദിക്കുന്നില്ല." അയാൾ പറഞ്ഞു.

"നമുക്ക് ആ കുന്നിൻചരിവു വരെ നടക്കാം. അവിടെ ചെമ്മരിയാടുകൾ മേയുന്നുണ്ട്."

"ഒരു മത്സര നടത്തമായാലോ?"

"ശരി."

അവൾ നടത്തത്തിനു വേഗം കൂട്ടി. അയാൾ പിന്നിലായി. മേഘരഹിതമായ ആകാശത്തിലൂടെ ചെറിയൊരു കൂട്ടം പക്ഷികൾ നിശ്ശബ്ദമായി കടന്നുപോയി.

ഇടതുവശത്ത് തെല്ലകലെയായി വയലറ്റ് നിറത്തിലുള്ള പൂക്കൾ കണ്ടപ്പോൾ പെട്ടെന്നുളവായ കൗതുകത്തോടെ അയാൾ അങ്ങോട്ടു നീങ്ങി. ഓടിക്കൊണ്ടിരിക്കുന്ന ഒരു തീവണ്ടിയിൽനിന്നും ചാടിയിറങ്ങി തന്റെ കംപാർട്ടുമെന്റിൽ ഇരിക്കുന്ന പെൺകുട്ടിക്കായി കാട്ടുപൂക്കളിറുത്ത ഏണസ്റ്റ് ഹെമിങ്‌വെയെ അയാൾക്ക് ഓർമ്മവന്നു. ഹെമിങ്‌വെ പെൺകുട്ടിയുടെ മുന്നിൽ ഒരു പിടി പൂക്കളുമായി ചെന്നത് മുറിവുകളോടെയായിരുന്നു. ചോര പൊടിഞ്ഞ മുഖത്ത് പക്ഷേ, ഒരു മന്ദസ്മിതം തെളിഞ്ഞു നിന്നിരുന്നു.

എന്റെ മുഖത്ത് ചോര പൊടിഞ്ഞിരിക്കില്ലെന്ന ഒരുവ്യത്യാസമേ ഉണ്ടാകുന്നുള്ളൂ. പൂക്കൾ തണ്ടോടെ പൊട്ടിച്ചെടുക്കുന്നതിനിടയിൽ അയാൾ സ്വയം പറഞ്ഞു. ഞാൻ വിസ്മയത്തിന്റെ ഒരു മുഹൂർത്തം നേടുകയാണ്. ഒരു വാക്കും ഞാൻ ഉരിയാടുകയില്ല. നിശ്ശബ്ദതയും ഒരു വിനിമയരീതി തന്നെയാണ്. എന്റെ നോട്ടം അവളുടെ കണ്ണുകളിലേക്കായിരിക്കും. അവയിൽ ഞാൻ എന്നെത്തന്നെ കാണും.

തുടർന്ന് അയാൾ ഒരു ദൃശ്യം സങ്കല്പിച്ചു. പൂക്കൾ പിറകിൽ മറച്ചുപിടിച്ചുകൊണ്ട് താൻ അവളുടെ മുന്നിലെത്തുന്നു. അവൾ കാര്യമെന്തെന്ന് ഊഹിക്കാനാവാതെ ചോദ്യരൂപത്തിൽ തന്നെ നോക്കുന്നു. ഒരു വിക്ടോറിയൻ കാമുകന്റെ ഭവ്യത പ്രകടിപ്പിച്ചുകൊണ്ട് ഒട്ടു കുനിഞ്ഞ് താൻ പൂക്കൾ അവളുടെ നേർക്കു നീട്ടുന്നു. അവളുടെ മുഖം ആശ്ചര്യം കൊണ്ട് വിടരുന്നു.

ഓ, എത്ര മനോഹരം! അയാൾ പൂക്കൾ അവളുടെ ദൃഷ്ടിയിൽപെടാതിരിക്കാൻ പിറകുവശത്തായി പിടിച്ച്, താൻ സങ്കല്പിച്ച ദൃശ്യത്തിലെന്നപോലെ, മുന്നോട്ടുനടന്നു. എന്നാൽ അവളെ സമീപത്തെങ്ങും അയാൾ കണ്ടില്ല. അയാൾ നാലുപാടും കണ്ണോടിച്ചു. എവിടെയാണ് നീ?

അതീവമായ തണുപ്പുള്ള രണ്ടു കൈത്തലങ്ങൾ അയാളുടെ കവിളുകളിൽ അമർന്നത് അടുത്തൊരു നിമിഷത്തിലായിരുന്നു. പൂക്കൾ പാതയിൽ, ഉപേക്ഷിച്ച് അയാൾ അവ ചേർത്തുപിടിച്ചു. പെൺകുട്ടിയുടെ കണ്ണുകൾ തിളങ്ങി. അയാൾ അവളുടെ കൈത്തലങ്ങൾ ചൂടുപിടിപ്പിക്കാനായി തടവിത്തുടങ്ങി. കുറേശ്ശെക്കുറേശ്ശെയായി അവളുടെ ഞരമ്പുകളിലെ ചോരയോട്ടം അയാൾക്ക് അനുഭവപ്പെടുകയായി. ചോരയുടെ ഇളംചൂട്. കണ്ണുകളിലെ തിളക്കം. ചുണ്ടുകളിലെ വിളറിയ ചുവപ്പ്. ഒരു വെമ്പലോടെ അയാൾ തന്റെ മുഖം അവളുടെ മുഖത്തേക്കടുപ്പിച്ചു.

“എന്താ ഓർക്കുന്നേ?” അയാളുടെ ഭാര്യ ചോദിച്ചു.

അയാൾ തന്റെ സ്വീകരണമുറിയിൽ തിരിച്ചെത്തിയത് ആ ശബ്ദം കേട്ടാണ്.

“ഒന്നുമില്ല.” അയാൾ തിടുക്കപ്പെട്ട് പറഞ്ഞു.

ഭാര്യ അടുക്കളയിലേക്കുപോയി. മകൻ അതിനുമുമ്പേ മുറിവിട്ടുപോയിക്കഴിഞ്ഞിരുന്നു.

അയാൾ സോഫയിൽ ചാരിക്കിടന്ന് കണ്ണടച്ചു. പഞ്ഞിയുടെ കായ്കൾ പൊട്ടിത്തെറിച്ചതുപോലെ പൊടിമഞ്ഞ് പൊഴിഞ്ഞുകൊണ്ടിരുന്ന ഒരുദിവസം അയാളുടെ ഓർമ്മയിൽ പിന്നെയും തെളിഞ്ഞു. അല്പം കഴിഞ്ഞപ്പോൾ അയാൾ എഴുന്നേറ്റ് ഫ്രിഡ്ജിനടുത്തേക്കു നടന്നു. ഫ്രിഡ്ജ് തുറന്നു രണ്ടു കൈകളും അയാൾ അതിനുള്ളിലേക്കു നീട്ടി.

സമ്പത്ത്

"പഴേ കാലമല്ലല്ലോ." കമറുദ്ദീൻ പറഞ്ഞു: "ഇന്ന് അവർക്ക് പണമുണ്ട്. എനിക്കില്ല."

മറിയംബി അയാളുടെ പരവശമായ മുഖത്തേക്ക് നോക്കി.

"എങ്ങനെയാണ് അവര് പണമുണ്ടാക്കിയതെന്ന് നിങ്ങൾക്കറിഞ്ഞൂടെ?" അവൾ ചോദിച്ചു.

പൂമുഖത്ത് കാത്തിരിക്കുകയാണ് സുലൈമാനും ഖാലിദും അബ്ബാസും. അവർ വന്നത് പുതിയൊരു എ സി കാറിലാണ്. അത് മുറ്റത്തു വെയിലിൽ തിളങ്ങുന്നു

അടുക്കളയോടു ചേർന്നുള്ള കിടപ്പുമുറിയുടെ വാതിലിനു പിന്നിൽനിന്ന് സഫിയ ചെവിയോർത്തു. സുലൈമാൻ മകനായ റിയാസിനു വേണ്ടി ചോദിച്ചത് അവളെയാണ്.

"ഞാനെന്താ അവരോട് പറയ്വാ?" കമറുദ്ദീൻ കുറച്ചുകൂടി അടുത്തേക്ക് ചെന്ന് മറിയംബിയോടു ചോദിച്ചു.

"ഒന്നും പറയണ്ട. തറവാട്ടുകാര് ചെയ്യ്ന്നത് ചെയ്താ മതി. ഒരാട്ട്. ഒച്ചത്തിലായ്ക്കോട്ടെ." മറിയാംബി പറഞ്ഞു.

അടുപ്പിൽ തീ ഏതാണ്ട് കെട്ടതുപോലെയായിരുന്നു. മറിയംബി തീയുതാനായി കുനിഞ്ഞു.

കുതിരകളും ജലധാരകളും

ചെമ്പൂരിലെ ഒരു ഹൗസിങ് കോംപ്ലക്സിൽ രണ്ട് ആത്മമിത്രങ്ങൾ. ഒരാൾ ബാബുഭായി, മറ്റേ ആൾ കാന്തിലാൽ. സമവയസ്കർ. ഒരു വർഷം മുമ്പാണ് ജോലിയിൽ നിന്ന് വിരമിച്ചത്. ആരോഗ്യത്തിന് കുഴപ്പമില്ല. സാമ്പത്തിക ക്ലേശങ്ങൾ ഒട്ടുമില്ല. എന്നിരിക്കിലും ഈ സുഹൃത്തുക്കൾ ദുഃഖിതരാണ്. കാരണം? അത് അവർക്കും അവരുടെ ഭാര്യമാർക്കും മാത്രമേ അറിയാവൂ. അതെ. കിടപ്പറരഹസ്യങ്ങൾ തന്നെ.

തണുത്ത കിടപ്പുമുറികളിൽനിന്നും നേരം വെളുത്താലുടനെ ബാബുഭായിയും കാന്തിലാലും പുറത്തുകടക്കുന്നു. പ്രഭാതസവാരി എന്നുമുള്ളതാണ്. വെളുത്ത ട്രൗസേഴ്സും ടീ ഷർട്ടും തൊപ്പിയും ക്യാൻവാസ് ഷൂസും ധരിച്ച് അവരിറങ്ങും. ആരെങ്കിലും ഒരാൾ ഒരു കുപ്പി മിനറൽ വാട്ടർ കൈയിൽ കരുതും. ആദ്യം ഇറങ്ങുന്നത് ബാബുഭായിയാണെങ്കിൽ താഴെ കുട്ടികളുടെ കളിസ്ഥലത്ത് ഒരു സൂച്യഗ്ര വൃക്ഷത്തിനരികിലായി അയാൾ ചങ്ങാതിയെ കാത്തുനില്ക്കും. രണ്ടുപേരും ഓരോ പ്രഭാതവേളയിലും കണ്ടുമുട്ടുമ്പോൾ പരസ്പരം നോക്കുന്നത് അപരന്റെ മുഖത്ത് ഒരു വിജയഭാവം സ്ഫുരിക്കുന്നുവോ എന്നറിയാനാണ്. പിന്നെ പരാജിതരുടെ ആത്മനിന്ദയോടെ അവർ നടന്നുതുടങ്ങും.

നടത്തം കഴിഞ്ഞുവന്നാൽ ഒരു കപ്പ് ചായയും ദിനപ്പത്രവുമായി രണ്ടുപേരും തങ്ങളുടെ ബാൽക്കണിയിൽ ചെന്നിരിക്കും. പത്രപാരായണം ഒന്നൊന്നര മണിക്കൂർ നീണ്ടുപോകും. ഇടയ്ക്ക് കോഡ്ലെസ് ഫോൺ ശബ്ദിക്കും.

ഒരു ദിവസം കാന്തിലാൽ പതിവുപോലെ ഇടയ്ക്കിടെ ചായ നുണഞ്ഞുകൊണ്ട് ബാൽക്കണിയിൽ സ്വസ്ഥമായിരുന്ന് പത്രം വായിക്കുകയായിരുന്നു. അതിനിടയിൽ ഒരു വാർത്ത അയാളുടെ സവിശേഷ ശ്രദ്ധ

യാകർഷിച്ചു. അങ്ങനെ ശ്രദ്ധ പിടിച്ചുപറ്റുന്ന വല്ല വാർത്തയും കണ്ണിൽപ്പെട്ടാൽ സുഹൃത്തിനെ ഫോണിൽ വിളിക്കുക അയാളുടെ ശീലങ്ങളിലൊന്നാണത്രേ. ആറാം നിലയിലെ ബാൽക്കണിയിൽ ഇരിക്കുകയായിരുന്ന ബാബുഭായി കോഡ്ലെസ് ഫോൺ കാതോടു ചേർത്തു.

"ഞാനാ." കാന്തിലാലിന്റെ പരിചിതസ്വരം അയാൾക്കു കേൾക്കാനായി.

"ങ്ഉം."

"ഇയാൾ പത്രം വായിച്ചു കഴിഞ്ഞോ?"

"എട്ടാം പേജായതേ ഉള്ളൂ."

"വളരെ പിറകിലാണല്ലോ. പതിനാലാം പേജ് മറിച്ചാട്ടെ."

ബാബുഭായി പത്രത്തിന്റെ പേജ് മറിച്ചു.

"ഏറ്റവും മുകളിലത്തെ ആറുകോളം വാർത്ത കണ്ടോ?"

ബാബുഭായി ദൃഷ്ടിയുയർത്തി. ഒരു നിമിഷാർദ്ധത്തിനകം തന്നെ അയാൾ ഉദ്വേഗഭരിതനായി.

"വായിച്ചു കഴിയുമ്പോ എന്നെ വിളിക്ക്."

കാന്തിലാൽ പത്രത്തിലെ നീണ്ട വാർത്ത വായിച്ചു തീർക്കാനുള്ള സാവകാശം തന്റെ സ്നേഹിതന് അനുവദിച്ചുകൊടുത്ത് ഫോൺ സംഭാഷണത്തിന് വിരാമമിട്ടു. യശോമതി അയാൾക്ക് ഒരു കപ്പ് ചായ കൂടി നല്കി.

"ചായ വേണോ?" ദേവിക ബാൽക്കണിയുടെ നേർക്കു നോക്കി സ്വീകരണമുറിയിൽ നിന്ന് വിളിച്ചു ചോദിച്ചു.

ബാബുഭായി ചായയുടെ കാര്യം തന്നെ മറന്നിരുന്നു. കപ്പിൽ തണുത്താറിയ ചായ പകുതിയോളം ബാക്കി.

"വേണ്ട." അയാൾ ധൃതിയിൽ കാന്തിലാലിന്റെ നമ്പർ ഡയൽ ചെയ്തു. പിന്നീടാണ് കേൾവിപ്പുറത്ത് ഭാര്യയുണ്ടെന്ന് ഓർമ്മിച്ചത്.

"ഞാനതു വായിച്ചു. അത്ഭുതംതന്നെ. നമുക്ക് താഴേക്കിറങ്ങി സംസാരിക്കാം." അയാൾ അടക്കിപ്പിടിച്ച ശബ്ദത്തിൽ പറഞ്ഞു.

"ശരി." കാന്തിലാൽ എഴുന്നേറ്റു.

അല്പം കഴിഞ്ഞ് യശോമതി നാലാം നിലയിലെ ഒരു ജനലിലൂടെ കീഴ്പോട്ടു നോക്കുമ്പോൾ കാന്തിലാലും ബാബുഭായിയും മൈതാനത്തിന്റെ ഒത്ത നടുവിലായി വെയിലിനെ പാടെ വിഗണിച്ചുകൊണ്ട് ആവേശപൂർവ്വം സംസാരിക്കയാണ്. ഹും! യശോമതിക്ക് ലവലേശം ജിജ്ഞാസ തോന്നിയില്ല. അവർ മുഖം വെട്ടിച്ച് അടുക്കളയിലേക്കു നടന്നു. മൈതാനത്തിൽ കാന്തിലാലും ബാബുഭായിയും ആഹ്ലാദാതിരേകത്താൽ ആലിംഗനബദ്ധരായി.

അവരെപ്പോലെ അനേകംപേർ അന്ന് ആഹ്ലാദിച്ചിരിക്കണം. അമേരിക്കൻ വിപണിയിൽ തരംഗങ്ങൾ സൃഷ്ടിച്ച ഒരു പുത്തൻ ഔഷധം അധികം താമസിയാതെ മുംബൈയിലെത്തുകയാണ്. ഒരു ഗുളികയ്ക്ക്

600 രൂപ. ഡോക്ടറുടെ കുറിപ്പടി വേണ്ടതില്ല. അമേരിക്കയിൽ വൈദ്യശാസ്ത്രചരിത്രത്തിലെ ബെസ്റ്റ് സെല്ലർ.

ഇരുപത് ഗുളികയ്ക്കായി മുൻകൂർ പണമടച്ച് അക്ഷമരായി കാത്തിരുന്ന കാന്തിലാലും ബാബുഭായിയും തങ്ങളുടെ ചിത്തോദ്വേഗവും അത്യധികമായ ആകാംക്ഷയും നിയന്ത്രിക്കാൻപെട്ട പാട്! ദക്ഷിണ മുംബൈയിലെ ഒരു ഡ്രഗ് സ്റ്റോറിൽ നിന്ന് വജ്രാകൃതിയിലുള്ള നീല ഗുളികകളുടെ തിളക്കം കണ്ണുകളിലേക്ക് ഏറ്റുവാങ്ങിയപ്പോൾ അവർ അനുഭവിച്ച ഹർഷോന്മാദം!

"ഇനി നമ്മളാരാ, ചങ്ങാതീ?" ബാബുഭായി ചോദിച്ചു.

"രണ്ട് വിത്തുകുതിരകൾ." കാന്തിലാൽ പ്രതിവചിച്ചു.

വഴിയോരത്ത് ഒരു പൊട്ടിച്ചിരി മുഴങ്ങി.

"ടാക്സി!" ബാബുഭായി ഒച്ചയിട്ടു.

ഒരു ടാക്സി വിളംബംവിനാ അവർക്കരികിലായി നിന്നു.

"നമ്മൾ ഇതാ പോകുന്നു." ബാബുഭായി പറഞ്ഞു.

ടാക്സി നീങ്ങി. ഒരു സിഖുകാരനായിരുന്നു ഡ്രൈവർ. തന്റെ യാത്രക്കാർ ഇത്രയേറെ തിടുക്കം കാട്ടുന്നതെന്തിനെന്ന് അയാൾക്ക് ഊഹിക്കാൻ കഴിയുമായിരുന്നില്ല. ഓരോ തവണ സിഗ്നൽ കാത്തുനില്ക്കേണ്ടിവന്നപ്പോഴും അവർ അസ്വസ്ഥത പ്രകടമാക്കി. മുംബൈ നഗരത്തിലെ ട്രാഫിക് സംവിധാനം എത്ര സങ്കീർണ്ണമാണെന്ന് മുമ്പൊരിക്കലും അവർ ചിന്തിച്ചിരുന്നില്ല. പലവുരു അവരുടെ പുരികങ്ങൾ ചുളിഞ്ഞു. കൂടെക്കൂടെ അവർ ചുമലുകളിളക്കി. ഒരു പഞ്ചാബി നാടോടിഗാനം മൂളാൻ തുടങ്ങിയ ഡ്രൈവറെ ഒറ്റവരി തന്നെയും പൂർത്തിയാക്കാൻ അനുവദിക്കാതെ അവർ തടഞ്ഞു.

ടാക്സി ചെമ്പൂരിലെത്തി. ദീർഘയാത്രയ്ക്ക് അന്ത്യമായി. കാന്തിലാലും ബാബുഭായിയും ഗോവണിച്ചുവട്ടിൽ വച്ച് പരസ്പരം ശുഭാംശസകൾ നേർന്നു. ഇരുവരുടെയും നെഞ്ചിടിപ്പേറിയിരുന്നു. അതിദ്രുതം അവർ ഗോവണി കയറി. ഫ്ളാറ്റുകൾ അവരെ ഉൾക്കൊണ്ടു.

"ഞാൻ യൗവനത്തിന്റെ ജലധാരയായി മാറാൻ പോവുകയാണ്." ആദ്യത്തെ ഗുളിക വിഴുങ്ങാൻ തുടങ്ങവെ കാന്തിലാൽ സ്വയം പറഞ്ഞു.

ബാബുഭായിയുടെ അന്തരംഗത്തിലാവട്ടെ, സുഭഗവും ദൃഢവുമായ ശരീരങ്ങളുള്ള കറുത്ത കുതിരകൾ സ്വാച്ഛന്ദ്യത്തോടെ കുതികൊണ്ടു.

ജലധാരകളുടെയും കുതിരകളുടെയും ശബ്ദങ്ങൾ ഹൗസിങ് കോംപ്ലക്സിന്റെ അന്യഥാ ശാന്തമായ അന്തരീക്ഷത്തിൽ ഇടകലർന്നു.

"ഇന്നെന്താണെന്നറിയില്ല, ഇറങ്ങാൻ നേരത്ത് പ്രഫുല്ലിന്റെയച്ഛന് ഒരേ നിർബ്ബന്ധം ഷോപ്പിങ് നാളെ മതിയെന്ന്." ഗോവണിയിറങ്ങുമ്പോൾ യശോമതി ദേവികയോടു പറഞ്ഞു.

"എന്തൊരാശ്ചര്യം എന്റേയവിടെയും അങ്ങനെതന്നെയുണ്ടായി. അമോലികയുടെ അച്ഛൻ എന്റെ കൈ പിടിച്ച് പറഞ്ഞു. എങ്ങും പോക

രുതെന്ന്. സാധാരണ അങ്ങനെയൊന്നും പറയുന്ന ആളല്ല." ദേവിക വിസ്മയപൂർവ്വം പറഞ്ഞു.

താഴത്തെ നിലയിലെത്തിയപ്പോൾ മുന്നിൽ കിശോരി. യശോമതി വൈകിയതിന് അവളെ ശകാരിച്ചു. പാത്രങ്ങൾ കഴുകുന്നതും തുണികളലക്കുന്നതും നിലം തുടയ്ക്കുന്നതും അവളാണ്.

"കുട്ടിയെയും കൊണ്ട് രാവിലെ ആശുപത്രിവരെ പോകേണ്ടിവന്നു." കിശോരി വിശദീകരണത്തിന് തുനിഞ്ഞു.

യശോമതി കേൾക്കാൻ നിന്നില്ല.

"വേഗം പോയി ജോലി തീർക്ക്."

ദേവിക താൻ വേലക്കാരികളെ ആശ്രയിക്കുന്നില്ലെന്നതിന്റെ അഭിമാനത്തോടെ എന്തോ പറഞ്ഞു.

യശോമതി അതു ശ്രദ്ധിച്ചില്ല.

അല്പം വൈകിയെന്നതിൽ ഇത്രയ്ക്ക് പറയാനെന്തിരിക്കുന്നു? ഗോവണി കയറുമ്പോൾ കിശോരി വിചാരിച്ചു. കാന്തിലാൽ അവൾക്കു വാതിൽ തുറന്നുകൊടുത്തു. പിന്നീട്, അവൾ കുളിമുറിയിലിരുന്ന് പാത്രങ്ങൾ കഴുകുന്നതിന്റെ ശബ്ദത്തിന് ചെവിയോർത്തുകൊണ്ട്, അയാൾ ഫോണിൽ ബാബുഭായിയോടു പറഞ്ഞു: "വേഗം വരൂ. നമുക്കവളെ റേപ്പ് ചെയ്യാൻ കഴിഞ്ഞേക്കും."

മുഖംമൂടി നൃത്തം

അന്നപൂർണ്ണ രാത്രിയിലെപ്പോഴോ പാതിയുറക്കത്തിൽ വലതുവശത്തേക്ക് ചരിഞ്ഞുകിടന്നു. അതോടൊപ്പം തന്നെ അവൾ കിടക്കയുടെ പകുതിഭാഗത്തേക്ക് ഇടതുകൈ നീട്ടുകയും ചെയ്തു. അവളുടെ കൈ മറ്റൊരു ദേഹത്തു സ്പർശിക്കാതെ കിടക്കയിൽ പതിച്ചു. അങ്ങനെ സംഭവിച്ചപ്പോൾ അവൾ ഞെട്ടിയുണർന്നു.

കുത്തനെ ഉയർന്നു നില്ക്കുന്ന ഒരു കെട്ടിടത്തിന്റെ ഏഴാമത്തെ നിലയിലെ ഒരു ഫ്ളാറ്റിൽ ഉൾപ്പെടുന്ന തന്റെ കിടപ്പുമുറിയിൽ അന്നപൂർണ്ണ ചെവിയോർത്തു കിടന്നു. അവൾക്കു കേൾക്കാൻ കഴിഞ്ഞത് ഫ്ളൈഓവറിലൂടെയും പല പാതകളിലൂടെയും കടന്നുപോകുന്ന വാഹനങ്ങളുടെ ശബ്ദമാണ്.

അന്നപൂർണ്ണ എഴുന്നേറ്റ് കിടപ്പുമുറിയോടു ചേർന്നുള്ള കുളിമുറിയുടെ നേർക്കു നടന്നു. കുളിമുറി പുറമെ നിന്ന് അടച്ച നിലയിലായിരുന്നു. എന്നിട്ടും അവൾ അകത്താരുമില്ലെന്ന് ഉറപ്പുവരുത്തി.

കുളിമുറിയിലെ വിളക്കണച്ച് അന്നപൂർണ്ണ വാതിലിനടുത്തേക്കു നടന്നു.

ഉറങ്ങാൻ കിടക്കുംമുമ്പ് താൻ തന്നെയാണ് വാതിൽ അടച്ചതെന്ന് അവൾ ഓർമ്മിച്ചു. എന്നാൽ അവളുടെ കൺമുന്നിൽ ഇപ്പോൾ വാതിൽ തുറന്നുകിടക്കുകയായിരുന്നു.

അവൾ ഒട്ട് വിസ്മയത്തോടെ കിടപ്പുമുറിയിൽ നിന്ന് പുറത്തു കടന്നു.

അവൾ എത്തിച്ചേർന്നത് സ്വീകരണമുറിയിലാണ്. അതിനകത്ത് ഒരു കോണിൽ ടി വി സെറ്റ്. അതിന്റെ മുന്നിലായി ഏതാനും ഇരിപ്പിടങ്ങൾ. മുറിയുടെ മറ്റൊരു കോണിലായി തീൻമേശ, ഫ്രിഡ്ജ് എന്നിവ.

അന്നപൂർണ്ണ തീൻമേശയ്ക്കരികിലായി നിമിഷങ്ങളോളം കാതു

കൂർപ്പിച്ചു നിന്നു. ഫ്ളാറ്റിലെ രണ്ടാമത്തെ കിടപ്പുമുറിയിൽനിന്ന് പതിഞ്ഞ ശബ്ദത്തിലുള്ള ഒരു സംഭാഷണം അവൾക്കു കേൾക്കാനായി. അവൾ ഒച്ച കേൾപ്പിക്കാതെ നടന്ന് ആ മുറിയുടെ വാതില്ക്കലെത്തി.

വാതിൽ ചാരിയിട്ടിരിക്കയായിരുന്നു. അന്നപൂർണ്ണ പതുങ്ങി നിന്ന് മുറിയിലേക്കു പാളി നോക്കി.

അതിനുള്ളിൽ അരണ്ട വെളിച്ചമുണ്ടായിരുന്നു.

അല്പസമയം കഴിഞ്ഞ് അന്നപൂർണ്ണ ഒരു നടുക്കത്തോടെ പിറകോട്ടു മാറി. അവൾ അവിടെ സ്തബ്ധയായി നിന്നു. മുമ്പു കാണാനിടയായ ഒരു സിനിമയിലെന്നപോലെ അനേകമനേകം പക്ഷികൾ കൂർത്ത കൊക്കുകൾകൊണ്ടു തന്റെ ദേഹത്തു കൊത്തുന്നതുപോലെ അവൾക്കു തോന്നി. അവൾ ഭയന്ന് കണ്ണുകൾ ഇറുകെ ചിമ്മി. പക്ഷികളുടെ ചിറകടി ശബ്ദങ്ങൾ അവളുടെ ചുറ്റും മുഴങ്ങി.

താൻ വീണേക്കുമെന്ന ഉൾഭയത്തോടെ അവൾ തിരിഞ്ഞുനടന്നു. ഒരു ശാപവാക്കുപോലും ഉരുവിടാതെ അവൾ കിടപ്പുമുറിയിലെത്തി. തന്റെ കിടക്കയിൽ ചെന്നുവീണു. താഴെയുള്ള ഫ്ളൈഓവറിലെയും അതുവഴി പല ദിശകളിലേക്കു ചുറ്റിപ്പോകുന്ന പാതകളിലെയും ശബ്ദങ്ങൾ പതുക്കെ അവളുടെ കാതുകളിൽ നിന്ന് അകന്നുപോയി.

ബാല്യത്തിലെന്നോ അച്ഛന്റെയും അമ്മയുടെയും ഒപ്പം ഒരു പ്രദർശനനഗരിയിൽ താൻ കണ്ട മുഖംമൂടി നൃത്തം അവൾക്കോർമ്മ വന്നു. തന്റെ കൺമുന്നിൽ നടക്കുന്നതുപോലെ അവൾ അതു കാണാൻ തുടങ്ങി. ചിത്രപ്പണി ചെയ്ത പട്ടുടുപ്പുകൾ ധരിച്ച നർത്തകർ ഓരോരുത്തരായി അരങ്ങിൽ എത്തിച്ചേർന്നു.

ആറു നർത്തകരുണ്ടായിരുന്നു. മൂന്നു സ്ത്രീകളും മൂന്നു പുരുഷന്മാരും. എല്ലാവരും ഓരോ മുഖംമൂടി അണിഞ്ഞിരുന്നു. ചെകുത്താന്റെയും മാലാഖയുടെയും രാജാവിന്റെയും വിളറിയ ജഡത്തിന്റെയും ദിനോസറിന്റെയുമൊക്കെ ഓർമ്മയുണർത്തുന്ന മുഖംമൂടികൾ.

അന്നപൂർണ്ണ അച്ഛന്റെ കൈപിടിച്ച് ഭീതി നിറഞ്ഞ കണ്ണുകളോടെ നർത്തകരെ നോക്കിനിന്നു. അച്ഛനോട് അവരെപ്പറ്റി ചോദിക്കണമെന്നുണ്ടായിരുന്നെങ്കിലും അവൾ അതിനു ധൈര്യപ്പെട്ടില്ല. അമ്മ അരങ്ങിലേക്കു നോക്കി. തെല്ലുച്ചത്തിൽ എന്തോ പറഞ്ഞു ചിരിച്ചപ്പോൾ അച്ഛൻ അമ്മയെ മൃദുവായി ശാസിച്ചു. മുഖംമൂടികളണിഞ്ഞ നർത്തകർ താളാത്മകമായ ചുവടുവയ്പുകൾ തുടർന്നു.

പൊടുന്നനെ കിടപ്പുമുറിയുടെ വാതിൽ ചെറുതായ ഒരു ശബ്ദം കേൾപ്പിച്ചപ്പോൾ അന്നപൂർണ്ണ ബാല്യത്തിൽനിന്നും മുഖംമൂടി നൃത്തം നടക്കുന്ന അരങ്ങിനു മുൻപിൽനിന്നും തന്റെ കിടക്കയിൽ തിരിച്ചെത്തി. അവൾ ഗാഢനിദ്രയിലെന്നപോലെ കണ്ണടച്ചു കിടന്നു. വിയർപ്പുഗന്ധം തീക്ഷ്ണമായി അനുഭവപ്പെട്ടിട്ടും അവൾ അനങ്ങിയില്ല.

ഫ്ളൈഓവറിലൂടെ പോകുന്ന വാഹനങ്ങളുടെ ഇരമ്പൽ കാതുകളിൽ പിന്നെയും നിറഞ്ഞു.

താൻ കേൾക്കുന്നത് നരകത്തിൽ നിന്നുള്ള ശബ്ദങ്ങളാണെന്ന് അന്ന പൂർണ്ണയ്ക്ക് തോന്നി. അവൾക്ക് പിന്നെ ഉറങ്ങാനായില്ല.

അസഹ്യമായ വീർപ്പുമുട്ടലോടെ ഒരുപാട് നേരം അവൾ അങ്ങനെ കിടന്നിരിക്കണം. പിന്നെ ഏതോ നേരത്ത് അവൾ കിടക്കയിൽനിന്ന് എഴു ന്നേറ്റു.

സ്വീകരണമുറിയിലൂടെ നടന്ന് അവൾ ബാൽക്കണിയിലേക്കുള്ള വാതിൽ ശബ്ദമുണ്ടാക്കാതെ തുറന്നു. തണുത്ത കാറ്റ് അവളുടെ നേർക്കു വീശി. ബാൽക്കണിയിൽ ഓരോ മൺചട്ടിയിലെ ഇത്തിരി മണ്ണിൽ വേരു കൾ പടർത്തിനിന്ന ചെടികളുടെ ഇലകൾ കാറ്റിൽ ഇളകിക്കൊണ്ടിരു ന്നു.

അന്നപൂർണ്ണ ബാൽക്കണിയുടെ കൈവരിക്കരികെ നിന്ന് അഴിഞ്ഞു കിടക്കുന്ന തന്റെ മുടിയിലൂടെ കൈവിരലുകളോടിച്ചുകൊണ്ടു പാതവിള ക്കുകളെയും വെളിച്ചം വിതറി കടന്നുപോകുന്ന വാഹനങ്ങളെയും നോക്കി. ഇരുണ്ട ആകാശത്തിനു കീഴെയാകെ നീലനിറം പരക്കുന്നതായി അവൾ സങ്കല്പിച്ചു.

അപ്പോൾ പിന്നിൽ നിന്ന് ബലിഷ്ഠങ്ങളായ രണ്ടു കൈകൾ അവളെ ഉയർത്തി.

അവളുടെ നിലവിളി അധികനേരം നീണ്ടുനിന്നില്ല.

ശേവന്തി

ഒരു നൂറ്റാണ്ടിലധികം പഴക്കമുള്ള പള്ളിയും ചെറുതും വലുതുമായ കുറേയേറെ കെട്ടിടങ്ങളും അവയെ ചുറ്റിപ്പോകുന്ന നിരത്തും നടവഴികളും അനേകം തണൽമരങ്ങളും ശ്രദ്ധയോടെ പരിചരിക്കപ്പെടുന്ന ചെറിയ ഉദ്യാനങ്ങളും പല ആകൃതിയിലുള്ള പുൽത്തകിടികളും മൈതാനങ്ങളുമൊക്കെ അടങ്ങിയ അതിവിസ്തൃതമായ കോളേജ് വളപ്പിന്റെ ഗെയ്റ്റിലിരിക്കുന്നു രാത്രിയിലെ കാവല്ക്കാരനായ പൊന്നുസ്വാമിയും കറുപ്പനും.

പൊന്നുസ്വാമി ഏതാനും വർഷങ്ങൾക്കു മുൻപ് സേലത്തുവെച്ച് താൻ ശേവന്തിയെന്നൊരു സുന്ദരിയെ കാമിച്ച കഥ തന്മയത്വത്തോടെ പറയുകയും കറുപ്പൻ തൊട്ടടുത്തായി കുന്തിച്ചിരുന്ന് ബീഡി പുകച്ചുകൊണ്ട് അതു കേൾക്കുകയുമാണ്. കറുപ്പന്റെ മുഖത്ത് ഉദ്വേഗം മുറ്റിനില്ക്കുന്നു. അവനിപ്പോൾ കഥ കേൾക്കുന്നതിനുപകരം സേലത്തെങ്ങോ ഉള്ള കറുത്തിരുണ്ട് സുഭഗയായ ശേവന്തിയെ കാണുകയാണ്.

പൊന്നുസ്വാമി കഥ പറഞ്ഞുതീർന്ന് എഴുന്നേറ്റു.

ഗെയ്റ്റിൽ മാത്രമേ വെളിച്ചമുള്ളു. പിന്നിലാകട്ടെ ഇരുട്ടാണ്. മരങ്ങളും കെട്ടിടങ്ങളുമെല്ലാം ഇരുട്ടിൽ. തെക്കുവശത്തായി പുരാതനമായ പള്ളിയുടെ കൂർത്ത തലപ്പ് ആകാശത്തിലേക്കു ഉയർന്നു കാണാം.

പൊന്നുസ്വാമി തെല്ലുനേരം ഗെയ്റ്റിൽ പിടിച്ചുനിന്ന് ലോറികളും മോട്ടോർ സൈക്കിളുകളും മറ്റും ഇരമ്പിക്കടന്നു പോകുന്ന നിരത്തിലേക്കു നോക്കി. അപ്പോഴും കറുപ്പൻ ശേവന്തിയെ കാണുകയായിരുന്നു.

അവൾ നനഞ്ഞ ഉടയാടകളോടെ കുളിച്ചു കയറിവന്ന് അവന്റെ മുന്നിൽനിന്നു മുടി തോർത്താൻ തുടങ്ങി.

പെട്ടെന്ന് അവൻ നടുങ്ങിപ്പോയി. ഗെയ്റ്റിൽ നില്ക്കുകയായിരുന്ന

പൊന്നുസ്വാമി ഒച്ചയിട്ടതിനെത്തുടർന്നായിരുന്നു അത്. അവൻ ചാടിപ്പിടഞ്ഞെഴുന്നേറ്റ് അയാളുടെ മുന്നിലെത്തി.

"ഒരു പെണ്ണ്." പൊന്നുസ്വാമി തെക്കുഭാഗത്തേക്കു കൈ ചൂണ്ടി അമ്പരപ്പോടെ പറഞ്ഞു.

കറുപ്പനും അങ്ങോട്ടുനോക്കി. അവിടെ മതിലിനടുത്തായി ചൂളമരങ്ങളും ഇരുട്ടും മാത്രമേ അവനു കാണാൻ കഴിഞ്ഞുള്ളൂ. അവൻ വിസ്മയപൂർവ്വം പൊന്നുസ്വാമിയുടെ നേർക്കു തിരിഞ്ഞു.

"മതിലുചാടി അകത്തു കടക്കുന്നത് ഞാൻ എന്റെ കണ്ണുകൊണ്ടു കണ്ടതാണ്." പൊന്നുസ്വാമി ആവേശത്തോടെ പറഞ്ഞു.

"എന്നിട്ടെവിടെ?" കറുപ്പൻ അയാളെ പരിഹസിക്കുന്ന മട്ടിൽ ചോദിച്ചു.

അതിന് പൊന്നുസ്വാമി കറുപ്പന്റെ തലയുടെ പിൻഭാഗം ലക്ഷ്യമാക്കി കൈവീശി. കൈത്തലം തലയിൽ പതിച്ചതിന്റെ ഒച്ച അപ്പോഴത്തെ നിശ്ശബ്ദതയിൽ വലുതായി മുഴങ്ങി. പിന്നെ കറുപ്പന്റെ നിലവിളിയും. പക്ഷേ, അവന് നിലവിളി പൂർണ്ണമാക്കാനായില്ല. പൊന്നുസ്വാമി തന്റെ വായ്ക്കു മീതെ ചൂണ്ടുവിരൽ വച്ച് അവനെ വിലക്കി.

"വാ." അയാൾ തന്നെ പിന്തുടരാൻ ആംഗ്യം കാട്ടി ഇരുട്ടിനു നേർക്കു കുതിച്ചു.

കറുപ്പൻ ഒന്നുമാലോചിക്കാതെ അയാളെ പിന്തുടർന്നു. രണ്ടുപേരും മതിലിന്റെ അരികിലൂടെ തെക്കോട്ടു നീങ്ങി.

പൊന്നുസ്വാമി കൈയിലെ പെൻടോർച്ചു തെളിച്ചുകൊണ്ട് ഒരു വേട്ടനായയെപ്പോലെ അങ്ങുമിങ്ങും നോക്കി. തൊട്ടു പടിഞ്ഞാറ് ടെന്നീസ് കോർട്ടാണ്. അതിനപ്പുറം മരങ്ങളും പാതയും. അകലെ കെട്ടിടങ്ങളിലെങ്ങും വെളിച്ചമില്ല. ഹോസ്റ്റൽമുറികളിലെ വിളക്കുകളെല്ലാം നിശ്ചിതസമയത്തു തന്നെ അണഞ്ഞിരിക്കുന്നു.

പൊന്നുസ്വാമിയും കറുപ്പനും ഒരു ഇരയെ പിൻതുടരുന്നതുമാതിരി ഇരുട്ടിലൂടെ പതുങ്ങിപ്പതുങ്ങി നടന്നു. പക്ഷേ, അവർക്ക് ആരെയും കാണാനായില്ല. മതിലിനുള്ളിലെ ഇരുട്ടിന്റെ പരപ്പിൽ അവരുടെ കണ്ണുകൾ ഉഴറി.

"അണ്ണന് വെറുതെ തോന്നിയതാവും." കറുപ്പൻ പൊന്നു സ്വാമിയെ കുറ്റപ്പെടുത്തുംപോലെ പറഞ്ഞു.

"ആണോ?" പൊന്നുസ്വാമിക്കുതന്നെ സംശയമായി.

"പിന്നല്ലാതെ!" കറുപ്പൻ തന്റെ കാക്കിഷർട്ടിന്റെ കോളർ പിടിച്ചൊന്നുലച്ച് തിരിഞ്ഞു നടന്നു.

പെൻ ടോർച്ചടിച്ച് ഒരിക്കൽക്കൂടി അങ്ങുമിങ്ങും നോക്കിയശേഷം പൊന്നുസ്വാമി ഒട്ട് ജാള്യതയോടെ കറുപ്പന്റെ പിന്നാലെ നടക്കാൻ തുടങ്ങി. കറുപ്പൻ ചിരി നിയന്ത്രിക്കാൻ പണിപ്പെടുകയാണെന്ന് അയാൾക്കു തോന്നി. അടുത്ത ദിവസം കണ്ണിൽ കാണുന്നവരോടെല്ലാം അവൻ ഇക്കാര്യം പറയുമെന്ന് അയാൾക്ക് ഉറപ്പുണ്ടായിരുന്നു. അതോർത്ത്

അയാൾ ചൂളി. അപ്പോഴാണ് പൊടുന്നനെ ഒരു പക്ഷി ചിറകു കുടയുന്നതുപോലെ പിന്നിൽ നിന്നൊരു ചിരി ഉയർന്നത്. പൊന്നുസ്വാമി ഞെട്ടിത്തിരിഞ്ഞു.

"ആര്?" മരങ്ങളുടെ നേരെ നോക്കി അയാൾ ഉറക്കെ വിളിച്ചു ചോദിച്ചു.

മറുപടി ഉണ്ടായില്ല.

പിറകിൽ കറുപ്പൻ അന്ധാളിച്ചു നിന്നു.

പൊന്നുസ്വാമി ആരോ ഓടിയകലുന്ന ശബ്ദം കേട്ടു.

"നില്ക്കവിടെ!" അയാൾ പെൻടോർച്ച് കത്തിച്ച് ആക്രോശിച്ചു.

കറുപ്പൻ ഒപ്പമെത്താൻ കാത്തുനില്ക്കാതെ അയാൾ ഇരുട്ടിലേക്ക് ഊളിയിട്ടു. ഒരു പെണ്ണിന്റെ പരിഹാസച്ചിരി അയാൾ വ്യക്തമായും കേൾക്കുകയുണ്ടായി. അയാളുടെ ശരീരം വിറകൊണ്ടു. താൻ കാവൽ നില്ക്കുമ്പോൾ ഒരു തേവിടിശ്ശി രാത്രിനേരത്ത് മതിൽ ചാടി അകത്തു കയറുക!

എവിടെയവൾ? അയാൾ ചുറ്റിലും നോക്കി.

ഇതിനകം കറുപ്പൻ അയാളുടെ അടുത്തെത്തിയിരുന്നു. അവൻ ഭയപ്പാടോടെ അയാളുടെ ഉടുപ്പിൽ പിടിച്ചു. അയാൾ നീരസത്തോടെ അവന്റെ കൈ തട്ടിമാറ്റി നാലുപാടും നോക്കിക്കൊണ്ടു നടന്നു.

കോളേജ് വളപ്പിലാകെ നിറഞ്ഞ ഇരുട്ടിൽ തണൽമരങ്ങളുടെ മറവിലോ, അങ്ങിങ്ങായുള്ള കോൺക്രീറ്റ് ബെഞ്ചുകളുടെ കീഴെയോ, ചെടിപ്പടർപ്പുകൾക്കിടയിലോ അവൾ പതുങ്ങിയിരിക്കുകയാവുമെന്ന് അയാൾ ഉറപ്പിച്ചു. അവൾ അകലെയെങ്ങും പോയിട്ടില്ല. അവളുടെ ഉദ്ദേശ്യമെന്തായിരുന്നാലും അതു നിറവേറാൻ പോകുന്നില്ല. തീർച്ച. പൊന്നുസ്വാമി ചെടിപ്പടർപ്പുകൾ കുലുക്കിനോക്കിയും മരങ്ങൾ ചുറ്റിയും കോൺക്രീറ്റ് ബെഞ്ചുകളുടെ അടിയിലേക്ക് പെൻടോർച്ചുമായി കുനിഞ്ഞും അന്വേഷണം തുടർന്നു. അയാൾ കറുപ്പനെ പാടെ അവഗണിച്ചുവെങ്കിലും ഇരുട്ടിൽ അലിഞ്ഞു പോകാത്തൊരു നിഴലുപോലെ അവൻ കൂടെത്തന്നെ ഉണ്ടായിരുന്നു.

"അണ്ണാ, നമ്മള് വിഷമത്തിലായെന്നു തോന്നുന്നു." കുറെനേരം കഴിഞ്ഞ് അവൻ പറഞ്ഞു.

"ഉം." പൊന്നുസ്വാമി തനിക്കതു ബോദ്ധ്യമായതുപോലെ മൂളി.

രണ്ടുപേരും വല്ലാത്തൊരു വിഷമസന്ധിയിൽ അകപ്പെട്ടുപോയി. രാത്രിയിൽ കാവൽസ്ഥാനത്തിരുന്ന് ശേവന്തിയെക്കുറിച്ചുള്ള രസകരമായ കഥ പറഞ്ഞുതീർന്ന് പൊന്നുസ്വാമി ഉറങ്ങാൻ കിടക്കുകയും അയാളെ രണ്ടു മണിക്കൂർ ഉറങ്ങാനനുവദിച്ച് കറുപ്പൻ ബീഡി പുകച്ചും ചുറ്റിനടന്നും നക്ഷത്രങ്ങളെണ്ണിയും നേരം കഴിച്ചുകൂട്ടുകയും ചെയ്യേണ്ടതായിരുന്നു. അതിനുപകരം എന്താണ് ചെയ്യേണ്ടതെന്നറിയാതെ കോളേജ് അങ്കണത്തിലെ ഒരു നിരത്തിൽ പരസ്പരം നോക്കി നില്പാണ്.

“ചിലപ്പോ അവള് അങ്ങോട്ടാവും പോയിട്ടുണ്ടാവുക.” പൊന്നുസ്വാമി പള്ളിയുടെ നേർക്ക് വിരൽചൂണ്ടി.

പള്ളിയുടെ പരിസരം തീർത്തും വിജനമാണ്. ഫാദർ താമസിക്കുന്നത് ഹോസ്റ്റൽ കെട്ടിടത്തിലെ ഒരു മുറിയിലാണ്. അദ്ദേഹത്തിന്റെ ഒപ്പം തന്നെയാണ് കപ്യാരുടെ താമസവും.

“അങ്ങോട്ടു പോയി നോക്കാം.” പൊന്നുസ്വാമി പറഞ്ഞു.

കറുപ്പൻ തലകുലുക്കി.

രണ്ടുപേരും പാതയിലൂടെ ധൃതിയിൽ പള്ളിയുടെ നേരെ നടന്നു. പൊന്നുസ്വാമിയുടെ പെൻടോർച്ച് ഒരു മിന്നാമിനുങ്ങിനെപ്പോലെ പ്രകാശിക്കുകയും അണയുകയും ചെയ്തുകൊണ്ടിരുന്നു. രണ്ടുപേരും പള്ളിയുടെ വരാന്തയിൽ കയറി നോക്കി. പിന്നീട് വരാന്തയിൽ നിന്നിറങ്ങി ചുറ്റും നടന്നു. അവിടെയെങ്ങും ആരുമുണ്ടായിരുന്നില്ല. പൊന്നുസ്വാമിയും കറുപ്പനും പിന്നെയും മുഖത്തോടുമുഖം നോക്കിനില്പായി. ആ നില്പിൽ തനിക്കൊരു മിഥ്യാഭ്രമമുണ്ടായതാവാമെന്ന് പൊന്നുസ്വാമി ഏറ്റുപറഞ്ഞു. കറുപ്പൻ അയാളെ പരിഹസിക്കാൻ മുതിർന്നില്ല. അവർ കാവൽസ്ഥാനത്തേക്കു മടങ്ങി.

“അണ്ണൻ ഉറങ്ങിക്കോളൂ.” കറുപ്പൻ പൊന്നുസ്വാമിയോട് സാനുകമ്പം പറഞ്ഞു.

പൊന്നുസ്വാമി ഒന്നും പറയാതെ തലയനക്കുകത്രം ചെയ്തു. ഗെയ്റ്റിനരികിലെ ഒറ്റമുറിക്കെട്ടിടത്തിനുള്ളിൽ കടന്ന് അവിടെ സൂക്ഷിച്ചിരുന്ന പഴയ ചവുക്കാളം നിവർത്തിയിട്ടു. കറുപ്പൻ ഒരു ബീഡി കൂടി കത്തിച്ചു. എന്നിട്ട് സ്റ്റൂളിലിരുന്ന് പിന്നെയും ശേവന്തിയെ മനസ്സിൽ സങ്കല്പിക്കാൻ തുടങ്ങി. കുളികഴിഞ്ഞ് പുതിയ ചേല ചുറ്റി നിറഞ്ഞ മുടിയിൽ ജമന്തിപ്പൂക്കൾ ചൂടി വെറ്റില മുറുക്കിക്കൊണ്ട് അവൾ തന്റെ നേരെ കടക്കണ്ണെറിയുന്നതായി അവനു തോന്നി. ഗെയ്റ്റിനപ്പുറത്തുകൂടി ഒരു ടാങ്കർലോറി വലിയ ശബ്ദം കേൾപ്പിച്ചുകൊണ്ട് കടന്നുപോയപ്പോൾ അവന് ഒരിക്കൽക്കൂടി അവളെ നഷ്ടമായി. ഛെ, നാശം. അവൻ പകുതിക്കുവച്ച് അണഞ്ഞ ബീഡി ഈർഷ്യാകുലനായി നിലത്തേക്കെറിഞ്ഞ് ടാങ്കർലോറിയുടെ നേർക്കു നോക്കി. അത് തെക്കോട്ട് ഇരമ്പിനീങ്ങി.

കറുപ്പൻ സ്റ്റൂളിൽ നിന്നെഴുന്നേറ്റ് അങ്ങോട്ടുമിങ്ങോട്ടും നടന്നു. അങ്ങനെ നടക്കുമ്പോൾ വീണ്ടും ശേവന്തി അവന്റെ മനസ്സിലേക്കു കടന്നുവന്നു. അവൾ നാലു ചക്രങ്ങളുള്ളൊരു വണ്ടി നിറയെ സീതാപ്പഴങ്ങളുമായി വണ്ടി തള്ളിക്കൊണ്ടു നടന്നുപോവുകയായിരുന്നു. സീതാപ്പഴങ്ങളുടെ സുഗന്ധം. ആഹാ! കറുപ്പൻ മൂക്കുവിടർത്തി. തീക്ഷ്ണമായ ആ ഗന്ധം നുകർന്നുകൊണ്ട് ശേവന്തിയുടെ പിന്നാലെ നടന്നു.

നീണ്ടുനിവർന്നു കിടക്കാൻ ഇടമില്ലാത്ത ചെറിയ മുറിയിൽ പഴയ ചവുക്കാളത്തിനു മീതെ ഇഷ്ടികച്ചുവരിനു നേരെ ചരിഞ്ഞു കിടക്കുകയായിരുന്ന പൊന്നുസ്വാമി അപ്പോഴറിഞ്ഞതും, വിസ്മയകരമെന്നു പറ

യട്ടെ, ശേവന്തിയുടെ സാന്നിദ്ധ്യമാണ്. അയാൾ ഉറങ്ങാൻ കിടന്ന് അല്പ സമയം കഴിഞ്ഞപ്പോൾ ശേവന്തി മുറിയിലേക്കു കടന്നുവന്നു.

"ഉറങ്ങിയോ?" അവൾ ഇമ്പമുള്ള ശബ്ദത്തിൽ ചോദിച്ചു.

പൊന്നുസ്വാമി കണ്ണടച്ചു കിടന്നു.

ശേവന്തി ചിങ്കാരത്തോടെ ചിരിച്ച് അയാളുടെ അരികെ വന്നിരുന്നു. അവൾ പതുക്കെ അയാളുടെ മുഖം തടവി. അയാൾ ഒരു ഉൾവിറയലോടെ മലർന്നു കിടന്നു. ശേവന്തി കുനിഞ്ഞ് തന്റെ മുഖം അയാളുടെ മുഖത്തോടടുപ്പിച്ചു. പൊള്ളുന്ന നിശ്വാസ വായു അയാളുടെ കവിളിൽ തട്ടി.

അപ്പോഴേക്കും കറുപ്പൻ ഓടിക്കിതച്ച് വാതില്ക്കലെത്തി. പൊന്നുസ്വാമി പകച്ചുണർന്നു.

"എന്താടാ?" അയാൾ എഴുന്നേറ്റിരുന്ന് ചോദിച്ചു.

"അവളെ ഞാൻ കണ്ടു." കറുപ്പൻ വികാരവിക്ഷോഭത്തോടെ പറഞ്ഞു.

പൊന്നുസ്വാമി നടുക്കംകൊണ്ടു.

"എന്നിട്ട്?"

"അവൾ മതിലുചാടി ഓടിക്കളഞ്ഞു. ഭയങ്കര സാമർത്ഥ്യക്കാരി. നിരത്തിലൂടെ ഓടുന്നതിനിടേൽ അവളെന്തു ചെയ്തന്നോ, തിരിഞ്ഞുനിന്ന് ഉച്ചത്തില് അവളുടെ പേരു പറഞ്ഞു.

"എന്താണത്?"

"ശേവന്തി."

നമ്മുടെ ദുഃഖം എത്ര അധികമായിരിക്കുന്നു

“ഞാനൊന്ന് പറയട്ടെ?”

“പറയു.”

“നമുക്കു വേറെയെങ്ങോട്ടെങ്കിലും പോകാം.”

“എങ്ങോട്ട്? മദ്രാസിലേക്കോ?”

“മദ്രാസിലും ബോംബെയിലുമൊന്നുമല്ല.”

“പിന്നെ?”

“അമേരിക്കയിലേക്ക്.”

“ചുമ്മാ ഭ്രാന്ത് പറയാതെ പെണ്ണേ.”

“ഞാൻ ഭ്രാന്ത് പറയുകയല്ല.”

“അല്ലാതെന്താ ഇത്?”

“അമേരിക്കയിലേക്കു പോകാമെന്ന് ഞാൻ ഗൗരവമായിട്ട് പറയുകയാ.”

“അവിടത്തെ പ്രസിഡന്റ് നിന്റെ ചിറ്റപ്പനല്ലേ.”

“ഞാൻ അമേരിക്കയിലേക്കു പോകും.”

“പോകുമ്പോൾ നമ്മുടെ പ്രധാനമന്ത്രീടെ അടുത്തുചെന്ന് വൈറ്റ് ഹൗസിന്റെ ഫോൺ നമ്പര് വാങ്ങിച്ചോണം.”

ആനിയമ്മയും ജോർജുകുട്ടിയും തമ്മിൽ മൂന്നുമാസം മുൻപ് നടന്ന ഒരു സംഭാഷണമാണ് മുകളിൽ കൊടുത്തത്. ജോർജുകുട്ടി അതേപ്പറ്റി പിന്നീട് ഓർമ്മിച്ചതേ ഇല്ല. എന്നാൽ ആനിയമ്മ എന്നും അതോർത്തു. അവൾ സത്യമായും ഒരു രക്ഷപ്പെടൽ ആഗ്രഹിച്ചിരുന്നു. അമേരിക്കയെക്കുറിച്ചുള്ള ഒരു പുസ്തകം അവൾ കുറച്ചുനാൾ മുൻപ് എവിടെനിന്നോ കരസ്ഥമാക്കി. ന്യൂയോർക്കിന്റെയും ലോസ് ആഞ്ചലോസിന്റെയും ചിത്രങ്ങൾ അതിലുണ്ടായിരുന്നു. സമയം കിട്ടുമ്പോഴെല്ലാം ആനിയമ്മ പ്രസ്തുത ചിത്രങ്ങൾ മറിച്ചുനോക്കി.

എന്നുതന്നെയുമല്ല, ഒരു അമേരിക്കൻ യാത്രാവിമാനത്തിന്റെ ചിത്രം വെട്ടിയെടുത്ത് കിടപ്പുമുറിയുടെ ഭിത്തിയിൽ പതിച്ചുവെക്കുകയും ചെയ്തു. ആ ചിത്രം കണ്ടിട്ടുപോലും ജോർജുകുട്ടി ആനിയമ്മയുടെ മോഹം ഗൗരവമായെടുക്കുകയോ, തങ്ങൾ തമ്മിൽ നാളുകൾക്കു മുൻപേ നടന്ന സംഭാഷണം ഓർമ്മിക്കുകയോ ചെയ്തില്ല. ജീവിതത്തിലെ തിരക്കു നിമിത്തമാണ് അങ്ങനെ സംഭവിച്ചതെന്നു പറയുക വയ്യ. എന്തുകൊണ്ടെന്നാൽ ജോർജുകുട്ടി, ഈ കഥയിലെ നായകൻ, തിരക്കേറിയ ഒരു വ്യക്തിയൊന്നുമല്ല.

ജോർജുകുട്ടിയെ അയൽക്കാരിയായ മാർത്ത വിശേഷിപ്പിക്കുന്നത് അലസമായി ദിനചര്യകൾ നിർവ്വഹിക്കുകയും ഉദാസീനമായ ദൃഷ്ടി കൊണ്ടു ചുറ്റും നോക്കുകയും ചെയ്യുന്ന ഒരാളെന്നാണ്. രണ്ടുമാസം മുൻപൊരു മദ്ധ്യാഹ്നത്തിൽ ജോർജുകുട്ടി മാർത്തയുടെ നഗരത്തിലെവിടെയോ ചുറ്റി നടക്കുകയായിരുന്നു. മാർത്ത അവനെ കുറ്റപ്പെടുത്തിക്കൊണ്ട് തുറന്നടിച്ചു സംസാരിച്ചപ്പോൾ ആനിമ്മ, ഈ കഥയിലെ നായിക എതിർത്തൊന്നും പറയാതെ കേട്ടിരുന്നു. മാർത്ത പ്രതീക്ഷിച്ചത് അവൾ ജോർജുകുട്ടിയെ സർവ്വാത്മനാ ന്യായീകരിക്കുമെന്നത്രെ. അതുകൊണ്ട് അവളുടെ മൗനം മാർത്തയെ അത്ഭുതപ്പെടുത്താൻ പോന്നതായി. താൻ അവളെ ദുഃഖിപ്പിക്കുകയാണെന്നു കരുതി മാർത്ത പിന്നീടൊന്നും പറഞ്ഞില്ല.

നിരയായി നാലു പാർപ്പിടങ്ങളുള്ളതിൽ രണ്ടാമത്തേതാണ് ആനിയമ്മയുടേത്. ഒന്നാമത്തേതിൽ ഒരു പ്രൈമറി ഹെൽത്ത് സെന്ററിൽ അറ്റന്ററായി ജോലി നോക്കുന്ന കൊച്ചുപൗലോയും കുടുംബവുമാണ്. മൂന്നാമത്തേതിൽ ഫ്ളൈ ഓവറിനു താഴെയായി ചെറിയൊരു കടയുള്ള മാത്യൂസും കുടുംബവും താമസിക്കുന്നു. അവസാനത്തേതാണ് മാർത്തയുടെ വസതി. മാർത്തയ്ക്ക് ഒരു തുണിക്കടയിൽ ജോലിയുണ്ട്. ഭർത്താവായ സ്കറിയ അവകാശപ്പെടുന്നത് അയാൾ ജോലി ചെയ്തിട്ടാണ് കുടുംബം പോറ്റുന്നതെന്നാണ്. അതിൽ ഒട്ടും കഴമ്പില്ലെന്ന് അയൽവാസികൾക്കൊക്കെ അറിയാം.

“മാർത്തച്ചേച്ചീ, എനിക്ക് എങ്ങോട്ടെങ്കിലും പോയാൽ കൊള്ളാമെന്നുണ്ട്.” ആനിമ്മ പറഞ്ഞു.

മാർത്ത ഒട്ടൊരമ്പരപ്പോടെ ആനിമ്മയുടെ മുഖത്തേക്കു നോക്കി.

“നീ എങ്ങോട്ടു പോകാനാ? ഈ ക്വാർട്ടേഴ്സിന് എഴുന്നൂറ്റമ്പത് രൂപയല്ലേ വാടകയുള്ളൂ. ഇത്രയും വാടക കുറഞ്ഞ് ഇതുമാതിരി സൗകര്യമുള്ള ഒരു ഇടം വേറെ എവിടെ കിട്ടും? സ്വന്തമായി ഫ്ളാറ്റ് വാങ്ങിക്കാനുള്ള കാശൊന്നും നീ സമ്പാദിച്ചിട്ടില്ലല്ലോ.”

മാർത്ത പറഞ്ഞു.

ആനിമ്മ നിശ്ശബ്ദമായി എന്തോ ആലോചിച്ചുകൊണ്ടിരുന്നു.

“അതിരിക്കട്ടെ, എങ്ങോട്ടു പോകാനാ നിന്റെ പ്ലാൻ?”

മാർത്ത കുറച്ചുനേരം കഴിഞ്ഞ് ചോദിച്ചു. ആനിമ്മ മുഖമുയർത്തി.

"അമേരിക്കയിലേക്ക്."

അവൾ പറഞ്ഞു.

മാർത്ത വാ തുറന്ന്, കവിളിൽ കൈത്തലം ചേർത്തുവച്ച് അത്യാശ്ചര്യത്തോടെ ആനിയമ്മയെ നോക്കി. ആനിമ്മ തന്റെ ആഗ്രഹം ആവർത്തിച്ചു. പിന്നെ എഴുന്നേറ്റു നടന്നു. മാർത്ത അവളിൽത്തന്നെ ദൃഷ്ടിയൂന്നി തന്റെ പാർപ്പിടത്തിന്റെ തിണ്ണയിലിരുന്നു. ഒരു മദ്ധ്യാഹ്നം കൂടി കടന്നുപോയി.

ജോർജുകുട്ടിയെ സംബന്ധിച്ചുള്ള മാർത്തയുടെ വിലയിരുത്തൽ എത്രകണ്ട് ശരിയാണ്? അവൻ സ്വന്തം കഴിവുകൾ വിനിയോഗിക്കുന്നില്ലെന്നോ? അവന് മഹത്വാകാംക്ഷകളില്ലെന്നോ? പാവം. രാത്രിനേരത്ത് ഒരു വാഹനത്തിനു പിന്നാലെ ഓടുകയാണ്. വാഹനം അതിവേഗത്തിൽ ഫ്ളൈ ഓവറിനു മുകളിലെത്തി കിഴക്കോട്ടു നീങ്ങി അപ്രത്യക്ഷമായി. ജോർജുകുട്ടിയുടെ കാലുകൾ തളർന്നു. പല വാഹനങ്ങൾ അങ്ങോട്ടുമിങ്ങോട്ടും പൊയ്ക്കൊണ്ടിരുന്നു. ജോർജുകുട്ടി ഫ്ളൈ ഓവറിന്റെ കൈവരിയിൽ പിടിച്ച് കിതച്ചുകൊണ്ടുനിന്നു. ചുവട്ടിലൂടെ കാതു തുളയ്ക്കാൻ പോന്ന ഇരമ്പത്തോടെ ഒരു രാത്രിവണ്ടി പാഞ്ഞുപോയി.

ജോർജുകുട്ടി അവസരത്തിനൊത്ത് ഉയരുകയില്ലെന്നു പറയുന്നത് വസ്തുതകൾക്ക് നിരക്കുന്നതാണോ? ഇതാ, അവൻ അടഞ്ഞുകിടന്നൊരു കതകിൽ രണ്ടു കൈകൊണ്ടും തെരുതെരെ തട്ടുകയാണ്.

"ആരാ?"

അകത്തുനിന്ന് ഒരു ശബ്ദമുയർന്നു.

ജോർജുകുട്ടി പിന്നെയും കതകിൽ തട്ടി.

"വരുന്നു."

ആരോ അകത്തുനിന്ന് ഉച്ചത്തിൽ അറിയിച്ചു. ജോർജുകുട്ടി തെല്ല് പിറകോട്ടു മാറി.

തുറന്ന കതകിനപ്പുറത്ത് പൂർണ്ണമായും ക്ഷൗരം ചെയ്ത മുഖമുള്ള ഡൊമിനിക് അച്ചൻ നിന്നു കണ്ണടച്ചില്ലുകൾക്കുള്ളിൽ തീക്ഷ്ണദൃഷ്ടികൾ.

"ഉം, എന്താ?"

വലതുകൈ പാന്റ്സിന്റെ കീശയിൽ തിരുകി കനത്ത സ്വരത്തിൽ ഡൊമിനിക് അച്ചൻ ചോദിച്ചു.

"ആനിമ്മയെ പൊലീസുകാർ കൊണ്ടുപോയി. അച്ചനവളെ വിടുവിച്ചു തരണം."

ജോർജുകുട്ടി പറഞ്ഞു.

ഡൊമിനിക് അച്ചന്റെ നെറ്റി ചുളിഞ്ഞു.

"ഏത് ആനിയമ്മ?"

ജോർജുകുട്ടിയുടെ മുഖത്ത് അവിശ്വസനീയത പ്രകടമായി.

"അച്ചന് അവളെ ഓർമ്മയില്ലേ? ഇത്രവേഗം മറന്നോ?"

ഡൊമിനിക് അച്ചൻ മുഖം തിരിച്ചു.

"ഞാൻ ജർമ്മനിയിൽ നിന്ന് ഇന്നലെയാ വന്നത്. ഒരുപാട് ജോലി കള് ഇവിടെ ചെയ്തുതീർക്കാനുണ്ട്. താൻ പോ."

ജോർജുകുട്ടിക്ക് ദേഷ്യം വന്നു. അവൻ പല്ലിറുമ്മിക്കൊണ്ടു മുന്നോട്ടു കുതിച്ചു. നൊടിയിടയിൽ ഡൊമിനിക് അച്ചൻ പാന്റ്സിന്റെ കീശയിൽ നിന്നും വലതുകൈ പുറത്തെടുത്തു. ജോർജ്കുട്ടി അന്ധാളിച്ചുപോയി.

ഒരു റിവോൾവർ!

"ഇത് അമേരിക്കയിലുണ്ടാക്കിയതാ. ഉന്നം പിഴയ്ക്കില്ല."

ഡൊമിനിക് അച്ചൻ പറഞ്ഞു.

"ത്ഫൂ."

റിവോൾവറിന്റെ മുനയിലേക്കു ജോർജുകുട്ടി കാറിത്തുപ്പി. എന്നിട്ട് ഒരക്ഷരം ഉരിയാടാതെ തിരിഞ്ഞു നടന്നു.

രാത്രി പോയി, പകലായി. പലേടത്തും അലഞ്ഞുനടന്ന് ജോർജ് കുട്ടി തന്റെ പാർപ്പിടത്തിൽ തിരിച്ചെത്തി. അവൻ ഭഗ്നാശനായിരുന്നു. നല്ല വിശപ്പ് അനുഭവപ്പെട്ടുവെങ്കിലും ഒന്നും കഴിച്ചില്ല. നേരെ കിടക്ക യിൽ ചെന്നുവീണു.

ഉണർന്നത് നെറ്റിയിൽ ഒരു കൈത്തലം സ്പർശിച്ചപ്പോഴാണ്.

ജോർജുകുട്ടി തിടുക്കപ്പെട്ട് എഴുന്നേറ്റിരുന്നു.

"എന്നെ അവര് വിട്ടു."

ആനിയമ്മ പറഞ്ഞു.

ജോർജുകുട്ടി അവളുടെ മുഖത്തേക്ക് ഉറ്റുനോക്കിയതല്ലാതെ യാതൊരു വിശദീകരണവും തേടിയില്ല.

അവൾ ചിരിയടക്കാൻ ശ്രമിച്ചുകൊണ്ട് ജോർജുകുട്ടിയുടെ കവിളിൽ താലോടി.

"എന്നെയോർത്ത് സങ്കടപ്പെട്ടുവോ?"

അവൾ ചോദിച്ചു.

ജോർജുകുട്ടി മിണ്ടിയില്ല

"ഇത്രയും കാലത്തിനകം നമ്മുടെ ദുഃഖം എത്ര അധികമായിരി ക്കുന്നു. അല്ലേ?"

ആനിമ്മ പറഞ്ഞു.

ജോർജുകുട്ടിയുടെ ഉള്ളൊന്ന് പിടഞ്ഞു. ആനിയമ്മയെ ആശ്വസി പ്പിക്കുന്നതിന് എന്തെങ്കിലും പറയാൻ കഴിഞ്ഞെങ്കിൽ എന്ന് അവൻ ആശി ച്ചു. പക്ഷേ, ഒരു വാക്കുപോലും മനസ്സിൽ തോന്നിയില്ല. വ്യസനം നിമിഷം പ്രതി തീവ്രമായി.

പെട്ടെന്നൊരു നിമിഷത്തിൽ ആനിമ്മയുടെ ഭാവം പകർന്നു. അവൾ ശരീരമാകെ ഇളകുമാറ് പൊട്ടിച്ചിരിക്കുകയായി.

"എന്താണ്?"

ജോർജുകുട്ടി. പരിഭ്രാന്തമായി ചോദിച്ചു.

"ഒന്നുമില്ല."

ആനിയമ്മ നിയന്ത്രിക്കാനാവാത്ത ചിരിയോടെ പറഞ്ഞു.

ജോർജുകുട്ടി അവളുടെ ചുമലുകളിൽ പിടിച്ചുകുലുക്കി.

"എന്താണെന്നു പറയൂ."

"ഇന്നലെ രാത്രി ആകെക്കൂടി ഉറങ്ങിയത് വളരെ കുറച്ചുനേരമാ. അപ്പോഴുണ്ട് ഒരു മാലാഖ വരുന്നു. കൈയിൽ രണ്ടു വിമാനടിക്കറ്റ്. സൂക്ഷിച്ചു നോക്കിയപ്പോൾ മാലാഖയ്ക്ക് ആരുടെ മുഖമാണെന്നോ? നമ്മുടെ ഡൊമിനിക് അച്ചന്റെ!"

ആനിയമ്മ തുടർന്നും ചിരിച്ചു. അതിനിടയിൽ അവളുടെ കണ്ണുകൾ നിറഞ്ഞു. തേങ്ങിക്കൊണ്ട് അവൾ ജോർജുകുട്ടിയുടെ നെഞ്ചിൽ മുഖം ചേർത്തു.

ഈശ്വരൻ

ഞാൻ വഴിവക്കിലെ കൽത്തൊട്ടിക്കരികെ അച്ഛനൊപ്പം നില്ക്കുകയായിരുന്നു. പശുക്കൾ കൽത്തൊട്ടിയിൽനിന്ന് വെള്ളം കുടിക്കുന്നുണ്ടായിരുന്നു. അപ്പോൾ ഇല്ലത്തെ തുണക്കാരനായ എരേശ്ശൻ അതുവഴി വന്നു.

"എങ്ങോട്ടാണാവോ?" അച്ഛൻ ചോദിച്ചു.

"എഴുത്തുപള്ളിയിലേക്കാ." എരേശ്ശൻ പറഞ്ഞു.

അയാൾ ചുമലിൽ ഈശ്വരൻനമ്പൂതിരിയെയുംകൊണ്ട് എഴുത്തുപള്ളിയിലേക്കു പോവുകയായിരുന്നു. അയാളുടെ നെഞ്ചിലേക്കു കാലുകൾ തൂക്കിയിട്ട് നെറ്റിയിൽ കൈകൾ കോർത്തുപിടിച്ച് ഈശ്വരൻ. കഴുത്തിൽ പൊള്ളമോതിരവും അരയിൽ വെള്ളിയേലസ്സും. ശിരസ്സിൽ കുടുമ.

"പോകട്ടെ?" എരേശ്ശൻ അച്ഛനോടായി പറഞ്ഞു.

"ഓ." അച്ഛൻ ഭവ്യത കാട്ടിനിന്നു.

ഈശ്വരൻ എരേശ്ശന്റെ ചുമലിലിരുന്ന് നീങ്ങിപ്പോകുന്നത് കുറെ നിമിഷങ്ങളോളം എനിക്കു കാണാനായി. വഴി പിന്നെ താഴോട്ടിറങ്ങി. എരേശ്ശന്റെ ഉടൽ ചുവട്ടിൽ നിന്ന് മുകളിലോട്ടു കുറേശ്ശെക്കുറേശ്ശെയായി കാഴ്ചയിൽ നിന്നും മറഞ്ഞു. അയാൾ പാടെ മറഞ്ഞിട്ടും ഈശ്വരനെ കുറച്ചു നേരത്തേക്കു കൂടി ഞാൻ കണ്ടു. അല്പം കഴിഞ്ഞപ്പോൾ കുടുമകെട്ടിവെച്ച ആ ശിരസ്സും കാണാനില്ലെന്നായി. വഴിവക്കിലെ പിരിയോലപ്പനകൾ കാറ്റിൽ തെല്ലൊന്ന് ഇളകി. ഏതോ മറവിൽ നിന്ന് ഒരു ചെമ്പോത്തിന്റെ ശബ്ദമുയർന്നു.

"നിനക്കും എഴുത്തുപള്ളീലൊക്കെ പോകേണ്ടേ?" അച്ഛനെന്നോടു ചോദിച്ചു.

അങ്ങനെ ഞാനും എഴുത്തുപള്ളിയിലെത്തി. അവിടെവെച്ചാണ്

ഈശ്വരൻനമ്പൂതിരിയെ രണ്ടാമതായി കാണുന്നത്. ഈശ്വരൻ നാട്ടെഴുത്തച്ഛന്റെ നേരെ മുന്നിൽ ഇരിക്കുകയായിരുന്നു. അരികത്ത് ഒഴിഞ്ഞ മണൽക്കുടുക്ക. അതിലുണ്ടായിരുന്ന വെള്ളമണൽ നിലത്തുപരത്തി ചൂണ്ടാണിവിരൽകൊണ്ട് ഈശ്വരൻ അക്ഷരം കുറിക്കുന്നത് ഞാൻ തെല്ലു ദൂരെ നിന്ന് കൗതുകത്തോടെ നോക്കി. അവിടെ വേറെയും കുട്ടികളുണ്ടായിരുന്നു. അവരെല്ലാം ചൂണ്ടാണിവിരലോ മോതിരവിരലോ കൊണ്ട് അക്ഷരങ്ങളെഴുതുകയായിരുന്നു. ഏറ്റം വെടിപ്പാക്കിയ മണലിൽ അക്ഷരങ്ങൾ തെളിയുകയും മായുകയും ചെയ്തുകൊണ്ടിരുന്നു.

അതെ, ഞാനും ഈശ്വരൻ നമ്പൂതിരിയും എഴുത്തുപള്ളിയിലെ സഹപാഠികളായിരുന്നു. ഈശ്വരൻ ആദ്യമൊന്നും എന്നോടു സംസാരിച്ചതേയില്ല. എനിക്കാണെങ്കിൽ ആ കുട്ടിയോടു സംസാരിച്ചാൽ കൊള്ളാമെന്നുണ്ടായിരുന്നു.

ഞാൻ വായ്പാഠം പഠിച്ചിരുന്നില്ല. എന്റെ കൂടെ പില്ക്കാലത്ത് ഒരു കഥകളിഗായകനായ നീലകണ്ഠനുണ്ടായിരുന്നു. ഞങ്ങളൊരുമിച്ച് "അ, ആ" എന്ന് പറഞ്ഞുതുടങ്ങി. ഇടയ്ക്കിടെ ഞാൻ ഈശ്വരനും മറ്റു കുട്ടികളുമുള്ള ഭാഗത്തേക്കു നോക്കും. നാട്ടെഴുത്തച്ഛൻ അവരെ അക്ഷരങ്ങളെഴുതിക്കുകയാണ്. എനിക്കവരോട് അസൂയ തോന്നി.

അവരൊക്കെയും വായ്പാഠം പഠിച്ചവരാണ്. ഞാനും നീലകണ്ഠനും അതു തുടങ്ങിയിട്ടേയുള്ളൂ.

"ആദ്യം മുതലേ ഒന്നുകൂടെ."

"അ, ആ, ഇ, ഈ..."

ഞങ്ങൾ നാവുകൾ ചലിപ്പിച്ചു സ്വരങ്ങൾ മുഴങ്ങി.

തൊടിയിൽ തുളസി, മുക്കുറ്റി, പൂവ്വാംകുറുന്നില, നന്ത്യാർവട്ടം, വേപ്പ്, വേലിയിൽ ആടലോടകത്തഴപ്പുകൾ, ആകാശത്തിൽ ഡാകിനികൾ, വിദ്യാധരസ്ത്രീകൾ, യക്ഷന്മാർ, രാത്രികളിൽ അച്ഛനെനിക്ക് നക്ഷത്രങ്ങൾ ചൂണ്ടിക്കാണിച്ചു തന്നു.

അശ്വതി അശ്വമുഖം പോലെ.

കാർത്തിക കൈവട്ടകപോലെ.

തിരുവാതിര തീക്കട്ടപോലെ.

മകം നുകം പോലെ

മുത്തശ്ശി എനിക്ക് തൊടിയിലെ സസ്യങ്ങൾ ചൂണ്ടിക്കാണിച്ചു തന്നു.

ചെറൂള.

ചെറുവഴുതിന.

പുത്തരിച്ചുണ്ട.

ചിറ്റമൃത്.

അവയിലൊക്കെ ഉരസിക്കൊണ്ട് എന്റെ ബാല്യം കടന്നുപോവുകയായിരുന്നു. അതിനിടയിൽ കറുകയ്ക്ക് ദേവൻ ബ്രഹ്മാവാണെന്ന് ഞാനറിഞ്ഞു. ചെറൂളയ്ക്ക് യമൻ, പൂവാംകുറുന്നിലയ്ക്ക് ലക്ഷ്മി, മുക്കുറ്റിക്ക്

ശ്രീപാർവ്വതി, കൃഷ്ണക്രാന്തിക്ക് വിഷ്ണു, ഒന്നും മറന്നു പോകാതിരിക്കാൻ മുത്തശ്ശി എനിക്കു ബ്രഹ്മി തന്നു.

"എന്താ പേര്?" ഈശ്വരൻ നമ്പൂതിരിയൊരുനാൾ എന്നോടു ചോദിച്ചു.

ഞാനാ ശബ്ദം കേട്ട് അതിശയിച്ചുപോയി. എനിക്ക് കുറച്ചുനേരത്തേക്ക് വിസ്മയംകൊണ്ട് ഒന്നും പറയാനായില്ല.

"പേരില്ലാന്നുണ്ടോ?" ഈശ്വരൻ എഴുന്നനിന്ന ഒരു വേരിന്മേൽ കയറിനിന്ന് പിന്നെയും ചോദിച്ചു.

"ഉ... ണ്ട്...." ഞാൻ വിക്കി വിക്കി പറഞ്ഞു.

"എന്നാല് അതങ്ങട്ട് പറയ്യാ." ഈശ്വരൻ ചിരിച്ചുകൊണ്ട് നിർദ്ദേശിച്ചു. ഞങ്ങൾക്കു മീതെ ഒരു അരയാൽമരത്തിന്റെ തണൽ.

ഈശ്വരൻ ഓരോ നിമിഷവും വളർന്നുവലുതാകുന്നതായി എനിക്കു തോന്നി. ഞാൻ സ്തബ്ധനായി. അരയാലിന്റെ ഇലകൾ കാറ്റിൽ വിറച്ചുകൊണ്ടിരുന്നു. എനിക്ക് ഉള്ളിൽ എന്തോ പറയും പോലെയായി.

"ഇനി എഴുത്താകാം." നാട്ടെഴുത്തച്ഛൻ പറഞ്ഞു.

ഞാൻ കിഴക്കോട്ടു തിരിഞ്ഞിരുന്ന് മണൽക്കുടുക്കയിൽ നിന്ന് മണൽ പരത്തി എഴുതാനൊരുങ്ങി. നാട്ടെഴുത്തച്ഛൻ എന്റെ കൈ പിടിച്ച് "ഹരിശ്രീ ഗണപതയേ നമഃ" എന്നെഴുതിച്ചു. ഞാനത് മുമ്പെന്നോ ഉണക്കലരിയിൽ എഴുതുകയും പിന്നീട് എഴുതിയ അരി മുഴുവനും നാലുനേരം വേവിച്ചു ഉണ്ണുകയും ചെയ്തിരുന്നു.

"ഇനി വായ്പാഠം ചൊല്ല്." നാട്ടെഴുത്തച്ഛൻ പറഞ്ഞു.

ഞാൻ വായ്പാഠം ചൊല്ലുകയായി. ഈശ്വരൻ നമ്പൂതിരി ഒരുചിരിയോടെ എന്നെ നോക്കിക്കൊണ്ട് തെല്ലകലെ ഒരു തൂണിന്മേൽ ചാരി നില്ക്കുന്നുണ്ടായിരുന്നു. ഉവ്വ്, എല്ലാം ഓർമ്മയുണ്ട്. അ, ആ, ഇ, ഈ എന്നിങ്ങനെ വായ്പാഠം ചൊല്ലിക്കഴിഞ്ഞപ്പോൾ നാട്ടെഴുത്തച്ഛൻ എന്റെ വലതുകൈ പിടിച്ച് ചൂണ്ടാണിവിരൽകൊണ്ട് മണലിൽ ആദ്യക്ഷരം എഴുതുകയായി. ചൂണ്ടാണിവിരൽ മണലിൽ ഉരസി ഒരക്ഷരമായി. ഒരു സ്വരം. സ്വരങ്ങളെല്ലാം കഴിഞ്ഞപ്പോൾ വ്യഞ്ജനം. അതുകഴിഞ്ഞ് പരൽപ്പേരുകൾ. , കാ, കി, കീ എന്നിങ്ങനെ പരൽപ്പേരുകൾ എഴുതിപ്പഠിക്കുന്നതിനിടയിൽ ഞാൻ ഈശ്വരൻ നില്ക്കുന്ന ദിശയിലേക്കു നോക്കി. ഈശ്വരൻ അപ്പോഴേക്കും പരൽപ്പേരുകളത്രയും മണലിൽ എഴുതി ഹൃദിസ്ഥമാക്കിയിരുന്നു. പരൽപ്പേരുകൾ മാത്രമല്ല, പല കൂട്ടക്ഷരങ്ങളും അതിനകം ഈശ്വരൻ പഠിച്ചുകഴിഞ്ഞിരുന്നു. എന്നെ കൂട്ടക്ഷരങ്ങൾ കാത്തുനിന്നു. കള്, ഗ്ള, ക്വ, ഗ്വ.

കൂട്ടക്ഷരങ്ങൾ പഠിച്ചുകഴിഞ്ഞപ്പോൾ നാട്ടെഴുത്തച്ഛൻ ഒരോല നീട്ടിത്തന്നു. അതിൽ മഷിയിട്ടപ്പോൾ അക്ഷരങ്ങൾ തെളിയുകയായി.

ഗണാഷ്ടകം.

മുകുന്ദാഷ്ടകം.

സരസ്വതീസ്തവം.

ബാല്യത്തിന്റെ തെളിമയുള്ള ശബ്ദത്തിൽ അതെല്ലാം വീണ്ടും ഞാൻ കേൾക്കുന്നു.

"എല്ലാം പഠിച്ചുവോ?" അച്ഛനെന്നോടു ചോദിക്കുന്നു.

"ഉവ്വ്." ഞാൻ പറയുന്നു.

"അടിവാക്യവും നക്ഷത്രവാക്യവും?" അച്ഛൻ ചോദിക്കുന്നു.

ഞാൻ ശിരസ്സനക്കുന്നു.

"സിദ്ധരൂപം?"

"ഉവ്വ്."

"ബാലപ്രബോധിനി?"

"ഉവ്വ്."

"ജ്യാവുകൾ?"

"ഉവ്വ്."

അച്ഛൻ തുടർന്നൊന്നും ചോദിക്കുന്നില്ല. ഉമ്മറപ്പടിക്കപ്പുറത്തുനിന്ന് ആരോ എന്നെ വിളിക്കുന്നത് കേൾക്കായി. മണൽക്കുടുക്കയും ഓലകളും പിറകിൽ ഉപേക്ഷിച്ച് ഞാൻ വ്യഗ്രതയോടെ അങ്ങോട്ടു നീങ്ങി. യൗവ്വനത്തിന്റെ മേച്ചിൽപ്പുറങ്ങൾ. കിളിവാതിലുകളിലൂടെ നേരിയ വെളിച്ചം അരിച്ചെത്തുന്ന മുറികളിൽ കാച്ചെണ്ണയുടെയും തുളസിയുടെയും ഇഞ്ചയുടെയും കളഭത്തിന്റെയും ഗന്ധമുള്ള സ്ത്രീശരീരങ്ങൾ. ഏതോ നേരത്ത് പുറത്തു നിന്നൊരു ഇരമ്പം കേട്ട് ഞാനെഴുന്നേറ്റ് കിളിവാതിലിലൂടെ പുറത്തേക്കു നോക്കിയപ്പോൾ കണ്ടത് ഉച്ചത്തിൽ മുദ്രാവാക്യങ്ങൾ വിളിച്ചുകൊണ്ട് ജാഥയായി കടന്നുപോകുന്ന സ്വാതന്ത്ര്യസമരഭടന്മാരെയാണ്. ഏറ്റവും മുന്നിൽ ഈശ്വരൻനമ്പൂതിരിയായിരുന്നു. തലയിൽ ഗാന്ധിത്തൊപ്പി. ചുമലിൽ ഒരു തുണിസഞ്ചി, ഞാൻ നിരത്തിലേക്കു നോക്കി നില്ക്കെ പുറകിൽ നിന്ന് സത്യമയി വാരസ്യാര് എന്റെ ചുമലിൽ കൈവച്ചു. ഞാൻ തിരിഞ്ഞുനിന്നു. സത്യമയി വാരസ്യാരുടെ സുഭഗമായ ശരീരം എന്റെ കണ്ണുകളിൽ നിറഞ്ഞു. ഞാൻ കൈകൾ നീട്ടി.

"ആരാ? എവിടന്നാ?" ഏതാനും പതിറ്റാണ്ടുകൾക്കുശേഷം കണ്ടുമുട്ടിയപ്പോൾ സത്യമയി വാരസ്യാര് എന്നെ തിരിച്ചറിഞ്ഞില്ല. വെള്ളിഫ്രെയിമുള്ള കണ്ണടയ്ക്കുള്ളിൽ കൃഷ്ണമണികൾ പ്രതിബിംബത്തെ ഉറപ്പിച്ചു നിർത്താനാവാതെ ഉഴറി.

"ഇവിടെ ഉണ്ടായിരുന്നു മുൻപ്..." ഞാൻ പറഞ്ഞു.

"കേൾവീം കുറവാ." സത്യമയി വാരസ്യാർ ചെവി വട്ടം പിടിച്ചു.

ഞങ്ങൾക്കിടയിൽ കാലം സ്പന്ദിച്ചുകൊണ്ടിരുന്നു. അതേപ്പറ്റി ഓർത്തപ്പോൾ എനിക്കു ഭയം തോന്നി.

അവിടെനിന്നും ഞാൻ നേരെ പോയത് ഈശ്വരൻ നമ്പൂതിരിയുടെ അടുത്തേക്കാണ്. ഭാഗം വെച്ച ഇല്ലപ്പറമ്പിന്റെ ഒരു കോണിൽ ചെറിയൊരു ഓലപ്പുരയ്ക്കുള്ളിലായി ഈശ്വരൻ നമ്പൂതിരി കൂനിപ്പിടിച്ചിരുന്നു, നിറഞ്ഞ വാർദ്ധക്യം. നരച്ചു നീണ്ട താടി. ശോഷിച്ച കൈകൾ. ശബ്ദത്തിൽ വിറയൽ.

"ഒന്നും ഓർമ്മയില്ല ഇപ്പോ." എന്റെ കൂടെ എഴുത്തുപള്ളിയിൽ പഠിച്ചതും അല്പം മുതിർന്നു കഴിഞ്ഞപ്പോൾ സ്വാതന്ത്ര്യസമരത്തിലേക്ക് എടുത്തുചാടിയതും പിന്നീട് ഒരു കമ്യൂണിസ്റ്റുകാരനെന്ന നിലയിൽ അപകടകരമായി ജീവിച്ചതും ഒളിവിൽ കഴിയുന്ന കാലത്ത് പിടിക്കപ്പെട്ടതിനെത്തുടർന്ന് ഒരുപാട് പീഡനം സഹിച്ചതും മനംമാറ്റമുണ്ടായി കമ്യൂണിസ്റ്റുകാരനല്ലാതായതും വിരക്തി തോന്നിയതും ഒറ്റയ്ക്കായതുമെല്ലാം ഈശ്വരൻ മറന്നുകഴിഞ്ഞിരുന്നു. എന്തെങ്കിലും ഓർമ്മിപ്പിക്കാൻ ശ്രമിക്കുന്നത് വ്യഥാവിലാണെന്ന് എനിക്കു ബോദ്ധ്യമായി. ഈശ്വരൻ എങ്ങോ ദൃഷ്ടിയൂന്നി ഇരിക്കുകയായിരുന്നു. ഞാനെഴുന്നേറ്റു. പുറത്ത് മഴ പെയ്യുന്നുണ്ടായിരുന്നു. ഞാൻ സംശയിച്ചുനില്ക്കാതെ മഴയിലേക്കിറങ്ങി കാറിനു നേർക്കു നടന്നു.

ചിത്രത്തൂണുകളുള്ള വീട്

പടിപ്പുരയ്ക്കപ്പുറത്തായി ഒരു കാർ വന്നു നിന്നപ്പോൾ ഗൃഹനാഥൻ ഉമ്മറത്തെ ചാരുകസേരയിൽ നിന്നെഴുന്നേറ്റു. രണ്ടുപേർ കാറിൽ നിന്നിറങ്ങി പടിപ്പുര വഴി അയാളുടെ നേർക്കു നടന്നു. രണ്ടുപേരെയും അയാൾക്ക് അറിയാമായിരുന്നില്ല. ഉമ്മറത്ത് ചാരുകസേരയല്ലാതെ വേറെ ഇരിപ്പിടങ്ങളൊന്നുമില്ലാത്തതിൽ അയാൾ ഖേദിച്ചു.

അപ്പോഴേക്കും സന്ദർശകർ ഉമ്മറത്തുള്ള രണ്ടു തൂണുകളിൽ ശ്രദ്ധ പതിപ്പിക്കാൻ തുടങ്ങിയിരുന്നു. അവർ ആ തൂണുകളിൽ സ്പർശിക്കുന്നതും താഴത്തുനിന്ന് മുകളറ്റം വരെ അതിസൂക്ഷ്മമായി നോക്കുന്നതും ഗൃഹനാഥൻ വിസ്മയത്തോടെ കണ്ടുനിന്നു. അയാൾക്ക് അവരുടെ പെരുമാറ്റം തികച്ചും വിചിത്രമായി തോന്നി.

"എവിടെ നിന്നാണ്?" സാമാന്യമര്യാദ പാലിച്ചുകൊണ്ട് അയാൾ ചോദിച്ചു. സന്ദർശകർ അതിനു മറുപടി പറയാതെ ഒരല്പം മാറിനിന്ന് വളരെ ഗൗരവത്തിൽ സംസാരത്തിലേർപ്പെട്ടു.

മുറ്റത്ത് പുതുമഴയ്ക്കു കുരുത്ത പുല്ല് വളർന്നുനിന്നിരുന്നു കിണറ്റിൻകരയിലെ പപ്പായയുടെ മുകളിലിരുന്ന് ഒരു കാക്ക സന്ദർശകരെ സാകൂതം വീക്ഷിച്ചു. അവർ ഒച്ച താഴ്ത്തിയാണ് സംസാരിച്ചത്.

അതിനകം ഗൃഹനാഥ വീടിനുള്ളിൽ നിന്ന് നടുത്തളം പിന്നിട്ട് മുൻവാതിലിലൂടെ ഉമ്മറത്തെത്തി. അവർ ഭർത്താവിനെയും സന്ദർശകരെയും നോക്കി എന്തോ ഊഹിച്ചെടുക്കാനുള്ള ശ്രമമായി. അയാൾ ഒന്നും അറിഞ്ഞുകൂടെന്നൊരു ചേഷ്ട കാട്ടി. അത് ഭാര്യയെ തെല്ല് ചിന്താക്കുഴപ്പത്തിലാക്കി. അപ്പോൾ പിറകിൽ ഒരു കാൽപ്പെരുമാറ്റം കേട്ട് അവർ തിരിഞ്ഞു നോക്കി. മൂത്ത മകളാണ്.

അവൾ വാതിൽപ്പാളിയിൽ തൊട്ടുനിന്ന് സന്ദർശകരെ നോക്കി.

അവർക്കു പുറമേ പടിപ്പുരയ്ക്കപ്പുറം നിർത്തിയിട്ട കാറും അവളുടെ കണ്ണുകളിൽ പ്രതിഫലിച്ചു. അവളുടെ മുഖം പ്രതീക്ഷാനിർഭരമായി.

"എന്തിനാണവർ വന്നിരിക്കുന്നത്?" ഗൃഹനാഥ ഭർത്താവിനോട് അയാൾക്കു മാത്രം കേൾക്കാവുന്ന ശബ്ദത്തിൽ ആരാഞ്ഞു.

അയാൾ ചുമലുകൾ ചെറുതായി ഇളക്കി തന്റെ നിസ്സഹായത പ്രകടമാക്കി.

നനഞ്ഞ മുടി തോർത്തിക്കൊണ്ട് അയാളുടെ രണ്ടാമത്തെ മകൾ മുൻവാതില്ക്കലെത്തി. കുളിച്ചു വെടിപ്പാർന്ന ശരീരത്തിന്റെ ഗന്ധം കൊണ്ടാണ് ജ്യേഷ്ഠത്തി അവളുടെ സാന്നിദ്ധ്യമറിഞ്ഞത്. നനഞ്ഞ മുടിയിൽ നിന്ന് ചിതറിത്തെറിച്ച ഈർപ്പം ജ്യേഷ്ഠത്തിയുടെ മുഖത്തുവന്ന് പതിക്കുകയും ചെയ്തു. അവൾ അനുജത്തിയെ തറപ്പിച്ചൊന്നു നോക്കി. ആ നോട്ടമേറ്റ് അനുജത്തി ചൂളിയില്ല. അശ്രദ്ധമായി ധരിച്ച വസ്ത്രത്തിനകമേ അവളുടെ ശരീരം ജ്യേഷ്ഠത്തിയുടേതിനെയപേക്ഷിച്ച് കുറേക്കൂടി തിളക്കമാർന്നതായിരുന്നു. അതിന്റെ ഔദ്ധത്യത്തോടെ ജ്യേഷ്ഠത്തിയുടെ നോട്ടം അവഗണിച്ച് അവൾ സന്ദർശകരുടെ ദിശയിലേക്കു ദൃഷ്ടി തിരിച്ചു അപ്പോഴും ആ അപരിചിതർ കൂടിയാലോചനയിലായിരുന്നു.

"എടാ, നിന്റെ പടിപ്പുരേടെ അവ്ടെ ഒരു കാറ് നില്ക്കുന്നു." വിദ്യാലയത്തിൽ നിന്ന് മടങ്ങിവരുന്ന കുട്ടികളുടെ കൂട്ടത്തിൽ നിന്ന് ഒരു കുട്ടി ഉച്ചത്തിൽ മറ്റൊരു കുട്ടിയോടായി പറഞ്ഞു.

അവർ കൈത്തഴപ്പുകൾക്കിടയിലൂടെ വരികയായിരുന്നു. ഭഗവതിക്കാവിനപ്പുറത്തെ ആൾത്താമസമില്ലാത്ത വീടിന്റെ പിന്നിലുള്ള വെല്ലത്താന്മാവിനു ചുവട്ടിൽ കുറേനേരം അവരെല്ലാം കഴിച്ചുകൂട്ടുകയുണ്ടായി. ഉയരമേറിയ മാവാണ്. ആർക്കും കയറിപ്പറ്റാനാവില്ല. താഴെ കുറെ ഉയരത്തോളം അതിനു ശിഖരങ്ങളില്ല. തടിയാണെങ്കിൽ വളരെ വണ്ണമുള്ളതുമാണ്. കല്ലെറിഞ്ഞു വീഴ്ത്തിയ രണ്ടു പച്ചമാങ്ങകൾ വലിയ നീരസത്തിനൊന്നും ഇടവരുത്താതെ പങ്കുവച്ച് അതും തിന്നുകൊണ്ട് വരുമ്പോഴാണ് കാർ നില്ക്കുന്നത് ഒരു കുട്ടിയുടെ ശ്രദ്ധയിൽപ്പെട്ടത്.

"ആരോ വന്നിട്ടുണ്ട് നിന്റെ വീട്ടിലേക്ക്." മറ്റൊരു കുട്ടി പറഞ്ഞു

"ആരും വരാനില്ലല്ലോ." വീട്ടിലുൾപ്പെട്ട കുട്ടി നിരുന്മേഷഭാവത്തിൽ പറഞ്ഞു. പക്ഷേ, പച്ച നിറത്തിലുള്ള ആ വാഹനത്തിൽ നിന്ന് അവൻ കണ്ണെടുത്തില്ല.

"അവിടെ കാർ നിർത്തിയിട്ട് വേറെയെങ്ങും പോകാനില്ലല്ലോ."

കാർ ആദ്യം കണ്ട കുട്ടി പറഞ്ഞു.

"അതു ശരിയാ ഇവന്റെ വീട്ടിലേക്ക് തന്നെ ആളു വന്നത്."

"നമുക്ക് നോക്കാം."

കുട്ടികൾ കാറിനുനേരെ ഓടി.

സന്ദർശകരുടെ കൂടിയാലോചനയ്ക്കു വിരാമമായി. അവർ രണ്ടു പേരും പ്രസന്നതയോടെ ഗൃഹനാഥന്റെ സമീപത്തേക്കു നീങ്ങി. പടിപ്പു

രയിൽനിന്ന് കുട്ടികൾ അവരെ ഉറ്റുനോക്കി. വൈകുന്നേരത്തെ കാറ്റ് പടിപ്പുര താണ്ടി കിഴക്കോട്ടു കടന്നുപോയി.

"ഞങ്ങൾ വന്നത്," സന്ദർശകരിൽ ഒരാൾ ഉമ്മറത്തേക്കു വിരൽ ചൂണ്ടിക്കൊണ്ട് പറഞ്ഞു: "ഈ തൂണുകൾ കാണുന്നതിനാണ്."

"ഇങ്ങനെ രണ്ടു തൂണുകൾ ഇവിടെയുണ്ടെന്ന് ആരോ ഞങ്ങളോടു പറയുകയുണ്ടായി." രണ്ടാമൻ പറഞ്ഞു.

"അതെ, നമ്മള് ബാങ്കിൽ നിന്നിറങ്ങുമ്പോൾ." ഒന്നാമൻ കൂട്ടിച്ചേർത്തു.

"അതു പറഞ്ഞയാൾക്ക് ഇത്രടംവരെ വരാൻ എന്തോ അസൗകര്യമുണ്ടായിരുന്നു. ഇല്ലെങ്കിൽ ഞങ്ങളുടെ കൂടെ കാറിൽ വന്നേനെ."

"പക്ഷേ, ഈ വഴി ഞങ്ങൾക്ക് വിസ്തരിച്ചു പറഞ്ഞു തന്നതുകൊണ്ട് വീടു കണ്ടുപിടിക്കാൻ ഒട്ടും തന്നെ ബുദ്ധിമുട്ടിയില്ല."

"തൂണുകൾ ഞങ്ങൾ ശ്രദ്ധിച്ചുനോക്കി."

"കുഴപ്പമില്ല."

"എത്ര വർഷത്തെ പഴക്കം കാണും?"

"അമ്പത്!"

"മരം വീട്ടിയാണല്ലോ അല്ലേ?"

"വലിയ പോറലൊന്നും ഏറ്റിട്ടില്ല."

"ഭാഗ്യം."

"കൊത്തുപണിയെന്നു പറയാൻ വലുതായിട്ടൊന്നുമില്ല."

"ആകെക്കൂടിയൊരു ചന്തമുണ്ടെന്നു വേണമെങ്കിൽ പറയാം. അത്ര തന്നെ."

"നല്ലൊരു തച്ചനെക്കൊണ്ട് തൊടീക്കണം. എന്നിട്ട് നന്നായൊന്നു പൊളീഷ് ചെയ്താൽ കാഴ്ചയ്ക്ക് ഭേദമാകും."

"ഏതു നിലയ്ക്കും വലിയൊരു തുകയ്ക്കൊന്നും ഇല്ല."

"അതു തീർച്ച."

"എന്നുവെച്ച് തീരെ നിരാശപ്പെടുത്തുന്നൊരു വിലയല്ല കണ്ടിട്ടുള്ളത്."

"അതേപ്പറ്റി നമുക്കു പിന്നീട് സംസാരിക്കാവുന്നതാണ്. അങ്ങോട്ടുമിങ്ങോട്ടും ചില്ലറ വിട്ടുവീഴ്ചകൾ വേണ്ടിവരുമല്ലോ."

"നമ്മൾ മാത്രമല്ലേ സംസാരിച്ചുള്ളൂ. ഇദ്ദേഹം ഒന്നും പറഞ്ഞില്ലല്ലോ?"

"ശരിയാണ്. ഒന്നും പറയാതെ നില്ക്കുകയാണല്ലോ."

അയാൾ സന്ദർശകർ നടത്തിയ സാമാന്യം ദീർഘമായ സംഭാഷണം ശ്രവിച്ചുകൊണ്ട് അതിൽ ഇടപെടാതെ നില്ക്കുകയായിരുന്നു. അവർ തന്റെ വീടിന്റെയുമ്മറത്തു സ്ഥിതി ചെയ്യുന്ന തൂണുകളെക്കുറിച്ചാണ് സംസാരിക്കുന്നതെന്ന വസ്തുത അയാളെ അന്ധാളിപ്പിക്കാൻ പോന്നതായി. എങ്ങുനിന്നോ വീട്ടിലെത്തിയ അപരിചിതർ അവയെക്കുറിച്ചു ചർച്ച ചെയ്യുമെന്ന് അയാൾ ഒരിക്കലും പ്രതീക്ഷിച്ചിരുന്നില്ല. അതുകൊണ്ടു

തന്നെ അയാൾ തന്റെ ഇരുവശത്തേക്കുമായുള്ള ആ തൂണുകൾ ജീവിതത്തിൽ ആദ്യമായി കാണുകയാണെന്നതുപോലെ മാറി മാറി വീക്ഷിച്ചു. വൃദ്ധവും പരവശവുമായ രണ്ട് ഉടലുകളെയാണ് താൻ കാണുന്നതെന്ന് അയാൾക്കു പെട്ടെന്ന് മനസ്സിൽ തോന്നി. അയാളുടെ ദേഹത്തേക്ക് അതേത്തുടർന്ന് ഒരു വിറയൽ പാഞ്ഞുകയറി.

"നിങ്ങള് പറഞ്ഞുവരുന്നത് ഞാനീ തൂണുകൾ വില്ക്കണമെന്നാണോ?" അയാൾ സന്ദർശകരോടു ചോദിച്ചു.

അയാളുടെ ശബ്ദം ചെറുതായി വിറച്ചിരുന്നു. പക്ഷേ, അത് സന്ദർശകർ തിരിച്ചറിഞ്ഞില്ല.

"ഞങ്ങൾ ഇവ വാങ്ങാൻ തയ്യാറായാണ് വന്നത്. ഇത്തരത്തിൽപെട്ട ഏതാനും തൂണുകൾ ഞങ്ങൾക്ക് ആവശ്യമുണ്ട്." സന്ദർശകരിൽ ഒരാൾ പറഞ്ഞു.

"ന്യായമായ ഒരു വില നിങ്ങൾ തന്നെ പറഞ്ഞോളൂ." രണ്ടാമൻ അത്യധികം സൗഹൃദം സ്ഫുരിക്കുന്ന മുഖത്തോടെ ഒരു ചുവട് മുന്നോട്ടു നീങ്ങി.

ഗൃഹനാഥൻ തിരിഞ്ഞ് തന്റെ ഭാര്യയെയും പെൺമക്കളെയും ഒന്നു നോക്കി. അവരൊക്കെ സ്തബ്ധരായി നില്ക്കുകയാണ്. മുറ്റത്ത് മകനും അതേമട്ടിൽ നിന്നു.

"നമ്മൾ ഒരുപാട് ബുദ്ധിമുട്ടുകൾ സഹിച്ചുകൊണ്ടിരിക്കുന്നതിനിടയിലാണ് ഇവർ വന്നിരിക്കുന്നത്." ഗൃഹനാഥൻ തന്റെ കുടുംബത്തിലുള്ളവരെ അഭിസംബോധന ചെയ്തുകൊണ്ട് പറഞ്ഞു. "നമ്മളെപ്പോഴും എന്തെങ്കിലും സംഭവിക്കാനായി കാത്തിരിക്കുകയാണ്. അത്ഭുതങ്ങളുടെ കാലം കഴിഞ്ഞിട്ടില്ലെന്ന് നമ്മളൊക്കെയും ഉറച്ച് വിശ്വസിക്കുന്നു. ഇതാ, കൈ നിറയെ പണവുമായി മുറ്റത്തു വന്നുനില്ക്കുന്നു രണ്ടുപേർ, ദൈവദൂതരെപ്പോലെ. ഇവർ ഈ തൂണുകൾ വാങ്ങി നമ്മെ സഹായിക്കും. തൽക്കാലത്തേക്കെങ്കിലും നമുക്ക് എല്ലാം മറന്ന് സന്തോഷിക്കാനുള്ള വകയായി."

അയാൾ ആഗതർക്കു നേരെ തിരിഞ്ഞുനിന്നു.

അവർ പരസ്പരം നോക്കി മന്ദഹസിച്ചു.

"ആരാണ് നിങ്ങളെ ഇങ്ങോട്ടു പറഞ്ഞു വിട്ടതെന്നറിയില്ല. അയാൾ തീർച്ചയായും ഞങ്ങളുടെ അടുത്തൊരു ബന്ധുതന്നെയായിരിക്കണം."

കുട്ടി അച്ഛന്റെ മുഖത്തുനിന്നും കണ്ണെടുത്തതേയില്ല. പിറകിൽ പടിപ്പുരയിലുള്ള കുട്ടികൾ അനങ്ങാതെ നിന്ന് ചെവിയോർത്തു.

"നിങ്ങൾ ഞങ്ങളുടെ വീടിന്റെ ഈ പഴയ തൂണുകൾക്ക് വില തരാൻ തയ്യാറായി. അതു നിങ്ങളുടെ മഹാമനസ്കത, ഞങ്ങളീ തൂണുകളെ തീർത്തും മറന്നിരിക്കുകയായിരുന്നു. ദിവസേന കാണുമെങ്കിലും ഞാനിവയെ ശ്രദ്ധിച്ചിരുന്നില്ല. ഇവിടെ നില്ക്കാൻ തുടങ്ങിയിട്ട് അറുപതു വർഷമെങ്കിലുമായി. എന്തൊക്കെയോ നിർഭാഗ്യങ്ങൾ ഇവ ഇതിനകം കണ്ടു കഴിഞ്ഞിരിക്കുന്നു. നിങ്ങൾ സംശയിക്കുന്നത് ഇവയ്ക്ക് കണ്ണുകളുണ്ടോ

യെന്നാണെങ്കിൽ ഞാൻ ഉണ്ടെന്നു തന്നെ പറയും. പടി കയറി വന്ന നിർഭാഗ്യങ്ങളെല്ലാം ഇവ കണ്ടിട്ടുണ്ട്."

"നിങ്ങൾ ഒരല്പം വികാരാധീനനായിട്ടുണ്ടെന്നു തോന്നുന്നു." സന്ദർശരിൽ ഒരാൾ തെല്ലു പതർച്ചയോടെ പറഞ്ഞു. അയാളുടെ സുഹൃത്ത് ശിരസ്സനക്കി അതിനോടു യോജിച്ചു.

"എന്റെ പിറകിൽ നില്ക്കുന്ന പ്രായം തികഞ്ഞ രണ്ടു പെൺമക്കളെ നിങ്ങൾ കാണുന്നുണ്ടോ? അവരും ഈ തൂണുകളും എനിക്ക് ഒരുപോലെയാണ്. ഞാനിവയെ ആർക്കും വില്ക്കുകയില്ല."

അയാൾ അങ്ങനെ പറഞ്ഞുതീർന്നതും മുറ്റത്തു നില്ക്കുകയായിരുന്ന അയാളുടെ മകൻ പുസ്തകങ്ങൾ നിലത്തിട്ട് ഉമ്മറത്തേക്കോടി അയാളെ ചുറ്റിപ്പിടിച്ചു. "അച്ഛാ, അച്ഛാ" എന്നു പറഞ്ഞ് അവൻ കരയാൻ തുടങ്ങി. അയാൾ അവനെ മുറുകെ പിടിച്ച് വാക്കുകൾ കിട്ടാതെ നിശ്ശബ്ദനായി നിന്നു.

അതിനിടയിൽ സന്ദർശകരിലൊരാൾ അമ്പരപ്പിൽ നിന്നുണർന്ന് എന്തോ പറയാൻ ഭാവിച്ചു. പക്ഷേ, ഗൃഹനാഥൻ കൈയുയർത്തി അയാളെ തടഞ്ഞു.

സന്ദർശകർ അന്യോന്യം നോക്കി. അവരുടെ മുഖങ്ങളിൽ ഇച്ഛാഭംഗവും ഈർഷ്യവും കൂടിക്കലർന്നൊരു ഭാവമായിരുന്നു. സ്വയം പിറുപിറുത്തുകൊണ്ട് അവർ പടിപ്പുരയുടെ നേർക്കുനടന്നു. പടിപ്പുരയിൽ കുട്ടികൾ ഒരു ചെറുശബ്ദംപോലും കേൾപ്പിക്കാതെ നിന്നു. സന്ദർശകർ പടിപ്പുരയെ സമീപിച്ചപ്പോൾ അവർ നിശ്ശബ്ദരായിത്തന്നെ വഴിയൊഴിഞ്ഞു കൊടുത്തു.

"വളരെ വിചിത്രമായിരിക്കുന്നു." കാർ സ്റ്റാർട്ട് ചെയ്യുമ്പോൾ സന്ദർശകരിൽ ഒരാൾ പറഞ്ഞു.

കാർ ചുവന്ന നാട്ടുപാതയിലൂടെ നീങ്ങിത്തുടങ്ങി.

മുൻസീറ്റിൽ ഇടത്തേയറ്റത്തിരുന്ന സന്ദർശകർ പിറകോട്ടു നോക്കി. ജീർണ്ണിച്ച പടിപ്പുരയ്ക്കപ്പുറം ചിത്രത്തൂണുകളുള്ള വീട്.

"ആ തൂണുകൾ ഭംഗിയുള്ളവയായിരുന്നു." അയാൾ പിറുപിറുത്തു.

"ആ പെൺകുട്ടികളും." അയാളുടെ സുഹൃത്ത് കാറോടിക്കുന്നതിനിടയിൽ തിരിഞ്ഞുനോക്കാതെ പറഞ്ഞു.

ടെലിഫോണും ഒരു വീട്ടമ്മയും

പൊടുന്നനേ അപരിചിതമായ ഒരു പരുക്കൻസ്വരം കാഞ്ചനയുടെ ചെവിയിൽ പതിച്ചു. അവൾ അന്ധാളിച്ചുപോയി.

"നിങ്ങളാരാണ്?"

"ഞാൻ ആരുമാകട്ടെ. ഇന്ന് ഉച്ചയൂണിന് കൊഞ്ചും കരിമീനും തന്നെയല്ലേ പ്രത്യേക വിഭവങ്ങൾ?"

അവൾ അവിശ്വസനീയതയോടെ റിസീവറിനു നേരെ നോക്കി. വേലക്കാരി അടുക്കളവാതില്ക്കലെത്തുമ്പോൾ അവൾ അങ്ങനെ നില്ക്കുകയായിരുന്നു. അരികിലായി ഡ്രൈവർ അല്പസമയം മുൻപുകൊണ്ടുവന്നേല്പിച്ച കൊഞ്ചും കരിമീനും.

വേലക്കാരി മീനെടുക്കാനായി മുന്നോട്ടു നീങ്ങി. വെളിയിൽ ഡ്രൈവർ കാർ സ്റ്റാർട്ട് ചെയ്തു. വേലക്കാരി മീൻസഞ്ചിയെടുത്ത് ഒച്ചയുണ്ടാക്കാതെ അടുക്കളയിലേക്കു മടങ്ങി. കൊഞ്ചാണോ അതോ കരിമീനാണോ ആദ്യം വെടിപ്പാക്കേണ്ടതെന്നതിനെ സംബന്ധിച്ച നിർദ്ദേശത്തിനായി അവൾ കാഞ്ചനയെ പ്രതീക്ഷിച്ചു. പിന്നെ അവൾ കരിമീൻ വെടിപ്പാക്കാനിരുന്നു.

മപ്പാസുണ്ടാക്കാനും വറുക്കാനും പൊള്ളിക്കാനുമൊക്കെ പറ്റുന്ന വിധത്തിൽ മികച്ചതും വലിപ്പമുള്ളതുമായിരുന്നു കരിമീനത്രയും. "ഇന്നു ഞാൻ നല്ല ഒന്നാന്തരം മപ്പാസുണ്ടാക്കും." അവൾ ആഹ്ലാദത്തോടെ മനസ്സിൽ പറഞ്ഞു.

ആകെ എട്ടു കരിമീനാണ് ഉണ്ടായിരുന്നത്. പുറമെ അവയ്ക്കു സവിശേഷമായ ഒരു തിളക്കമുണ്ടായിരുന്നു. ഉള്ളിൽ ചെകിളകൾ ചുവന്നു മിന്നി. കണ്ണുകളിലാകട്ടെ, പുഴയിലെ ജീവിതത്തിന്റെ സന്തുഷ്ടി നിറഞ്ഞു നിന്നു. ചിരിക്കുന്നൊരു ഭാവമായിരുന്നു ഒരോന്നിന്റെയും മുഖത്ത്. ആ ഭാവത്തിനോ, മൊത്തത്തിലുള്ള രൂപസൗന്ദര്യത്തിനോ തെല്ലും ഊനം

തട്ടാത്ത വിധത്തിൽ വേലക്കാരി ഓരോ കരിമീനും വെടിപ്പാക്കി. അപ്പോൾ കാഞ്ചന അടുക്കളയിലേക്കു കടന്നുവന്നു.

''കരിമീൻ മുറിച്ചുകഴിഞ്ഞു.'' വേലക്കാരി പ്രഖ്യാപിച്ചു. കൊച്ചമ്മയുടെ മുഖത്തേക്കു നോക്കിയപ്പോൾ അതു തെല്ലു വിളറിയിട്ടുണ്ടെന്ന് അവൾക്കു തോന്നി.

അവൾ പെട്ടെന്നുതന്നെ മുറിച്ചെടുത്ത കരിമീനുകളിൽ ശ്രദ്ധ പതിപ്പിച്ചു. അവ മൂന്നുവട്ടം കഴുകി ആവശ്യത്തിനു ഉപ്പു വിതറി നല്ലതുപോലെ ഇളക്കിയശേഷം ചുമരലമാരയിൽ അടച്ചുവെച്ചു.

“ഇനി കൊഞ്ചിന്റെ പണി തുടങ്ങാം അല്ലേ?” അവൾ വീണ്ടും കൊച്ചമ്മയുടെ നേർക്കു തിരിഞ്ഞു.

“ഉം” എന്നൊന്നു മൂളി കാഞ്ചന അടുക്കളയിൽനിന്നു പുറത്തുകടന്നു.

വേലക്കാരി കൊഞ്ചിന്റെ പാത്രമെടുത്ത് അടുക്കളയുടെ വരാന്തിൽ ചെന്നിരുന്നു. കൊഞ്ചു വെടിപ്പാക്കുകയെന്നതു കരിമീൻ വെടിപ്പാക്കുന്നതുപോലെ അത്ര എളുപ്പമല്ല. അതിനു കുറെ സാവകാശം വേണം. കൂടുതൽ വെളിച്ചം കിട്ടുന്നിടമായാൽ നന്ന്.

അവൾ വരാന്തയിൽ കൊഞ്ചു വെടിപ്പാക്കാനിരുന്നതും അയൽപ്പക്കത്തെ തടിയൻ പൂച്ച പതുങ്ങിപ്പതുങ്ങി അടുത്തെത്തി.

“വേണ്ട, ചങ്ങാത്തമൊന്നും വേണ്ട.”

അവൾ നിഷ്കരുണം അതിനെ ഓടിച്ചുവിട്ടു. അത് ഇച്ഛാഭംഗം പുറത്തുകാട്ടാതെ മതിലിനടുത്തു ചെന്നിരിപ്പായി.

കാഞ്ചന സ്വീകരണമുറിയിലെത്തി ഭർത്താവിന്റെ നമ്പർ ഡയൽ ചെയ്തു. പക്ഷേ, അങ്ങേതലയ്ക്കൽനിന്നു പ്രതികരണമൊന്നുമുണ്ടായില്ല. നിരുന്മേഷമായ ഒരു ശബ്ദം മാത്രം ഉയർന്നുകേട്ടു. അവൾ പിന്നെയും ഡയൽ ചെയ്തു നോക്കി. ഇപ്പോഴും കേൾക്കാൻ കഴിഞ്ഞതു നേർത്തൊരു മൂളൽപോലുള്ള ശബ്ദം മാത്രം. അവൾ മുഖം ചുളിച്ചു റിസീവർ ക്രാഡലിൽ വെച്ചു.

ഗോവണിയുടെ അടുത്തെത്തിയപ്പോൾ പിറകിൽ ഫോൺ ഒരിക്കൽകൂടി ഒച്ചയിട്ടു. കാഞ്ചന തിടുക്കപ്പെട്ടു ഫോണിനടുത്തേക്കു ചെന്നു.

“ഒരു കാര്യം ചോദിച്ചോട്ടെ?”

കാഞ്ചന കരുതിയതു ഭർത്താവു വിളിക്കുന്നുവെന്നത്രേ.

അവളുടെ മുഖഭാവം നൊടിയിടയിൽ മാറി.

“എന്താണ്?”

“നിങ്ങൾ നിങ്ങളുടെ ഭർത്താവിനെ സ്നേഹിക്കുന്നുണ്ടോ?”

അങ്ങനെ ചോദിച്ചുകേട്ടപ്പോൾ ഒരു നിമിഷാർദ്ധത്തിനുള്ളിൽ കാഞ്ചനയുടെ മുഖം ക്ഷോഭാകുലമായി.

“ഹേയ്, മിസ്റ്റർ! നിങ്ങളാരായാലും എന്റെ വ്യക്തിപരമായ കാര്യങ്ങളിൽ ഇടപെടാൻ നിങ്ങൾക്കു യാതൊരവകാശവുമില്ല. മനസ്സിലായോ?” അവൾ ക്ഷുഭിതയായി വിളിച്ചു പറഞ്ഞു.

"നിങ്ങളെ ഞാൻ ദേഷ്യം പിടിപ്പിച്ചുവെന്നു തോന്നുന്നു. ക്ഷമിക്കണം." ഫോണിന്റെ അങ്ങേത്തലയ്ക്കുള്ള അജ്ഞാതൻ തെല്ലൊരു ഭവ്യതയോടെ, ഒരുപക്ഷേ, പരിഹസിച്ചുകൊണ്ടാവാം പറഞ്ഞു.

ഏതു നിലയ്ക്കും അയാളുടെ ക്ഷമാപണം അവളെ സ്പർശിച്ചില്ല.

അവളുടെ ദേഹം കോപം നിമിത്തം വിറയ്ക്കുന്നുണ്ടായിരുന്നു.

"ഞാൻ എന്റെ ഭർത്താവിനെ സ്നേഹിച്ചാലും ഇല്ലെങ്കിലും നിങ്ങൾക്കെന്താ?"

"എനിക്കൊന്നുമില്ല. വെറുതെ ആരാഞ്ഞതാണ്. ഓരോ സ്ത്രീയും ഭയപ്പെടുന്ന ചില ചോദ്യങ്ങളുണ്ട്. അത്തരത്തിൽപ്പെട്ട ഒന്നാണ് ഞാൻ ചോദിച്ചത്. മറുപടി വേണ്ട. ഞാനതു പിൻവലിക്കുന്നു."

കാഞ്ചന കൂടുതൽ സംസാരിക്കാൻ നില്ക്കാതെ ആ നിരർത്ഥക സംഭാഷണത്തിൽനിന്ന് ഈർഷ്യയോടെ പിന്തിരിഞ്ഞു. ഗോവണി കയറവേ വീണ്ടും ഫോൺ ബെൽ മുഴങ്ങിയെങ്കിലും അതു കേൾക്കാത്തതുപോലെ അവൾ ഗോവണി കയറി തന്റെ കിടപ്പുമുറിയിലെത്തി. അതിനകത്തുള്ള കോഡ്‌ലെസ് ഫോണും ഒച്ചവയ്ക്കുന്നുണ്ടായിരുന്നു. കാഞ്ചന അതു ശ്രദ്ധിക്കാനേ പോയില്ല. വേലക്കാരിക്ക് അലക്കാനെടുക്കാനായി മുഷിഞ്ഞ തുണികൾ മുറിയുടെ ഒരു കോണിൽ നിക്ഷേപിച്ചതിൽ പിന്നീട് അവൾ സ്നാനത്തിനൊരുങ്ങി.

അടുക്കളയുടെ പുറംവരാന്തയിൽ വേലക്കാരി കൊഞ്ചുകളുടെ തോടു നീക്കം ചെയ്യുന്നതിൽ മുഴുകി. കൊഞ്ചുകൾ മിക്കവയ്ക്കും ജീവനുണ്ടായിരുന്നു. അവ രക്ഷപ്പെടാനുദ്ദേശിച്ചു പാത്രത്തിൽനിന്നു തുള്ളിയെങ്കിലും ഒന്നിനുപോലും അതിർത്തി ഭേദിക്കാനായില്ല. പാത്രത്തിലെ ജലവൃത്തത്തിൽതന്നെ അവ വീണടിഞ്ഞു. കാണക്കാണെ അവയുടെ ഉടലുകൾ തോടുകളില്ലാതെ നഗ്നമായി. അവയിൽ മഞ്ഞൾപ്പൊടിയും ഉപ്പും കുരുമുളകുപൊടിയും വന്നുവീണു.

വറുത്തെടുത്ത കൊഞ്ച് സവാളയും തക്കാളിയും അരിഞ്ഞിട്ടതിനോടൊപ്പം വെളുത്ത പിഞ്ഞാണത്തിൽ എന്തു മനോഹരമായിരിക്കുമെന്നു സങ്കല്പിച്ചുകൊണ്ട് വേലക്കാരി കൊഞ്ചു വറുക്കുന്നതിനുള്ള പാത്രമെടുത്ത് അടുപ്പത്തുവെച്ച് അതിലേക്ക് എണ്ണ തൂവി. എണ്ണ ചൂടായിക്കഴിഞ്ഞു. ഫ്രയിങ് പാനിലേക്ക് അവൾ കൊഞ്ചുവാരിയിടുന്ന നേരത്തു സ്വീകരണമുറിയിൽ ഫോൺ പിന്നെയും ശബ്ദിച്ചു തുടങ്ങി. ഫ്രയിങ് പാൻ മൂടിക്കൊണ്ടടച്ച് അവൾ സ്വീകരണമുറിയിലേക്കു നടന്നു. ഒട്ടുനേരം സംശയിച്ചു നിന്നതിനുശേഷം അവൾ റിസീവർ കൈയിലെടുത്തു.

"കൊച്ചമ്മ കുളിക്കുകയാ."

"ഓഹോ."

"എന്താ പറയേണ്ടത്?"

"ഒന്നും പറയണമെന്നില്ല. അടുക്കളയിൽ നിന്റെ ജോലിയൊക്കെ തീർന്നോ?"

"ങ്ഹേ, എന്റെ ജോലിയോ?"

"അതെ."

"തീർന്നില്ല. കൊഞ്ച് അടുപ്പത്തിരിക്കുന്നു." അവൾ സംഭ്രമത്തോടെ പറഞ്ഞു. എന്നിട്ടു റിസീവർ താഴെയിടുംപോലെ ഒരു വലിയ ശബ്ദത്തോടെ പൂർവ്വസ്ഥാനത്തുവെച്ച് അടുക്കളയിലേക്കുപാഞ്ഞുപോയി. അവളുടെ സംഭ്രമം ഏറെനേരം കഴിഞ്ഞിട്ടും വിട്ടുപോകാതെ ബാക്കിനിന്നു. അതു നിലനിർത്തിക്കൊണ്ടു തന്നെ അവൾ ശേഷിച്ച ജോലികളൊക്കെ അതിദ്രുതം ചെയ്തുതീർത്തു. കരിമീൻ മപ്പാസിനും കൊഞ്ചു വറുത്തതിനും പുറമേ കൂക്കലിന്റെ തോരൻ, കീര, കടുമാങ്ങ, കുറുക്കിയ കാളൻ എന്നിവയും അവൾ തീൻമേശയിൽ നിരത്തി.

അത്രയും നേരം മുകളിൽനിന്നു ശബ്ദമൊന്നും കേട്ടിരുന്നില്ല. അവൾ തെല്ലിട ചെവിയോർത്തു നിന്നു. പിന്നെ മുകളിലേക്കു പോകാനായി ഗോവണിയുടെ ഒന്നാമത്തെ പടിയിൽ കാൽവെച്ചപ്പോഴേക്കും പിറകിൽ ഫോൺ ശബ്ദമുയർന്നു. അവൾ ഒന്നു തിരിഞ്ഞുനോക്കി.

"എനിക്കു വയ്യ." എന്നു സ്വയം പറഞ്ഞു കാതു രണ്ടും പൊത്തിപ്പിടിച്ച് അവൾ അടുക്കളയിലേക്കു പിൻവാങ്ങി. ഉച്ചഭക്ഷണത്തിനുള്ള വിഭങ്ങൾ അടച്ചുവച്ച പാത്രങ്ങൾ മേശപ്പുറത്തു തിളങ്ങി.

മുകളിലത്തെ ശയനമുറിയിൽ വലിയ കണ്ണാടിക്കു മുന്നിലായിരുന്ന കാഞ്ചന തന്റെ പ്രതിബിംബത്തെ ഉറ്റുനോക്കി. കോഡ്‌ലെസ് ഫോൺ ഒച്ചവയ്ക്കുന്നത് കേട്ടെങ്കിലും അവൾ തന്റെ ഇരിപ്പിടത്തിൽ നിന്നിളകിയില്ല. അങ്ങനെ കുറച്ചുസമയം നീങ്ങിക്കടന്നപ്പോൾ കണ്ണാടിയിൽ തെളിഞ്ഞ പ്രതിബിംബം അവ്യക്തമായി. മൂടൽമഞ്ഞിനു നേർക്കെന്നോണം കണ്ണുകൾ തുറന്നുപിടിച്ചു കാഞ്ചന നിശ്ചേഷ്ടയായിരുന്നു.

മുറ്റത്തു കാർ വന്നുനില്ക്കുന്ന ശബ്ദം കേട്ടിട്ടും അവൾ അനങ്ങിയില്ല. പുറത്ത് ടെറസിലൂടെ വരണ്ടൊരു കാറ്റുകടന്നുപോയി.

എത്രയെത്ര ചാനലുകൾ

ഞങ്ങളുടെ അപ്പാർട്ടുമെന്റ് കോംപ്ലക്സിൽ വിനോദവേളകൾ വിരളമാണ്. അതുകൊണ്ട് ഒഴിവുകിട്ടുമ്പോഴെല്ലാം ഞങ്ങൾ ടെലിവിഷൻ സെറ്റുകൾക്കു മുന്നിൽ സ്ഥാനം പിടിക്കുന്നു. ഞങ്ങളുടെ ടെലിവിഷൻ സെറ്റുകളെ പല ചാനലുകളുമായി ബന്ധിപ്പിച്ചുകൊണ്ട് ഒരു ഡിഷ് ആന്റിന വിളിപ്പാടകലെ സ്ഥിതി ചെയ്യുന്നു. സ്റ്റാർ പ്ലസ്, ബി ബി സി, പ്രൈം സ്പോർട്സ്, സി ടി വി, വി ചാനൽ, ഏഷ്യാനെറ്റ് തുടങ്ങിയ ചാനലുകളിൽനിന്നും അനുസ്യൂതമായി സിനിമകൾ സംപ്രേഷണം ചെയ്യുന്ന വീഡിയോ ചാനലിൽ നിന്നും ഞങ്ങൾക്കു വേണ്ടുവോളം വിനോദം ലഭിക്കുന്നു. ഓരോ മാസത്തിന്റെയും തുടക്കത്തിൽ കേബിൾ കണക്ഷൻ വരിസംഖ്യ വാങ്ങുന്നതിനായി ഒരു ജീവനക്കാരൻ ഈ അപ്പാർട്ടുമെന്റ് കോംപ്ലക്സിൽ വന്നെത്തുന്നു.

"ഹേയ്, നിങ്ങളിവിടെ എന്തെടുക്കുകാ?" ഞാൻ ടെലിവിഷൻ സ്ക്രീനിൽനിന്നു മുഖം തിരിച്ചു.

രജനി ബാൽക്കണിയിൽ നിന്ന് വിളിക്കുകയാണ്.

"എന്താ?" ഞാൻ വിളിച്ചു ചോദിച്ചു.

"ഒരു നേരമ്പോക്കു കാണണമെങ്കിൽ വേഗം വാ." അവളുടെ ശബ്ദത്തിൽ ഉദ്വേഗം കലർന്നിരുന്നു.

നേരമ്പോക്ക് എന്ന വാക്കുതന്നെയാണ് അവൾ പ്രയോഗിച്ചത്. ടെലിവിഷൻ ചാനലുകളിൽ നിന്നല്ലാതെ നേരമ്പോക്ക് ലഭിക്കാനുള്ള അസുലഭസന്ദർഭം പാഴാക്കരുതല്ലോ എന്നു മനസ്സിൽ പറഞ്ഞ് ഞാൻ റിമോട്ട് കൺട്രോളിന്റെ ഓഫ് ബട്ടൺ അമർത്തി.

സ്ക്രീൻ ശൂന്യമായി.

ഞാൻ ബാല്ക്കണിയിലേക്കു നടന്നു.

അവിടെ രണ്ടു മൺചട്ടികളിൽ പേരറിഞ്ഞുകൂടാത്ത രണ്ടിനം ചെടികൾ വളരുന്നുണ്ട്. ബാല്ക്കണിയുടെ രണ്ട് അറ്റങ്ങളിലായാണ് അവയുടെ സ്ഥാനം. രജനി നിന്നിരുന്നത് ചെടികളുടെ മദ്ധ്യത്തിലാണ്. അവളുടെ ദൃഷ്ടി കീഴ്പോട്ടായിരുന്നു. എന്റെ കാലൊച്ചയെത്തുടർന്നും അവൾ ദൃഷ്ടി ചലിപ്പിച്ചില്ല.

"എന്താ ഇവിടെ?" ഞാൻ തിരക്കി.

അവൾ നിശ്ശബ്ദയായി താഴേക്കു വിരൽ ചൂണ്ടി.

ഞാൻ ബാല്ക്കണിയുടെ അറ്റത്തെത്തി.

"എ" ബ്ലോക്കിലെ മൂന്നാമത്തെ ഫ്ളാറ്റിന്റെ വരാന്തയുടെ നേർക്കാണ് രജനി വിരൽചൂണ്ടിയത്. ആ ഫ്ളാറ്റിൽ പാർക്കുന്നത് ഒരു സ്വകാര്യസ്ഥാപനത്തിൽ ജോലി ചെയ്യുന്ന ബഞ്ചമിനും ഭാര്യ ഷീൻ മേരിയും മൂന്നു മക്കളുമാണ്. ബഞ്ചമിൻ ആടിയുലയുവോളം മദ്യപിക്കുന്ന പ്രകൃതക്കാരനാണ്. മദ്യപിച്ചു കഴിഞ്ഞാൽ മാത്രമാണ് മറ്റു ഫ്ളാറ്റുകളിൽ താമസിക്കുന്നവർ അയാളുടെ ശബ്ദം കേൾക്കുക. സ്വതവേ അയാളൊരു ശാന്തശീലനായി വിലയിരുത്തപ്പെട്ടിരുന്നു.

"ബി" ബ്ലോക്കിൽ നാലാമത്തെ ഫ്ളോറിലുള്ള ബാല്ക്കണിയിൽ നിന്ന് ഞാൻ "എ" ബ്ലോക്കിന്റെ ഗ്രൗണ്ട് ഫ്ളോറിലായുള്ള മൂന്നാം നമ്പർ ഫ്ളോറിനു നേർക്കു നോക്കുമ്പോൾ ബഞ്ചമിൻ ഷീൻമേരിയുടെ മുടിയിൽ പിടിച്ച് പുറത്തേക്കു വലിക്കുകയായിരുന്നു. മക്കൾ മൂന്നുപേരും അയാളെ തടയാൻ ആവതു ശ്രമിക്കുന്നുണ്ടായിരുന്നു.

"നല്ല രസംതന്നെ." രജനി പറഞ്ഞു.

"എ" ബ്ലോക്കിലെയും "ബി" ബ്ലോക്കിലെയും ഫ്ളാറ്റുകൾക്കു മുന്നിൽ നിന്ന് അനേകം പേർ ബഞ്ചമിനും ഷീൻമേരിയും മൂന്നുമക്കളും ഉൾപ്പെട്ട സീൻ കാണുന്നുണ്ടായിരുന്നു.

"ഛെ, ഇതു കാണാനാണോ നീ എന്നെ വിളിച്ചത്?" ഞാൻ രജനിയുടെ നേർക്കു തിരിഞ്ഞ് നീരസം പ്രകടമാക്കി.

"ടി വി കാണുന്നതിലും രസം ഇതാ."

അവൾ ദൃഷ്ടി മാറ്റാതെ പറഞ്ഞു.

താഴെ നിന്ന് ഷീൻമേരിയുടെ നിലവിളി ഉയർന്നു.

"അയാൾ ഇതെന്തു വിചാരിച്ചാണ്? ആരും ചോദിക്കാനില്ലെന്ന് കരുതിയാണോ ഇങ്ങനെയൊക്കെ കാട്ടുന്നത്? ഇവിടെ മറ്റുള്ളവർക്കും ജീവിക്കണ്ടേ?" എനിക്കും സ്വയം നിയന്ത്രിക്കാനായില്ല. പ്രശ്നത്തിൽ ഇടപെടാൻ തന്നെ ഞാൻ നിശ്ചയിച്ചു. ഞാൻ നടക്കാനോങ്ങി.

"നില്ക്കൂ."

രജനി എന്റെ കൈ കടന്നുപിടിച്ചു.

"നിങ്ങളെങ്ങോട്ടാ?"

"ഞാൻ പിന്നെ ഇതു കണ്ടുനില്ക്കുകയാണോ വേണ്ടത്?"

"നിങ്ങളിപ്പോൾ അങ്ങോട്ടു പോകേണ്ട. സെക്രട്ടറിയും പ്രസിഡന്റുമൊക്കെ ഉണ്ടല്ലോ. അവര് വേണേൽ പോയി എന്താണെന്നു വെച്ചാൽ ചെയ്യട്ടെ."

ഈ അപ്പാർട്ടുമെന്റ് കോംപ്ലക്സിൽ താമസിക്കുന്നവരുടെ ക്ഷേമൈശ്വര്യങ്ങൾക്കായി രൂപീകരിച്ചിട്ടുള്ള അസോസിയേഷന്റെ ഭാരവാഹികളുടെ കാര്യമാണ് രജനി സൂചിപ്പിച്ചത്. സെക്രട്ടറി രഘുരാമനും പ്രസിഡന്റ് പ്രകാശ് മേനോനുമാണ്. ഇരുവരെയും പരിസരത്തെങ്ങും കാണാനില്ല.

"എന്നാൽ ഞാൻ പോയി അവരെ നോക്കിയിട്ടു വരാം." രജനിയുടെ പ്രതികരണത്തിനു കാത്തുനില്ക്കാതെ ഞാൻ പെട്ടെന്ന് നടന്നു.

എന്റെ ഫ്ളാറ്റ് ഉൾപ്പെടുന്ന "ബി" ബ്ലോക്കിൽ രണ്ടാമത്തെ ഫ്ളോറിലാണ് രഘുരാമൻ താമസിക്കുന്നത്. ഫ്ളാറ്റ് നമ്പർ ഏഴ്.

ഞാൻ ഗോവണിയിറങ്ങി ചെല്ലുമ്പോൾ രഘുരാമന്റെ ഫ്ളാറ്റ് അടഞ്ഞുകിടക്കുകയാണ്. അകത്തുനിന്നു ശബ്ദങ്ങളൊന്നും കേൾക്കുന്നുണ്ടായിരുന്നില്ല. ഞാൻ ഡോർബെല്ലിൽ വിരലമർത്തി.

"ആരാ?" ഗീതയുടെ ശബ്ദം കേട്ടു.

"വാതിൽ തുറക്കൂ. ഒരത്യാവശ്യക്കാര്യം പറയാനാണ്." ഞാൻ പറഞ്ഞു. താഴെനിന്ന് ബഞ്ചമിന്റെയും ഷീൻമേരിയുടെയും മക്കൾ അലമുറയിട്ടു. ബഞ്ചമിൻ ഷീൻമേരിയെ പീഡിപ്പിക്കുകതന്നെയാണ്.

"അദ്ദേഹം ഇവിടെ ഇല്ലല്ലോ." വാതിൽപ്പാളി ഒരല്പം നീക്കി മുഖത്തിന്റെ ഒരു പാർശ്വംമാത്രം കാണിച്ചുകൊണ്ട് ഗീത പറഞ്ഞു.

"ഇല്ലേ? എവിടെപ്പോയി?" ഞാൻ ചോദിച്ചു.

"സിറ്റിയിലേക്ക് ആരെയോ കാണാൻ പോയതാ." ഗീത പിന്നീടൊന്നും പറയാൻ നിന്നില്ല.

വാതിൽ അടഞ്ഞു.

എനിക്ക് ഒട്ടൊരു ദുരൂഹത തോന്നി. ഉം. എന്തെങ്കിലുമാകട്ടെ. അടുത്തറിയാവുന്നവരുടെ പെരുമാറ്റം തന്നെയും എല്ലായ്പ്പോഴും ഹിതകരമാകണമെന്നില്ല. ഞാൻ അങ്ങനെ സമാധാനിച്ച് അതിവേഗം ഗോവണിയിറങ്ങി "എ" ബ്ലോക്ക് ലക്ഷ്യമാക്കി നടന്നു. മുകളിൽനിന്നും രജനി എന്നെ അതൃപ്തിയോടെ നോക്കുന്നുണ്ടാകുമെന്ന് ഉറപ്പായിരുന്നു. അതിനാൽ ഞാൻ അവളുടെ ദിശയിലേക്കു നോക്കിയില്ല.

"എ" ബ്ലോക്കിൽ മൂന്നാമത്തെ ഫ്ളാറ്റിനു മുന്നിൽ അസഭ്യപദങ്ങൾ മുഴങ്ങി. പലരും വാപൊത്തിച്ചിരിച്ചു. ബഞ്ചമിൻ ആരെയും ശ്രദ്ധിച്ചില്ല. അയാൾ ഷീൻമേരിയെ നോക്കി പലവുരു ആക്രോശിച്ചു.

"മേനോൻ സാറെവിടെ?" ഞാൻ ഒൻപതാമത്തെ ഫ്ളാറ്റിനു മുന്നിലെത്തി ആരാഞ്ഞു.

വാതിൽതുറന്നത് മേനോന്റെ മകൾ രശ്മിയാണ്.

"അച്ഛൻ പുറത്തെവിടേക്കോ പോയല്ലോ." അവൾ പറഞ്ഞു. എവിടേക്കാണ് പോയതെന്ന് അമ്മയ്ക്ക് അറിയാമായിരിക്കുമെന്ന് അവൾ കൂട്ടിച്ചേർത്തു. അപ്പോഴേക്കും രേണുകാമേനോൻ പ്രത്യക്ഷയായി.

"സെക്രട്ടറിയെയും കൂട്ടി കോർപ്പറേഷൻ ഓഫീസിൽ പോയിരിക്കയാ." രേണുകാമേനോൻ അറിയിച്ചു. അയാൾ തിരിച്ചെത്തിയാൽ അന്വേ

ഷിച്ചതായി പറയാനേല്പിച്ച് ഞാൻ തിരിഞ്ഞു നടന്നു. അത്രയും നേരം കൊണ്ട് ബഞ്ചമിന്റെയും ഷീൻമേരിയുടെയും കലഹം മറ്റൊരു ഘട്ടത്തിൽ എത്തിയിരുന്നു. ഏതാണ്ടത് അവസാനിക്കാറായി. ഒരുപക്ഷേ, അവസാനം ഏവർക്കും കാണാൻ ലഭിക്കുക ഇരുവരും പരസ്പരം ആശ്വസിപ്പിക്കാൻ ശ്രമിക്കുന്നൊരു ദൃശ്യമാവും. കാണികളിൽ ചിലരെങ്കിലും ഫ്ളാറ്റുകൾക്കുള്ളിലേക്കു പിൻവാങ്ങിക്കഴിഞ്ഞു. രജനി ബാൽക്കണിയിൽ തന്നെ നില്പുണ്ട്. ഇനിയും അവൾക്കു പ്രതീക്ഷയോ? എനിക്കത് അസ്ഥാനത്തായി തോന്നി.

ഞാൻ ലിഫ്റ്റിൽ കയറി. മുകളിലേക്ക് പോകുമ്പോൾ മാത്രം ലിഫ്റ്റ് ഉപയോഗിക്കുയെന്നതാണ് ഞങ്ങൾ പാലിക്കുന്ന ഒരു ചട്ടം. ലിഫ്റ്റ് എന്നെ നാലാമത്തെ ഫ്ളാറ്റിൽ എത്തിച്ചു.

ഞാൻ പിന്നെയും ടി വി സ്ക്രീനിനു മുന്നിൽ ഇരുന്നു.

റിമോട്ട് കൺട്രോൾ കൈയിലെടുത്തു. ഏതു ചാനൽ വേണമെന്നു തീരുമാനിക്കാനായി ഓരോ ചാനലിലെയും ദൃശ്യങ്ങൾ വീക്ഷിക്കുന്നതിനിടയിൽ രജനി എന്നെ വിളിച്ചു. അതേ നിമിഷത്തിൽതന്നെ താഴെ നിന്ന് ഉച്ചത്തിലുള്ള കരച്ചിൽ ഉയർന്നു കേൾക്കുകയും ചെയ്തു. ഗുരുതരമായ എന്തോ സംഭവിക്കയാണെന്നു തീർച്ചയായി ഞാൻ റിമോട്ട് കൺട്രോളുമായി ബാൽക്കണിയിലേക്കു കുതിച്ചു. ടി വിയിൽ വി ചാനലിലെ ദൃശ്യങ്ങളായിരുന്നു.

ബാൽക്കണിയിലെത്തിയ ഞാൻ അന്തിച്ചുപോയി. “എ” ബ്ലോക്കിനു മുന്നിൽ വിചിത്രമായൊരു രംഗമായിരുന്നു. സർവ്വരും കാൺകെ ബഞ്ചമിൻ ഷീൻമേരിയുടെ സാരി അഴിച്ചെടുത്ത് അതിനു തീ കൊളുത്തി. തീർത്തും അപര്യാപ്തമായ വേഷത്തിൽ നിന്ന് ഷീൻമേരി വിലപിച്ചു. കൂടെ ഹതഭാഗ്യരായ മക്കളും.

കാണികളുടെ എണ്ണം വർദ്ധിച്ചു.

“നിങ്ങള് എങ്ങും പോകണ്ട. അയാള് എന്തെങ്കിലും ചെയ്യട്ടെ.” രജനി പറഞ്ഞു.

“അങ്ങനെയല്ലല്ലോ.” ഞാൻ റിമോട്ട് കൺട്രോൾ മേശപ്പുറത്തുവെച്ച് ടി വിയുടെ ഭാഗത്തേക്കു നോക്കാതെ അതിവേഗം പുറത്തിറങ്ങി. രജനി എന്നെ പിന്തിരിപ്പിക്കാനായി പിന്നെയും എന്തോ പറയുന്നുണ്ടായിരുന്നു. ഞാൻ അതു കേൾക്കാൻ നിന്നില്ല.

രണ്ടാമത്തെ ഫ്ളോറിലെത്തിയപ്പോൾ രഘുരാമൻ മുന്നിൽ. അയാൾ ലിഫ്റ്റ് ഉപയോഗിക്കാതെ ഗോവണി കയറി വരികയായിരുന്നു.

“കണ്ടില്ലേ?” ബഞ്ചമിന്റെ ദിശയിലേക്കു കൈചൂണ്ടി ഞാൻ ചോദിച്ചു.

അയാൾ തലകുലുക്കി.

“വരൂ.”

ഞാൻ അയാളെ അനുഗമിച്ചു.

“എന്തെങ്കിലും ചെയ്യണമല്ലോയെന്നു കരുതി ഞാൻ ഇവിടെ വന്നു. പിന്നെ മേനോൻസാറിന്റെയടുത്തും പോയി.”

"മേനോൻ സാറ് എന്നിട്ട് ഒന്നും പറഞ്ഞില്ലേ?:"

"അതിന് ആൾ ഉണ്ടായിട്ടു വേണ്ടേ."

"ഞാൻ പോകുമ്പോൾ ഫ്ളാറ്റിൽ ഉണ്ടായിരുന്നല്ലോ."

"രേണുകാമേനോൻ പറഞ്ഞത് നിങ്ങൾ രണ്ടുപേരും കൂടി കോർപ്പറേഷൻ ഓഫീസിൽ എന്തോ അത്യാവശ്യകാര്യത്തിന് പോയിരിക്കയാണെന്നാ."

ഫ്ളാറ്റ് നമ്പർ ഏഴ്. വാതിൽ തുറക്കപ്പെട്ടു. ഗീതയുടെ മുഖത്ത് നൊടിയിടയിൽ ഒരു പ്രേതത്തെ കണ്ട ഭാവമായി.

"എന്തുപറ്റി?" രഘുരാമൻ ഉൽക്കണ്ഠയോടെ ചോദിച്ചു.

"പോയില്ലായിരുന്നോ?" ഗീതയുടെ ശബ്ദമിടറി.

പിറകിൽ പ്രകാശ്മേനോൻ മുഖം കുനിച്ചുനിന്നു. എനിക്കെല്ലാം വ്യക്തമായി. ഞാൻ പതുക്കെ വരാന്തയുടെ അറ്റത്തേക്കു നടന്നു. താഴെ തീയാളുകയാണ്.

നെടുമ്പൊയിൽ

"എച്ച്" താലൂക്കിലെ അമ്പതാം നമ്പർ പോളിങ് സ്റ്റേഷനേതെന്നു വ്യക്തമായി. നഗരത്തിൽനിന്ന് ഏറെയകലെയുള്ള നെടുമ്പൊയിൽ.

"കളക്ടറുടെ കംപ്യൂട്ടർ ഇത്രനാളും സൂക്ഷിച്ച മഹാരഹസ്യങ്ങളിലൊന്ന് ഇതായിരുന്നു." ഒന്നാമത്തെ പോളിങ് ഓഫീസറായ ശിവപട്ടേരി പറഞ്ഞു. ഉയർന്ന രക്തസമ്മർദ്ദം മുൻനിർത്തി തന്നെ തിരഞ്ഞെടുപ്പു ചുമതലയിൽനിന്ന് ഒഴിവാക്കണമെന്ന് അയാൾ കളക്ടറോട് അപേക്ഷിച്ചിരുന്നതാണ്. പക്ഷേ, അതു പരിഗണിക്കപ്പെട്ടില്ല.

പഴകിജീർണ്ണിച്ച താലൂക്ക് ഓഫീസിന്റെ മുറ്റത്ത് ഞാനും മൂന്ന് പോളിങ് ഓഫീസർമാരും ഒരു പോളിങ് അസിസ്റ്റന്റും കൂടിയിരുന്നു. ഞങ്ങൾ പോളിങ് സാമഗ്രികൾ ഒന്നൊന്നായി പരിശോധിക്കുന്നതിൽ വ്യാപൃതരായി.

അതിനിടയിൽ ഒരു അപരിചിതൻ ഞങ്ങളുടെ അടുത്തേക്കു വന്നു.

"എവ്ടയ്ക്കാ?" അയാൾ കുശലം ചോദിച്ചു.

"നെടുമ്പൊയിൽ." ഞാൻ പറഞ്ഞു.

"ഹ! നെടുമ്പൊയിൽ! ഒന്നാന്തരം സ്ഥലമാ. ഞാനവിടെ പലതവണ പോയിട്ടുണ്ട്." അപരിചിതൻ നിഗൂഢമായൊരു ചിരിയോടെ പറഞ്ഞു. അയാളുടെ കണ്ണുകൾ തിളങ്ങി.

ഞാൻ ഒട്ടു സന്ദേഹത്തോടെ ശിവപട്ടേരിയുടെ മുഖത്തേക്കു നോക്കി.

"അവ്ടെ സൗകര്യങ്ങളൊക്കെണ്ടാവ്വോ?"

ശിവപട്ടേരി അപരിചതന്റെ നേർക്കു തിരിഞ്ഞു.

"മാഷേ, എന്തു സൗകര്യാ വേണ്ടത്? നല്ല കാട്ടുപൂച്ചകളെപ്പോലുള്ള പെണ്ണുങ്ങളുടെ നാടാ. പുറമേ നിന്നുള്ള ആണുങ്ങളെ കണ്ടാൽത്തന്നെ

ചാടിവീഴും. കറുത്തിട്ടാണെങ്കിലെന്താ, ശരീരത്തിന്റെ ഒരു വടിവ്! പോരെ ങ്കിലോ, പച്ചമരുന്നുകളുടെ മണവും!" അപരിചിതൻ അത്രയും പറഞ്ഞ്, കൂടുതലെന്തെങ്കിലും ചോദിക്കാൻ ഇടനല്കാതെ ആൾത്തിരക്കിൽ കലർന്നു.

ഉച്ച. ജീപ്പ് വ്യഗ്രതയോടെ പാഞ്ഞു. ഞാൻ റൂട്ട് ഓഫീസർക്കും ഡ്രൈവർക്കുമിടയിലായി ഇരുന്നു. ശിവപട്ടേരിയും മറ്റുള്ളവരും പുറകിൽ. അവരുടെ മദ്ധ്യത്തിൽ രണ്ടു ബാലറ്റുപെട്ടികൾ. എണ്ണി തിട്ടപ്പെടുത്തിയ എണ്ണൂറ്റിമുപ്പത് ബാലറ്റ് പേപ്പറുകൾ, അടയാളപ്പെടുത്തിയ വോട്ടർപട്ടിക മായാത്ത മഷി, അരക്ക്, മുദ്രകൾ, കോറത്തുണി സഞ്ചികൾ തുടങ്ങിയ വസ്തുക്കൾ. ജീപ്പ് പിന്നിടുന്ന നഗരഭിത്തികളിൽ അങ്ങിങ്ങ് കാമസൂത്ര യുടെ പരസ്യങ്ങൾ. അവ ക്രമേണ ഇല്ലാതായി. വെളിയിലെ ദൃശ്യങ്ങൾ മാറിവന്നു.

ഉണങ്ങാൻ നിരത്തിയ ചെരുപ്പുകളും തൂക്കിയിട്ട തുകൽച്ചുരുളുകളും ഞങ്ങൾ കടന്നുപോകുന്നത് ചെരുപ്പുകുത്തികളുടെ ഗ്രാമത്തിലൂടെയാ ണെന്ന് വിളിച്ചറിയിച്ചു. വരണ്ട, നിരുന്മേഷമായ പരിസരങ്ങൾ. ഏതോ പ്രാകൃതദൈവം ഉറങ്ങുന്ന ഒരുകോവിലിനു മുന്നിലായി നഗ്നരായ കുറേ കുട്ടികൾ അനക്കമറ്റപോലെ നിന്നു. തണൽപ്പാടുകളിൽ ചാഞ്ഞുകിട ക്കുന്ന ചമാർവൃദ്ധന്മാർ.

"ഇനി അധികകാലമൊന്നും ഇവര് ചെരിപ്പുണ്ടാക്കില്ല." ചമാർവൃ ദ്ധന്മാരിൽ നിന്ന് കണ്ണെടുത്ത് റൂട്ട് ഓഫീസർ പറഞ്ഞു.

"അതെന്താ?" ഡ്രൈവർ അതിന്റെ കാരണമറിയാൻ ഔത്സുക്യം കാട്ടി.

"ഗോവധം നിരോധിക്കാൻ പോവ്വല്ലേ. പിന്നെ ഇവർക്ക് തോലെവി ടുന്ന് കിട്ടും?" റൂട്ട് ഓഫീസർ ഒരു ഇടതുപക്ഷ അനുഭാവിയുടെ സ്വര ത്തിൽ പറഞ്ഞു.

ജീപ്പ് പോയ്ക്കൊണ്ടിരുന്നു. ശിഖരങ്ങളുണങ്ങിയ മരങ്ങൾക്കിടയിൽ വെയിൽ തിളയ്ക്കുന്നു. ഞാൻ കണ്ണുകൾ ചിമ്മി.

പിന്നീടെപ്പോഴോ കുലാലന്മാരുടെ ദേശമായി. നിരനിരയായി മൺപാ ത്രങ്ങൾ.

"നമ്മളിനിയും എത്തിയില്ലല്ലോ." പിറകിലിരുന്ന് മൂന്നാം പോളിങ് ഓഫീസറായ അറബിക് അദ്ധ്യാപകൻ പറഞ്ഞു.

"പകുതി ദൂരമേ ആയുള്ളു." റൂട്ട് ഓഫീസർ അറിയിച്ചു.

ചുവരെഴുത്തുകളോ തിരഞ്ഞെടുപ്പ് ചിഹ്നങ്ങളോ വെളിയിലെങ്ങും കാണുന്നുണ്ടായിരുന്നില്ല. ഒരു തരിശുനിലത്തിന്റെ സ്തബ്ധതയിലൂടെ ജീപ്പ് ഇരമ്പിക്കടന്നു.

ജീപ്പ് അതിന്റെ യാത്ര അവസാനിപ്പിച്ചത് തികഞ്ഞ ഏകാന്തതയിൽ സ്ഥിതി ചെയ്യുന്ന ഒരു മഞ്ഞക്കെട്ടിടത്തിന്റെ മുന്നിലായാണ്. നെടുമ്പാ യിലിലെ സാംസ്കാരികകേന്ദ്രമാണതെന്ന് മുൻവശത്തെ ചുവരിൽ കറുത്ത അക്ഷരങ്ങളാൽ കുറിക്കപ്പെട്ടിരുന്നു. ഞാൻ പുറത്തിറങ്ങി ചുറ്റും

നോക്കി. ചെമ്മൺ മൈതാനത്തിന്റെ അതിരുകളിൽ കറുത്ത പാറകളും നരച്ചുനീണ്ട മുടിയിഴകൾ പോലുള്ള ഒരിനം പുല്ലും. വടക്കുഭാഗത്തായി ഒരു ഭീമൻ കാറ്റാടി നിശ്ചലമായി നിന്നു.

“ഇവിടെയെങ്ങും ആരെയും കാണുന്നില്ലല്ലോ.” ശിവപട്ടേരി പറഞ്ഞു.

“ആളുകളൊക്കെ അങ്ങു താഴെയാ.” റൂട്ട് ഓഫീസർ കാറ്റാടിയന്ത്രത്തിന്റെ ദിശയിലേക്ക് കൈചൂണ്ടി.

പോളിങ് അസിസ്റ്റന്റും മറ്റുരണ്ട് പോളിങ് ഓഫീസർമാരും ജീപ്പിൽ നിന്ന് പോളിങ് ഉപകരണങ്ങൾ താഴെയിറക്കി. റൂട്ട് ഓഫീസർ കെട്ടിടം തുറന്നു. ഒരുവന്യഗന്ധം അതിനുള്ളിൽ നിറഞ്ഞിരുന്നു.

“നാശം പിടിച്ച എലികൾ! ഇന്നലെ എലിക്കാട്ടം മുഴുവനും ഞാൻ തന്നെ അടിച്ചുകളഞ്ഞതാ.” റൂട്ട് ഓഫീസർ രോഷം കൊണ്ടു.

എലികളെ എങ്ങും കാണാനില്ലായിരുന്നു. എന്നാൽ അവയുടെ സാന്നിദ്ധ്യമറിയിക്കുന്ന ശബ്ദങ്ങളുയർന്നു.

“നോക്കിക്കോ ഇന്നിവിടെ ആളുണ്ട്. നെറച്ച തോക്കും പിടിച്ച് ഒരു പൊലീസുകാരനും കാണും. ങ്ഹാ” റൂട്ട് ഓഫീസർ എലികളോട് ഭീഷണിമുഴക്കി. അവയാകട്ടെ, അയാളുടെ വെല്ലുവിളി സ്വീകരിക്കുന്ന മട്ടിൽ തുടർന്നും ഒച്ചയെടുത്തു.

“സാരമില്ല.” റൂട്ട് ഓഫീസർ തന്റെ ഉത്തരവാദിത്വത്തിലേക്ക് കടന്നു. അയാൾക്ക് മടങ്ങിപ്പോകാൻ ധൃതിയുണ്ടായിരുന്നു.

“താഴെ അപ്പയെന്നൊരാള്ടെ ചായക്കടയുണ്ട്. ഭക്ഷണം അവ്ടെ കിട്ടും. വെള്ളത്തിനും വിഷമമില്ല. ഇതിൽക്കൂടുതൽ സൗകര്യം ഇതുപോലൊരു സ്ഥലത്ത് പ്രതീക്ഷിക്കരുതല്ലോ.” അയാൾ സാംസ്കാരിക കേന്ദ്രത്തിന്റെ താക്കോൽ എന്നെയേല്പിച്ച് ജീപ്പിന് നേർക്കു നടന്നു.

ഞങ്ങൾ ജോലി തുടങ്ങി. നെടുമ്പൊയിലിൽ വെയിൽ മങ്ങുകയായിരുന്നു. ഇരുട്ടിനുമുമ്പായി ഒരുപാടു ജോലികൾ തീർക്കാനുണ്ട്. അതിരാവിലെ എഴുന്നേല്ക്കുകയും വേണം. പോളിങ് ഏഴു മണിക്കുതന്നെ ആരംഭിക്കേണ്ടതാണ്.

പൊടുന്നനെ എന്തോ മൂളിക്കുതിച്ച് ഞങ്ങളുടെ നടുവിൽ വന്നു വീണു.

ഞാൻ ജനലിനടുത്തേക്ക് ഓടിച്ചെന്നു. വെളിയിൽ കറുത്തൊരു കുട്ടി. അവന്റെ കണ്ണുകളിൽ വിചിത്രമായൊരു നോട്ടമായിരുന്നു. ഒന്നു രണ്ടു നിമിഷം അങ്ങനെ നിന്നശേഷം അവൻ അതിവേഗം ഓടിപ്പോയി.

ഒരു കല്ലിൽ പൊതിഞ്ഞ നിലയിൽ അവൻ ഞങ്ങളുടെ നടുവിലേക്ക് എറിഞ്ഞ സന്ദേശം മറ്റുള്ളവരെല്ലാം അതിനകം വായിച്ചുകഴിഞ്ഞിരുന്നു.

“ഓ, ഇതു ഭയങ്കരം തന്നെ.” അറബിക് അദ്ധ്യാപകന്റെ മുഖം വിളറിവെളുത്തു.

“നമ്മളെന്തു ചെയ്യും?” രണ്ടാം പോളിങ് ഓഫീസറായ ചിത്രാകലാദ്ധ്യാപകൻ ഭീതിയോടെ ആരാഞ്ഞു.

പുറത്ത് ഒരു വാഹനത്തിന്റെ ശബ്ദമുയർന്നു. ഞങ്ങളുടെ ശ്രദ്ധ അങ്ങോട്ടായി. കടുംനീലനിറത്തിലുള്ള ഒരു വാഹനം മൈതാനത്തിന്റെ അരികിലായി നിന്നു. യൂണിഫോം ധരിച്ച ഒരു പൊലീസുകാരൻ കൈയിലൊരു ചൂരൽവടിയും ബാഗേജുമായി ഇറങ്ങി. ബാഗേജ് നിലത്തിട്ട് ചൂരൽവടി ഇടതുതോളിൽ തിരുകി അയാൾ വാഹനത്തിന്റെ മുൻസീറ്റിലിരിക്കുന്ന മേലധികാരിയെ ആചാരവിധിപ്രകാരം വണങ്ങി. വാഹനം തിരിച്ചുപോകുവോളം അയാൾ നിന്നനില്പിൽ നിന്ന് ഇളകിയില്ല.

"ആവൂ. തക്കസമയത്തുതന്നെ പൊലീസുകാരൻ എത്തീലോ." പോളിങ് അസിസ്റ്റന്റ് ആശ്വസിച്ചു.

"ഓരോ കല്ലും ഞാൻ ഇളക്കി നോക്കും. നെടുമ്പൊയിലിലെ ഓരോ കല്ലും." പൊലീസുകാരൻ ഗ്രാമവഴിയിലൂടെ എന്റെയൊപ്പം നടക്കവെ ഉറച്ച ശബ്ദത്തിൽ പറഞ്ഞു.

"ഏതാണാ ചെറുക്കൻ? ഒളിഞ്ഞു പതുങ്ങി നില്ക്കാതെ വേഗം പുറത്തേക്കുവരുന്നതാണ് നല്ലത്." അയാൾ വിജനമെന്നു തോന്നിക്കുന്ന കുറേ പുല്ലുമാടങ്ങൾക്കിടയിൽ നിന്ന് ആക്രോശിച്ചു.

പ്രതികരണമൊന്നുമുണ്ടായില്ല.

"എല്ലാറ്റിന്റെയും മുട്ടുകാല് ഞാൻ തല്ലിയൊടിക്കും. വാടാ വെളിയിൽ." അയാൾ ഷൂസിട്ട വലതുകാൽകൊണ്ട് നിലത്ത് ആഞ്ഞുചവിട്ടി.

"സാറിവിടെ നില്ല്. ഞാനൊന്നു നോക്കട്ടെ." അയാൾ ഒരു വേട്ടനായയെപ്പോലെ ഇരുവശത്തേക്കും ശ്രദ്ധിച്ച് കരുതലോടെ നടന്ന് ഒരു വയ്ക്കോൽക്കൂനയ്ക്കപ്പുറം അപ്രത്യക്ഷനായി. അല്പം. കഴിഞ്ഞപ്പോൾ വിജയാരവത്തോടെ അയാൾ തിരികെ വന്നു. കൂടെ കൂനിവിറയ്ക്കുന്ന ഒരു വൃദ്ധനുമുണ്ടായിരുന്നു.

"ഞാനീ റാസ്കലിനെ പിടികൂടിയത് വയ്ക്കോലിനുള്ളിൽനിന്നാ." പൊലീസുകാരൻ അയാളെ എന്റെ മുന്നിലേക്ക് നീക്കിനിർത്തി.

അയാളുടെ കണ്ണുകളിൽ വെളുത്തൊരു പാട കാണാമായിരുന്നു.

"പറയെടാ, എന്താ തന്റെ പേര്?" പൊലീസുകാരൻ ഗർജ്ജിച്ചു,

"ചൗക്കർ." വൃദ്ധൻ പറഞ്ഞു.

"ആ തലതിരിഞ്ഞ ചെറുക്കൻ തന്റെയാരാ?"

വൃദ്ധൻ മിണ്ടിയില്ല. അപ്പോഴേക്കും മറവിടങ്ങളിൽനിന്ന് പലരും വന്നെത്തി. കറുത്ത ശിലപോലുള്ള മുഖങ്ങൾ.

"ഓ, ഒളിച്ചിരിക്കയായിരുന്നു അല്ലേ?" പൊലീസുകാരൻ പരിഹാസധ്വനിയോടെ മറ്റുള്ളവരുടെ നേർക്കുനീങ്ങി. അവരാരും അനങ്ങിയില്ല. തണുത്തുറഞ്ഞ ദൃഷ്ടികൾ.

"കൊള്ളാം ഇവിടെ നിങ്ങടെ കൂട്ടത്തില് ഒരുപാട് സുന്ദരികളുണ്ടെന്ന് കേട്ടല്ലോ. അവരൊക്കെ എവിടെ? പച്ചമരുന്നുകളുടെ മണമല്ലേ അവർക്ക്?" പൊലീസുകാരൻ തന്നെ ഉറ്റുനോക്കുന്നവർക്ക് മുന്നിലൂടെ ചൂരൽവടി വായുവിൽ ചുഴറ്റിക്കൊണ്ട് നടന്നു.

കാട്ടുപൂച്ചകളുടെ കരുത്ത്! പച്ചമരുന്നുകളുടെ മണം!

"ഞാനിങ്ങോട്ട് വന്നത് അതുകൂടി മനസ്സിലുള്ളതുകൊണ്ടാ. ഡ്യൂട്ടി വേണമെങ്കിൽ എനിക്ക് വേറെ വല്ലിടത്തേക്കും വാങ്ങിക്കാമായിരുന്നു." പൊലീസുകാരൻ ചിരിച്ചു. അയാളുടെ ചൂരൽവടി അപ്പോൾ വലതുകക്ഷത്തിൽ വിശ്രമത്തിലായി.

"സാറേ, നമുക്കു പോകാം." ഞാനയാളെ വിളിച്ചു.

"ഉം. പക്ഷേ, ഞാനിങ്ങോട്ട് വരും. എനിക്ക് വേണ്ടത് നല്ല കശുമാങ്ങാവാറ്റിയ ചാരായവും ഒരു കോഴിയും രണ്ട് പെണ്ണുങ്ങളും. മനസ്സിലായല്ലോ." അയാൾ എന്റെയൊപ്പം നടന്നു.

ഞാൻ തിരിഞ്ഞുനോക്കിയപ്പോൾ കണ്ടത് സന്ദേശമെത്തിച്ച കുട്ടിയെ. ഞങ്ങളുടെ കണ്ണുകളിടഞ്ഞു. ഒരു നിമിഷനേരത്തേക്ക് ഞാൻ അന്ധാളിച്ചുപോയി. അവനെന്നെ തറപ്പിച്ചുനോക്കുകയായിരുന്നു. ഞാൻ തിടുക്കത്തിൽ മുഖം തിരിച്ചു.

"ഇത് കണ്ടുവോ?" ചായക്കട നടത്തുന്ന അപ്പ കരി പിടിച്ച ചുവരിലുള്ള ഒരു നോട്ടീസ് ഞങ്ങൾക്ക് ചൂണ്ടിക്കാണിച്ചുതന്നു.

"നെടുമ്പൊയിൽ പറയുന്നു." അതായിരുന്നു നോട്ടീസിന്റെ ശീർഷകം. ചുവന്ന ലിപികൾ.

"ആരാ ഇവ്ടെ ഒട്ടിച്ചതെന്നറിയില്ല. പറിച്ച് കളയാൻ ധൈര്യം തോന്നിയില്ല," അപ്പ പറഞ്ഞു. അയാൾ പച്ചനിറമുള്ള മുറിക്കൈയൻ കുപ്പായവും കഷ്ടിച്ച് മുട്ടുകൾ കവിയുന്ന ഒരു തോർത്തുമുണ്ടും ധരിച്ച് കാതിൽ ചെറിയ കടുക്കനുമായി നിന്നു. അയാളുടെ കാൽമുട്ടുകൾക്ക് കീഴെ ചൊറിഞ്ഞു തിണർത്തിരുന്നു.

കാണെക്കാണെ നെടുമ്പൊയിലിൽ രാത്രി സമഗ്രമായി. എലികൾ ഒച്ചവയ്ക്കുന്നുണ്ടായിരുന്നു. മൈതാനത്തിൽ ചൂളം വിളിച്ചുകൊണ്ട് കാറ്റുകൾ വീശി. ഇവയുടെ ശബ്ദം ഭീതിദമായിരുന്നു.

"കാറ്റുകൾ ഇങ്ങനെ ചൂളം വിളിക്കുന്നത് ഞാനൊരിക്കലും കേട്ടിട്ടില്ല." ശിവപട്ടേരി പറഞ്ഞു.

കൊളുത്തുകളില്ലാത്ത ജനലുകൾ കാറ്റിൽ കിടിലംകൊണ്ടു. ഉടനെ വരാമെന്ന് പറഞ്ഞ് താഴേക്കുപോയ പൊലീസുകാരൻ ഇനിയും തിരിച്ചെത്തിയിട്ടില്ല. കാറ്റുകൾ കുറേക്കൂടി ശക്തമായി. ഞാൻ കേൾക്കുന്നത് പൊലീസുകാരന്റെ നിലവിളികളാണെന്ന് എനിക്ക് എന്തുകൊണ്ടോ തോന്നി. ഒരു വയ്ക്കോൽക്കൂനയ്ക്ക് മുന്നിൽ നാല്ക്കാലിയെപ്പോലെ നിന്ന് അയാൾ നിലവിളിക്കുകയാണ്. തീയെരിയുന്നു. അയാളുടെ രൂപം തീവെളിച്ചത്തിൽ വ്യക്തമാണ്. അയാളുടെ നഗ്നത മറച്ചിട്ടില്ല. ലിംഗവും വൃഷണങ്ങളും കീഴ്പോട്ട് തൂങ്ങിക്കിടക്കുന്നു.

"നമുക്കൊന്ന് വിളിച്ചുനോക്കിയാലോ." ഞാൻ ശിവപട്ടേരിയോട് പറഞ്ഞു.

അയാൾ ഉടനെതന്നെ എന്റെകൂടെ പുറപ്പെട്ടു. അയാളുടെ പക്കൽ ടോർച്ച് ഉണ്ടായിരുന്നു. ഞങ്ങൾ കാറ്റുകളെ മുറിച്ചു നടന്നു. ഇടതൂർന്ന ഇരുട്ടിലൂടെ കാറ്റുകൾ ആരവമുയർത്തിക്കൊണ്ട് കടന്നുപോയി. പൊടി

ഞങ്ങളെ ആസകലം പൊതിഞ്ഞു. പാറകൾക്ക് അപ്പോഴും ചൂടാറിയിരുന്നില്ല.

"ഓയ്." ഒരു പാറയ്ക്കുമേൽ കയറിനിന്ന് ശിവപട്ടേരി നീട്ടി ഒച്ചയിട്ടു.

അത് ഇരുട്ടിലെങ്ങോ വിലയം കൊണ്ടു.

മറ്റൊരു പാറയിൽ ഞാൻ കയറിനിന്നു. നെടുമ്പൊയിലിന്റെ കൂരിരുട്ടിലേക്ക് നോക്കി ഞാൻ ശബ്ദമുയർത്തി.

"ഓയ്... ഓയ്.."

ജീവശാസ്ത്രം

നെഞ്ചോളം ഉയർന്നുനില്ക്കുന്ന തവിട്ടുനിറത്തിലുള്ള കാൽശരായിയും അങ്ങിങ്ങ് തുളകൾ വീണ വെള്ള ബനിയനും ധരിച്ച്, വെടിപ്പായി ക്ഷൗരം ചെയ്ത നിലയിൽ തന്റെ കുടുസ്സുമുറിയിലെ ചുറ്റിത്തിരിയുന്ന കസേരയിൽ പുകവലിക്കുഴലുമായി ഇരിക്കുന്ന ഡോക്ടറുടെ മുന്നിലേക്ക് അഹിതകരമായ ഒരു ഗർഭത്തിന്റെ പരുങ്ങലോടെ ഒരുഗ്രാമീണയുവതിയും ഒരു മദ്ധ്യവയസ്കനും കടന്നുചെന്നു.

എന്താണ് സംഭവിച്ചതെന്ന് ഡോക്ടറുടെ പരിചയസമ്പന്നമായ ദൃഷ്ടി ഒരു നിമിഷാർദ്ധത്തിൽത്തന്നെ അയാളെ ബോദ്ധ്യപ്പെടുത്തി. പരിശോധനയ്ക്കായുള്ള താരതമ്യേന ഇരുണ്ട മുറിയിലേക്ക് അയാൾ യുവതിയെ ക്ഷണിച്ചു. അവൾ അയാളെ പിന്തുടർന്നു. മുറിയുടെ വാതിലടഞ്ഞു.

“നീയൊരു കൊച്ചുമിടുക്കിയാണ്.” മേശപ്പുറത്ത് നീണ്ടുനിവർന്നു കിടക്കുന്ന യുവതിയോട് ഡോക്ടർ പറഞ്ഞു. അയാൾ പരിശോധന തുടങ്ങി.

അടുത്ത മുറിയിലിരുന്ന് താഴേക്കിടയിലുള്ള ഒരാനുകാലിക പ്രസിദ്ധീകരണം മറിച്ചുനോക്കുകയായിരുന്ന മദ്ധ്യവയസ്കന് സ്വാഭാവികമായും വായനയിൽ ശ്രദ്ധപതിപ്പിക്കുവാൻ കഴിഞ്ഞില്ല. തൊട്ടപ്പുറത്ത് പരിശോധനയ്ക്ക് വിധേയയാകുന്ന യുവതിയുമായി താൻ പുലർത്തിയ ബന്ധത്തെക്കുറിച്ചുള്ള ചിന്തകൾ അയാളെ അലട്ടി. ഒരു വാഴത്തോപ്പിന്റെ വിജനതയെയും വാഴകൾക്കിടയിലൂടെ കൂടെക്കൂടെ വീശാറുള്ള തണുത്ത കാറ്റുകളെയും മണ്ണിന്റെ ഗന്ധത്തെയും അയാൾ ശപിച്ചു. അങ്ങനെയൊരു വാഴത്തോപ്പ് ഉണ്ടായിരുന്നില്ലെങ്കിൽ! കടുംപച്ചയും ഇളം പച്ചയുമായ വാഴ

യിലകളിലേക്ക് തണുത്ത കാറ്റുകൾ വീശാതിരുന്നെങ്കിൽ! മണ്ണിന് ലഹരിപിടിപ്പിക്കുന്നൊരു ഗന്ധം ഇല്ലായിരുന്നങ്കിൽ!

വാതിൽ തുറക്കപ്പെട്ടു. ഡോക്ടർ സുസ്മേരവദനനായി ഒരു ബാത്ടവ്വലിൽ കൈ തുടച്ചുകൊണ്ട് മുറിയിലേക്ക് വന്നു.

“ഒന്നോ രണ്ടോ മാസമല്ല ഇത്രയും വെച്ചു താമസിപ്പിച്ചതെന്തിനാ?” തന്റെ കസേരയിൽ ചെന്നിരുന്ന് ഡോക്ടർ ചോദിച്ചു.

“അവൾ പറഞ്ഞതിപ്പോഴാ.” മദ്ധ്യവയസ്കൻ, പറഞ്ഞു.

“എങ്കിൽ അവൾക്ക് മറ്റുവല്ല ഉദ്ദേശ്യവും ഉണ്ടായിരുന്നിരിക്കാം.” ഡോക്ടർ അഭിപ്രായപ്പെട്ടു.

അയാൾ അത് ഖണ്ഡിച്ചില്ല.

വാതിലിനപ്പുറത്ത് യുവതിയുടെ നിഴലനങ്ങി.

“നീ വെളിയിൽ ചെന്നിരിക്ക്. ഞങ്ങൾ സംസാരിക്കട്ടെ.” ഡോക്ടർ അവളോടു പറഞ്ഞു.

അവളുടെ മുഖത്ത് ഒരു ഈർഷ്യാകുലഭാവമായിരുന്നു. മദ്ധ്യവയസ്കൻ അവളുടെ പിന്നാലെ പുറത്തേക്ക് നടന്നു.

“ങ്ഹും?”

“അയാളെ എനിക്ക് ഒട്ടും ഇഷ്ടായില്യ.”

“നീ അയാളെ ഇഷ്ടപ്പെടുകയൊന്നും വേണ്ട.”

“അയാളൊരു വൃത്തികെട്ടവനാ നമുക്ക് പോകാം.”

ഡോക്ടർ അത് കേട്ടെങ്കിലോ എന്ന് മദ്ധ്യവയസ്കന് ആശങ്കയായി.

“എടീ എങ്ങനെയെങ്കിലും നമ്മുടെ കാര്യം നടക്കണ്ടേ? ഇത്രയും ദൂരം വന്നിട്ട് ഇനി മടങ്ങിപ്പോവ്വോ? വെഷമമാണെന്നാ അയാള് പറയുന്നത്. ഞാൻ പോയി അയാളെ പറഞ്ഞു സമ്മതിപ്പിക്കട്ടെ.”

“ഇതിൽഭേദം എന്നെ കൊല്ലുന്നതാ.”

“നീയൊന്ന് അടങ്ങിനില്ക്ക്.”

അയാൾ തിരികെ ഡോക്ടറുടെ മുറിയിലേക്ക് നടന്നു.

ഡോക്ടർ തന്റെ പുകയിലക്കുഴൽ കത്തിക്കുകയായിരുന്നു. ഒരു ചെറുചിരിയോടെ അയാൾ മദ്ധ്യവയസ്കനെ സ്വാഗതം ചെയ്തു. അവർ തമ്മിൽ ചർച്ചയാരംഭിച്ചു. അത് കുറേ നീണ്ടുപോയി.

“ഇതേ ഉള്ളൂ എന്റെ കൈയിൽ” മദ്ധ്യവയസ്കൻ കീശയിൽനിന്ന് ഒരു കടലാസ് പൊക്കിയെടുത്ത് ഡോക്ടറുടെ മുന്നിൽ വെച്ചു.

പൊതിതുറന്ന് പണം എണ്ണിക്കഴിഞ്ഞപ്പോൾ ഡോക്ടർ ഒട്ടും സന്തുഷ്ടനായി കാണപ്പെട്ടില്ല. നെറ്റിയിൽ ചുളിവുകളോടെ അയാൾ മദ്ധ്യവയസ്കനെ നോക്കി. അവർ തമ്മിലുള്ള ചർച്ചയുടെ രണ്ടാം ഘട്ടമായി. ഇത്തവണ വെളിയിലുള്ള യുവതി പലവുരു പരാമർശ വിഷയമായി. അവൾ ഒരു കൊച്ചുമിടുക്കിയും ശാലീനസുന്ദരിയുമാണെന്ന് താൻ കരുതിയതായി ഡോക്ടർ വെളിപ്പെടുത്തി. അവൾ ഒരുദരിദ്രകുടുംബത്തിലെ അംഗമാണെന്ന് മദ്ധ്യവയസ്കൻ സൂചിപ്പിച്ചു. ദാരിദ്ര്യത്തിന്റെ ഛായ, പക്ഷേ, അവളുടെ ശരീരത്തിൽ ഇല്ലെന്ന് ഡോക്ടർ ചൂണ്ടിക്കാട്ടി. അവൾക്ക് വളരെ

മൃദുലമായ ഒരു മനസ്സാണെന്ന് മദ്ധ്യവയസ്കൻ പറഞ്ഞു. താനത് ഇഷ്ടപ്പെടുന്നുവെന്ന് ഡോക്ടർ പ്രഖ്യാപിച്ചു. മദ്ധ്യവയസ്കൻ നിശ്ശബ്ദനായി. ഡോക്ടർ മേശവലിപ്പിലുണ്ടായിരുന്ന ചെറിയ കണ്ണാടിയെടുത്ത് അതിൽ മുഖം നോക്കി. പിന്നീട് പിറകിലെ അലമാരയിലുണ്ടായിരുന്ന ബോഡി സ്പ്രേ കൈനീട്ടിയെടുത്തു. ദേഹത്തേക്ക് സുഗന്ധദ്രവ്യം സ്പ്രേ ചെയ്യുന്നതിന്റെ ശബ്ദമുയർന്നു. ശ്... ശ്...

മദ്ധ്യവയസ്കന്റെ ഉള്ളിലേക്ക് അപ്രതീക്ഷിതമായി തണുത്തൊരു കാറ്റ് വീശി. വാഴകളുടെ തണലുകൾ അയാളെ സ്പർശിച്ചു.

"വേണ്ട. എന്റെ പണമിങ്ങുതന്നേക്കൂ." അയാൾ വല്ലാതെ ഇളകിമറിഞ്ഞ മട്ടിൽ പറഞ്ഞു.

അയാളും യുവതിയും നിരത്തരികിലൂടെ നടന്നു. ഇരുവരും മൗനം പാലിച്ചു. കുറേ കഴിഞ്ഞ് അവൾ അയാളുടെ മുഖത്തേക്ക് നോക്കി.

"എന്താ ആലോചിക്കണേ?" അവൾ ചോദിച്ചു.

അയാളുടെ മറുപടി ഉടനെയുണ്ടായി.

"നിന്നെ എങ്ങനെയാ കൊന്നുകളയ്വാന്ന്."

അവൾ ഒരു നിമിഷത്തേക്ക് പകച്ചുപോയി. പക്ഷേ, പെട്ടെന്നുതന്നെ സ്വയം വീണ്ടെടുത്തു. ഏതാനും ചുവടുവയ്പുകൾക്കുശേഷം അവൾ ഉള്ളലിവോടെ പറഞ്ഞു.

"നിങ്ങടെ കൈ കൊണ്ട് എങ്ങനെ മരിക്കാനും എനിക്ക് സമ്മതാ പോരേ."

കന്യാദശ

ഒരു രസതന്ത്ര വിദ്യാർത്ഥിനിയായ എസ് മായ ഭൂമിശാസ്ത്രത്തിലും തല്പരയായിരുന്നു. അവൾ കരിമ്പനകൾക്കിടയിലൂടെ കിഴക്കോട്ട് പാഞ്ഞു പോകുന്ന ബസ്സിലിരുന്ന് പുറത്തേക്ക് കൈ ചൂണ്ടി. ദൂരെ ഇരുണ്ട നീല നിറത്തിൽ മലനിരകൾ. അവയുടെ പേരെന്തെന്ന് അവൾ ഒപ്പമുള്ള വിനോദിനോട് ചോദിച്ചു. പക്ഷേ, അവന് പറയാനായില്ല. അവൻ പഠിച്ചത് ജീവശാസ്ത്രമായിരുന്നു.

ബസ് ചുവന്ന കണ്ണുകളുള്ള വലിയൊരു ദിനോസറിന്റെ ചിത്രത്തിനടുത്തായി നിന്നു. ബസിൽ നിന്നും ഇറങ്ങിയപ്പോൾ മായയ്ക്ക് ഒരു ഫാന്റസിയിൽ അകപ്പെട്ടതുപോലെയായി. ആറേഴു കന്യാസ്ത്രീകളും നൂറോളം വിദ്യാർത്ഥിനികളും അവളുടെ മുന്നിലൂടെ കടന്നുപോയി. യൂണിഫോം ധരിച്ച വിദ്യാർത്ഥിനികളുടെ കൂട്ടത്തിലെവിടെയോ താനുണ്ടെന്ന് അവൾക്ക് തോന്നി. ഓരോ പെൺകുട്ടിയെയും അവൾ ഉറ്റുനോക്കി.

"വരൂ." വിനോദ് പറഞ്ഞു. അവൻ നിരത്തു മുറിച്ചുകടന്നു.

മായ അവനെ പിന്തുടർന്നു.

അവർ കാറ്റാടിമരങ്ങൾ അതിരിട്ടു നില്ക്കുന്ന ഒരു നടവഴിയിലെത്തി. നടവഴിയുടെ ഇരുവശത്തുമായി വിനോദസഞ്ചാരികളെ പ്രതീക്ഷിക്കുന്ന കോട്ടേജുകൾ. അവയുടെ പിറകിൽ കശുമാവുകൾ കായ്ച്ചുനിന്നു. കാറ്റിൽ പഴുത്ത കശുമാങ്ങകളുടെ ഗന്ധം. ഏറെ അകലെനിന്നല്ലാതെ പള്ളിമണികളുടെ മുഴക്കം. മായ അതിന് ചെവിയോർത്തു. ഒരിക്കൽക്കൂടി അവൾക്ക് ഗൃഹാതുരത്വം അനുഭവപ്പെടുകയായി.

കറുത്ത പാന്റ്സും വെളുത്ത ഉടുപ്പുമണിഞ്ഞ റൂംബോയ് വലതുവശത്തുള്ള നാനൂറ്റി ഇരുപതാം നമ്പർ കോട്ടേജ് തുറന്നു. അവനാദ്യം ചെയ്തത് എയർകണ്ടിഷനർ പ്രവർത്തിപ്പിക്കുകയായിരുന്നു. അതെത്തുടർന്ന് മുറിയിലാകെ ഒരു ഇരമ്പം നിറഞ്ഞു.

“മായ കുളിക്കുന്നോ?” സൂട്ട്കേയ്സ് കിടക്കയിൽ കമ്പിളിപ്പുതപ്പിന് മീതെ വച്ച് വിനോദ് ആരാഞ്ഞു.

റൂം ബോയ് പോയിക്കഴിഞ്ഞിരുന്നില്ല. മായയ്ക്ക് വിനോദിന്റെ അനൗചിത്യത്തിൽ ഈർഷ്യ തോന്നി. അതെന്തായാലും കോട്ടേജിൽ കയറുന്നതിനു മുമ്പുതന്നെ അവൾ കുളിക്കുന്നിനെക്കുറിച്ചു ചിന്തിച്ചിരുന്നു. നീണ്ട യാത്ര കഴിഞ്ഞെത്തിയതാണ്. മാർച്ച് മാസവും!

“ഞാൻ കുളിക്കുന്നു.” റൂം ബോയ് പുറത്തിറങ്ങിയതും മായ പ്രഖ്യാപിച്ചു. അവൾ ടൗവ്വലുമായി കുളിമുറിയിലേക്കു കയറി. വാതിൽ അടഞ്ഞുകിടക്കുകയാണെങ്കിലും സുതാര്യമായ ഒരു ചില്ലുപാളിയിലൂടെയെന്നപോലെ വിനോദ് തന്നെ കാണുന്നുവെന്നറിയാതെ അവൾ ഷവറിനു കീഴെ നിന്നു

വിനോദ് കിടക്കയിൽ ചാഞ്ഞുകിടന്ന് മായയെ ദർശിച്ചു. അവളുടെ വിവസ്ത്രമായ ഉടലിലൂടെ ജലമൊഴുകി. അതിന്റെ ശബ്ദത്തിൽ ഒരു മൂളിപ്പാട്ടിന്റെ ഈണം കൂടി കലർന്നു. മെഹന്ദി കി രാത് ആയി മെഹന്ദി കി രാത്..

മായ തെളിഞ്ഞൊരു ചിരിയോടെ വാതിൽ തുറക്കുമ്പോൾ വിനോദ് വാതിലിനു നേരെ മുന്നിലായി കൈകൾ നീട്ടി നില്ക്കുകയായിരുന്നു. സ്നാനത്തിലൂടെ കൈവരിച്ച നവോന്മേഷം ക്ഷണനേരംകൊണ്ട് അവൾക്ക് നഷ്ടമായി

“ശ്ശെ, എന്താണിത്?” അവൾ വിനോദിന്റെ ആശ്ലേഷത്തിൽനിന്ന് കുതറിയൊഴിഞ്ഞു. അതേസമയം തന്നെ വാതിലിൽ ഒരു മുട്ടു കേൾക്കായി. റൂം ബോയ്.

“രാത്രിയിലേക്ക് എന്താണ് വേണ്ടത് സാർ?” അവൻ ഭവ്യമായി ചോദിച്ചു.

“ചപ്പാത്തിയും ചിക്കനും മതി. രണ്ടു ബിയറും.” വിനോദ് പറഞ്ഞു.

മായ ആകാശത്തിന്റെ നീലനിറമുള്ള വേഷം തനിക്കായി തെരഞ്ഞെടുത്തു. സായാഹ്നസവാരിക്ക് ഏറ്റവും അനുയോജ്യമായ വേഷമാണതെന്ന് വിനോദ് പ്രശംസിച്ചു. രണ്ടുപേരും സായാഹ്നത്തിലെ പാതയിലേക്കിറങ്ങി. വർണ്ണത്തൂവലുകളെഴുതുന്ന തൊപ്പികൾ ധരിച്ച സഞ്ചാരികൾ അവരുടെ മുന്നിൽ പ്രത്യക്ഷപ്പെട്ടു. അത്തരത്തിലൊരു തൊപ്പി തനിക്കും വേണമെന്ന് മായ ആഗ്രഹിച്ചു. അധികം വൈകാതെ അവളുടെ ആഗ്രഹം സഫലമായി.

“എങ്ങനെയിരിക്കുന്നു?” അവൾ തൊപ്പി തലയിലണിഞ്ഞ് വിനോദിനോട് ചോദിച്ചു.

“മറ്റേതോ ലോകത്തുനിന്നും വന്നതുപോലെ.” അവൻ പറഞ്ഞു.

“എറണാകുളത്തെ ഹോസ്റ്റൽ മറന്നുകളയാം അല്ലേ?” മായ ചിരിച്ചു. വിനോദ് അവളുടെ നുണക്കുഴികളിലേക്കു നോക്കി. അവ പെട്ടെന്നു തന്നെ മറഞ്ഞു.

റോപ് വേയിലൂടെ സഞ്ചരിക്കുമ്പോൾ എറണാകുളത്തെ ഹോസ്റ്റലോ കർശന സ്വഭാവക്കാരിയായ മേട്രനോ, ഒപ്പം താമസിക്കുന്നവരോ, ഒറ്റപ്പാലത്തെ വീടോ, കുടുംബാംഗങ്ങളോ മായയുടെ മനസ്സിലുണ്ടായിരുന്നില്ല. അവളുടെ വലതുകൈത്തലം വിനോദ് ചേർത്തുപിടിച്ചിരുന്നു. അവൾ തികഞ്ഞ പ്രസന്നതയോടെ അങ്ങുമിങ്ങും കണ്ണോടിച്ചു. വിനോദ് ഇടയ്ക്കിടെ അവളുടെ കവിളിലേക്കും പിൻകഴുത്തിലേക്കും നോക്കി. അവന്റെ ദൃഷ്ടി തന്റെ ശരീരത്തിൽ വന്നുപതിക്കുന്നത് അവൾ അറിഞ്ഞില്ല. ഒരു ചെറിയ പെൺകുട്ടിയുടെ കൗതുകത്തോടെ അവൾ താഴെയുള്ള ഉദ്യാനക്കാഴ്ചകൾ കണ്ടു. ഇല്യൂമിനേഷൻ അവൾക്കു വിസ്മയകരമായ ഒരനുഭവമായി.

രാത്രി. ആൽക്കഹോളിന്റേതുപോലെ തീക്ഷ്ണമായ പഴുത്ത കശുമാങ്ങകളുടെ ഗന്ധം ശ്വസിച്ചുകൊണ്ട് അൻവർ ഹുസൈനും സദാനന്ദനും ഒരു കോട്ടേജിന്റെ വരാന്തയിൽ ഇരിക്കുകയായിരുന്നു. കാറ്റാടിമരങ്ങൾ അവർക്കു മുന്നിൽ ചില്ലകളനങ്ങാതെ നിന്നു.

"അവിടെ എന്തോ സംഭവിക്കുന്നുണ്ട്." അൻവർ ഹുസൈൻ നേരെ എതിർവശത്തുള്ള കോട്ടേജിനു നേർക്ക് വിരൽ ചൂണ്ടിക്കൊണ്ട് പറഞ്ഞു.

അതിനുള്ളിൽ വിളക്കണഞ്ഞിരുന്നില്ല. പക്ഷേ, ചില്ലുജാലകങ്ങൾക്കപ്പുറമുള്ള കട്ടിയേറിയ തിരശ്ശീലകൾ മുറിയുടെ രഹസ്യസ്വഭാവം നിലനിർത്താൻ പര്യാപ്തമായിരുന്നു. അൻവർ ഹുസൈനും സുഹൃത്തും ഒച്ച കേൾപ്പിക്കാതെ കോട്ടേജിനെ സമീപിച്ചു. ഇരുവരും വരാന്തയിലേക്കു കയറി ശ്രദ്ധയോടെ നില്പായി.

"മായേ, നിനക്കെന്നെ വിശ്വാസമില്ലേ?"

"വിശ്വാസമില്ലെങ്കിൽ ഞാൻ വിനോദിന്റെ കൂടെ വരുമായിരുന്നോ?"

"പിന്നെ ഇപ്പോഴെന്തു പറ്റി?"

"ഒന്നും പറ്റിയിട്ടില്ലല്ലോ."

"നിന്റെ ഇപ്പോഴത്തെ പെരുമാറ്റം എനിക്കു വിചിത്രമായി തോന്നുന്നു."

"എനിക്കു ഉറക്കം വരുന്നു."

"വെറുതെ ഉറങ്ങാനാണോ നമ്മൾ ഇത്രയും ദൂരം വന്നത്?"

"ഞാനുദ്ദേശിച്ചത് വിനോദിന്റെ കൂടെ ഒരു യാത്ര മാത്രമാണ്. എ പ്ലസന്റ് ട്രിപ്പ്."

"തമാശ കള പെണ്ണേ."

"ഞാൻ തമാശ പറഞ്ഞതല്ല."

"മായേ പ്ലീസ്."

"വിനോദ് നല്ല കുട്ടിയായി ഉറങ്ങാൻ നോക്ക്."

"ഞാൻ പറയുന്നതൊന്നു കേൾക്കൂ."

"ഇനി ഒന്നും പറയണ്ട."

"മായേ."

"നോ.."

വെളിയിൽ കാതുകൾ കൂർപ്പിച്ചു നില്ക്കുന്ന അൻവർ ഹുസൈനും സദാനന്ദനും ഉദ്വേഗഭരിതരായി. പെൺകുട്ടി പാദസരങ്ങളിട്ട കാലുകൾ കിടക്കയിലിട്ടടിക്കുകയായിരുന്നു.

"ഭഗവതീ." അവൾ വിളിച്ചു.

"ഈ മുറിയിലേക്ക് ആരും വരില്ല." വിനോദ് പറഞ്ഞു.

"ഈശ്വരാ, ഞാനെന്തിനാണ് നിങ്ങളുടെ കൂടെ വന്നത്." മായ തേങ്ങി.

അൻവർ ഹുസൈനും സദാനന്ദനും പരസ്പരം നോക്കി. ആക്രമണത്തിന്റെയും ചെറുത്തുനില്പിന്റെയും ശബ്ദങ്ങൾ അവരുടെ കാതുകളിൽ പതിച്ചുകൊണ്ടിരുന്നു. പിന്നെ നിശ്ശബ്ദതയുടെ ഒരു ഇടവേള. പുറത്തു നില്ക്കുന്നവർ ആശങ്കാകുലരായി.

"ഞാൻ വിചാരിച്ചത് നമ്മൾ സ്നേഹത്തിലാണെന്നാണ്." മായ പറഞ്ഞു.

"അതെയല്ലോ." വിനോദ് പ്രതികരിച്ചു.

"പക്ഷേ, നിങ്ങളെന്നെ റേപ്പ് ചെയ്യാൻ ശ്രമിക്കുന്നതെന്താണ്?"

"നീ സമ്മതിക്കുന്നില്ലല്ലോ."

"ഞാനിതു പ്രതീക്ഷിച്ചില്ല."

"നീയെന്റെ ക്ഷമ പരിശോധിക്കുകയാണ്."

"കൈ നോവുന്നു."

"നോവട്ടെ."

"വിടു."

അൻവർ ഹുസൈൻ സദാനന്ദന്റെ ചുമലിൽ തൊട്ട് ഒരു സംജ്ഞ കാട്ടി. രണ്ടുപേരും കൂടിയാലോചനയ്ക്കായി നടവഴിയിലേക്ക് ഇറങ്ങി നിന്നു.

"വാതിലിൽ തട്ടിയാലോ?" അടക്കിപ്പിടിച്ച ശബ്ദത്തിൽ അൻവർ ഹുസൈൻ ചോദിച്ചു.

"അതു വേണോ?" സദാനന്ദന് സന്ദേഹമായി.

"എന്നാൽ പൊലീസിനു ഫോൺ ചെയ്യാം."

"പത്രത്തിൽ വാർത്ത വന്നാൽ പെൺകുട്ടി പിന്നെ ജീവിച്ചിരിക്കില്ല."

"അല്ലാതെന്തു ചെയ്യും?"

"ഞാനിപ്പോ ഇറങ്ങിപ്പോകും." കോട്ടേജിനുള്ളിൽനിന്ന് പെൺകുട്ടിയുടെ ശബ്ദം ഉയർന്നു.

"ഈ രാത്രിയിലോ?" യുവാവ് ചോദിച്ചു.

അൻവർ ഹുസൈൻ എന്തോ പറയാനോങ്ങി.

"ശ്ശ്." സദാനന്ദൻ അവനെ വിലക്കി കോട്ടേജിന്റെ വാതിലിനു നേർക്ക് നോക്കിക്കൊണ്ട് അവർ കാറ്റാടിമരങ്ങൾക്കിടയിൽ രണ്ടു പ്രതിമകൾ പോലെ നിന്നു.

ലോകരഹസ്യങ്ങൾ

ഏറെ പ്രായമായ ഒരു ചെമ്പൻനത്ത് നിദ്രാരാഹിത്യത്തിന്റെ ക്ലേശം സഹിച്ചുകൊണ്ട് ഒരു വെൺതേക്കിന്മേൽ ഇരിക്കുമ്പോൾ കാട്ടുമരങ്ങൾക്കിടയിലൂടെ പാഞ്ഞൊഴുകുന്ന നദിയിൽനിന്ന് ഒരു നീർപ്പക്ഷി പറന്നുയർന്നു. പകൽവേള ചെമ്പൻനത്ത് ഇരിക്കുന്ന അതേ കൊമ്പിൽ ചെന്നിരുന്ന് നീർപ്പക്ഷി ചിറകുകളൊതുക്കി.

"ഇത് കടുപ്പം തന്നെ." നീർപ്പക്ഷി സ്വയമെന്നോണം പറഞ്ഞു.

പ്രായാധിക്യം മൂലം കേൾവിക്കുറവ് ബാധിച്ചിരുന്നെങ്കിലും നീർപ്പക്ഷിയുടെ ശബ്ദം ചെമ്പൻനത്ത് കേട്ടു.

"ആരാ അത്?" ചെമ്പൻനത്ത് ശബ്ദംകേട്ട ദിശയിലേക്ക് തിരിഞ്ഞു.

"ഞാനാ." നീർപ്പക്ഷി അല്പംകൂടി അടുത്തേക്ക് നീങ്ങിയിരുന്ന് ചെമ്പൻനത്തിനോട് പറഞ്ഞു. "വല്ല മീനും പിടിക്കാമെന്ന് കരുതി നദിയിലിറങ്ങിയപ്പോൾ അവിടമാകെ ബഹളം. ഞാനിങ്ങോട്ടു പറന്നു."

"ങ്ഹും? എന്തുപറ്റി?" ചെമ്പൻനത്ത് ചോദിച്ചു.

മരങ്ങളുടെയും വള്ളികളുടെയും ഇരുണ്ടൊരു പച്ചനിറം. അതു കാണുന്നുണ്ടായിരുന്നു. അതിനപ്പുറം ഒരു കാഴ്ച അതിന്റെ ദൃഷ്ടിക്ക് വഴങ്ങിയില്ല. "എന്താണുണ്ടായതെന്നോ? ഒരുപറ്റം മാനുകൾ വെള്ളം കുടിക്കാൻ വന്നു. അവ സ്വൈരമായി വെള്ളം കുടിച്ചുകൊണ്ടിരിക്കുമ്പോൾ മറ്റൊരു കൂട്ടർ പാഞ്ഞെത്തി. ആരെന്നല്ലേ? കടുവകൾ."

നീർപ്പക്ഷി ഭയവിഹ്വലമായ സ്വരത്തിൽ പറഞ്ഞു.

"കടുവകൾക്കും വെള്ളം കുടിക്കണമല്ലോ." ചെമ്പൻനത്ത് ഒരു ന്യായവാദത്തിന് മുതിർന്നു.

"അതു ശരി. പക്ഷേ, അവ വെള്ളം കുടിക്കുകയല്ല ചെയ്തത്. വന്ന പാടെ മാനുകളുടെ നേർക്കുചാടി."

“മാനുകൾ പേടിച്ചുകാണും, അല്ലേ?”

“പേടിച്ചെന്നോ? അവയാകെ വിരണ്ടുപോയി. ആരാണ് നദിയിൽ നിന്ന് വെള്ളം കുടിക്കുന്നതെന്ന് ചോദിച്ചുകൊണ്ടായിരുന്നു ആക്രമണം.”

“കാട്ടിലെ നദി മാനുകൾക്കും അവകാശപ്പെട്ടതല്ലേ?”

“അങ്ങനെ ചോദിച്ചതിന് ഒരു കടുവ എന്റെ നേരെയൊരു ചാട്ടം! ഞാൻ പേടിച്ചുപോയി.”

“പിന്നീട് എന്താണുണ്ടായത്?”

“ഒന്നും പറയാതിരിക്കുന്നതാ നല്ലത്. കടുവകൾ കുറെ മാനുകളെ കടിച്ചുകീറി. കുറേയെണ്ണം എങ്ങനെയൊക്കെയോ ഓടി രക്ഷപ്പെട്ടു. നദിക്കരയിലും പുൽപ്പരപ്പിലും ചോര ചിതറിക്കിടക്കുന്നത് കണ്ടാൽ സങ്കടം സഹിക്കില്ല. ഇവിടെയിരുന്നാൽ തന്നെ കാണാമല്ലോ.”

“പക്ഷേ, എനിക്ക് കണ്ണു നേരെയില്ല.”

“ഭാഗ്യം!”

നീർപ്പക്ഷി വ്യഥിതനായി പുൽപ്പരപ്പിലേക്ക് നോക്കി ഇരുന്നു.

“കടുവകളും മാനുകളും ഒരുമിച്ച് നദിയിലിറങ്ങി വെള്ളം കുടിച്ചിരുന്ന കാലം എനിക്കോർമ്മയുണ്ട്.” ചെമ്പൻനത്ത് ഗൃഹാതുരത്വം കലർന്ന ശബ്ദത്തിൽ പറഞ്ഞു. അത് ഓർമ്മയിലൂടെ പറന്നു. കാട് ഒരു വസന്തത്തിൽ പൂത്തുലഞ്ഞു നിന്നു. പലയിനം പൂക്കളുടെ സുഗന്ധം കാറ്റിനെ ലഹരി പിടിപ്പിച്ചു. പറവകൾ പാടിക്കൊണ്ടിരുന്നു. ഹരിതകാന്തിയിൽ മൃഗങ്ങൾ ഇണചേർന്നു. മാനുകളും കടുവകളും പരസ്പരം കുശലം പറഞ്ഞുകൊണ്ട് സ്വച്ഛജലത്തിലേക്ക് മുഖംനീട്ടി. ചെമ്പൻനത്ത് യവ്വനോന്മേഷത്തോടെ ഒച്ചയിട്ടു. “കാവോ... കാവോ... കൂക്ക്..”

“ഞാൻ പോകട്ടെ.” നീർപ്പക്ഷി ചെമ്പൻനത്തിനെ ഓർമ്മയിൽ നിന്നുണർത്തി. അതു ശിരസ്സനക്കി. നീർപ്പക്ഷി നദിയുടെ നേർക്ക് പറഞ്ഞുപോയി. ചെമ്പൻനത്ത് ഒരു ദാരുശില്പം പോലെ നിശ്ചേഷ്ടനായി നിലകൊണ്ടു. അതിന്റെ മനസ്സ് അപ്പോൾ ശൂന്യമായിരുന്നു. താനുറങ്ങാൻ തുടങ്ങുകയാണെന്ന് അത് കരുതി. കണ്ണുകളിൽ മയക്കം പടരുംപോലെ അതിനു തോന്നി.

പോ... പോ... പോ... പോ... എന്നൊരു ശബ്ദം പൊങ്ങി. അതൊരു ചോലക്കുടുവനായിരുന്നു.

“നീയെവിടെയാണ്?” ചെമ്പൻനത്ത് ശിരസ്സ് ചലിപ്പിച്ചുകൊണ്ട് വിളിച്ചു ചോദിച്ചു.

“എന്നെ കാണുന്നില്ലേ?” ചോലക്കുടുവൻ നേരെ മുന്നിലുള്ള ഒരു ചെറുചില്ലയിലിരുന്ന് പറഞ്ഞു.

ചെമ്പൻനത്തിന് അതിനെ കാണാൻ കഴിഞ്ഞില്ല. എങ്കിലും അതിന്റെ സാന്നിദ്ധ്യമറിഞ്ഞു.

“ഞാനൊന്ന് മയങ്ങാൻ തുടങ്ങുകയായിരുന്നു.” ചെമ്പൻനത്ത് പറഞ്ഞു.

"എന്റെ കാര്യം പറയുകയാണെങ്കിൽ ഞാനവിടെ നദിക്കരയിലൊരു പൊന്തയ്ക്കുള്ളിൽ മയക്കം പിടിച്ചതാ. അപ്പോഴാണ് ഒരു കോലാഹലം കേട്ടത്. നാശം!" ചോലക്കുടുവൻ ഈർഷ്യയോടെ പറഞ്ഞു.

"കടുവൻ മാനുകളെ ആക്രമിച്ചതാവും അല്ലേ?" ചെമ്പൻനത്ത് ഒരു ത്രികാലജ്ഞാനിയുടെ നിസ്സംഗതയോടെ ആരാഞ്ഞു.

"ഹാ! അതിൽ അസാധാരണമായി എന്തിരിക്കുന്നു!" ചോലക്കുടുവൻ തികഞ്ഞ വിയോജിപ്പോടെ തന്റെ ചിറകുകൾ കുടയുകയും കടും തവിട്ടുനിറമുള്ള വാലിളക്കുകയും ചെയ്തു.

ചെമ്പൻനത്തിന് ആശ്ചര്യമായി. "വെള്ളം കുടിക്കരുതെന്ന് ആക്രോശിച്ചുകൊണ്ട് ഒരു കടുവ മറ്റൊന്നിനെ കടിച്ചുപറിക്കാൻ തുടങ്ങുന്നതാണ് ഞാൻ കണ്ടത്." ചോലക്കുടുവൻ വെളിപ്പെടുത്തി.

"എന്ത്?"

"പറഞ്ഞു കേട്ടാൽ ആരും വിശ്വസിക്കില്ല. പക്ഷേ, സംഗതി പരമാർത്ഥമാണ്. ഞാനെന്റെ ഈ കണ്ണുകൾകൊണ്ട് കണ്ടതാ."

"വിചിത്രമായിരിക്കുന്നു." ചെമ്പൻനത്തിന്റെ മനസ്സ് കലുഷമായി. ചോലക്കുടുവൻ അസന്തുഷ്ടിയോടെ എന്തോ പിറുപിറുത്തുകൊണ്ട് പറന്നുപോയി. ചെമ്പൻനത്തിന്റെ കണ്ണുകളിലേക്ക് കാടിന്റെ ഇരുൾ കടന്നു ചെന്നു.

അല്പം കഴിഞ്ഞപ്പോൾ എന്തോ കണ്ട് ഭയപരവശനായ ഒരു കരിയിലക്കിളി അതുവഴി വന്നു.

"ഞാനൊരു കാഴ്ച കണ്ടു എന്റീശ്വരാ." കരിയിലക്കിളി ചെമ്പൻനത്തിന്റെ സമീപത്തിരുന്ന് പറഞ്ഞു.

"ങ്ഹേ" ചെമ്പൻനത്ത് ഞെട്ടിയുണർന്നു ചെവിയോർത്തു.

"ഞാൻ ഭയങ്കരമായ ഒരുകാഴ്ചകണ്ട് വരികയാ. ആലോചിക്കുമ്പോ തന്നെ പേടികാരണം എന്റെ ദേഹമാസകലം വിറയ്ക്കുന്നു." കരിയിലക്കിളി ഒരോർമ്മയിൽ കിടിലം കൊണ്ടു.

"അതെന്തായിരുന്നു?" ചെമ്പൻനത്ത് പതുക്കെ ചോദിച്ചു.

"ഒരു കടുവ. ഞാനെന്തോ ഒച്ച കേട്ട് നോക്കിയപ്പോൾ കണ്ടത് ഒരു കടുവ സ്വയം കടിച്ചുപറിക്കുന്നതാ. സ്വന്തം ദേഹത്തുനിന്ന് അത് മാംസം കടിച്ചുപറിക്കുന്നത് ഞാൻ കണ്ടു. അതിന്റെ മുരൾച്ച ഭയങ്കരമായിരുന്നു."

കരിയിലക്കിളി പറഞ്ഞു നിർത്തിയതും ചെമ്പൻനത്ത് ചിരി തുടങ്ങി. കരിയിലക്കിളി സംഭ്രമത്തോടെ അതിനെ നോക്കി. ഇത്രയും ഭീതിദമായ ഒരു കാര്യം കേട്ട് ചിരിക്കയോ? കരിയിലക്കിളി മിഴിച്ചിരുന്നു.

എന്തിനാണ് താൻ ചിരിക്കുന്നതെന്ന് വിശദീകരിക്കാതെ ചെമ്പൻനത്ത് ഒരു യാത്രയ്ക്കായി ചിറകുകൾ വിടർത്തി.

"എങ്ങോട്ട് പോവുകാ?" കരിയിലക്കിളി ഒരു വെമ്പലോടെ ചോദിച്ചു.

ചെമ്പൻനത്ത് ഒന്നും പറയാതെ പറന്നു. കരിയിലക്കിളി ഭയാശങ്കകളോടെ അതിന്റെ പിറകെ നീങ്ങി.

നദിക്കരയിൽ വീണുരുണ്ട് സ്വയം ആക്രമിക്കുന്ന കടുവയുടെ അടു

ത്താണ് ചെമ്പൻനത്ത് എത്തിച്ചേർന്നത്. ചോരയും മാംസവും പുല്ലിൽ ചിതറിക്കിടന്നിരുന്നു. കടുവ പരാക്രമം തുടരുകയായിരുന്നു.

“ഒടുവിൽ നീ നിന്റെ ശത്രുവിനെ കണ്ടെത്തി. അല്ലേ?” ചെമ്പൻ നത്ത് ഒരു മരച്ചില്ലയിലിരുന്ന് കടുവയോട് വിളിച്ചു ചോദിച്ചു. കടുവ അത് കേട്ടില്ല. നോവെടുത്ത് അലറിക്കൊണ്ട് അത്യധികമായ ക്രോധത്തോടെ അത് സ്വന്തം ഉടൽ കടിച്ചുപറിച്ചു. അതിന്റെ അലർച്ച കാടെങ്ങും മുഴ ങ്ങി.

“ഇങ്ങനെയൊക്കെയാണ് മൃഗങ്ങൾ മനുഷ്യർക്ക് തുല്യരായിത്തീ രുന്നത്.” ചെമ്പൻനത്ത് കരിയിലക്കിളിയുടെ നേർക്കുതിരിഞ്ഞ് തത്ത്വോ പദേശം ചെയ്തു.

മരങ്ങളുണ്ടാക്കിയത് ആരാണ്?

എന്റെ മകൻ ബച്ചുവും ഞങ്ങളുടെ കൃഷിത്തോട്ടത്തിലെ വീട്ടിലേക്ക് വിരുന്നുവന്ന കുര്യാച്ചന്റെ മകൻ റോബിനും തമ്മിൽ ചെറിയൊരു തർക്കം. മരങ്ങളുണ്ടാക്കിയത് ആരാണ്? അതായിരുന്നു തർക്കവിഷയം.

അവർ കുറേനേരമായി മരങ്ങൾക്കിടയിൽ കളിക്കുകയായിരുന്നു. ഞാനും കുര്യാച്ചനും ഒഴിഞ്ഞ കളപ്പുരയിലിരുന്ന് ലഘുവായ അളവിൽ മദ്യപിക്കയും.

കുര്യാച്ചൻ പള്ളിക്കൂടത്തിൽ പഠിക്കുന്ന കാലംതൊട്ടേ എന്റെ സുഹൃത്താണ്. ഞങ്ങൾ ഇപ്പോൾ പല കർമ്മകവാടങ്ങൾ താണ്ടി മദ്ധ്യവയസ്സിലെത്തിയിരിക്കുന്നു. കുര്യാച്ചൻ രണ്ടു ദിവസം സ്വൈരമായി എന്റെ കൂടെ ചെലവഴിക്കാമെന്ന് കരുതി സോഫിയാമ്മയെയും മക്കളെയും കൂട്ടി വന്നതാണ്. കളപ്പുരയ്ക്കപ്പുറത്തുള്ള വരിക്കപ്ലാവിന്റെ ചോട്ടിലായി അവർ വന്ന മാരുതി സെൻ വിശ്രമിക്കുന്നു. തെല്ലുമാറി തുറസ്സായ സ്ഥലത്ത് ഒട്ടും അപകർഷതാ ബോധം കാട്ടാതെ എന്റെ പഴയ ജീപ്പ്. മാരുതി സെന്നിനേക്കാൾ ഈ നാട്ടിൻപുറത്തിന് ഇണങ്ങുക എന്റെ പഴയ ജീപ്പു തന്നെയാണ്. സംശയമില്ല. കുര്യാച്ചൻ വന്നപാടെ അതു പറയുകയും ചെയ്തു.

അധികം വൈകാതെ ഞാൻ മുഴുത്ത രണ്ടു കോഴികളെ പിടികൂടി. പത്മജയും സോഫിയാമ്മയും ചേർന്ന് അവയെ പാകപ്പെടുത്തിക്കൊണ്ടിരിക്കയാണ്. സമയം സന്ധ്യയോടടുക്കുന്നു. ഓരോ സ്മാൾ കഴിച്ചുകൊണ്ട് ഞാനും കുര്യാച്ചനും കളപ്പുരയിൽ. ഞങ്ങൾക്ക് അയവിറക്കാൻ ഒരുപാട് ഓർമ്മകൾ.

കുര്യാച്ചന്റെ മക്കൾ റോബിനും ബെറ്റിയും നഗരത്തിരക്കിലാണ് പിറന്നതും വളരുന്നതും. അവർക്ക് ബച്ചുവിനെയും കുട്ടനെയും കൂട്ടുകിട്ടിയ

പ്പോൾ വലിയ സന്തോഷമായി. നാലുപേരും തൊടിയിൽ ചാടിത്തിമിർക്കുകയാണ്.

"നമ്മളും ഒരുകാലത്ത് അവരെപ്പോലെ പിള്ളേരായിരുന്നില്ലേ?" കുര്യാച്ചൻ ഗൃഹാതുരത്വത്തോടെ പറഞ്ഞു.

"ശരിയാ." കുട്ടികളെ നോക്കിക്കൊണ്ട് ഞാൻ അയാളുടെ ഗൃഹാതുരത്വം പങ്കിട്ടു.

"പക്ഷികളെപ്പോലെയായിരുന്നു അന്ന്. ഒരാകാശം മുഴുവനും സ്വന്തം!"

"വിചിത്രസ്വപ്നങ്ങൾ!"

"ഒരാണ്ടുപറഞ്ഞാലും അവ തീരുകേല."

"മരണമെന്നാൽ എന്തെന്ന് അന്നറിയില്ലായിരുന്നു."

"ഒരു ചീത്ത വിചാരവും ഉണ്ടായിരുന്നില്ല മനസ്സിൽ."

"ആലോചിച്ചുനോക്കുമ്പോ ഒരു പറുദീസാനഷ്ടം. അല്ലേ."

"അതുതന്നെ."

കുര്യാച്ചൻ ഖേദം മറക്കാനെന്നോണം ഗ്ലാസ് കൈയിലെടുത്തു. ഞാനും.

ബച്ചുവും റോബിനും ഓടി വന്നതപ്പോഴാണ്. അവരുടെ പിറകെ ബെറ്റിയും കുട്ടനുമുണ്ടായിരുന്നു.

"എന്താടാ? കളിച്ച് മടുത്തുവോ?" കുര്യാച്ചൻ വാത്സല്യപൂർവ്വം മകനോട് ചോദിച്ചു. അവൻ കിതച്ചുകൊണ്ട് അയാൾക്കരികെ നിന്നു.

"ഡാഡീ, മരങ്ങളുണ്ടാക്കിയതാരാ? നമ്മുടെ ഈശോയല്ലേ? ബച്ചു പറയുവാ അവന്റെ ശിവനാണെന്ന്."

ബച്ചു എന്റെ ചുമലിൽ പിടിച്ചു.

"നമ്മുടെ ശിവനല്ലേ അച്ഛാ മരങ്ങളുണ്ടാക്കിയത്?"

"അല്ല, ഞങ്ങടെ ഈശോയാ."

റോബിൻ ബച്ചുവിന്റെ നേർക്ക് തിരിഞ്ഞുപറഞ്ഞു.

"അല്ലാ ഞങ്ങടെ ശിവനാ." ബച്ചു വീറോടെ പ്രതിരോധിച്ചു.

"മരങ്ങള് ആരും ഉണ്ടാക്കിയതല്ല. തനിയേ മണ്ണിൽ മുളച്ചുവരുന്നതാണ്." ഞാനൊരു മദ്ധ്യസ്ഥനെന്ന നിലയിൽ അങ്ങനെയൊരു സമീപനം കൈക്കൊണ്ടു. പക്ഷേ, അത് കുര്യാച്ചന്റെ മകന് സ്വീകാര്യമായില്ല.

"തനിയേ മുളച്ചുവരുന്നതൊന്നുമല്ല. ഞങ്ങടെ ഈശോ ഉണ്ടാക്കിയതാ." അവൻ തന്റെ നിലപാടിന് പിതാവിന്റെ പിന്തുണ തേടി.

കുര്യാച്ചൻ പ്രത്യക്ഷമായും വിഷമത്തിലായി.

"അല്ല. ശിവനുണ്ടാക്കിയതാ. അല്ലേ അച്ഛാ?" ബച്ചു ചോദിച്ചു.

ഞാനും വിഷമത്തിലായി. കുര്യാച്ചൻ എന്നെ നോക്കി.

എനിക്കൊരു യുക്തി തോന്നി.

"കുറേ മരങ്ങള് ഈശോ ഉണ്ടാക്കി. പിന്നെ കുറേ മരങ്ങള് ശിവനും." ഞാൻ പറഞ്ഞു.

"ആദ്യം ആരാ?" എന്റെ യുക്തിയിൽ ഒട്ടൊന്നു പതറിയ റോബിൻ ആരാഞ്ഞു.

"ശിവൻ എന്താ സംശയം!" ബച്ചു ഉടനെ പറഞ്ഞു.

"അല്ല ഈശോയാ." റോബിൻ ശഠിച്ചു.

"ആരെങ്കിലുമാകട്ടെ. മരങ്ങളുണ്ടായല്ലോ അതാ കാര്യം." കുര്യാച്ചൻ തർക്കത്തിന് ഒരു വിരാമമിടുന്നതുപോലെ പറഞ്ഞു.

മക്കൾക്കു പൂർണ്ണതൃപ്തിയായ മട്ടില്ല. എങ്കിലും അവർ ഞങ്ങളെ ഞങ്ങളുടെ പാട്ടിനുവിട്ട് തൊടിയിലേക്ക് തിരികെ പോകാൻ തയ്യാറായി.

പോകുംവഴിക്ക് ഇടതുവശത്തായുള്ള മൂവാണ്ടൻമാവ് ചൂണ്ടിക്കാണിച്ച് ബച്ചു പറഞ്ഞു.

"അത് ശിവൻ."

മാരുതി സെന്നിനുമേൽ നിഴൽ വിരിച്ചു നില്ക്കുന്ന വരിക്കപ്ലാവിന്റെ നേർക്ക് വിരൽചൂണ്ടി റോബിൻ പറഞ്ഞു.

"അത് ഈശോ."

പിന്നെ ബെറ്റിയുടെയും കുട്ടന്റേയും ഊഴമായി.

ഞാൻ ഊറിച്ചിരിച്ചു. കുര്യാച്ചൻ കൈയിൽ ഗ്ലാസുമായി തെല്ല് മുന്നോട്ട് നീങ്ങിയിരുന്നു.

"അല്ല, അറിയാൻ മേലാഞ്ഞിട്ട് ചോദിക്കുകയാ. സത്യത്തിൽ മരങ്ങളുണ്ടാക്കിയത് ആരാണ്?"

ദൃഷ്ടികൾ

ആഫ്റ്റർ കെയർ ഹോമിന് മുന്നിലുള്ള പൈൻമരങ്ങൾക്കിടയിൽ നിന്ന് റോസിയും മാത്യുവും പരസ്പരം നോക്കുകയായിരുന്നു. ഡിസം ബറിലെ ഒരു സായാഹ്നം. തീക്ഷ്ണത കുറഞ്ഞ വെയിൽ.

മാത്യു റോസിയെ കാണാനെത്തിയതായിരുന്നു.

റോസി ആഫ്റ്റർ കെയർ ഹോമിൽ താമസിക്കുന്നു. അതിനുമുമ്പ് പുവർഹോം സൊസൈറ്റി നടത്തുന്ന അനാഥമന്ദിരത്തിലായിരുന്നു. പതി നെട്ടു വയസ്സായപ്പോൾ ആഫ്റ്റർ കെയർ ഹോമിലേക്ക് മാറിയതാണ്. അവളെ കാണാൻ ചെല്ലുമ്പോഴൊക്കെയും അവളുടെ ഹൃദയത്തെ സ്പർശിക്കുന്ന വിധത്തിലുള്ള കാരണങ്ങൾ പറയണമെന്ന് മാത്യു ഓർക്കാറുണ്ട്. പക്ഷേ, ബസിറങ്ങി പൈൻമരങ്ങൾക്കിടയിലുള്ള നടപ്പാ തയിൽ എത്തുമ്പോഴേക്കും പറയാനോർത്തതെല്ലാം മറന്നുകഴിഞ്ഞിരി ക്കും.

റോസിയും എന്തൊക്കെയോ പറയണമെന്നു കരുതും. എന്നാൽ വാക്കുകൾ പുറത്തുവരില്ല.

വാക്കുകളുടെ സഹായമില്ലെങ്കിലും തനിക്ക് പറയാനുള്ളത് കണ്ണു കൾകൊണ്ട് വെളിപ്പെടുത്താൻ കഴിഞ്ഞേക്കുമെന്ന് പ്രതീക്ഷിച്ചെന്നോണം അവൾ മാത്യുവിനെ ഉറ്റുനോക്കി.

ആഫ്റ്റർ കെയർ ഹോമിന്റെ മുകൾനിലയിലെ ജാലകങ്ങൾക്കരികെ കൂടിനിന്ന് പലരും അവരെ വീക്ഷിക്കുന്നുണ്ടായിരുന്നു. ചിലർ വാത്സല്യ ത്തോടെ, ചിലർ കൗതുകത്തോടെ.

തങ്ങൾ നിരീക്ഷണവിധേയരാണെന്ന് കെട്ടിടത്തിനുനേരെ നോക്കാതെ തന്നെ മാത്യുവിനും റോസിക്കും അറിയാമായിരുന്നു. എന്നാൽ അത് അവരെ അലോസരപ്പെടുത്തിയില്ല. ഇരുവരും പരസ്പരം നോക്കിക്കൊണ്ടു നിന്നു.

ഒന്നും പറഞ്ഞില്ല. പറയാനാണെങ്കിൽ ഏറെ ഉണ്ടായിരുന്നുതാനും.

റോസിയുടെ കണ്ണുകൾ പൊടുന്നനെ ഈറനായി.

മാത്യു അമ്പരപ്പോടെ അവളുടെ ചുമലിൽ കൈവച്ചു. അവളെ ആശ്വസിപ്പിക്കാനായി എന്താണ് പറയുകയെന്നറിയാതെ അവൻ പരുങ്ങി. ദുഃഖിക്കരുതെന്നും എല്ലാം നേരെയാകുമെന്നും പറയാൻ അവൻ ആഗ്രഹിച്ചു. അവരങ്ങനെ നില്ക്കെ പൈൻമരങ്ങളിലൂടെ ഒരു കാറ്റ് വീശിക്കടന്നു.

"അവരെന്തായിരിക്കും പറയുക?"

ആഫ്റ്റർ കെയർ ഹോമിന്റെ മുകൾ നിലയിൽ ഇടത്തേയറ്റത്തെ ജനലിനടുത്ത് നില്ക്കുകയായിരുന്ന നോർമ്മ തൊട്ടടുത്തുള്ള ബ്രിജിത്താമ്മയോടു ചോദിച്ചു.

ബ്രിജിത്താമ്മ താഴെയുള്ള റോസിയിൽനിന്നും അവളെ കാണാനെത്തിയ മാത്യുവിൽ നിന്നും കണ്ണെടുത്തില്ല.

"രണ്ടു മാലാഖമാരെ കാണുന്നതുപോലെ തോന്നുന്നു." അവൾ തിരിഞ്ഞുനോക്കാതെ പറഞ്ഞു.

പിന്നിലൊരു മുറിയിൽ നിന്ന് ക്രിസ്റ്റീനയെന്ന പെൺകുട്ടി വയലിൻ വായിക്കാൻ തുടങ്ങി. മുറിയിൽ ക്രിസ്റ്റീന ഒറ്റയ്ക്കായിരുന്നു. അവൾ വയലിൻ വായിച്ചുകൊണ്ട് മുറിയിലൂടെ പതുക്കെ നീങ്ങി. ജനലിനടുത്ത് നില്ക്കുകയായിരുന്ന കാതറിൻ തിരിഞ്ഞ് അനുതാപത്തോടെ അവളെ നോക്കി. അവൾ ആരെയും ശ്രദ്ധിക്കാതെ കണ്ണുകൾ പാതിയടച്ച്, വയലിനുമായി മുറിയിലൂടെ നടന്നു.

പൈൻമരങ്ങൾക്കിടയിൽ മാത്യുവും റോസിയും അന്യോന്യം നോക്കിക്കൊണ്ടുനിന്നു. ആഫ്റ്റർ കെയർ ഹോമിന്റെ മുകൾനിലയിലെ ജാലകങ്ങളിലൂടെ അനേകം ദൃഷ്ടികൾ അവരുടെമേൽ പതിച്ചുകൊണ്ടിരുന്നു.

നീലജ്വാലകൾ

ഒരാൾ മഴയിലൂടെ ഓടി റെസ്റ്റോറന്റിന്റെ കിഴക്കുഭാഗത്തുള്ള ഗോവണിവഴി ബാറിനുള്ളിൽ പ്രവേശിച്ചു. അടിമുടി നനഞ്ഞിരുന്നെങ്കിലും അയാൾ അതു കാര്യമാക്കിയില്ല.

പകലറുതിയായതേ ഉള്ളൂ. ബാറിൽ വലിയ തിരക്കില്ല.

അയാൾക്ക് സൗകര്യപ്രദമായ ഒരു ഇരിപ്പിടം ലഭിച്ചു. തന്റെ ചുമലിൽ തൂക്കിയിട്ടിരുന്ന സഞ്ചി അയാൾ തൊട്ടടുത്ത ഇരിപ്പിടത്തിലേക്ക് മാറ്റി.

ഒരു വെയ്റ്റർ അയാളുടെ മേശയ്ക്കരികിൽ വന്നെത്തി. അയാൾ രണ്ടു പെഗ് ബ്രാണ്ടി പറഞ്ഞു.

"കൂടെ കഴിക്കാനെന്തെങ്കിലും? പീനട്ട് മസാല, എഗ്ഗ് ആന്റ് പീസ് ക്രാബ് ഫ്രൈ, ചില്ലിചിക്കൻ, പോർക്ക്."

"ഒന്നും വേണ്ട അച്ചാറുണ്ടെങ്കിൽ ഒരല്പം കൊണ്ടുവന്നോളൂ. അതു മതി."

അയാൾ തന്റെ മുന്നിലും ഇടതുവശത്തുള്ള ഇരിപ്പിടങ്ങളിൽ ഉപവിഷ്ടരായവരെ അശ്രദ്ധമായി നോക്കി. അവരെയൊന്നും അയാൾക്ക് പരിചയമുണ്ടായിരുന്നില്ല. ബാറിന്നകമാകെ സിഗററ്റ് പുക നിറഞ്ഞിരുന്നു. ഒരു മൂടൽ മഞ്ഞുപോലെ സിഗരറ്റ് പുകയോട് ചേർന്ന് പലയിനം മദ്യങ്ങളുടെയും ഭക്ഷണപദാർത്ഥങ്ങളുടെയും ഗന്ധം അന്തരീക്ഷത്തിൽ കലർന്നു നിന്നു

രണ്ടാമത്തെ പെഗ്ഗും തീർന്നപ്പോൾ അയാൾക്ക് ലാഘവം കൈവന്നു. അയാൾ പുക വലിക്കാറുണ്ടായിരുന്നില്ല. അവസാനത്തെ പെഗ്ഗിന് അല്പം സാവകാശമാവാമെന്ന് അയാൾക്ക് തോന്നി.

അതിനിടയിൽ ഒരു ചെറുപ്പക്കാരൻ അത്യധികമായ വ്യഗ്രതയോടെ കൗണ്ടറിനടുത്തേക്ക് പോകുന്നത് അയാൾ ശ്രദ്ധിച്ചു. ഒരു കൈയിൽ തീരാറായ സിഗററ്റ്. മറുകൈയിൽ വളഞ്ഞകാലുള്ള കുട.

മറ്റൊന്നും ചെയ്യാനില്ലാത്തതുകൊണ്ട് അയാൾ ചെറുപ്പക്കാരനെത്തന്നെ നോക്കിക്കൊണ്ട് ഇരുന്നു.

കൗണ്ടറിനടുത്തെത്തിയിട്ടും അവൻ വ്യഗ്രത വെടിഞ്ഞില്ല. കണ്ണഞ്ചിപ്പിക്കുന്ന വേഗത്തിൽ ആദ്യത്തെ ഗ്ലാസ് ഒഴിഞ്ഞു. വീണ്ടും ഒരെണ്ണത്തിന് ആംഗ്യം കാട്ടി അവൻ ഒരു സിഗരറ്റ് കത്തിച്ചു.

"സാർ.."

വെയ്റ്റർ മൂന്നാമത്തെ പെഗ്ഗ് ബ്രാണ്ടിയുമായി വന്നു.

അയാൾ ചെറുപ്പക്കാരനിൽ നിന്ന് കണ്ണെടുത്തു.

"ബില്ല് കൊണ്ടുവന്നോളൂ."

വെയ്റ്റർ ബില്ലുമായി വരുമ്പോഴും അയാൾ അവസാനത്തെ പെഗ്ഗ് സ്പർശിച്ചിരുന്നില്ല.

ബില്ലിലെ തുകയ്ക്ക് പുറമെ അഞ്ചുരൂപ ഇനാംകൂടി ചേർത്തുകൊടുത്ത് അയാൾ വെയ്റ്ററെ പറഞ്ഞയച്ചു.

പിന്നീട് അയാൾ സഞ്ചിയിൽ നിന്ന് വിഷത്തിന്റെ ചെറിയ കുപ്പി പുറത്തെടുത്തു. അതിന് നീലനിറമായിരുന്നു. പുറത്ത് മഴ തകർത്തു പെയ്തുകൊണ്ടിരുന്നു. അയാൾ ബ്രാണ്ടിയിൽ വിഷം കലർത്തിയശേഷം ഒഴിഞ്ഞകുപ്പി സഞ്ചിയിൽതന്നെ നിക്ഷേപിച്ചു. ഗ്ലാസിന്റെ മുക്കാൽഭാഗത്തോളം സോഡ ചേർത്ത് അയാൾ തന്റെ അവസാനത്തെ ഡ്രിങ്ക് ഒരുക്കിയതേയുള്ളൂ. അതാ, ചില ഓർമ്മകളുടെ മിന്നാട്ടം. ഭൂതകാലത്തിന്റെ ചില നിഴലനക്കങ്ങൾ, ബഹുസ്വരങ്ങൾ. അയാൾ ഒരു ദീർഘനിശ്വാസത്തോടെ കണ്ണടച്ചു. മതി ഇനി വയ്യ. അന്തിമവിശകലനത്തിൽ ജീവിതം മഹത്തായ ഒരു കാര്യമൊന്നുമല്ല. മുമ്പാരോ ചൂണ്ടിക്കാണിച്ചതുപോലെ ഈ ലോകം പിച്ചുംപേയും പറയുന്ന ഒരു പമ്പരവിഡ്ഢിയാണ്. ഇതിനെ ആർക്കും കൊന്ന് കുഴിച്ചുമൂടാൻ സാദ്ധ്യമല്ല. നമ്മളെ രക്ഷപ്പെടുത്താൻ നമ്മളാൽ കഴിയുന്നത് നാം തന്നെ ചെയ്തേ തീരൂ. മുന്നിലുള്ള പാനപാത്രത്തിൽ തീജ്ജ്വാലകൾ ആളുകയാണ്. ഇനി നഷ്ടപ്പെടാനോ, നേടാനോ ഒന്നുമില്ല. കാലം മുന്നോട്ട് പോകട്ടെ. എനിക്ക് ഒരടിപോലും ഇനി പോകാനില്ല. ആരെങ്കിലും എന്നെങ്കിലും എന്നെ സ്നേഹിച്ചിട്ടുണ്ടെങ്കിൽ അവരെന്നോട് ക്ഷമിക്കട്ടെ.

അയാൾ കണ്ണുതുറന്ന് ഗ്ലാസിനുനേർക്ക് കൈനീട്ടാൻ തുടങ്ങുമ്പോഴാണ് കണ്ടത്. കൗണ്ടറിനടുത്തുണ്ടായിരുന്ന ചെറുപ്പക്കാരൻ മേശയ്ക്കപ്പുറത്തായി നില്ക്കുന്നു.

"ചേട്ടാ, രണ്ടു ലാർജ്ജിന്റെ കാശേ എന്റെ കൈയിലുണ്ടായിരുന്നു

ള്ളൂ. ഒരെണ്ണംകൂടി എനിക്ക് വേണം. നിർബ്ബന്ധമായും ഞാനിത് കഴിക്കുകയാണ്."

അയാൾക്കു തടയാൻ കഴിയുംമുമ്പേ ചെറുപ്പക്കാരൻ അയാളൊരുക്കിവെച്ച ഡ്രിങ്ക് ഒറ്റവീർപ്പിന് കുടിച്ചുതീർത്തു.

"സോറി, കേട്ടോ."

ഗ്ലാസ് താഴെവച്ച് ചെറുപ്പക്കാരൻ വാതിലിനു നേർക്കു നടന്നു.

ശൂന്യമായ ഗ്ലാസിൽ കണ്ണുംനട്ട് അയാൾ അവിടെത്തന്നെ ഇരുന്നു.

ഹൃദയാകാശം

നിരത്തിന്റെ അങ്ങേയറ്റത്തേക്ക് നോക്കിക്കൊണ്ട് ഒന്നാം നിലയിലെ ഒരു ജാലകത്തിനടുത്തായി സുരേഷ് മേനോൻ ഇരിക്കുമ്പോൾ ആകാശത്തിൽ മേഘഘടനകൾ മാറിവന്നു. അവൻ തീവണ്ടിയിറങ്ങുന്ന നേരത്തുണ്ടായിരുന്ന വെളുത്തമേഘങ്ങൾ എങ്ങോ മറഞ്ഞു. ആകാശം ഇരുട്ടു പിടിച്ചതുപോലെയായി.

"ദീപ്തിയെ ഇനിയും കാണുന്നില്ലല്ലോ." വേറൊരു ജാലകത്തിലൂടെ നിരത്തിലേക്ക് കണ്ണോടിച്ച് ഗീത പറഞ്ഞു.

ദീപ്തി, സുരേഷ് മേനോന് ഏറ്റവും ഒടുവിലയച്ച കത്ത് വ്യക്തമായ നിർദ്ദേശങ്ങൾ അടങ്ങിയതായിരുന്നു. ഏത് വണ്ടിക്ക് നഗരത്തിൽ എത്തിച്ചേരണമെന്നും ചേച്ചിയുടെ താമസസ്ഥലം എങ്ങനെ കണ്ടുപിടിക്കാമെന്നുമൊക്കെ അതിൽ പരാമർശിക്കപ്പെട്ടിരുന്നു. സുരേഷ്മേനോൻ ദീപ്തിയുടെ നിർദ്ദേശങ്ങൾ അക്ഷരംപ്രതി പാലിച്ചു. അവൾ പറഞ്ഞ അതേവണ്ടിയിൽ യാത്ര ചെയ്തു. പ്ലാറ്റ്ഫോമിൽനിന്നും പുറത്തുകടന്ന് ഒട്ടും സംശയിച്ചു നില്ക്കാതെ നേരെ ഒരു ഓട്ടോറിക്ഷയിൽ കയറിയിരുന്നു. ദീപ്തിയുടെ കത്ത് കീശയിലുണ്ടായിരുന്നെങ്കിലും അത് നിവർത്തിനോക്കേണ്ട ആവശ്യം നേരിട്ടില്ല. സ്ഥലത്തിന്റെയും തെരുവിന്റെയും പേരുകൾ, വീടിന്റെ നമ്പർ, പരിസരസൂചനകൾ എല്ലാം മനസ്സിലുണ്ടായിരുന്നു. അതുകൊണ്ടുതന്നെ യാത്ര എളുപ്പമായി. ദീപ്തി ചേച്ചിക്ക് മുൻകൂട്ടി എഴുതുമെന്നറിയിച്ചിരുന്നു. ഓട്ടോറിക്ഷ ഗേറ്റിൽ നിർത്തിയതും മുകൾനിലയുടെ വരാന്തയിൽ ഒരു നിഴലനങ്ങി. വീടിന്റെ താഴത്തെ നിലയിൽ വേറൊരു കുടുംബമായിരുന്നു. അതിലുൾപ്പെട്ട റിട്ടയേർഡ് ഉദ്യോഗസ്ഥൻ ആരെ കാണാനാണെന്ന് ചോദിക്കുമ്പോഴേക്കും ദീപ്തിയുടെ ചേച്ചി ഗോവണിയിറങ്ങിവന്നു.

"എന്റെ ഒരു ബന്ധുവാണ്." ഗീത പറഞ്ഞു.

അവർ ആദ്യമായി കാണുകയായിരുന്നു.

"ദീപ്തി?" അവൻ ചോദിച്ചു.

"എത്തിയിട്ടില്ല." ഗീത ഗോവണിയുടെ നേർക്ക് നടന്നു. അതിനു മുമ്പുതന്നെ റിട്ടയേർഡ് ഉദ്യോഗസ്ഥൻ താൻ വായിച്ചുകൊണ്ടിരുന്ന ഗ്രന്ഥത്തിലേക്ക് മടങ്ങിയിരുന്നു.

"പത്തുമണിക്ക് മുമ്പേ ഇങ്ങെത്തുമെന്നാണല്ലോ എനിക്കെഴുതിയത്." സുരേഷ് മേനോൻ ഗോവണി കയറവേ പറഞ്ഞു.

"അങ്ങനെതന്നെയാണ് എനിക്കും എഴുതിയത്. ഉടനെ വരുമായിരിക്കും." ഗീത തിരിഞ്ഞുനോക്കി ചിരിച്ചുകൊണ്ട് ചോദിച്ചു. "കാണാൻ ധൃതിയായി, അല്ലേ?"

സന്മനസ്സുള്ള ചേച്ചിയുടെ സാന്നിദ്ധ്യത്തിൽ ഒരുപകൽ കഴിച്ചുകൂട്ടാമെന്നായിരുന്നു ദീപ്തി സുരേഷ്മേനോന് എഴുതിയത്. ചേച്ചിയുടെ സാന്നിദ്ധ്യത്തിലായാൽത്തന്നെയും ദീപ്തിയുമൊത്ത് ഒരു പകൽ ചെലവഴിക്കുകയെന്ന പ്രലോഭനത്തെ അവന് അതിജീവിക്കാനായില്ല. ഒരസുലഭ സന്ദർഭം തനിക്ക് കൈവന്നിരിക്കയാണെന്ന് അവൻ വിലയിരുത്തി. തീവണ്ടിയിലിരിക്കെ അവന്റെ ഹൃദയം പ്രതീക്ഷാനിർഭരമായി ഒരു സ്പർശം? ഒരു ചുംബനം? ഒരാശ്ലേഷം? അങ്ങനെ ചില സാദ്ധ്യതകളോർത്ത് അവൻ അറിയാതെ ചിരിച്ചുപോയി.

"എന്തേ ചിരിക്കുന്നത്?" സ്വീകരണമുറിയിലേക്ക് ചായയുമായി വന്ന ഗീത ചോദിച്ചു.

"ദീപ്തിയുടെ കാര്യം ഓർത്തിട്ടാ." സുരേഷ്മേനോൻ ലേശമൊരു പരുങ്ങലോടെ പറഞ്ഞു.

"നല്ല മോളാ അവള്. അമ്മയോ മറ്റോ ഇതറിഞ്ഞാൽ എന്നെ ഇനി അങ്ങോട്ട് കയറ്റിയില്ല." ഗീത ചായയും പലഹാരവും തീൻമേശമേൽ വയ്ക്കുന്നതിനിടയിൽ പറഞ്ഞു.

സുരേഷ് മേനോൻ ആതിഥ്യം കൈക്കൊള്ളുന്നതിനുള്ള ഒരു മാനസികാവസ്ഥയിലായിരുന്നില്ല. പക്ഷേ, ഗീത അവനെ നിർബ്ബന്ധപൂർവ്വം തീൻമേശയുടെ അരികിലെത്തിച്ചു. പ്ലെയ്റ്റിൽ ഗ്രാമ്പുവിന്റെ രുചി കലർന്ന അപ്പമായിരുന്നു. സുരേഷ്മേനോന് ഒരു പ്രശംസ ഒഴിവാക്കാനായില്ല.

"ദീപ്തി വരുന്നതുകൊണ്ട് ഉണ്ടാക്കിയതാ. അവൾക്ക് കുഞ്ഞുനാൾ തൊട്ടേ ഇതു വലിയ ഇഷ്ടമാണ്." ഗീത പറഞ്ഞു.

"അവൾ ഇനിയും വന്നില്ലല്ലോ." സുരേഷ് മേനോൻ അക്ഷമ കാട്ടി.

"ബസിന് വരേണ്ടതല്ലേ? വിചാരിച്ചതുപോലെ ബസ് കിട്ടിക്കാണില്ല. അവൾക്ക് സമയം കണിശമാ."

"അതറിയാം" സുരേഷ് മേനോൻ ഒരപ്പം കൂടി കൈയിലെടുത്തു. അവന്റെ കൈവിരലുകൾ ഗ്രാമ്പുവിന്റെ ഗന്ധമുള്ളവയായി.

"ഞാൻ അടുക്കളയിലേക്ക് പോകട്ടെ. അവൾ വരുമ്പോഴേക്കും

എന്തെങ്കിലും ഉണ്ടാക്കേണ്ടേ സ്പെഷ്യലായിട്ട്. കൊഞ്ച് ഇഷ്ടമാണല്ലോ, അല്ലേ?" ഗീത ചോദിച്ചു.

"അതെ." സുരേഷ്മേനോൻ വെളിപ്പെടുത്തി.

"പിള്ളേർക്കും കൊഞ്ച് വലിയ ഇഷ്ടമാണ്. വാങ്ങിക്കുന്നതും കണ്ടോണ്ടാ രണ്ടുപേരും പള്ളിക്കൂടത്തിലോട്ട് പോയത്. വൈകുന്നേരം വരെ അവിടെ ഇരിപ്പുറയ്ക്കുമോ എന്തോ." ഗീത ഉള്ളുതുറന്നൊരു ചിരിയോടെ അടുക്കള ഭാഗത്തേക്ക് നടന്നു.

അടുക്കളയെ മറച്ചുകൊണ്ട് പച്ചനിറത്തിൽ തിരശ്ശീലയുണ്ടായിരുന്നു. ഗീത തിരശ്ശീലയ്ക്കപ്പുറം മറഞ്ഞു.

സുരേഷ്മേനോൻ ചായ കഴിച്ചുതീർന്ന് കൈ കഴുകി സെറ്റിയിൽ ചെന്നിരുന്നു. മുന്നിൽ മലയാള ദിനപ്പത്രം. ചില ആനുകാലിക പ്രസിദ്ധീകരണങ്ങൾ. സുരേഷ് മേനോൻ ഒരുവാരികയെടുത്ത് താളുകൾ മറിച്ചു.

പിറകിൽ കാൽപ്പെരുമാറ്റം.

"സിഗരറ്റ് വലിക്കുമോ?"

അവൻ മുഖമുയർത്തി.

"ഹാബിറ്റൊന്നുമല്ല. വല്ലപ്പോഴും വലിക്കാറുണ്ട്."

"വെറുതെ ഇരിക്കയല്ലേ പിള്ളേരുടെ അച്ഛൻ മറന്നുവച്ചു പോയ ഒരു പാക്കറ്റ് അലമാരയിൽ ഇരിപ്പുണ്ട്. ഞാൻ എടുത്തോണ്ടുവരാം." ഗീത കിടപ്പുമുറിയിലേക്ക് നീങ്ങി. തിരിച്ചുവന്നത് ഒരു പാക്കറ്റ് സിഗററ്റും തീപ്പെട്ടിയുമായാണ്.

"ചേച്ചിയെന്ന നിലയ്ക്ക് ഞാൻ പ്രോത്സാഹിപ്പിക്കാൻ പാടില്ലാത്തതാണ്." അവൾ ഒട്ട് ഗൗരവം ഭാവിച്ചുകൊണ്ട് പറഞ്ഞു.

"വേണ്ട ചേച്ചീ." സുരേഷ്മേനോൻ വിനയാന്വിതനായി.

"സാരമില്ല." ഗീത നൊടിയിടയിൽ ഗൗരവഭാവം വെടിഞ്ഞ് ആതിഥേയമര്യാദയോടെ സിഗററ്റും തീപ്പെട്ടിയും അവനു നീട്ടി.

സ്വീകരണമുറിയിൽ പുകച്ചുരുളുകൾ ഉയർന്നു. സുരേഷ്മേനോൻ ലാഘവത്തോടെ ചാഞ്ഞിരുന്നു. തായ്‌ലന്റിലെ ടൂറിസം മേഖലയെക്കുറിച്ചുള്ള ഒരു സചിത്രലേഖനം ഒരു വാക്കും വിടാതെ അവൻ വായിച്ചുതീർത്തു. അതുകഴിഞ്ഞ് ന്യൂയോർക്കിൽ നിന്നുള്ള ഒരു പ്രത്യേക ലേഖകന്റെ സാമാന്യം ദീർഘമായ ഒരു കുറിപ്പിലേക്ക് കടന്നു.

"കറന്റുണ്ടായിരുന്നെങ്കിൽ ഒരു കാസെറ്റിട്ട് കാണാമായിരുന്നു. എങ്ങാണ്ടോ ലൈനിൽ റിപ്പയർ നടക്കുന്നതു കാരണം ഇന്ന് പകൽ മുഴുവനും കറന്റുണ്ടാവില്ലെന്ന് പത്രത്തിലുണ്ട്." ഗീത അലക്കാനുള്ള തുണികളും വാഷിങ്പൗഡറുമായി കുളിമുറിയിലേക്ക് നടക്കുമ്പോൾ പറഞ്ഞു.

അലക്കിക്കഴിഞ്ഞ് തുണികൾ ടെറസിൽ ഉണങ്ങാനിടാനായി ചെന്നപ്പോഴാണ് അവൾ ആകാശം ശ്രദ്ധിച്ചത്. വെളിച്ചം മങ്ങിയിരുന്നു. ടെറസിനുമീതെ മഴമേഘങ്ങൾ കനംതൂങ്ങിക്കിടന്നു. 'മഴ പെയ്തതുതന്നെ.' എന്ന് സ്വയം പറഞ്ഞ് ഗീത നനഞ്ഞവസ്ത്രങ്ങളുമായി പിന്തിരിഞ്ഞു.

അവൾ സ്വീകരണമുറിയിലെത്തുമ്പോൾ സുരേഷ്മേനോൻ ജാലകത്തിനടുത്ത് നില്ക്കുകയായിരുന്നു

"ഇപ്പൊ മഴ പെയ്യും." അവൾ അടുക്കളയോട് ചേർന്നുള്ള ചെറിയ വരാന്ത ലക്ഷ്യമാക്കി നടന്നു.

ശരിയാണ്. സുരേഷ്മേനോൻ മനസ്സിലോർത്തു. ദീപ്തി ഇനിയും വന്നിട്ടില്ല. നോക്കെത്താവുന്ന ദൂരത്തെങ്ങും അവളില്ല. അവളുടെ കൈയിൽ കുട കാണുമോ? മഴ പ്രതീക്ഷിച്ചിരിക്കുമോ അവൾ? ഓഹ് മഴ പെയ്തു തുടങ്ങിയല്ലോ.

നിരത്തിന് ഇരുവശവുമുള്ള കെട്ടിടങ്ങളുടെ ടെറസുകളിൽ സ്ത്രീകളുടെ ധൃതി പിടിച്ച ചലനങ്ങൾ. ടെറസുകളിൽ കെട്ടിയ അയകളൊക്കെയും കാണെക്കാണെ ശൂന്യമായി. നിരത്തും മേല്ക്കൂരയും മഴയേറ്റ് നനഞ്ഞു.

"മഴ കാണാൻ എന്ത് രസമാ. എനിക്കൊരു ഭ്രാന്തു പോലെയാ." ജാലകത്തിനടുത്തുനിന്ന് മഴയെ നോക്കിക്കൊണ്ട് ഗീത പറഞ്ഞു. മഴക്കാറ്റ് അവളുടെ നേർക്ക് വീശി. കാറ്റിൽ മഴത്തുള്ളികൾ മുഖത്ത് പാറി വീണു. സുരേഷ്മേനോൻ ആശ്ചര്യത്തോടെ അവളുടെ മുഖത്തേക്ക് നോക്കി. താൻ ദീപ്തിയെയാണ് കാണുന്നതെന്ന് അവന് തോന്നി. അവൻ തന്റെ കൈത്തലങ്ങൾ രണ്ടും ഉയർത്തി. അവളുടെ നനഞ്ഞ കവിളുകളിൽ അവൻ സ്പർശിച്ചു. അവൾ അവന്റെ കണ്ണുകളിലേക്ക് മാറിമാറി നോക്കി. അവയിൽ അസാധാരണമായ ഒരു തിളക്കം അവൾക്ക് കാണാനായി. അത് തന്റെ വളരെയടുത്തേക്ക് നീങ്ങി വരികയാണെന്ന് അവൾ അറിഞ്ഞു. പക്ഷേ, അവൾ പിറകോട്ട് മാറിയില്ല. ആ തിളക്കത്തിനുനേരെ അവളുടെ മുഖവും നീങ്ങി. അതോടെ ഒരുദീർഘചുംബനത്തിന് തുടക്കമായി.

ജാലകത്തിന്റെ ചില്ലുപാളികൾ ചേർത്തടച്ച് മഴക്കാറ്റ് പിന്തിരിഞ്ഞു.

പ്രതിബിംബങ്ങളുടെ സമയം

ഏഴു വയസ്സുകാരി രശ്മി കിടപ്പുമുറിയിലേക്ക് കടന്നു ചെന്നത് അമ്പരപ്പോടെയാണ്. "മം, വാട്ട് ഈസ് ഗോയിങ് ഓൺ?" അവൾ ചോദിച്ചു.

അഖില കിടക്കയിൽ തുറന്നുവച്ച വലിയ സ്യൂട്ട്കെയ്സിൽ അടുക്കും ചിട്ടയുമില്ലാതെ നിശാവസ്ത്രങ്ങളും സാരികളും അടിവസ്ത്രങ്ങളും നിറയ്ക്കുകയായിരുന്നു. വസ്ത്രങ്ങളിൽ ചിലത് അലമാരയ്ക്കു മുന്നിലായി തറയിൽ ചിതറിക്കിടന്നിരുന്നു.

"മം, വാട്ട് ഈസ് ഗോയിങ് ഓൺ? വൈ ഡോന്റ് ടു സ്പീക്ക്?" രശ്മി പിന്നെയും ചോദിച്ചു.

അഖില ഒരു വിശദീകരണത്തിന് തുനിഞ്ഞില്ല. അലമാരയ്ക്കുള്ളിൽ നിന്ന് അവൾ രശ്മിയുടെ ഏതാനും വസ്ത്രങ്ങളെടുത്ത് സ്യൂട്ട്കെയ്സിൽ വച്ചു. പിന്നെ ആഭരണങ്ങളടങ്ങിയ ചെറിയ പ്ലാസ്റ്റിക് പെട്ടിയും.

രശ്മിയുടെ അമ്പരപ്പ് ഏറിയിരുന്നു. തന്റെ ചോദ്യത്തിന് മറുപടി ലഭിക്കാതിരുന്നതിനാൽ അവൾ അമ്മയെ മിഴിച്ചുനോക്കിക്കൊണ്ട് മുറിയുടെ മദ്ധ്യത്തിലായി നിന്നു.

അഖില സ്യൂട്ട്കെസ് അടച്ചു. രശ്മി അമ്മയുടെ കണ്ണുകൾ ശ്രദ്ധിച്ചതിപ്പോഴാണ്. അവ കലങ്ങിയിരുന്നു. മുഖത്ത് വലിഞ്ഞുമുറുകിയ ഭാവം. വേഷമാകട്ടെ, തീർത്തും അനാർഭാടമാണ്. ചമയങ്ങളൊന്നുമില്ല. വലതു കൈയിൽ സ്യൂട്ട്കെയ്സ് ഉയർത്തി അഖില ഇടതുകരം രശ്മിയുടെ നേർക്ക് നീട്ടി.

"കമോൺ."

രണ്ടുപേരും വെളിയിലേക്ക് നടന്നു. സ്വീകരണമുറിയിൽ ടെലിവി

ഷൻ സെറ്റിന് അഭിമുഖമായി ചുവന്ന സെറ്റിയിൽ ഇരിക്കയായിരുന്ന രാമമൂർത്തി സ്റ്റാർമൂവീസിൽ നിന്നുള്ള *ദ വൺ ആമ്ഡ് ബോക്സർ* ആസ്വദിക്കുകയായിരുന്നു. കൂട്ടിന് വോഡ്കയും സിഗററ്റും. അയാളുടെ മുന്നിലെത്തിയപ്പോൾ അഖിലയുടെ മുഖഭാവം കുറേക്കൂടി ദൃഢമായി. രശ്മിയുടെ കൈയിലെ പിടിയും അതോടൊപ്പം മുറുകി.

രാമമൂർത്തി ഗ്ലാസ് താഴെവച്ച് എഴുന്നേറ്റു

"നില്ക്കൂ." അയാൾ പറഞ്ഞു.

അഖില അതുകേൾക്കാത്തതുപോലെ വാതിലിനടുത്തേക്ക് നടന്നു. വാതിൽ തുറന്നു കിടക്കുകയായിരുന്നു. അഖിലയും രശ്മിയും പുറത്തു കടന്നു. രശ്മി തിരിഞ്ഞുനോക്കി. ഒരു നിമിഷം അഖില സ്യൂട്ട്കെയ്സ് നിലത്തുവച്ച് ഒരു വലിയ ശബ്ദത്തോടെ വാതിൽ വലിച്ചടച്ചു. രാമമൂർത്തിയുടെ കാഴ്ചയിൽ അടഞ്ഞ വാതിൽ മാത്രമായി. അയാൾ ചിന്താക്കുഴപ്പത്തോടെ നിന്നു.

ടെലിവിഷൻ സ്ക്രീനിൽ *ദ വൺ ആമ്ഡ് ബോക്സർ* തുടരുന്നുണ്ടായിരുന്നു. രാമമൂർത്തി വീണ്ടും ഉപവിഷ്ടനായി. പാതിയൊഴിഞ്ഞ ഗ്ലാസ് അയാളുടെ കൈയിലെടുത്തു. അതിലുണ്ടായിരുന്ന വോഡ്ക കഴിച്ചുതീർത്ത് തെല്ലിട അയാൾ ടെലിവിഷൻ സ്ക്രീനിലേക്ക് നോക്കിക്കൊണ്ട് അനങ്ങാതെയിരുന്നു. പിന്നീട് എഴുന്നേറ്റ് ടെലിഫോണിനടുത്തേക്ക് നടന്നു. ഒരു നമ്പർ ഡയൽ ചെയ്തു.

"രേഖാ, അവൾ മകളെയും കൂട്ടി ഇറങ്ങിപ്പോയി. ഇനി മുതൽ നമുക്ക് ഈ ബെഡ്റൂം തന്നെ ഉപയോഗിക്കാം. ഇപ്പോൾ ഫ്രീയല്ലേ, ഉടനെ ഒരു ടാക്സി വിളിച്ച് ഇങ്ങോട്ട് വരൂ. എത്ര മിനിറ്റിനുള്ളിൽ? ഫിഫ്റ്റീൻ? ഓകെ."

അയാൾ റിസീവർ ക്രാഡിലിൽ തിരികെ വച്ച് മുഖത്താകെ സവിശേഷമായ ഒരുതിളക്കവുമായി കിടപ്പുമുറിയിലേക്ക് നടന്നു.

അഖില മകളുമൊത്ത് പ്രധാനനിരത്തിനരികിൽ ടാക്സി പ്രതീക്ഷിച്ചു നിന്നു. നിരത്തിലൂടെ പല വാഹനങ്ങളും ഇരമ്പിക്കടന്നു.

കിടക്കവിരിയും തലയണ ഉറകളും മാറ്റിക്കഴിഞ്ഞ് ഒരു ജോലി ഭംഗിയായി ചെയ്തുതീർത്തതിന്റെ സംതൃപ്തിയോടെ രാമമൂർത്തി പുറത്തേക്ക് നടക്കാനോങ്ങി. അപ്പോഴാണ് ജനലിലൂടെ അയാൾക്ക് ഭാര്യയെയും മകളെയും കാണാൻ കഴിഞ്ഞത്. അയാൾ ജനലിനടുത്ത് ഒരു ഒളിഞ്ഞുനോട്ടക്കാരന്റെ മട്ടിൽ നിന്നു. അഖില ഒരു ടാക്സിക്ക് കൈകാണിച്ചുവെങ്കിലും യാത്രക്കാരനുള്ളതു കാരണമാവാം ഡ്രൈവർ നിർത്താതെ ഓടിച്ചുപോയി. രശ്മി അമ്മയുടെ കൈപിടിച്ച്, അമ്മയെ പിന്തിരിപ്പിക്കാൻ ശ്രമിക്കുന്നപോലെ വീണ്ടും വീണ്ടും എന്തോ പറയുന്നതുകണ്ട് രാമമൂർത്തിയുടെ മുഖത്ത് ഉദ്വേഗം പരന്നു.

"പ്ലീസ്, മം നമുക്ക് തിരിച്ചുപോകാം." രശ്മി കെഞ്ചി പറഞ്ഞു.

വാതിൽ തുറക്കുന്ന ശബ്ദം കേട്ട് രാമമൂർത്തി മുഖമുയർത്തിയില്ല. രശ്മി ഓടി വന്ന് ചിരിച്ചുകൊണ്ട് കവിളിൽ ചുംബിച്ചപ്പോൾ താൻ അതീവ സന്തുഷ്ടനാണെന്ന് ഭാവിക്കാൻ അയാൾ ഒരു ശ്രമം നടത്തി. അഖില അയാളുടെ നേർക്ക് നോക്കാതെ സ്യൂട്ട്കെയ്സുമേന്തി കിടപ്പുമുറിയിലേക്ക് നടന്നു.

താഴെ നിരത്തിൽ ഒരു ടാക്സി വന്നുനിന്നു. രേഖ പുറത്തിറങ്ങി. റിമോട്ട് കൺട്രോളിലെ ഒരു ബട്ടണിൽ രാമമൂർത്തിയുടെ വിരലമർന്നു. ടെലിവിഷൻ സ്ക്രീൻ ഞൊടിയിടയിൽ ശൂന്യമായി.

ഹൊറർ

ഞാനിവിടെ സിറ്റ്ഔട്ടിലിരുന്ന് പത്രം വായിക്കുമ്പോൾ എന്റെ മകൻ സ്വീകരണമുറിയിലെ സോഫയിൽ റിമോർട്ട് കൺട്രോൾ ഉപകരണം കൈയിലേന്തി ഇരിപ്പാണ്. അവൻതന്നെ വീഡിയോ ലൈബ്രറിയിൽ നിന്ന് തെരഞ്ഞെടുത്തുകൊണ്ടുവന്ന ഏതോ ഹൊറർ ചിത്രം വി സി പിയിൽ നീങ്ങിക്കൊണ്ടിരിക്കുന്നു. അവന് ഇഷ്ടം ഹൊറർ ചിത്രങ്ങളാണ്.

ഈയിടെ അവൻ ഒരു ചിത്രം കാണാൻ എന്നെയും ക്ഷണിച്ചു. അതു വളരെ രസകരമായ ഒന്നാണെന്ന് അവന്റെ കൂട്ടുകാർ പലരും പറഞ്ഞിരുന്നത്രേ. എങ്കിൽ കണ്ടുകളയാമെന്ന് ഞാനും തീരുമാനിച്ചു.

അതു വിചിത്രമായ ഏതോ നഗരത്തിലുള്ള ഒരു ഹൈസ്കൂളിനെക്കുറിച്ചുള്ളതായിരുന്നു. ആദ്യദൃശ്യത്തിൽ ഒരദ്ധ്യാപകൻ ക്ലാസിലെത്തുന്നു. കുട്ടികളാരും അങ്ങനെ ഒരാൾ വന്നതായി ഭാവിക്കുന്നതേയില്ല. അവർ പല സംഘങ്ങളായി പിരിഞ്ഞ് പരാങ്മുഖരായി ഇരിക്കുന്നു. “ഗുഡ്മോണിങ്,” അദ്ധ്യാപകൻ ഉറക്കെ പറയുന്നു. ആരും കേൾക്കുന്നില്ല.

ക്ലാസ് മുറിയുടെ ഒരുകോണിൽ ഒരാൺകുട്ടി ഒരു പെൺകുട്ടിയെ ബലമായി പിടിച്ചുനിർത്തി ചുംബിക്കാനൊരുങ്ങുകയും ഒരുകൈ കൊണ്ട് അവളുടെ ഫ്രോക്ക് ഉയർത്തുകയും ചെയ്യുന്നു. നാലഞ്ചുപേർ പെൺകുട്ടികളുൾപ്പെടെ, അടുത്തുനിന്ന് അവരെ നോക്കി ചൂളം കുത്തുന്നു. വേറൊരു ഭാഗത്ത് രണ്ട് ആൺകുട്ടികൾ പരസ്പരം ആശ്ലേഷിച്ചും ഇടയ്ക്കിടെ ചുംബിച്ചുകൊണ്ടും നില്ക്കുന്നു. അതിനിടയിൽ അദ്ധ്യാപകൻ മേശമേലടിച്ച് കുട്ടികളുടെ ശ്രദ്ധയാകർഷിക്കാനുള്ള വിഫലശ്രമം നടത്തുന്നു.

മുൻനിരയിലുള്ള ഒരു വിദ്യാർത്ഥി– അവന്റെ ശിരസ്സിന്റെ ഒരു പകുതി

മുണ്ഡനം ചെയ്തിരിക്കുന്നു– അരയിൽ നിന്നും ഒരു കഠാരയെടുത്ത് ഡസ്കിൽ കുത്തിനിർത്തുന്നു. ഒരുകാതിൽ കടുക്കൻ ഞാത്തിയ മറ്റൊരു വിദ്യാർത്ഥി– അവന്റെ മുടി ആന്ദ്രെ അഗാസിയുടേതുപോലെ– ബെഞ്ചിൽ കയറിനിന്ന് അദ്ധ്യാപകനു നേർക്ക് ജീൻസിന്റെ സിപ്പ് താഴ്ത്തുന്നു. ആകെക്കൂടി സംഘർഷമയമായ അന്തരീക്ഷം. എങ്കിലും അദ്ധ്യാപകൻ കൈയിലുള്ള പുസ്തകം നിവർത്തി– അതൊരു ഷേക്സ്പിയർ കൃതിയാണ്. വായിക്കാൻ തുടങ്ങുന്നു. വിദ്യാർത്ഥികൾ പലരും ചാടിയെഴുന്നേറ്റ് വായന നിർത്താൻ ആവശ്യപ്പെടുന്നു. അദ്ധ്യാപകൻ അതു വകവയ്ക്കുന്നില്ല. അതേത്തുടർന്ന് ചൂയിംഗം ചവച്ചുകൊണ്ടിരിക്കുന്ന വിദ്യാർത്ഥികൾ അയാളുടെ നേർക്ക് നടന്നടുക്കുന്നു. അയാൾ അവരോട് സ്ഥാനത്ത് ചെന്നിരിക്കാൻ ആക്രോശിക്കുന്നു. അവർ പിൻവാങ്ങുന്നില്ല.

അടുത്ത ദൃശ്യത്തിൽ അദ്ധ്യാപകൻ പരിക്കുകളോടെ കിതച്ചുംകൊണ്ട് ഒരു ഇടനാഴിയിലൂടെ നീങ്ങുകയാണ്. വായിൽനിന്ന് രക്തം ഒലിച്ചിറങ്ങുന്നു

അയാൾ ഹെഡ്മാസ്റ്ററുടെ മുറിയിലേക്ക് കയറിച്ചെല്ലുന്നു. പരാതിപ്പെടാനാവാം. പക്ഷേ, അവിടെ കാണുന്നത് ഇരുകൈകളുമുയർത്തി നിസ്സഹായനായി നില്ക്കുന്ന ഹെഡ്മാസ്റ്ററെയാണ്. രണ്ടു വിദ്യാർത്ഥികൾ അദ്ദേഹത്തിന്റെ കഴുത്തിൽ കത്തിമുനയൂന്നി എന്തോ കാര്യം സമ്മതിപ്പിക്കാനുള്ള ശ്രമമാണ്.

“വെരി ഇന്ററസ്റ്റിങ്, അല്ലേ ഡാഡി?” എന്റെ മകൻ ചോദിച്ചു. എന്താണ് പറയേണ്ടതെന്നറിയാതെ ഞാൻ വിഷമിച്ചു പോയി. അടുത്തൊരു ദിവസം അവൻ സ്കൂളിൽനിന്നു വന്നത് ഒരു ബോക്സിങ് മത്സരത്തിലെ പരാജിതനെപ്പോലെയാണ്. മൂക്ക് ഏതാണ്ട് ചതയ്ക്കപ്പെട്ടിരിക്കുന്നു. മുഖത്ത് അങ്ങിങ്ങ് കരിവാളിപ്പുകൾ, യൂണിഫോമിലാകെ മണ്ണും ചെളിയും.

“നതിങ് സീരിയസ്. പിള്ളേരുമായി ഒരു വഴക്കുണ്ടായി.” അവൻ പറഞ്ഞു.

അവന്റെ ഇടിയേറ്റ് ഒരുവൻ ആശുപത്രിയിലായെന്ന് ഞാനറിഞ്ഞത് പിറ്റേന്നാണ്. രാവിലെ ഹെഡ്മാസ്റ്ററെ കാണാൻ ഞാൻ സ്കൂളിലേക്കു പോയി. എന്റെ മകന്റെ അനുഭവം മുൻനിർത്തി സ്കൂളിൽ അച്ചടക്കമുണ്ടാകേണ്ടതിന്റെ ആവശ്യകതയെക്കുറിച്ച് ഞാൻ പറഞ്ഞതത്രയും അദ്ദേഹം ക്ഷമയോടെ കേട്ടു. പിന്നീട് പറഞ്ഞു. “ശരിയാണ് പക്ഷേ, നിങ്ങളുടെ മകൻ എന്താണ് ചെയ്തതെന്ന് അവനോടുതന്നെ ചോദിക്കൂ. അവന്റെ ഇടിയേറ്റ് ഒരു കുട്ടി ആശുപത്രിയിലാണ്.”

ഞാൻ അദ്ദേഹത്തോട് ക്ഷമാപണം നടത്തി എത്രയും വേഗം പുറത്തിറങ്ങി,

“ഹായ്.” ഗെയ്റ്റിൽ നിന്ന് ഒരു ശബ്ദം.

ഞാൻ മുഖമുയർത്തി നോക്കി.

എന്റെ മകന്റെ സഹപാഠിയാണ്.

“ഇല്ലേ?” അവൻ വിളിച്ചു ചോദിച്ചു.

“ഉണ്ട്.” ഞാൻ പറഞ്ഞു.

അവൻ ഗെയ്റ്റ് സ്വയം തുറന്ന് അകത്തു കടന്നു.

നടന്നല്ല, കാലിൽ ഷൂസുപോലെ കെട്ടിയുറപ്പിച്ച റോളറുകളിൽ ഉരുണ്ട്, മഞ്ഞിനു മുകളിലൂടെയെന്നപോലെ നീങ്ങി എന്റെ അടുത്തെത്തി. അകത്തേക്കു നോക്കി. അവൻ കൂട്ടുകാരനെ വിളിച്ചു.

“വെയ്റ്റ്.” എന്റെ മകൻ റിമോട്ട് കൺട്രോൾ ഒന്നമർത്തി സോഫയിലിട്ട് ചാടിയെഴുന്നേല്ക്കുന്നത് കാണായി. അവന്റെ കൂട്ടുകാരൻ നില്ക്കാതെ റോളറുകളിൽ മുറ്റത്തുകൂടി സോല്ലാസം വട്ടം കറങ്ങാൻ തുടങ്ങി. ഞാൻ കൈയിൽ പത്രവുമായി അന്തംവിട്ടിരുന്നു. ആഗതൻ സ്വയം ചിരിച്ചുകൊണ്ട്, ഇടയ്ക്ക് ഓരോ ചെടിയുടെ ചില്ലയോ ഇലയോ തൊട്ട് കറക്കം തുടർന്നു.

ഏതാനും നിമിഷങ്ങൾക്കകം എന്റെ മകൻ അകത്തുനിന്നെത്തി. അവനും പാദങ്ങളിൽ റോളറുകൾ പിടിപ്പിച്ചിരുന്നു. ഒരു ബാലേയിലെന്നപോലെ നീങ്ങിവന്ന് സിറ്റ് ഔട്ടിലെ തൂണിൽ പിടിച്ച് ക്ഷണനേരം നിന്ന് പടവുകളിറങ്ങി അവൻ മുറ്റത്തെത്തി.

അപ്പോഴേക്കും അവന്റെ സുഹൃത്ത് ഒരുവട്ടം പൂർത്തിയാക്കി കൈ നീട്ടിക്കൊണ്ട് അവന്റെ നേരെ വന്നു.

അവർ കൈകൾ ചേർത്ത് ഗെയ്റ്റിലെത്തി. പിന്നെ നിരത്തിലും.

ഞാൻ നോക്കിയിരിക്കെ മതിലിനപ്പുറത്തുകൂടി രണ്ടു ശിരസ്സുകൾ അതിവേഗം കടന്നുപോയി.

ബാൽക്കണി വൃദ്ധൻ

ഫ്ളാറ്റിന്റെ പിൻവശത്ത് മൈതാനത്തിനു നേരെയാണ് ബാൽക്കണി. അവിടെയിരുന്നാൽ അയാൾക്ക് താഴെ മൈതാനത്തിൽ കുട്ടികൾ കളിക്കുന്നതു കാണാം. മൈതാനത്തിന്റെ പടിഞ്ഞാറും വടക്കുമുള്ള പാർപ്പിടങ്ങളിൽ ജീവിതത്തിന്റെ ശിഥിലദൃശ്യങ്ങൾ കാണാം. പാർപ്പിടങ്ങൾക്കപ്പുറത്തായി നീണ്ടു കിടക്കുന്ന കുന്നിലെ പച്ചപ്പുകൾ കാണാം.

എല്ലായ്പ്പോഴും ബാൽക്കണിയിൽ കാണപ്പെടുന്നതുകൊണ്ട് ഉഷാകിരൺ അപ്പാർട്ടുമെന്റിലെ കുട്ടികൾ അയാളെ വിളിച്ചിരുന്നത് ബാൽക്കണി വൃദ്ധനെന്നാണ്.

മഴക്കാലത്ത് കുന്നിൽനിന്ന് കുത്തിയൊലിച്ചൊഴുകുന്ന വെള്ളം മൈതാനത്തിൽ നിറയുമ്പോൾ വൃദ്ധൻ കുനിഞ്ഞുനോക്കിക്കൊണ്ട് ബാൽക്കണിയിൽ നില്പുണ്ടാകും. കുന്നിനുമീതെ ഒരു തിരശ്ശീലയിട്ടുകൊണ്ട് മഞ്ഞ് പരക്കുമ്പോഴും അയാൾ ബാൽക്കണിയുടെ അരഭിത്തിക്കരികിൽ അനങ്ങാതെ നില്പുണ്ടാകും. ബാൽക്കണി വൃദ്ധൻ!

"ഞാനെന്തിനാണ് ഇവിടെയിങ്ങനെ ഇരിക്കുന്നത്?" ഒരു ദിവസം അയാൾ സ്വയം ചോദിച്ചു.

"എന്തിനാണെന്ന് ചോദിച്ചാൽ." അയാൾ തന്നെ മറുപടി നല്കി. "നിങ്ങൾക്കു സ്വീകരണമുറിയിൽ യാതൊരു പ്രസക്തിയുമില്ല. അവിടെയിപ്പോൾ കുറെ വിരുന്നുകാർ വന്നിട്ടുണ്ട്. അവർ വന്നിരിക്കുന്നത് നിങ്ങളുടെ മകന്റെ അഞ്ചാം വിവാഹവാർഷികത്തിനാണ്."

"അതിനാണോ അവൻ കിടപ്പുമുറി അലങ്കരിച്ചിരിക്കുന്നത്?" അയാൾ ചോദിച്ചു.

"നിങ്ങൾ അതു ശ്രദ്ധിച്ചു, അല്ലേ." അയാൾ തന്നെ പറഞ്ഞു. "കിടപ്പുമുറിയിൽ അവൻ ബലൂണുകളും റിബണുകളും കെട്ടിത്തൂക്കിയിട്ടു

ണ്ട്. ഫോട്ടോ എടുക്കുന്നതിനായി ബൊക്കെ, പൂമാലകൾ ഇവയും കൊണ്ടുവന്നിട്ടുണ്ട്."

"സ്കോച്ച് വിസ്കിയുടെ കാര്യം എന്തുകൊണ്ട് പറയുന്നില്ല?"

"അതും കണ്ടുവോ? നിങ്ങളുടെ കണ്ണ്!"

"മൂന്നു കുപ്പിയുണ്ടെന്ന് തോന്നുന്നു."

"ശരിയാണ്. മൂന്നു കുപ്പിതന്നെ. റെഡ് ലേബൽ."

"അതിഥികളുടെ മക്കൾക്കുവേണ്ടി സ്ട്രോബെറി ഐസ്ക്രീം."

"രണ്ട് ഫാമിലി പായ്ക്ക്."

"നാലു കോഴികൾ."

"ഉവ്വ്."

"ഒന്നര കിലോ ചെമ്മീൻ."

"ഒരു കിലോ മീൻമുട്ട."

"അൽഫോൻസ മാമ്പഴം മൂന്നു കിലോ."

"പ്രത്യേകം പറഞ്ഞുണ്ടാക്കിയ രണ്ടുകിലോ കേക്ക്."

"അഞ്ചു കുപ്പി മിനറൽ വാട്ടർ."

"പെപ്സി."

"കൊക്കക്കോല."

"വിൽസ്."

"വീഡിയോ കാസറ്റ്."

"പോപ്പ് ആൽബം."

"അതിഥികളൊക്കെ വന്നുവല്ലോ. എന്നിട്ടും നിങ്ങളെന്തേ ഇവിടെത്തന്നെ ഇരിക്കുന്നു."

"അതിന് കാരണമുണ്ട്."

"പറയൂ."

"സ്വീകരണമുറിയിലേക്കുള്ള വാതിൽ മകന്റെ ഭാര്യ അപ്പുറത്തു നിന്ന് അടച്ചിരിക്കയാണ്."

"മകനും ഒന്നും പറഞ്ഞില്ലേ?"

"അടയ്ക്കാൻ പറഞ്ഞതവനാണ്."

"നിങ്ങൾക്കു വിശക്കുന്നില്ലേ?"

"അതിഥികൾ പോകുവോളം ഞാൻ വിശപ്പ് നിയന്ത്രിച്ചേ മതിയാകൂ."

ഹ! അയാൾ പെട്ടെന്ന് നടുങ്ങിപ്പോടി. ഒരു പഞ്ചാബി പയ്യൻ നീട്ടിയടിച്ച ക്രിക്കറ്റ്പന്ത് അയാളുടെ നെറ്റിയിൽ വന്ന് തട്ടിയതായിരുന്നു.

കുട്ടികൾ അയാളെ നോക്കി കൈയടിച്ച് ചിരിച്ചു.

അവരെ അയാൾ കണ്ടില്ല. കീഴ്പോട്ട് പൊയ്ക്കൊണ്ടിരുന്ന പന്തായിരുന്നു അയാളുടെ കണ്ണിൽ. പാതിവഴിക്ക് അതു വായുവിൽ നിശ്ചലമായതുപോലെ അയാൾക്കു തോന്നി. ഒരു നിമിഷം. അയാൾ ബാൽക്കണിയിൽ നിന്ന് താഴേക്കു ചാടി.

ഒരു പോസ്റ്റ് പൊഖ്റാൻ ഷെനാറിയോ

എന്റെ പേര് ദയാവന്തി. ടെലിവിഷൻ ക്യാമറയുടെ നേർക്കുനോക്കിക്കൊണ്ട് അവൾ ഇടർച്ചയില്ലാതെ പറഞ്ഞു. എനിക്ക് മൂന്ന് കുട്ടികളുണ്ട്. മല്ലിക, മധുരിക, പ്രവീൺ. അവരുടെ അച്ഛൻ ആദിത്യ ആപ്തെ.

കഴിഞ്ഞ മാർച്ച് ഞങ്ങളെ സംബന്ധിച്ച് കഷ്ടം നിറഞ്ഞതായിരുന്നു. മാർച്ചിലാണ് ഞാൻ വിധവയായത്. എന്റെ ഭർത്താവിനെ ആരാണ് കൊന്നതെന്ന് എനിക്കറിയാം. അതുകൊണ്ട് ഒരുപ്രയോജനവുമില്ല. ഞാൻ മക്കളെയും കൂട്ടി പല തവണ പൊലീസ് സ്റ്റേഷനിൽ കയറിയിറങ്ങി. ചന്ദ്രകാന്ത് ഷെട്ടി, ഏകനാഥ് ചവാൻ എന്നീ രണ്ടുപേരാണ് കൊല നടത്തിയതെന്ന് സബ് ഇൻസ്പെക്ടർ കൃപാശങ്കർ മൈത്രയോട് ഞാൻ ആവർത്തിച്ച് പറഞ്ഞു. അവരാണ് കുറ്റം ചെയ്തതെന്നതിന് തെളിവുകൾ ഒന്നുമില്ലെന്നാണ് ഇൻസ്പെക്ടറുടെ നിലപാട്. ഇത് അന്യായമല്ലേ? ഞാനയാളെ ബോദ്ധ്യപ്പെടുത്താൻ ഒരുപാട് ശ്രമിച്ചുനോക്കി. ഇന്നലെയും ഞാനയാളെ കാണാൻ ചെന്നു. അയാൾക്കൊരു കുലുക്കവുമില്ല. അയാളുടെ നെറ്റിയിലെ കുങ്കുമപ്പൊട്ടു കണ്ടപ്പോൾ ഞാൻ സകല ദൈവങ്ങളെയും വെറുത്തുപോയി.

നിങ്ങൾ പറഞ്ഞതു ശരിയാണ്. ഇവയൊക്കെ എന്റെ വ്യക്തിപരമായ കാര്യങ്ങൾ തന്നെ. പക്ഷേ, നിങ്ങളാദ്യം ഉന്നയിച്ച ചോദ്യത്തിന് മറുപടി പറയുംമുമ്പെ ഈ കാര്യങ്ങൾ പരാമർശിക്കാതെ വയ്യ. ഭർത്താവ് കൊല്ലപ്പെട്ടതിനെത്തുടർന്ന് ഒറ്റയ്ക്കായ ഒരു സ്ത്രീയാണ് ഞാൻ. എനിക്ക് മൂന്ന് മക്കളെ പുലർത്തേണ്ടതുണ്ട്. ഒപ്പം തന്നെ എന്റെ കൊല്ലപ്പെട്ട ഭർത്താവിന് നീതി ലഭിക്കാനുള്ള സമരം തുടരുകയും വേണം. അദ്ദേഹം കൊല്ലപ്പെടാനിടയായ സാഹചര്യം വിവരിക്കുവാൻ നിങ്ങളെന്നെ അനുവദിക്കുക.

“പോൾ മാൻഷൻ” എന്നുപേരുള്ള കെട്ടിടത്തിലെ താമസക്കാരായിരുന്നു ഞങ്ങൾ. രണ്ടാം നിലയിലെ ഒമ്പതാം നമ്പർ പാർപ്പിടമായിരുന്നു ഞങ്ങളുടേത്. അതിന്റെ ഏകജാലകത്തിന് താഴെയായി ഒരു പേരത്തൈ വളരുന്നത് കണ്ടെത്തിയത് മല്ലികയായിരുന്നു. അത് വളർന്ന് ഞങ്ങളുടെ ജാലകത്തോളമെത്തി. ജാലകത്തിലൂടെ കൈനീട്ടി ഒരുദിവസം മല്ലിക പാകമായ ഒരു പേരയ്ക്ക പറിച്ചെടുത്തു. എന്തൊരാഹ്ലാദമായിരുന്നു ഞങ്ങൾക്കന്ന്! ആഹ്ലാദിക്കാനായി ഇത്തരം ചെറിയ സംഭവങ്ങളേ ഞങ്ങളുടെ ജീവിതത്തിൽ ഉണ്ടാകാറുള്ളൂ. അതുകൊണ്ടുതന്നെ ചെറിയ സംഭവങ്ങൾക്ക് ഞങ്ങൾ വലിയ പ്രാധാന്യം കല്പിക്കുന്നു.

അനേകവർഷം പഴക്കമുള്ള കെട്ടിടമാണ് “പോൾ മാർഷൻ.” പുറമെ നിന്ന് നോക്കിയാൽ ഒരു പ്രേതഭവനം പോലെ തോന്നും. പലരുമതിനെ “ഗോസ്റ്റ് മാർഷൻ” എന്നുവിളിച്ചിരുന്നു. കെട്ടിടം ഉടമ സമീർ ഇറാനി കാലാകാലം വേണ്ടിയിരുന്ന അറ്റകുറ്റപ്പണികളൊന്നും നടത്തിയിരുന്നില്ല. ജലവിതരണം ഇടയ്ക്കിടെ തടസ്സപ്പെടുമായിരുന്നു. പരാതിപ്പെട്ടവരോട് ഇറാനി പറഞ്ഞത് ഒഴിഞ്ഞുപൊയ്ക്കൊള്ളാനാണ്. വർഷങ്ങളായി അവിടെ പാർത്തുവരുന്നതാണ് ഓരോ കുടുംബവും. വേറൊരു അഭയസ്ഥാനമില്ല ഒന്നിനും.

അതിനിടയിൽ സമീർ ഇറാനി ഇംഗ്ലണ്ടിലേക്ക് താമസം മാറ്റുകയാണെന്നൊരു ശ്രുതി പരന്നു. “പോൾ മാർഷനി”ലെ താമസക്കാരെല്ലാം അതേപ്പറ്റി ഉൽക്കണ്ഠാപൂർവ്വം ചർച്ച ചെയ്തു. കെട്ടിടത്തിന്റെ ഉടമസ്ഥാവകാശം താമസക്കാർക്ക് കൈമാറുന്നതിനെക്കുറിച്ച് സമീർ ഇറാനിയുമായി സംസാരിക്കുന്നതിന് വിനായക് മാത്രെ, സുയോഗ് സാവന്ത് എന്നീ രണ്ടുപേരെ എല്ലാവരും ചേർന്ന് ചുമതലപ്പെടുത്തി. വിനായക് മാത്രെയും സുയോഗ് സാവന്തും അന്ധേരിയിൽ ഒരുമിച്ച് ബിസിനസ് ചെയ്യുന്നവരായിരുന്നു. അവർ സസന്തോഷം ഉത്തരവാദിത്വമേറ്റെടുത്തു.

“ആശ്വാസം. ഇനി കാര്യങ്ങളൊക്കെ അവർ നോക്കിക്കൊള്ളും.”

എന്റെ ഭർത്താവ് പറഞ്ഞു.

പാർപ്പിടത്തിന്റെ ഉടമസ്ഥാവകാശം നേടിയെടുക്കുന്നതിന് പണം വേണമല്ലോ. ഞങ്ങൾ പണം സ്വരൂപിക്കുന്നതിനുള്ള ശ്രമം തുടങ്ങി. എന്റെ അച്ഛൻ അവസാനനാളുകളിൽ കുറച്ചുപണം പേരക്കിടാങ്ങളുടെ പേരിൽ നിക്ഷേപിച്ചിരുന്നു. അത് പിൻവലിച്ചു. എന്റെ തുച്ഛമായ ആഭരണങ്ങൾ വില്ക്കുന്നതിനോട് ഭർത്താവിന് യോജിപ്പുണ്ടായിരുന്നില്ല. പക്ഷേ, ഞാൻ നിർബ്ബന്ധിച്ചപ്പോൾ അദ്ദേഹം അതിന് വഴങ്ങി. ഞങ്ങൾക്ക് വളരെ സന്തോഷം പകർന്നുകൊണ്ട് ചില സുഹൃത്തുക്കൾ തക്ക സന്ദർഭത്തിൽ സഹായിക്കാമെന്നേറ്റു. ആകെക്കൂടി ചിന്താകുലരാകേണ്ടതില്ലെന്ന് ഞങ്ങൾക്ക് തോന്നി.

ഞങ്ങളെപ്പോലെതന്നെ മറ്റു പാർപ്പിടങ്ങളിൽ താമസിക്കുന്നവരും ധനസമാഹരണം തുടങ്ങിയിരുന്നു. ചിലർ വിദൂരത്തിലുള്ള തങ്ങളുടെ ബന്ധുഗൃഹങ്ങളിലേക്ക് പോയി. ചിലർ വായ്പ നല്കുന്ന സ്വകാര്യസ്ഥാ

പനങ്ങളുമായി ബന്ധപ്പെട്ടു. കമ്പനികളിലും മറ്റും ജോലി ചെയ്യുന്നവർ വായ്പാപേക്ഷകൾ നല്കി കാത്തിരിപ്പായി. വസന്ത് കുൽക്കർണിയും ദീനാനാഥ് മെഹ്തയും വർളിയിൽ ചെന്ന് കുതിരപ്പന്തയത്തിൽ ഭാഗ്യം പരീക്ഷിച്ചു. കേരളത്തിൽനിന്നുള്ള ഒരു മേനോൻ കുടുംബം നാട്ടിലുള്ള ഭൂസ്വത്ത് വിറ്റ് അതുവഴി കിട്ടിയ ധനവുമായി ആത്മവിശ്വാസത്തോടെ തിരിച്ചെത്തി.

"പോൾ മാർഷനി"ലെ താമസക്കാരെ സംബന്ധിച്ചേടത്തോളം അത് അത്യുത്സാഹത്തിന്റെ കാലമായിരുന്നു. മഞ്ഞുകാലത്തേക്ക് തീറ്റ ശേഖരിച്ചുവയ്ക്കുന്ന ഉറുമ്പുകളെപ്പോലെ എല്ലാവരും ആവേശത്തോടെ ജോലികളിൽ വ്യാപൃതരായി. എല്ലാവരുടെ മുഖത്തും പ്രസന്നത കളിയാടി. തങ്ങൾ അമൂല്യമായ എന്തോ നേടാൻ പോവുകയാണെന്ന് ഓരോരുത്തരും കരുതി.

വസന്ത് കുൽക്കർണിയെയും ദീനാനാഥ് മെഹ്തയെയും വർളിയിലെ പന്തയക്കുതിരകൾ പാടെ ചതിച്ചില്ല. ഇടയ്ക്ക് ചില മത്സരങ്ങൾ അവർക്ക് ഗുണപ്രദമായി.

സമീർ ഇറാനി കുടുംബത്തോടൊപ്പം ഇംഗ്ലണ്ടിലേക്ക് പോയെന്ന വാർത്തയുമായാണ് കുട്ടികളുടെ അച്ഛൻ ഒരു സന്ധ്യക്ക് തിരിച്ചെത്തിയത്.

"ഒന്നും തീരുമാനിക്കാതെയോ?"

ഞാൻ ഉൽക്കണ്ഠയോടെ തിരക്കി.

വിനായക് മാത്രെയും സുയോഗ്സാവന്തും സമീർ ഇറാനിയുമായി നടത്തി വന്നിരുന്ന ചർച്ചകൾ എവിടെയെത്തിയെന്ന് ആർക്കും അറിയില്ലായിരുന്നു. ഇറാനിയുടെ യാത്ര ഉദ്ദേശിച്ചതിലും മുമ്പേ ആയതുകൊണ്ട് "പോൾ മാൻഷ"ന്റെ ഉടമസ്ഥാവകാശം കൈമാറുന്നതു സംബന്ധിച്ച തീരുമാനം ഉണ്ടായിട്ടില്ലെന്നും വ്യവസ്ഥകളെക്കുറിച്ചുള്ള വിശദമായ ചർച്ച തുടരേണ്ടിയിരിക്കുന്നുവെന്നും അതിനായി ആറുമാസത്തിനകം ഇറാനി മുംബൈയിലേക്ക് വരുമെന്നും അവർ ബോദ്ധ്യപ്പെടുത്തി.

നിങ്ങൾക്ക് ധൃതിയുണ്ട്, അല്ലേ. പക്ഷേ, ഞാൻ പറഞ്ഞുതീർന്നില്ലല്ലോ.

സമീർ ഇറാനി ഇംഗ്ലണ്ടിലേക്ക് പോയതിന്റെ അടുത്തമാസം വാടക ആർക്കാണ് കൊടുക്കേണ്ടതെന്നതിനെ സംബന്ധിച്ച് ഞങ്ങൾക്കിടയിൽ ആശയക്കുഴപ്പമുണ്ടായി. അയാൾ വാടക പിരിക്കുന്നതിന് ആരെയും ചുമതലപ്പെടുത്തിയിരുന്നില്ല.

"ഏതായാലും നമുക്ക് അവകാശം തരികയല്ലേ. അതുവരെ വാടക വാങ്ങിക്കേണ്ടെന്ന് വിചാരിച്ചുകാണും."

ഗോപാൽ ചിത്രെ പറഞ്ഞു.

അയാൾ മൂന്നാം നിലയിലെ താമസക്കാരനാണ്. മാട്ടുംഗയിൽ ഒരു ബേക്കറി നടത്തുന്നു.

രണ്ടുനാൾ കഴിഞ്ഞപ്പോൾ വിനായ് മാത്രെയും സുയോഗ് സാവന്തും

താമസം മാറ്റി. അത് ദാദറിലെങ്ങോ പുതിയൊരു കമ്പനി തുടങ്ങുന്നതിനുവേണ്ടിയാണെന്ന് പറഞ്ഞുകേട്ടു. "പോൾ മാൻഷ"നിലെ അവരുടെ പാർപ്പിടങ്ങൾ രണ്ടും അടഞ്ഞുകിടന്നു.

ഫെബ്രുവരി ആദ്യകാലത്തിൽ "മാത്രെ ആന്റ് സാവന്ത്" എന്നൊരു സ്ഥാപനത്തിന്റേതായ ഒരു നോട്ടീസ് ആദിത്യ ആപ്തെയുടെ പേരിൽ വന്നു. "പോൾ മാൻഷ"ന്റെ ഉടമകൾ വിനായക് മാത്രെയും സുയോഗ് സാവന്തും ചേർന്ന് രൂപവല്ക്കരിച്ച സ്ഥാപനമാണെന്ന് അതിൽ വ്യക്തമാക്കപ്പെട്ടിരുന്നു. ഞങ്ങൾ കുറെ നേരത്തേക്ക് അന്ധരാക്കപ്പെട്ടതുപോലെയായി.

"ഇതു ചതിയാണ്. കൊടുംചതി."

എന്റെ ഭർത്താവ് വിളിച്ചു പറഞ്ഞു.

അധികം വൈകാതെ മറ്റൊരു നോട്ടീസ് എത്തിച്ചേർന്നു. "പോൾ മാൻഷ"നിലെ പാർപ്പിടങ്ങളുടെ വാടക നാലിരട്ടി കണ്ട് വർദ്ധിപ്പിച്ചതിന്റെ അറിയിപ്പായിരുന്നു അത്.

"അവർ നമ്മെ കബളിപ്പിക്കുകയാണ്. നമ്മൾ ഇതു സമ്മതിച്ചു കൊടുക്കുകയില്ല."

ഗോപാൽചിത്രെ ആസ്ത്മയുടെ വലിവോടെ പറഞ്ഞു. അയാൾ വികാരാധീനനായിരുന്നു.

മാർച്ചിന്റെ തുടക്കത്തിൽ ഞങ്ങൾക്ക് ഒഴിപ്പിക്കൽ നോട്ടീസ് കിട്ടി. കെട്ടിടം പുതുക്കിപ്പണിയുകയാണെന്നും താമസക്കാരെല്ലാം ഏഴു ദിവസത്തിനുള്ളിൽ ഒഴിഞ്ഞുകൊടുക്കണമെന്നുമായിരുന്നു നോട്ടീസിൽ പറഞ്ഞത്. അന്നുതന്നെ ചന്ദ്രകാന്ത് ഷെട്ടിയും ഏകനാഥ് ചവാനും ഒരു ബൈക്കിൽ "പോൾ മാൻഷ"ന്റെ അങ്കണത്തിലെത്തി. ഒരു അധോലോകസംഘത്തിൽ ഉൾപ്പെട്ട അവരെ ഞങ്ങൾ അവജ്ഞയോടെയും ഭയത്തോടെയും വീക്ഷിച്ചു.

താഴത്തെ നിലയിൽ കോണിക്കടുത്തായി സ്ഥാപിക്കപ്പെട്ടിരുന്ന നെയിംബോർഡ് എടുത്തുമാറ്റാനായിരുന്നു അവരുടെ വരവ്. യാതൊരു കാരണവശാലും അതനുവദിക്കയില്ലെന്ന് എന്റെ ഭർത്താവ് പറഞ്ഞു. ഗോപാൽചിത്രെയും കമലേഷ് ദേശായിയും ദലാൽ ബാബുവുമെല്ലാം അദ്ദേഹത്തിന്റെ ഒപ്പം കൂടി. എല്ലാവരും ചേർന്ന് ഒച്ചയിട്ടപ്പോൾ ചന്ദ്രകാന്ത് ഷെട്ടിയും ഏകനാഥ് ചവാനും ബൈക്കിൽ കയറി സ്ഥലം വിട്ടു. അതുകഴിഞ്ഞ് എന്റെ ഭർത്താവ് സാധാരണപോലെ ജോലിസ്ഥലത്തേക്ക് പോയി.

വൈകുന്നേരം ഞാൻ കാണുന്നത് വെടിയുണ്ടകൾ തറച്ച് നിരത്തുവക്കിൽ കിടക്കുന്ന പ്രാണൻ പോയ ശരീരമാണ്. ഞാൻ അത് കെട്ടിപ്പിടിച്ച് പിന്നെയും പിന്നെയും നിലവിളിച്ചു. മുംബൈ മുഴുവനും എന്റെ നിലവിളി മുഴങ്ങിയിരിക്കണം. ഏതോ നിമിഷത്തിൽ എനിക്ക് പ്രജ്ഞ നശിച്ചു. എന്റെ ചുറ്റിലും ഇരുൾ നിറഞ്ഞു. എനിക്ക് ഒന്നും ഓർമ്മയില്ലാതായി.

ചോദിക്കട്ടെ, "പോൾ മാൻഷൻ" എന്ന കെട്ടിടം നിങ്ങളിലാരെങ്കിലും കണ്ടിട്ടുണ്ടോ? ഇനി അതൊരിക്കലും നിങ്ങൾ കാണില്ല. വിനായക് മാത്രെയുടെയും സുയോഗ് സാവന്തിന്റെയും ആൾക്കാർ അതു നിശേഷം തകർത്തു. അതിന്റെ സ്ഥാനത്ത് പുതിയൊരു പാർപ്പിടസമുച്ചയത്തിന്റെ പണി ദ്രുതഗതിയിൽ നടന്നുകൊണ്ടിരിക്കുന്നു. കെട്ടിടനിർമ്മാണത്തിന്റെ ശബ്ദങ്ങൾ പരിസരത്താകെ മുഴങ്ങുന്നു. കോൺക്രീറ്റ് സാമഗ്രികൾ അവിടെ കുന്നുകൂടിക്കിടക്കുന്നു. യന്ത്രങ്ങൾ ഇരമ്പുന്നു.

എന്റെ ഭർത്താവ് "പോൾ മാൻഷൻ" സ്ഥിതി ചെയ്തിരുന്ന സ്ഥലത്തേക്ക് വേച്ചുവേച്ചുവന്ന് കമ്പികൾക്കും കരിങ്കൽച്ചീളുകൾക്കും സിമന്റ് ചാക്കുകൾക്കും ഇടയിലായി നിന്ന് അമ്പരപ്പോടെ നാലുപാടും നോക്കിക്കൊണ്ട് രക്തത്തിൽ കുതിർന്ന മധുരപലഹാരം ഉയർത്തിപ്പിടിച്ച് മക്കളെ പേരുചൊല്ലിവിളിക്കുന്നത് പലരാത്രികളിലും മക്കളോട് ചേർന്ന് ഉറക്കമില്ലാതെ കിടക്കുമ്പോൾ ഞാൻ കേൾക്കാറുണ്ട്.

ഇത് ബൈക്കുളയിലെ ഒരു ചേരിയാണ്. ഞാൻ സോനാലിയെന്നൊരു സ്ത്രീയുടെ കൂടെയാണ്. ഉവ്വ്. നിങ്ങൾക്കറിയേണ്ടത് ഇതൊന്നുമല്ല. പൊഖ്റാനിലെ ആണവസ്ഫോടനത്തെക്കുറിച്ചുള്ള എന്റെ പ്രതികരണമാണ്.

മക്കളെ പോറ്റുന്നതിന് എന്നുമുതലാണ് ഞാൻ പുരുഷന്മാരെ സ്വീകരിച്ചു തുടങ്ങുന്നതെന്ന് സോനാലി അക്ഷമയോടെ ചോദിക്കുന്നു.

നിങ്ങളോ? നിങ്ങളെന്നോട് പൊഖ്റാനെക്കുറിച്ച് ചോദിക്കുന്നു..

ശ്രാവണി

മരണം രണ്ടാമത്തെ ദിവസവും ആശുപത്രിക്കിടക്കയിൽ ശ്രാവണിയെ തേടിവന്നില്ല. വന്നത് ഒരു സ്വകാര്യ ടെലിവിഷൻ ചാനലിന്റെ ഛായാഗ്രാഹകനും ലേഖികയുമാണ്. രണ്ടു ക്യാമറ അസിസ്റ്റന്റുമാർ കൂടി അവരോടൊപ്പം ഉണ്ടായിരുന്നു. ആശുപത്രി അധികൃതരുടെ അനുവാദം സംഘത്തിന് മുൻകൂട്ടി ലഭിച്ചിരുന്നു.

"ഇല്ല. ഞങ്ങൾ കുട്ടിയെ ഒരുതരത്തിലും ഉപദ്രവിക്കില്ല." ലേഖികയായ രേണുക ദലാൽ രണ്ടാമത്തെ ദിവസവും മരണം തേടിയെത്താത്ത പെൺകുട്ടിയുടെ മാതാപിതാക്കളോട് സൗഹൃദവായ്പോടെ പറഞ്ഞു. ഛായാഗ്രാഹകൻ സുനിൽഭട്ട് ഏറെയൊന്നും സംസാരിക്കാത്ത പ്രകൃതമായതുകൊണ്ട് ശിരസ്സൊന്ന് ചലിപ്പിക്കുക മാത്രം ചെയ്ത് അവളെ പിന്തുണച്ചു. എന്തായാലും തങ്ങൾ വളരെ ധൃതിയിലാണെന്നൊരു ഭാവം അവന്റെ മുഖത്ത് പ്രകടമായിരുന്നു.

"ഞങ്ങൾ വാസ്തവത്തിൽ ഇന്നലെതന്നെ വരേണ്ടതായിരുന്നു. നിർഭാഗ്യവശാൽ സംഭവം ഓഫീസിലറിയുന്നത് ഇന്നു രാവിലെ മാത്രമാണ്. അപ്പോൾതന്നെ ഞങ്ങൾ ഇങ്ങോട്ട് പോന്നു." രേണുക വിശദീകരിച്ചു. അതിൽക്കൂടുതലായി അവൾക്കൊന്നും പറയാനുണ്ടായിരുന്നില്ല. തന്റെ മാനസികമായ പിരിമുറുക്കത്തിന് അയവു വരുത്താനുദ്ദേശിച്ച് അവൾ തുകൽ സഞ്ചിയിൽനിന്നും സിഗററ്റ് പാക്കറ്റ് പുറത്തെടുത്തു. പക്ഷേ, ആശുപത്രിക്കുള്ളിൽ പുകവലി അനുവദനീയമാണോ എന്ന സന്ദേഹത്താൽ അത് സഞ്ചിയിൽത്തന്നെ നിക്ഷേപിച്ചു.

"ഡോന്റ് ഗെറ്റ് എക്സൈറ്റഡ്. ടേക്ക് ഇറ്റ് ഈസി." സുനിൽ പതിഞ്ഞ ശബ്ദത്തിൽ അവളോട് പറഞ്ഞു.

"ഐ ആം ഓൾറൈറ്റ്." അവൾ ചിരിക്കാൻ ശ്രമിച്ചു.

സെന്റ് തെരേസാസ് ഹൈസ്കൂളിന്റെ മൂന്നാം നിലയിൽനിന്നുള്ള ശ്രാവണിയുടെ വീഴ്ച മാരകമായിരുന്നുവെങ്കിലും രണ്ടാമത്തെ ദിവസവും മരണം അവളെ തേടിയെത്തിയില്ല. ഫിനോൾ ഗന്ധമുള്ള ഇടനാഴികൾ, ഗോവണികൾ, വരാന്തകൾ, ടെറസ് എന്നിങ്ങനെ എവിടെയെങ്കിലും മരണം പതുങ്ങിനില്പുണ്ടാകും. അതല്ലെങ്കിൽ ചായം മങ്ങിയ ജനലിനടുത്തു വായുവിൽ നിലംതൊടാതെ നിന്ന് ജനലഴികൾക്കിടയിലൂടെ മരണം അവളെ നോക്കിക്കാണുകയാവാം. വീണു നുറുങ്ങിയ പല ഖണ്ഡങ്ങൾ ചേർത്തുവെച്ച് തുണി പുതപ്പിച്ച വലിയൊരു മൺപാവപോലെ അവൾ കിടക്കുന്നു.

തീക്ഷ്ണമായ വെളിച്ചം മുഖത്തുതട്ടിയപ്പോൾ അവൾ ഞരങ്ങിക്കൊണ്ട് കണ്ണുകൾ തുറന്നു. പക്ഷേ, പാതിതുറന്ന കണ്ണുകൾ വെളിച്ചത്തെ പ്രതിരോധിക്കാനാവാതെ പെട്ടെന്നുതന്നെ അവൾക്ക് അടയ്ക്കേണ്ടിവന്നു.

"കട്ട്." രേണുക പറഞ്ഞു.

സെന്റ് തെരേസാസ് ഹൈസ്കൂളിന്റെ താഴത്തെ നിലയിലുള്ള ഓഫീസ് മുറിയിൽ സിസ്റ്റർ മെഴ്സിലിൻ പതുപതുത്തൊരു ഇരിപ്പിടത്തിലിരുന്ന് ഛായാഗ്രാഹകനായ സുനിൽഭട്ടിനെ നോക്കി.

"ഓകെ" സുനിൽ പറഞ്ഞു.

രേണുക ദലാൽ ക്യാമറയുടെ ഒരു പാർശ്വത്തിൽ കുനിഞ്ഞുനിന്ന് സിസ്റ്റർ മേഴ്സിലിനോട് സംസാരിച്ചുതുടങ്ങാനായി കൈയാംഗ്യം കാട്ടി.

"ശ്രാവണി, യെസ്, ഐ റിമംബർ... അവൾ മാർക്ക് ഷീറ്റ് വാങ്ങാനായി വന്നത് ഒറ്റയ്ക്കാണ്. സിസ്റ്റർ ഐഡയും സിസ്റ്റർ ക്രിസ്പിനും ഇവിടെ എന്റെ മുന്നിലിരുന്ന് ചില രജിസ്റ്ററുകൾ ശരിയാക്കുന്നുണ്ടായിരുന്നു. അപ്പോഴാണ് ശ്രാവണി വന്നത്."

ശ്രാവണി മുറിയിലേക്ക് കയറിവന്നപ്പോൾ സിസ്റ്റർ ഐഡയും സിസ്റ്റർ ക്രിസ്പിനും ഒരു നിമിഷത്തേക്ക് അവളുടെ നേർക്ക് മുഖമുയർത്തി. സിസ്റ്റർ ഐഡ അവളെ ഊർജ്ജതന്ത്രം പഠിപ്പിച്ചിരുന്നു. സിസ്റ്റർ ക്രിസ്പിൻ ജീവശാസ്ത്രവും. ഭാവഭേദമേതും കൂടാതെ അവളെയൊന്നു നോക്കി. ഇരുവരും തങ്ങളുടെ ജോലി തുടർന്നു. അവൾ സിസ്റ്റർ മെഴ്സിലിന്റെ വലതുഭാഗത്തെത്തി നിന്നു. അവളുടെ മുഖത്ത് പരുങ്ങൽ തെളിഞ്ഞുകാണാമായിരുന്നു.

"നീ ഇത്തവണയും ജയിച്ചിട്ടില്ല. ഇതാ മാർക്കുഷീറ്റ്. കൊണ്ടുപോയി പാരന്റ്സിനെ കാണിക്ക്. അവർക്ക് സന്തോഷമാവും." സിസ്റ്റർ മെഴ്സിലിൻ പറഞ്ഞു.

സിസ്റ്റർ ഐഡയും ക്രിസ്പിനും ജോലിക്കിടയിൽ ചെറുതായൊന്നു ചിരിച്ചു.

"യൂണിഫോമും പുസ്തകവും ഷൂസുമൊക്കെ വാങ്ങിത്തന്ന് ഇങ്ങോട്ട് പറഞ്ഞുവിടുമ്പോൾ എന്തെങ്കിലും മനസ്സില് കണ്ടിരുന്നോന്ന് ചോദിക്കണം അവരോട്." സിസ്റ്റർ മെഴ്സിലിൻ മാർക്കുഷീറ്റ് ശ്രാവണി

യുടെ നേർക്ക് നീട്ടി. അവൾ മാർക്കുഷീറ്റ് വാങ്ങിയ ഉടനെ സിസ്റ്റർ കാളിങ് ബെല്ലിൽ വിരലമർത്തി.

ശ്രാവണി പുറത്തേക്ക് നടന്നു. അടുത്ത ഊഴം തെൽമാ ജോർജിന്റേതായിരുന്നു. പിന്നെ മേഘാജെയ്ൻ. അതുകഴിഞ്ഞ് ഭവ്യലക്ഷ്മി. അവൾക്കുശേഷം രാഗേശ്വരി. അടുത്തത് നേഹ മൈത്ര. പിന്നെ അനുശ്രീ ഗിഡ്വാനി... പിന്നെ ഡെൽനാസ്... ഒരേ വേഷം ധരിച്ച പെൺകുട്ടികളുടെ ഒരു നീണ്ടനിര. ശ്രാവണി അവർക്കരികിലൂടെ നടന്നു.

"ഇതായിരുന്നു. ശ്രാവണിയുടെ മാർക്ക്ഷീറ്റ്." രേണുക ക്യാമറയുടെ നേർക്ക് അതു ഉയർത്തിപ്പിടിച്ചു. താഴെത്താഴെയായി കുറിക്കപ്പെട്ട അക്കങ്ങളിലൂടെ ക്യാമറയുടെ സൂക്ഷ്മദൃഷ്ടി നീങ്ങിക്കടന്നു. രേണുക മാർക്ക്ഷീറ്റിന്റെ മറുപുറം കാട്ടി. അവിടെ അക്കങ്ങളല്ല, ചില വാക്കുകൾ. അതിഹ്രസ്വമായ ഒരു ക്ഷമാപണക്കുറിപ്പ്. അതിനുകീഴെ... സ്വന്തം ശ്രാവണി.

"ഞാനവളുടെ അച്ഛനാണ്." അയാൾ രേണുകയുടെ മുഖത്തേക്ക് നോക്കിക്കൊണ്ടു പറഞ്ഞു. തിരക്കേറിയ ഒരു തെരുവിലൂടെ അയാൾ കിതച്ചുംകൊണ്ട് ഓടി. ആരുടെയൊക്കെയോ ദേഹത്തുതട്ടി അയാളുടെ മുന്നോട്ടുള്ള ഗതി പലവുരു തടസ്സപ്പെട്ടു. ചില വാഹനങ്ങൾ അയാളുടെ തൊട്ടരികിലെത്തി ബ്രേക്കിട്ടു. ഹോൺ ശബ്ദങ്ങൾ മുഴങ്ങി. ഹതാശമായ പന്തയത്തിനിടയിൽ വെറളി പിടിച്ച ഒരുകുതിരയെപ്പോലെ അയാൾ പാഞ്ഞു.

വിദ്യാമന്ദിർ ഹയർ സെക്കന്ററി സ്കൂളിലെ പ്രിൻസിപ്പൽ അരുണ ദേശായി റിസീവർ താഴെ വച്ച് തന്റെ മുന്നിലുള്ള ഇംഗ്ലീഷ് അദ്ധ്യാപകനായ വി ക്ഷീരസാഗറിനോട് പറഞ്ഞു.

"സെന്റ് തേരേസാസിലെ ഒരു കുട്ടി മൂന്നാം നിലയിൽ നിന്ന് താഴേക്ക് ചാടി. ആ തടിച്ചി കന്യാസ്ത്രീടെ അഹങ്കാരം ഇനി അല്പം കുറയും. അവള് ആളുകളോട് എന്തു സമാധാനമാണ് പറയുക."

"നമ്മളെ തോല്പിക്കാൻ കിട്ടുന്ന ഒരവസരവും സെന്റ് തെരേസാസ് പാഴാക്കിയിട്ടില്ല." ക്ഷീരസാഗർ ഓർമ്മിപ്പിച്ചു.

"ശരിയാണ്."

"ഇത് നമുക്കൊന്ന് കത്തിക്കണം."

"നമ്മുടെ സിസ്റ്റർ മെഴ്സിലിനെ ഇപ്പോൾ തന്നെ ചെന്നുകാണാം."

ഏതാനും നിമിഷങ്ങൾ കഴിഞ്ഞപ്പോൾ അരുണ ദേശായിയും ക്ഷീരസാഗറും യാത്രയായി. കാറോടിച്ചത് അരുണയാണ്. ക്ഷീരസാഗർ ഇടതുവശത്തായി ഇരുന്നു. കാർ സെന്റ് തെരേസാസ് ലക്ഷ്യമാക്കി അതിവേഗം നീങ്ങി.

സിസ്റ്റർ മെഴ്സിലിന്റെ മുഖം പൊടുന്നനെ അനിയന്ത്രിതമായി ഇരുണ്ടുപോയി. സന്ദർശകർ വാതിലിനടുത്തു നിന്നു.

അരുണദേശായിയും ക്ഷീരസാഗറും പരസ്പരമൊന്നു നോക്കി. ഒരു ക്ഷണം പ്രതീക്ഷിക്കുന്നത് നിരർത്ഥകമാണെന്ന ചിന്ത പങ്കുവച്ച്, മുറിയിലേക്ക് കയറി.

"വളരെ സങ്കടമുണ്ട്. സിസ്റ്റർ മെഴ്സിലിൻ." അരുണദേശായി അറിയിച്ചു.

സിസ്റ്റർ മെഴ്സിലിന്റെ ഉള്ളിൽ ഒരു മുറുമുറുപ്പ് ഉയർന്നു. തേവിടിശ്ശി! സങ്കടമുണ്ട് പോലും!

"ഇരിക്കൂ" ഉള്ളിലെ മുറുമുറുപ്പടക്കി ഉപചാരപൂർവ്വം സിസ്റ്റർ മെഴ്സിലിൻ പറഞ്ഞു.

അരുണയും ക്ഷീരസാഗറും ഉപവിഷ്ടരായി.

"കുട്ടികൾ ഇങ്ങനെ നിരുത്തരവാദപരമായി പെരുമാറിയാൽ നമ്മൾ എന്തുചെയ്യും? സമൂഹം നമ്മളെയല്ലേ കുറ്റപ്പെടുത്തുക?" അരുണ ചോദിച്ചു.

സിസ്റ്റർ മെഴ്സിലിന്റെ മനസ്സ് വീണ്ടും പ്രക്ഷുബ്ധമായി. ധാർമ്മികത പുലമ്പുന്നു! കാമപ്പിശാച്! അഴുക്കുചാലിലെ പുഴു! മൂധേവി!

"ശരിയാണ്"– സിസ്റ്റർ മെഴ്സിലിൻ കടുത്ത ചിന്താകുലഭാവത്തോടെ പറഞ്ഞു.

"ഇനിയിപ്പോൾ പത്രക്കാര് ഇതങ്ങ് ഊതിപ്പെരുപ്പിക്കും. അതാ കുഴപ്പം." ക്ഷീരസാഗർ ചൂണ്ടിക്കാട്ടി.

"ടി വിക്കാര് വെറുതെയിരിക്കുമോ?" അരുണ ചോദിച്ചു.

രേണുക ദലാൽ സുനിൽഭട്ടിന്റെ കാതിലെന്തോ പറഞ്ഞു. സുനിൽ ക്യാമറ ഓഫ് ചെയ്തു. അതിന്റെ പരിധിയിൽ ശ്രാവണി കണ്ണടച്ചു കിടന്നു.

ഒരു ഇരമ്പം കേൾക്കുന്നല്ലോ. അവൾ ചെവിയോർത്തു. കടൽത്തിരയാണ്. ഗേറ്റ്‌വേ ഓഫ് ഇന്ത്യയുടെ നേർക്ക് ഉയർന്ന് വീശി. അനേകമനേകം ജലകണങ്ങളായി അത് വായുവിൽ കലർന്നു. കൈവരിക്കരികെ നില്ക്കുന്നവർ ആരവം മുഴക്കി വൈദ്യുതദീപങ്ങളുടെ പ്രഭയിൽ ജലകണങ്ങൾ മിന്നി. ശ്രാവണി അനുജന്റെ കൈപിടിച്ച് പിറകോട്ടുപോയി.

അപ്പോൾ കറുത്ത കോട്ടും വലിയ ഹാറ്റും ധരിച്ച ഒരാൾ ഇരുട്ടിൽ നിന്ന് അവളുടെ മുന്നിലേക്ക് വന്നു. ചുമലിൽ തൂക്കിയിട്ട പ്ലാസ്റ്റിക് സഞ്ചിയിൽനിന്നും ഒരു കത്തിയെടുത്ത് അയാൾ സ്വന്തം കഴുത്തിൽ കുത്തി. ശ്രാവണി ഭയചകിതയായി നിലവിളിക്കാനോങ്ങി അയാളുടെ കൈ ചലിച്ചു. പിടിയിലേക്ക് താഴ്ന്നിറങ്ങിയ കത്തി പിന്നെയും പുറത്തേക്ക് നീണ്ടു വന്നു. അയാൾ ചിരിച്ചു. രണ്ടുതേറ്റകൾ വെളിവായി. ഡ്രാക്കുളയുടെ മുഖമായിരുന്നു അയാൾക്ക്. ശ്രാവണി അടക്കിപ്പിടിച്ച നിലവിളിയോടെ പിന്നോക്കം നീങ്ങി. അയാൾ തന്റെ കൃത്രിമപ്പല്ലുകൾ കൈവെള്ളയിലേക്ക് തുപ്പി ഉച്ചത്തിൽ ചിരിച്ചു. "ഹഹ... ഹഹ... ഹഹ..

"സ്റ്റാർട്ട്" രേണുക പറഞ്ഞു.

സുനിൽ ക്യാമറ ഓൺ ചെയ്തു.

പ്രച്ഛന്നവേഷക്കാരന്റെ ചിരി ശ്രാവണിയുടെ കാതുകളിൽ മുഴങ്ങിക്കൊണ്ടിരുന്നു.

മാമൂൽ

സയീദ് ഹക്കീം അൻസാരി ചന്തയിൽ പോയതായിരുന്നു. ചില്ലറ സാധനങ്ങളുമായി മടങ്ങുമ്പോൾ മുമ്പൊരിക്കലും കേട്ടിട്ടില്ലാത്ത വിചിത്രമായ ഒരു ശബ്ദം കേൾക്കുന്നതായി അയാൾക്കു തോന്നി. അയാൾ വഴിയോരത്ത് ചെവിയോർത്തു നിന്നു.

"എന്താണിങ്ങനെ നില്ക്കുന്നത്?" പേരയ്ക്ക വണ്ടി തള്ളിക്കൊണ്ടു പോവുകയായിരുന്ന ഗുരുദാസ് അയാളോട് ചോദിച്ചു. തൊട്ടുപിന്നിലുള്ള കവലയിൽവെച്ച് അയാൾ ഗുരുദാസിന്റെ കൈയിൽനിന്നും പത്തുരൂപയ്ക്കു പേരയ്ക്ക വാങ്ങിയിരുന്നു.

"എനിക്ക് മരിക്കാറായെന്നു തോന്നുന്നു." അയാൾ പതുക്കെ പറഞ്ഞു.

ഇടയ്ക്കിടെ നിലവിളികൾപോലെ മുഴങ്ങി കേൾക്കാറുള്ള സബർബൻ തീവണ്ടികളുടെ ശബ്ദങ്ങൾ. ടാക്സികളുടെയും രണ്ടുനില ബസുകളുടെയും ഇരുചക്രവാഹനങ്ങളുടെയും ശബ്ദങ്ങൾ, വഴിവാണിഭക്കാരുടെയും കുട്ടികളുടെയും ശബ്ദങ്ങൾ. ഇവയെല്ലാം സയീദ് ഹക്കീം അൻസാരിയുടെ കാതുകളിൽനിന്ന് അകന്നുപോയി. മുൻപൊരിക്കലും കേൾക്കാനിടയാകാത്ത ഒരു ശബ്ദം അത്യസാധാരണമാം വിധം അയാളുടെ കാതുകളിൽ മുഴങ്ങിക്കൊണ്ടിരുന്നു.

"ഫൗസാൻ!" അയാൾ ഉച്ചത്തിൽ തന്റെ മൂത്ത മകനെ വിളിച്ചു.

ഫൗസാൻ ഗേറ്റ് വേ ഓഫ് ഇന്ത്യയിൽനിന്ന് എലിഫന്റ ഗുഹകളിലേക്കുള്ള ഒരു ബോട്ടിലായിരുന്നു. ശക്തിയേറിയ തിരകളിൽപ്പെട്ട് ആടിയുലയുന്ന ബോട്ട് നിയന്ത്രിക്കുന്നതിനിടയിൽ അയാൾ തന്റെ സഹായിയായ വാഗ്ലെയോടു പറഞ്ഞു:

"ആരോ എന്നെ വിളിക്കുന്നുണ്ട്."

അപ്പോൾ ഇസ്മഈൗൽ, സയീദ് ഹക്കീം അൻസാരിയുടെ ദ്വിതീയ പുത്രൻ. നരിമാൻപോയിന്റിലൂടെ പൂക്കൾകൊണ്ടലങ്കരിച്ച കുതിരവണ്ടി ഓടിച്ചുപോവുകയായിരുന്നു. ബെൽജിയത്തിൽനിന്നുള്ള ഒരു കുടുംബ മായിരുന്നു കുതിരവണ്ടിയിൽ. കൗതുകത്തൊപ്പികൾ ധരിച്ച രണ്ടു കുട്ടി കളും അവരുടെ മാതാപിതാക്കളും. അവർ നാലുപേരും നഗരക്കാഴ്ചക ളിൽ കണ്ണുംനട്ടിരുന്നു. കുട്ടികൾ കൂടെക്കൂടെ അങ്ങിങ്ങ് കൈചൂണ്ടി ആഹ്ലാദത്തോടെ ഒച്ചയെടുത്തു. അവരെയുംകൊണ്ട് സവാരി ചെയ്യുന്ന തിൽ ഇസ്മഈൗലിന് അതിരറ്റ സന്തോഷം തോന്നി. അയാൾ അവരെ കേൾപ്പിക്കാനായി അംഗവിക്ഷേപത്തോടെ പാടി: അംചി മുംബൈ... അംചി മുംബൈ..

"ഈസ്മഈൗൽ!" സയീദ് ഹക്കീം അൻസാരി വിളിച്ചു.

പത്തു വയസ്സു തോന്നിക്കുന്നൊരു കുട്ടി ആശ്ചര്യത്തോടെ അയാ ളുടെ നേർക്കു തിരിഞ്ഞു. അവന്റെ പേരും ഇസ്മഈൗൽ എന്നായിരുന്നു. അവൻ സഹായഹസ്തം നീട്ടിയപ്പോൾ അയാൾ നിരസിച്ചില്ല.

"മരണമെന്നാൽ എന്താണെന്ന് നിനക്കറിയാമോ കുഞ്ഞേ." മെല്ലെ നടക്കുന്നതിനിടയിൽ അയാൾ ഇസ്മഈൗലിനോടു ചോദിച്ചു.

"അറിയാമല്ലോ. ഞാൻ വളർത്തിയിരുന്ന തത്ത രണ്ടുദിവസം മുൻപാ മരിച്ചത്." അവൻ പറഞ്ഞു.

"ഞാനും മരിക്കുകയാണ്." അയാൾ വെളിപ്പെടുത്തി.

അത് ഇസ്മഈൗലിനു വിശ്വസിക്കാനായില്ല.

"ബാബ ഇപ്പോഴൊന്നും മരിക്കില്ല. കണ്ടിട്ട് അസുഖമൊന്നുമില്ലല്ലോ."

"അതുകൊണ്ടായില്ല. ഓരോരുത്തർക്കും ഇത്രകാലമെന്നുണ്ട്. അതു കഴിഞ്ഞാൽ പിന്നെ ഒരു നിമിഷംപോലും അനുവദിച്ചുകിട്ടില്ല. മരണ ത്തിന്റെ രുചിയെന്തെന്ന് ഞാൻ അറിഞ്ഞുതുടങ്ങിയിരിക്കുന്നു."

മറൈൻഡ്രൈവിലെ താരാപോരിവാല അക്വേറിയത്തിനു മുന്നിലായി ബെൽജിയത്തിൽനിന്നുള്ള കുടുംബം ഇറങ്ങിയപ്പോൾ, വേറെ യാത്രികരെ സ്വാഗതം ചെയ്യാതെ, അന്നത്തെ ജോലി അവസാനിപ്പിച്ച് ഇസ്മഈൗൽ തന്റെ കുതിരവണ്ടിയിൽ അതിവേഗം വീട്ടിലേക്കു തിരിച്ചു. അയാളുടെ മനസ്സ് ആശങ്കാകുലമായിരുന്നു. വെള്ളക്കുതിരകൾ രണ്ടും അയാളുടെ ആശങ്ക പങ്കിട്ടുകൊണ്ടെന്നപോലെ പതിവിലും വേഗത്തിൽ പാഞ്ഞു.

സയ്യീദ് ഹക്കീം അൻസാരി കണ്ണുകൾ തുറന്നു. അയാൾ തന്റെ മക്കളെ കണ്ടു. രണ്ടുപേരും ഒരേസമയത്ത് കുനിഞ്ഞുനിന്നു.

"അബ്ബാജി, ഇപ്പോൾ സുഖം തോന്നുന്നുണ്ടോ?" ഫൗസാൻ തിര ക്കി.

"ഇതും വെറും തലചുറ്റലാണ്." ഇസ്മഈൗൽ പറഞ്ഞു.

ഫൗസാന്റെ ഭാര്യ നൂർജഹാനും ഇസ്മഈൗലിന്റെ ഭാര്യ മുംതാസും മക്കളെ ചേർത്തുപിടിച്ചുകൊണ്ട് പിറകിൽ നില്പുണ്ടായിരുന്നു. അബ്ബാജി കണ്ണുതുറന്നതായി കണ്ട് അവർ തെല്ല് മുന്നോട്ടു നീങ്ങി. അയാൾ അവരെ ആകെയൊന്ന് നോക്കി. തുറന്നിട്ട ജനലിലൂടെ ഒരുതുണ്ട് ആകാശവും

അയാൾക്ക് വെളിവായി. മരണത്തെക്കുറിച്ചുള്ള ഒരോർമ്മപ്പെടുത്തലായി അയാൾ അതുൾക്കൊണ്ടു. എന്തോ പറയാനായി അയാളുടെ നാവ് ചലിച്ചു. മുറിക്കുള്ളിലെ നിശ്ശബ്ദത തീവ്രമായി. ഹൗസാനും ഇസ്മഈലും കാതുകൾ കൂർപ്പിച്ച് ദത്തശ്രദ്ധരായി നിന്നു.

"മരിച്ചുകഴിഞ്ഞാൽ എന്നെ ശവപ്പെട്ടിയിൽ കിടത്തരുത്." സയീദ് ഹക്കീം അൻസാരി പറഞ്ഞു.

ഹൗസാനും ഈസ്മഈലും പെട്ടെന്നുളവായ സംഭ്രമത്തോടെ അന്യോന്യം നോക്കി. മസ്ജിദിൽ കൊത്തുപണികൾ ചെയ്ത മനോഹരമായ ഒരു ശവപ്പെട്ടിയുണ്ട്. ജഡങ്ങൾ കബറിടത്തിലേക്ക് കൊണ്ടുപോവുക അതിലാണ്.

"ഒരു മഞ്ചമുണ്ടാക്കണം മുളംതണ്ടുകൾ കൊണ്ട്. അതിലെന്നെ എടുത്തുകിടത്തി ചുവന്നതുണി പുതപ്പിക്കണം. മീതെ വെളുത്തപൂക്കൾ വിതറിക്കൊള്ളൂ. അധികം വേണ്ട."

ഹൗസാനും ഇസ്മഈലും കുറച്ചുസമയത്തെ സന്ദിഗ്ദ്ധതയെ മറികടന്ന് അബ്ബാജിയുടെ ഇംഗിതം നിറവേറ്റാമെന്ന അർത്ഥത്തിൽ ശിരസ്സുകൾ ചലിപ്പിച്ചു. സയീദ് ഹക്കീം അൻസാരി സന്തുഷ്ടനായി.

"നിങ്ങൾ നല്ലവരാണ്. എന്റെ ഏത് ആഗ്രഹവും നിങ്ങൾ നിറവേറ്റുമെന്ന് എനിക്കറിയാം." – ഒന്നുനിർത്തി അയാൾ തുടർന്നു; "ആയില്ല ഇനിയാണ് പ്രധാനപ്പെട്ട കാര്യം."

മക്കൾ അതെന്താണെന്നറിയാനുള്ള ഉദ്വേഗത്തോടെ നിന്നു.

"എന്റെ ശരീരം മണ്ണിൽ കുഴിച്ചിടരുത്. ചിത കൂട്ടി ദഹിപ്പിക്കണം."

അയൽക്കാരായ ശ്യാംചരണും ഗജാനൻ കീർത്തികറും രോഗനില അന്വേഷിച്ച് മുറിയിലേക്ക് കയറിച്ചെന്നത് അതു കേട്ടുകൊണ്ടാണ്. രണ്ടുപേരും പാടെ അന്ധാളിച്ചുപോയി. ഒരു മുസൽമാന്റെ ശരീരം ദഹിപ്പിക്കയോ? സയീദ് ഹക്കീം അൻസാരിക്ക് എന്തുപറ്റി? സമചിത്തത നഷ്ടപ്പെട്ടുവോ?

"ഇതാ എന്റെ രണ്ട് സുഹൃത്തുക്കൾ. ഇവരെ ഞാൻ സാക്ഷികളാക്കുന്നു. എന്നെ ചിതയിൽ വെക്കുമെന്ന് നിങ്ങൾ വാക്കുതരണം. എങ്കിൽ മാത്രമേ എനിക്ക് സമാധാനമായി മരിക്കാൻ കഴിയുകയുള്ളൂ."– സയീദ് ഹക്കീം അൻസാരി രണ്ടു മക്കളെയും മാറിമാറി നോക്കി.

തെരുവിന്റെ പടിഞ്ഞാറേയറ്റത്തുള്ള മസ്ജിദിലേക്ക് ഒരു വേനൽക്കാറ്റ് ആഞ്ഞുവീശി. അവിടെ കൂടിയിരിക്കയായിരുന്ന പലരും പൊടിയിൽനിന്ന് രക്ഷപ്പെടാനായി നാസികകൾ പൊത്തിപ്പിടിച്ചു. കാറ്റ് നിറം മങ്ങിയ ഭിത്തികൾക്കിടയിൽ ചുഴറ്റി. ചിലർ കഫക്കെട്ടോടെ ചുമച്ചു. ബഹിർഭാഗത്തുള്ള കാലപ്പഴക്കം ചെന്ന മിനാരങ്ങളിലെ പ്രാവുകൾ ഒരു വിപദ്സൂചനയോടെ കുറുകി. മസ്ജിദിന്റെ കവാടം പിന്നിട്ട് മിയാൻ അബ്ദുൾ അക്തറും ഫാറൂഖ് മൗലവിയും മറ്റുള്ളവരും തെരുവിലേക്കിറങ്ങി. സയീദ് ഹക്കീം അൻസാരിയുടെ വസതി ലക്ഷ്യമാക്കി അതിദ്രുതം നടന്നു.

"അൻസാരി ഞങ്ങൾ കേട്ടതു സത്യമാണോ?" അയാളുടെ ശയ്യയ്ക്കു

സമീപം കുനിഞ്ഞുനിന്ന് ഫാറൂക്ക് മൗലവി വിക്ഷുബ്ധതയോടെ ചോദിച്ചു.

സമയം കടന്നുപോയി.

"നിങ്ങളെന്താ ഒന്നും പറയാത്തത്?" മിയാൻ അബ്ദുൾ അക്തർ ശബ്ദമുയർത്തി.

"എന്റെ ശരീരം അഗ്നിക്കുള്ളതാണ്." സയീദ് ഹക്കീം അൻസാരി പറഞ്ഞു.

അയാൾ ആചാരവിരുദ്ധമായ ഒരു ശവസംസ്കാരമാണ് അഭിലഷിക്കുന്നതെന്ന് തെരുവിലുള്ളവരാകെ അറിഞ്ഞുകഴിഞ്ഞിരുന്നു. അതിന്റെ നിജസ്ഥിതിയറിയാൻ പലരും അയാളുടെ താമസസ്ഥലത്തേക്ക് ഓടി. എന്തുകൊണ്ടാണ് അയാൾ തന്റെ ശരീരം അഗ്നിക്ക് സമർപ്പിക്കാൻ ശാഠ്യം കാട്ടുന്നതെന്ന് ഏവരും ആലോചിച്ചുവെങ്കിലും ആർക്കും ഒരെത്തും പിടിയും കിട്ടിയില്ല. സ്വാഭാവികമായും ചില അഭ്യൂഹങ്ങൾ ഉയർന്നുവന്നു. ഒരു കായസ്ഥ ബ്രാഹ്മണനെ അയാൾ കുറെ വർഷങ്ങൾക്കപ്പുറം കൊന്നു കുഴിച്ചുമൂടിയെന്നും ഒരിക്കലും വെളിപ്പെടുത്താത്ത ആ കൊടുംപാപത്തിലുള്ള പശ്ചാത്താപം ഹേതുവായാണ് അയാൾ ആചാരലംഘനത്തിന് മക്കളെ നിർബ്ബന്ധിക്കുന്നതെന്നും ചിലർ പറഞ്ഞു. മറ്റുചിലരാകട്ടെ, അയാളിൽ ഹീനമായ ഒരു കൊലപാതകക്കുറ്റം ആരോപിക്കാൻ തുനിഞ്ഞില്ല. മൂർത്തമായ ഒരു സാഹചര്യം മുൻനിർത്തി അവർ വേറൊരു കഥ മെനഞ്ഞുണ്ടാക്കി. അത് ഇപ്രകാരമായിരുന്നു: സയീദ് ഹക്കീം അൻസാരി ബാല്യവും യൗവനവും പിന്നിട്ടത് കാശ്മീരിലാണ്. അയാൾക്കന്ന് ഒരു കാശ്മീരി പണ്ഡിറ്റിന്റെ അതിസുന്ദരിയായ മകളുമായി ഹൃദയബന്ധമുണ്ടായിരുന്നു. അവൾ അപമൃത്യു നേരിട്ട് ചിതയിൽ എരിഞ്ഞതിന്റെ ദുഃഖം താങ്ങാനാവാതെയാണ് അയാൾ കാശ്മീർ വിട്ടത്. പിന്നീട് ഒരിക്കലും അയാൾ കാശ്മീരിലേക്ക് പോയിട്ടില്ല. ഇപ്പോൾ മരണകാലത്ത് അയാൾ തന്റെ പ്രണയം തീവ്രമായി ഓർമ്മിക്കയാണ്.

"അതെന്തുമാകട്ടെ, ഒരു മുസൽമാന് യോജിച്ചതല്ല ചിത." തെരുവിൽ തണ്ണിമത്തൻ വില്ക്കുന്ന നജിമുദ്ദീൻ തെല്ലപ്പുറത്തുള്ള ഗുരുദാസിനോട് പറഞ്ഞു. മതപരമായ കാര്യങ്ങളിൽ ഒരു പണ്ഡിതനൊന്നുമല്ലെന്നിരിക്കിലും നജിമുദ്ദീന് സയീദ് ഹക്കീം അൻസാരിയുടെ ശവസംസ്കാരം എങ്ങനെ വേണമെന്നതിനെ സംബന്ധിച്ച് സുവ്യക്തമായ കാഴ്ചപ്പാടുണ്ടായിരുന്നു.

"പക്ഷേ, അൻസാരി സാബ് ആഗ്രഹിക്കുന്നത് ഹൈന്ദവരീതിയിലുള്ള ശവസംസ്കാരമാണ്." ഗുരുദാസ് ചൂണ്ടിക്കാട്ടി.

"ഞങ്ങടെ കൂട്ടര് വെറും ഷണ്ഡന്മാരാണെന്നാണോ നിങ്ങളെ വിചാരം? ഞങ്ങളൊരിക്കലും ഇതു സമ്മതിച്ചു തരാൻ പോണില്ല." നജിമുദ്ദീൻ മൂർച്ചയുള്ള സ്വരത്തിൽ പറഞ്ഞു.

"സാല! വായടയ്ക്ക്. നീയൊക്കെ കൈയും കെട്ടി നോക്കിനില്ക്കയേ ഉള്ളൂ. അൻസാരി സാബിന് ഞങ്ങൾ ചിതയൊരുക്കും." ഗുരുദാസ് വീറോടെ തിരിച്ചടച്ചു.

"എനിക്കൊരു തണ്ണിമത്തൻ" ചെറിയ ഇസ്മഈൗൽ നജിമുദ്ദീനോട് പറഞ്ഞു.

അയാൾ അതു കേൾക്കാതെ തണ്ണിമത്തൻ മുറിക്കുന്ന കത്തിയുമായി ഗുരുദാസിന്റെ നേർക്ക് കുതിച്ചു. ഗുരുദാസിന്റെ കൈയിലുമുണ്ടായിരുന്നു കത്തി. പേരയ്ക്ക കഷണിക്കാനുദ്ദേശിച്ചുള്ളതായതിനാൽ അധികം വലുതായിരുന്നില്ല അത്. എങ്കിലും സാമാന്യം മൂർച്ചയുള്ളതായിരുന്നു.

മൂന്നാമത്തെ കുത്തുവരെ രണ്ടുപേരും കാലുറപ്പിച്ചു നിന്നു. നാലാമത്തേത് മണ്ണിൽ വീണുകിടന്നായിരുന്നു. അതിനിടയിൽ നജിമുദ്ദീന്റെ കാലുതട്ടി ഗുരുദാസിന്റെ പേരയ്ക്ക വണ്ടി മറിഞ്ഞുവീണു. പേരയ്ക്ക ഒന്നടങ്കം നിലത്ത് ചിതറി. ഗുരുദാസ് അവയ്ക്കിടയിലായി മുട്ടുകുത്തി നിവർന്നു. ഒരു നിമിഷത്തേക്ക് പേരയ്ക്കയുടെ ഹൃദ്യമായ ഗന്ധം അയാൾക്ക് അനുഭവപ്പെട്ടു. അപ്പോഴേക്കും നജിമുദ്ദീൻ പിന്നിൽ നിന്ന് അയാളുടെ കഴുത്ത് ഛേദിച്ചു. ചെറിയ ഇസ്മഈൗൽ ഒരു ആർത്തനാദത്തോടെ പാഞ്ഞു. തെരുവിൽ ആരെല്ലാമോ ഒച്ചയിട്ടു. സയീദ് ഹക്കീം അൻസാരി ഒന്നും കേട്ടില്ല. അയാളുടെ പ്രാണൻ ഉടൽവിട്ട് പോയ്ക്കഴിഞ്ഞിരുന്നു. ഇനിയെന്തെന്ന ചോദ്യവുമായി ഫൗസാനും ഇസ്മഈൗലും പരസ്പരം നോക്കിനില്ക്കെ അടഞ്ഞുകിടന്നിരുന്ന വാതിലിനു വെളിയിൽ ആക്രോശങ്ങളുയർന്നു. തുറക്കൂ... തുറക്കൂ..

സഞ്ചാരികൾ

നിരത്തുവക്കിൽ ഒരു തമ്പേറ് മുഴങ്ങാൻ തുടങ്ങുന്നു. വഴിയാത്രക്കാരിൽ ചിലർ തമ്പേറിന്റെ ഒച്ചകേട്ട് നില്ക്കുന്നു. കുട്ടി കൈയിലുള്ള തമ്പേറിൽ മാത്രം കണ്ണുനട്ടിരിക്കുമ്പോൾ, കടുംനിറത്തിലുള്ള പൈജാമയും ഷർട്ടും ധരിച്ച ഒരൊമ്പതുകാരി തെളിഞ്ഞ ചിരിയും ചുവന്ന പൗഡർ പൂശിയ കവിളുകളുമായി ഓടിവന്ന് ആൾക്കൂട്ടത്തിന് സലാം പറയുന്നു. അവളുടെ പിന്നാലെ ചുമലിൽ ഒരു കുരങ്ങുമായി അച്ഛനും മുലകുടി പ്രായത്തിലുള്ള കുഞ്ഞിനെയുമെടുത്ത് അമ്മയും, അമ്മയുടെ ചേലത്തുമ്പിൽ പിടിച്ചു ഒരു മൂന്നു വയസ്സുകാരിയും വന്നെത്തുന്നു. തമ്പേറിന് ഒച്ച വർദ്ധിക്കുന്നു. സർക്കസ് തുടങ്ങുകയായി. ഒടുവിൽ കൂടി നിന്നവർ പോയിക്കഴിയുമ്പോൾ അവരുടെ യാത്ര വീണ്ടും ആരംഭിക്കുന്നു....

അയാൾ മുന്നിൽ നടന്നു. ചുമടെന്നു പറയാൻ തമ്പിന്റെ ഉരുപ്പടികളും സർക്കസിന്റെ സൈക്കിളുമുണ്ട്. ഇരുതോളിലും ഇരുമ്പുവളയങ്ങൾ തൂങ്ങിക്കിടക്കുന്നു. ചുമലിൽ കുരങ്ങ് നെല്ല് കൊറിച്ചു. അയാളുടെ ഭാര്യയാകട്ടെ ഏറക്കുറെ ലൊട്ടുലൊടുക്കു സാധനങ്ങളെല്ലാം പൊതിഞ്ഞുകെട്ടി തലയിലേറ്റിയിരുന്നു. കഴുത്തിലൂടെ പിൻപുറത്തേക്ക് തൂക്കിയിട്ട തുണിത്തൊട്ടിലിൽ കുഞ്ഞിന്റെ ശാന്തമായ ഉറക്കം. പൈജാമക്കാരിക്കു മാറാപ്പും നീണ്ട കുറെ കമ്പികളും ഒക്കത്ത് മൂന്നുവയസ്സുള്ള അനിയത്തിയും. അഞ്ചു വയസ്സുകാരന് കൈയിൽ തമ്പേറ്.

അവരെല്ലാം നടക്കുകയായിരുന്നു. അയാൾ തെല്ല് ഖേദത്തോടെ കിഴക്കുള്ള കുന്നുകളുടെ നേർക്കു കണ്ണോടിച്ചു. അവിടങ്ങളിൽ മഞ്ഞ് പരക്കാൻ തുടങ്ങിയിരുന്നു. ഉയരത്തിലെ കാടുകൾക്കു മുകളിൽ മഞ്ഞമരുകയാണ്. ഇനിയത് മലമ്പാതകളെ മൂടിക്കൊണ്ട്, അടിവാരങ്ങളെ കീഴടക്കാനെത്തും.

"ഒന്ന് വേഗം നടക്കൂ." അയാൾ പറഞ്ഞു. "ഇപ്പോ പറഞ്ഞു പറഞ്ഞ് ഇരുട്ടും."

"ഇനീം വയ്യ. ശ്ശോ." മകൾ പറഞ്ഞു.

"എന്നു പറഞ്ഞാലെങ്ങന്യാ? നടക്കാതൊക്കോ?"

പക്ഷേ, മകൾ കിതച്ചു.

"മക്കള് തളർന്നുപോയോ" അമ്മ തിരക്കി.

"എത്ര നേരമായി നടക്കുന്നു." മകൾ പറഞ്ഞു.

എത്രയോ കാലമായെന്ന് അമ്മ ഓർത്തു.

മക്കളെ എവിടെയൊക്കെ വെച്ചാണ് പ്രസവിച്ചതെന്ന് ഓർക്കുന്നില്ല. യാത്രയ്ക്കിടയിൽ നോവു തോന്നിയപ്പോൾ വഴിയിൽനിന്ന് മാറി ഒരിടത്ത് കിടന്നു.... അയാൾ കണ്ടു.. നീണ്ട പൊക്കിൾക്കൊടിയുമായി നീട്ടിക്കര യുന്ന ചോരപുരണ്ട കുഞ്ഞിനെ നോക്കി എന്തു വേണ്ടുവെന്നറിയാതെ അയാൾ പകച്ചു നിന്നു.... അത് കടിഞ്ഞൂൽപ്പേറായിരുന്നു.

ചെമ്മണ്ണുവഴിയാണ്.. കാലിലപ്പടി മണ്ണാണ്. കുട്ടി കുനിഞ്ഞു നോക്കി. തൊണ്ട വരളുന്നപോലെയുണ്ട്. ആസകലം വിയർത്തിരിക്കുന്നു. എന്നാൽ വഴിയുടെ ഇരുവശത്തും ചലനമറ്റു നില്ക്കുന്ന മരങ്ങളെ ശ്രദ്ധിച്ചപ്പോൾ അവന് എന്തെന്നില്ലാത്ത സന്തോഷം തോന്നുന്നു. കാടുകളിലത്രയും തളിര് വിരിഞ്ഞിരിക്കും, അവൻ വിചാരിച്ചു.

കുരങ്ങ് വളരെ അലസമായി അപ്പുറവും ഇപ്പുറവും നോക്കിക്കൊണ്ട് അയാളുടെ ചുമലിൽ ഇരുന്നു. ഒരു കൈകൊണ്ട്, അയാളെ പിടിച്ചാണ് ഇരിപ്പ്. ഇടയ്ക്ക് വല്ലപ്പോഴും ഒരല്പം താഴ്ന്ന് അയാളുടെ കീശയിൽ കൈയിട്ട് നെല്ല് പെറുക്കിയെടുത്ത് തിന്നുതുടങ്ങും. "നെല്ല് തിന്നുന്നതൊരു മെനക്കേടാ" എന്ന മട്ടിൽ.

ഏട്ടത്തിയുടെ ഒക്കത്തിരിക്കുന്ന മൂന്നു വയസ്സുകാരി തളർന്ന കണ്ണു തുറന്നു നോക്കിയപ്പോൾ, ഒരു ഇലവുമരം പൂത്തു. അവൾ പൂവിനു കൈനീട്ടി. പക്ഷേ...

മണ്ണിലേക്ക് ചായുന്ന ഒരു വൃദ്ധന്റെ നരച്ച താടിപോലെ മഞ്ഞ് പതു ക്കെപ്പതുക്കെ... ശ് ശ്... അവരുടെ വഴിയിലും തണുപ്പുവീണു. മരങ്ങൾക്കി ടയിൽ മഞ്ഞ് നിറഞ്ഞു, ഇരുൾ പരന്നു.

അവിടെ തമ്പടിക്കാമെന്ന് അയാൾ പറഞ്ഞപ്പോൾ മക്കൾക്ക് സന്തോ ഷമായി. ഒറ്റയടിപ്പാതയിൽനിന്ന് ചെറ്റ് തെക്കോട്ടു മാറി തമ്പടിക്കാനുള്ള സ്ഥലം നിശ്ചയിച്ചു. നീർച്ചാലിന്റെ ഒച്ച ഏറെ ദൂരെ നിന്നല്ലാതെ കേൾക്കാ മായിരുന്നു. അയാൾ തമ്പിന്റെ മുളയും തുണിയും തോളിലെ വളയങ്ങളും താഴെയിറക്കി വെച്ചു. കുരങ്ങ് ചാടിയിറങ്ങി. മകൾ അനിയത്തിയെ ഒക്കത്തുനിന്ന് നിലത്തിറക്കുകയും നെടുവീർപ്പിടുകയും ചെയ്തു. മര ച്ചോട്ടിലിരുന്ന് കുഞ്ഞിന് മുല കൊടുക്കുമ്പോൾ അയാൾ ഇരുമ്പുപാര കൊണ്ട് മുള നാട്ടാനുള്ള കുഴികുത്താൻ തുടങ്ങി. അധികം ആഴത്തി ലൊന്നും വേണ്ട. ഒറ്റ രാത്രിക്കല്ലേ. ഊരു ചുറ്റുന്നോരുടെ ഒരു നേരത്തെ തമ്പ്. മഞ്ഞ് വീഴുന്നില്ലെങ്കിൽ കിടന്നുറങ്ങാൻ തമ്പിന്റെയൊന്നും ആവ

ശ്യമില്ലായിരുന്നു. അയാൾ കരുതി. കുഴിയിലെ മണ്ണ് വാരി പുറത്തിട്ട് വീണ്ടും പാരകൊണ്ട് കുത്തിയിളക്കി. ഏട്ടത്തിയും അനിയനും ചേർന്ന് തുണിക്കെട്ടഴിച്ച് പാത്രങ്ങൾ പുറത്തെടുത്തു എന്തെങ്കിലും വേവിച്ചു വേണം വിശപ്പുമാറ്റാൻ. അടുപ്പുണ്ടാക്കണം, തീ പൂട്ടണം, വെള്ളം കൊണ്ടു വരണം. എന്തൊക്കെ പണി കിടക്കുന്നു. ഓരോന്നും നീണ്ടുപോകുന്ന ത്രയും വിശപ്പും നീണ്ടുപോകും. അടുപ്പിനുള്ള കല്ല് അവർ തന്നെ തൊട്ട ടുത്തുനിന്നായി കണ്ടുപിടിച്ചു. വെള്ളമെടുക്കാൻ അച്ഛൻ തന്നെ പോകു മെന്ന് പറഞ്ഞു. കത്തിക്കാൻ വിറകും ചുള്ളികളും പെറുക്കുന്ന ജോലി അവർക്ക് കൊടുത്തു. അകലെയെങ്ങും പോകേണ്ട. അവിടുന്നും ഇവിട ന്നുമായി പെറുക്കിയാൽ മതി. സൂക്ഷിച്ചു നടക്കണം. പാമ്പുകളുണ്ടാ കും. അയാൾ രണ്ട് അലുമിനിയപ്പാത്രങ്ങളുമെടുത്ത് വെള്ളത്തിനു പോയി.

അമ്മ കുഞ്ഞിനെ ഉറക്കി തമ്പിനുള്ളിൽ കിടത്തി. അടുപ്പിൽ തീ പിടിപ്പിച്ചു. ഇരുളിലും മഞ്ഞിലും നന്നേ ചെറിയ തീ പതിഞ്ഞ ശബ്ദ ത്തോടെ ഉയർന്നു.

അരി വേകുന്നതും കാത്ത് കനലുകളിലേക്ക് നോക്കിയിരിക്കെ അയാൾ പറഞ്ഞു.

"മഴക്കാലം വരാറായി."

അയാൾ പറഞ്ഞതുകേട്ട് മൂത്ത രണ്ടു കുട്ടികൾ തമ്മിൽത്തമ്മിൽ നോക്കി. മഴക്കാലം തങ്ങളെ സംബന്ധിച്ചിടത്തോളം എത്ര ചീത്തയാ ണെന്ന് അവർക്ക് നല്ലതുപോലെ അറിയാം. അനിയന്റെ മുഖത്തേക്ക് നോക്കിയിരുന്നപ്പോൾ ഏട്ടത്തിയുടെ ഓർമ്മയിൽ ആകാശം മൂടിക്കെട്ടു കയും ആദ്യത്തെ മഴത്തുള്ളി മുഖത്ത് പതിക്കുകയും ചെയ്തു. പെട്ടെന്ന് ഓർക്കാതെ വഴികൾ വിജനമായി. മരച്ചുവട്ടിൽ അവൾ അവനേയും ചുറ്റി പ്പിടിച്ച് ഒതുങ്ങി നിന്നു. മഴയിൽ ദിക്കുകൾ ഇരുണ്ടു. കാറ്റിൽ മഴ ഇരമ്പി വന്ന് എത്തിപ്പിടിച്ചു. അവൻ കരയുന്നുണ്ടായിരുന്നു.

അമ്മ പറഞ്ഞു:

"ഇതെന്താ ആദ്യമായിട്ടുള്ള മഴക്കാലമോ മറ്റോ ആണോ. മഴ വരും പോകും. അത്രതന്നെ. നിങ്ങളെന്തിനാ പേടിക്കുന്നെ?"

അയാൾ പറഞ്ഞു.

"എനിക്ക് പേടിയൊന്നുമില്ല."

അവൾ ചിരിച്ചു.

അയാൾ ഒരു ബീഡിയെടുത്ത് കത്തിച്ചു. അടുത്തിരുന്ന് മകൻ അച്ഛന്റെ വായിൽനിന്നും മൂക്കിൽനിന്നും പുക വരുന്നതു നോക്കി.

"ഒര് പൊക വേണോടാ?"

അയാൾ ബീഡി മകന്റെ ചുണ്ടിലേക്ക് നീട്ടി. അവൻ കണ്ണടച്ച് ഒരു പുകയെടുത്തു. ചുമയ്ക്കാനും തുടങ്ങി.

"ഓ, ഒരു പൊകവലിക്കാരൻ." അമ്മ പറഞ്ഞു.

അവനിങ്ങനെ ചിലപ്പോഴെല്ലാം അയാൾ ഓരോ "പുക" കൊടുക്കാറ്

പതിവാണ്. അവൻ അച്ഛന്റെ കൂടെ ഷാപ്പിലും പോയിട്ടുണ്ട്. ഇടയ്ക്ക് ഒരിറക്ക് കള്ള്. നാലഞ്ചുമാസം മുമ്പ് ഒരു ദിവസം അവൻ ഒരു വലിയ ഗ്ലാസു നിറയെ കുടിച്ചു. അയാളല്ല കൊടുത്തത്. ഷാപ്പിലിരുന്ന് കുടിക്കുകയായിരുന്ന ഒരു വയസ്സനാണ്. അവൻ അച്ഛന്റെ കൂടെയിരുന്ന് ചെറുപയറു പുഴുക്ക് തിന്നുകയായിരുന്നു. ബെഞ്ചിന്റെ മറ്റേ അറ്റത്തിരുന്ന് കുടിക്കുന്ന വയസ്സൻ അവനോട് ചിരിച്ചു. വയസ്സന്റെ മുന്നിൽ പന്നിയിറച്ചിയും കപ്പയുമായിരുന്നു.

മോന് വേണോന്ന് ചോദിച്ചു. അവൻ തലയാട്ടിക്കൊണ്ട് വയസ്സന്റെ അടുത്തേക്കു നീങ്ങിയിരുന്നു. വയസ്സൻ നല്ല പൂസായിരുന്നു. ഒരു ഗ്ലാസ് നിറയെ കള്ളൊഴിച്ച് അവന് കൊടുത്തു. “കുടിക്ക് ചെറുക്കാ, കുടിക്ക് ഇക്കെളവന്റെ സന്തോഷമല്ലേ.” അവൻ കണ്ണുമടച്ചു കുടിച്ചു. വയസ്സൻ കുലുങ്ങിച്ചിരിച്ചുകൊണ്ടിരുന്നു.

ഇറങ്ങാൻ നേരത്ത് അച്ഛൻ കൈപിടിച്ചു. അവന്റെ തലയ്ക്ക് കനം വെച്ചിരുന്നു. കാലുകൾ ഇടറുന്നുണ്ടായിരുന്നു.

ആളുകൾ നോക്കിനിന്നു.

അവൻ അവരെയൊന്നും ഗൗനിച്ചില്ല.

തമ്പിലെത്തിയപ്പോൾ അമ്മ അവന്റെ അരക്കെട്ടിലേക്ക് കൈ ചൂണ്ടി അവിടെയുള്ളത് അരിഞ്ഞുകളയുമെന്ന് പേടിപ്പിച്ചു.

മൂന്നുവയസ്സുകാരി ഉറക്കം പിടിച്ചു കഴിഞ്ഞിരുന്നു. തീ കാഞ്ഞുകൊണ്ടിരുന്ന് ഉറക്കം തൂങ്ങി ഒരു വശത്തേക്ക് ചരിഞ്ഞു വീഴാൻ തുടങ്ങിയപ്പോൾ ഏട്ടത്തി താങ്ങി.

“ഉറങ്ങണോ?”

അവൾ നേരെയിരുന്ന് വേണ്ടെന്നു തലകുലുക്കി. കുറച്ചു കഴിഞ്ഞപ്പോൾ വീണ്ടും..

“അകത്ത് കുഞ്ഞിന്റെയടുത്ത് കിടത്ത്” അയാൾ പറഞ്ഞു.

“വേണ്ട പിന്ന്യേണിക്കൂല. കഞ്ഞികുടിച്ച് ഒറങ്ങ്യാമതി.” അമ്മ പറഞ്ഞു.

അവൾ പണിപ്പെട്ട് കണ്ണുതുറന്ന് അമ്മയെ നോക്കി.

അമ്മ ഉണക്കമീൻ കനലിലിടുന്നു. അവൾ അച്ഛനെ നോക്കി.

അച്ഛൻ കുരങ്ങിനെ കൊഞ്ചിക്കുന്നു. അവൾ കണ്ണുചിമ്മി.

കുരങ്ങ് ഒച്ചയിട്ടു. അത് അയാളുടെ കൈയിലെത്തിയിട്ട് വളരെക്കാലമായി. അത്രയേ ഓർമ്മയുള്ളൂ. മക്കൾ കുഞ്ഞുന്നാളിലേ അതിനെ കണ്ടിട്ടുണ്ട്. അത് അവരോടൊപ്പമുണ്ടായിരുന്നു. അയാൾ സൈക്കിളിൽ അഭ്യാസങ്ങൾ കാണിക്കുമ്പോൾ അത് അയാളോടൊപ്പമുണ്ടായിരുന്നു. ചുറ്റിലും കണ്ടുനില്ക്കുന്നവരുടെ നേർക്ക് ഒരു പാത്രം അതും നീട്ടുന്നു.

തമ്പിനുള്ളിൽ കുഞ്ഞ് കരഞ്ഞു. അമ്മയാണെങ്കിൽ ഉണക്കമീനും മുളകും ചുടുകയാണ്. അയാൾതന്നെ എണീറ്റ് കുഞ്ഞിനെ എടുത്തു ചുമലിലിരുത്തി.

“ആകാശത്ത് അതാ, അതാ.”

അവൻ ആകാശം കണ്ടു.

ഇരുണ്ടിരുന്നു.

ഈറൻ പെയ്തു.

അവൻ അച്ഛന്റെ നെഞ്ചിലേക്ക് മൂത്രമൊഴിച്ചു.

അഞ്ചുവയസ്സുകാരൻ കൈകൊട്ടി ചിരിച്ചു.

“അവനെയിങ്ങ് താ” അമ്മ കൈനീട്ടി. “അച്ഛനെ കുളിപ്പിച്ചല്ലോടാ നീ.”

അയാൾ ഷർട്ട് അഴിച്ചുമാറ്റി.

പാത്രങ്ങളിൽ വിളമ്പിക്കഴിഞ്ഞിരുന്നു. ഒരു നുള്ള് മീനെടുത്ത് ഒരു തുണ്ട് മുളകുചേർത്ത് ചൂടാറാൻ കാത്തിരുന്നു.

തണുത്തിരുണ്ട രാത്രി താഴ്‌വരയിൽ അടിഞ്ഞിരുന്നു. മരങ്ങളിൽ നിന്ന് മഞ്ഞ് പൊഴിഞ്ഞു. മക്കൾ ഉറങ്ങാൻ കിടന്നു. പുറത്തു കാറ്റ് വീശി കൊണ്ടിരുന്നു. കുന്നുകളുടെ ഇരുണ്ടു കനത്ത ശിഖരങ്ങളല്ലാതെ മറ്റൊന്നും വ്യക്തമായിരുന്നില്ല. ഈ കുന്നുകൾക്കപ്പുറത്ത് എന്തായിരിക്കുമെന്ന് അയാളാലോചിച്ചു.

അയാൾ തീയിലേക്ക് കുറച്ചുകൂടി ചുള്ളികൾ വാരിയിട്ടു. കുഞ്ഞിനെ അകത്തു കിടത്തി അവളും തീക്കരികെ ഇരുന്നു. അയാൾ അവളെ ഉറ്റു നോക്കി.

അവളുടെ മൂക്കുത്തി തിളങ്ങുന്നുണ്ടായിരുന്നു.

അയാളെന്തോ ഓർത്തു.

“എന്താ?”

“ഒന്നുമില്ല.”

“ഉറക്കം വരുന്നു.”

“ഉറങ്ങാം.”

“കാലത്ത് പുറപ്പെടേണ്ടതല്ലേ.”

അയാൾ പൊടുന്നനെ ചോദിച്ചു.

“എങ്ങോട്ട്?”

പിന്നീട് അവരൊന്നും പറഞ്ഞില്ല. തമ്പിനുള്ളിലെ മക്കളുടെ ഉറക്കപ്പിച്ചുകളിലേക്കും നിശ്വാസങ്ങളിലേക്കും അവർ നടന്നുചെന്നു. അവർ ചേർന്ന് കിടന്നു. ഇരുവരും പരസ്പരം വിയർപ്പ് മണത്തു. അയാളവളുടെ മൂക്കുത്തിയിൽ വെറുതെ തൊട്ടു. അവൾ അയാളുടെ കൈത്തണ്ടയിൽ തല ചായ്ച്ചു കിടന്നുറങ്ങി. അവളുടെ മുടിയിൽ മുഖമമർത്തിക്കിടന്ന് അയാളും ഉറക്കമായി.

പാതിരാത്രിയായിക്കാണും. കാലൊച്ചകൾ, വായ്ത്താരികൾ, തപ്പു കൊട്ടൽ.

ഉണർന്നു നോക്കുമ്പോൾ ഒരുപറ്റം നാടോടികൾ വരികയായിരുന്നു.

പന്തങ്ങൾ വീശിയും വാദ്യങ്ങൾ മുഴക്കിയും അവർ വന്നു. കുരുത്തോലയും പാളക്കീറും വെച്ചുകെട്ടി, മാമ്പൂക്കുലകൾ ചുഴറ്റി, ആർപ്പുവിളി കേൾപ്പിച്ചുകൊണ്ട് അവർ വന്നു. തപ്പും തുടിയും പുള്ളുവക്കുടവും ചെണ്ടയും ഉടുക്കും കുഴലും ഒച്ചവെച്ചു... കൊടിക്കൂറകൾ വിറച്ചുതുള്ളി.

കുന്നിനപ്പുറത്ത് കൊടി കയറാൻ പോകുന്ന ഉത്സവത്തെക്കുറിച്ച് നാടോടികൾ വഴിനീളെ ഉറക്കെപ്പാടി. കൈകൾ തഴമ്പിച്ചോരും വിയർത്തോരും മനസ്സ് വെന്തവരും തേങ്ങിത്തേങ്ങി കരഞ്ഞോരുമെല്ലാം ഒന്നിച്ചുകൂടുന്ന ഉത്സവമാണ്. ഉദയത്തിൽ കൊടിയേറ്റ്. മരിച്ചോർ മടങ്ങിയെത്തുന്ന ഉത്സവമാണ്.

എത്രയെത്ര പഴങ്കഥകളാണ് നാടോടിനാവുകൾക്ക് പറഞ്ഞു കേൾപ്പിക്കാനുള്ളത്. ചിലതൊക്കെ നിങ്ങൾ കേട്ടിരിക്കും. ഇല്ലെങ്കിലും ഉണ്ടെങ്കിലും ഇതൊക്കെ പറയാം.

ദൂരെ ദൂരെയൊരു തമ്പുരാൻ, ഒരു കാട്ടുജാതിക്കാരനെ ചുട്ടുതിന്നു. നാലുപാടുനിന്നും കാർന്നു തിന്നാനാഞ്ഞ തീയിൽ, തുടലുപൊട്ടിക്കാൻ വലിഞ്ഞുമുറുകി പാടുപെട്ട് തളർന്ന്, നൊന്തലറി നാവുകുഴഞ്ഞ്, നാവും കണ്ണും തീയിൽ കരിഞ്ഞു കലർന്ന്, വിരലുകളുതിർന്നുവീണ് ഹൃദയം ഒരു മുഴക്കത്തോടെ ചിതറിത്തെറിച്ച് കുന്നുംപുറത്ത് വെന്തുചത്തവൻ ഞങ്ങടെ ബന്ധത്തിലുള്ളതായിരുന്നു.

വേറെയെങ്ങോ ഒരു കാറ്റ്, കൂരയിലന്തിയുറങ്ങുന്ന പെണ്ണിന്റെ മാനമെടുത്ത് അമ്മാനമാടിയെന്നും കരിക്കിന്റെ മൂടുവെട്ടുന്നതുപോലെ അവളുടെ മുലരണ്ടും അരിഞ്ഞെടുത്തു എന്നും കേട്ടിട്ടുണ്ട്. കൗതുകവസ്തുക്കളുടെ കൂട്ടത്തിൽ ആ മുലഞെട്ടുകൾ മരവിക്കെ, കൂട്ടാരേ, മക്കൾ അമ്മയുടെ ചോര ചീറ്റുന്ന മാറിടത്തിലേക്ക് കരുണാർദ്രമായി നോക്കി അമ്മിഞ്ഞപ്പാലിന് ചുണ്ടുപിളർത്തി കരഞ്ഞുവത്രേ. അവരെപ്പിന്നെ കാണുന്നത് മുടി ചെമ്പിച്ചും പേൻ നിറഞ്ഞും മെയ്യാകെ പുണ്ണുപിടിച്ചും വയറുന്തിയും കൈകാലുകൾ മെലിഞ്ഞ് ശോഷിച്ച് ചെളികെട്ടിയും കണ്ണുകൾ വിളറിയിടുങ്ങിയും നടപ്പാതയുടെ ഓരങ്ങളിൽ, അഴുക്കുചാലുകളിൽ, എച്ചിൽക്കുഴികളിൽ, ശ്വാനപ്രദർശനം നടക്കുന്ന നഗരിയുടെ പുറത്തെ വെയിലിൽ... അങ്ങനെ പലേടത്തും.

ഉണ്ടുണ്ട്, ഗ്രാമോത്സവത്തിന് അവരും വന്നെത്തുന്നുണ്ട്.

കിളിക്കൂട് തേടിപ്പോയ പേരക്കിടാവിനെ തിരക്കി നടന്ന് ഒരു പാവം വൃദ്ധനെത്തിച്ചേർന്നതെവിടെയാണെന്ന് കേട്ടുവോ? വൃദ്ധനെ നാല്ക്കവലയിലിട്ട് തല്ലിച്ചതച്ച്, കൈയാമമിടുവിച്ച് കോടതി കേറ്റി, കോട്ടുവായിട്ടും തുമ്മിയും കഴിഞ്ഞ് മജിസ്ട്രേട്ട് ചുറ്റിക ചുഴറ്റിയടിച്ച് കോടതി നിശ്ശബ്ദമാക്കി കഠിനതടവിന് ശിക്ഷകൊടുത്ത് കൽത്തുറുങ്കിലടച്ചതല്ലേ? കേൾക്കണം, ചാകാൻ വയസ്സായ വൃദ്ധനെ അനുസരണ പഠിപ്പിക്കാൻ ടവ്വറിൽ കൊണ്ടുപോയി ബോധമില്ലാതാക്കിയതും, ക്വാറന്റൈനിൽ കിടത്തിയതും പിന്നെ ഒറ്റയ്ക്ക് സി പി സെല്ലിലടച്ച് പട്ടിണിക്കിട്ടതും പത്തിരുപതു പേരെ പാറാവുനിർത്തിയതും ഓർമ്മിക്കാനുള്ള കാര്യങ്ങളല്ലേ?

ഒരമ്മയെക്കുറിച്ചും ചിലത് പറയാനുണ്ട്.

കൊലമരം കേറിയ മോനെ കരഞ്ഞുവിളിച്ച്, താഴേക്കിറങ്ങിപ്പോരാൻ നാവിട്ടടിച്ച് ചോട്ടിൽ വീണ് കണ്ണടച്ച് പുതുമണ്ണ് പുതച്ചു കിടന്ന്, മകന്റെ കുഞ്ഞുന്നാളിലെ വിശപ്പിന്റെ കുരുന്നു സ്മൃതിയിൽ ശവക്കുഴിക്കകത്ത് ഞെട്ടിയുണർന്ന് മുലപ്പാല് ചുരത്തിയ അമ്മയാണ്.

ഒരു മകനെ നടവരമ്പിലൂടെ കെട്ടിവരിഞ്ഞ് നടത്തിക്കൊണ്ടുപോയി നോട്ടം കണ്ടുപേടിച്ച് കണ്ണു രണ്ടും ചൂഴ്ന്നെടുത്തും ഉത്തരം പറയാൻ നിർബ്ബന്ധിച്ചപ്പോൾ ചോദ്യം ചോദിക്കാൻ തുടങ്ങിയ നാവ് ചിക്കിപ്പൊരിച്ചും, കണ്ണില്ലാതെ, നാവില്ലാതെ മരണത്തിനു മുമ്പിൽ നിവർന്നുനിന്നപ്പോൾ നടു ചവിട്ടിപ്പൊളിച്ചും ഇത്രയെല്ലാം ചെയ്തിട്ടും മുന്നോട്ടു ചലിക്കാനോങ്ങിയ കാലുകൾ പൊള്ളിച്ചും കൊന്ന കാര്യമോർക്കുമ്പോൾ ജീവിതത്തിൽ തീയാളുന്നല്ലോ.

ഇനിയുമില്ലേ? പൊതുവഴിയിൽനിന്നും പൊതുകിണറിനടുത്തുനിന്നും പൊതുജന വായനശാലയിൽനിന്നും തമ്പുരാക്കന്മാർ തച്ചാട്ടിയവരെയും ഓർമ്മിക്കാനില്ലേ?

മുതുകിഴവന്റെ മുതുകത്തെ പാടുകളും, കിഴവിത്തള്ളയുടെ മൂകവ്യഥകളും, ഇടയച്ചെറുക്കൻ പാടിയ പാട്ടിന്റെ ഞെരിഞ്ഞ കഴുത്തും, പുഞ്ചവയലിലെ പുലയിപ്പെണ്ണിന്റെ കണ്ണീരും ഞൊണ്ടിയുടെ കൂനിന്മേൽ കുരുക്കളും നമ്മളെങ്ങനെയാണ് മറക്കുക?

ഇങ്ങനെ പറയാൻ നിന്നാല് എന്തൊക്കെയാണ് പറയാനുള്ളത്.

ആരോടും പറയാത്ത കഥകൾ ഓരോരുത്തർക്കുമില്ലേ.

അല്ലല്ല. ഊരു ചുറ്റുന്നോരുടെ ഒരു നേരത്തെ തമ്പല്ലേ ഈ കാണുന്നത്.

അതെയല്ലോ.

നമ്മള് ഊരു ചുറ്റുന്നോരുടെ ഉറക്കം തടസ്സപ്പെടുത്തീന്നാ തോന്നണ്.

കഷ്ടമായിപ്പോയി. പാവങ്ങളെ ഉറങ്ങാനും വിടില്ല.

ദാ, അവരെല്ലാം ചൂളിപ്പിടിച്ച് നില്ക്കുന്നത് കണ്ടില്ലേ.

ഗൃഹനാഥനല്ലേ അത്?

ഗൃഹനാഥനോ, അതിന് ഗൃഹമെവിടെ.

നേരാണല്ലോ ചങ്ങാതി. ഗൃഹമില്ലാതെ എന്തു ഗൃഹനാഥൻ, ഹഹഹ.

നില്ക്കുന്ന നില്പുകണ്ടാൽ എല്ലാം മറക്കാൻ കഴിഞ്ഞൂന്ന് തോന്നണല്ലോ.

പെണ്ണിന്റെ എണ്ണമയമില്ലാത്ത മുടിയും വിയർത്ത മുഖവും പോറലുകൾ വീണ മാറിടവും പച്ചിരുമ്പു കമ്പിയിൽ കത്തി ചേർത്തുറപ്പിച്ച് അവളുടെ കഴുത്തിലമർത്തി തമ്പേറിന്റെ താളത്തിൽ കമ്പി വളച്ചപ്പോഴുയർന്ന കൈയടികളും, കത്തിയേറിലെ പരിക്കും, ചുമലെല്ലിൽ കുത്തിനിർത്തിയ മുളങ്കമ്പിന്റെ തലപ്പിൽനിന്ന് നൊടിനേരംകൊണ്ട് താഴേക്കൂർന്നുവീണ് അച്ഛൻ പിടിക്കാൻ കൈനീട്ടുംമുമ്പേ പാറയിൽ വീണടിച്ച് തകർന്ന് ഞരങ്ങിച്ചത്ത കുഞ്ഞും മഴക്കാലങ്ങളും വിശപ്പുമെല്ലാം മറന്നു കളയാമെന്നാണോ? ഇതൊക്കെ ഓരോരിടത്തിട്ടേച്ച് നിങ്ങളെന്തു ചെയ്യും. എങ്ങോട്ടുപോകും. അങ്ങോട്ടു തിരിയുമ്പോൾ മഴ നിങ്ങളെ നനയ്ക്കുന്നു. ഇങ്ങോട്ട് തിരിയുമ്പോൾ വെയിൽ നിങ്ങളെ പൊള്ളിക്കുന്നു. നിങ്ങള് ചാരി നില്ക്കുന്ന മരങ്ങൾ പെട്ടെന്ന് വേരറ്റ് വീഴുന്നു. എങ്ങോട്ടാ, നിങ്ങളെങ്ങോട്ടാ?

എന്റെ വീട്ടിൽ എലികൾ

വെളുപ്പിന് താഴെനിന്ന് ഉച്ചത്തിലുള്ള ശാപവാക്കുകൾ കേട്ട് ഞാൻ അത്ഭുതപ്പെടുകതന്നെ ചെയ്തു. അസാധാരണമായതെന്തോ സംഭവിച്ചിരിക്കാൻ ഇടയുള്ളതായി എനിക്കു തോന്നി. അപ്പോഴേക്കും സ്മിതമോളുടെ ഉറക്കവും അലോസരപ്പെട്ടു. ഉറക്കമുണർന്നപാടെ കരച്ചിൽ തുടങ്ങുന്ന പ്രകൃതക്കാരിയാണ് അവൾ. അവളെയുമെടുത്ത് കോണിപ്പടികളിറങ്ങി അടുക്കളയിലേക്കു നടന്നു. എന്താണ് കാര്യമെന്നു തിരക്കിക്കൊണ്ട് വടക്കുഭാഗത്തെ വാതിലിലൂടെ അച്ഛൻ കയറി വന്നു. പടിഞ്ഞാറുള്ള വാതിലിനു ചുവട്ടിലേക്ക് അമ്മ വിരൽ ചൂണ്ടി. ഞാനതു ശ്രദ്ധിച്ചു. തറയിൽ വലിയൊരു മാളം. അതിനുചുറ്റും ചരൽമണ്ണു ചിതറിക്കിടപ്പുണ്ടായിരുന്നു. "എലി ചെയ്തുവെച്ച പണി കണ്ടോ" അമ്മ ഈർഷ്യയോടെ എന്നോടും അച്ഛനോടുമായി പറഞ്ഞു. ഞങ്ങളുടെ അശ്രദ്ധമൂലമാണ് അങ്ങനെ സംഭവിച്ചതെന്ന ദുഃസൂചനയുള്ളതുപോലെ തോന്നി, അമ്മയുടെ ശബ്ദത്തിൽ. ഞാൻ ഒന്നും പറയാൻ നില്ക്കാതെ, കുഞ്ഞിനെ തുളസിയുടെ കൈയിൽ കൊടുത്ത് കിടക്കയിലേക്ക് മടങ്ങി.

കുറേക്കഴിഞ്ഞ് കുളിച്ചൊരുങ്ങി ചായ കഴിക്കാൻ ചെല്ലുമ്പോൾ അച്ഛൻ എലിമാളം അടയ്ക്കാനുള്ള ശ്രമത്തിലായിരുന്നു. രാവിലെതന്നെ ചെയ്തുതീർക്കാനൊരു ജോലി കിട്ടിയതിലുള്ള ആഹ്ലാദം അച്ഛന്റെ മുഖത്ത് പ്രകടമായിരുന്നു.

ഞാൻ വിലക്കിയെങ്കിലും തുളസി എന്റെ പാത്രത്തിൽ രണ്ടു ഇഡ്ഡലി കൂടി വിളമ്പി. ഞാനവ തിന്നു തീർക്കാൻ തന്നെ തീരുമാനിച്ചു. ഈയിടെയായി എന്റെ വിശപ്പ് തുലോം കൂടിയിട്ടുണ്ടെന്നതു വാസ്തവമാണ്. ഒരു കഷണം ഇഡ്ഡലി ചട്ണിയിൽ തൊടുവിക്കാതെ മോൾക്കു നീട്ടി. അവൾ അതു വാങ്ങി അടുത്ത ക്ഷണത്തിൽ കാക്കയ്ക്ക് എറിഞ്ഞുകൊടു

ത്തു. കാക്ക അതും കൊത്തി മാവിൻ കൊമ്പിലേക്കു പറന്നു. മോൾ "കാ., കാ" എന്നു ഉരുവിട്ടുകൊണ്ട് വാതിലിനു നേർക്കു നിരങ്ങി. ഞാൻ പുറപ്പെടാൻ നേരത്ത് തുളസി അവളെയുമെടുത്ത് ഇറയത്തേക്കു വന്നു. അവൾ കുഞ്ഞുകൈകൾ വീശിക്കൊണ്ട് "റ്റാ,.. റ്റാ" പറഞ്ഞു; പതിവു പോലെ.

ബസ് വരുംവരെ ഞാൻ സുഹൃത്തുക്കളുമായി സംഭാഷണത്തിലേർപ്പെട്ടു. അനേകം ഉന്നത വ്യക്തികളെക്കുറിച്ചുള്ള പരാമർശങ്ങളുണ്ടായി. അനുകൂലവും പ്രതികൂലവുമായ നിലപാടുകൾ വ്യക്തമാക്കപ്പെട്ടു. അകലെനിന്ന് ബസിന്റെ ഇരമ്പൽ കേട്ടപ്പോൾ ഞങ്ങൾ സംഭാഷണത്തിന്റെ വായ്ത്തലമടക്കി. ബസ് നിർത്താതെ പോയേക്കുമോ എന്ന ആശങ്ക തീവ്രമായി ഉള്ളിലുണ്ടായിരുന്നു. ഭാഗ്യവശാൽ അപ്രകാരം സംഭവിച്ചില്ല. ഞങ്ങൾ എന്നുമെന്നപോലെ തിങ്ങിഞെരുങ്ങി നിന്ന് യാത്ര ചെയ്തു. നഗരത്തിലെത്തി ആപ്പീസിലേക്കു തിരക്കിട്ടു നടന്നു.

വൈകുന്നേരം ക്ഷീണിച്ച മനസ്സും ഉടലുമായി ആപ്പീസിൽനിന്നു പുറത്തിറങ്ങി. ഒരു ഹോട്ടലിൽ കയറി ചായയും പൂരിയും കഴിച്ചു. ഒരു ചാർമിനാറിനു തീകൊളുത്തി. പബ്ലിക് ലൈബ്രറിയിലേക്കുള്ള വഴിയിൽവെച്ച് ഫിലിം സൊസൈറ്റിയുടെ സെക്രട്ടറിയെ കണ്ടുമുട്ടി. അയാൾ സ്ക്രീനിങ്ങിന്റെ കാര്യം ഓർമ്മിപ്പിച്ചു. നന്ദി പറഞ്ഞു. ഞാനതു മറന്നുപോയിരുന്നു. ഞങ്ങളൊരുമിച്ച് വെന്യൂവിലേക്കു നടന്നു. ജാപ്പനീസ് സംവിധായകനായ ഹിരോഷി തേഷിഗാഹാരയുടെ *വുമൺ ഓഫ് ദ ഡ്യൂൺസ്* ആയിരുന്നു ചിത്രം. കീടശാസ്ത്രത്തിൽ ഗവേഷണം നടത്തുന്ന ഒരു യുവശാസ്ത്രജ്ഞൻ പ്രാണികളെത്തേടി വിജനമായ കടൽത്തീരത്തിലലയുന്നു. അടുത്ത ഗ്രാമവാസികൾ അയാൾക്ക് രാത്രി കഴിച്ചുകൂട്ടാനുള്ള ഒരിടം കാണിച്ചുകൊടുക്കുന്നു- വലിയ ഒരു മണൽക്കുഴിയുടെ നടുവിലുള്ള ഒരു മരക്കുടിൽ. യുവതിയായ ഒരു വിധവയായിരുന്നു അവിടെ താമസം. നേരം പുലർന്നപ്പോൾ താനൊരു കെണിയിൽ അകപ്പെട്ടിരിക്കയാണെന്ന് ശാസ്ത്രജ്ഞനു ബോദ്ധ്യമായി. രക്ഷപ്പെടാൻ ആവതും ശ്രമിച്ചു. പക്ഷേ, കഴിഞ്ഞില്ല. കാറ്റ് വീശുമ്പോൾ മണൽ ഇടിഞ്ഞുവീണുകൊണ്ടിരുന്നു. ഒടുവിൽ വിധവയുടെ ഏകാന്തവും ക്ലേശപൂർണ്ണവുമായ ജീവിതത്തിൽ പങ്കുചേരാൻ അയാൾ തീരുമാനിക്കുന്നു. ഫിലിം അവസാനിച്ചിട്ടും പൂഴിക്കാറ്റുകളുടെ ഭീതിദമായ മുഴക്കവും അന്തമില്ലാത്ത മണൽപ്പരപ്പിന്റെ വരണ്ട ക്രൗര്യവും മനസ്സിൽ തങ്ങിനിന്നു. രാത്രിയിൽ ഉറങ്ങാൻ കിടക്കുമ്പോൾ ചിത്രത്തിലെ നായികയായി അഭിനയിച്ച ക്യോക്കോ കാഷീദയെ ഓർത്തു. തുളസിയുടെ നനുത്ത ചുണ്ടുകളിലും പൂങ്കുലപോലെ സമൃദ്ധമായ മുടിയിലും വിരലുകളോടിച്ചു കിടക്കവെ ഒരു ജന്മത്തിന്റെ പൂർണ്ണത അറിയുന്നതുപോലെ തോന്നി. ഞങ്ങളുടെ അരുമയായ കുഞ്ഞ് ശാന്തമായി ഉറങ്ങിക്കിടന്നു. ഒരുപക്ഷേ, അവൾ കാക്കകളെ കാണുകയാവാം.

എലി. എലി. എലി. ഞാൻ കണ്ണുതിരുമ്മി എഴുന്നേറ്റു. തലേദിവസം

അച്ഛൻ കല്ലും മണ്ണുമിട്ട് തല്ലിയുറപ്പിച്ചതിന്റെ തെല്ലപ്പുറത്തായി എലി പിന്നെയും തുരന്നുവെച്ചിരിക്കുന്നുവെന്ന് താഴെ നിന്നുള്ള വാക്കുകൾ ശ്രദ്ധിച്ചതിൽനിന്നും വ്യക്തമായി. ഞാൻ റേഡിയോ ട്യൂൺ ചെയ്തു കിടക്കയിലേക്കു തന്നെ ചാഞ്ഞു. സ്റ്റേയിങ് എലൈവ്... സ്റ്റേയിങ് എലൈവ്... മോൾ ഉണർന്നു കരയാൻ തുടങ്ങി. കരച്ചിൽ കേട്ട് തുളസി വന്നു. അവൾ പറഞ്ഞു:

"എലി പിന്നെയും മാളമുണ്ടാക്കി."

ഞാൻ അതുകാണാൻ ധൃതിപ്പെട്ടില്ല. പിന്നീട് കാണാനിടവന്നപ്പോൾ അതു ആദ്യത്തേതിലും വലുതാണെന്ന ബോധം എനിക്കുണ്ടായി. എലി തുരന്ന് പുറത്തേക്കിട്ട മണ്ണ് അസ്വാസ്ഥ്യജനകമായ ഒരു കാഴ്ചയായിരുന്നു. എലികൾ കുറേക്കൂടി വിവേകമുള്ളവയായെങ്കിൽ എന്നു ചിന്തിച്ച് ഞാൻ ഊറിച്ചിരിച്ചു.

അത്താഴത്തിന്റെ നേരത്തു നോക്കുമ്പോൾ രണ്ടാമത്തെ മാളവും അച്ഛൻ അടച്ചു കഴിഞ്ഞിരുന്നു. അമ്മ വാതിൽപ്പടിയോടു ചേർത്ത് തറയിൽ പലകക്കീറുകൾ നിരത്തി അവയ്ക്കു മുകളിൽ കനമുള്ള കല്ലുകൾവെച്ച് സുരക്ഷിതത്വം ഉറപ്പുവരുത്തുകയായിരുന്നു.

പിറ്റേന്ന് അമ്മയുടെ മുഖം ഏറെ മ്ലാനമായി. എലികൾ അടുക്കളയുടെ വടക്കുദിശയിലേക്കു തുറക്കുന്ന വാതിലിൽചോട്ടിലായി രണ്ടിടത്ത് ആഴത്തിലും നീളത്തിലും മാളങ്ങൾ തീർത്തിരുന്നു. ഇത് നിത്യേന ഇങ്ങനെ തുടരുകയാണെങ്കിൽ എവിടെച്ചെന്ന് അവസാനിക്കുമെന്ന് അമ്മ പരിതപിച്ചു.

ഞാൻ നിസ്സംഗനായ ഒരു കാഴ്ചക്കാരൻ മാത്രമായിരുന്നു. അടുക്കളയിൽ മാത്രമേ എലികൾ കടക്കുന്നുള്ളൂവെന്നതാവാം എന്റെ നിസ്സംഗതയ്ക്കു കാരണം. പക്ഷേ, അലമാര തുറന്നപ്പോൾ കണ്ടത് നടുക്കുന്ന ദൃശ്യമായിരുന്നു. ഞാനേറ്റവും സ്നേഹിച്ചിരുന്ന *വൺ ഹൺഡ്രഡ് ഇയേഴ്സ് ഓഫ് സോളിറ്റ്യൂഡ്* എലികളുടെ പരുക്കൻ ആക്രമണത്തിനു വിധേയമായിത്തീർന്നിരുന്നു. അതിന്റെ "ദ മിസറി ഓഫ് ദ പെസന്റ്സ്" എന്ന ശീർഷകത്തിലുള്ള മുഖചിത്രത്തെ എലികളുടെ ഉളിപ്പല്ലുകൾ വികൃതമാക്കിയിരുന്നു. ഞാനതിലേക്കുനോക്കി സ്തബ്ധനായി നിന്നു. കഴുത്തിൽ കുന്തം തുളച്ചിറങ്ങിയ മുറിവിൽ നിന്നൊഴുകുന്ന ചോര തുടച്ചുകൊണ്ട് ജോസ് ആർക്കാഡിയോബുവെന്ദ്യയുടെ ഉറക്കങ്ങളിലേക്കു കടന്നുവരുന്ന ദൈന്യതമുറ്റിയ മുഖമുള്ള പ്രൂഡൻഷ്യോ ആഗ്വിലാറായിരുന്നു എന്റെ മുന്നിൽ. ഞാൻ വിളറി. അന്തമറ്റതും നിശ്ശബ്ദവുമായ ഒരു തീവണ്ടി. അനേകം ശവങ്ങൾ, ജോസ് ആർക്കാഡിയോ സെഗന്റെ ബുവെന്ദ്യയെപ്പോലെ ഞാനുണർന്നു. ധടുതിയിൽ അലമാരിയിലെ മറ്റു പുസ്തകങ്ങൾ പരിശോധിച്ചു. ബ്രെഹ്ത്, ഷെനെ, സാർത്ര്, കമ്യൂ, കാഫ്ക, കസൻദ്സാക്കിസ്, സെസയർ, ലൂഷുൻ.. ഞാൻ വിലപ്പെട്ട സമ്പാദ്യമായി കരുതിയിരുന്ന പുസ്തകങ്ങളിലത്രയും എലികളുണ്ടാക്കിയ മുറിപ്പാടുകൾ കണ്ട് ഞാൻ അപ്പാടെ തളർന്നുപോയി. ആപ്പീസിൽ പോകുന്നി

ല്ലെന്നു തീരുമാനിച്ചു. തുളസി അവളുടെ മൃദുലമായ കൈത്തലം എന്റെ നെറ്റിയിൽ വെച്ചുനോക്കി. “കുറേശ്ശെ ചൂടുണ്ട്” അവൾ പറഞ്ഞു.

ഇന്ത്യയിൽ ഓരോരുത്തർക്കും ആറ് എലികൾ വീതമുണ്ടെന്നും അവ ഓരോ വർഷവും ആയിരം കോടിരൂപയുടെ ധാന്യം തിന്നുതീർക്കുന്നുവെന്നും പത്രത്തിൽ വായിച്ചപ്പോൾ പരിഭ്രമമായി. പത്രവാർത്തകൾ പൂർണ്ണമായും വിശ്വസിക്കരുതെന്ന് എന്റെ ചില സുഹൃത്തുക്കൾ പലപ്പോഴും പറയാറുള്ളതാണ്. എങ്കിൽപ്പോലും എലികളെ സംബന്ധിക്കുന്ന ഈ റിപ്പോർട്ട് എനിക്കു വിശ്വസനീയമായി തോന്നി. എന്റെ വീട്ടിൽത്തന്നെ എത്ര എലികളാണ്!

എലികളെക്കുറിച്ച് സാമാന്യമായ ചില വസ്തുതകൾ എനിക്കറിയാമായിരുന്നു- തട്ടിൻപുറത്തും കൃഷിസ്ഥലങ്ങളിലും മറ്റും കാണുന്ന ഒരു ചെറിയ സസ്തനജീവി. നച്ചെലി, ചുണ്ടെലി, വെള്ളെലി തുടങ്ങി നാല്പതോളം തരത്തിൽപ്പെട്ട എലികളുണ്ട്. സസ്യഭുക്കുകളാണ്. ധാന്യങ്ങളും കിഴങ്ങുകളുമാണ് മുഖ്യ ആഹാരം. രാത്രിസമയത്ത് ഇരതേടി പുറത്തിങ്ങുന്നു. കരണ്ടുതിന്നുന്നതിന് സഹായകമായ കൂർത്ത മൂർച്ചയുള്ള പല്ലുകളുണ്ട്. ശരീരത്തിന് തല, കഴുത്ത്, ഉടൽ, കാലുകൾ, വാൽ എന്നീ ഭാഗങ്ങളുണ്ട്. മുൻകാലുകളിലും പിൻകാലുകളിലുമുള്ള മൂർച്ചയേറിയ നഖങ്ങൾ മണ്ണുതുരന്ന് മാളങ്ങൾ നിർമ്മിക്കാൻ ഉതകുന്നു. പെണ്ണെലികൾ എലിക്കുഞ്ഞുങ്ങളെ പെറ്റ് മുലയൂട്ടുന്നു...

ഈ വസ്തുതകളോടൊപ്പം എലിയെപ്പേടിച്ച് ഇല്ലം ചുടുക, മല എലിയെ പ്രസവിക്കുക തുടങ്ങിയ ശൈലികളും ഓർമ്മയിലെത്തി.

“എന്താ ആലോചിക്കുന്നത്?” തുളസി ചോദിച്ചു.

എലികളെക്കുറിച്ചാണെന്നു പറഞ്ഞാൽ അവൾ പരിഭ്രമിക്കും തീർച്ച. അതിനാൽ ഞാൻ “ഒന്നുമില്ല” എന്നുമാത്രം പറഞ്ഞ് ഒഴിഞ്ഞുമാറി.

ഒരു രാത്രിയിൽ കോണി കയറാൻ തുടങ്ങുമ്പോൾ പെട്ടെന്നു പിന്നിൽ ഒരനക്കം കേട്ട് ഞാൻ തിരിഞ്ഞുനോക്കി. അതൊരു കറുത്ത കൂറ്റൻ എലിയായിരുന്നു. എന്റെ ശ്വാസവേഗം ഇരട്ടിച്ചു. അതിന്റെ കണ്ണുകൾ ക്രൂരതയുടെ തിളക്കം മുറ്റിയവയായിരുന്നു. ദേഹം നിറയെ കറുത്തരോമങ്ങൾ മൂടിപ്പൊതിഞ്ഞിരുന്നു. നിമിഷങ്ങളോളം ഞങ്ങൾ മുഖത്തോടുമുഖം നോക്കിനിന്നു. പെട്ടെന്ന് അത് ഇറയത്തുണ്ടായിരുന്ന വൈക്കോൽക്കൂനയ്ക്കുള്ളിൽ ഒളിച്ചു. ഞാൻ വടിയെടുക്കാൻ അടുക്കളഭാഗത്തേക്കോടി.

“ഒരു വടിയിങ്ങെടുക്കൂ. അപ്പുറത്ത് എലി” ഞാൻ കിതപ്പോടെ വിളിച്ചു പറഞ്ഞു.

ചായ്പിന്റെ മൂലയിൽനിന്ന് അമ്മ ഒരു വടിയെടുത്തു കൈയിൽത്തന്നു. നീണ്ട ചൂല് കൈയിലേന്തി അച്ഛൻ എന്റെ പിന്നാലെ വന്നു. ഞാൻ വടി നീട്ടി വൈക്കോൽക്കൂന ചികയാൻ തുടങ്ങി. എലി പക്ഷേ, പുറത്തുവന്നില്ല.

“നീ വടിയെടുക്കാൻ വന്നപ്പോഴേക്കും അത് പോയിക്കാണും” അച്ഛൻ പറഞ്ഞു.

ഉവ്വ്, അത് പോയിരിക്കും. ഇരുട്ടിന്റെ അതിവിശാലതയിൽ അതിന് അഭയം കിട്ടിക്കഴിഞ്ഞിരിക്കും ഇതിനകം.

എനിക്ക് ഖേദവും ഈർഷ്യയും തോന്നി. ഉം, ഇനിയും മുന്നിൽവന്നു പെടാതിരിക്കില്ല. അപ്പോഴാകട്ടെ... ഞാൻ ഉള്ളാലെ മുറുമുറുത്തു.

നല്ല ആൾതന്നെ. ഒരു പെണ്ണും അവളുടെ കുഞ്ഞും നിന്നെ വിശ്വസിച്ച് നിന്റെ തൊട്ടടുത്തായി ഉറങ്ങുന്നു. നീയോ, എലികളെ സ്വപ്നം കണ്ട് ഭയന്നും വിയർത്തും ഉറക്കമുണരുന്നു. കൊള്ളാം, ഞാൻ ജാള്യതയോടെ പുറത്തേക്കു കണ്ണോടിച്ചു. വീട്ടുപറമ്പിൽ നിലാവത്ത് നിഴലുകൾ കനത്തിറങ്ങുന്നു. പ്രപഞ്ചം നിശ്ചലം; മൂകം. ജനലഴികളിലൂടെ അരിച്ചെത്തുന്ന തണുപ്പ്. ഞാൻ പതുക്കെ തുളസിയെ വിളിച്ചു. അവളുണർന്നു.

വീണ്ടും എന്റെ ഉറക്കം ഞെട്ടി. ഇത്തവണയും എന്നെ ഉണർത്തിയതു വൃത്തികെട്ട എലികൾ തന്നെ. അസംഖ്യം എലികൾ എന്റെ നേർക്കു വരികയായിരുന്നു. ഞാൻ അന്ധാളിച്ചു. ഓട്ടമാരംഭിച്ചു. മണലിലൂടെ ഓടുക എളുപ്പമായിരുന്നില്ല. ഇടയ്ക്കു തിരിഞ്ഞു നോക്കിയപ്പോൾ എണ്ണമറ്റ എലികൾ എന്നെ പിന്തുടരുന്നുണ്ടായിരുന്നു. ഞാൻ സർവ്വശക്തിയും സംഭരിച്ച് പാഞ്ഞു. ഓർക്കാപ്പുറത്ത് മണലിൽ മുഖം കുത്തി വീണപ്പോൾ...

ഞാൻ നിശ്ചേഷ്ടനായി മലർന്നുകിടന്നു. എലികൾ എന്റെ മുഖത്തും നെഞ്ചിലും കൈകളിലും കാലുകളിലും ചന്തിയിലും കടിച്ചു പറിക്കുകയായിരുന്നു.

പെട്ടെന്ന് കാല്ക്കൽ എന്തോ അനങ്ങുന്നതുപോലെ തോന്നി. ഞാൻ കൈയെത്തിച്ച് തിടുക്കത്തിൽ ലൈറ്റിട്ടു. ഈശ്വരാ! കുഞ്ഞിന്റെ കാലുകളിൽ ഒരു ചീർത്ത എലി. ദേഹമാസകലം വിറകൊണ്ടു. “എലി, എലി” ഞാൻ ഒച്ചയെടുത്തു. അത് നൊടിയിടയിൽ കട്ടിലിൽനിന്ന് ചാടിയിറങ്ങി.

തുളസി പകച്ചുണർന്ന് എന്താണെന്ന് ചോദിച്ചു.

“എലി” ഞാൻ പറഞ്ഞു.

എന്റെ ദേഹം അടിമുടി വിറയ്ക്കുകയായിരുന്നു. ഞാൻ കട്ടിലിന് ചുവട്ടിലേക്ക് കുനിഞ്ഞുനോക്കി. ചുവരിന്നരികിലൂടെ എലി മിന്നൽ വേഗത്തിൽ കിഴക്കോട്ട് പാഞ്ഞു. ഞാൻ ഒറ്റച്ചാട്ടത്തിന് മുറിയിലുണ്ടായിരുന്ന കുടയെടുത്ത് അതിനെ കുത്തിമുറിപ്പെടുത്താൻ പലവുരു ശ്രമിച്ചു. അത് അലമാരയുടെ മുകളിലേക്ക് പാഞ്ഞുകയറി. പിന്നെ അവിടെ നിന്ന് മേശപ്പുറത്തേക്കു തുള്ളി. ഞാൻ കുടകൊണ്ട് ആഞ്ഞടിച്ചു. കുഞ്ഞ് ഉണർന്നു കരയുകയായി. എലിക്ക് അടിയേറ്റില്ല. അത് വീണ്ടും നിലത്തിറങ്ങി നാലു ചുമരുകളുടെ ചതുരത്തിൽ ഓടി. ഞാൻ കുടനീട്ടി അങ്ങുമിങ്ങും കുത്തിക്കൊണ്ടിരുന്നു. എലി വട്ടം കറങ്ങിക്കൊണ്ടിരുന്നു. ഒടുവിൽ പുറത്തേക്കുള്ള വഴി കണ്ടെത്തിയതുപോലെ കട്ടിലിലേക്കു കയറി. അതിവേഗത്തിൽ ജാലകത്തിലൂടെ ഓട്ടിൻപുറത്തേക്ക് ചാടി. അതിന്റെ ഒരു രോമ

ത്തിനുപോലും പോറലേല്പിക്കാൻ എനിക്കു കഴിഞ്ഞില്ല. ഒടിഞ്ഞ കുട നിലത്തിട്ട് ഞാൻ കിതച്ചു.

സുഹൃത്തേ, നിങ്ങൾ എല്ലാം കേട്ടല്ലോ. എന്റെ മാനസിക നില നിങ്ങൾ മനസ്സിലാക്കിക്കാണുമെന്നു കരുതുന്നു. ഒന്നും ഒളിച്ചുവെക്കാൻ ഞാൻ ശ്രമിച്ചിട്ടില്ല. ഞാനിപ്പോൾ ആകെ പരിഭ്രാന്തനാണ്. എന്റെ വീട് എലികളെക്കൊണ്ടു നിറഞ്ഞിരിക്കുന്നു. ആദ്യമാദ്യം വളരെ ലാഘവത്തോടെയാണ് ഞാൻ പ്രശ്നത്തെ നോക്കിക്കണ്ടതെങ്കിലും അതിന്റെ രൂക്ഷത എനിക്ക് അധികമധികം ബോദ്ധ്യപ്പെട്ടുകൊണ്ടിരിക്കുന്നു. വീടിന്റെ തറയും മേല്പുരയും ഭിത്തികളും മാത്രമല്ല, എന്റെ കുഞ്ഞുമോളുടെ ഉടലും നിഷ്കളങ്കതയും ഞങ്ങളുടെയെല്ലാം ഉറക്കവും സ്വാസ്ഥ്യവും എല്ലാം എല്ലാം കാർന്നുതിന്നപ്പെടുന്ന അവസ്ഥയാണ്. ഉളിപ്പല്ലുകളും നഖങ്ങളും ആഴ്ന്നിറങ്ങി ഞങ്ങളുടെ ആത്മാവുകളിൽ ചോര പൊടിയുന്നു. ഞങ്ങൾക്കു പൊറുതി മുട്ടിയിരിക്കുന്നു. എലിവിഷവും എലിക്കെണിയും പരാജയപ്പെട്ടിരിക്കുന്നു. എന്റെ വീട്ടിൽ ദിവസേനയെന്നോണം എലികളുടെ അതിക്രമങ്ങൾ വർദ്ധിക്കുന്നു. ജീവിതം ദുസ്സഹമായൊരു പേക്കിനാവായി മാറിയിരിക്കുന്നു. എന്നെ സഹായിക്കൂ....

നിശ്ശബ്ദരാത്രി വിശുദ്ധരാത്രി

അനേകം നക്ഷത്രവിളക്കുകളുടെയും ക്രിസ്മസ് മരങ്ങളുടെയും രാത്രിയിൽ അതിദരിദ്രനായ ഒരുകുട്ടി നിരത്തിലൂടെ തണുത്തുവിറച്ചു കൊണ്ട് നടക്കുകയായിരുന്നു.

അവൻ ഓരോ ചുവട് മുന്നോട്ടു വെച്ചപ്പോഴും മുതുകിലുള്ള ചുമടിൽനിന്ന് പരുപരുത്ത ഞരക്കങ്ങളുയർന്നു. അതിലുള്ളത് അവൻ പകൽ മുഴുവൻ നടന്ന് നഗരത്തിന്റെ പല കോണുകളിൽനിന്നായി ചികഞ്ഞ് പെറുക്കിയെടുത്ത പഴയ പ്ലാസ്റ്റിക് ചെരുപ്പുകളും ഉപേക്ഷിക്കപ്പെട്ട ടിന്നുകളും കുപ്പികളും മറ്റുമാണ്. അവ വിലയ്ക്കുവാങ്ങുന്ന ഒരു കടയുണ്ട് നഗരപ്രാന്തത്തിൽ. അവൻ പോകുന്നത് അവിടേക്കാണ്.

എല്ലാം ശുഭമായി കലാശിക്കുമോ? തീർത്തു പറയാനാവില്ല. ചിലപ്പോൾ കടയുടമസ്ഥന്റെ മുഖത്ത് അവന് കാണേണ്ടിവരിക കടുത്ത നീരസമാവാം. തീരെ വിലകെട്ട, മടുപ്പിക്കുന്ന രൂക്ഷഗന്ധമുള്ള, തീർത്തും ഉപയോഗശൂന്യമായ, കണ്ണുകളെ ശല്യപ്പെടുത്തുന്ന പലതും അവൻ എന്തിനാണു തന്റെ മുന്നിൽ വാരിവലിച്ചു നിരത്തിയിരിക്കുന്നതെന്ന് അയാൾ ക്രുദ്ധനായി കയർത്തേക്കാം. എല്ലാം വാരി ദൂരെക്കളയൂ എന്ന് അയാൾ ആക്രോശിച്ചേക്കാം. കരച്ചിലടക്കിക്കൊണ്ട് അവൻ...

അവൻ അതിവേഗം നടന്നു. താൻ വളരെ വൈകിപ്പോയെന്ന് അവന് അറിയാമായിരുന്നു. ഇത്രയേറെ വൈകിയിട്ടും വലിയ മെച്ചമൊന്നും ഉണ്ടായതുമില്ല. വളരെക്കുറച്ച് ഉരുപ്പടികൾ മാത്രമേ കണ്ടെടുക്കാനായുള്ളു. അതിനുതന്നെ പകലന്തിയോളം അലയേണ്ടിയും വന്നു.

നഗരമാകെ വെടിപ്പാക്കപ്പെട്ടിരുന്നു. നഗരം എന്തിനോ അണിഞ്ഞൊരുങ്ങി നില്ക്കയായിരുന്നു. നഗരത്തിൽ പലേടത്തും നക്ഷത്രവിളക്കുകൾ തൂങ്ങിക്കിടന്നിരുന്നു. സന്ധ്യക്ക് അവയത്രയും ചുവന്ന വെളിച്ചം തൂവി.

ആ വെളിച്ചത്തിലൂടെ മുതുകിൽ ഞരക്കങ്ങൾ പുറപ്പെടുവിക്കുന്ന കീറച്ചാക്കു തൂക്കിയിട്ട് തണുപ്പിൽ ചൂളിപ്പതുങ്ങുന്ന ഹൃദയത്തോടെ അതിദരിദ്രനായ ആ കുട്ടി നടന്നു.

അല്പമകലെ നിരത്തരികിലുള്ള ഒരു വീട്ടിൽനിന്ന് ക്രിസ്മസ് രാത്രിയുടെ ആഹ്ലാദശബ്ദങ്ങൾ അവന്റെ കാതുകളിൽ വന്നലച്ചു.

അവൻ അങ്ങോട്ടുനോക്കി. അവിടെ വീട്ടുമുറ്റത്തുയർത്തിയ ക്രിസ്മസ് മരത്തിനു ചുറ്റും പക്ഷികൾ ചിറകുവീശുംമട്ടിൽ കൈകൾ ചലിപ്പിച്ചുകൊണ്ട് ഒരു പറ്റം കുട്ടികൾ ഓടിക്കളിക്കുകയായിരുന്നു. ക്രിസ്മസ് മരത്തിൽ പല വർണ്ണപ്പൊട്ടുകളായി വെളിച്ചം മിന്നിപ്പൊലിഞ്ഞു. തൂവെള്ളയുടുപ്പ് ധരിച്ച ഒരു പെൺകുട്ടി കൈയിലൊരു പാവക്കുഞ്ഞുമായി ഇറങ്ങിവന്ന് ക്രിസ്മസ് മരത്തിനരികെ ഇരുന്നു. മറ്റു കുട്ടികൾ ദൈവത്തെ വാഴ്ത്തിക്കൊണ്ട് ഉറക്കെ പാടി.

തണുത്ത കാറ്റ് വീശിക്കൊണ്ടിരുന്നു. അവൻ തിടുക്കപ്പെട്ട് നടന്നു അവസാനം ആ കടയുടെ മുന്നിലെത്തിയപ്പോൾ...

പെട്ടെന്ന് തണുപ്പേറുകയും ഇരുട്ടിന് കനം വെക്കുകയും ചെയ്തു.

അവൻ എങ്ങോട്ടെന്നില്ലാതെ പതുക്കെ നടന്നു. വഴിനീളെ ഇരുട്ടായിരുന്നു. മഞ്ഞ് പെയ്തുകൊണ്ടിരുന്നു.

ദൈവം ഉറങ്ങിക്കഴിഞ്ഞിരുന്നു

ആകാശം ഇടിഞ്ഞുവീഴുന്നു

ആകാശം രോമവസ്ത്രംപോലെ കറുത്തിരുന്നു.

മരപ്പണിക്കാരനായ ജോസഫ് ഭയാശങ്കകളോടെ ഇടയ്ക്കിടെ ആകാശത്തിലേക്ക് കണ്ണയച്ചുകൊണ്ട് തിരക്കിട്ടു നടന്നു.

വീടണയുംവരെ മഴ പെയ്യാതിരുന്നെങ്കിലെന്ന് അയാൾ അതിയായി ആഗ്രഹിച്ചു. മഴ പെയ്യാതിരുന്നാൽ പള്ളിയിലേക്ക് ഒരു കൂട് മെഴുകുതിരി നല്കാമെന്ന് അയാൾ ഹൃദയവിശുദ്ധിയോടെ നേർന്നു. അപ്രകാരം ചെയ്തുകഴിഞ്ഞപ്പോൾ കർത്താവ് തന്നെ കൈവെടിയുകയില്ലെന്ന ഉത്തമ വിശ്വാസത്താൽ അയാളുടെ ആശങ്ക തെല്ല് ശമിച്ചു. എങ്കിലും നടത്തത്തിനു വേഗം കുറച്ചില്ല.

നിരത്തു വിജനമായിരുന്നു. നിമ്നോന്നതങ്ങളിലൂടെ ചുറ്റിത്തിരിഞ്ഞു പോയിക്കൊണ്ടിരുന്ന നിരത്തായതിനാൽ ചെറിയൊരു അകലം മാത്രമേ അയാൾക്കു കാണാൻ കഴിഞ്ഞുള്ളൂ.

നിരത്തിന്റെ ഇടതുവശത്തു താഴ്ചയിൽ മരക്കൂട്ടത്തിനപ്പുറത്തു പുഴയായിരുന്നു. പുഴയുടെ ശബ്ദം കേൾക്കാമായിരുന്നു.

അയാൾ ഒരല്പം വേഗം കുറച്ച് മരങ്ങൾക്കിടയിലേക്ക് ഏതാണ്ട് കുത്തനെ ഇറങ്ങുന്ന വെട്ടുവഴിയിലേക്ക് തിരിഞ്ഞു. പിന്നെ വീണ്ടും കാൽവയ്പുകൾ തിടുക്കത്തിലായി. കാലുകളിൽ തട്ടി വഴിയിലെ ഏതാനും കല്ലുകൾ താഴേക്ക് ഉരുണ്ടു നീങ്ങി.

മരങ്ങൾക്കിടയിലെത്തിയപ്പോൾ അയാളെ ഭയപ്പെടുത്തിക്കൊണ്ടിരുന്ന കറുപ്പിന് പിന്നെയും കനം വെച്ചു. രാത്രിപോലെ തോന്നി. പക്ഷേ, രാത്രിയാവാൻ ഇനിയും ധാരാളം സമയമുണ്ടെന്ന് സ്വയം സമാധാനിപ്പിക്കാനായി ജോസഫ് മനസ്സിൽ പറഞ്ഞു. പതിവിലും നേരത്തെയാണ് പണി നിർത്തിയത്. മഴയ്ക്കുമുമ്പേ വീട്ടിലെത്താനുള്ള ധൃതിയിലായി

രുന്നു. രാവിലെ ചന്തയിൽനിന്നു വാങ്ങിവെച്ച ഉണക്കമീനും പച്ചക്കറി സാധനങ്ങളുമടങ്ങിയ സഞ്ചിയെടുത്തു തൂക്കിപ്പിടിച്ച് കൂട്ടുകാരോടു കൂടുതൽ വിശദീകരണത്തിനൊന്നും മുതിരാതെ ഇറങ്ങിയതാണ് അയാൾ. കല്യാണത്തിന്റെ പുതുമ തീരുവോളം ഈ പരവേശം എല്ലാവർക്കും പതിവാണെന്നു ആന്ദ്രെയാസ് പിന്നിൽനിന്ന് വിളിച്ചു പറഞ്ഞപ്പോൾ ജോസഫ് ഊറിച്ചിരിക്കുകയുണ്ടായി. ഉവ്വ്. അതുതന്നെയാണ്, വീട്ടിൽ മറിയം ഒറ്റയ്ക്കാണ്. അവളുടെ കഴുത്തിൽ മിന്നുകെട്ടിയിട്ട് ഒരാഴ്ചയേ ആയുള്ളൂ. അവളെ കാണാൻ തിടുക്കമുണ്ട്. അവൾ ഒറ്റയ്ക്കു കാത്തിരിക്കുകയാവും.

അതോർത്തതും ജോസഫിന്റെ നടത്തത്തിനു വേഗമേറി. കാൽക്കീഴിൽ തരിമണൽ ചെറിയ ഞരക്കത്തോടെ അമർന്നുകൊണ്ടിരുന്നു.

മരങ്ങൾക്കിടയിൽനിന്ന് ആറ്റുവഞ്ചിച്ചെടികൾക്കിടയിലെത്തിയപ്പോൾ വീണ്ടും തെളിച്ചം കണ്ടു. ആകാശത്തിലേക്ക് ഒരിക്കൽക്കൂടി നോക്കി. രോമവസ്ത്രത്തിന്റെ കറുപ്പുതന്നെ. തലനാരിഴയിൽ തൂങ്ങിനില്ക്കുകയാണ് മഴ; ഏതുനിമിഷവും പൊട്ടിവീഴാം.

അയാൾ ആറ്റുവഞ്ചിക്കൂട്ടങ്ങൾ വകഞ്ഞുമാറ്റി പുഴവക്കിലെത്തി.

ദൈവമേ! അയാൾ അറിയാതെ വിളിച്ചുപോയി.

പുഴ രക്തംപോലെ ചുവന്നിരുന്നു. പുഴയിൽ മലവെള്ളം പൊങ്ങിയിരുന്നു. ഒഴുക്കിലേക്ക് നോക്കിനില്ക്കെ ജോസഫിന്റെ മുഖം അവിശ്വസനീയമാംവണ്ണം വിളറുകയും മനസ്സ് അശാന്തമായി തുടിക്കുകയും ചെയ്തു. സമചിത്തത വീണ്ടെടുക്കാൻ അയാൾ കിണഞ്ഞ് യത്നിച്ചു. ഇങ്ങനെ നോക്കിനിന്നാൽ പറ്റില്ല. അക്കരെ ചെന്നുപറ്റാതെ വയ്യ.

രാവിലെ ഇറങ്ങിക്കടക്കുമ്പോൾ മുട്ടിനുതാഴെ വെള്ളമേ ഉണ്ടായിരുന്നുള്ളൂ. ഇപ്പോഴാണെങ്കിൽ കഴുത്തോളം കാണും. ഒഴുക്ക് കൂടിയിട്ടുണ്ട്. അടിയിലത്രയും വഴുവഴുക്കുന്ന കല്ലുകളാണ്. നിലയുറയ്ക്കില്ല. എങ്കിലും പുഴയിലിറങ്ങാൻ തന്നെ ജോസഫ് നിശ്ചയിച്ചു. ബനിയനും കൈലിയും അഴിച്ചെടുത്ത് സഞ്ചിയിൽ തിരുകി. പിന്നെ സഞ്ചി ഇടതുകൈയിൽ ഉയർത്തിക്കൊണ്ട് അയാൾ പുഴയിലേക്കിറങ്ങി.

ഒഴുക്കിന്റെ ശക്തിമൂലം നടന്നുനീങ്ങുക ഏറക്കുറെ അസാദ്ധ്യമായ കാര്യമാണെന്ന് ഏതാനും ചുവടു വെച്ചപ്പോൾതന്നെ അയാൾക്കു ബോദ്ധ്യമായി. ഏതായാലും മുന്നോട്ടു പോവുകതന്നെ. വരുന്നതു വരട്ടെ. വേറെ പോംവഴിയില്ല. മറിയം ഒറ്റയ്ക്കു കുടിലിൽ കാത്തിരിക്കുകയാണ്.

ഹാ! അയാൾ ജലനിരപ്പിലേക്കുയർന്നു. വലതുകൈയും കാലുകളും കലക്കുവെള്ളത്തിന്റെ തീവ്രമായ ഒഴുക്കിനെ പ്രതിരോധിക്കുമ്പോഴും ഇടതുകൈ ഉയർന്നുതന്നെ നിന്നു. അയാൾ വീറോടെ നീന്തി. എന്നാൽ അയാളുടെ നീക്കം വളരെ മന്ദഗതിയിലായിരുന്നു. ഒഴുക്ക് അയാളെ പിടിച്ചുലച്ചു. താൻ ഒഴുകിപ്പോകുമെന്നും അജ്ഞാതമായ ഏതെങ്കിലും മണൽത്തട്ടിൽ ചത്തടിയുമെന്നും അയാൾ ഭയന്നു.

ചെറുത്തുനില്പിന്റെ ഒരു ഘട്ടത്തിൽ അയാളുടെ ഇടതുകരം വെപ്രാ

ളത്തോടെ ഒഴുക്കിൽ മുങ്ങി. പിന്നീട് അതിന് സഞ്ചി വെറുമൊരു ഓർമ്മയായി.

ജോസഫ് ഭ്രാന്തമായ വേഗത്തിൽ ഇരുകൈകളും വലിച്ച് ഒഴുക്കുമുറിച്ചു നീന്തി. ആവൂ, കരയ്ക്കെത്താറായപ്പോൾ ജലനിരപ്പിലേക്ക് തൂങ്ങിക്കിടന്ന ഒരു മരക്കൊമ്പിൽ പിടിക്കാനൊത്തു.

അയാളുടെ കൈകൾ കുഴഞ്ഞിരുന്നു. കരയ്ക്കു കയറിനിന്ന് വേപഥുവോടെ അയാൾ താൻ നീന്തിക്കടന്ന പുഴയെ നോക്കി. വെറും അടിവസ്ത്രമേ അയാളുടെ ശരീരത്തിൽ ഉണ്ടായിരുന്നുള്ളൂ. താൻ എന്തുമാത്രം അപമാനിക്കപ്പെട്ടുവെന്നോർത്ത് അയാൾ ചൂളി നിന്നു.

പുഴ വ്യഗ്രതയോടെ പാഞ്ഞൊഴുകി.

ജോസഫ് പൊന്തകൾക്കും മുളങ്കാടുകൾക്കുമിടയിലൂടെ നൂണു കടന്ന് നാട്ടുവഴിയിലെത്തി. അപ്പോൾ അയാളുടെമേൽ ചരൽക്കല്ലുകൾ പോലെ മഴത്തുള്ളികൾ വന്നുപതിച്ചു. അയാൾ നടുങ്ങുകയും ആകാശത്തിലേക്ക് കണ്ണുയർത്തുകയും ചെയ്തു.

മഴ പെയ്തു തുടങ്ങിയിരുന്നു. തുള്ളിമുറിയാത്ത പെരുമഴയായി അതു മാറിയത് പൊടുന്നനെയാണ്. ജോസഫിന്റെ കാലുകൾ ഇടറി. മഴ ഒരു മൂടുപടംപോലെ അയാളെ പൊതിഞ്ഞു. വഴിയോരത്തുള്ള ചാപ്പലിന്റെ വരാന്തയിലേക്ക് അയാൾ ഓടിക്കയറി. അയ്യോ! അടഞ്ഞ വാതിലിൽ ചേർന്നുനിന്നു അയാൾ കിതച്ചു. മഴയുടെ കൈകൾ എത്തിപ്പിടിക്കാനോങ്ങിയപ്പോൾ അയാൾ നിസ്സഹായനായി കണ്ണുചിമ്മി.

കാറ്റ് വീശുകയായിരുന്നു. മരത്തലപ്പുകൾ ഉലയ്ക്കപ്പെട്ടപ്പോൾ അവയുടെ ഇലകൾ പക്ഷികളെന്നോണം പറക്കുകയായി. വലുതായ നിലവിളികൾപോലുള്ള ശബ്ദങ്ങൾ ഉയർന്നു കേട്ടു. നീളൻ കവുങ്ങുകൾ കാറ്റിൽ വട്ടംചുറ്റി അനേകം ചീളുകളായി പൊട്ടിച്ചിതറുകയായിരുന്നു. വൃക്ഷങ്ങളുടെ ശിഖരങ്ങൾ വലിയ മുഴക്കത്തോടെ ചീന്തി എറിയപ്പെടുകയായിരുന്നു. മുളങ്കൂട്ടങ്ങൾ പിശാചു ബാധിച്ചപോലെ വിറകൊള്ളുകയായിരുന്നു.

ജോസഫ് സ്തബ്ധനായി നിന്നു. ഒരു ഇടിമിന്നലിന്റെ തീക്ഷ്ണമായ വെട്ടം വിഷലിപ്തമായൊരു ചുംബനംപോലെ അയാളെ കുഴക്കി. അയാൾക്ക് എന്താണ് ചെയ്യേണ്ടതെന്ന് അറിഞ്ഞുകൂടായിരുന്നു. നാട്ടുവഴിയുടെ ഓരങ്ങളിലെ മരങ്ങൾ അലറിക്കരഞ്ഞുകൊണ്ട് കടപുഴകി വീഴുന്നത് അയാൾക്ക് കാണ്മാനായി. അതാ, വാളിന്റെ വായ്ത്തലപോലെ മറ്റൊരു മിന്നൽ. അതിനെത്തുടർന്ന് അനേകം നക്ഷത്രങ്ങൾ കൂട്ടിയിടിച്ചതുപോലുള്ള ഒരു മുഴക്കവും കേൾക്കായി. ജോസഫ് ആ ശബ്ദത്താൽ ഞെരുക്കപ്പെട്ടു. അയാൾ ചാപ്പലിന്റെ വാതിൽ ബലമായി തള്ളി. പക്ഷേ, തുറക്കാൻ കഴിഞ്ഞില്ല. അയാൾ കണ്ണീരോടെ വാതിൽപ്പലകകളിൽ പലവട്ടം കൈചുരുട്ടി ഇടിച്ചു. അതൊക്കെയും വൃഥാവിലായതേ ഉള്ളൂ.

പെട്ടെന്ന് ഉള്ളിലെന്തോ ഇടിഞ്ഞുവീഴുന്ന ഒച്ചകേട്ടു. ജോസഫ് ഉൾക്കിടിലത്തോടെ നെഞ്ചിൽ കൈചേർത്തു. ദൈവമേ! ചാപ്പലിന്റെ ചുവരുകൾ തകർന്നുവീഴുകയാണ്.

തകർന്നുവീഴാൻ തുടങ്ങുന്ന ഒരു മന്ദിരത്തിന്റെ ഓരം ചേർന്നു നില്ക്കുകയെന്നത് ഭയങ്കരമാണെന്ന് അയാൾ മനസ്സിൽ പറഞ്ഞു. പിന്നീട് ഒന്നുമോർക്കാതെ പെരുമഴ ചെയ്യുന്ന വഴിയിലേക്ക് അയാൾ ഓടിയിറങ്ങി. പിന്നിൽ ഒറ്റനിമിഷംകൊണ്ട് മന്ദിരം ഇടിഞ്ഞു തകർന്നു. ജോസഫ് പക്ഷേ, തിരിഞ്ഞു നോക്കിയില്ല. ഒരിക്കൽപ്പോലും പിന്തിരിഞ്ഞുനോക്കാതെ അയാൾ കിതച്ചുംകൊണ്ട് ഓടി.

ഞെരിഞ്ഞിലുകളും മുള്ളുകളുമുള്ള വഴിയിലൂടെ ഓടിപ്പോകുമ്പോൾ കാറ്റിലും മഴയിലുംപെട്ട് അയാൾ ഇടറി. കടപുഴകിവീണ വൃക്ഷങ്ങളും ചീന്തി എറിയപ്പെട്ട ശിഖരങ്ങളും വഴിനീളെ ചിതറിക്കിടന്നിരുന്നു. ഓടിപ്പോവുക ശ്രമകരമായിരുന്നു. മഴ പെയ്തുകൊണ്ടിരുന്നു. ജോസഫിന് കയറിയിറങ്ങേണ്ട കുന്ന് മഴയിൽ പാടെ മറഞ്ഞുനിന്നു. അതിന്റെ അങ്ങേ ചരിവിലുള്ള ചെറിയ വീടിനുള്ളിൽ മറിയം പേടിച്ചു വിറയ്ക്കുകയാവും. ഈ മഴയെയും കാറ്റിനെയും വലുതായ മുഴക്കങ്ങളെയും അതിജീവിക്കുമോ ആ പെണ്ണ്...

കാവൽ

പൊടിക്കാറ്റിൽ നീന്തിയെത്തിയ മകനെ ഉറക്കിക്കിടത്തി അമ്മ ജാലകത്തിനടുത്ത് ഇരുന്നു.

വെളിയിൽ അരണ്ട നിലാവും കുറേശ്ശെ മഞ്ഞും ഉണ്ടായിരുന്നു. അങ്ങനെ നോക്കിയിരിക്കെ രാത്രിയിലൂടെ ഒരു ലക്ഷ്യവുമില്ലാതെ അലഞ്ഞു നടക്കുന്ന പ്രേതങ്ങളെ താൻ കാണുന്നുവെന്ന് അമ്മയ്ക്ക് തോന്നി. മരങ്ങൾക്കിടയിലേക്ക് നോക്കിയപ്പോൾ അവിടെ തിളയ്ക്കുന്നൊരു കുട്ടകത്തിനു ചുറ്റുമായി മൂന്ന് ദുർമ്മന്ത്രവാദികൾ ഇരിക്കുന്നതായി അമ്മ കണ്ടു. കുട്ടകത്തിൽനിന്ന് ആവി പൊങ്ങി. അതിനടിയിൽ തീയാളിക്കൊണ്ടിരുന്നു. അമ്മ പിന്നെയും കണ്ടു. ഒരു മരത്തിനു പിറകിൽനിന്ന് തുറുകണ്ണോടെ മെല്ലെ ഒരു പൂതം തലനീട്ടുന്നു.

"അമ്മേ."

"എന്താ മോനേ."

അമ്മ പിടഞ്ഞെണീറ്റ് കട്ടിലിനടുത്തേക്കു ചെന്നു.

"അമ്മ ഇവിടെത്തന്നെ ഉണ്ട്. എന്താ വേണ്ടത് ന്റെ ഉണ്ണിക്ക്?" ഉണ്ണി അതൊന്നും കേട്ടില്ല. അവൻ മയക്കുമരുന്നിന്റെ ലഹരിയിൽ ഉറങ്ങുകയായിരുന്നു. ഉറക്കത്തിൽ വലതുവശത്തേക്കു ചരിഞ്ഞു. പിന്നെ എന്തോ അവ്യക്തമായി പറഞ്ഞ് ഞരങ്ങിക്കൊണ്ട് മലർന്ന് കിടന്നു.

"ഉണ്ണീ."

അവൻ കൈകൾ ഇരുവശത്തും നീട്ടിവെച്ച് കാലുകൾ തെല്ലകറ്റി അനങ്ങാതെ കിടന്നു.

സീലിങ് ഫാനിന്റെ ശബ്ദം മാത്രം.

അമ്മ കുറച്ചുനേരം ഉണ്ണിയെ നേരിയ വിറയലോടെ ഉറ്റുനോക്കി. പിന്നെ ജാലകത്തിനടുത്തേക്ക് പിൻവാങ്ങി.

അവിടെ കസേരയിലിരുന്ന് ഉണ്ണിയെ നോക്കി. ഉറങ്ങില്ലെന്നു തീർച്ചപ്പെടുത്തിയതായിരുന്നു. ഉറക്കംവന്ന് കണ്ണുകളെ മൂടരുതേയെന്ന് പ്രാർത്ഥിച്ചതായിരുന്നു. എന്നിട്ടും, എന്നിട്ടും അറിയാതെയറിയാതെ, അമ്മയുടെ മിഴികൾ അടഞ്ഞുപോയി.

ഉണർന്നത് വെളിയിൽനിന്ന് അലർച്ചപോലുള്ള ചിരികൾ കേട്ടാണ്.

ഇരുളിൽ നിന്നുകൊണ്ട് ആരൊക്കെയോ ഉറക്കെയുറക്കെ ചിരിക്കയായിരുന്നു.

നേരം പാതിരാ കഴിഞ്ഞിരുന്നു.

ഒട്ടുനേരത്തേക്ക് അമ്മ സ്തബ്ധയായി മിഴിച്ചിരുന്ന്, ഇരുട്ടിലേക്ക് ചെവിയോർത്തു. നിശ്ശബ്ദത. പേടിപ്പെടുത്തുന്ന നിശ്ശബ്ദത. പെട്ടെന്ന് അമ്മയ്ക്കെന്തോ ഓർമ്മ വന്നു. ഒരു തണുത്ത വിറയൽ കീഴോട്ടിറങ്ങി. അമ്മ ചാടിയെണീറ്റ് ചങ്കിടിപ്പോടെ കിടക്കയ്ക്കരികിലേക്കു ചെന്നു.

ഉണ്ണി കിടക്കയിലുണ്ട്.

സീലിങ്ഫാൻ കറങ്ങുന്നു.

ഈശ്വരാ.

അമ്മ കുളിമുറിയിലേക്ക് ചെന്ന് തണുത്തവെള്ളം ഇരുകൈകൊണ്ടും മുഖത്തു കോരിയൊഴിച്ചു.

അമ്മ തിരികെ കസേരയിൽ ചെന്നിരുന്നു ഉണ്ണിയുടെ നേർക്കു നോക്കി. അമ്മയ്ക്കു സ്വയം നിയന്ത്രിക്കാനായില്ല. മുഖംപൊത്തി അമ്മ വിതുമ്പിക്കരഞ്ഞു. എന്നാലും എന്റെ ഉണ്ണി പറഞ്ഞുകളഞ്ഞല്ലോ. ഇന്നു രാത്രി സീലിങ് ഫാനിൽ തൂങ്ങിമരിക്കുമെന്ന്.....

വെയിലിൽ, നിലാവിൽ

സമയം വൈകുകയാണ്.

ഇത്രയും നേരത്തിനിടയിൽ പലരും എന്നോട് ചോദിക്കുകയുണ്ടായി, എന്തിനാണ് ഇവിടെ നില്ക്കുന്നതെന്ന്.

ഞാൻ പറഞ്ഞു.

"ഒരാളെ കാത്തുനില്ക്കയാ."

സമയം കടന്നുപോകുന്നു. വേറൊരാളുടെ വക അന്വേഷണം.

"സിനിമയ്ക്കു പോകുന്നോ?"

ആ ചോദ്യത്തിന്റെ പ്രസക്തി അംഗീകരിക്കാതെ വയ്യ. എന്റെ നേരെ മുന്നിലായി നഗരത്തിലെ ഒരു തിയേറ്ററിൽ പ്രദർശിപ്പിച്ചുവരുന്ന സിനിമാസ്കോപ്പ് വർണ്ണചിത്രത്തിന്റെ പടുകൂറ്റൻ പരസ്യം. അതിൽ കുളിച്ചു കയറി ഈറൻ ചുറ്റി നടന്നുപോകുന്ന ഒരു പെൺകുട്ടിയെ കാണാം. അവൾ എന്നെ നോക്കി മന്ദഹസിക്കയാണ്. എന്നെ തിയേറ്ററിലേക്ക് വിളിക്കുകയാണ്. സിനിമ ഇരുപതാം നൂറ്റാണ്ടിന്റെ മഹത്തായ കലയാണ്. സമ്മതിക്കുന്നു. പക്ഷേ, ഞാനിപ്പോൾ സിനിമയ്ക്കല്ല. ഒരാൾ വരാനുണ്ട്.

ഒരാൾ വരാനുണ്ടെന്നു ഞാൻ പറയുമ്പോൾ എന്റെ മുന്നിൽ ആരുമുണ്ടായിരുന്നില്ല. ഒരുപക്ഷേ, സിനിമയ്ക്കു പോകുന്നോയെന്നു ചോദിച്ചത് ഞാൻ തന്നെയായിരിക്കാം. എന്തോ.

മനസ്സ് അശാന്തമാണ്. കാത്തുനില്ക്കാൻ തുടങ്ങിയിട്ട് നേരമൊരു പാടായി. കാത്തുനില്പുപോലെ മടുപ്പിക്കുന്ന മറ്റെന്തുണ്ട്? ഞാനിതാ ക്ഷീണിച്ചുലഞ്ഞിരിക്കുന്നു. തകർന്നടിയാറായിരിക്കുന്നു. എന്നിട്ടും കാത്തുനില്ക്കയാണ്. ഒരാൾ വരാനുണ്ട്.

ഈയിടെ ഒരു കഥ വായിക്കുകയുണ്ടായി. അതിന്റെ പേരെന്തെന്ന് മറന്നു. ആകെ ഓർമ്മയുള്ളത് പൊടിമണ്ണിൽ കളിക്കുന്ന കുട്ടികളെയാണ്.

കുട്ടികൾ... ഒരിക്കൽ ഞാനും ഒരു കുട്ടിയായിരുന്നു... ക്ഷേത്രശില്പങ്ങളുടെ മാതൃകയിലുള്ള ഒരു മരപ്പാവയുമെടുത്ത്... അതിനപ്പുറം ഒന്നുമോർമ്മയില്ല. ഒരിക്കൽ ഞാനും ഒരു കുട്ടിയായിരുന്നു. പക്ഷേ, എനിക്കൊരു കുട്ടിക്കാലമുണ്ടായിരുന്നില്ല....

"ഹായ്."

ഒരു ബൈക്ക് തൊട്ടുമുന്നിൽ ബ്രേക്കിട്ടു.

"വരുന്നോ?"

"ഇല്ല, ഞാനൊരാളെ വെയ്റ്റ് ചെയ്യ്വാണ്."

"എന്നാൽ ഞാൻ പോകാം."

"ശരി."

ബൈക്ക് അകന്നു. എന്റെ കാത്തുനില്പ് അനിശ്ചിതമായി തുടരുകയാണ്. ആരൊക്കെയോ മനസ്സിലേക്കു കയറിവരുന്നു. കസാൻദ്സാക്കിസും ബോർഹെസും ജോൺ ലെനനും പത്മാ സുബ്രഹ്മണ്യവും ഭീം സെൻ ജോഷിയും ഹുസൈനും...

"എന്നോട് ക്ഷമിക്കൂ."

ഞാൻ നടുങ്ങി മുഖമുയർത്തി. ഒരു പെൺകുട്ടി കണ്ണുനീരൊഴുക്കിക്കൊണ്ട് എന്റെ മുന്നിൽ. ഞാൻ പകച്ചുനില്ക്കെ അവൾ വിതുമ്പി.

"എന്നെ മറന്നുകളയൂ. എന്റെ സ്നേഹം വെറും നാട്യമായിരുന്നു. എനിക്കു വേണ്ടിയിരുന്നത് ഒരു വലിയ വീടും അലങ്കരിച്ച കിടപ്പുമുറിയും ടി വിയും ഫ്രിഡ്ജും ഇടയ്ക്കിടെ ഫോൺ ചെയ്യുന്ന ഭർത്താവുമായിരുന്നു. എന്നെ മറക്കുക... എനിക്ക് സുഖമാണ്."

എന്തെങ്കിലും പറയാൻ ഇടതരാതെ അവൾ നടന്നു. എന്തോ പറയാനായി വാ തുറക്കുമ്പോഴേക്കും അവൾ പോയിക്കഴിഞ്ഞു. ഞാൻ പരിഭ്രാന്തനായി നിന്നു. ഒന്നും മനസ്സിലാകുന്നില്ലല്ലോ. നേരമെത്രയായി. എന്നോടിവിടെ കാത്തുനില്ക്കാൻ പറഞ്ഞയാൾ ഇനിയുമെന്താണ് വരാത്തത്. നേരം പിന്നെയും വൈകുകയാണല്ലോ. അയാൾ വന്നേക്കില്ലേ. എന്നോടിവിടെ കാത്തുനില്ക്കാൻ പറഞ്ഞ കാര്യം തന്നെ അയാൾ മറന്നിരിക്കുമോ. അതോ, എന്നോടാരും ഇവിടെയിങ്ങനെ കാത്തുനില്ക്കാൻ പറഞ്ഞിട്ടില്ലെന്നോ, ദൈവമേ, എന്തൊരു..

പുകയും കരിയുമുള്ള ആകാശത്തിനു ചുവട്ടിലൂടെ പഴയ കെട്ടിടങ്ങളും വിളക്കുകാലുകളും ചവറ്റുകൂനകളും പിന്നിട്ട് ഞാൻ നടന്നു. ഒരു സ്വപ്നത്തിലെന്നോണം ഞാൻ പൊയ്ക്കൊണ്ടിരുന്നു. ഒരു വളവു കഴിഞ്ഞപ്പോൾ തെല്ലകലെ ഒരാൾക്കൂട്ടം ദൃശ്യമായി. പൊടുന്നനെ ആൾക്കൂട്ടത്തിൽ ആഹ്ലാദത്തിന്റെ ചലനങ്ങൾ, ചിരി, കൈവീശൽ, തല കുലുക്കൽ...

"എത്ര നേരമായി ഞങ്ങളിവിടെ കാത്തു നില്ക്കുന്നു സുഹൃത്തേ." ഒരാൾ മുന്നോട്ടു നീങ്ങിവന്ന് പറഞ്ഞു.

ടെലിവിഷൻ പരസ്യങ്ങൾ

സൈക്കിൾ ബെൽ. പോസ്റ്റ്മാന്റെ വരവ്. എന്നുമെന്നപോലെ ചുറുചുറുക്കോടെ മുറ്റത്തു വന്നിറങ്ങി ചിരിച്ച് പരിചയം കാട്ടി.

രണ്ടു കത്തുകളും ഒരു ബുക്ക് പായ്ക്കറ്റും തന്നു. എന്നിട്ട് സൈക്കിളിന്റെ ഹാൻഡിലിൽ പിടിച്ചുനിന്ന് പറയുകയാണ്:

"സാറ് ടി വി വാങ്ങാൻ ഉദ്ദേശിക്കുന്നുവെങ്കിൽ വാങ്ങാൻ ഏറ്റവും യോജിച്ച ടി വി ഏതാണെന്ന് എനിക്ക് നന്നായി അറിയാം."

ശരിക്കും അമ്പരന്നുപോയി. ഒന്നും മനസ്സിലാവാത്തപോലെ നോക്കുമ്പോൾ അയാൾ:

"പോസ്റ്റുമാൻ ചെന്നെത്താത്ത സ്ഥലമേയില്ല."

സിറ്റൗട്ടിൽ ഇരിക്കുകയായിരുന്നു. ഗെയ്റ്റ് ശബ്ദിക്കുന്നതുകേട്ട് മുഖമുയർത്തി. ഒരു യുവതിയെ കണ്ടു. അവിടംതൊട്ടേ ചിരിച്ചുകൊണ്ട് എന്റെ നേരെ. എന്തോ, പരിഭ്രമം തോന്നി.

ഹായ് എന്നു പറഞ്ഞശേഷം അനുവാദത്തിനൊന്നും നില്ക്കാതെ സിറ്റൗട്ടിലേക്കു കയറി എന്റെ മുന്നിലുള്ള ചൂരൽക്കസേരയിൽ ഇരുന്നു.

നല്ല വേഷം. മുഖത്തു ലിപ്സ്റ്റിക്കും ഐഷാഡോയും.

"ആരാ? എന്തിനാ?" ലേശം അന്ധാളിപ്പോടെ ചോദിച്ചു.

അവൾ വലതു കൈത്തലം മുഖത്തുചേർത്ത് ഒട്ടൊരു ആകുലഭാവത്തിൽ നിമിഷങ്ങളോളം എന്നെ നോക്കി. പിന്നീട് പറഞ്ഞു: "സാറെന്താ ഇത്രയുമായിട്ടും ടി വി വാങ്ങിക്കാത്തത്. സാറിന്റെ ഗ്രേഡിലുള്ളവർ മുഴുവനും വാങ്ങിക്കഴിഞ്ഞു. ഇനി ഒട്ടും വൈകിക്കേണ്ട. പിന്നെ ഒരു കാര്യം..." അവളുടെ ശബ്ദം തുടർന്ന് ഗൗരവപൂർണ്ണമായി: "വിശ്വസിക്കാവുന്നതു മാത്രമേ വാങ്ങാവൂ. വളരെ വിലകൊടുത്ത്, ഒരുപക്ഷേ, വിദേശത്തുനിന്നു തന്നെ കൊണ്ടുവന്നതായിരിക്കാം. പക്ഷേ, അതു തുടർച്ചയായി സുഗമ

മായ പ്രവർത്തനം തരുന്നില്ലെങ്കിൽ വെറുമൊരു ഷോ പീസ് ആയിമാറും. അന്വേഷിച്ചാൽ അറിയാം. എത്രപേരാണ് ഇപ്പോൾ നിരാശപ്പെട്ടിരിക്കുന്നതെന്ന്. അതുകൊണ്ട് ഒരു കളർ ടി വി വാങ്ങിക്കുമ്പോൾ ശ്രദ്ധിക്കേണ്ട കാര്യങ്ങൾ എന്തെല്ലാമെന്ന് അറിഞ്ഞിരിക്കണം. ഏറ്റവും പ്രധാനപ്പെട്ടത്, നേരത്തെ കളർ ടി വി വാങ്ങിച്ചിട്ടുള്ളവരുടെ അഭിപ്രായം എന്താണെന്ന് അറിയുകയാണ്. രണ്ട്..."

ഞാൻ മിഴിച്ചിരുന്നു. അവൾ നിർത്താതെ പറയുകയായിരുന്നു. ഇമ്പമുള്ള ഒരു മൃദുസ്വരത്തിൽ അവൾ പറഞ്ഞുകൊണ്ടിരുന്നു.

"നോക്കൂ." അവൾ ഒരു ഫയൽ നിവർത്തി എന്റെ നേർക്കു പിടിച്ചു. അതിലൊരു ടി വിയുടെ പടമുണ്ടായിരുന്നു.

"പരിധിയില്ലാത്ത അനുഭവം പ്രദാനം ചെയ്യുവാൻ വേണ്ടി പ്രത്യേകം നിർമ്മിച്ചിട്ടുള്ളതാണ് ഈ ടി വി. ഒരു കലാഭിജ്ഞാന വിദഗ്ദ്ധന് ഇതിൽ കൂടുതൽ പ്രതീക്ഷിക്കുവാൻ കഴിയുകയില്ല. പൂർണ്ണത ആഗ്രഹിക്കുന്നവർ ഇതിൽ കുറഞ്ഞതു സ്വീകരിക്കുകയുമില്ല." ഫയൽ മടിയിൽവെച്ച് ഒരു ചെറുചിരിയോടെ അവൾ എന്നെ ഉറ്റുനോക്കി.

* * * * * *

നിരത്തിലൂടെ നടക്കുകയായിരുന്നു. എതിരെനിന്ന് സഗൗരവം നടന്നുവരുന്നത്, ഞാൻ തിരിച്ചറിഞ്ഞു, ഒരു ബാങ്ക് മാനേജരാണ്. എനിക്കു മുഖപരിചയമേ ഉള്ളൂ. ഒന്നു മുഖത്തേക്കു നോക്കുകമാത്രം ചെയ്ത് ഭാവഭേദമൊന്നുംകൂടാതെ മുന്നോട്ടു നീങ്ങാൻ തുടങ്ങവെ അയാൾ പറഞ്ഞു:

"വിലകുറഞ്ഞ ഒരു കളർ ടി വി വാങ്ങുമ്പോൾ കുറേ പണം ലാഭിക്കാനാവുമെന്നതിൽ തർക്കമേയില്ല. പക്ഷേ, അതു പ്രവർത്തനയോഗ്യമാക്കാൻ അതിൽ കൂടുതൽ ചെലവാക്കേണ്ടിവന്നാലോ?"

ഞാൻ അന്തംവിട്ടുനിന്നു. അയാൾ എന്നെ ശ്രദ്ധിക്കാതെ ദൂരെയെങ്ങോ കണ്ണുനട്ട് തുടർന്നു.

"വിലക്കുറവുള്ള ഒരു കളർ ടി വി അന്വേഷിച്ച് ഞാൻ പരക്കം പാഞ്ഞില്ല. ഒരിക്കൽ മുടക്കുന്ന പണത്തിന്റെ മൂല്യം വർഷങ്ങളോളം സംതൃപ്തി തരുന്ന, പ്രവർത്തനശേഷിയിലൂടെ തിരിച്ചു കിട്ടുന്ന ഒന്നായിരുന്നു ഞാൻ അന്വേഷിച്ചത്. അതു കണ്ടെത്തുകയും ചെയ്തു."

തൃപ്തിയോടെ സ്വയം ചിരിച്ച്, ശിരസ്സ് ചെറുതായൊന്ന് ഇളക്കി അയാൾ പിന്നെയും നടക്കുകയായി.

ഞാൻ അവിടെത്തന്നെ നിന്നു. അയാൾ കണ്ണിൽനിന്ന് മറയുന്നതുവരെ.

ചാനൽ ഒന്ന്, രണ്ട്

എല്ലാവരുമുണ്ടായിരുന്നു മുറിയിൽ. സോഫയിലും കിടക്കയിലുമായി ഇരുന്ന് അവർ ടി വി കാണുകയായിരുന്നു.

ടി വിയിൽ പഴയൊരു ഗുരുദത്ത് ചിത്രം. അതു കുറച്ചായതോടെ മുത്തച്ഛനു മടുത്തു. നീണ്ടൊരു കോട്ടുവായിട്ടുകൊണ്ട് അയാൾ സോഫയിൽനിന്ന് എഴുന്നേറ്റു.

"ഉറക്കം വരുന്നു."

മുത്തച്ഛൻ പോയിക്കഴിഞ്ഞപ്പോൾ പോപ്കോൺ തിന്നുകയായിരുന്ന പേരക്കിടാങ്ങൾ തമ്മിൽ പറഞ്ഞു.

"ഞാൻ വിചാരിച്ചു മുത്തച്ഛന് ഇഷ്ടാവുംന്ന്."

"മുത്തച്ഛന് വേണ്ടത് ഇതൊന്നും അല്ല. പുരാണചിത്രങ്ങളാ."

"ഇതുപിന്നെ എന്താ?"

"ബോറ്!"

അതുകേട്ട് ഗുരുദത്ത് അത്യഗാധമായ വ്യസനത്തോടെ വഹീദാ റഹിമാനോട് എന്തോ പറഞ്ഞു.

"ജാക്കിഷ്റോഫിന്റെ പടമായിരുന്നെങ്കിൽ!"

"കൂടെ മീനാക്ഷിശേഷാദ്രിയും."

"മന്ദാകിനിയും രാജീവ് കപൂറുമായാലോ?" അയാൾ ചോദിച്ചു.

"മന്ദാകിനി കുഴപ്പമില്ല. പക്ഷേ, രാജീവ് കപൂർ വേണ്ടേ വേണ്ട. അതൊരു മന്തനാ. ഒന്നിനും കൊള്ളില്ല."

മകൾ അങ്ങനെ പറഞ്ഞതുകേട്ട് അച്ഛനുമമ്മയും ഉറക്കെ ചിരിച്ചു. അവർക്ക് തങ്ങളുടെ മകളുടെ തിരിച്ചറിവിൽ ഏറെ മതിപ്പുതോന്നി.

പോപ്കോൺ തീർന്നു.

"ഞാൻ പോവുകാ." മകൻ പറഞ്ഞു

"ഞാനും പോവുകാ." മകൾ പറഞ്ഞു.

ഗുഡ്നൈറ്റ്, ഗുഡ്നൈറ്റ്, ഗുഡ്നൈറ്റ്, ഗുഡ്നൈറ്റ്, ഗുഡ്നൈറ്റ്...

അവർ രണ്ടുപേരും പോയി. കിടപ്പുമുറി അവരുടെ പപ്പയ്ക്കും മമ്മിക്കുമുള്ളതായി. അയാൾ കണ്ണിറുക്കിക്കാണിച്ച് എഴുന്നേറ്റു. അയാളുടെ ഇംഗിതം അവൾക്ക് എളുപ്പത്തിൽ ഗ്രഹിക്കാനായി. അവൾ ചിരിച്ചുകൊണ്ട് എഴുന്നേറ്റു. അയാൾ ഷെൽഫിൽനിന്ന് വിസ്കി പുറത്തെടുത്തു. സ്കോച്ച് തന്നെ. അയാൾ കുപ്പി തുറന്ന് വിസ്കി മണത്തു. ഹായ്. അയാളാകെ ഉത്സാഹഭരിതനായി.

ഗ്ലാസും ഐസും വെള്ളവുമായി അവൾ മടങ്ങിവന്നു.

അയാൾ നേരമൊട്ടും കളയാതെ ഒരു ലാർജ്ജ് ഒരുക്കി.

"ഫിഷ് വേണോ?"

"ആങ്ഹ, കൊണ്ടുവാ."

അവൾ അതനുസരിച്ച് അടുക്കളയിലേക്കു പോയി അല്പം കഴിഞ്ഞ് ഫിഷ്ഫ്രൈയുമായി വന്നു. ഉള്ളിയുടെയും തക്കാളിയുടെയും നുറുങ്ങുകൾക്കിടയിൽ വറുത്ത മത്സ്യം കൊതിപ്പിക്കുന്നൊരു കാഴ്ചയായിരുന്നു.

ഗുരുദത്ത് ദുഃഖം സഹിക്കവയ്യാതെ ഒരു ശോകഗാനത്തിന് മുതിർന്നു.

"ഫിഷ് എങ്ങനേണ്ട്."

"ഫൈൻ." അയാൾ ഒരു കഷണം അടർത്തി അവൾക്കു നീട്ടി. അവൾ വായ് തുറന്നു. പിന്നെ അയാൾ ഗ്ലാസ് അവളുടെ നേർക്കു നീട്ടി. അവൾ അതും നിരാകരിച്ചില്ല.

ഗുരുദത്ത് നീണ്ട കുർത്തയുമിട്ട് അങ്ങേയറ്റം നിരാശയോടെ അലഞ്ഞുനടന്നു.

രണ്ടാമത്തെ ലാർജ്ജ്.

വഹീദാ റഹിമാൻ ഉറ്റുനോക്കി.

മൂന്നാമത്തെ ലാർജ്ജ്.

ഗുരുദത്ത് നെറ്റിയിൽ കൈത്തലമമർത്തി ദുഃഖിതനായി ഇരുന്നു.

അയാളും അവളും കിടക്കയിൽ. അവളുടെ വസ്ത്രമില്ലാത്ത ഉടലിനോട് തന്റെ വസ്ത്രമില്ലാത്ത ഉടൽ ചേർത്തുകൊണ്ട് അയാൾ ടി വിയുടെ നേരെ നോക്കി. ഗുരുദത്ത് തിരിഞ്ഞുനിന്നു. അയാളെ തന്റെ ഉടലിനുള്ളിൽ അറിഞ്ഞുകൊണ്ട് അവൾ ടി വിയുടെ നേരെ നോക്കി. വഹീദാ റഹിമാൻ മുഖംപൊത്തി കരഞ്ഞു.

അയാൾ കിതച്ചുകൊണ്ട് അവളുടെ ഉടലിൽനിന്നു മാറി.

അവൾക്ക് ഉറക്കം വരുന്നുണ്ടായിരുന്നു.

അയാൾക്കും ഉറക്കം വരുന്നുണ്ടായിരുന്നു.

അവിടെ കിടക്കയിൽ കിടന്നുതന്നെ ടി വി സ്വിച്ച് ഓഫ് ചെയ്യാൻ അവർക്കു കഴിയുമായിരുന്നു.

മറുകര

പലരും അവരെ ശ്രദ്ധിക്കയുണ്ടായി. തീവണ്ടിയിലിരിക്കെ സഹയാത്രികരെല്ലാം അവരെ സംശയത്തോടെ നോക്കി. അവർ ജാലകത്തിനടുത്തുള്ള ഒറ്റ ഇരിപ്പിടങ്ങളിൽ അഭിമുഖമായി ഇരിക്കുകയായിരുന്നു. അയാളുടെ ശ്രദ്ധ കൈയിലെ പുസ്തകത്തിലായിരുന്നു. അവൾ വെളിയിലേക്കു നോക്കിക്കൊണ്ട് ഇരുന്നു. വരണ്ട കാറ്റുകളും നിശ്ചലമായ പുഴയും മരക്കൂട്ടങ്ങളും പുകക്കുഴലുകളും കടന്നുപോയി. തീവണ്ടി പല സ്റ്റേഷനിലും നിന്നു. യാത്രക്കാർ ഇറങ്ങുകയും കയറി വരികയും ചെയ്തു. പുതുതായി വന്നവരും അവരെ സംശയദൃഷ്ടിയോടെതന്നെ വീക്ഷിച്ചു. പരസ്പരമറിയാത്ത രണ്ടുപേരെന്നു കരുതി അവരെ വെറുതെ വിടാമായിരുന്നു പക്ഷേ...

ഇടയ്ക്ക് അവൾ മുന്നോട്ടു നീങ്ങിയിരുന്ന് എന്തോ ചോദിക്കുന്നതും അയാൾ പുസ്തകത്തിൽനിന്ന് മുഖമുയർത്തി പതിഞ്ഞ ശബ്ദത്തിൽ മറുപടി പറയുന്നതും..

അയാൾ തന്റെ സഞ്ചിയിൽനിന്ന് ഒരു ഓറഞ്ചെടുത്ത് അവൾക്കു കൊടുക്കുന്നതും..

അവൾ എന്തോ പറഞ്ഞതുകേട്ട് അയാൾ ചിരിക്കുന്നതും...

ഏതോ ഓർമ്മയെത്തുടർന്ന് അവൾ വിതുമ്പിക്കരയുന്നതും അയാൾ അവളെ സാന്ത്വനപ്പെടുത്താൻ തുനിയുന്നതും..

ഇറങ്ങേണ്ട സ്റ്റേഷനിലെത്തുമ്പോൾ അവൾ സീറ്റിൽ ചാരിക്കിടന്ന് മയങ്ങുകയായിരുന്നു. അയാൾ ഇറങ്ങാറായെന്നു പറഞ്ഞ് വിളിച്ചപ്പോൾ അവൾ അമ്പരപ്പോടെ ഉണർന്നു. തീവണ്ടി സിഗ്നൽ പോസ്റ്റ് കടന്ന് സ്റ്റേഷനെ സമീപിക്കയായിരുന്നു. അവൾ എഴുന്നേറ്റ് തിടുക്കത്തിൽ ചെന്ന് മുഖം കഴുകി. ബേസിനു മുകളിലുള്ള കണ്ണാടിയിൽ നോക്കി മുടി പിറ

കോട്ടൊതുക്കി. അയാൾ ഇരിപ്പിടങ്ങൾക്കിടയിലൂടെ നീങ്ങിവരുന്നത് അവൾക്കു കണ്ണാടിയിൽ കാണാനായി. അവളുടെ ബാഗ് അയാൾ കൂടെയെടുത്തിരുന്നു. അതുകൊണ്ട് അവൾക്ക് തന്റെ സീറ്റുവരെ തിരികെപ്പോകേണ്ടിവന്നില്ല. തീവണ്ടി നിന്നു.

തിരക്കിലൂടെ, സംശയവും ജിജ്ഞാസയും നിറഞ്ഞ പല കണ്ണുകൾക്കിടയിലൂടെ അവർ പുറത്തുകടന്നു.

യാത്രക്കാരെ പ്രതീക്ഷിച്ച് ഓട്ടോറിക്ഷകളും ടാക്സികളും സ്റ്റേഷൻ പരിസരത്ത് നിലയുറപ്പിച്ചിരുന്നു.

"ഞാൻ സാധാരണ നടന്നാണ് പോകാറ്." അയാൾ പറഞ്ഞു.

"അതിനെന്താ, നടക്കാം." അവൾ പറഞ്ഞു.

"കുറച്ചു നടക്കാനുണ്ട്."

"സാരമില്ല." അവൾ ചിരിച്ചു.

പിറകിൽ ടാക്സികളിലെയും ഓട്ടോറിക്ഷകളിലെയും ഡ്രൈവർമാരും മറ്റു ചിലരും അവരെക്കുറിച്ച് പറയുകയായിരുന്നു. പല നിഗമനങ്ങൾ. അഭ്യൂഹങ്ങൾ. അവർ അതൊന്നും കേൾക്കാതെ നിരത്തിലൂടെ നടന്നു. വെയിലുണ്ടായിരുന്നു. അയാൾ മുന്നിൽ നടന്നു. അയാൾക്കു പാദരക്ഷകൾ ഉണ്ടായിരുന്നില്ല. കാലടികളിൽ പാതയുടെ ചൂട് തട്ടിക്കൊണ്ടിരുന്നു. പാതവക്കിലെ അങ്ങാടികളിലിരുന്ന് ആരൊക്കെയോ അവരെ തുറിച്ചുനോക്കി. നിരത്തിലൂടെ കടന്നുപോയവർ തിരിഞ്ഞുനിന്നു. പുരുഷന്മാർ മാത്രമല്ല, സ്ത്രീകളും അവരെ സംശയപൂർവ്വം നോക്കി. കടന്നുപോയ കാറിൽനിന്ന് ഒരു സ്ത്രീയുടെ മുഖം ആകാംക്ഷയോടെ വെളിയിലേക്കു നീണ്ടുവന്നു.

* * * * * *

ഒറ്റയടിപ്പാതയുടെ ഇരുവശത്തും വേനൽച്ചൂടിൽ മഞ്ഞച്ച പുല്ലുകൾ. അവൾ നടന്നെത്തുന്നതും കാത്ത് അയാൾ നിന്നു.

"ക്ഷീണിച്ചോ?" അയാൾ കനിവോടെ തിരക്കി.

അവളുടെ മുഖം അയാൾ ചുവന്നും വിയർത്തും കണ്ടു.

"നമുക്കൊരു ഓട്ടോ പിടിക്കാമായിരുന്നു."

"ക്ഷീണിച്ചിട്ടൊന്നുമില്ല."

"ഇനി കുറച്ചേ ഉള്ളൂ."

"ചെരുപ്പിടാതെ കാലു നോവില്ലേ." അവൾ അയാളുടെ ചെമ്മണ്ണു പുരണ്ട കാൽമടമ്പുകളും ഉള്ളംകാലുകളും നോക്കി ചോദിച്ചു.

അയാൾ പതുക്കെ ചിരിച്ചു.

"ഞാനിതൊക്കെ എന്നേ പരിചയിച്ചുകഴിഞ്ഞു!"

അയാളുടെ ദേഹം വിയർക്കുന്നുണ്ടായിരുന്നു. കാവിയുടുപ്പിന്റെ പിറകുവശം വിയർത്തുനനഞ്ഞിരുന്നു.

അയാൾ കണ്ണടയെടുത്ത് മുഖം കൈത്തലംകൊണ്ട് തുടച്ചു.

അവർ പിന്നെയും നടന്നു. കുറച്ചുദൂരം ചെന്നപ്പോൾ അയാൾ കൈ ചൂണ്ടിക്കാണിച്ച് പറഞ്ഞു.

"ആ കാണുന്നതാണ്."

പച്ചപ്പുകൾക്കിടയിലായി പുല്ലുമേഞ്ഞ കുടിലുകൾ. അവയുടെ പരിസരങ്ങളിൽ കാവി വസ്ത്രമണിഞ്ഞ അവ്യക്തരൂപങ്ങൾ. ചരിവിനു കീഴെ പൊന്തകൾക്കും മണൽപ്പരപ്പിനുമപ്പുറത്ത് കടൽ.

"മനോഹരം." അവൾ പറഞ്ഞു.

"ശാന്തമായ സ്ഥലമാണ്. താഴെ റോഡിലൂടെ വല്ലപ്പോഴും കടന്നുപോകുന്ന വാഹനങ്ങളുടെ ശല്യമേ ഉള്ളൂ." അയാൾ പറഞ്ഞു.

"കടലിൽ ഇറങ്ങി കുളിക്കാം, അല്ലേ."

"ധൈര്യമുണ്ടെങ്കിൽ."

"എനിക്ക് പേടിയൊന്നുമില്ല."

"അതു നന്നായി."

* * * * * *

കടലിൽനിന്ന് കാറ്റുകൾ വീശുന്നുണ്ടായിരുന്നു. അയാൾ മുളംതണ്ടുകളുടെ ഗെയിറ്റ് തുറന്നു.

"വരൂ."

അവൾ അയാളെ പിന്തുടർന്നു.

"കാലു കഴുകിക്കോളൂ."

അവൾ തുകൽച്ചെരുപ്പുകൾ അഴിച്ചുവെച്ചു. കാൽവിരലുകളുടെ നഖങ്ങൾക്കുമേൽ പോളിഷ് അവശേഷിച്ചിരുന്നു. പുറപ്പെടുമ്പോൾ പാദസരങ്ങൾ നീക്കാൻ മറന്നുപോയി. അവൾക്കു തെല്ല് സങ്കോചം തോന്നി. കാവി വസ്ത്രങ്ങളുടുത്ത മൂന്നു സ്ത്രീകൾ അവളെ സമീപിച്ചു.

അയാൾ അവരോട് പറഞ്ഞു:

"നിങ്ങളുടെ കുടിലിൽ ഒരാൾക്കുകൂടി സ്ഥലം വേണ്ടിയിരിക്കുന്നു."

മൂന്നുപേരും അവളെ നോക്കി മന്ദഹസിച്ചു. ഒരു സ്ത്രീ അവളുടെ മുതുകിൽ സ്പർശിച്ച് മൃദുവായി പറഞ്ഞു:

"നടന്നു വന്നതല്ലേ അല്പം വിശ്രമിക്കാം."

അവൾ ഒരു കുടിലിന്റെ ഉമ്മറത്ത് ഒരു മുളംതൂണിൽ ചാരി ഇരുന്നു. അങ്ങനെ ഇരിക്കെ പലതും ഓർത്തുപോയി.

"എന്താ ഓർക്കുന്നത്?"

"ഒന്നുമില്ല." അവൾ ഞെട്ടിയുണർന്നു പറഞ്ഞു. കാതുകളിൽനിന്ന് ഓർമ്മയിലെ ശബ്ദങ്ങളകന്നു. ഇപ്പോൾ ഇലകളുടെ മർമ്മരം കേൾക്കുന്നു. അതുമാത്രം. ഇലകൾ എന്നെ വന്നു മൂടട്ടെ; തണുത്ത പച്ചിലകൾ. അവൾ കണ്ണുകൾ ചിമ്മി. ഇലകൾ അവളെ പൊതിഞ്ഞു.

"ഉറങ്ങുകയാണോ?"

"അല്ല."

അവൾ കണ്ണുകൾ തുറന്നു.

"വിശക്കുന്നില്ലേ?"

ഇത്തിരി തേനിന്റെയും പഴങ്ങളുടെയും ഉപചാരം. അവൾ അതിനു നന്ദി പറഞ്ഞു. മുറ്റത്തുകൂടി ഒരുപറ്റം വെള്ള മുയലുകൾ ചാടിച്ചാടി നീങ്ങി.

* * * * * *

അയാൾ തനിക്കു മാത്രമായുള്ള കുടിലിന്റെ തിണ്ണയിലിരുന്ന് പറഞ്ഞു:

"എന്തെങ്കിലും പ്രശ്നമുണ്ടാകുമോ എന്നറിയില്ല. ഞാനാ കുട്ടിയെ പിന്തിരിപ്പിക്കാൻ ആവുന്നത്ര ശ്രമിച്ചതാണ്. പക്ഷേ, അവൾ വഴങ്ങിയില്ല. അവളെ സംബന്ധിച്ച് ആ നഗരവും അവിടത്തെ ബന്ധങ്ങളും അത്രയേറെ മനംമടുപ്പിക്കുന്നതായിരുന്നു."

ഒന്നു നിർത്തി അയാൾ തുടർന്നു:

"നമുക്കു നോക്കാം."

അന്നേരത്ത് അവൾ ചുറ്റും നടന്നു കാണുകയായിരുന്നു. വൃക്ഷങ്ങളും ചെടികളും വയലുകളുമൊക്കെ അവൾ നോക്കിക്കണ്ടു. ആഴമേറിയ പച്ചനിരത്തിലൂടെ ഒരു ചെറിയ പെൺകുട്ടിയുടെ ഔത്സുക്യവുമായി അവൾ നടന്നു. ചേനയും ചേമ്പും താളും തകരയും പേരയ്ക്കാമരങ്ങളും സപ്പോട്ടയും നാരകങ്ങളും കണ്ട് അവളുടെ മനസ്സ് കുളിർത്തു.

"ഇവിടത്തെ ആവശ്യം കഴിഞ്ഞ് ബാക്കിയുള്ളത് ഞങ്ങൾ പട്ടണത്തിലേക്ക് ചുമന്നുകൊണ്ട് പോകും; വില്ക്കാൻ. എന്നിട്ട് ആവശ്യമുള്ള വേറെ വല്ലതും വാങ്ങിക്കും." അവൾ കൂടെയുള്ള ഒരു സ്ത്രീയിൽനിന്നു കേട്ടു. മുമ്പൊരിക്കലും കണ്ടിട്ടില്ലെന്നപോലെ അവൾ പശുക്കളെ നോക്കി.

"ആരാ ഇവയെ കറക്കുക," അവൾ ചോദിച്ചു.

"ഇവിടെയുള്ള എല്ലാവർക്കും അറിയാം."

"എനിക്കറിഞ്ഞുകൂടാ ഒന്നും. വീട്ടിൽ എല്ലാറ്റിനും വേലക്കാരുണ്ടായിരുന്നു. നേരമാകുമ്പോൾ ഡൈനിങ് റൂമിലേക്കു ചെല്ലുകയേ വേണ്ടൂ. ടേബിളിൽ എല്ലാം നിരത്തി വെച്ചിട്ടുണ്ടാകും."

"ഞങ്ങളും പല വഴിക്ക് ഇവിടെ എത്തിപ്പെട്ടവരാണ്."

"എല്ലാം മറക്കാൻ കഴിയുമോ?"

"ഉവ്വ്."

നെല്ലിയുടെ കൊമ്പുകളിൽ അവൾ രണ്ടു കുരങ്ങന്മാരെ കണ്ടെത്തി. അവ സോത്സാഹം നെല്ലിക്ക തിന്നുകയായിരുന്നു. "ഒന്നെനിക്കു തര്വോ?" എന്നു പറഞ്ഞ് അവൾ കൈത്തലം നീട്ടിക്കാണിച്ച ഉടനെ അവൾക്കായി നെല്ലിക്കകൾ ഉതിർന്നു. അവൾ മണ്ണിൽനിന്ന് പ്രകൃതിയുടെ കാരുണ്യത്തിന്റെ ആ ചിഹ്നങ്ങൾ പെറുക്കിയെടുത്തു.

* * * *

"ഇതു നോക്കൂ." അവൾ താൻ കണ്ടെടുത്ത ഒരു ശംഖ് അയാളെ കാട്ടി. അവർ കടല്ക്കരയിലായിരുന്നു. വെള്ള മണലിലൂടെ അവർ പതുക്കെ നടന്നു. കാറ്റിൽ മണൽ പാറിക്കൊണ്ടിരുന്നു. "കടലിനെ ഇത്രയേറെ പാവമായിട്ട് ഞാൻ മുമ്പെവിടെയും കണ്ടിട്ടില്ല" അവൾ പറഞ്ഞു. ഒരു തിര വന്ന് അവളുടെ കാലടികളെ നനച്ചു. ആ ഗാഢസ്പർശത്തിൽ അവൾ മതിമറന്നു. കടൽ തന്നെ വിളിക്കുകയാണെന്ന് അവൾക്കു തോന്നി. അയാൾക്കു തടയാനാകുന്നതിനു മുമ്പ് അവൾ തെളിഞ്ഞ ചിരിയോടെ കടലിലേക്കിറങ്ങി. കരയ്ക്കു കയറുമ്പോൾ ഉടലാകെ നനഞ്ഞിരുന്നു.

"പോകാം. വസ്ത്രം മാറ്റണ്ടേ."

"സാരമില്ല. കാറ്റിന് ഉണങ്ങിക്കൊള്ളും."

നനഞ്ഞ് അവളുടെ ഉടൽ തിളങ്ങി. അവൾ മുടി ഇടയ്ക്കിടെ കാറ്റിൽ ഉയർത്തിക്കൊണ്ട് നടന്നു.

"കുറച്ചുനേരം ഇരിക്കാം എന്താ."

"ഓ.." അയാൾ അതിനു തയ്യാറായി. അവൾ അയാളുടെ സമീപ ത്തിരുന്നു.

"ഇവിടെ എത്തിയതും മനസ്സിന് എന്തൊരു സമാധാനമായെന്നോ." അവൾ തന്നോടുതന്നെ എന്നപോലെ പറഞ്ഞു. "കുട്ടിക്കാലം തിരിച്ചു കിട്ടിയതുപോലെ തോന്നുന്നു, ഞാനിനി എങ്ങും പോവില്ല. ഇവിടെ കഴിയും. എനിക്ക് എങ്ങോട്ടും മടങ്ങിപ്പോകാനാവില്ല. ആരും എന്നെ കാത്തിരിക്കുന്നുമില്ല."

"ഒന്നുമോർത്ത് ദുഃഖിക്കരുത്." അയാൾ പറഞ്ഞു.

കടൽ പറയുന്നതും അതുതന്നെയാവാം. സാന്ത്വനം പോലെ തിര കളും നനവാർന്ന കാറ്റുകളും വന്നുകൊണ്ടിരുന്നു. സൂര്യൻ പിന്നെയും ചാഞ്ഞു. അസ്തമയം ദിക്കെങ്ങും നിറഞ്ഞു. അയാൾ എഴുന്നേറ്റു. ധ്യാന ത്തിന്റെ നേരമാകുന്നു.

* * * * *

ഹേ സൂര്യ, ഞങ്ങളുടെ കണ്ണിന് കാഴ്ച ഉണ്ടാക്കിയാലും. ഞങ്ങ ളുടെ ശരീരങ്ങൾക്ക് പ്രകാശത്തിനായി അവിടുത്തെ പ്രകാശം തന്നാലും അവിടുത്തെ തേജസ്സുകൊണ്ട് ഈ ജഗത്തു മുഴുവനും ഞങ്ങൾ വേണ്ട വിധത്തിൽ കാണുമാറാകട്ടെ. ബഹുവിധത്തിൽ, സവിശേഷമായി കാണു മാറാകട്ടെ.

സൗരമന്ത്രങ്ങളിൽനിന്നു തുടങ്ങുന്ന മറ്റൊരു പകൽ. അവളുടെ കണ്ണു കളിൽ ആകാശവും വെളിച്ചവുമായിരുന്നു. ഒരു ശാന്തിയിൽ കണ്ണുകൾ ഈറനായി. സൂര്യനും ആകാശവും മങ്ങി അവ്യക്തമായി അവൾ നിന്നു വിതുമ്പി. കണ്ണു തുടച്ച് ഒരിക്കൽക്കൂടി അവൾ ആകാശത്തിനു നേർക്കു മുഖമുയർത്തി.

അല്ലയോ സൂര്യ, അവിടുന്ന് അതീവ തേജസ്സുറ്റവനാകുന്നു. സത്യം. അതു മിഥ്യയല്ല. ആദിത്യാ, അവിടുന്ന് അതീവ ബലമുറ്റവനാകുന്നു. സത്യം. മഹാനായി ഭവിക്കുന്ന അവിടുത്തെ മഹത്വം സ്തോതാക്കളാൽ സ്തുതിക്കപ്പെടുന്നു. ദേവ, അവിടുന്ന് അതീവ വീര്യമുറ്റവനാകുന്നു. അതും സത്യം.

* * * * *

നഗരത്തിൽനിന്നുള്ള യുവാവ് ഗെയിറ്റിലെത്തി നില്ക്കുമ്പോൾ അവൾ ചെടികൾ നനയ്ക്കുകയായിരുന്നു. ഇലകളിലൂടെ ജലം കിനിഞ്ഞിറ ങ്ങിക്കൊണ്ടിരുന്നു. തനിക്കൊരു സന്ദർശകനുണ്ടെന്ന് അവൾ അറിഞ്ഞില്ല.

ശബ്ദമുണ്ടാക്കാതെ ഗെയിറ്റ് തുറന്ന് അവൻ അവളുടെ നേർക്കു നടന്നു. തന്നെ ആരോ വിളിച്ചതുകേട്ട് അവൾ നടുങ്ങി നിവർന്നു. അവൻ

തെല്ലകലെ നില്പായിരുന്നു. അവളുടെ മുഖം പൊടുന്നനെ വിളർത്തു. എന്നാൽ അടുത്ത നിമിഷത്തിൽ അവൾ തന്റെ കൈയിലുള്ള മൺകുടം അവനെ ലക്ഷ്യമാക്കി വലിച്ചെറിയുകയും അവനോട് എത്രയും വേഗം അവിടെ നിന്ന് പോകാനായി ആക്രോശിക്കുകയും ചെയ്തു. അവളുടെ ശബ്ദം കേട്ട് മറ്റുള്ളവർ പല ഭാഗത്തുനിന്നുമായി വന്നു.

"പോ ഇവിടെ നിന്ന്. എനിക്ക് കാണണ്ട നിന്നെ." അവൾ കിതച്ചു.

മൺകുടം അവന്റെ മേൽ ചെന്നു തട്ടുകയുണ്ടായില്ല. അവനു കുറെ പിറകിലായി അതു തകർന്നു കിടന്നു. അവൻ സ്തബ്ധനായി നിന്നു. എന്തോ പറയാനോങ്ങിയെങ്കിലും ശബ്ദം പുറത്തുവന്നില്ല.

മറ്റുള്ളവർ അവളെ ആശ്വസിപ്പിക്കാൻ ശ്രമിക്കുകയായിരുന്നു. പക്ഷേ, അതു നിഷ്ഫലമായി. അവൾ കരഞ്ഞുകൊണ്ട് അവന്റെ നേർക്കോടിച്ചെന്ന് അവനെ പിറകോട്ടു തള്ളുകയും മുഖത്തും നെഞ്ചിലും മാന്തിക്കീറുകയും ചെയ്തു.

"പോ ഇവിടെനിന്ന്, പോ." അവൾ കരച്ചിലിനിടയിൽ അങ്ങനെ പറഞ്ഞുകൊണ്ടിരുന്നു.

മൂന്നു സ്ത്രീകൾ ചേർന്ന് അവളെ പിടിച്ചുമാറ്റി ഒരു കുടിലിലേക്കു കൊണ്ടുപോയി. അവൾ ചെറുത്തില്ല. മുഖംപൊത്തി കരഞ്ഞുകൊണ്ട് അവരുടെ കൂടെ നടന്നു.

യുവാവിന് മുറിവുകൾ നീറി. അവൻ അവൾ നീങ്ങിയ ദിശയിലേക്കു നോക്കിക്കൊണ്ട് നിന്നു.

അവൻ ദേഷ്യം തീർത്തത് അയാളോടാണ്.

അയാൾ അവനെ സമാധാനിപ്പിക്കാനായി അടുത്തുചെന്നതായിരുന്നു. അവൻ പല്ലുഞെരിച്ചുകൊണ്ട് പറഞ്ഞു.

"ബാസ്റ്റഡ്."

അയാൾ പക്ഷേ, തെല്ലും പ്രകോപിതനാവാതെ സംയമനം പാലിച്ചുനിന്നു. അയാൾ അവളെ മയക്കുമരുന്നുകളുടെ അടിമയാക്കി, ലൈംഗികമായി ചൂഷണം ചെയ്യുകയാണെന്നും അതു സെക്ഷ്വൽ പെർവെർഷനുകളുടെ സ്ഥലമാണെന്നും അവിടെയുള്ള കാവിവസ്ത്രങ്ങൾ ധരിച്ചവരെല്ലാം വെറും ഗുഹ്യരോഗികളാണെന്നും യുവാവ് വിളിച്ചുപറഞ്ഞു.

അയാൾ ഒരക്ഷരം ഉരിയാടിയില്ല.

അവൻ തിരിഞ്ഞുനടന്ന്, നാലഞ്ചുചുവടു പിന്നിട്ട് നിന്ന് വീണ്ടും കൈയുയർത്തി എന്തൊക്കെയോ വിളിച്ചുപറഞ്ഞു.

ഗെയിറ്റിലെത്തി അവൻ പിന്നെയും എന്തെല്ലാമോ പറഞ്ഞു.

* * * * *

അവൾ കുടിലിനുള്ളിൽ മുഖം കുനിച്ചിരുന്നു. അവളുടെ കണ്ണുകൾ നിറഞ്ഞൊഴുകുകയായിരുന്നു. അടുത്തിരുന്ന സ്ത്രീ സാരിത്തലപ്പുനീട്ടി അവളുടെ കണ്ണുനീര് തുടച്ചു. കരയരുതെന്നു പറഞ്ഞു.

വെളിയിൽനിന്ന് ഒരു ഗിറ്റാറിന്റെ നാദമുയർന്നു.

അവൾക്കു സാന്ത്വനം നേർന്നുകൊണ്ട് ഒരാൾ കുടിലിന്റെ മുറ്റത്തു നിന്ന് ഗിറ്റാർ വായിച്ചു. മരങ്ങളിൽ പക്ഷികൾ പാടി.

* * * *

ഒരുനാൾ നേരം ഏതാണ്ട് ഉച്ചയോടടുത്തപ്പോൾ ഗെയിറ്റിൽ ഒരു ചുവന്ന കാറും തൊട്ടുപിന്നിലായി ഒരു പൊലീസ് വാഹനവും വന്നു നിന്നു.

അവൾ കുടിലുകൾക്കപ്പുറം വയലിലായിരുന്നു. കൈത്തലങ്ങളിൽ ചെമ്മണ്ണ്. മുഖം വിയർത്തിരുന്നു.

കാറിന്റെ പിൻസീറ്റിൽനിന്ന് രണ്ടുപേർ പുറത്തിറങ്ങി. അവളുടെ അച്ഛനുമമ്മയും. അവർ ഒന്നും സംസാരിച്ചില്ല. ഗെയിറ്റ് തുറന്ന് അതി വേഗം ചരിവു കയറി. പിറകെ പൊലീസുകാരും.

പൊലീസുകാർ അവളെ ഓടിച്ചെന്ന് പിടികൂടുകയായിരുന്നു. രണ്ടു പേരുടെ അതിബലിഷ്ഠമായ കൈകളിൽനിന്ന് അവൾ കുതറിമാറാൻ പണി പ്പെട്ടു. അവൾ അവരെ മനംനൊന്ത് ശപിച്ചു.

അച്ഛന്റെയും അമ്മയുടെയും മുന്നിലെത്തിയപ്പോൾ അവൾ അവ രുടെ നേരെ നീട്ടിത്തുപ്പി.

"ശവങ്ങൾ!"

രണ്ടു പൊലീസുകാരുടെ മദ്ധ്യേനിന്ന് അയാൾ അവളെ അരുതെന്ന് വിലക്കി.

അവൾ പറഞ്ഞു:

"ഞാൻ പോവില്ല ഇവരുടെ പന്നിത്തൊഴുത്തിലേക്ക്. ഒരുപക്ഷേ, പന്നിത്തൊഴുത്തിനേക്കാൾ ചീത്തയാണത്. ഇല്ല. ഞാൻ അങ്ങോട്ടില്ല."

"മോളേ."

"ത്ഫൂ. ഡേർട്ടി ബിച്ച്."

ഉയർന്ന പൊലീസ് ഉദ്യോഗസ്ഥൻ പറഞ്ഞു:

"നടക്ക് രണ്ടുപേരും."

അയാളുടെ ശബ്ദത്തിൽ അക്ഷമ പ്രകടമായിരുന്നു.

* * * * *

പൊലീസ് വാഹനത്തിലിരുന്നുള്ള ക്ലേശകരമായ യാത്രയോ പൊലീ സുകാരുടെ പരിഹാസോക്തികളോ, തന്നോടു വീണ്ടും വീണ്ടും ക്ഷമി ക്കാനഭ്യർത്ഥിക്കുന്ന അവളുടെ ദീനസ്വരമോ കണ്ണുനീരു പുരണ്ട മുഖമോ പരുപരുത്ത നിലമുള്ള ലോക്കപ്പ് മുറിയോ, നിർദ്ദയമായ ചോദ്യം ചെയ്യ ലോ, കോടതി വരാന്തയോ, പത്രലേഖകരുടെ ചോദ്യശരങ്ങളോ, ക്യാമ റകളുടെ കണ്ണുചിമ്മിത്തുറക്കലോ, പ്രതിക്കൂടോ, ന്യായാധിപന്റെ തീക്ഷ്ണമായ നോട്ടമോ, ആൾക്കൂട്ടത്തിന്റെ കടുത്ത നിന്ദയോ അയാൾ ഓർക്കുന്നില്ല ഇപ്പോൾ. അയാളുടെ കണ്ണുകളിൽ സമുദ്രമാണ്. വെയിൽ ചാഞ്ഞുപതിക്കുന്ന ഉപരിതലം വെള്ളിപോലെ മിന്നുന്ന സമുദ്രം. നോക്കെ ത്തുന്നിടത്തോളം അതു പരന്നുകിടന്നു. അതിനുമേൽ ആകാശം കനം തൂങ്ങി നിന്നു.

കാണെക്കാണെ പകൽവെട്ടം മങ്ങി. അയാൾ സാവധാനത്തിൽ എഴുന്നേറ്റ് തിരിഞ്ഞുനിന്നു. മണലിലൂടെ ആരോ തന്റെ നേർക്കു വരുന്നത് അയാളുടെ ശ്രദ്ധയിൽപ്പെട്ടു.

അത് അവൾ തന്നെയായിരുന്നു.

അവളുടെ വസ്ത്രങ്ങളിലും മുഖത്തും കൈകളിലും രക്തം കാണാമായിരുന്നു. നിശ്ചേഷ്ടനായി നില്ക്കുന്ന അയാളുടെ കാല്ക്കൽ വീണ് പാദങ്ങളിൽ മുഖമമർത്തി കരഞ്ഞുകൊണ്ട് അവൾ വിതുമ്പി.

"ഞാൻ വീണ്ടും വന്നിരിക്കുന്നു. എങ്ങനെയോ രക്ഷപ്പെട്ട്. എന്റെ ദേഹം നിറയെ മുറിവുകളാണ്. ഞാനാകെ ഒരു മുറിവാണ്."

അവൾ രക്തവും കണ്ണുനീരുമുള്ള തന്റെ മുഖം അയാളുടെ നേർക്കുയർത്തി. എന്നിട്ട് ഇത്രയും കൂടി പറഞ്ഞു:

"തോണിക്കാരൻ ക്ഷുദ്രജന്തുക്കളുള്ള പുഴയെ തോണിയാലെന്നപോലെ പൊറുക്കാൻ വയ്യാത്ത സർവ്വദുഃഖങ്ങളിൽനിന്നും എന്നെ മറുകരയ്ക്കെത്തിക്കേണമേ..."

നിഴൽക്കാഴ്ചകൾ

ദിനചര്യകൾക്ക് ചിട്ടയില്ലാതായി. ഉറങ്ങിയിട്ട് രാത്രികളായി...

വാസുദേവഷെട്ടിയുടെ മനസ്സ് നാൾക്കുനാൾ അശാന്തമായിക്കൊണ്ടിരുന്നു.

എന്തോ സംഭവിച്ചിരിക്കുന്നു. എന്താണെന്ന് നിശ്ചയമില്ല.

ചതുരംഗപ്പലകയിൽ കണ്ണുനട്ടിരിക്കുമ്പോൾ അയാളുടെ മനസ്സ് പക്ഷികളോടൊപ്പം യാത്രപോയി.

ഒരു മേഘം അയാളുടെ ചുമലിൽ തൊട്ടു. മഹേശ്വരഭട്ട് ഒരിക്കൽക്കൂടി ജയിക്കുകയാണെന്ന് അയാളറിഞ്ഞു. ഇനി ഏതാനും നീക്കങ്ങൾ മാത്രം.

അയാളുടെ കരുക്കൾ ചെറിയ ചതുരങ്ങളിൽ ഉന്മേഷം പാടെ നശിച്ച് വിളറി നിന്നു.

മഹേശ്വരഭട്ട് നഗരത്തിലെ ഹൈസ്കൂളിൽനിന്ന് പെൻഷൻപറ്റി ഗ്രാമത്തിൽ സ്ഥിരതാമസത്തിനായി തിരിച്ചെത്തിയപ്പോൾ, അയാൾക്ക് ചതുരംഗത്തിലുള്ള താല്പര്യമോർത്ത് വാസുദേവഷെട്ടിക്കുണ്ടായ സന്തോഷം പറയാനില്ല. കൃഷ്ണരായർക്കു പകരം നല്ലൊരു പ്രതിയോഗിയെ കിട്ടിയല്ലോ എന്ന് അയാൾ സമാധാനിച്ചു.

ഒരുവർഷം മുമ്പ് കൃഷ്ണരായർ മരിച്ചപ്പോഴാണ് അയാൾക്ക് ചതുരംഗം കളിക്കാൻ കൂട്ടില്ലാതായത്. അതിനുശേഷം വേറെ വഴി കാണാതെ ഗുണ്ടണ്ണയെ ചതുരംഗം പഠിപ്പിക്കാൻ ശ്രമം തുടങ്ങി. കാടുംമലയും നിരങ്ങി മരുന്നിലകളും വേരുകളും ശേഖരിച്ച് വില്ക്കാനെത്തുന്ന ഗുണ്ടണ്ണയ്ക്ക് ചതുരംഗത്തിൽ തെല്ലും താല്പര്യമില്ല. വൈദ്യരുടെ അപ്രീതി ഒഴിവാക്കാനായി മാത്രം കളിയിൽ ശ്രദ്ധിക്കുന്നതായി ഭാവിക്കുമെങ്കിലും അതിന്റെ നിയമങ്ങൾ അവൻ എളുപ്പത്തിൽ മറന്നുപോകുമായിരുന്നു.

അതുനിമിത്തം ഇനിയൊരിക്കലും അവനെയും കൂട്ടി ചതുരംഗത്തിനിരിക്കില്ലെന്ന് വൈദ്യർ അനേകം തവണ തീരുമാനിച്ചതാണ്. പക്ഷേ, രണ്ടു പകൽ കഴിയുമ്പോൾ വീണ്ടും അവനെ വിളിക്കും.

അങ്ങനെയിരിക്കെയാണ് മഹേശ്വരഭട്ടിന്റെ തിരിച്ചുവരവ്.

അയാൾ ഒരു പരുക്കൻ മൂളിപ്പാട്ടോടെ ചതുരംഗപ്പലകയിലേക്ക് ഉറ്റുനോക്കി.

"പണ്ഡിതരേ," വാസുദേവഷെട്ടി അങ്ങനെ വിളിച്ചതുകേട്ട് അയാൾ പലകയിൽ നിന്ന് മുഖമെടുത്തു. ദുഃഖം പുരണ്ട ആ വിളി അയാളെ സ്പർശിച്ചു.

വാസുദേവഷെട്ടി ചതുരംഗത്തിന്റെ കാര്യം മറന്ന്, തികച്ചും അപ്രതീക്ഷിതമായി, തന്റെയുള്ളിൽ പെരുകിക്കൊണ്ടിരുന്ന അസ്വസ്ഥതയെക്കുറിച്ച് പറയാനാരംഭിച്ചു.

നരച്ചുനീണ്ട മുടി. ശൂന്യമായ കണ്ണുകൾ. മിനുക്കം നഷ്ടപ്പെട്ട മെലിഞ്ഞ ശരീരം. വിറയലാർന്ന ശബ്ദം.

ഓ, അയാൾക്ക് മനസ്സിലായി. ഒരു നിഴൽ വന്ന് മൂടിയിരിക്കുകയാണ് ഷെട്ടിയെ. അതിന്റെ കറുപ്പുനിറം ഈ മുഖത്ത് വ്യക്തമായും തെളിഞ്ഞു കാണാം.

തനിക്ക് മൃത്യുഭീതിയാണെന്നു പറഞ്ഞുകേട്ട് വാസുദേവഷെട്ടി ചിരിക്കുകയായി. വിവശമെങ്കിലും വിശുദ്ധിയുള്ള ചിരി.

താനെന്തിന് മൃത്യുവിനെ ഭയപ്പെടണം? മഹേശ്വരഭട്ട് പൊയ്ക്കഴിഞ്ഞ്, മരുന്നുകൾക്കിടയിൽ ഒറ്റയ്ക്കായപ്പോൾ അയാൾ ചിന്തിച്ചു. എങ്കിലും അയാൾക്ക് ഭട്ടിനെ കുറ്റപ്പെടുത്താൻ തോന്നിയില്ല.

ഇത്രയും കാലത്തെ ജീവിതത്തിനിടയിൽ അയാൾ ഒട്ടനവധി മരണം കണ്ടിട്ടുണ്ട്. നടവരമ്പുകളിലൂടെ തിടുക്കപ്പെട്ട് നടന്നുചെന്ന് വീട്ടു മുറ്റത്തെത്തുമ്പോൾ പൊടുന്നനെ ഒരു കൂട്ടമുറവിളി... രോഗിയെ സൂക്ഷ്മമായി പരിശോധിച്ച് വീട്ടുകാരനോടൊപ്പം മുറിയിൽ തിരിച്ചെത്തി മരുന്നുകൾ തയ്യാറാക്കുമ്പോൾ മറ്റൊരാൾ മരണത്തിന്റെ നടുക്കവുമായി കടന്നുവരുന്നു... അടുത്ത ദിവസം കാണാമെന്ന് വാക്കുപറഞ്ഞ പരിചയക്കാരൻ പിറ്റേന്ന് വെളുപ്പിന് ചിതയിൽ...

ഈശ്വരാ, ഈ കുരുന്നു ചെടികളെ എന്തിനിങ്ങനെ കൊടുങ്കാറ്റെറിഞ്ഞ് നോവിക്കുന്നുവെന്ന് അപ്പോഴൊക്കെയും ഓർക്കും.

ഒരുനാൾ താനും കരുണയില്ലാതെ പിഴുതെറിയപ്പെടുമെന്ന് അയാൾക്കറിയാം. ആ കാറ്റിന്റെ സൂചനകൾ അകലെനിന്ന് കേൾക്കുമ്പോൾ തന്റെ ഇലകളിലും വേരുകളിലും കണ്ണുനീര് വീഴുകയില്ലെന്നാണ് അയാളുടെ പ്രതീക്ഷ. വാസുദേവഷെട്ടി, നോക്കൂ. അടഞ്ഞുകിടക്കുന്ന ഒരു വാതിലല്ല.

ഉച്ചയ്ക്ക് അയാൾ അല്പം കൂവപ്പൊടി കാച്ചിക്കുറുക്കി വിശപ്പു തീർത്തു. പുറംതാളുകൾ കീറിയ, ഏറെ കാലപ്പഴക്കമുള്ള ഒരു ഗ്രന്ഥത്തിലൂടെ അയാളുടെ കണ്ണുകൾ ശാന്തിതേടിയെന്നോണം അലഞ്ഞു നടന്നു.

ഉച്ചതെറ്റിയപ്പോൾ ഒരുകെട്ട് വേരുകളുമായി ഗുണ്ടണ്ണ വന്നു.

ഗുണ്ടണ്ണ ഒരു ചെറിയ മനുഷ്യസൃഷ്ടി. ഔഷധച്ചെടികൾ വളരുന്ന കുന്നുകളാണ് അവന്റെ ആശ്രയം. അവൻ ചെടികളുടെ രഹസ്യമാരാഞ്ഞ് ചെമ്മണ്ണിലൂടെ നൂണിറങ്ങുന്നു. ഇലകളുടെ സുഖവിവരം തിരക്കി നടന്നു പോകുന്നതിനിടയിൽ മരച്ചില്ലകളിൽ നഖംകൊണ്ട് എന്തോ കുറിച്ചു വെക്കുന്നു.

കുന്നുകളിലെങ്ങും അവന്റെ വിരലടയാളങ്ങൾ. ഒരു ചാൺ മാത്രം വളർന്ന സസ്യംപോലും അവനു തണൽ നല്കുന്നു. പൊടിവേരു കൾപോലും അവനെ ആശ്വസിപ്പിക്കുന്നു.

ഗുണ്ടണ്ണയെ കണ്ടിട്ട് ഒരുപാട് ദിവസങ്ങളായല്ലോ എന്ന് ഷെട്ടി പറഞ്ഞു.

നിലത്തുചടഞ്ഞിരുന്ന് അവൻ വിശേഷങ്ങൾ പറയുകയായി.

ഒരാഴ്ച പട്ടണത്തിലായിരുന്നു.

രാമപ്പയുടെ കൂടെ.

രാമപ്പ അവന്റെ ബന്ധുവാണ്. തുറമുഖം ജോലിക്കാരൻ. രാമപ്പയോ ടൊപ്പം നഗരംചുറ്റിനടന്ന് സിനിമകൾ കണ്ട്, ചില്ലറ വിനോദങ്ങളിലേർപ്പെട്ട്, വിശേഷങ്ങളുടെ ചുമടേറ്റി മടങ്ങിവരികയാണ് ഗുണ്ടണ്ണ.

അവൻ ചിലതെല്ലാം പറഞ്ഞു. കൂട്ടത്തിൽ ഒരു രാത്രിയിലെ അനുഭ വത്തെക്കുറിച്ചും...

അല്പംപോലും സങ്കോചമില്ലാതെ, നിഗൂഢമായ ഒരു ചിരിയോടെ, അവനത് വിവരിച്ചപ്പോൾ വാസുദേവഷെട്ടിയുടെ മുഖം വിളറി.

അയാൾക്കുമുണ്ടായിരുന്നു അത്തരത്തിലൊരനുഭവം. അതോർക്കു മ്പോൾ അയാളുടെ ഉള്ളിൽ തീയാളുന്നു. വർഷങ്ങൾ പലതു കഴിഞ്ഞിട്ടും അതിന്റെ ഓർമ്മ മനസ്സിൽ നിലനില്ക്കുകയാണ്. ഇലകൾ കാർന്നു തിന്നുന്ന ഒരു പുഴുവായി അതിഴഞ്ഞു നടക്കുന്നു. ആ ചെറിയ പുഴു വിനു മുന്നിൽ അയാളെത്ര നിസ്സഹായൻ!

പുറത്ത് പാതകളിൽ മഴ പെയ്യുന്നുണ്ടായിരുന്നു. രാത്രി തണുപ്പു ള്ളതായിട്ടും അയാൾക്ക് വിയർത്തു. മുറിയിലെ വെളിച്ചത്തെ അയാൾ പേടിച്ചു. അപരിചിതമായ ഒരു സ്ത്രീശരീരത്തിന്റെ ഗന്ധം തങ്ങി നില്ക്കുന്ന, അലങ്കോലപ്പെട്ട കിടക്കയിൽ അയാൾ വിറകൊണ്ടു. തലയി ണയിൽനിന്ന് ചതഞ്ഞ പൂക്കളുടെയും മുടിയുടെയും രൂക്ഷമായ മണം പൊങ്ങി.

അവൾ കണ്ണാടിക്കുമുന്നിൽ ചെന്നിരുന്ന് നഗ്നമായ ഉടലിലൂടെ തലോ ടുന്നതുപോലെ കണ്ണോടിക്കുകയായിരുന്നു. കണ്ണാടിയിൽ നോക്കി അവൾ തന്നോടു ചിരിക്കുന്നതുകണ്ട് അയാൾ ചൂളി. പാപംപോലെ കറുത്ത ജന ലിനുനേർക്ക് മുഖംതിരിച്ചപ്പോൾ പിന്നിൽ അവളുടെ ചിരി മുഴക്കമുള്ള തായി.

വാസുദേവഷെട്ടി കണ്ണടച്ചു.

നെഞ്ചിൽ നരച്ച താടി നീണ്ടുകിടന്നു.

ഗുണ്ടണ്ണ ഒരു ബീഡി കൊളുത്തി, കവിൾ നിറയെ പുകയോടെ ഷെട്ടിയെ നോക്കി.

"വൈദ്യരേ." അവൻ വിളിച്ചു.

അയാൾ കണ്ണു തുറന്നു.

"മുഖത്തെന്താ ഒരു സങ്കടം?"

അയാൾ ഒരുനിമിഷം പരിഭ്രമിച്ചുവെങ്കിലും ഒന്നുമില്ലെന്ന അർത്ഥത്തിൽ തലകുലുക്കി.

അവന് വിശ്വാസമായില്ല.

"ബന്ധുക്കളും വേണ്ടപ്പെട്ടവരും ഇല്ലാതിരിക്കുമ്പോൾ വയസ്സുകാലത്ത് ആർക്കായാലും തോന്നും സങ്കടം."

ഗുണ്ടണ്ണ പറഞ്ഞുകൊണ്ടിരുന്നു. പെണ്ണും കുട്ടികളും ബന്ധുക്കളുമുള്ളതിനാൽ താൻ അതീവ സന്തുഷ്ടനാണെന്ന്... പ്രായമാകുമ്പോൾ ചിലരെ ഏകാന്തത അലട്ടുമെന്ന്. വൈദ്യർ എവിടെയുമെത്താതെ തന്നിൽത്തന്നെ അവസാനിക്കുകയാണെന്ന്... അങ്ങനെ പലതും.

സന്ധ്യയായതോടെ മഴയുടെ പതിഞ്ഞ കാലൊച്ചകൾ കേട്ടു തുടങ്ങി.

മുത്തച്ഛന്റെ കാലത്ത് പണിതീർത്ത, പഴയ വീട്ടിക്കസേരയിൽ ചാരിക്കിടന്ന് വാസുദേവഷെട്ടി കണ്ടു: പിൻകുടുമ തുള്ളിച്ചുകൊണ്ട് നിഴലുകൾക്കിടയിലൂടെ ഓടിയോടിവരുന്ന ഒരു കുട്ടി. അവന്റെ നാവിൻതുമ്പിൽ ഒരു നെല്ലോലത്തുണ്ട്. നീണ്ട യാത്ര കഴിഞ്ഞുവന്ന അച്ഛൻ, ദൂരെയെങ്ങോ നിന്നു വാങ്ങിയ ചന്ദനത്തിന്റെ ആനയെ നീട്ടിപ്പിടിച്ചുകൊണ്ട് അവന്റെ കണ്ണുകളിൽ നിറഞ്ഞു. കഴുത്തിൽ രുദ്രാക്ഷമാല. കാവിമുണ്ട്. മെതിയടികൾ. അച്ഛന്റെ ചിരിയുടെ തിളക്കം ഓരോ ചുമരിലും പ്രതിഫലിച്ചു. വീടിന്റെ ജാലകങ്ങൾക്കപ്പുറത്ത് താഴ്വരയിലത്രയും പനകൾ വളർന്നു നിന്നു.

സുഖം തന്നെയല്ലേ?

മഴയുടെ മൂന്നാമത്തെ ദിവസം അവർ വീട്ടിനുള്ളിൽ നിരവധി ഞണ്ടുകളെ കൊന്നിരുന്നു. എന്നാൽ, നവജാതശിശുവിന് രാത്രി നീളെ പനിച്ചത് അവയുടെ നാറ്റം മൂലമാണെന്നു അവർ സംശയിച്ചതുകൊണ്ട്, പെലയോയ്ക്കു നനഞ്ഞ മുറ്റംതാണ്ടി അവയെ കടലിൽ എറിഞ്ഞുകളയേണ്ടിവന്നു. ലോകം ചൊവ്വാഴ്ചതൊട്ടു ദുഃഖിതമായിരുന്നു...

നേരം പാതിരയോടടുത്തിരുന്നു. ഞാൻ വായിച്ചുകൊണ്ടു കിടക്കുകയായിരുന്നു. പത്തുമണിയായപ്പോൾ പതിവുപോലെ വിളക്കണച്ച് ഉറങ്ങാൻ കിടന്നതാണ്. നിർഭാഗ്യവശാൽ ഉറക്കം വന്നില്ല. ഇറുകെ കണ്ണു ചിമ്മി കുറെനേരം തിരിഞ്ഞും മറിഞ്ഞും കിടന്നുനോക്കി. ഒരു രക്ഷയുമില്ല. റേഡിയോ ഓൺ ചെയ്തുവെച്ചു. അതിന്റെ നിലപാട് പക്ഷേ, ഒട്ടും അനുകൂലമായിരുന്നില്ല. പാടിക്കൊണ്ടിരുന്നത് അമിതാബ് ബച്ചനായിരുന്നു. നൂറുപീസ് ഓർക്കസ്ട്രയോടെ. ദൈവത്തെവിളിച്ചുകൊണ്ടു ധൃതിയിൽ റേഡിയോ പൂട്ടി. അതിനെത്തുടർന്ന് അല്പം മനസ്സമാധാനം കിട്ടി. എന്നാൽ ഉറക്കമില്ല. കഷ്ടംതന്നെ. ഞാൻ കണ്ണുകൾ ആവുന്നതു തുറന്നു പിടിച്ചു. സർവ്വത്ര അന്ധകാരം, ചീവീടുകൾ...

വേണ്ട, ഞാൻ സ്വയം പറഞ്ഞു: വരാൻ മടിച്ചുനില്ക്കുന്ന ഉറക്കത്തെ അങ്ങനെ അനുനയിപ്പിക്കാനൊന്നും വയ്യ. ഉറക്കം വരുന്നില്ലെങ്കിൽ എന്താ, വെളുക്കുവോളം കിടന്നു വായിക്കാമല്ലോ. പോരാത്തതിന്, അത്യധികം മിനക്കെട്ടു നേടിയ മാർക്വിസിന്റെ കൃതി കൈയെത്തുന്ന അകലത്തിൽ ചുമ്മാ കിടക്കുകയും ചെയ്യുന്നു.

തൊട്ടടുത്ത നിമിഷം കാര്യങ്ങൾ സാധാരണ നിലയിലായി. ഉറങ്ങുന്നതിനുമുമ്പ് പതിവുള്ളതുപോലെ ഞാൻ സോത്സാഹം വായിച്ചു തുടങ്ങി. നേരം പാതിരയോടടുത്തപ്പോൾ പടുകൂറ്റൻ ചിറകുകളുള്ള വളരെ പ്രായമായ ഒരു വൃദ്ധനിലെത്തി.

'ഞണ്ടുകളെ എറിഞ്ഞുകളഞ്ഞശേഷം വീട്ടിലേക്കു തിരികെ വരികയായിരുന്ന പെലയോയ്ക്ക്, മദ്ധ്യാഹ്നവെളിച്ചം വളരെ ദുർബ്ബലമായിരുന്നതുമൂലം, മുറ്റത്തു വീണുകിടന്ന് ഇളകുകയും മോങ്ങുകയും ചെയ്യുന്നതെന്താണെന്നു മനസ്സിലാക്കുക പ്രയാസകരമായിരുന്നു. പടുകൂറ്റൻ ചിറകുകൾ തടയുന്നതുകൊണ്ട് എത്രമേൽ ശ്രമിച്ചിട്ടും എഴുന്നേല്ക്കാനാവാതെ ചെളിയിൽ മുഖംകുത്തി കിടക്കുന്ന വളരെയേറെ പ്രായമായ ഒരു വൃദ്ധനാണു അതെന്നു അറിയാൻ അയാൾക്കു വളരെയടുത്തേക്കു ചെല്ലേണ്ടിവന്നു.'

അപ്പോൾ വാതിലിൽ ഒരു മുട്ടു കേൾക്കായി. കാറ്റുവന്നു തട്ടി വാതിൽ തനിയെ പിറകോട്ടു നീങ്ങുന്നത് എന്റെ മുറിയെ സംബന്ധിച്ച് അസാധാരണമൊന്നുമല്ലാത്തതിനാൽ ഞാനതവഗണിച്ച് വലിപ്പമേറിയ ചിറകുകളുമായി ചെളിയിൽ കമിഴ്ന്നുകിടന്നു ഞരങ്ങുകയും പുളയുകയും ചെയ്യുന്ന—

വാതിലിൽ തുടരെ മുട്ട്. എന്റെ സമസ്ത ഇന്ദ്രിയങ്ങളും മരവിച്ച പോലായി. പുസ്തകം പിടിവിട്ടു കിടക്കയിൽ വീണു. മൃതപ്രായം വിളറി ഞാൻ കിടന്നു.

ആരോ വാതിലിൽ മുട്ടുകയാണ്.

"വാതിൽ തുറക്കൂ."

ഞാൻ ധൈര്യമവലംബിച്ച് എണീറ്റു. എനിക്കു പരിചയമുള്ള ആരുടെയെങ്കിലും ശബ്ദമാണോ അതെന്ന് ഓർത്തുനോക്കി. ഒരെത്തും പിടിയും കിട്ടിയില്ല.

"ഹ, തുറക്കൂന്നെ."

പിന്നെ വൈകിച്ചില്ല. വാതിൽ തുറന്നു.

പുറത്തു വിശുദ്ധവേഷം ധരിച്ച ഒരാളായിരുന്നു. വാർദ്ധക്യത്തെ സമീപിച്ചുകൊണ്ടിരുന്ന ഒരു കോൺസ്റ്റബിൾ. കട്ടിയുള്ള നരച്ച മീശ മേൽച്ചുണ്ടിനെ പാടെ മറച്ചിരുന്നു. കണ്ണുകളിൽ ഒരു കുസൃതിപോലെ എന്തോ നിഴലിച്ചു കിടന്നു.

അതീവഹൃദ്യമായ ചിരിയോടെ അയാൾ ചോദിച്ചു.

"സുഖംതന്നെയല്ലേ.."

മരണവൃത്താന്തം

പുഴ. ഒരു ശരീരം അതിൽ പൊങ്ങിക്കിടന്നു. അതുകണ്ടു പേടിച്ച് ഒരു കുട്ടി തീരത്തുനിറഞ്ഞ ആറ്റുവഞ്ചിച്ചെടികൾക്കിടയിലൂടെ പാഞ്ഞു. അവന്റെ മുഖത്ത് ഒച്ചയില്ലാത്ത ഒരു നിലവിളി തിങ്ങിനില്പുണ്ടായിരുന്നു. ഊർന്നുവീഴാൻ തുടങ്ങുന്ന നിക്കർ ഒരു കൈകൊണ്ട് ഉയർത്തിപ്പിടിച്ച്, തന്റെ ശോഷിച്ച നിഴലുമേറ്റി നാട്ടുവഴിയിലൂടെ അവൻ അങ്ങാടികളുടെ നേർക്കോടി.

അങ്ങാടി തുടങ്ങുന്നത് കരുണന്റെ ഹെയർകട്ടിങ് സലൂണിൽനിന്നാണ്. ചില അന്താരാഷ്ട്ര പ്രശ്നങ്ങളിലുള്ള തന്റെ നിലപാടു വിശദീകരിച്ചുകൊണ്ട് കേൾവിക്കാരന്റെ മുടി നീക്കുകയായിരുന്നു കരുണൻ.

ഓർക്കാപ്പുറത്ത് നിരത്തിൽ ഒരു കുട്ടി വന്നുവീണപ്പോൾ കരുണന്റെ ശ്രദ്ധ പതറി.

എതിരെയുള്ള അങ്ങാടിയിൽനിന്ന് ഇമ്പിച്ചാമു ഹാജി വിളിച്ചു ചോദിച്ചു.

"എന്തായി ചെറിയോന്?"

പത്രം വായിച്ചുകൊണ്ടിരുന്ന മുഹമ്മദ് മുസലിയാർ കടുത്ത നീരസത്തോടെ പറഞ്ഞു:

"കണ്ണും ചെവിടുംല്ലാതെ പായ്വല്ലേ പന്നി പായുമ്പോലെ. നടന്നാപ്പോരേ ചെക്കനിക്ക്."

"ഇനി പറഞ്ഞിറ്റെന്താ മൊയ്ലാറേ, ബീണില്ലേ." ഇമ്പിച്ചാമുഹാജി പറഞ്ഞു. കരുണൻ നിരത്തിലേക്കിറങ്ങുന്നത് അയാൾ കണ്ടു.

"ങ്ഹാ. ഒന്നു കൈകൂട് കരുണാ ചാങ്ങായി എണീക്കട്ടെ." മുസലിയാർ കുലുങ്ങിച്ചിരിച്ചു.

"പെരുത്ത് ബേജാറ്ണ്ട് ചെക്കനിക്ക്."

"ണ്ടാവാണ്ടിരിക്ക്വോ."

അവൻ കരുണനെ സംഭ്രമത്തോടെ നോക്കുകയായിരുന്നു. കരുണന് അവനെ മുഖപ്പരിചയം തോന്നി. പരിചയം കുറേക്കൂടി ഉറപ്പിക്കാനെന്നോണം, കവിളുകളിലും നെറ്റിയിലും പുരണ്ട ചെമ്മണ്ണു തുടച്ചു കളഞ്ഞു.

അവൻ കിതച്ചു.

വാക്കുകൾ ചിതറിവീണു:

"ഒരാള്... ഞാൻ കണ്ടു... പുഴയില്..."

അവന്റെ ശബ്ദത്തിലെ വിറയൽ ഒരു കാറ്റായി അങ്ങാടിയിൽ പടർന്നു. രാവിലെയായതുകാരണം അധികമാൾക്കാരുണ്ടായിരുന്നില്ല. ചന്തദിവസമാണെങ്കിൽ രാവിലെതന്നെ അങ്ങാടിയും നിരത്തും നിറഞ്ഞു കവിയും. ചന്ത ശനിയാഴ്ചയാണ്. നിരത്ത് ശൂന്യം. അങ്ങാടികളിൽ പതിവു സന്ദർശകർ മാത്രം. അവരാണ് നടുങ്ങിനിവർന്നത്. അവരാണ് ആദ്യമായി അങ്ങോട്ടോടിയത്. പിന്നെ, കേട്ടറിഞ്ഞവരെല്ലാം ഓടി.

ജലോപരിതലത്തിൽ ഒരു വിള്ളൽപോലെ ആ ഉടൽ വീണുകിടക്കുന്നത് അവരെല്ലാം കണ്ടു.

* * * *

ഒരാത്മാവ് താണുവന്നു തന്നെ തൊടുകയാണെന്നു ഗോപാലനു തോന്നി. ഉൾഞരമ്പുകൾ പോലും അതിന്റെ സ്പർശനമേറ്റു പിടച്ചു. ചേറുപിടിച്ച ബഞ്ചിൽ ഞണ്ടിൻ കാലുകളും ഇറ്റുവീണ കള്ളും ഒഴിഞ്ഞ കുപ്പികളും. അവയിൽ കണ്ണുകളിടറി.

"ഇങ്ങോട്ട് നോക്ക്." ഗോപാലൻ പറഞ്ഞു.

ചോയുണ്ണിയും വേലായുധനും നോക്കി. ഗോപാലൻ അവരോടു ചോദിച്ചു:

"മേസ്ത്രി എന്തിനാ ചാകാൻ പോയത്?"

ഉത്തരമില്ല. ചോദ്യം മുനയൊടിഞ്ഞുവീണു. ചോയുണ്ണിയും വേലായുധനും പരസ്പരം നോക്കി. അവർക്കറിയില്ല.

"കഴകത്തിലെ ചെമ്പുപാത്രം കട്ടത് ആരാ?" ഗോപാലൻ ചോയുണ്ണിയോട് പതിഞ്ഞ, രഹസ്യത്തിന്റേതായ ശബ്ദത്തിൽ ചോദിച്ചു.

"എനിക്കറിയ്വോ ഗോപാലാ." ചോയുണ്ണി കൈമലർത്തി.

"നീയ്യറിയ്വോ വേലായുധാ" ഗോപാലൻ വേലായുധന്റെ നേർക്കു തിരിഞ്ഞു.

"ആളുകള് പറയുന്നതല്ലാണ്ട് എനിക്കെന്താ അറിയ്വാ." വേലായുധൻ പറഞ്ഞു.

"ആളുകള് എന്താ പറഞ്ഞത്?"

"അതു നീയും കേട്ടുകാണും."

"ഇല്ല. വേലായുധൻ പറയ്."

"മേസ്ത്രീടെ മോൻ ഗോവിന്ദനെന്നല്ലേ ജനസംസാരം. അവനിപ്പോ

ഒളിവിലാ. കിട്ടിയാല് കഴകക്കാര് വെറുതെയൊന്നും വിടൂല്ല്യാ. എല്ല് എണ്ണിയെണ്ണി എടുക്കുംന്നാ കേൾക്കുന്നത്."

ഗോപാലൻ നടുങ്ങി.

"എന്നിട്ടാവ്വോ മേസ്ത്രി ചത്തത്?"

"ആയിരിക്കും." ചോയുണ്ണി പറഞ്ഞു: "ആയുസ്സിനെടയ്ക്ക് ഇന്നോളം ഒരു ചീത്തപ്പേര് കേട്ടിട്ടില്ല മേസ്ത്രി. ഈ വയസ്സുകാലത്ത് മോൻ കള്ളനായെന്നു കേട്ടപ്പോ സമനില തെറ്റി പൊഴയില് ചാടിയതാവും."

ഗോപാലൻ കള്ള് ഒരു കുപ്പികൂടി ആവശ്യപ്പെട്ടു.

"ഇന്നിത് തോനെയായല്ലോ." വേലായുധൻ സംശയിച്ചു.

"ഒരു മനസ്സമാധാനത്തിനാ. നീയിങ്ങെടുക്ക്."

വേലായുധൻ അതനുസരിച്ച് കള്ളിനുനേരെ നടന്നു. ഗോപാലൻ കാത്തിരുന്നു. അതേ ഇരുപ്പിൽ ഉറങ്ങി. സ്വാസ്ഥ്യമില്ലാത്ത ഒരാളുടെ ഉറക്കമായിരുന്നു അത്. ജലം നിറഞ്ഞ് അതിർവരമ്പുകൾ നഷ്ടപ്പെട്ട ഒരു വയൽപ്പരപ്പിലേക്ക് ഒരു തൂവൽപോലെ താൻ വീണുകൊണ്ടിരിക്കുന്നതായും താൻ ഒരു പുഴയുടെ വിചാരണയെ നേരിടുന്നതായും പുഴയിലെ പാറകൾക്കിടയിൽ താൻ കുടങ്ങിക്കിടക്കുന്നതായും മറ്റുമുള്ള ദുഃസ്വപ്നങ്ങളുടെ ഒരു പരമ്പര ഗോപാലനെ ഏറെനേരം വേട്ടയാടി. അയാൾ ഉറക്കത്തിൽ കരയാൻ തുടങ്ങി.

*   *   *   *   *

നളിനി വാതിലടച്ച് മുറിക്കുള്ളിലിരിക്കുകയായിരുന്നു. കരഞ്ഞും ഓക്കാനിച്ചും അവളാകെ തളർന്നിരുന്നു. ചുമരുകൾ അവളെ പേടിപ്പിച്ചുകൊണ്ടിരുന്നു.

ചുവരുകൾക്കപ്പുറം അവളെ സംബന്ധിച്ചിടത്തോളം ഒന്നുമുണ്ടായിരുന്നില്ല. നിറംകെട്ട ഈ നാലു ചുവരുകൾ ഒരു ഒസ്യത്തിൽ നിന്നെന്നോണം അവൾക്കു കിട്ടിയിരിക്കുന്നു. അവയ്ക്കിടയിൽ ചാണകപ്പൊളിയുടെയും ഛർദ്ദിലിന്റെയും ഗന്ധത്തിൽ അനുനിമിഷം വളരുന്ന ഇരുട്ടിൽ കുരുന്നുജീവൻ സ്പന്ദിക്കുന്ന വയറുമായി അവളിരുന്നു. ഏതോ രാത്രിയിലെ തണുത്ത നിലാവ് അവളെ പൊതിഞ്ഞു. മണ്ണിലും ഇലകളിലും ആലസ്യത്തോടെ വീണുകിടന്ന് കണ്ണുചിമ്മി. അടഞ്ഞ കണ്ണുകൾക്കു മീതെ മഞ്ഞുപെയ്തു.

ആരുടെ ശാപമെന്നറിഞ്ഞുകൂടാ. അവൾക്കതെല്ലാം അടുത്ത മാത്രയിൽ കൈവിട്ടുപോയി. കുരുന്നുജീവൻ സ്പന്ദിക്കുന്ന വയറുമായി മുനയുള്ള കല്ലുകളിൽ അവൾ കിടന്നു. അച്ഛന്റെ കാല്പെരുമാറ്റം അവൾക്കു കേൾക്കാമായിരുന്നു. നിശ്ശബ്ദമായ കണ്ണുനീരും വിയർപ്പും കല്ലുകളെ നനച്ചു. അച്ഛൻ വരികയാണ്. അവൾ ഭീതിയോടെ ഓർത്തു. കല്ലിന്റെ നിറമുള്ള മുണ്ടും മുറിക്കൈയൻ പണിക്കുപ്പായവും കാറ്റിൽ ഉലയുന്നു. നളിനീ, നീ എന്തിനിത് എന്നോടുചെയ്തു. ഇത്രയും പാവമായ നിന്റെ അച്ഛനോട് – നാളെ എല്ലാവരും ഇതറിയുമ്പോൾ –മോളേ – നിനക്ക് ഈ ഗതി–

*   *   *   *   *

ഏറ്റുകാരൻ കണ്ണൻ അന്തിച്ചെത്തിനു തെങ്ങിൽ കയറിയപ്പോൾ ഒരു ആടിന്റെ കരച്ചിൽ കേട്ടു തളർന്നുപോയി.

ആട് മേസ്ത്രിയുടെ പറമ്പിലായിരുന്നു. കണ്ണൻ അന്തിച്ചെത്തിൽ ശ്രദ്ധ പതിപ്പിക്കാൻ ശ്രമിച്ചുവെങ്കിലും ആടിന്റെ തുടരെയുള്ള വിലാപം അത് അസാദ്ധ്യമാക്കി.

ആട് കരഞ്ഞുകൊണ്ടിരുന്നു. തെങ്ങോലകൾക്കിടയിൽ കണ്ണൻ ഒരു പ്രതിഷ്ഠപോലെ ഉറച്ചിരുന്നു.

മേസ്ത്രിയുടെ ആടിനെ താൻ പീഡിപ്പിച്ചത് എന്തിനായിരുന്നുവെന്ന് കണ്ണൻ ഓർത്തുനോക്കി. അതെ, ഓർമ്മവരുന്നു, താൻ കൊണ്ടുവന്നു നട്ട നാരകത്തിന്റെ ഇലകൾ അതു നിശ്ശേഷം തിന്നുതീർത്തു. കൈയിൽ കിട്ടിയ ഒരു നീണ്ടവടിയുമെടുത്ത് താൻ ആടിന്റെ പിറകെയോടി.

"എന്നാലും എന്റെ കണ്ണാ, ഒരു മിണ്ടാപ്രാണിയല്ലേ അത്. അതിന് അറിയുമായിരുന്നോ..." മേസ്ത്രിയുടെ ശബ്ദം ചിലമ്പി. കാലൊടിയുകയും മുറിവേല്ക്കുകയും ചെയ്തു. ആടിനെ കൈകളിലെടുത്ത്, ഏതു നിമിഷവും വീണേക്കുമെന്ന് തോന്നിച്ചുകൊണ്ട് വേച്ചുവേച്ച് മേസ്ത്രി നടന്നു നീങ്ങുമ്പോൾ മരവിച്ചതുപോലെ താൻ നിന്നു. പിന്നാലെ ഓടിച്ചെന്ന്, ചെയ്തതു തെറ്റായിപ്പോയെന്ന് ഒരു വാക്കു പറയാൻ തോന്നിയില്ല. ഇനിയതൊരിക്കലും പറയാനും കഴിയില്ല. മേസ്ത്രി പോയി.

കണ്ണന് തെങ്ങിൽനിന്ന് താഴെയിറങ്ങണമെന്നേ തോന്നിയില്ല. അവിടെ അങ്ങനെയിരിക്കെ നെഞ്ചു കനത്തു. ആകാശം ഇരുണ്ടു.

ആരോടും യാത്ര പറയാതെ

ദേവരന്തയിലോ, ഹൺബാളുവിലോ, മൂഡിഗരിയിലോ...

മുനി വെങ്കടപ്പ എവിടെയാണ് ദേവയ്യയെ അന്വേഷിക്കുക.

നാടെങ്ങും നടന്ന് അയാൾ തിരിച്ചുവന്നു. അയാളുടെ കൂടെ ദേവയ്യ യില്ലെന്നു കണ്ടപ്പോൾ കാന്തമ്മ നിലവിളി കൂട്ടി.

"നിങ്ങളിങ്ങനെ കരഞ്ഞിട്ടെന്താ?" ഒപ്പമുണ്ടായിരുന്ന ശാമണ്ണ പറഞ്ഞു. "അവൻ ഇവിടെ അടുത്തെങ്ങാനും കാണും. നാടുവിട്ടതൊ ന്നുമാവില്ല."

"എവിടെ പോകുമ്പോഴും എന്നോടു പറഞ്ഞിട്ടേ അവൻ പോകാ റുള്ളൂ. ഇതിപ്പോ രാത്രിയില് ഒരക്ഷരം പറയാതെ... അവനവിടെ കിടന്നു റങ്ങുന്നതും കണ്ടാ ഞാനുറങ്ങാൻ പോയത്. രാവിലെ നോക്കുമ്പോ..." കാന്തമ്മ പിന്നെയും കരയുകയായി.

മുനി വെങ്കടപ്പ വിവശനായി തറയിൽ കുനിഞ്ഞിരുന്നു.

രാവിലെ മുതൽ നടക്കാൻ തുടങ്ങിയതാണ്. പുഴക്കരയും കുന്നും കാടും തീവണ്ടിയാപ്പീസുമെന്നുവേണ്ട, ഇനി ഒരിടവും ബാക്കിയില്ല. ഒരു തുള്ളി വെള്ളംപോലും കുടിക്കാതെയാണിറങ്ങിയത്. സദാശിവ അക്കി ലിത്തായയുടെ വീട്ടിൽനിന്ന് അതിനിടയിൽ ഒരു പാത്രം ചായ കുടിച്ചു. വീണ്ടും ഒരേ നടപ്പ്. ശാമണ്ണ മാത്രമുണ്ടായിരുന്നു കൂട്ടിന്. ഇപ്പോഴിവിടെ എത്തിയതേ ഉള്ളൂ. വിശപ്പും ക്ഷീണവും മഥിക്കുന്നു. പിന്നെ കാന്തമ്മ യുടെ നിലവിളിയും.

അതൊരു ശല്യമായി തോന്നി അയാൾക്ക്.

"നീയൊന്നു മിണ്ടാതിരി." അയാൾ പറഞ്ഞു.

അതുകേട്ടപ്പോൾ കാന്തമ്മ പെട്ടെന്നു കരച്ചിലടക്കി.

"ഞാൻ മിണ്ടാതിരുന്നോളാം. നിങ്ങൾക്കു സന്തോഷമായല്ലോ." അയാളെ ദയാരഹിതമായി നോക്കിക്കൊണ്ട് കാന്തമ്മ പറഞ്ഞു.

മുനി വെങ്കടപ്പയ്ക്കു മനസ്സിൽ തീ വീണതുപോലായി.

"എനിക്കു സന്തോഷമായെന്നോ?" അയാൾ ഉറക്കെ ചോദിച്ചു.

"ങ്ഹാ, അതുതന്നെ." കാന്തമ്മ ഒട്ടും പതറാതെ പറഞ്ഞു.

അയാൾ ക്ഷീണമൊക്കെ മറന്നു ചാടിയെണീറ്റ്, വിയർപ്പും പൊടിയുമുള്ള കാൽ നീട്ടി കാന്തമ്മയെ തൊഴിക്കാനാഞ്ഞു. പക്ഷേ, അത് അത്രയും കൊണ്ടു തീർന്നു. അയാൾ ഒരു വീണ്ടുവിചാരത്തിനു വഴങ്ങി എന്തോ പിറുപിറുത്തുകൊണ്ട് മുറ്റത്തേക്കിറങ്ങി.

"വാ, ശാമണ്ണാ."

ശാമണ്ണ മടിച്ചു.

"ഇനി എവിടെയെന്നു വിചാരിച്ചാ?"

"അതു നീ ഇവളോടു പറയ്. എന്റെ കുറ്റമാണെന്നും പറഞ്ഞിരിക്കുകയല്ലേ."

അയാൾ പിന്നീട് അവിടെ നിന്നില്ല. ധാരാളം പനകളും പനങ്കള്ളുമുള്ള ദിശയിലേക്കു നടന്നു.

* * * *

ജവുരി പുഴയിലായിരുന്നു. എന്നും പതിവുള്ളതുപോലെ, പുഴ അവളെ ചേർത്തുപിടിച്ച് കാതുകളിൽ എന്തെല്ലാമോ പറഞ്ഞു. അവൾ കുലുങ്ങിച്ചിരിച്ചുകൊണ്ട് മിനുത്ത കല്ലുകളിൽ നിവർന്നു നിന്നപ്പോൾ നീണ്ട മുടിയിൽനിന്നും മാറിൽനിന്നും ജലം വാർന്നൊഴുകി. കരയിലെ മരക്കൂട്ടത്തിൽ ഒളിച്ചുനിന്ന് ആരോ തന്നെ കാണുന്നുവെന്ന പരിഭ്രമത്തോടെ കൈകൾ മാറിൽ പിണച്ച് അവൾ പുഴയിൽ മുങ്ങി. അല്ലെങ്കിൽ ഈ നേരത്ത് മരക്കൂട്ടത്തിൽ ആരുണ്ടാകാനാണ്. അവൾ അതോർത്തു ചിരിച്ച് കഴുത്തോളം വെള്ളത്തിൽനിന്ന് കനംകുറഞ്ഞ വെയിലിലേക്കു കണ്ണുമിഴിച്ചു.

"ജവുരീ."

അവൾ ചെവിയോർത്തു ഗംഗവ്വയുടെ ശബ്ദം.

"ഓയ്." ജവുരി വിളികേട്ടു.

"നീയറിഞ്ഞില്ലേ? ദേവയ്യയെ കാണാനില്ലത്രേ." കൈതകൾക്കിടയിലൂടെ പുഴയിലേക്കോടുമ്പോൾ ഗംഗവ്വ വിളിച്ചു പറഞ്ഞു.

ജവുരി അതെങ്ങനെയാവും കേൾക്കുകയെന്നറിയാൻ കാത്തുനില്ക്കാതെ അവൾ പുഴയിലിറങ്ങി. ജവുരി ഇരുന്ന പാറയോളം നടന്നു. അവളോടൊപ്പം ഇരുന്നു.

"അപ്പോ നേരായിട്ടും നീയതറിഞ്ഞില്ലേ? രാവിലെ നോക്കുമ്പോ വീട്ടിൽ കാണാനില്ല. അവന്റെ അച്ഛൻ നാടൊട്ടുക്ക് തിരക്കി നടന്നു. എവിടെയും കണ്ടില്ല." ഗംഗവ്വ ജവുരിയുടെ ചുമലിൽ തൊട്ടു. ജവുരി മുഖമുയർത്തി അവളെ നോക്കി. അവളുടെ മുഖംനിറയെ വ്യഥകണ്ട് ഗംഗവ്വ പരുങ്ങി.

"ഞാൻ കേട്ടില്ല." ജവുരി മെല്ലെ പറഞ്ഞു.

"നിന്നോട് അവനെന്തെങ്കിലും പറഞ്ഞിരുന്നോ?"

"ഇല്ല."

"ഇതൊരതിശയം തന്നെ." ഗംഗവ്വ പറഞ്ഞു. ദേവയ്യയെക്കുറിച്ചുള്ള ഒരുപാട് ഓർമ്മകൾ അവളുടെ മനസ്സിലെത്തി. ഗണേശപൂജയ്ക്കു നൃത്തം വെച്ച ദേവയ്യ. ആരെങ്കിലും ആനകളെക്കുറിച്ചു പറയുമ്പോൾ ഒരു കുട്ടിയെപ്പോലെ കാതു കൂർപ്പിക്കുന്ന ദേവയ്യ. ഉള്ളു തുറന്നു ചിരിക്കുന്ന ദേവയ്യ. ആ ചിത്രങ്ങളൊക്കെ ജവുരിയുടെ ഓർമ്മയിലും തെളിഞ്ഞു. അതോടൊപ്പം അവൾക്കുമാത്രം അറിയാവുന്ന വേറെ ചിലതും... വിറയ്ക്കുന്ന വിരലുകളുടെയും നനഞ്ഞ ചുണ്ടിന്റെയും സ്പർശം. സ്നേഹം പുരണ്ട വാക്കുകൾ. ഒരു ചുരയ്ക്കാത്തൊണ്ടു നിറയെ ഞാവൽപ്പഴങ്ങൾ... അതെല്ലാം കുറേക്കൂടി വ്യക്തമായി കാണാൻവേണ്ടി അവൾ തെല്ലുനേരം കണ്ണുചിമ്മി. പുഴ തന്നെ നോവിക്കുകയാണെന്ന് അവൾക്ക് പൊടുന്നനെ തോന്നി. ഒരു തെറ്റും ചെയ്യാത്ത ജവുരിയെ പുഴ എന്തിനിങ്ങനെ വേദനിപ്പിക്കുന്നു. അവളുടെ കണ്ണുകൾ പിടഞ്ഞു. പുഴയിലൂടെ ഒഴുകിപ്പോയാലെന്തെന്ന് അവൾ ഒരു നിമിഷം ആലോചിച്ചു. ചായം തേച്ച ഗണേശവിഗ്രഹത്തെപ്പോലെ ഒഴുക്കിൽ മുങ്ങി അലിഞ്ഞലിഞ്ഞ്... അതോർത്തപ്പോൾ അവളുടെ മെലിഞ്ഞ ഉടലാകെ കിടുകിടുത്തു. ഗംഗവ്വ പറഞ്ഞു: "ഇനി നീ പുഴയില് നില്ക്കണ്ട. വീട്ടിലേക്കു പോ."

ജവുരിയെ തനിയെ പറഞ്ഞുവിടാൻ തോന്നിയില്ല. ഗംഗവ്വ അവളുടെ വീടുവരെ ചെന്നു.

"നീ ഒറ്റയ്ക്കിരിക്ക്വോ?"

"പിന്നെ!"

"രാജുവും ഗായത്രിയും വരുവോളം ഞാനിവിടെ ഇരിക്കാം വേണമെങ്കില്."

"അതൊന്നും വേണ്ട. നീ പൊയ്ക്കോ."

അമ്മയും അച്ഛനും കുന്നിൽനിന്നു വരുമ്പോൾ സന്ധ്യയാകും. പക്ഷേ, അതിനുമുമ്പെത്തും രാജുവും ഗായത്രിയും. ചിലപ്പോൾ സ്കൂൾ നേരത്തെ വിടാനും മതി.

ജവുരി മുറ്റത്തു പനകൾക്കിടയിൽ നനഞ്ഞ തുണികൾ ഉണങ്ങാനിടുമ്പോൾ ദൂരെ പാറകൾക്കിടയിൽ ആരുടെയോ നിഴൽ. അതു ദേവയ്യയുടെ അമ്മയാണെന്നു അവൾ തിരിച്ചറിഞ്ഞു. അവളാകെ പകച്ചുപോയി. വീടിനുള്ളിലേക്ക് ഓടിക്കയറി മുറിയിലെ ഇരുട്ടിൽനിന്നു കിതച്ചു. മൺചുവരോടു ചേർന്നുനിന്ന് പുകപിടിച്ച ജാലകത്തിലൂടെ വഴിയിലേക്ക് നോക്കി.

കാന്തമ്മ മുറ്റത്തു ഒട്ടുനേരം സംശയിച്ചുനിന്നു. ദൂരെ ഇരുണ്ട മലയിടുക്കുകളിൽ വെയിൽ തിളങ്ങി. എവിടെയോ പക്ഷികൾ കരഞ്ഞു. എല്ലാ മരങ്ങളും വിറങ്ങലിച്ചു നിന്നു.

ചേടിക്കല്ലിന്റെ അടയാളങ്ങളുള്ള വാതിൽ പകുതി തുറന്നിട്ടിരുന്നു. പക്ഷേ, ഒരു ശബ്ദവും കേൾക്കാനുണ്ടായിരുന്നില്ല. ഉള്ളിൽ ആരുമില്ലെന്നു

തോന്നി കാന്തമ്മയ്ക്ക്. ആ പെണ്ണ് ഈ നേരത്ത് എവിടെപ്പോയതാവും. കാന്തമ്മ ചേലത്തുമ്പുനീട്ടി മുഖം തുടച്ചു. ചുവരിലെ പഴയ ചിത്രങ്ങളി ലൂടെ കണ്ണുകൾ നീങ്ങി.

അപ്പോൾ വാതിൽപ്പഴുതിലൂടെ ഒരു തേങ്ങൽ മുറ്റത്തേക്കു വന്നു. അതു കാന്തമ്മയെ ഒരു ചുഴലികണക്കെ പൊതിഞ്ഞു. ചോദിക്കാനും പറയാനുമോർത്തതെല്ലാം അതോടെ മറന്നു. ആ പാവം പെണ്ണ് എന്തു പിഴച്ചു... ദേവയ്യ ഓടിപ്പോകാൻ കാരണം അവളാണെന്നു എങ്ങനെ പറയും..... പിന്നെപ്പിന്നെ തന്റെയുള്ളിലും തേങ്ങലുയരുകയാണെന്നു കാന്തമ്മയറിഞ്ഞു. ജവുരിയെ കാണാതെയും തന്റെ വരവറിയിക്കാതെയും മടങ്ങിപ്പോകാമെന്നു നിശ്ചയിച്ചു. എങ്കിലും രണ്ടു ചുവടുനീങ്ങിക്കഴിഞ്ഞ് പിറകിൽ നിന്നാരോ വിലക്കിയതുപോലെ നിന്നു. അവളെ ഒറ്റയ്ക്കു കര യാൻവിട്ട് പോകുന്നതെങ്ങനെ... ഓ മനസ്സ്... കാന്തമ്മ തിരിഞ്ഞുനിന്ന് വാതിലിനു നേർക്കു നോക്കി. അകത്തു ഒരു നിഴൽ ഇളകിയതായി തോന്നി.

ഒരു നിമിഷത്തെ അമ്പരപ്പിൽ കാന്തമ്മ നടന്നുതുടങ്ങി. വിളറിയ നിഴലുകൾക്കിടയിലൂടെ പ്രാഞ്ചിക്കിതച്ചു നടന്നു. മനുഷ്യരുടെ സങ്കടങ്ങൾ ഏറെക്കാലമായി കണ്ടുനില്ക്കുന്ന കൂറ്റൻ കല്ലുകൾക്കിടയിലൂടെ തേങ്ങി ത്തേങ്ങി നടന്നു.

വാതിലിലെ പടിക്കല്ലിന്റെ ഒരു വെളുത്ത പാടിൽ വെറുതെ വിരലു രച്ചുകൊണ്ട്, വഴിയിലൂടെ നീങ്ങിപ്പോകുന്ന കാന്തമ്മയെ നോക്കി ജവുരി നിന്നു. കണ്ണുകൾ നനഞ്ഞിരുന്നു. ചുണ്ട് വിറച്ചുകൊണ്ടിരുന്നു.

കാന്തമ്മ തിരിഞ്ഞുനടക്കുമ്പോൾ കൈനീട്ടി വിളിക്കാനോങ്ങിയ താണ്. പക്ഷേ, നാവനങ്ങിയില്ല. എങ്ങനെയാണ് ദേവയ്യയുടെ അമ്മയെ വിളിക്കേണ്ടതെന്ന് അറിഞ്ഞുകൂടായിരുന്നു.

ഒന്നും പറയാതെയുള്ള ആ തിരിച്ചുപോക്ക് ജവുരിയെ സ്തബ്ധ യാക്കി. വരണ്ട്, ഒരു പച്ചിലപോലും കണ്ടെടുക്കാനാവാത്ത ശൂന്യതയായി ലോകം അവളുടെ ചുറ്റും നിറഞ്ഞുനിന്നു. അവിടെ അവൾ തനിച്ചായി രുന്നു. ഒരു മെലിഞ്ഞ പെണ്ണ്. എണ്ണമിനുപ്പും കണ്ണുനീർപ്പാടുകളുമുള്ള കവിളുകൾ. കൈതമുള്ള് പോറൽ വീഴ്ത്തിയ കൈത്തണ്ടകൾ. നനഞ്ഞ മുടി. കിതച്ചുയരുന്ന ചെറിയ മുലകൾ.

"പെണ്ണേ." ദേവയ്യ എവിടെനിന്നോ അവളെ വിളിച്ചു.

ഒരു നേർത്ത കാറ്റ് അവളുടെ മുഖം തടവുകയും കഴുത്തിൽ പതുക്കെ ചുണ്ടമർത്തുകയും ചെയ്തു.

* * * *

ദേവഗൗഡ പറഞ്ഞു: "നമ്മളവനെ കണക്കറ്റ് വേദനിപ്പിച്ചിരുന്നു. എന്റെ കാര്യം തന്നെ പറയുകയാണെങ്കിൽ വെച്ചുനീട്ടിയ കഞ്ചാവ് വേണ്ടെന്നു പറഞ്ഞപ്പോഴെല്ലാം ഞാനവനെ പരിഹസിച്ചു. ഒന്നിനും കൊള്ളാത്തവനെന്നും വിളിച്ചു. എനിക്കോർമ്മയുണ്ട്, ശാലയിൽവെച്ച് അവൻ മാസ്റ്ററോട് തനിക്ക് ഒരു ആനക്കാരനാവാനാണ് ഇഷ്ടമെന്നു

പറഞ്ഞ ദിവസം. വളരെ ശങ്കിച്ചും പതുക്കെയും അവനതുപറഞ്ഞപ്പോൾ ഞങ്ങളൊക്കെ കൂവി. അവന്റെ കണ്ണും മുഖവും ചുവന്നു. അവൻ കര യുക തന്നെ ചെയ്തു. അന്ന് ആരുമായും കൂട്ടുകൂടാതെ അവൻ നടന്നു പോയപ്പോൾ പിന്നിൽനിന്ന് ആനക്കാരനെന്നു ഉറക്കെ വിളിച്ചുപറഞ്ഞു കൊണ്ട് ഞങ്ങൾ കല്ലുകൾ പെറുക്കി എറിഞ്ഞു. അവനു വല്ലാതെ നൊന്തിരിക്കണം. കുന്നിൻപുറത്തുകൂടി അവൻ കരഞ്ഞുകൊണ്ട് ഓടി പ്പോയി. പാവം."

ദേവഗൗഡയുടെ മുഖം കനത്ത നീലപ്പുകയിൽ ഒരല്പനേരം മറഞ്ഞു. അവൻ വളരെ അകലെയാണെന്നും അവന്റെ ഒച്ച ദൂരെയെ ങ്ങോനിന്ന് വരികയാണെന്നും തോന്നി മറ്റുള്ളവർക്ക്.

ദേവഗൗഡ വെങ്കിടേശിന്റെ മുഖത്തേക്ക് തറപ്പിച്ചു നോക്കി.

"ഇന്നലെ നീ അവന്റെ പെണ്ണിനെപ്പറ്റി വേണ്ടാത്തതു പറഞ്ഞു. അവൾ ആ കിഴവൻ രാമലിംഗയ്യയുടെ കൂടെ ഉറങ്ങുന്നതു നീ കണ്ടു വെന്ന്."

"നിന്റെ തലയ്ക്കുപിടിച്ചു."

വെങ്കിടേശ് അസ്വസ്ഥതയോടെ മുഖം തിരിച്ചിരുന്നു.

ദേവഗൗഡ അതുകേട്ടു ഉച്ചത്തിൽ ചിരിച്ചു.

"അതെന്തായാലും നീയങ്ങനെ പറഞ്ഞിരുന്നില്ലേ. കാശിയും സീതാ രാമയുമെല്ലാം കേട്ടതല്ലേ."

"അതെ." കാശി സമ്മതിച്ചു.

"അതവനെ എത്രത്തോളം നോവിക്കുമെന്ന് നീ അന്നേരമോ പിന്നീടോ ആലോചിച്ചോ?" ദേവഗൗഡയുടെ ശബ്ദം ഒരു മുഴക്കമായി ഉയർന്നു.

വെങ്കിടേശ് എഴുന്നേല്ക്കാൻ തുടങ്ങി. ദേവഗൗഡ അവനെ ബല മായി പിടിച്ചിരുത്തി. ക്ലാവു പിടിച്ചതും ചുളുങ്ങിയതുമായ ഒരു ലോഹ പാത്രത്തെ ഓർമ്മിപ്പിക്കുന്നതായിരുന്നു അപ്പോഴവന്റെ രൂപം. അവൻ അവർക്കിടയിൽതന്നെ തളർന്നിരുന്നു.

"നീ ഒന്നും പറയണമെന്നില്ല. എല്ലാം ഞങ്ങൾക്കൊക്കെ അറിയാ വുന്നതുതന്നെ. ഒരുപക്ഷേ, നീ ജവുരിയെപ്പറ്റി പറഞ്ഞതുകേട്ടാവും അവൻ പോയിരിക്കുക. അവന്റെ മനസ്സ് നമ്മുടേതുപോലൊന്നുമല്ല. വളരെ ദുർബ്ബലമാണ്; കളങ്കമില്ലാത്തതും. നമ്മളവനെ ഈ മട്ടിലൊന്നും വേദ നിപ്പിക്കരുതായിരുന്നു. സഹായിക്കാൻ കഴിയില്ലെങ്കിൽ പോട്ടെ. ഉപദ്രവി ക്കാതിരിക്കയെങ്കിലും ചെയ്യാമായിരുന്നു."

ദേവഗൗഡ പറഞ്ഞവസാനിപ്പിച്ചപ്പോൾ സീതാരാമന് ഉള്ളിൽ തോന്നിയ ഒരു നടുക്കം മറ്റുള്ളവരിലും പകർന്നു. ദേവയ്യ ഇതിനകം മരി ച്ചിരിക്കുമോ? കാടുകളിൽ എവിടെയെങ്കിലും ചെന്ന്?

അങ്ങനെയൊന്നും പറയരുതെന്ന് ചിലമ്പിച്ച ശബ്ദത്തിൽ ദേവഗൗഡ അവനെ വിലക്കി. ദേവയ്യ കുറച്ചു ദിവസത്തേക്ക് ഇവിടെനിന്ന് വിട്ടു നില്ക്കാമെന്നു കരുതി പോയതാവും. അവൻ തിരിച്ചുവരും. ഇനി, അഥവാ മരിച്ചിട്ടുണ്ടെങ്കിലും അവൻ ഇവിടെ കാണും ഇവിടെത്തന്നെ...

പൊടുന്നനെ വെങ്കിടേശ് കരഞ്ഞുകൊണ്ട് എഴുന്നേറ്റു. അവൻ കരയുമെന്ന് ആരും പ്രതീക്ഷിച്ചിരുന്നില്ല. നിവർന്നുനിന്നു മുഖംപൊത്തി. ഇരുളുന്ന മരങ്ങളുടെ നേർക്ക് അവൻ ഇടറിനടന്നു. കാശി ഒപ്പം പോകാൻ തുടങ്ങിയപ്പോൾ ദേവഗൗഡ അവന്റെ കൈപിടിച്ചു.

* * * *

ഇവിടെയൊരു സൂര്യകാന്തിപ്പാടമുണ്ടായിരുന്നു. ജവുരി ഓർമ്മിച്ചു. അതിന്റെ ഓരം ചേർന്നുള്ള ചരല്പാത ഇപ്പോഴുമുണ്ട്. ഉണക്കച്ചുള്ളികളുടെ ചുമടേറ്റിയവരും ആട്ടിൻപറ്റങ്ങളും അതിലൂടെ മടങ്ങിപ്പോയി. ഇടറിയ വാക്കുകളും നിഴലുകളും അകന്നു.

അവസാനത്തെ യാത്രക്കാരനും പോയ്ക്കഴിഞ്ഞു. വഴിയിലേക്കു മഞ്ഞും ഇരുട്ടും കടന്നുവരികയായി.

ജവുരിയുടെ കണ്ണുകൾ വഴിതെറ്റിയ പക്ഷികളെപ്പോലെ അങ്ങുമിങ്ങും അലഞ്ഞു. വരണ്ടുണങ്ങിയ മൺപരപ്പിൽ ചൂടാറിത്തുടങ്ങുന്ന കല്ലുകളിലും ചീവീടുകൾ ഉണർന്നുകഴിഞ്ഞ വിള്ളലുകളിലും അവ വേച്ചുവീണു.

തോരാമഴയത്ത്

പതിവിനു വിപരീതമായി നേരം വൈകിയതിനാൽ സ്കൂളിലേക്കുള്ള വഴിയിൽ ഒറ്റയ്ക്കായ ഒരു ചെറിയ പെൺകുട്ടി സ്കൂൾ സഞ്ചി മുതുകിൽ തൂക്കിയിട്ട് ചുവന്ന നിറമുള്ള കുട തുറന്നു പിടിച്ച് മഴയിലൂടെ ഓടിയും നടന്നും കുന്നുകയറുമ്പോൾ വഴിവക്കിലെ ഒരു മുൾപ്പടർപ്പിന്റെ മറവിൽനിന്ന് പ്രാകൃതനായ ഒരാൾ അവളുടെ മുന്നിലേക്ക് ചാടിവീണ്, ഒച്ചയെടുക്കുകയാണെങ്കിൽ അവളെ കൊന്നുകളയുമെന്ന് പറഞ്ഞു. പനി പിടിച്ചതുപോലെ അയാൾ വിറയ്ക്കുന്നുണ്ടായിരുന്നു. അയാളുടെ കൈയിൽ അറ്റം കൂർത്തൊരു കല്ല്.

പെൺകുട്ടി അന്ധാളിച്ച് നിന്നു. അയാൾ തന്റെ വലതുകൈ കല്ലുമായി അവളുടെ നേർക്കുയർത്തി. കല്ലിന്റെ കൂർത്ത മുനയിൽ അവളുടെ കണ്ണുകൾ ഉടക്കി.

അവർക്കിടയിൽ മഴ ചരിഞ്ഞ് പെയ്തു.

“നിന്റെ ചോറ്റുപാത്രമെവിടെ?” അയാൾ വ്യഗ്രതയോടെ ചോദിച്ചു.

പെൺകുട്ടി പറയാൻ ശബ്ദം കിട്ടാതെ വിങ്ങലോടെ തന്റെ മുതുകത്തുള്ള സഞ്ചി ചൂണ്ടിക്കാട്ടി.

‘‘ഉം. എടുക്ക്.’’ അയാൾ അവളെ ഭയപ്പെടുത്താനുദ്ദേശിച്ച് വലതുകൈ ചലിപ്പിച്ചുകൊണ്ട് പറഞ്ഞു.

കനലുകളെരിയുന്ന അയാളുടെ മുഖത്തുനിന്നും കണ്ണെടുക്കാൻ ധൈര്യപ്പെടാതെ അവൾ സഞ്ചി കൈയിലെടുത്തു. അതിനുള്ളിൽ ഒരു മഞ്ഞ പോളിത്തീൻ കവറിലായി പൊതിഞ്ഞുവെച്ചിരിക്കുകയായിരുന്നു ചോറ്റുപാത്രം. അതവൾ പുറത്തെടുത്തപ്പോൾ അയാൾ കണ്ണുകളിൽ ഒരു തിളക്കത്തോടെ ഇടതുകൈ നീട്ടി. അവൾ ഉറ്റുനോക്കിക്കൊണ്ട് പാത്രം അയാൾക്കു കൈമാറി.

"ഉം, പൊയ്ക്കോ. പക്ഷേ, ഒരു കാര്യമുണ്ട്. വഴിയിലാരോടും പറയരുത്." അയാൾ മുരളുന്ന മട്ടിൽ പറഞ്ഞു.

പെൺകുട്ടി ഇല്ലെന്ന് ശിരസ്സനക്കി. പിന്നെ അവൾ പതുക്കെ നടന്നു തുടങ്ങി. അയാൾ മുൾപ്പടർപ്പിനപ്പുറത്തേക്കു ധൃതിയിൽ നീങ്ങി. മഴ തുടർന്നു.

ഉണക്കമീൻ കറിയൊഴിച്ച ചോറ് തിന്നുതീരാറായപ്പോഴാണ് ആരോ തന്നെ ശ്രദ്ധിക്കുന്നുണ്ടെന്ന് കവർച്ചക്കാരൻ ഒരു ഞെട്ടലോടെ അറിഞ്ഞത്. കൗശലശാലിയായ ഒരു വന്യമൃഗത്തെപ്പോലെ അയാൾ തെല്ലു പിറകോട്ടു പതുങ്ങി.

"ഞാനാ" പെൺകുട്ടി മുൾപ്പടർപ്പിന്റെ ഒരരികിൽ നിന്നു പറഞ്ഞു.

വായിലിട്ട ചോറ് ചവയ്ക്കാനാവാതെ ഒട്ടൊരു സ്തബ്ധതയിൽ അയാൾ അവളെ നോക്കി.

"ചോറ്റുപാത്രത്തിനാ. അത് കൊണ്ടുപോയില്ലെങ്കിൽ തല്ലുകിട്ടും എനിക്ക്." പെൺകുട്ടി പറഞ്ഞു.

അയാൾ കുറച്ചു നേരത്തേക്ക് എന്താണ് ചെയ്യേണ്ടതെന്നറിയാതെ സന്ദിഗ്ദ്ധതയിലായി. അതിന്റെ ഒടുവിൽ അയാൾ പാത്രം അവൾക്ക് നീട്ടി.

അതു കൈയിൽവാങ്ങി നേർത്തൊരു ചിരിയോടെ അവൾ ചോദിച്ചു:

"ഇത്ര കൊറച്ച് ചോറ് തിന്നാ വയറ് നിറയ്യോ?"

അയാൾ അങ്ങനെയൊരു ചോദ്യം അപ്രതീക്ഷിതമാണെന്ന മട്ടിൽ കണ്ണിമയ്ക്കാതെ അവളെ നോക്കി. പൊടുന്നനെ അയാളുടെ ഉള്ളിൽ നിന്ന് മാരകമായി മുറിവേറ്റ ഒരു മൃഗത്തിന്റേതെന്നപോലെ അതിദീനമായ ഒരു ശബ്ദമുയർന്നു. അതൊരു നിലവിളിയായി അവിടെയെങ്ങും മുഴങ്ങി. പെൺകുട്ടി സ്തബ്ധയായി നിന്നു. അയാൾ ഇരുകൈകളും ശിരസ്സിൽ ചേർത്ത് തിരിഞ്ഞോടി നിലയ്ക്കാത്ത നിലവിളിയോടെ തോരാമഴയിലെങ്ങോ മറഞ്ഞു.

●

www.ingramcontent.com/pod-product-compliance
Lightning Source LLC
LaVergne TN
LVHW040600051026
849519LV00004B/1405
* 9 7 8 9 3 9 3 4 6 8 3 1 4 *